अग्निदिव्य

नेताजी पालकर यांच्या जीवनावरील ऐतिहासिक कादंबरी

कल्याणीरमण बेन्नुरवार

मेहता पब्लिशिंग हाऊस

Please contact us at **Mehta Publishing House,** Pune.
✆ +91 020-24476924 / 24460313
Email : production@mehtapublishinghouse.com
Website : www.mehtapublishinghouse.com

AGNIDIVYA by KALYANIRAMAN BENNURVAR

अग्निदिव्य : कल्याणीरमण बेन्नुरवार / कादंबरी

Email : author@mehtapublishinghouse.com

प्रकाशक : सुनील अनिल मेहता, मेहता पब्लिशिंग हाऊस,
१९४१ सदाशिव पेठ, माडीवाले कॉलनी, पुणे – ३०.

मुखपृष्ठ : सतीश भावसार

प्रथमावृत्ती : १२ नोव्हेंबर, २०१५ / पुनर्मुद्रण : सप्टेंबर, २०१६

P Book ISBN 9788184989106
E Book ISBN 9788184989113
E Books available on : play.google.com/store/books
https://www.amazon.in/b?node=15513892031

शिवरायांच्या इशाऱ्यासरशी संसारावर निखारा ठेवून
सर्वस्वाची कुरवंडी करणाऱ्या आणि
ज्यांच्या या त्यागामुळेच
आज आम्ही 'आम्ही' म्हणून ताठ मानेने जगत आहोत,
त्या सर्व ज्ञात-अज्ञातांस
अत्यंत कृतज्ञतापूर्वक सादर अर्पण

कल्याणीरमण बेन्नुरवार

कैफियत

'गोब्राह्मण प्रतिपालक राजाधिराज छत्रपती श्री शिवाजीमहाराज' असा नुसता नामोल्लेख झाला तरी मनाच्या तारा झंकारून उठतात. छत्रपती शिवराय हा विषयच अत्यंत श्रद्धेचा, पराकोटीच्या आदराचा. काही संकुचित मनोवृत्तीच्या हितसंबंधितांनी न कळे काय कारणाने या अलौकिक युगपुरुषाला एका विशिष्ट चौकटीत बांधण्याचा प्रयत्न चालविलेला आहे. वाऱ्याला कोंडण्याचा किंवा उसळत्या, उधाणलेल्या दर्याला मुठीत बांधण्याचा प्रयत्न करण्यासारखेच ते अशक्यप्राय नाही का? आम्हा सर्वांची मनोमन श्रद्धा ही आहे की, कविराय भूषणचे शब्द अक्षरश: सत्य आहेत. आज आपण 'आपण' आहोत ते केवळ त्या अलौकिक महापुरुषामुळे! जर या महाराष्ट्र देशी त्या थोर पुरुषाचा अवतार न होता तर आपण सारे या परमपावन देवभूमीची महान परंपरा झुगारून, आपल्या महान पूर्वजांचे ऋण ठोकरून देऊन, त्यांना अंधारात चाचपडणारे किडे असे हीन लेखत, मावळतीकडे मोहरा ठेवून बसलो असतो. म्हणूनच प्रभू रामचंद्र, योगेश्वर भगवान श्रीकृष्ण, जगद्गुरू आद्य शंकराचार्य यांच्याच पंक्तीत श्री शिवनृपती आम्हास श्रद्धेय, पूजनीय, अनुकरणीय आणि प्रात:स्मरणीय आहेत.

महाराज त्यांच्या शेवटच्या श्वासापर्यंत जे जे, जसे जसे बोलले-वागले, त्यात कोठेही चूक काढण्यास अणुमात्र जागा नाही, ही आमची अव्यभिचारी श्रद्धा. मग त्यांचे छत्रपती संभाजीराजे वा महाराणी सोयराबाईंच्या बाबतचे वर्तन या चुका नव्हेत, तर महापुरुषांच्या जीवनात उद्‌भवणाऱ्या मानवी जीवनाच्या मर्यादांची अपरिहार्यता आहे, हेच केवळ अधोरेखित करणारे कठोर आणि अपरिहार्य वास्तव आहे.

महाराजांनी ज्यांना जवळ केले, कौल दिला, सलगी दिली, विश्वास दिला त्यांच्या निष्ठा केवळ अविचल, अभंग. त्या निष्ठा ज्या तिडिकेने महाराजांच्या ठायी वाहिल्या होत्या त्याच उत्कटतेने स्वराज्याला वाहिल्या होत्या, अशी सर्वच शिवप्रेमींची धारणा. महाराजांविषयी जे जे मिळत गेले ते ते वाचत असताना एक प्रश्न मात्र मनास कायम टोकरीत राहिला. स्वराज्याचे सरनौबत नेताजी पालकर अफजल वधासाठी निघताना महाराजांनी त्यांच्यावर स्वराज्य निरविले होते; मिर्झाराजांच्या छावणीत

आपल्या वंशाचा एकमेव अंकुर ओलीस पाठविताना त्यांच्या हाती सोपविला होता; स्वराज्याच्या सर्व फौजांची दारोमदार त्यांच्या समर्थ खांद्यांवर सोपविली होती; गनिमांच्या गोटात प्रतिशिवाजी म्हणून त्यांचा दरारा होता; सिंधू सागरापासून वऱ्हाडपर्यंत आणि बागलाण-खानदेशापासून कर्नाटकापर्यंतची भूमी त्यांच्या घोड्यांच्या टापांनी पिंजून काढली होती; असा तिखट हत्याराचा बुद्धिमान मुत्सद्दी रणनवरा, स्वराज्याचा सरनौबत केवळ आणि केवळ मनसबदारी आणि वतनाच्या लोभापायी स्वराज्याशी द्रोह करून महाराजांना सोडून जाईल? असंभव! अविश्वसनीय! अकल्पनीय! पण हे असे झाले होते, ही ऐतिहासिक वस्तुस्थिती आहे. याविषयी प्रचलित इतिहास जे सांगतो ते तसेच आणि तेवढेच सत्य मानायचे म्हटले तर मोठीच अनवस्था.

महाराजांची माणसाची पारख चुकली? पण ते शक्य आहे? जर नेताजी स्वार्थी हेतूने स्वराज्य सोडून गेले, मरातबाच्या लोभापायी मुसलमान झाले, हे जर सत्य; तर मग प्रदीर्घ काळ लोटल्यानंतर ते परत का आले? तेसुद्धा याविषयीची महाराजांची मते आणि धोरण ते पुरतेपणी जाणत असताना? त्यांची शामतच कशी झाली? क्षणभर असे गृहीत धरू की, मनात काही भाबडी आशा धरून ते परत आले. पण का? या 'का'ला सयुक्तिक उत्तर सापडत नाही. बरे, ते परत आले, पण महाराजांनी एका स्वार्थी स्वराज्यद्रोह्याला इतक्या सहजपणे कौल कसा दिला? परतताक्षणीच हृदयाशी का धरले? प्रचलित लोकाचाराला छेद देत, शुद्ध करून स्वधर्मात कसे आणि का घेतले? हे आणि असे अनेक प्रश्न मनास कायम छळत राहिले. त्यांची समाधानकारक उत्तरे कधी कुठे गवसलीच नाहीत.

शिवशाहीर बाबासाहेब पुरंदरेलिखित शिवचरित्राची न कळत्या वयापासूनच, एखाद्या धार्मिक ग्रंथाप्रमाणेच अनेक पारायणे झाली. हल्ली काही दिवसांपूर्वी ते वाचत असताना एका वाक्याने चित्त वेधून घेतले. 'नेताजी इतक्या सहजपणे निघून गेले, जणू महाराजांनीच त्यांना धाडले.' लख्खकन मनात वीज चमकली. त्या चुटपुटत्या प्रकाशात मनातल्या विचारांना एक नवी दिशा गवसली.

मनी आले, जे प्रश्न आपल्याला अस्वस्थ करीत असतात, कदाचित त्या तशाच प्रश्नांनी शिवशाहिरांना पण छळले असावे. नक्कीच. त्या निस्सीम शिवभक्ताला त्यांची उत्तरे शोधण्याच्या ध्यासाने पछाडले असणार. त्या प्रयत्नांत त्यांना कोठेतरी काहीतरी सापडले असावे. एखादी बारीकशी फट सापडली असेल ज्यामधून त्यांना इतिहासाच्या अंधाऱ्या डोहात काहीतरी अस्पष्टसे, अंधूकसे पण आशादायक दिसले असावे. शिवशाहीर पडले कडवे इतिहासनिष्ठ. ठोस, सबळ, वादातीत पुरावा हातात असल्याशिवाय ते कोणतेही नेमके विधान करणे कालत्रयी शक्य नाही. ठोस, निर्विवाद सत्य आणि वस्तुस्थितीरोचक, रंजक ढंगात लोकांसमोर ठेवून, त्यांची इतिहासासारख्या सर्वसामान्यांच्या दृष्टीने रटाळ विषयात रुची वाढवीत असतानासुद्धा

ते कधीच कल्पनाविलासाच्या दुष्टचक्रात गुंतून पडत नाहीत. केवळ जिज्ञासू वाचकाची जिज्ञासा जागी करण्यासाठी त्यांनी हे एक सूचक विधान तेवढे करून ठेवले.

या प्रदीर्घ काळात शिवचरित्राच्या अनेक आवृत्त्या निघाल्या. अनेक अभ्यासकांची अनेक पुस्तके प्रसिद्ध झाली. मा. बाबासाहेबांचे पण अनेक प्रकट कार्यक्रम, मुलाखती झाल्या पण या एका वाक्याव्यतिरिक्त पुढे काही तपशील नाही. अनेक सिद्धहस्त लेखकांच्या गाजलेल्या ऐतिहासिक कादंबऱ्या पुन्हा वाचून काढल्या पण त्यातही या प्रश्नांचा मागोवा घेतल्याचे आढळले नाही. मा. बाबासाहेबांसारख्या ऋषितुल्य अभ्यासकास जेथे कोणता ठोस पुरावा गवसल्याच्या खुणा दिसत नाहीत, तेथे माझ्यासारख्या सामान्य मशकांच्या पायांना काय चिकटणार; त्यामुळे मग फार जास्त शोधाशोधीची उरस्फोड करीत न बसता, त्या व्यासंगी अभ्यासकाने दिलेल्या सुतावरूनच स्वर्गारोहण सुरू केले. आणि काय आश्चर्य, समोर जणू चित्रपट उलगडावा तशा एकेक घटना मनश्चक्षूंसमोर साकारू लागल्या. सर्व कूट प्रश्नांची उत्तरे झपाट्याने मिळू लागली आणि मग मनामध्ये, स्वराज्यनिष्ठ नेताजी पालकरांच्या 'अग्निदिव्या'ची ही कादंबरी साकार होऊ लागली.

या कादंबरीचा पाया ऐतिहासिक वास्तवाचा आहे. नेताजी पालकर स्वराज्याचे सरनौबत होते; स्वराज्यात त्यांचा दर्जा खुद्द महाराजांच्या खालोखाल होता; गनीम त्यांना प्रतिशिवाजी म्हणून वचकून होता; पन्हाळ्यावरील दारुण पराभवानंतर ते महाराजांना-स्वराज्याला सोडून आदिलशाहीच्या मार्गाने मोगलांना जाऊन मिळाले; महाराज आग्र्याहून निसटले आणि कोणतीही संधी न देता औरंगजेबाने त्यांना जेरबंद करून त्याच्या राजधानीत आणले; त्यांनी मुसलमान धर्म पत्करला; बादशहाने तरीसुद्धा त्यांना अफगाणिस्तानात दहा वर्षे दडपून ठेवले; त्यानंतर त्यांना स्वराज्यावर सोडले तेव्हा संधी साधून ते महाराजांकडे परत आले; महाराजांनी त्यांना कौल दिला, शुद्ध करून घेतले. हा एवढा मूळ पाया तेवढा ऐतिहासिक वास्तव. बाकी सारा माझ्या कल्पनाविलासाचा डोलारा. काही महत्त्वाची पात्रे आणि प्रसंग वगळता बाकी माझ्याच कल्पनेतून जन्मलेली. सोईसाठी कदाचित कुठे कालानुक्रम किंचित बदललेला; त्यामुळे अधिक-उणे जे असेल ते माझे.

अनेक ठिकाणी कथानक पसरट झाल्याची, पुनरुक्ती झाल्याची किंवा वैयक्तिक अभिनिवेश व्यक्त होत असल्याची टीका होण्याचा संभव आहे. उदा. धर्मांतराचा प्रसंग, कुलीखानास देण्यात येणारे इस्लामचे धडे, औरंगजेबाची धर्मांध दहशतवाद्याच्या थाटात येणारी वक्तव्ये, शुद्धीकरणासाठी भरलेल्या दोन धर्मसभा, महाराजांची या विषयावरील प्रदीर्घ वक्तव्ये वगैरे वगैरे. जर हे जाणवते तर मग त्याचे संपादन वा पुनर्लेखन पूर्वीच का झाले नाही? याबाबत माझी कैफियत मांडणे आणि ती येथेच मांडणे अगत्याचे आहे.

या देशात जवळपास दीड हजार वर्षे हिंदू आणि मुसलमान शेजारी शेजारी राहतात. असंख्य हिंदूंची मुसलमानांशी केवळ मैत्रीच नाही तर प्रगाढ मैत्री आहे. असे असले तरी सामान्यत: हिंदूंस आणि अर्थात मराठी माणसांस इस्लाम संबंधाने फारच थोडे माहीत असते. स्वतंत्रता आंदोलनापासून 'हिंदू-मुस्लीम ऐक्य' साधण्याचे आटोकाट प्रयत्न झाले, अद्याप होत आहेत. पण ज्यांच्याशी आपल्याला ऐक्य साधायचे आहे त्यांची नेमकी श्रद्धास्थाने, धार्मिक शिकवणूक, ध्येय-धोरणे, आकांक्षा, उद्दिष्टे आणि ती साधण्याचे मार्ग काय व कोणते हे जोपर्यंत आपण वास्तवाच्या पातळीवर समजून घेत नाही तोपर्यंत ऐक्याचे प्रयत्न एकतर्फी भाबडेपणा ठरण्याची शक्यताच जास्त आहे. म्हणून त्यांची ओझरती ओळख करून देण्याचा हा प्रयत्न.

औरंगजेबासारखा निरंकुश सर्वसत्ताधारी असो, अगदी अद्ययावत आधुनिक शिक्षण घेतलेला बुद्धिजीवी असो किंवा अशिक्षित शेतकरी, मजूर प्रत्येक मुसलमान व्यक्ती आपले धार्मिक ध्येय आणि ते साध्य करण्याचे धर्माधिष्ठित मार्ग अगदी नि:संदिग्धपणे जाणत असतो. त्यावर त्यांची जिवापाड श्रद्धा आणि निष्ठा असते. ती उघडपणे व्यक्त करण्यास त्यांना यत्किंचितही संकोच वाटत नाही. हिंदू भाबडेपणाने आपल्याच मनोराज्यात गुंतलेले राहून त्याकडे ध्यान देत नाहीत. ही आत्मतुष्टी वा आत्मग्लानी आजची नाही तर ती ऐतिहासिक काळापासून चालत आलेली आहे, हे वास्तव वाचकांसमोर ठेवण्याची ही क्षीण धडपड.

औरंगजेबाचा संताप शांत करण्यासाठी, त्याच्या संतापाग्नीचा दाह कमी करण्यासाठी दानिशमंदखान जे काही करतो ते केवळ लाळघोटेपणाचा नमुना नव्हे, तर संतापनिवारणाचा आणि संतापाच्या अवस्थेत श्रद्धावानाचे सैतानापासून रक्षण करण्याच्या इस्लामी धार्मिक विधीचा तो एक भाग आहे. खानदानी म्हणवून घेणाऱ्या मुसलमानांच्या सहवासात जे आले असतील त्यांना बादशहा आणि त्याचे मानकरी यांच्यातील बेगडी वाटणारे संवाद अतिरंजित नाहीत हे ध्यानात येईल. ज्यांना हैदराबादच्या निजामाच्या कथा माहीत आहेत आणि तो परस्पर खर्च भागविण्याच्या ज्या युक्त्या वापरत असे, ते तंत्र कसे वंशपरंपरा चालत आलेले आहे ते ध्यानात येईल.

शिवाजीमहाराजांनी नेताजींना शुद्ध करून घेतले हे एका वाक्यात सांगताना किती सहज आणि सोपे वाटते पण खरेच ते तसे होते का? शक्यच नाही. महाराजांनी सांगितले आणि सर्वांनी 'जी हुजूर' म्हणून स्वीकारले असे झाले का? किंवा आपल्या छत्रपतिपदाच्या अधिकाराचा फायदा उठवीत महाराजांनी ते सर्वांना मान्य करण्यास भाग पाडले का? दोन्हींचे उत्तर नकारार्थीच. महाराज जरी राजा होते तरी इंग्रजीत ज्याला 'टायरंट' म्हणून संबोधतात तसे जुलमी सत्ताधारी नव्हते. त्यांचा तो पिंड नव्हता. होता होईतो सामंजस्याने, सहमतीने निर्णय करण्याकडे त्यांचा कल

असे. ते जसे कुशल सेनानी होते तसेच प्रभावी वक्ते आणि कुशल वादपटू होते. समंजस असले तरी बोटचेपे नव्हते, तर कठोर प्रशासक होते. त्यांचे निर्णय धाडसी असले, तरी एककल्लीपणे हटवादीपणे घेतलेले नसत. त्यांच्या या निर्णयामागे नेमका काय विचार होता, त्या विचाराची पूर्वपीठिका काय, आणि केवढे प्रदीर्घ चिंतन होते, वगैरे सारे समोर येणे अगत्याचे नाही का? मोगल राजवटीत काश्मीर खोरे इस्लाममय झाले. पुढे राजा रणजितसिंहाने काश्मीर जिंकले. त्याच्या पश्चात काश्मिरात डोगरा राजवट आली. काश्मीरच्या महाराजांना वाटले, आपल्या धर्मातून बाहेर गेलेल्या प्रजेस पुन्हा हिंदू करून घ्यावे. (तसे वास्तवात घडते तर आजचे कित्येक प्रश्न निर्माण होण्याआधीच मिटले असते) प्रजासुद्धा स्वगृही परतण्यास उत्सुक होती. पण तसे होणे भारतमातेच्या प्राक्तनी नव्हते. राजधानी श्रीनगरमधील ब्राह्मण ऐन थंडीत झेलमच्या पात्रात गळाभर पाण्यात उभे राहिले आणि त्यांनी राजाला धमकी दिली, 'आपला हा हेका सोड, अन्यथा आम्ही जलसमाधी घेऊ आणि ब्रह्महत्येचे पातक तुझ्या माथी लागेल.' स्पष्ट विचारांची बैठक नसलेल्या राजाने शरणागती पत्करली. असा पेच कोणी महाराजांसमोर उभा केलाच नसेल का? पण महाराजांची घडण एका वेगळ्याच मुशीत झालेली होती. ते भावुक असले, तरी भाबडे नव्हते. गोब्राह्मण प्रतिपालक असले, तरी उगीच लाड चालवून घेणारे नव्हते. त्यांचा नीर-क्षीर विवेक सदैव सजग असे. हा त्यांचा वेगळेपणा जनमनावर ठसवायचा आहे; त्यामुळेच काहीशा पुनरुक्तीचा दोष पत्करून आणि वरवर सपाट वाटत असले, तरी अनिवार्यता म्हणून हे भाग विस्तारपूर्वक घेतले आहेत.

प्रत्येक धार्मिक मुसलमान सर्वसामान्यत: आपल्या धर्मातील पारिभाषिक संज्ञा, धार्मिक विधी, मंत्र ज्याला ते साधारणत: दुवा असे म्हणतात, सुन्नत, अर्कान वगैरे मुसलमानेतरांसमोर उघड करण्यास, त्यावर चर्चा करण्यास अत्यंत नाखूश असतात. माझी धार्मिक आणि राजकीय मते माहीत असून, मुसलमान मित्रांशी माझे अतिशय घनिष्ठ आणि जिव्हाळ्याचे संबंध आहेत; त्यामुळे ज्या ज्या ठिकाणी मला गरज पडली तेव्हा त्यांनी मला अगदी आनंदाने सहकार्य केले. या बाबी सविस्तर समजावून सांगितल्या. एवढेच नव्हे, तर उच्चारात चूक होऊ नये म्हणून प्रत्येक शब्द देवनागरी आणि रोमनमध्ये लिहून दिला. वस्तुत: ते सारे अत्यंत कर्मठ परंपरावादी धर्मनिष्ठ आहेत. पण माझ्यावरील लोभापायी त्यांनी हे सहकार्य विनापर्दा दिले. या माहितीचा उपयोग कधीही विपर्यस्तपणे, विकृतपणे वा गैरहेतूने होणार नाही हा त्यांचा विश्वास आहे. यासाठी मी महम्मद शफी, शकील अहमद आणि अब्दुल मुनाफ यांचा ऋणी आहे.

एखाद्या किरकोळ संदर्भासाठी लिखाणाच्या गाड्याला खीळ पडे. ही अडचण

निघाल्याशिवाय पुढे सरणे शक्य होत नसे. अशा प्रसंगी अनेकांनी मदत पुरविली. हवे असलेले संदर्भ उपलब्ध करून दिले. सर्वांचे मन:पूर्वक आभार! नावांचा उल्लेख करण्याच्या फंदात न पडणेच उत्तम. नेमकी अत्यंत महत्त्वाची नावे राहून जायची आणि अकारण अनवस्था.

कल्पनाविलास असे जरी म्हटले तरी अनेक पुस्तकांमधून अनेक संदर्भ घ्यावे लागतात. उदाहरणच द्यायचे तर प्रायश्चित्त प्रकरणात आप्पा दांडेकरांनी करून ठेवलेल्या व्यासंगाचे, त्यांच्या लिखाणात उमटलेल्या प्रतिबिंबाची फार मोलाची मदत झाली. अशा अनेक पुस्तकांची एक लंबीचवडी यादी पुस्तकाच्या शेवटी देऊन आपण मोठा व्यासंग केल्याचा आव आणणे स्वभावात बसणारे नाही. अमुक एक संदर्भ वा तपशील नेमका कुठून आला आहे, जाणकार जाणतातच. येरांसमोर नसते प्रदर्शन कशाला?

अनेक वर्षे मनात रुंजी घालणारा विषय असा अचानक शंका-समाधान करून श्री रामरायांच्या कृपेने शब्दबद्ध झाला. मी 'स्वान्त: सुखाय' केलेल्या लेखनाचे मूल्यमापन आता दर्दी, चोखंदळ, रसिक वाचकांहाती.

लेखन सीमा.

कल्याणीरमण बेन्नुरवार

निघाल्याशिवाय पुढे सरणे शक्य होत नसे. अशा प्रसंगी अनेकांनी मदत पुरविली. हवे असलेले संदर्भ उपलब्ध करून दिले. सर्वांचे मन:पूर्वक आभार! नावांचा उल्लेख करण्याच्या फंदात न पडणेच उत्तम. नेमकी अत्यंत महत्त्वाची नावे राहून जायची आणि अकारण अनवस्था.

कल्पनाविलास असे जरी म्हटले तरी अनेक पुस्तकांमधून अनेक संदर्भ घ्यावे लागतात. उदाहरणच द्यायचे तर प्रायश्चित्त प्रकरणात आप्पा दांडेकरांनी करून ठेवलेल्या व्यासंगाचे, त्यांच्या लिखाणात उमटलेल्या प्रतिबिंबाची फार मोलाची मदत झाली. अशा अनेक पुस्तकांची एक लंबीचवडी यादी पुस्तकाच्या शेवटी देऊन आपण मोठा व्यासंग केल्याचा आव आणणे स्वभावात बसणारे नाही. अमुक एक संदर्भ वा तपशील नेमका कुठून आला आहे, जाणकार जाणतातच. येरांसमोर नसते प्रदर्शन कशाला?

अनेक वर्षे मनात रुंजी घालणारा विषय असा अचानक शंका-समाधान करून श्री रामरायांच्या कृपेने शब्दबद्ध झाला. मी 'स्वान्तः सुखाय' केलेल्या लेखनाचे मूल्यमापन आता दर्दी, चोखंदळ, रसिक वाचकांहाती.

लेखन सीमा.

कल्याणीरमण बेन्नुरवार

असे. ते जसे कुशल सेनानी होते तसेच प्रभावी वक्ते आणि कुशल वादपटू होते. समंजस असले तरी बोटचेपे नव्हते, तर कठोर प्रशासक होते. त्यांचे निर्णय धाडसी असले, तरी एककल्लीपणे हटवादीपणे घेतलेले नसत. त्यांच्या या निर्णयामागे नेमका काय विचार होता, त्या विचाराची पूर्वपीठिका काय, आणि केवढे प्रदीर्घ चिंतन होते, वगैरे सारे समोर येणे अगत्याचे नाही का? मोगल राजवटीत काश्मीर खोरे इस्लाममय झाले. पुढे राजा रणजितसिंहाने काश्मीर जिंकले. त्याच्या पश्चात काश्मिरात डोगरा राजवट आली. काश्मीरच्या महाराजांना वाटले, आपल्या धर्मातून बाहेर गेलेल्या प्रजेस पुन्हा हिंदू करून घ्यावे. (तसे वास्तवात घडते तर आजचे कित्येक प्रश्न निर्माण होण्याआधीच मिटले असते) प्रजासुद्धा स्वगृही परतण्यास उत्सुक होती. पण तसे होणे भारतमातेच्या प्राक्तनी नव्हते. राजधानी श्रीनगरमधील ब्राह्मण ऐन थंडीत झेलमच्या पात्रात गळाभर पाण्यात उभे राहिले आणि त्यांनी राजाला धमकी दिली, 'आपला हा हेका सोड, अन्यथा आम्ही जलसमाधी घेऊ आणि ब्रह्महत्येचे पातक तुझ्या माथी लागेल.' स्पष्ट विचारांची बैठक नसलेल्या राजाने शरणागती पत्करली. असा पेच कोणी महाराजांसमोर उभा केलाच नसेल का? पण महाराजांची घडण एका वेगळ्याच मुशीत झालेली होती. ते भावुक असले, तरी भाबडे नव्हते. गोब्राह्मण प्रतिपालक असले, तरी उगीच लाड चालवून घेणारे नव्हते. त्यांचा नीर-क्षीर विवेक सदैव सजग असे. हा त्यांचा वेगळेपणा जनमनावर ठसवायचा आहे; त्यामुळेच काहीशा पुनरुक्तीचा दोष पत्करून आणि वरवर सपाट वाटत असले, तरी अनिवार्यता म्हणून हे भाग विस्तारपूर्वक घेतले आहेत.

प्रत्येक धार्मिक मुसलमान सर्वसामान्यतः आपल्या धर्मातील पारिभाषिक संज्ञा, धार्मिक विधी, मंत्र ज्याला ते साधारणतः दुवा असे म्हणतात, सुन्नत, अर्कान वगैरे मुसलमानेतरांसमोर उघड करण्यास, त्यावर चर्चा करण्यास अत्यंत नाखूश असतात. माझी धार्मिक आणि राजकीय मते माहीत असून, मुसलमान मित्रांशी माझे अतिशय घनिष्ठ आणि जिव्हाळ्याचे संबंध आहेत; त्यामुळे ज्या ज्या ठिकाणी मला गरज पडली तेव्हा त्यांनी मला अगदी आनंदाने सहकार्य केले. या बाबी सविस्तर समजावून सांगितल्या. एवढेच नव्हे, तर उच्चारात चूक होऊ नये म्हणून प्रत्येक शब्द देवनागरी आणि रोमनमध्ये लिहून दिला. वस्तुतः ते सारे अत्यंत कर्मठ परंपरावादी धर्मनिष्ठ आहेत. पण माझ्यावरील लोभापायी त्यांनी हे सहकार्य विनापर्दा दिले. या माहितीचा उपयोग कधीही विपर्यस्तपणे, विकृतपणे वा गैरहेतूने होणार नाही हा त्यांचा विश्वास आहे. यासाठी मी महम्मद शफी, शकील अहमद आणि अब्दुल मुनाफ यांचा ऋणी आहे.

एखाद्या किरकोळ संदर्भासाठी लिखाणाच्या गाड्याला खीळ पडे. ही अडचण

प्रस्तावना

श्री. कल्याणीरमण तथा धनंजय बेन्नुरवार यांनी श्री शिवचरित्राशी संबंधित एक अध्याय कादंबरीरूपात वाचकांसमोर रसाळपणे व विस्तारपूर्वक मांडला आहे.

नेताजी पालकर याचा संबंध श्री शिवछत्रपतींच्या राष्ट्रस्थापनेच्या कार्यात अगदी प्रारंभापासूनच आला. तो त्यांचा निष्ठावंत सहकारी होता. १६६६ मध्ये त्यांच्यात दुरावा निर्माण झाला (तो कृत्रिम होता व त्यामागे शिवरायांचे राजकारण होते असे कै. बाबाराव सावरकरांचे मत होते.)

औरंगजेबाने त्याला बाटवून महम्मद कुलीखान बनविले व अफगाणिस्तानात पाठविले. १६६६ ते १६७६ हा दहा वर्षांचा काळ त्याने अत्यंत अस्वस्थतेचा असूनही, मोगलांचा निष्ठावंत चाकर असण्याच्या बतावणीत कसा काढला आणि संधी मिळवून महाराष्ट्रात परत आल्यावर शिवरायांना भेटून हिंदवी स्वराज्याच्या सेवेत तो पुनश्च कसा रुजू झाला हा सर्व विषय 'अग्निदिव्य' या कादंबरीत विस्तारपूर्वक आला आहे.

हिंदूंचे स्वराज्य हा शिवरायांच्या जीवनाचा ध्यास होता. नेताजी परत आल्यावर शिवरायांनी त्याचे शुद्धीकरण करून त्याला हिंदू धर्मात सामील करून घेतले.

नेताजी पालकरांसारख्या निष्ठावंत हिंदू सैनिकाचे, शिव-सहकाऱ्याचे, मुसलमान म्हणून जगणे आणि अत्यंत कल्पकतापूर्वक धडपड करून पुन्हा मूळ प्रवाहात सामील होणे हे खरेच 'अग्निदिव्य' होते.

उत्तम संवाद लेखन, सरस प्रसंग चित्रण, भाषाप्रभुत्व आणि इतिहासाचे सम्यक ज्ञान या चार स्तंभांवर 'अग्निदिव्य'चा इमला उभारण्याचे अग्निदिव्य लेखकाने उत्तम प्रकारे पार पाडले आहे, त्याबद्दल त्यांचे अभिनंदन!

उत्तरोत्तर त्यांच्या हातून असेच लेखन घडावे अशी अपेक्षा आहे.

प्रा. सु. ग. शेवडे
मोबा.९८६७६२१७५१

दुसऱ्या आवृत्तीच्या निमित्ताने...

'अग्निदिव्य'ची प्रथमावृत्ती अतिशय झपाट्याने संपली. आता तिची दुसरी आवृत्ती प्रकाशित होत आहे. रसिक वाचकांचा प्रतिसाद पाहून खात्री पटली की, मराठी साहित्याला भवितव्य आहे. लेखकांना भवितव्य आहे. रसिक वाचकांना शतशः धन्यवाद!

कादंबरी वाचून अनेक वाचकांनी भरभरून कौतुक केले. बहुतेक सगळ्यांचेच असे म्हणणे पडले की, नेताजी पालकरांच्या बायका-मुलांचे नेमके काय झाले याचा कादंबरीत तपशील हवा. ही कादंबरी राजकीय ऐतिहासिक कादंबरी असल्याने नायकासह कोणाच्याही कुटुंबाचा तपशील त्यात नाही. भावविश्वाचे चित्रण नाही. अनेक मान्यवरांनीसुद्धा असाच आग्रह धरला आणि चर्चेअंती सल्ला दिला की, कादंबरीचा बाज तसाच ठेवावा पण निदान त्या दुर्दैवी कुटुंबाची हृदयद्रावक कुर्बानी रसिकांना समजली पाहिजे. रसिक आणि मान्यवरांच्या रास्त आग्रहाचा आदर ठेवून दुसऱ्या आवृत्तीत सदर प्रकरण समाविष्ट केले आहे. या नव्या प्रकरणातसुद्धा नेताजींच्या कुटुंबीयांचे भावविश्व चित्रित न करता केवळ शाही हुकुमाची भयाण भेसूर, निर्दय, निर्विकार अंमलबजावणीच समाविष्ट आहे. रसिकांचे समाधान व्हावे अशी अपेक्षा आहे.

यानिमित्ताने 'मेहता पब्लिशिंग हाऊस'चे आणि विशेषतः श्री. अनिलजी मेहता यांचे आभार व्यक्त करतो. त्यांचे प्रोत्साहन व कुशल मार्गदर्शनामुळेच हे यश मिळाले आहे, हे निर्विवाद.

– कल्याणीरमण बेन्नुरवार

ठाणे, २४/७/२०१६

- १ -

मोगल सलतनतीचे मातब्बर सरदार मिर्झाराजे जयसिंह आणि दिलेरखान यांनी अतिशय नेटाने मोहीम चालवून स्वराज्याचा पार वानरविचका करून टाकला होता. शेतीभाती उजाड झाली. गावठाणे उठून गेली. दावणीची गुरे मोगली सुऱ्याखाली हलाल झाली. तरणीताठी पोरे गुलाम करून नेली गेली. शेकडो स्त्रिया भ्रष्ट झाल्या. दिलेरखानाची गडकोटांची मोहीम पुढे सरकत नव्हती कारण पुरंदराने अतिशय तिखट भांडण मांडले होते. अगदी प्रतिष्ठेचाच प्रश्न करून बसायचे ठरविले तर इरेला पडून शंभर वर्षे मोगली फौजांशी झुंज देण्याची रग प्रत्येक मराठ्याच्या काळजात आणि मनगटात होती. पण स्वराज्यात इतस्ततः फिरणाऱ्या मोगली वरवंट्याने अतोनात नासाडी मांडली होती. महाराजांना गडकोटांची अजिबात फिकीर नव्हती. पण रयतेची चिंता त्यांना अस्वस्थ करून सोडी. रयत वाचवायची असेल तर प्रतिष्ठा, मान-पान बाजूला ठेवणे गरजेचे होते. अंतिम ध्येयावर नजर ठेवून प्रसंगी दोन पावले मागे हटणे हाच तर होता गनिमी कावा. त्यात व्यक्तिगत प्रतिष्ठा आणि स्वाभिमानाला थारा नसतो. महाराजांनी प्रसंग ओळखून रयतेचा आणि स्वराज्याचा सर्वनाश टाळण्यासाठी पडते घ्यायचे ठरविले.

मात्र राजपूत मोठा हट्टी. आलमगिरावर असलेली त्याची निष्ठा अगदी शहजाद्याच्यासुद्धा चार अंगुळे वरचढ होती. त्याने तर संपूर्ण शरणागतीचाच हट्ट धरला. काही केल्या ऐकेचना. अखेर पुरंदर, कोंडाण्यासह तेवीस किल्ले आणि त्यांच्या अमलाखालील लाखो होनांच्या मुलखाचा घास घेतला तेव्हाच राजपूत शांत झाला; मिर्झाराजे आणि महाराजांमधील हा तह 'पुरंदराचा तह' म्हणून ख्यात झाला. महाराजांनी न लढताच अनेक किल्ले आणि मुलूख गमावला, पण स्वराज्य वाचविले. रयतेची बरबादी थांबविली. मिर्झाराजांचे दिल जिंकले. महाराजांचा उमदा स्वभाव, अदब, विनम्र-लाघवी वागणे-बोलणे, धर्मावरची त्यांची निष्ठा, स्वराज्याची तळमळ पाहून राजपूत त्यांच्यावर पुत्रवत प्रेम करू लागला.

मराठ्यांनी आजवर अशक्यप्राय वाटणारे विजयच मिळविले होते. पुरंदराचा हा असा अत्यंत अपमानास्पद तह करावा लागल्याने साऱ्या स्वराज्यात उदासी भरून राहिली होती. पण ती उदासी होती, मरगळ नव्हे. प्रत्येक किल्लेदार, ठाणेदार, सरदार,

शिलेदार अतिशय सावध आणि सतर्क होता. तूर्तास लष्करी मोहिमा थंडावल्यामुळे दिवाणी कामांकडे लक्ष देण्यास महाराजांना आणि पंतमंडळाला उसंत मिळाली होती.

- २ -

महाराजांचा मुक्काम राजगडावर होता. फडावर बसून एकेका तुंबलेल्या प्रकरणाचा ते फडशा पाडीत होते. तेव्हा मिर्झाराजांचा जासूद खलिता घेऊन आल्याची वर्दी आली.

"धाडून दे त्याला. तसेच लगोलग मोरोपंत, दत्ताजीपंत, त्र्यंबक सोनदेव यांना पाठवून दे. नेताजी पागेकडे आहेत. त्यांना सांगा, टाकोटाक बोलावले आहे. हातोहात आईसाहेबांना वर्दी द्या, घटकाभरात आम्ही येत आहोत म्हणावे."

"क्षमा महाराज, पण केवळ मिर्झाराजांकडून माणूस आल्याचे कळाल्याबरोबर एवढी धावपळ? काही विशेष घडण्याची अटकळ आहे की काय?"

"कुडतोजी, सरनोबतांच्या खालोखाल आमची भिस्त तुमच्यावर आणि तुम्हीच असे विचारावे? परवा नजरबाज बातमी घेऊन आला, तेव्हा तुम्ही समक्ष होतात ना?"

"होय महाराज, आता आलं नीट ध्यानात. अहो, रिकामे बसून डोके पार गंजल्यागत झालेय बघा."

"कुडतोजी, हे असे डोक्याला गंज लागू देणे स्वराज्याला महाग पडू शकेल. ही तर फक्त सुरुवात आहे. पुढचे बरेच महिने तलवार म्यान ठेवून चिंतेत जळत काढायचे आहेत. 'अखंड सावधपण असावे।' हे समर्थांचे बोल कायम ध्यानात असू देत."

तेवढ्यात मिर्झाराजांचा माणूस आणि मागोमाग पंतमंडळी फडावर दाखल झाली. जासुदाने मुजरा करून कंबरेची थैली समोर केली. महाराजांच्या इशाऱ्यासरशी फडावरच्या एका कारकुनाने पुढे होऊन ती ताब्यात घेतली आणि मोरोपंतांच्या स्वाधीन केली. जासूद म्हणाला–

"महाराजसाहेब, माझे मालिक मिर्झाराजाजींनी आपल्याला खास मुबारकबाद देण्यास मला फर्मावले आहे. तसेच आपणास अत्यंत तातडीने छावणीत दाखल होण्यास सांगितले आहे, असा तोंडी निरोप देण्यासासुद्धा फर्मावले आहे."

"ठीक आहे. तुझ्या धन्याला आमचे धन्यवाद कळव. आता भोजन आणि विश्रांती करून तिसरे प्रहरी आमचा जबाब घेण्यासाठी सदरेवर दाखल हो."

"लेकिन हुजूर, अबतक तो आपने खत पढाही नहीं."

"ते वाचल्याशिवाय कसे राहू? पण तुझ्या चेहऱ्यावरून ओसंडून वाहणारी खुशी पत्रात केवळ खूशखबरच असल्याची ग्वाही देत आहे. अरे, याच्या भोजनाची आणि आरामाची चोख व्यवस्था करा."

इनामाच्या आशेने जासूद थोडा वेळ घुटमळला, पण साऱ्यांचे निर्विकार चेहरे पाहून मुजरा करीत, पाठ न दाखविता फडातून बाहेर निघून गेला. तेवढ्यात नेताजी फडावर दाखल झाले.

"उघडा, मोरोपंत थैली! दिल्ली दरबारातून पुरंदराच्या तहाला मान्यता आल्याची बातमी आहे. शिवाय शाही फर्मान स्वीकारण्यासाठी बोलावणे आले आहे. वाचा."

थैली उघडून मोरोपंतांनी खलित्यावर झरझर नजर फिरविली.

"महाराजांचा होरा अगदी अचूक आहे. येत्या गुरुवारी शाही फर्मान पोहोचणार आहे आणि त्याचा स्वीकार करण्यासाठी ताबडतोब बोलावलेय रजपुतानं."

"अंदाज बांधण्याचा प्रश्नच नाही. छावणीतून स्वार रवाना होण्यापूर्वीच नजरबाजाने खबर पोहोचविली आहे. आज सोमवार, म्हणजे मिर्झाराजांच्या छावणीत उद्या सायंकाळपर्यंत दाखल व्हायलाच हवे. केवढे आमचे भाग्य थोर, दिल्लीचा बादशहा दस्तूरखुद्द आमच्या नावे शाही कृपेचे खास फर्मान पाठवितो आहे."

महाराजांच्या स्वरातील विषाद आणि व्यथा लपून राहणारी नव्हती. नेताजी झटकन म्हणाले–

"महाराज, आपण बुद्धिबळाचे जाणकार. प्रसंगी दोन पावले मागे हटावे लागले, एखाद-दुसरे प्यादे गमवावे लागले तरी श्रेयस्कर. पण राजा वाचविणे महत्त्वाचे. माझ्या नजरबाजांनी खबरा आणल्यात, रजपुताच्या मनी मोठे राजकारण आहे. ते साधले तर स्वराज्याचा मोठाच फायदा आहे."

अनाजींनी नेताजींना दुजोरा देत म्हटले–

"महाराज, प्रसंग आला तेव्हा प्रत्यक्ष भगवंताला रण सोडून पळावे लागले. पण त्याची शरम न बाळगता स्वत:स रणछोडदास म्हणवून घेतात भगवंत. हे तैसेच समजायचे."

"ठीक आहे. आपण सारे आहात साथीला, मग चिंता ती कशाची? चला, ही बातमी आईसाहेबांच्या कानी घालू या."

- ३ -

आईसाहेबांच्या समक्ष खलित्याचे नीट वाचन झाले. सविस्तर खल झाला. गडावरून कधी निघायचे, बरोबर कोण, किती शिबंदी असतील असा सारा तपशील भराभरा ठरला. महाराजांसोबत जाणारा प्रत्येक माणूस आईसाहेबांनी स्वत: पारखून घेतला. मात्र सारे ठरत असताना महाराजांची अलिप्तता आणि उदासी त्यांच्या नजरेने अचूक हेरली. धीर देत, समजावणी करीत त्या म्हणाल्या–

"राजे, प्रसंग बाका तर खरा, पण इलाज नाही. गनिमी कावा खेळणे म्हटले की, हे भोग भोगणे आलेच. आडमुठे वागल्याने राजकारण साधत नसते. मूळ

ध्येयावर आणि भविष्यातील लाभावर नजर ठेवून हे विष पचवावेच लागणार. शनीची पीडा आली तेव्हा प्रत्यक्ष गुरू बृहस्पतींनासुद्धा खुनाच्या आरोपाची मानखंडना सहन करावी लागलीच ना? हेही तसेच. परिस्थितीचा रेटा आला, तेव्हा महाराजसाहेबांनासुद्धा इच्छा नसताना गनिमाची चाकरी करावी लागलीच. आदबखाना पाहावा लागला. चिंता न करणे, जगन्माता यातून काहीतरी गोमटेच करवणार असेल.''

तिसऱ्या प्रहरी मिर्झाराजांचा जासूद सदरेवर हजर झाला. मानाचा पोशाख आणि रोख रक्कम देऊन त्याची यथास्थित बोळवण केली गेली. जबाबाची थैली त्याच्या हाती सोपविली गेली.

''मिर्झाराजांना आमचा खास सांगावा सांगणे. म्हणावे, केवळ त्यांच्या वचनावर विसंबून आम्ही उद्या सूर्यास्तापूर्वी छावणीत दाखल होत आहोत. जसे आम्हाला तीर्थरूप महाराजसाहेब तसेच मिर्झाराजे. आमची सारी दारोमदार त्यांचेवरच आहे.''

-४-

भवानीमातेचे दर्शन घेऊन, महाराज आईसाहेबांचा आशीर्वाद घेण्यास त्यांच्या महाली आले. दुपारचे भोजन त्यांनी आईसाहेबांसोबतच घेतले. ते उरकताच महाराजांनी गड सोडला. ठरल्याप्रमाणे सोबत अगदीच मोजकी मंडळी होती. महाराज छावणीच्या गिर्दपेशात पोहोचले, तेव्हा संध्याकाळ होत होती. तेथेच थांबून छावणीत वर्दी रवाना झाली. महाराजांनी कंबरेची तलवार काढून नेताजींच्या हवाली केली. साऱ्यांच्या प्रश्नार्थक मुद्रांना विषादाने हसतच त्यांनी उत्तर दिले–

''दिल्लीश्वराच्या खास कृपेस पात्र असलो, तरी अखेर आहोत शरणागतच ना! पुढची विटंबना सहन करण्यासाठी आतापासूनच आम्ही मनाची तयारी चालविली आहे.''

महाराजांचा विद्ध स्वर साऱ्यांच्याच मनाचा तळ ढवळून गेला. मात्र समोरून किरतसिंह कछवाह, उदयराज मुन्शी आणि वीरसिंह बुंदेला राजपूत स्वारांची तुकडी घेऊन येताना दिसल्याने विषय तेवढ्यावरच थांबला. महाराजांजवळ येताच सारे पायउतार झाले. महाराजसुद्धा घोड्यावरून उतरले. त्यांनी किरतसिंहाची गळाभेट घेतली. औपचारिक वास्तपुस्त झाली. किरतसिंह म्हणाला–

''मुबारक हो महाराजसाहेब. अशा शाही कृपेचे भाग्य क्वचितच कुणाला लाभते. ही मेहेरबानी हासिल करण्यासाठी कित्येक लोक कित्येक पिढ्या तपश्चर्या करतात. लेकिन महाराजसाहेबांचा चेहरा असा म्लान का म्हणून? उनके दुश्मनों की तबियत नासाज है क्या?''

''नाही कुंवरजी, सारे ठीकच आहे. पण आतापर्यंतची आमची सारी हयात बगावत करण्यात आणि खुद्दारी जपण्यात गेली आहे. एवढा मोठा सन्मान आम्हाला

कसा काय झेपेल या काळजीने जरा व्यग्र आहोत. चला, निघावे काय? आपले पिताजी तिष्ठत असतील. आम्हालापण त्यांच्या भेटीची ओढ लागून राहिली आहे. त्यांना भेटले की, आम्हाला आमच्या आबासाहेबांना, तीर्थरूप थोरल्या महाराजसाहेबांना भेटल्याचा आनंद मिळतो.''

''बेशक! बेशक!! चलावे महाराजसाहेब.''

महाराज घोड्यावर बसल्यानंतर राजपूत वीरही स्वार झाले. पुढे राजपूत तुकडी आणि मागोमाग किरतसिंहाच्या जोडीने महाराज आणि त्या मागे मावळ्यांची तुकडी दुडक्या चालीने छावणीकडे चालू लागली. चौक्या-पहारे ओलांडत, मुजरे घेत स्वाऱ्या मिर्झाराजांच्या दिवाणखान्याच्या डेऱ्यासमोर दाखल झाल्या. मिर्झाराजे जातीनिशी डेऱ्याच्या दारात स्वागत करण्यास हजर होते. सोबत दिलेरखान, उस्मान बेग आदी बडे सरदार उभे होते.

महाराज पायउतार होताच हुजऱ्या पुढे झाला. जोडे त्याच्या स्वाधीन करून ते अनवाणी चालत गेले आणि मिर्झाराजांच्या चरणांना स्पर्श करून नमस्कार केला. सभोवतालचे सारे एकदम अवाक् झाले. दोन्ही खांद्यांना धरून मिर्झाराजांनी त्यांना उचलून छातीशी कवटाळले.

''अरे नहीं, नहीं, राजासाब; आपकी जगह तो यहाँ हमारे कलेजे में है. जसे माझे रामसिंह आणि किरतसिंह तसेच आपण आहात.''

''या प्रेमाची आणि मायेची जाणीव मागील भेटीत झाली होती. म्हणूनच आत्ता आपणास आमच्या आबासाहेबांच्या स्थानी मानून आपली चरणधूळ घेतली.''

''जीते रहो. आजवर अपराजित राहिलेल्या या जयसिंहाचा दिल शिवाजीने जिंकून घेतला.''

मोठ्याने हसत त्यांनी महाराजांची पाठ थोपटली आणि हाताला धरून शामियान्यात नेले. आग्रह करून मोठ्या प्रेमाने त्यांनी महाराजांना आपल्या शेजारी बैठकीवर बसवून घेतले. महाराज वीरासनात बसत असताना त्यांच्या लक्षात आले, महाराजांच्या कंबरेस हत्यार नाही.

''अरे, यह कैसा अजूबा! आपल्या कंबरेस समशेर नाही? आपण निहत्थेच आलात?''

''आपण पूर्वीच फर्मावले होते, रुमालात हात बांधून नि:शस्त्र येणार असलात तरच पुढे या. आपल्या आज्ञेचे उल्लंघन आमचेकडून होणे नाही. आम्ही शरणागत. आमच्या रक्षणाची आपण बेलभंडार उचलून शपथ घेतली आहे. शरणागताने आपल्या मर्यादेत असावे, हेच श्रेयस्कर.''

''नको, नको, राजासाब असे बोलू नका. असे काळीज दुखावणारे परत कधी बोलू नका. आपल्याला आमची शपथ आहे. त्या वेळी तो राजकारणाचा भाग होता.

तेव्हा तुम्ही, आम्ही आमच्या ताकदीने नमविलेले दुश्मन म्हणून आला होतात. आता ते पर्व संपले. आज आम्ही आपल्याला आमचा मानसपुत्र म्हणून बोलावले आहे. वीरांच्या कंबरा कधी सुन्या राहू नयेत.''

इशारत समजून उदयराज मुन्शीने त्वरेने सदरेवर तबके पेश केली. सेवकाने रुमाल दूर केला. तबकात रत्नजडित मुठीची पल्लेदार जातवान दुधारी फिरंग होती. तशीच रत्नजडित मुठीची तीक्ष्ण कट्यार होती. दोन्ही शस्त्रांची म्याने जरीच्या कलाबतूने मढविलेली होती. मध्यभागी हिरे आणि पाचू जडविलेला शिरपेच झगझगत होता. मिर्झाराजे आसनावरून उठले. त्यांनी महाराजांच्या कंबरेला स्वहस्ते तलवार बांधली. कट्यार दुशेल्यात खोचली आणि जिरेटोपावर शिरपेच खोवला. महाराजांनी अत्यंत विनयाने साऱ्या वस्तूंचा स्वीकार केला. महाराजांची इशारत होताच पंतांनी नजराण्याची ताटे पुढे आणली. सुरतेच्या लुटीत मिळविलेल्या काही अत्यंत मूल्यवान वस्तू नजराण्यात महाराजांनी सादर केल्या. तो मूल्यवान नजराणा पाहून मिर्झाराजे अगदी संतुष्ट होऊन गेले.

त्यानंतर औपचारिक बोलणी झाली. झाडून सारे मोगल सरदार महाराजांच्या भाग्याची तारीफ करीत होते. त्यांना वारंवार मुबारकबाद देत होते. काही मोकळ्या मनाने मनापासून, तर दिलेरखानासारखे काही आतून जळफळत, पण रीत म्हणून फक्त वरपांगी. अत्तर-गुलाब झाले. सदर बरखास्त झाली. उठता उठता मिर्झाराजे म्हणाले-

''राजासाहब, अब थोडा विश्राम कर ले. रात्रीचे भोजन झाल्यानंतर निवांत बसून बोलू.''

महाराजांच्या निवासाची व्यवस्था शेजारीच उभारलेल्या तितक्याच शानदार शामियान्यात केलेली होती. सोबतची शिबंदी आणि शागिर्दपेशा त्यांच्या आसपास तंबू आणि राहुट्यांमधून राहिला. आतले पहारे महाराजांच्या मावळ्यांचे होते. बाहेर किरतसिंहाचे सैनिक सख्त पहारा देत होते.

- ५ -

रात्री भोजनोत्तर पुन्हा बैठक बसली. बैठकीत महाराजांसोबत मोरोपंत आणि नेताजी, तर मिर्झाराजांसोबत फक्त किरतसिंह कछवाह आणि उदयराज मुन्शी अशी अगदी खास माणसेच होती. विशेष कृपेचे शाही फर्मान स्वीकारण्याची तहजीब व त्यासंबंधीचे रस्मोरिवाज उदयराज मुन्शीने नीट समजावून सांगितले. आपल्या मुक्कामापासून तीन कोस अंतरावर शानदार फर्मानबाडी उभारून तेथे फर्मानाचा रीतसर स्वीकार करावा. मुक्कामापासून फर्मानबाडीपर्यंत पायी, तेसुद्धा अनवाणी चालत जायचे. फर्मानाच्या उंटासमोर धुळीत गुडघे टेकून बसून फर्मान स्वीकारायचे.

लगोलग फर्मान मस्तकी धरून पुन्हा अनवाणी चालत मुक्कामावर परत यायचे. फर्मान घेऊन येणारा जासूद मात्र त्याच उंटावर बसून मागोमाग येणार.

त्यानंतर स्वत: मिर्झाराजांनी अन्य तपशील सांगितले. स्वत:चे अनुभव सांगितले. मिर्झाराजे उत्साहाने बोलत होते. पण महाराज फक्त हुंकार देण्याव्यतिरिक्त प्रतिसाद देत नव्हते. चेहरा निर्विकार ठेवण्याचा कसोशीचा प्रयत्न करूनसुद्धा त्यांच्या चेहऱ्यावर उमटलेली नापसंतीची आणि सात्त्विक संतापाची पुसटशी झाक मिर्झाराजांच्या तीक्ष्ण नजरेने टिपलीच. बोलण्याच्या ओघात सहज बोलावे तसे ते बोलले–

''राजासाहब, आम्ही तुम्हाला पुत्रवत मानले आहे. माझ्या खटपटीला यश आले आणि आलाहजरत तुमच्यावर कृपावंत झाले. मला या गोष्टीचा अत्यंत संतोष होत आहे. शानदार फर्मानबाडी उभारून तयार आहे. ती तुम्हाला माझ्याकडून खास भेट समजा.''

''इस इनायत के लिये तहे दिल से शुक्रिया. पण राजाजी, पुरंदराच्या तहात मी दौलतीचा मोठा हिस्सा गमावला असला, तरी हा खर्च पेलणे मला अशक्य नाही. आपण विनाकारण तकलीफ घेऊ नये.''

''गलतफहमी, राजाजी. अशी गलतफहमी होऊ देऊ नका. माझ्या हृदयात तुमच्याविषयी निर्माण झालेल्या मायेवर असा शक घेऊ नका.''

नाना परीची बोलणी झाली. अनेक विषयांवर चर्चा झाल्या, पण महाराजांचे मन कशातच लागत नव्हते. मिर्झाराजांच्या नजरेतून त्यांची अस्वस्थता लपत नव्हती. घटकाभरात बैठक बरखास्त झाली. सर्व मंडळी उठून गेली तसे मिर्झाराजांनी हाताला धरून महाराजांना थांबवून घेतले. डेऱ्यात दोघेच एकांतात उरले. पहाऱ्यावरच्या हशमांना कोणालाही आत न सोडण्याची सख्त ताकीद दिली गेली.

पूर्ण उंचीचा हुक्का नव्याने तयार करून घेतला होता. जरीच्या कलाबतूने मढविलेल्या त्याच्या लांबलचक नळीतून मिर्झाराजांनी एक जोरदार कश घेतला. हुक्क्याचा नेचा हातात खेळवीत त्यांनी शांततेचा भंग केला–

''राजाजी, तुमची अस्वस्थता आमच्या लक्षात येते आहे. तुमची नाराजगी जायज आहे. पण प्राप्त परिस्थितीत हेच करणे योग्य आहे. राजे, तहाच्या वेळी तुमचा मुक्काम आमच्या छावणीत होता. आम्ही तुमचे बारीक निरीक्षण करीत होतो. तुमचे पहारेकरी शागिर्दपेशा काही सामान्य बाजारबुणगे नव्हते, तर ते आमचे अत्यंत निष्णात नजरबाज होते. पलंगाला पाठ न लावता तुम्ही किती येरझारा घातल्या याचा जसा हिशेब माझ्याकडे आहे, तसाच तुम्ही आपल्या माणसांशी केलेल्या चर्चेचा शब्दाशब्दाचा लेखाजोखा माझ्याकडे आहे. एवढेच काय पण येरझारा घालताना स्वत:शी जे पुटपुटत होतात तेसुद्धा मला पूर्ण माहीत आहे. यात अर्थात राजकारणाचा भाग जसा होता तसाच तुमच्या संरक्षणाच्या काळजीचासुद्धा मोठा भाग होता.

तद्वतच तुमच्याविषयीची माझी उत्सुकतासुद्धा यामागे होती. मोगलांसारख्या बलाढ्य सत्तेशी टक्कर देण्याची हिंमत दाखविणारा आणि त्यासाठी जिवाची पर्वा न करता झटणारी, कोणत्याही मोहाला बळी न पडणारी माणसे निर्माण करणारा राजा मला जाणून घ्यायचा होता. राजाजी, तुमची जाज्वल्य धर्मनिष्ठा, स्वराज्यावर असलेले तुमचे पराकोटीचे प्रेम, रयतेची जिवापाड काळजी, सवंगड्यांवरची माया, नि:स्वार्थ, निरपेक्ष बुद्धी, आत्मविश्वास, अगदी सर्वनाशाच्या उंबरठ्यावर उभे असतानासुद्धा आत्मसन्मान-स्वाभिमान जपण्याची तुमची अखंड धडपड, स्वत:च्या कार्यावरची अव्यभिचारी निष्ठा, दास्याची मनस्वी-अगदी पराकोटीची चीड, सारे सारे आम्ही फार बारकाईने निरखीत होतो. खरोखर राजाजी आपण धन्य आहात. आपले पिताजी, शहाजीराजांना आम्ही शहाजहान बादशहाच्या सोबत मोहिमेवर असताना जवळून पाहिले आहे. बादशहा सलामत त्यांचे मोठे चाहते होते. शहाजीराजांनी आपल्या रक्तातले सर्वच्या सर्व सद्‌गुण तुमच्यात सही सही उतरविले आहेत.''

''राजासाहेब, आपण आमच्या आबासाहेबांची याद काढलीत. आम्ही आपल्याला त्यांचेच स्थानी मानतो; त्यामुळेच आपल्यासारख्या गनिमाच्या छावणीत आम्ही निहत्थे, अंगरक्षकांशिवाय येण्याचे साहस करू धजलो. राजासाहेब, ज्या प्रभू रामचंद्राचे आपण थेट वंशज आहात, त्याच वंशाचा वारसा आम्हीसुद्धा मिरवितो. हा देश, ही भूमी प्रभू रामांची, कृष्णाची; आज म्लेंच्छ त्याची धुळधाण करीत आहेत. आपल्या देवांच्या मूर्ती फोडीत आहेत. मंदिरे उद्‌ध्वस्त करीत आहेत. सनातन वैदिक धर्म नष्ट करण्याचा, हिंदुमात्र नामशेष करण्याचा हर प्रकारे यत्न करीत आहेत. अशा दुर्धर प्रसंगी आपल्यासारखे महापराक्रमी महापुरुष, आपले पौरुष धर्मरक्षणाच्या कामी सार्थकी लावण्याऐवजी, धर्मशत्रूच्या रक्षणासाठी, त्याला त्याच्या पापकर्मात साहाय्यभूत होण्यासाठी व्यर्थ दवडीत आहेत. याची आम्हाला मोठी खंत वाटते. आज आपण केलेल्या मदतीमुळेच औरंगजेब पातशहा झाला आहे. तीच ताकद आपण स्वत: दिल्लीश्वर होण्यासाठी वापरता, तर त्या परते दुसरे गोमटे काय म्हणायचे! यवन सारा बुडवून स्वधर्माची, स्वराज्याची प्रतिष्ठापना करण्याचा आम्ही प्रयत्न करीत आहोत. हेच चतुरंग दल घेऊन आपण स्वत: सम्राट म्हणून दक्षिण दिग्विजयासाठी आला असतात तर आमच्या देहाच्या पायघड्या आपल्या चरणी घातल्या असत्या. पण अफसोस...''

''शांत व्हा राजाजी, शांत व्हा. आपल्या दिलातला हा दर्द आम्ही जाणला आणि आपले काही गोमटे करावे ही प्रेरणा मनात निर्माण झाली. आमची सारी हयात मोगली तख्ताची सेवा करण्यात गेली. आता या वयात आम्ही बगावतीचा झेंडा पेलू शकणार नाही. राजे जर तुमची किंवा तुमच्या पिताजींची अशी भेट आमच्या जवानीच्या दिवसांत झाली असती, तर किती बरे झाले असते! आम्ही आमच्या पद्धतीने होईल तेवढी तुमची

मदत करण्याचा शर्थीचा प्रयत्न करू. हे आमचे तुम्हाला वचन आहे. आलमगिराच्या मनात आपल्याविषयी अतोनात संशय आणि द्वेष आहे. तो दूर करण्याचा, कमी करण्याचा आमचा प्रयत्न आहे. हे फर्मान म्हणजे त्या प्रयत्नांना यश येत असल्याचा पुरावा समजायला हरकत नाही, असे आम्ही मानतो. राजाजी, या संधीचा फायदा घ्या. साधेल तेवढे साधून घ्या. स्वराज्यासाठी या राजकारणाचा कसा उपयोग करायचा ते आम्ही तुम्हास शिकवायला नको. माझी प्रत्येक उघड कृती तुमच्याविरुद्ध आणि बादशहाच्या फायद्याची वाटणारी असेल, पण जिथे जशी जमेल तिथे तशी मदत माझ्याकडून तुम्हाला गुप्तपणे होत राहील याची मनोमन खात्री बाळगा.''

रात्री उशिरापर्यंत दोघांचे बोलणे असेच चालू राहिले.

- ६ -

बुधवारचा दिवस दरबारी भेटीगाठी आणि मेजवान्यांमध्ये गेला. गुरुवारी महाराजांनी शाही फर्मानाचा स्वीकार केला. अगदी मिर्झाराजांनी सांगितला होता तसा. राजा जयसिंह आणि मिर्झा बेग या दोन दरबारी जाणकारांना त्यांनी मुद्दाम सोबत दिले होते. त्यांनी महाराजांकडून सारे सोपस्कार अगदी यथास्थित करवून घेतले. फर्मान घेऊन महाराज छावणीत दाखल झाले. मोगली सरदारांनी मुबारकबादीचा एकच जल्लोष केला. दुपारी महाराजांकडून दावते शुक्रानीचा मोठा कार्यक्रम झाला. वरकरणी हसून बोलून महाराज प्रसंग साजरा करीत असले तरी आतल्या आत जळत होते.

मिर्झाराजांची इजाजत घेऊन महाराज राजगडावर परतले आणि त्यांनी स्वत:ला कोंडून घेतले. तीन दिवस त्यांनी कोणाच्याही विनवण्यांना दाद दिली नाही. मात्र आईसाहेबांनीही तीन दिवस पाण्यालासुद्धा स्पर्श केला नाही असे जेव्हा त्यांना सांगितले गेले तेव्हा अखेर ते बाहेर आले. आईसाहेबांना भेटले. एकांतात बसून माय-लेक खूप बोलले. तेव्हा महाराज शांत झाले. आईसाहेबांनी स्वत: बसून त्यांना फराळ करविला. महाराज सदरेवर आले.

सदर खच्चून भरली होती. सारेच पंत आणि राव सदरेवर हजेरी लावून होते. सर्वांवरून नजर फिरवून महाराज म्हणाले–

''हे काय? सारेच जर इथे आहेत तर गडकोटांवर, ठाण्या-छावण्यांवर कोण आहे? रयतेकडे कोण पाहतेय?''

''क्षमा महाराज, पण शाही फर्मानाचे महाराजांनी मनाला फारच लावून घेतल्याचे कळले आणि न राहवून मंडळी दर्शनासाठी गडावर उतरली. आता आपले दर्शन झाले. आपल्याला सुखरूप असलेले पाहिले, आता सारे समाधान पावले. आईसाहेबांनी आग्रहाने भोजनासाठी थांबवून घेतले आहे. हातावर पाणी पडताच जो तो ठिकाणावर रवाना होईल.''

पगड्या आणि मुंडाशी समाधानाने डुलली. महाराजांनी सर्वांवर नजर फिरवून नजरेनेच प्रत्येकाचा समाचार घेतला. क्षण-दोन क्षण त्यांनी आपले मोठाले नेत्र मिटून घेतले. दीर्घ सुस्कारा सोडून त्यांनी डोळे उघडले. म्हणाले–

"मंडळी, काय त्या य:कश्चित फर्मानाच्या चिटोऱ्याची मिजास! आपला पोकळ मोठेपणा आणि अधिकार गाजवून घेण्याचा अन् दुसऱ्याला कमीपणा घ्यायला लावण्याचा कोण हा अट्टाहास. स्वत:ला रामाचे, कृष्णाचे, चंद्रा-सूर्याचे अस्सल औरस वारस म्हणविणारे हे राजपूत आणि मराठे, आपलाच धर्म बुडवायला निघालेल्या गनिमाची केवढ्या अहमहमिकेने चाकरी करतात. धन्य ती त्यांची निलाजरी वृत्ती. आम्हाला आमची स्वत:चीच शरम वाटत राहिली. वीस-वीस वर्षे अथक प्रयत्न करून, जीवघेण्या लढाया खेळून, प्रत्यक्ष कलीकाळाचा थरकाप व्हावा अशी साहसे पत्करून धरतीमोलाच्या सवंगड्यांचे प्राण वेरून, उभे केलेले ऐसे हे स्वराज्य; एखादा मिर्झाराजा येऊन तहाच्या एकाच फटकाऱ्यात पार उद्ध्वस्त करून टाकतो. पंत, केवळ आमच्या एका शब्दाखातर, नजरेच्या एका इशारतीवर ज्यांनी आपले प्राण ओवाळून टाकले, ती मंडळी, ते माझे मावळे मला विचारताहेत, 'सांगा महाराज, सांगा. काय याच मानखंडनेसाठी आम्ही आमच्या संसारावर पाणी सोडले? घरादारांवर निखारे ठेवले? प्राण वाऱ्यावर सोडले?' पंत, काय उत्तर देणार आहोत आम्ही त्यांना?"

सारी सदर तटस्थ होऊन केवळ ऐकत होती. महाराजांच्या चर्येकडे पाहण्याची कोणाचीही छाती नव्हती. सात्त्विक संतापाने पेटून उठलेली त्यांची मुद्रा पाहवतच नव्हती. आपसात बरीच नेत्रपल्लवी झाल्यावर अखेर रघुनाथपंतांनी शांततेचा भंग केला-

"महाराज, कर्मगतीस उपाय तो काय? आपण स्वत:स असा बोल लावून घेऊ नये. आज संकटाची घडी आहे. दैव साथ नाकारीत आहे. हे तर सारेच जाणतात. आज जी नामुष्की पदरी घ्यावी लागली, ती सर्वनाश टाळण्यासाठीच ना? महाराज, हासुद्धा गनिमी कावाच नव्हे काय? शत्रू शिरजोर असेल तर सर्वनाश ओढवून घेण्यापेक्षा आपण माघार घेतोच, पण संधी मिळताच त्याला पुरता चेचून काढतो. हेच तर मराठ्यांचे वैशिष्ट्य. आज रजपुताने तेवीस किल्ले आणि मुलूख लुबाडला. मात्र स्वराज्यातल्या प्रत्येकाला खात्री आहे जेव्हा संधी मिळेल तेव्हा त्याच्या नरड्यात हात घालून ते तेवीस किल्ले आपण हिसकावून घेऊ. जाताहेत कुठे? महाराज, मानखंडना झाली हे खरे पण आपण रजपुताचे मन तर काबीज केले. विचारांचा भुंगा त्याच्या डोक्यात सोडण्यात यश आले, हे काय कमी झाले? उद्या हेच मिर्झाराजे असे राजकारण सुचवतील की, झालेले सारे नुकसान एका मुठीने भरून निघेल."

"पंत, जगदंब करो आणि तुम्ही म्हणता तैसे होवो."

या आशावादाने सुरुवातीची उदासी, उद्विग्नता, मरगळ निघून गेली. महाराजांनी प्रत्येकाकडून त्याच्या त्याच्या कामाचा झाडा घेतला. सावधगिरीच्या आणि संरक्षणाच्या सख्त सूचना दिल्या. ढिलाईचा मुलाहिजा राखला जाणार नाही याची स्पष्ट शब्दांत ताकीद दिली. वाड्यातून जेवणाची वर्दी आली तेव्हाच सदर उठली.

- ७ -

महाराजांनी मोजक्या मंडळींना गडावर थांबवून घेतले. रात्री सारी मंडळी आईसाहेबांच्या महालात जमली. महाराजांनी फर्मान प्रकरण सविस्तर सांगितले. त्यानिमित्ताने स्वत: केलेली निरीक्षणे तपशीलवार सांगितली व अखेर म्हणाले–

"लवकरच आदिलशहाविरुद्ध मोगल मोहीम सुरू करीत आहे. तहाच्या कलमाप्रमाणे आम्हाला फौजेनिशी त्यांच्या मदतीसाठी दहा-पंधरा दिवसांत छावणीत दाखल व्हावे लागेल. वैऱ्यासाठी लढावे लागेल, माणसे गमवावी लागतील, प्रदेश जिंकावा लागेल. कसे काय करावे सुचत नाही."

रघुनाथपंत म्हणाले–

"महाराज, निरुपाय तर आहेच. दुसरा काही पर्यायसुद्धा तर नाही. यानिमित्ताने निदान आदिलशाही बुडवता आली तरी पाहावे. मिर्झाराजे अनुकूल झाले तर साधेल तेवढा आदिलशाही मुलूख दाबून घेता येईल. निदान त्यानिमित्ताने एक आघाडी तर कायमची बंद होईल."

कुडतोजी फणकाऱ्याने म्हणाले–

"आलमगीर काय दूधखुळा वाटला की काय? त्या मिर्झाराजाने असे परस्पर हलवायाच्या घरावर तुळशीपत्र ठेवू नये म्हणूनच त्यांच्या गळ्यात दिलेरखानाचे लोढणे बांधले आहे ना."

"कुडतोजी, अगदी रास्त बोललात. एक डोळा दिलेरखानावर ठेवूनच तर रजपुताने तह एवढा कडक केला आहे. पण पंत म्हणतात तशी शक्यतासुद्धा अगदीच नाही असे नाही. कितपत आणि कसे साधेल ते पाहावे."

त्यानंतर फौज किती घ्यावी, सोबत कोण कोण घ्यावे, महाराज स्वारीत असताना स्वराज्याचा बंदोबस्त कसा काय असावा, असा सारा तपशील यथासांग ठरला.

- ८ -

नऊ हजारांची फौज घेऊन महाराज मिर्झाराजांच्या छावणीत दाखल झाले. फौजेची कुलमुखत्यारी सरनोबत नेताजी पालकरांकडे होती. मिर्झाराजांनी आपल्या छावणीतच महाराजांना फौजेनिशी ठेवून घेतले. महाराजांचा डेरा अर्थातच मिर्झाराजांच्या शेजारीच होता. दोन-तीन दिवस योजना आखण्यात गेले आणि पहिल्याच शुभमुहूर्तावर

मोगली छावणी विजापूरच्या दिशेने हलली. मिर्झाराजांनी दिलेरखानाला न जुमानता आघाडी महाराजांवर सोपविली. महाराजांची इशारत होताच नेताजी पुढे सरसावले. मराठी झपाट्यात त्यांनी फक्त अकरा दिवसांत फलटण, ताथवगड, खटाव, मंगळवेढा अशी कित्येक आदिलशाही ठाणी काबीज केली. मिर्झाराजे निहायत खूश झाले, कारण एवढा प्रदेश जिंकण्यासाठी मोगली फौजेला कित्येक महिने आणि लक्षावधी रुपये खर्चावे लागले असते.

मिर्झाराजांनी महाराजांचे आणि नेताजींचे जाहीर कौतुक केले. नेताजींची उत्तम सर्फराजी केली. दिल्लीला पाठविलेल्या टपालात या विजयाची रसभरित वर्णने असलेल्या हकिकती कळविल्या. अत्यंत मोकळ्या मनाने त्यांनी विजयाचे पूर्ण श्रेय महाराजांना दिले. त्यांना बादशहाची अधिक कृपा लाभावी आणि स्वतंत्र मोहीम चालविण्याचे अधिकार मिळावेत म्हणून जोरदार शिफारस केली.

एकेक ठाणे जिंकत मोगली फौजा विजापूरजवळ पोहोचल्या. या वेळी मात्र मिर्झाराजांनी सूत्रे आपल्या हाती घेतली आणि विजापूरच्या किल्ल्याला वेढा घातला. आदिलशाहीलाच घरघर लागलेली पाहून आदिलशाही सरदारांनी अपूर्व एकी दाखविली. झाडून सारे आदिलशाही सरदार सर्व मतभेद विसरून एकत्र आले. एकदिलाने पेटून उठले आणि त्यांनी मोगलांना सपाटून मार दिला. तो दणका एवढा जबरदस्त होता की नाइलाजाने मिर्झाराजांना मागे हटावे लागले.

विजापूरचा सुलतान अली आदिलशहा गोवळकोंड्याच्या कुतुबशहाचा जावई. जावयाची सलतनत धोक्यात आलेली पाहून सासरेबुवांनी आपण होऊन पन्नास हजारांची फौज, भारी तोफखान्यासह विजापुराकडे रवाना केली. विजापुरी दणक्याने सैरभर झालेली फौज या बातमीने अधिकच घाबरली. छावणीवर चिंतेचे आणि घबराटीचे सावट पसरले. खासमखास बड्या सरदारांची मिर्झाराजांच्या डेऱ्यात मसलत बसली. दिलेरखानाचे मन महाराजांविषयी कधीच साफ नव्हते. मिर्झाराजांनी त्यांचे चालविलेले कौतुक आणि मिळवून दिलेली बादशाही मेहेरबानी यामुळे तर त्याचा नुसता जळफळाट होत होता. नेताजींनी मिळविलेल्या चमकदार विजयामुळे तर त्याच्या मत्सराने अगदीच टोक गाठले. त्या पार्श्वभूमीवर झालेला हा झणझणीत पराभव पाहून तर त्याचा संयम सुटला. तोल ढळला. त्याने महाराजांवर बेछूट आरोप करण्यास सुरुवात केली–

"राजासाहब, यह सिवा बडाही खतरनाक है। त्याच्या रक्तात बगावत ठासून भरलेली आहे. पुरंदरावर झालेल्या पराभवाचा सूड घेण्यासाठी तो टपून बसला आहे; त्यामुळे त्याने आदिलशहाशी गुप्त संधान बांधून कट केला आहे. फितूर झाला आहे तो आदिलशहाला. आपला हा ताजा पराभव त्याचाच नतीजा आहे. सिवाच जबाबदार आहे या नुकसानीला."

"सबूत."

"सबूत? राजाजी, आपली पुरंदराची मोहीम चालू असताना याच सिवाने विजापुरास आणि भागानगरास खलिते धाडले होते. काय तर म्हणे दक्षिणेची पातशाही दक्षिणीयांच्या हाती असावी. दक्षिणेतील साऱ्या सत्तांनी एकजूट करून परकीय मोगलांचा खातमा करायचा. त्यांना नर्मदापार ढकलून द्यायचे. हा सारा त्याच कारस्थानाचा नतीजा आहे. त्यानेच कुतुबशाही फौज मागवली आहे."

वरकरणी पाहता कोटिक्रम तर अगदी बिनतोड होता. मिर्झाराजे काही बोलले नाहीत. मात्र दिलेर जेव्हा महाराजांवर कारवाई करण्याची, त्यांना अटक करण्याची जोरदारपणे मागणी करू लागला, तेव्हा त्यांनी ती साफ धुडकावून लावली. या साऱ्या प्रकरणामुळे दिलेरच्या मनात काय चालले आहे ते मात्र उघड झाले. तसेच दिलेरने केलेल्या बिनतोड कोटिक्रमाने बऱ्याच काळापासून त्यांच्या मनात घोळत असलेल्या एका विचाराला मात्र चांगलीच बळकटी आली. मोठ्या कष्टाने हाती आलेला शिवाजीसारखा मोहरा गमावता कामा नये. आपल्याला त्याच्या मार्गावरून चालणे शक्य नसले तरी होईल तशी, जमेल तेवढी त्याची मदत करायची. शिवाजीला मदत करता-करताच मुघल तख्ताचेसुद्धा भले करायचे.

- ९ -

उदयराज मुन्शीवर मिर्झाराजांचा अतोनात विश्वास; अगदी पोटच्या पोरापेक्षासुद्धा जास्त. त्याचा सल्ला घेतल्याशिवाय ते काहीच करीत नसत आणि तो सल्ला शक्यतो डावलतही नसत. मोगल तख्ताची सेवा करीत असतानाच शिवाजीला मदत करण्याचा त्यांचा मानस पक्का झाल्यावर एक दिवस त्यांनी रपेटीच्या वेळी उदयराज मुन्शीला सोबत घेतले. छावणीपासून दूरवर एकांतात आल्यावर त्यांनी सोबतचे पथक जरा लांब उभे केले. आपण एका मोठ्या झाडाखाली बसले. उदयराज हात बांधून समोर उभा राहिला.

"उदयराज, जरा तुझा सल्ला हवाय."

"हुकूम सरकार. जेव्हा सरकारांनी सेवकाला सोबत येण्यास फर्मावले तेव्हाच सेवकाला अंदाज आला सरकार."

उदयराजच्या बोलण्याकडे मिर्झाराजांचे फारसे लक्ष नव्हते. स्वत:शीच विचार करीत असल्याप्रमाणे त्यांनी बोलण्यास सुरुवात केली–

"शहाजी भोसल्याचा लोहा शहनशाहे आलम शहाजहान हुजुरांनीसुद्धा मानला होता. निजामशाही बुडविली त्या वक्ताला लहानग्या निजाम मुर्तुझाला वाचवण्यासाठी स्वत:च्या जिवाची पर्वा न करता शहाजी हुजुरांसमोर बेधडक पेश झाला होता. तेव्हा आयता कचाट्यात सापडलेल्या शहाजीचा जीव घेण्यासाठी आदिलशहा नुसता

टपून बसला होता; परंतु अलीजा सलामतांनी त्याला नुसते जिवंतच ठेवले नाही, तर भरपूर अधिकार देऊन त्याला पदरी ठेवून घेण्यास आदिलशहाला भाग पाडले. पुढे आदिलशहाच्या वतीने शहाजीने कर्नाटकात मोठा मुलूख काबीज केला आणि स्वतंत्र राजाप्रमाणे कर्नाटकात सत्ता उपभोगली. अलीजा सलामतांचा होरा अचूक ठरला. शहाजीची सारी बगावत, स्वातंत्र्याची खुमखुमी पार थंडी पडली. मरेपर्यंत तो कर्नाटकातच डांबला गेला. मोगल सलतनतीची एक मोठी डोकेदुखी कायमची दूर सारली गेली.''

''जी हाँ सरकार, याबाबत बादशहा सलामतांबरोबर आपण केलेली चर्चा माझ्या स्मरणात व्यवस्थित आहे.''

''शहाजीचा हा कुंवर - शिवाजी, आपल्या बापापेक्षा सवाई आहे. तो जसा पराक्रमी आहे तसाच विचारी आणि मुत्सद्दी आहे. आज पुऱ्या दख्खनमध्ये त्याला तोड नाही. आज आम्ही आमच्या सामर्थ्याच्या बळावर त्याला नमवून कह्यात आणला आहे. आता त्याच्यासारखा मोहरा सहजासहजी गमावून चालणार नाही. तो शालीन आहे. मला बापाच्या जागी मान देतो. जर आम्ही त्याला त्याच्या हिताचे राजकारण सांगितले, तर तो ते धुडकावून लावणार नाही, असा आमचा होरा आहे.''

''बिलकुल दुरुस्त सरकार. शिवाजीराजांच्या दिलात आपल्यासाठी मोठी मोहब्बत आणि इज्जत आहे. ते आपला शब्द डावलणार नाहीत. आपल्या जागी दुसरा कुणी असता तर शिवाजीराजांनी एवढा कडक तह इतक्या सहजासहजी कबूल केला नसता.''

''आमच्या मनात घोळणारा हा खयाल जर आम्ही आलाहजरत आलमगीर बादशहा सलामतांच्या मनामध्ये रुजवू शकलो तर आम्ही स्वत:ला भाग्यवान समजू.''

''कोणता खयाल सरकार?''

''आम्ही प्रयत्न केले, तर शिवाजीला आपल्याकडे वळवून घेणे अशक्य नाही. त्याला जर दख्खनच्या वंशपरंपरागत मिळणाऱ्या सुभेदारीची लालूच दाखविली तर ते अधिकच सोपे होऊन जाईल. थोडेबहुत स्वातंत्र्य आणि नाममात्र स्वायत्तता बहाल केली तर बापासारखीच त्याचीसुद्धा बगावत, बंडखोरी आणि स्वतंत्र राज्याची महत्त्वाकांक्षा पार थंड पडून जाईल. तख्ताच्या खिलाफ चाललेल्या त्याच्या कारवायांना आपोआपच पायबंद बसेल. मुघलशाही दख्खनच्या कटकटीतून कायमची मोकळी होईल.''

''सरकारांना काय म्हणायचे आहे ते सेवकाच्या ध्यानात येत नाही सरकार.''

''शिवाजीची माणसे किती तिखट आणि चिवट आहेत याचा पुरेपूर अनुभव आपण घेतला आहे. आत्ताच्या आपल्या आदिलशाही स्वारीत त्यांनी ठाणी काबीज करताना जी तडफ दाखवली, तिची तारीफ करावी तेवढी थोडी आहे. विजापुरी

फौजा जेवढ्या निकराने आपल्याशी लढल्या तेवढ्याच निकराने शिवाजीच्या फौजेशी लढल्याचे दिसत नाही. म्हणूनच फक्त अकरा दिवसांत नेताजी एवढा विजय मिळवू शकला. शिवाजीला आपल्याकडे वळवून घेतला, त्याला शाही दरबारातून फौजेची कुमक, दारूगोळा आणि खजिन्याची मदत पुरवली तर तो झपाट्याने कुतुब आणि आदिल या दोन्ही शाह्या पार नेस्तनाबूद करून टाकील. यासाठी त्याला वंशपरंपरागत दख्खनची सुभेदारी बहाल करून जिंकलेल्या प्रदेशाची मुखत्यारी सोपवली तर हे त्याच्याकडून सहज शक्य करून घेता येईल. शहेनशहा अकबरे आझमांपासून मुघल दख्खनचा कब्जा करण्याचे जी तोड प्रयत्न करीत आहेत, पण अजून आपण नीरा नदी पार केलेली नाही. शिवाजीचा योग्य उपयोग करून घेतला, तर पाच-सहा वर्षांत मुघल सलतनतीच्या सरहद्दी कावेरी पार करून थेट समुद्राला भिडतील. हे सारे शहेनशहांच्या जहनमध्ये रुजवायचे आहे.''

''पण सरकार, दख्खनची सुभेदारी शहजाद्यालाच देण्याचा रिवाज आजपर्यंत चालत आला आहे. गुस्ताखी माफ सरकार. पण आपल्या हातात फार मोठे मुल्की आणि फौजी अधिकार आहेत, तरी सुभेदारी मात्र शहजादा मुअज्जमकडेच आहे.''

''असेलही, तो काही फार मोठा सवाल नाही. सलतनतीच्या भल्यासाठी गरज पडलीच तर असे रिवाज बदलता येतात.''

''मगर सरकार, दिलेरखानसाहेब म्हणाले, 'त्या शिवाजीराजांच्या 'दक्षिणेची पातशाही दक्षिणीयांनी सांभाळावी' या राजकारणाचे काय? ते राजकारण जर खरोखरच प्रत्यक्षात आले, तर आपल्यासाठी फार मोठी तकलीफ उभी राहील.''

''बेवकूफ है दिलेरखान. त्याला समशेर चालवणे उत्तम समजते, डोके चालवणे नाही. तसे काही वास्तवात उतरू नये म्हणून तर माझा हा आटापिटा आहे. शिवाजीला ना आदिलशाहीचे प्रेम आहे ना कुतुबशाहीचे. त्याने आजवर सर्वांत जास्त त्रास आदिलशहालाच दिला आहे; मोगलांना नव्हे. बापाला कैदेतून सोडवण्यासाठी त्याने मोगलांचीच मदत घेतली होती. मोगली फौजेशी टक्कर देणे, तेसुद्धा आमच्याशी सोपे जाणार नाही हे जाणूनच त्याने अली आदिलशहा आणि कुतुबशहाची मदत मिळवण्याचा या राजकारणाच्या निमित्ताने यत्न केला. नतीजा काय झाला? दोन्ही शहांनी त्याला पार झिडकारले. म्हणूनच तो आज आमच्या कह्यात आला आहे. आपल्या मदतीने त्याला दोन्ही शाह्या गिळून सत्ता गाजवता येणार असेल तर तो हे उपद्व्याप कशाला करीत बसेल? काय?''

''सरकार, खयाल तर एकदम उमदा आहे. जर आपण म्हणता तसे वास्तवात घडून आले, तर आपल्या आजवरच्या कामगिरीवर चार चाँद लागतील. फक्त प्रश्न एवढाच आहे की, बादशहा सलामत शिवाजीराजांना दख्खनची सुभेदारी आणि मुखत्यारी देण्यास राजी होतील का?''

"बस्स तर मग, उदयराज आता ठरले. बादशहा सलामतांना हे राजकारण पटवून द्यायचे. शिवाजीला हर प्रयत्न करून दिल्लीला जाण्यास राजी करायचे आणि आलाहजरतांकडून त्याला दख्खनची सुभेदारी आणि मुखत्यारी देववायची. त्यासाठी भले मला माझे सारे कौशल्य, प्रतिष्ठा, कर्तृत्व आणि अधिकार पणास लावावे लागले, तरी बेहत्तर! शिवाजीची बगावत समशेरीच्या आणि तोफेच्या ताकदीने कधीच संपणार नाही, तिला संपवायची असेल तर याशिवाय दुसरा पर्याय नाही. काश, आपल्या वालिदसाहेबांची समजदारी आलाहजरत दाखवतील तर गोष्टी किती सोप्या होऊन जातील."

-१०-

मिर्झाराजांचा विचार पक्का झाला. त्यांनी महाराजांना एकांतात बोलावून घेतले. शब्दाशब्दांत साखर पेरीत त्यांनी आपणाशीच रंगविलेले चित्र महाराजांसमोर उभे केले. शेवटी स्वत:च्याच मांडीवर मोठ्याने थाप मारीत मोठ्याने हसून म्हणाले–

"तो, राजासाहब यह बात है। आमचे ऐका. बादशहाची चाकरी पत्करा. त्यात काहीच वावगे नाही. तुमचे पिताजीसुद्धा आदिलशाही सरदार होतेच. आपले धाकटे बंधू व्यंकोजीराजे, त्यांचाच वारसा पुढे चालवीत आदिलशाही मनसबदार म्हणून आपल्या पिताजींची जहागिरी उपभोगीत आहेत. मी माझी सारी पुण्याई आणि बादशहाकडे असलेले वजन खर्चून तुम्हाला दख्खनची सुभेदारी देववीन; अगदी वंशपरंपरेने. तुम्ही तुमचे कर्तब शाबीत करीत आहातच. एकदा सुभेदारी मिळाली की, शाही फौजा आणि खजिना तुमच्या पायाशी हाजिर होईल. हवा तेवढा पराक्रम गाजवा. प्रदेश जिंका. आदिलशाही आणि कुतुबशाही पार नेस्तनाबूद करून टाका. जिंकलेल्या संपूर्ण प्रदेशाची मुखत्यारी वंशपरंपरेने तुमच्याकडे राहण्याची सनद मी बादशहाकडून मिळवून देतो. आपल्या ताब्यातील प्रदेशात तुम्ही तुमच्या मर्जीप्रमाणे कारभार करू शकाल. बादशहाचे देणे दरवर्षी नियमित देत राहिलात तर तुम्हाला विचारणारे कुणी नाही."

स्वप्न तर मोठे गुलजार होते. वास्तवात उतरणे कितपत शक्य होते कुणास ठाऊक! शिवाय मिर्झाराजांचा शब्द डावलणे आलमगिराला सोपे नव्हते हेसुद्धा तितकेच खरे. मिर्झाराजे बादशहाच्या भेटीसाठी दिल्लीला जाण्याचा वारंवार आग्रह करू लागले. कोणतीही उघड प्रतिक्रिया न देता, विचार करण्यासाठी वेळ मागून घेऊन महाराजांनी रजा घेतली.

-११-

महाराजांच्या डेऱ्यात मोरोपंत पिंगळे, रघुनाथपंत कोरडे, त्र्यंबक सोनदेव, अनाजी दत्तो, नेताजी पालकर, कुडतोजी गुजर, तानाजी मालुसरे, बाजी जेधे अशा अगदी खास खाशांची मसलत बसली. पहाऱ्यावरील हशमांना सख्त ताकीद दिलेली

होती. महाराजांनी मिर्झाराजांनी रंगविलेले स्वप्न सर्वांसमोर मांडले. बराच वेळ महाराज एकटेच बोलत होते. अखेर ते म्हणाले–

"फर्मान आल्यानंतर बसलेल्या मसलतीत रघुनाथपंतांनी भविष्य केल्याप्रमाणेच राजपूत बोलत आहे. पण बादशहा महाकपटी, महासंशयी आणि पराकोटीचा धर्मद्वेष्टा. तो त्यांचा शब्द कितपत राखेल याचा संदेह वाटतो. मिर्झाराजे दिल्ली दरबारात जाण्याचा आग्रह करतात. मात्र वतनापासून शेकडो कोस दूर शत्रूच्या ऐन गुहेत जाण्याचे धाडस कितपत शहाणपणाचे ठरेल कुणास ठाऊक!"

मिशीवर ताव देत कुडतोजी म्हणाले–

"महाराज दोन लाख फौजेच्या गराड्यात घुसून शाहिस्ते खानाची शास्ता केली. मग आता का चिंता करायची. दग्याचा संशय आला तरी भुर्रर व्हायचे."

डोळे काढत तानाजी म्हणाले–

"कुडतोजी, जरा सबूर. फौज मोगली खरी पण मुलूख आपला होता. सिंहगड हाकेच्या अंतरावर. लाल महालात महाराज राहिलेले. कशाची कुठे बरोबरी करता."

त्र्यंबक सोनदेव म्हणाले–

"महाराज, खरोखरच संधी चालून येत असेल तर साधून घ्यावी. मुघलशाहीच्या खर्चाने अन्य दोन्ही शाह्या जिंकून घेता येतील. नाहीतरी वर्षानुवर्षांच्या रक्तरंजित परिश्रमांवर अशी एखादी मोगली स्वारी पार वरवंटा फिरवून जाते."

"मनसुबा तर आमचासुद्धा तसाच होत आहे. शाही खजिना आणि फौज वापरून ताकद कमवावी आणि योग्य संधी सापडताच चाकरीचे जोखड झुगारून देऊन स्वराज्याचे निशाण फडकवायचे. नर्मदा ओलांडून सरळ दिल्लीलाच मोर्चे लावायचे."

नेताजी म्हणाले–

"मनसुबा तर रास्त आहे. पण महाराज, आलमगीर म्हणजे आदिलशहा वा कुतुबशहा नव्हे. तो पक्का धूर्त आणि धोरणी. त्याचे मस्तक म्हणजे सैतानाचा कारखाना. त्याला हिंदूंची कोणतीही गोष्ट सरळ दिसत नाही. सरळ काही सुचत नाही. इस्लाम आणि इस्लामचा प्रसार याशिवाय तो दुसरे काही जाणत नाही. कदाचित तो रजपुतांची मसलत मानेल पण अट घालेल. मुसलमान हो. काय भरवसा?"

दुजोरा देत मोरोपंत म्हणाले–

"सरनोबतांची शंका मला रास्त वाटते. असाच हेतू मनी धरून थोरल्या महाराजसाहेबांनी मुर्तुझा निजामाचे बाहुले वापरून निजामशाहीवर ताबा ठेवण्याचा आटोकाट यत्न केला. दैवाने साथ दिली नाही. प्रयत्न फसला, शहाजहान बादशहाची मैत्री कामी आली. जीव-वतन वाचले. तेव्हा हाच मनसुबा पुढे चालवीत संधीची वाट

पाहत आदिलशहाची चाकरी पत्करली. आईसाहेब आणि आपली ताटातूट सहन करीत दूर कर्नाटकातील हद्दपारी स्वीकारली. त्यांची सारी हयात खर्ची पडली, पण नतीजा काय हासिल झाला? मोठ्या शर्थीने त्यांनी दक्षिणी राज्ये राखली. पण स्वराज्य उभारणे त्यांना अखेरपावेतो, अगदी अली आदिलशहासारखा दुबळा शहा असतानासुद्धा शक्य झाले नाही. त्या उलट व्यंकोजीराजे भावाविरुद्ध हत्यार उचलून उभे झाले.''

''पंतप्रधानांचे निरीक्षण अगदी वास्तव आहे. चूक काढण्यास त्यात तिळाएवढासुद्धा वाव नाही. मग काय करावे असा सल्ला आहे मंडळी?''

बराच वेळ शांततेत गेल्यावर त्र्यंबक सोनदेव म्हणाले–

''तूर्तास काहीच जवाब देऊ नये. स्वत:स बांधून घेऊ नये. परिस्थिती कशी वळण घेते बघावे. खबरी काढाव्या. अंदाज घ्यावा आणि सावकाश निर्णय घ्यावा. राजपूत काही उद्याच परत फिरत नाहीत.''

यावर थोडी अधिक चर्चा झाली आणि तूर्तास स्वस्थ राहण्याचा निर्णय होऊन मसलत उठणार एवढ्यात तानाजी म्हणाले–

''महाराज, बहिर्जीचा नजरबाज कवापासून खोळंबलाय. येता बराबर पेश करायचं म्हनत हुतो, पन मामला गंभीर जानवला आनि उगा ऱ्हायलो. इजाजत आसंन तर पेश करतो.''

''काही विशेष बाब? अहो, ही नजरबाज मंडळी फार मोलाची. त्यांना असे खोळंबून ठेवायचे नाही. त्यांचा वेळ मोठ्या मोलाचा. त्यांची ओळख उघड झाली तर थेट प्राणांशीच गाठ. तर कधी अगदी हातघाईची खबर आणलेली असते. आणा, त्याला लवकर आत घेऊन या.''

तानाजी स्वत: उठून गेले आणि त्यांच्यासोबत एक फकीर डेऱ्यात दाखल झाला.

-१२-

आत येताच फकिराने जमिनीपर्यंत लवत मुजरा केला. त्याला पाहताच महाराज एकदम उद्गारले–

''अरे वा कर्माजी! सोंग तर अगदी नामी काढलेत. काय खबर?''

आश्चर्याने डोळे विस्फारत तानाजी म्हणाले–

''कमाल आहे म्हाराज. अवो खुनेचा शबुद आन् निशानी दावली तवा ठेवला थांबवून. आनि तुमी तर पार येकाच नजरत अगदी नावानिशी वळखलात की.''

''ही माणसे नुसती नजरने पाहायची नसतात तानाजी. काळजाला काळीज मिळाले तर सावलीसुद्धा ओळख पटवते. गाई अवघ्या सारख्याच, पण वासरू नेमकी माय ओळखते. तसेच हे काळजाचे नाते असते. शिकून घ्या. काय सरनोबत?''

"जी म्हाराज."

"असो. बोला कर्माजी. जागा सोडून स्वत: येण्याचा धोका घेतलात. काय एवढी तातडी?"

"म्हाराज, खबर वंगाळ हाय."

"तुम्ही स्वत: आलात तेव्हाच ते कळले. बोला."

"म्हाराज, परवा दिलेरचा आनि मिर्जाराजांचा मोटा झगडा झाला. विजापूरकरांना फितूर झाल्याचा आरोप दिलेर तुमावर करीत व्हता. गुनेगार करार करून तुमाला ठार करायचं मागत व्हता. मिर्जाराजे कबूल व्हइनात तवा म्हन्तो कसा की, राजे ते तुम्ही माज्यावर सोडा. मी त्येला असा उडवतो की, या कानाचं त्या कानाला कळनार न्हाय. तुमच्यावर जरा आंच येऊ देनार न्हाई म्हनत हुता. राजपूत लय तापला. त्यानं दिलेरला सज्जड दम दिला. आपल्या केसाला जरी धका लागला, तरी त्येची खैर ऱ्हानार नाय म्हनाला. पन पठान लय कपटी. आपल्या जातभाईंना मिर्जाराजाच्या इरुध फितवतोय. कदाचित थेट बाच्छावासबी काही भलंबुरं लिवायचा. नेम नाय."

"खबर खरी? खात्री पटवली?"

"जी म्हाराज, अक्षी पक्की. म्या सोताच तितं पिकदान्यांची ने-आन करीत व्हतो. पेले भरीत व्हतो."

"ठीक. कर्माजी तडक निघा. थेट जागेवर रुजू व्हा. उशीर नको. मोरोपंत..."

मोरोपंतांनी फेकलेली थैली कर्माजीने अचूक झेलली. मुजरा घालीत तो तडक निघून गेला.

"आता ही तर नवीनच काळजी निर्माण झाली म्हणायची महाराज."

"त्यात काही नवीन नाही. आम्ही जेव्हा पहिल्यांदा मोगल छावणीत गेलो, तेव्हापासूनच आम्हाला या कारस्थानाचा अंदेशा होता. म्हणून आम्ही आणि मिर्झाराजे सतत सावध राहत होतो."

"ते तर खरे. पण महाराज आता थोडी वेगळी परिस्थिती आहे. अफजलखानाने जसा संभाजीराजांना दगा केला, तसे काही घडण्याची भीती वाटते."

दिलेरखान कसा दगा करू शकेल याचे विविध तर्क अनेकांनी केले. वातावरणात एक वेगळाच तणाव भरून राहिला. महाराज स्वस्थ राहून आपसात चाललेली चर्चा ऐकत होते. त्यांनी कोणतीच प्रतिक्रिया उघड केली नाही. नेताजींनी मग एक अगदी नवीनच बेत मांडला.

"महाराज, अशा तणावात छावणीत गुंतून राहण्यापेक्षा आदिलशाहीविरुद्ध कोकणात स्वतंत्र मोहिमेचा मनसुबा मिर्झाराजांसमोर मांडावा. आदिलशाही फौज दोन आघाड्यांवर विभागली गेल्याने मोगली फौजेवरील ताण सैलावेल आणि आपल्यालासुद्धा मोकळीक मिळेल. दिलेरचा हट्ट आणि मूळ कपटी स्वभाव पाहता, अशा काही

योग्य कारणामुळे आपण छावणीतून अनायासे दूर झालो, तर मिर्झाराजांवरील जबाबदारी टळल्याने त्यांना ते सोईचेच ठरेल; त्यामुळे ही मसलत मान्य करणे त्यांना अनेक अंगांनी सोईचेच ठरेल.''

स्वत:च्या मांडीवर थाप मारून मोठ्याने हसत दुजोरा देत मोरोपंत म्हणाले–

''गनीम सरनोबतांना दुसरा शिवाजी म्हणतो ते उगीच नाही याचे प्रत्यंतर आले. काय नामी शक्कल काढलीय बघा. वाह क्या बात है! साँप भी मर जाय और लाठी भी न टूटे। कोकणात जिंकलेला मुलूख आपल्या सरहद्दींना लागून. तेव्हा तो आपण आपल्याच कब्जात ठेवावा. मात्र ये विषयी आत्ताच चर्चा करण्याची गरज नाही.''

महाराजांना नेताजींनी सुचविलेली ही मसलत एकदम पसंत पडली. बैठकीचा सारा नूरच पालटून गेला. अनेक पैलूंचा साधक-बाधक विचार झाला. अनेक तपशिलांवर खल झाला. आणि नीट सविस्तर योजना ठरून बैठक उठली. नेताजी आणि मोरोपंतांना थांबवून महाराजांनी मिर्झाराजांबरोबर करायच्या चर्चेचा तपशील पक्का केला.

-१३-

दुसऱ्या दिवशी सकाळी मंडळी मुजऱ्याला येऊन गेली आणि महाराजांनी नेताजी पालकरांना एकांतात बोलावून घेतले. आदल्या दिवशीच्या चर्चेच्या संबंधाने थोडी बोलणी झाली. मग नेताजींचा अंदाज घेत महाराज म्हणाले–

''नेताजीकाका, मिर्झाराजांनी जे राजकारण पुढे मांडले आहे त्याबद्दल तुमचे काय विचार आहेत?''

''महाराज, मिर्झाराजांच्या हेतूबद्दल शंका नको. त्यांचे हेतू प्रामाणिक दिसतात. तख्ताची सेवा करता करता त्यांना आपले कल्याण साधावे वाटते. पण आलमगीर महाबिलंदर. संशयी. धर्मांध. हिंदूंचा परमद्वेष्टा. तो दख्खनेत राहून गेलेला. लोकांना आपलेसे करून, स्वत:कडे वळवून घेण्याचे आपले कसब त्याजपासून लपून राहिलेले नसणार. थोरल्या महाराजांना आदबखान्यातून सोडवण्यासाठी खेळलेली आपली चाल त्याने फार जवळून पाहिलेली आहे. म्हणूनच कदाचित आपण आणि राजपूत एक व्हाल असा शक तो मनी धरून आहे. अगदीच नाही तर गेला बाजार आपल्या प्रभावाखाली येऊन मिर्झाराजे तुम्हाला नरमाईने वागवतील या अंदेशापोटीच त्याने मिर्झाराजांचे पायी दिलेरचा पायगुंता घालून मग पाठवले आहे; त्यामुळे हे राजकारण बादशहा सहजासहजी मान्य करील असे वाटत नाही. पण दरबारातील हिंदू मनसबदारांवरील मिर्झाराजांचे वजन पाहता त्यांना सहजासहजी डावलणेसुद्धा बादशहाला सोईचे ठरणारे नाही. राजपूत तसे टोकाचे स्वाभिमानी, हा मुद्दा त्यांनी प्रतिष्ठेचा बनवलाच तर रजपुतांना बिथरवणे तख्ताला परवडणारे नाही; त्यामुळे जरी

हे राजकारण मान्य केले तरी त्यात काहीतरी मेख मारल्याशिवाय आलमगीर राहणार नाही हेही तितकेच खरे.''

''या राजकारणास मूर्त रूप देण्यासाठी आम्ही बादशहाच्या भेटीस दिल्लीस जावे, असा आग्रह मिर्झाराजे धरीत आहेत. त्यांचे म्हणणे असे की, केवळ पत्रापत्री करून, खलित्यांवर आणि फर्मानांवर विसंबून एवढे मोठे राजकारण साधणार नाही. दिल्लीला गेल्यास समोरासमोर चर्चा होईल. उभयतांच्या दिलातील शक-शुबह दूर करता येईल. बादशहाने सुभेदारी देण्याचे ठरवलेच तर भरदरबारात मानमरातबातच तो ती बहाल करील.''

''मिर्झाराजांच्या तर्कात काहीच उणे नाही. तरी साधेल तितके दिल्लीस जाणे टाळावे. आपल्या घरापासून, मुलखापासून, माणसांपासून एकट्याने इतके दूर जाणे फारच जोखमीचे ठरेल. त्या महाकपटी अन् क्रूर बादशहाने काही दगाफटका करण्याचा प्रयत्न केला, तर त्याच्या पोलादी तावडीतून निसटून शेकडो कोस पसरलेले मोगली साम्राज्य ओलांडून, सुखरूप परत येणे पोरखेळ नव्हे, महाराज.''

''तुमचा शब्दन् शब्द वास्तवाला आणि तर्काला अगदी धरून आहे काका, पण जर मिर्झाराजांनी फारच नेट लावला आणि तेवढ्या एकाच बाबीवर राजकारण तटले तर ती जोखीमसुद्धा पत्करणे भाग आहे.''

''मोहीम असो वा राजकारण; जोखीम ही आलीच. यात दुमत असण्याचे कारण नाही. दुसरा पर्याय नसेल तर जावे हे लागणारच. पण जाताना पूर्ण विचार करून, घराचा चोख बंदोबस्त करून, पिछाडी सुरक्षित करून मगच जावे. आपल्या गैरहाजिरीत पठाण किंवा आदिलशहा पाठीत वार करणार नाही याची काळजी घ्यावी. हे सांगणे सेवकास शोभणारे नाही, मात्र गेलात तर परतीच्या वाटेचा नीट बंदोबस्त करून मगच स्वामींनी ठाव सोडावा, असे सेवकाला वाटते.''

''परतीच्या वाटेचा बंदोबस्त? तो कसा काय म्हणता?''

''महाराज, जिवाची जोखीम शिरावर घेऊन आपले नजरबाज स्वराज्यापासून दूर मुलूखभर हिंडत असतात. देशभरात ठिकठिकाणी त्यांनी अनेक घरे आपल्या बाजूने वळवून घेतली आहेत. त्याशिवाय ठिकठिकाणचे साधूंचे आखाडे, महंतांचे मठ, संन्याशांचे आश्रम, क्षेत्रोक्षेत्रीचे उपाध्याय, देवळे हीसुद्धा आपल्या नजरबाजांनी स्वराज्यास अनुकूल करून ठेवली आहेत. त्याउपर देशभरातील समर्थांचे मठ आहेतच. या साऱ्यांच्या आसऱ्यानेच त्यांची कामे एवढ्या जलदीने आणि खात्रीशीरपणे पार पडतात. ही अत्यंत मजबूत आणि कार्यक्षम साखळी दिल्लीपर्यंतच नव्हे तर थेट काश्मीर आणि अटकेपारपावेतो पसरलेली आहे. जर जाणे अनिवार्य झालेच तर ही साखळी अगदी जय्यत आणि चोख असली पाहिजे. इतकी चोख की, शाही हुकूमनाम्यापेक्षा आपला परतीचा वेग दुप्पट-तिप्पट असला पाहिजे.''

“वाहवा! काका वाहवा!! काल मोरोपंत म्हणाले ते काही नुसते थट्टेने नव्हे. वा! आता लगेचच बहिर्जीला वर्दी पाठवा आणि बोलावून घ्या. जेवत असाल तर आचवण्यास समक्ष दाखल व्हा म्हणावे. आधी तुम्ही स्वत: त्यांच्याशी बोलून घ्या. सारे नीट तपशीलवार समजावून सांगा. आम्ही मग शेवटी बोलू. या कामी पैका बक्कळ लागेल. तो कोठेच कमी पडता उपयोगाचे नाही.”

“चिंता नसावी महाराज. नुकतीच जी आदिलशाही ठाणी जिंकली, तेथील लूट अजून मोगली खजिन्यात भरणा केलेली नाही. मोरोपंतांच्या ताब्यातच आहे. मोगली अंदाधुंदीचा फायदा उठवीत ती आपल्याकडेच राखून घ्यावी. त्याशिवाय महाराज, मोगलांसाठी आपण कोकणात मोहिमा करणार. आपली फौज लढणार हे तर ठरलेलेच, या लढणाऱ्या फौजेचे पगार आणि मोहिमेचा इतर खर्च मिर्झाराजांकडून मंजूर करून घेऊच की. पुरंदराच्या तहात स्वराज्य एवढे साफ झाले आहे आणि त्या आधी झालेल्या लुटालुटीत एवढे नागवले गेले आहे की, आता स्वखर्चाने मोहिमा अंगावर घेणे परवडणारे नाही.”

“वा नेताजी काका, काय बिनतोड आणि प्रभावी युक्तिवाद! क्षणभर आम्हालासुद्धा वाटले की, खरोखरच स्वराज्याची स्थिती अशी आणि इतकी बिकट झाली आहे. यालाच आबासाहेब गनिमी कावा म्हणायचे. गनिमाचाच पैका गनिमाच्याविरुद्ध. छान!”

“हे सगळे याच पायांशी शिकलो जी. नाहीतर आमची पोहोच ती काय? महाराज, इजाजत असेल तर रात्री डोक्यात विचार आला तो बोलून दाखवावा म्हणतो.”

“बोला, सरनोबत बोला. आजचा दिवस नवनवीन कल्पनांचाच आहे म्हणायचे.”

“महाराज, काल कर्माजीने खबर आणली, पठाण आपल्या खुनाचे कारस्थान करतोय. मिर्झाराजे बादशहाकडून तुम्हाला दख्खनची सुभेदारी देवविण्याच्या खटपटीत आहेत. दिलेरला ते खपणारे नाही. या मुद्द्यावर दोन बलाढ्य मोगल सरदार आपसात झुंजताहेत. उघड नसले तरी गुप्तपणे! नाही, म्हणजे आपले नजरबाज अगदी खात्रीशीर खबरी आणतात हे खरे, पण मोगलांच्या अगदी आतल्या गोटातील कोणी वजनदार असामी फोडली पाहिजे. नुसते निर्णयच नाही तर कोणा मुत्सद्द्याचे काय मत ते तपशीलवार समजले पाहिजे. जसे अफजलच्या गोटात नाईकजी मामा पांढरे होते, तसे म्हणतो मी.”

“कल्पना तर अगदी रास्त आहे. आमच्यासुद्धा मनात असाच काहीसा विचार डोकावत आहे. बरे तुमच्या ध्यानात अशी कोणी असामी आहे का?”

“जी महाराज, जाधवराव सरकार. आपले मामा. आईसाहेबांचे बंधू.”

“ते शक्य वाटत नाही. मराठ्यांच्या पिढ्या संपतात काका पण त्यांचे वैर संपत नाही. पराकोटीचे वैर ते अशा निष्ठेने आणि नेटाने चालवतात की, फक्त वैऱ्याला

अपशकुन करायचा; या एवढ्याच कारणासाठी स्वत:चे नाकसुद्धा बिनदिक्कत कापून मोकळे होतील. आजवर आम्ही कमी का आवतणे धाडली, आर्जवे केली, पण वैरापायी त्यांना भाच्याच्या आणि बहिणीच्या मायेपरीस यवनाची गुलामी गोड वाटते. आज आमचे मामासाहेब आणि रायबाधन देशमुखीण स्वराज्यात येते, तर स्वराज्याच्या सीमा थेट वैनगंगेस जाऊन भिडल्या असत्या. पण सहजासहजी तसे होणे या देशाच्या भाग्यात नाही. ठीक आहे. तुम्ही म्हणता तसे करायचेच. दुसरा कोणी असामी नजरेत येतो का पाहा. आम्हीही तसा विचार करतो. हं! मात्र इतक्यात हा विषय कोणाकडे बोलू नका.''

-१४-

महाराजांनी मोरोपंतांना लगोलग बोलावून घेतले. कोकणच्या स्वतंत्र मोहिमेची परवानगी मागणारा अर्ज मिर्झाराजांच्या नावे तयार करण्यास त्यांना सांगितले. मोहिमेच्या सर्व खर्चाची तरतूद करण्याचा मुद्दा त्यात न विसरता घालण्याची सूचना केली. रोजच्या रिवाजाप्रमाणे महाराज मिर्झाराजांच्या भेटीस निघाले तेव्हा अर्ज तयार झाला होता. प्रसंग पाहून महाराजांनी अर्ज पेश केला. शिवाय सर्व योजना तपशीलवार तोंडी मांडली.

मिर्झाराजांनी अगदी लक्षपूर्वक अर्ज ऐकला. काही मुद्द्यांची बारीक चौकशी केली. हुक्क्यातून एक भला मोठा कश घेऊन त्यांनी धुराचे लोट हवेत सोडले. अर्जामागचे कारण त्यांच्यासारख्या मुरब्बी राजकारण धुरंधराच्या लक्षात आल्यावाचून राहिले नाही. आपला गंभीरपणा हास्याच्या गडगडाटात लपवीत ते म्हणाले–

''क्यों राजासाहब, कंटाळलात आमच्या छावणीला? दिल्लीहून निघालेल्या मोठ्या तोफा लवकरच छावणीत दाखल होतील. मागवल्या होत्या तुमच्याविरुद्ध वापरण्यासाठी, पण आता आदिलशहाविरुद्ध वापरू. एकदा त्या तोफांचा धडाका घुमायला लागला की, विजापूर फत्ते व्हायला वेळ नाही लागणार.''

ही दर्पोक्ती ऐकून महाराजांना हसू आले. पण हसू दिसू न देता महाराज गंभीरपणे म्हणाले–

''कंटाळा कसा येईल राजाजी? आपल्या सहवासात आम्हाला आमच्या आबासाहेबांच्या सहवासाचे सुख मिळते. पण सगळी ताकद एकाच मोर्च्यावर लावण्यापेक्षा अलग अलग मोर्चे उघडले तर गनिमाचे लक्ष विचलित होते. शक्ती विभागली जाते, हे आपल्यासारख्या अनुभवी आणि जाणत्या सेनापतीला मी सांगणे उचित नव्हे.''

''बहोत खूब! क्यों दिलेरखान तुमचा काय मशवरा आहे?''

हातातील शिकार सहजासहजी निसटून जाऊ देण्याइतका दिलेर खुळा नक्कीच नव्हता पण आपला कुटिल हेतू लपविण्यात तो नक्कीच वस्ताद होता.

"आमचा विचार वेगळा आहे. शिवाजीराजे वीस वर्षांपासून आदिलशाहीशी झुंजत आहेत; त्यामुळे आदिलशाहीची नसन्‌नस ते ओळखतात. त्यांचे वडील त्याच दरबाराचे जहागीरदार; त्यामुळे माझा विचार असा आहे की, विजापूरचा सारा जिम्मा शिवाजीराजांनी उचलावा. माणसे फोडावी. शहरावर एल्गार करावा. आम्ही मागे राहून कुमक करू."

मिर्झाराजे चमकले. त्यांनी आपली तीक्ष्ण नजर दिलेरच्या नजरेला भिडविली. दिलेरने नजर चुकवीत हलकेच मान खाली केली. महाराजही दचकले. सरळ सरळ अफजलचा डाव. बऱ्याच वेळच्या शांततेनंतर मिर्झाराजांनी सोडलेला सुस्कारा डेऱ्यात घुमला.

"नहीं, कतई नहीं। विजापूरची मोहीम आलमपन्हांनी खास तुझ्यावर आणि आमच्यावर सोपवलेली आहे. त्या मोहिमेत तिसऱ्या नवख्या माणसाला आघाडी देणे ही शाही हुकमाची तौहीन समजली जाईल. दिलेरखान, इरादे नेक रहे तो कामयाबी कदम चूमते देर नहीं लगती। शिवाजीराजांचा अर्ज आम्ही मंजूर करीत आहोत. पुरणमल बुंदेला तुम्ही आणि गाझी बेग तुम्ही दोन-चार दिवसांत शिवाजीराजांच्या मोहिमेची पूर्ण माहिती घ्या. त्यांना लागणारे साजसामान आणि खजिना मुहैया करून द्या. हफ्तेभर में कोंकण की मुहीम शुरू हो।"

-१५-

दुपारचे जेवण होताच महाराजांच्या डेऱ्यात पुन्हा मसलत बसली. मिर्झाराजांसमक्ष घडलेल्या प्रसंगाबद्दल नीट चर्चा झाली. तशीच मोहिमेची तपशीलवार आखणी झाली. सरतेशेवटी मोगली छावणीतील बडी असामी फोडण्याचा नेताजींनी सुचविलेला मुद्दा पुढे आला. अनेक नावे सुचविली गेली. चर्चिली गेली. अनेक शंका निघाल्या. अनेक कुशंका उपस्थित झाल्या. काही उडविल्या गेल्या, काही सुटल्या; बऱ्याच तशाच राहिल्या. मग अखेर मोरोपंतांनी विचार मांडला–

"महाराज, हा विषय असा घाईगडबडीत, एकाच बैठकीत निकालात निघणारा नाही. मला वाटते, सध्या आपलाच एखादा खात्रीचा माणूस मोगलांच्या आतल्या गोटात घुसवावा. त्याने व्यवस्थित चाचपणी करावी. योग्य असामी हेरावी. फोडावी. सर्व बंदोबस्त नीट जुळवावा आणि परत यावे."

हा पर्याय ऐकून सारेच गंभीर झाले. महाराजांविरुद्ध, आपल्या महाराजांविरुद्ध गनिमाला सामील? जे स्वप्नात येणेसुद्धा पाप, ते राजकारणातले नाटक म्हणून का होईना प्रत्यक्षात करायचे? छे! छे!! काहीतरीच काय! साऱ्यांचे बोलणेच बंद झाले. शेवटी महाराजांनीच शांततेचा भंग केला.

"ठीक, ठीक. या विषयावर नंतर सावकाश बोलता येईल. आता घाई करून

लवकरात लवकर छावणी सोडण्याच्या तयारीला लागा. हुकूम होताच अर्ध्या घटकेत मुक्काम हलवता आला पाहिजे अशा जय्यत तयारीत राहा. मोरोपंत, तुम्ही जातीनिशी त्र्यंबकपंत आणि कुडतोजींना संगे घेऊन खजिना आणि साहित्य दोन-तीन दिवसांत पदरात पाडून घ्या. पंतप्रधान, या मोहिमेत सरनोबतांनी मिळवलेली लूट तुमच्याच ताब्यात आहे. बोभाटा न होता ती राजगडाकडे रवाना होऊ द्या. रजपुताकडून मिळणारा खजिनासुद्धा परस्पर राजगडावर पोहोचता करा.''

उठता उठता सहज बोलल्याप्रमाणे नेताजी म्हणाले–

''महाराज, रात्रीपावेतो बहिर्जी दाखल होईल.''

नेहमीचीच बाब असल्याप्रमाणे महाराज म्हणाले–

''ठीक आहे. त्याचा खोळंबा करू नका.''

- १६ -

रात्री बहिर्जीला घेऊन नेताजी हुजूर दाखल झाले. राजपूत योद्ध्याच्या सोंगातले बहिर्जी ओळखणे अशक्यच होते. डेऱ्याच्या या टोकापासून त्या टोकापर्यंत महाराज अस्वस्थपणे फेऱ्या घालीत होते. नेताजी आत आल्यावर महाराजांच्या फेऱ्या थांबल्या. डेऱ्याच्या एका टोकाला उभे राहून महाराजांनी दोघांकडे एकटक पाहिले. त्यांच्या नजरेतील अस्वस्थता जाणवूनसुद्धा काही विचारण्याचा धीर नेताजींना झाला नाही. काही वेळाने महाराजांची नजर निवळली. नेहमीसारखे प्रसन्नपणे हसत ते मसनदीवर लोडाला टेकून बसले.

''या नाईक. गडबडीत बोलावणे करावे लागले. काम तसेच तातडीचे आहे. पहिले काम. चार दिवसांच्या आत पन्हाळ्याची खडान्‌खडा माहिती दाखल झाली पाहिजे. तपशील तुम्हाला सांगण्याची गरज नाहीच.''

''झाले म्हणून समजा महाराज. दुसरे?''

मग नजरबाजांच्या देशभर सर्वदूर पसरलेल्या दुव्यांची आणि साखळीची महाराजांनी बारकाईने चौकशी केली. बऱ्याच उशिरापर्यंत महाराज प्रत्येक बाब तपशीलवारपणे समजावून सांगत राहिले. बहिर्जी मनाच्या टीपकागदाने प्रत्येक तपशील डोक्यात टिपून ठेवत होता. जरूर तिथे अधिक तपशील जाणून घेत होता. एका साध्या सूचनेवर एवढ्या कमी अवधीत महाराजांनी केलेला खोलवर विचार आणि तयार केलेली तपशीलवार योजना पाहून नेताजी अचंबित होऊन गेले. ते फक्त दोघांकडे टकमक पाहत राहिले. बोलणे संपता संपता महाराजांनी दोन खलिते बहिर्जीच्या हवाली केले. एक आईसाहेबांसाठी आणि दुसरा अनाजी दत्तोंसाठी.

''तर नाईक रातोरात रवाना व्हा आणि लगोलग राजगड गाठा आणि ताबडतोब कामाला सुरुवात होऊ द्या. खर्चाचे तोंड पाहू नका. लागेल तशा रकमा अनाजींकडून

उचला. माणसे मात्र चोख आणि नीट पारखलेली असू द्यात. आई भवानी न करो, पण जर डाव उलटा पडला तर लवकरात लवकर घरी सुखरूप परतता आले पाहिजे. अगदी बिनबोभाट.''

''नाईक, एखादा फितूर किंवा एखादी क्षुल्लक चूक महाराजांच्या घाताचे कारण होऊ शकते याची जाणीव अष्टौप्रहर जागती राहू द्या.''

''जी. चिंता करू नगा सरकार. अशी चोख येवस्था व्हईल की, या कानाचं त्या कानाला कळनार न्हाय.''

''काही विचारणे असेल तर लगेच विचारून घ्या नाईक. कुठलीही शंका वा दुविधा राहू देऊ नका. आणि हा विषय फक्त तुमच्यात आणि आमच्यात. सरनोबतांनासुद्धा यात त्रास देणे नाही. प्रत्येक बारीकसारीक घडामोड आम्हाला थेट कळली पाहिजे. तुम्हाला ती कितीही क्षुल्लक वाटली तरी आणि आम्ही कोठेही आणि कशातही गुंतलो असलो तरी. ढिलाईचा मुलाहिजा राहणार नाही.''

''म्हाराज, ह्ये काम तर करतोच. नि:शंक ऱ्हावा. पन इजाजत आसंन तर मनात आलेली गोठ सांगतो. सौराष्ट्रात येरावळ बंदरात आरमार तयार ठेवलं तर? खुश्कीची वाट धोक्याची वाटली तर दर्यातून घर जवळ करता ईल.''

''वा! नामी कल्पना. एकटे वेरावळच नको अन्य तीन-चार बंदरांतसुद्धा अशीच व्यवस्था करावी लागेल. आम्ही दर्यासारंगांशी बोलतो आणि तुम्हाकडे सांगावा धाडतो. मात्र सांगाव्याची वाट न पाहता तयारीला लागा.''

''जी म्हाराज.''

''आता या. मात्र पन्हाळा...''

''चार दिवसांत खबर दाखल करतो म्हाराज. येतो.''

मुजरा करून बहिर्जी डेऱ्यातून बाहेर पडला आणि रात्रीच्या अंधारात विरघळून गेला.

- १७ -

उठू पाहणाऱ्या नेताजींना महाराजांनी खुणेनेच बसते केले.

''कोण आहे रे तिकडे? पहारे वाढवा. चौफेर कडक लक्ष असू द्या. डेऱ्याच्या पिछाडीला दोन हशम आवाजाच्या टप्प्याबाहेर उभे करा. सरनोबत आत असताना कोणीही आत डोकावता कामा नये. अगदी पंतप्रधान मोरोपंत जरी आले, तरी इजाजत नाही. स्पष्ट सांगा. कितीही निकडीचे काम असले तरी नाही.''

''हुकूम महाराज.''

हुजऱ्या बाहेर गेला. काही वेळ महाराज डोळे मिटून स्वस्थ बसून राहिले. त्यांच्या चेहऱ्यावरचे बदलते भाव निरखीत नेताजी स्वस्थ बसून राहिले. महाराजांनी

उठून पुन्हा येरझारा घालण्यास सुरुवात केली. हात मागे बांधलेले; एकमेकांत गुंफलेल्या बोटांची अस्वस्थ चाळवाचाळव. नजर खाली जाजमावर. मध्येच थबकून नेताजींकडे पाहत. काही बोलतील असे वाटून नेताजी किंचित पुढे झुकत. पण नजर वळवून पुन्हा येरझारा सुरू. असा बराच वेळ गेल्यावर अखेर नेताजींनीच तोंड उघडले.

"काही वाईट खबर आलीय का महाराज?"

"अं? नाही."

"मग काही अवघड मनसुबा?"

"होय नेताजीकाका. अवघड मनसुबाच म्हणायचा. तुम्हाला कसा सांगावा उमगेनासे झाले आहे. जीभच रेटत नाही."

"महाराज, आपली इच्छा आमच्यासाठी शंभू महादेवाची आज्ञा. असा काय मोठा अवघड मनसुबा असायचा? तुमच्या शब्दांपरीस आमच्या प्राणांचे मोल मोठे नाही. कितीही अवघड असू देत. जिवाची बाजी लावू आणि तडीस नेऊ. निश्चिंत राहावे."

"काका, प्रश्न नुसती जिवाची बाजी लावण्याचा असता, तर मनसुबा भरसदरेवर सांगितला नसता का? पण त्यापेक्षाही नाजूक आणि अवघड आहे. घरंदाज पतिव्रता हसत हसत नवऱ्यासाठी सती जाते. पण नवऱ्याने अगदी प्राणांची शपथ घातली तरी बदफैल करत नाही. तसाच अवघड हा मनसुबा आहे असे समजा."

"माझा जीव घाबरा व्हायला लागलाय महाराज, असे कोड्यात बोलू नका."

"ठीक आहे काका. बोलले तर पाहिजेच. तुमचा मनसुबा असा की, मोगली छावणीत आपला माणूस हवा. त्यासाठी वजनदार असामी फोडावी. त्यावर मोरोपंतांचा तोडगा असा की, अशी असामी भेटेपर्यंत आपलाच कोणी खात्रीचा माणूस मोगली छावणीत घुसवावा. याच दोन बाबींवर आम्ही विचार करीत आहोत. तुमचे काय मत आहे काका?"

"मोरोपंतांचा मनसुबा बिनतोड आहे. योग्य असामी हेरण्यास बळ आणि वेळ दोन्ही मिळेल."

"आमचाही कौल तसाच जातोय काका. कोणता मोहरा इरेला घालावा?"

"खरोखरच अतिशय नाजूक बाब आहे महाराज. आपल्याविरुद्ध, स्वराज्याविरुद्ध गनिमाला मिळायचे? राजकारणातले एक नाटक म्हणूनसुद्धा अवघडच. त्यापरीस दहा वेळा गर्दन उतरून पायी वाहणे सोपे; मुलूखमैदानाच्या तोंडाशी स्वतःच्या हाताने बांधून घेणे सोपे."

"जाणतो आम्ही. म्हणूनच फार अस्वस्थ आहोत. आपला माणूस असा असावा ज्याच्या इमानात किंचितसुद्धा खोट नाही. निष्ठेत कुठेच उणे नाही. मातब्बर असा,

जो मनसबदारांच्या, घरंदाजांच्या वरच्या गोतावळ्यात सहजी सामावला जावा. त्याच्या नावाला किंमत आणि शब्दाला वजन हवे. गनिमाकडील मोहरा फोडताना माणसाची अचूक पारख करणारा आणि बोलणी करण्यासाठी पुरेसे अधिकार असणारा असावा. मुत्सद्दी असा असावा ज्याला कठीणातल्या कठीण परिस्थितीत अचूक निर्णय घेता यावा. हरघडी आमच्या सल्ल्याची त्यास गरज भासू नये. पाण्यात ऐकणारा आणि अंधारात पाहणारा असला पाहिजे. काका, स्वराज्यासाठी मरणे फार सोपे. पण स्वराज्याच्या हितासाठी का होईना बेइमानी केल्याच्या बदनामीचा डाग लावून घेणे फार अवघड! कुळवंतिणीला जसा शिलावर शिंतोडा उडलेला खपत नाही, तसेच हे म्हणूनच तर जीभ रेटत नाही.''

''खरे आहे महाराज. फारच अवघड कामगिरी आहे ही.''

डेऱ्यात पुन्हा शांतता पसरली. पुन्हा महाराजांच्या येरझारा सुरू झाल्या.

-१८-

डेऱ्याच्या एका टोकाला गेलेले महाराज तिथेच थबकले. उघड्या दारातून अंधारात जणू त्यांचे डोळे वेध घेत होते. गर्रकन वळून महाराज नेताजींना संमुख झाले. डोळे अश्रूंनी डबडबलेले. सारे प्राण एकवटून बोलावे तशा जड आवाजात ते एकदम बोलले.

''नेताजीकाका, तुम्ही... तुम्ही कराल हे दिव्य आमच्यासाठी? आमच्या शब्दाखातर पेलाल हे शिवधनुष्य?''

जहरी भुजंग अचानक अंगावर पडावा तसे नेताजी दचकले. ते ताडकन उठून उभे राहिले.

''काय? मी? महाराज, त्यापरीस आगीत लोटा. तोफेला बांधून उडवा. तोंडातून ब्र नाही निघायचा.''

''ठाऊक आहे. म्हणूनच एवढा वेळ जीव धजावत नव्हता. ओठात शब्द येत होते पण जीभ रेटत नव्हती.''

पुन्हा अस्वस्थ शांतता पसरली. महाराजांच्या येरझारा पुन्हा सुरू झाल्या. शेल्याने डोळे टिपत नेताजी खालमानेने बसून राहिले. काही वेळाने त्यांनीच अस्फुट स्वरात हाक मारली–

''महाराज...''

''अं?''

''महाराज, कृपा करा पण गैरसमज करून घेऊ नका. आपली इच्छा शंभू महादेवाचा आदेश. पण हे राजकारण मोठे नाजूक. केवळ भावनेच्या आवेगात करायचे हे काम नाही. चोहो बाजू नीट पारखल्या पाहिजेत. महाराज, आम्ही

सरनोबत. आपले आप्त. गनीम आम्हास दुसरा शिवाजी म्हणतो. अशी असामी सहजासहजी धन्याला सोडून गनिमास मिळेल, यावर गनिमाने तरी विश्वास कसा ठेवावा? गनीम आम्हास कसा जवळ करील? महाराज, आमची बदनामी वेगळी, पण बोल आपल्यावरसुद्धा आल्याशिवाय राहणार नाही. आपली पारख चुकली, असेच जग म्हणत राहणार. परके तर परकेच पण आपलेसुद्धा बोल लावतील. कसे जमावे हे?''

''आम्ही पूर्ण विचार केला. साऱ्या शक्यता पडताळल्या. कोणत्याही बाजूने विचार केला तरी... तरी या कामी आपल्यासारखा कोणी लायक सापडतच नाही. म्हणून तर आम्ही तुम्हाला गळ घालीत आहोत. ज्या बाबी आत्ता तुम्ही अडचणीच्या म्हणून सांगितल्या त्याच आमच्या दृष्टीने तुमची बाजू मजबूत करणाऱ्या आहेत. त्याविषयी आम्ही केलेला विचार ऐका. आपण सरनोबत. कुणाचे? तुर्कांना गाडून टाकून स्वत:चे धर्माचे राज्य स्थापू पाहणाऱ्या, स्वत:चे स्वतंत्र, सार्वभौम राज्य निर्माण करण्याचे भव्यदिव्य पवित्र स्वप्न पाहणाऱ्या वीराचे. आज काय स्थिती आहे? स्वराज्याचे स्वप्न पार बासनात गुंडाळून ठेवून आज आम्हीच मोगलांपुढे गुडघे टेकले आहेत. आमचे चिरंजीव मोगलांचे पाचहजारी सरदार. आम्ही दख्खनच्या सुभेदारीची आस धरून बसलेलो. अशा परिस्थितीत तुमच्यासारखा कर्तबगार आणि महत्त्वाकांक्षी माणूस एका चाकराचा पडचाकर होऊन राहण्यापेक्षा थेट बादशहाचाच सरदार आणि मनसबदार होणे केव्हाही पसंत करील. तुम्हाला आस होती स्वतंत्र राज्याची, स्वराज्याची; पण ज्याने स्वराज्याचे हे स्वप्न दाखवले, हा एवढा खेळ मांडला, तोच मोगली दणक्याने पार कोसळून पडला. आपला जीव, दौलत वाचवण्यासाठी गुलामी पत्करण्यास तयार झाला. मोगली झंझावातात स्वराज्याचे स्वप्न बारा वाटा उधळले. मग ते उराशी कवटाळून तुम्ही तुमचा जीव विनाकारण का आगीत धरावा? जर शिवाजी सुभेदारी मिळवण्याची आस धरतो, तर तुम्ही, प्रतिशिवाजी, सरदारी आणि मनसबदारी मिळवू शकणार नाही की काय? तुमच्या मनगटात निश्चितच तेवढी ताकद आहे. शिवाजीने दौलत उभी केली ती तुमच्यासारख्या स्वत:चा जीव इरेला घालणाऱ्यांच्याच जिवावर ना? मग तुम्ही तुमची दौलत उभारण्यात गैर ते काय? एकाच दणक्यात स्वप्न वाऱ्यावर सोडून, प्रतिज्ञा विसरून, त्याच्यासाठी जीव पाखडणाऱ्या, रक्त सांडणाऱ्या, सख्या, सोबत्या, सवंगड्यांना विसरून, जो जीव आणि दौलत वाचवण्यासाठी गनिमापुढे लोळण घेतो, त्याची चाकरी का करीत राहावी?''

''बस्स! बस्स!! महाराज बस्स!!! आता अजून अधिक नाही ऐकवत असे अभद्र. महाराज, पोटच्या पोराच्या निष्ठेची शंका येईल, लग्नाच्या बायकोच्या पातिव्रत्याबद्दल मनात संशय येईल, एवढेच काय कपाळ फुटले तर जन्मदात्या

आईच्या पावित्र्याबद्दल मन साशंक होईल, पण महाराज आपल्या विषयी असे विचार? स्वप्नातसुद्धा कधी मनात आले, तर पुढच्याच क्षणी हे प्राण कुडी सोडून गेलेले असतील. नका, नका असे काळजाला घरे पाडणारे बोलू नका आणि बोलायला लावू नका.''

"नेताजीकाका, ज्याची कल्पनासुद्धा असह्य ते वास्तवात किती दाहक असेल? नि:संशय हे अग्निदिव्यच आहे. पुरोचनाने बांधलेल्या लाक्षागृहात पांडवांऐवजी राहायला ठेवलेल्या भिल्लिणीच्या कुटुंबाने केले तसेच, आम्ही तुम्हाला खर्ची घालू पाहत आहोत. मान्य आहे आम्हाला. मुरारबाजी आणि बाजी प्रभूसाहेब कामी खस्त झाले. त्यांची कीर्त डंक्यावर चढली. येणाऱ्या पिढ्या त्यांचे नाव गौरवाने आणि अभिमानानेच घेतील पण जोवर आपण परत येत नाही आणि आम्ही तुम्हाला जवळ करीत नाही तोवर आपल्या नशिबी केवळ तिरस्कार, दूषणे आणि शिव्याशापच असणार, याची आम्हाला पूर्ण जाणीव आहे. कारण ही मसलत फक्त तुम्हाला आणि आम्हालाच माहीत असेल. अगदी आईसाहेबांसमोरसुद्धा ही मसलत आम्ही उघड करणार नाही. कारण गाठ आहे औरंगजेबासारख्या महापाताळयंत्री, कपटी, धूर्त, कारस्थानी, क्रूरकर्मा धर्मांधाशी. किंचित जरी संशय आला तरी तो तुमचा जीव घेतल्याशिवाय राहणार नाही. तुम्ही अशा परिस्थितीत जीव गमावलात तर तुम्हावरचा बदनामीचा डाग धुणे आम्हास पण शक्य होणार नाही. आमचा जितका भरवसा स्वत:वर आहे, त्यापेक्षा कांकणभर जास्त भरवसा तुम्हावर आहे. म्हणून हे अग्निदिव्य तुम्हीच करावे, अशी आम्ही तुम्हाला दोन्ही हात जोडून आर्जवाची विनंती करतो आहोत. काका, ही विनंती आहे. आज्ञा नव्हे. आपण नाकारलीत तरी आम्हास वावगे वाटणार नाही. स्वराज्याचे पाईक स्वराज्यासाठी हसतहसत मरण कवटाळतात, पण थट्टेत केलेला बेइमानीचा लटका आरोपसुद्धा सहन करू शकत नाहीत, याची आम्हास पूर्ण जाणीव आहे. आत्ताच्या आत्ता, तातडीने उत्तर देऊ नका. विचार करून काय ते ठरवा. आपले उत्तर काहीही आले, तरी आमच्या मनातील आपल्या स्थानाला धक्का लागणार नाही, याची खात्री असू द्या.''

नेताजी उठले. त्यांनी महाराजांच्या पायांवर लोळण घेतली. भरल्या गळ्याने ते कळवळून म्हणाले–

"नको, नको महाराज, असे बोलू नका. चाकरासाठी एवढा विचार करणारा धनी लाभावा या परते भाग्य ते कोणते? आपल्या मनात एवढा विश्वास, एवढे प्रेम असताना आम्ही करंट्यांनी कसला विचार करायचा! अशा धन्यावरून छप्पन्न नेताजींच्या जिंदगी ओवाळून टाकल्या तरी कमी पडाव्यात. आपल्या दिलात या य:कश्चित चाकराला एवढी मोठी जागा दिलीत, आता जग मला काय म्हणेल, इतिहासात माझ्याबद्दल काय लिहिले जाईल, याची मला पर्वा नाही. आपण सांगाल ते दिव्य करायला हा नेताजी तयार आहे.''

महाराजांनी नेताजींना दोन्ही खांद्यांना धरून वर उचलले आणि उराशी घट्ट कवटाळले. नंतर मसनदीवर शेजारी बसवून घेतले. त्यांचा आवेग काहीसा शांत झाल्यावर महाराज हळुवार आवाजात म्हणाले–

"नेताजीकाका, असे भावनेच्या समुद्रात वाहून जाऊ नका. हा निर्णय सोपा नाही आणि सहजासहजी बदलताही येणार नाही. उद्दिष्ट गाठल्याशिवाय परतवाट नाही. परतीचे दोर कापून पुढे झेपावण्याचा हा निर्णय आहे. निकराच्या झुंजीत शत्रूला मारतमारत चार घाव घेऊन मृत्यूच्या कवेत जाणे वेगळे. हे म्हणजे उघड्या डोळ्यांनी स्वत:चे जिवंत मरण रोज पाहणे आहे. काका या बाबीचा पण विचार करा की, उद्या फासे उलटे पडले, तर आम्ही काहीही करू शकणार नाही. फक्त आतल्या आत जळत राहू. स्वत:ला दोष देत राहू. उघडपणे मदतीचा हात आपल्या समोर करणे शक्य होणार नाही. पैलथडी गाठेपर्यंत ही झुंज तुम्हास एकट्याने झुंजायची आहे. पूर्ण विचार करूनच निर्णय घ्या. मात्र विचार तुम्हीच करायचा आणि निर्णयही तुमचा तुम्हीच करायचा, कोणाचा सल्ला-मशवरा घेण्याची, आडपडद्यानेसुद्धा सवलत नाही, कारण मसलत फक्त तुमच्यात आणि आमच्यातच राहील. मागे हटलात तर हरकत नाही, पण मग हा विचार कायमचा सोडून द्यायचा. 'षटकर्णो भिद्यते मंत्र:।' हे तुम्ही जाणताच."

"ज्या क्षणी बेल-भंडार उचलून स्वराज्याची आण घेतली आणि इमान या पायांवर वाहिले, तेव्हाच सारा विचार करून झाला. आता कसला विचार आणि कसला निर्णय? आपली इच्छा हीच शंभू महादेवाची आज्ञा हे एकदा मनोमनी मान्य केल्यावर आता चिंता कसली. कीर्त भले डंक्यावर चढणार नाही, त्यासाठी काही आपली साथ धरलेली नाही. आपल्या हृदयातील स्थान त्यापेक्षा भारी आहे. प्रत्यक्ष भगवान विष्णू आपल्या छातीवर भक्ताच्या चरणचिन्हांचे लांछन हौसेने मिरवतात, तर माझ्या दैवताच्या काजासाठी या क्षुल्लक झुंझरटाला लागणाऱ्या लांछनाची काय तमा. महाराज, ज्या वेळी सारे स्थिरस्थावर होईल आणि आपण उरी धराल त्या वेळी जो गौरव, जे कवतिक होईल त्याची तुलना कशाशी करावी? गुळाची गोडी धन्याला चाखू द्यायची असेल तर उसाने चरकात पिळून घेतलेच पाहिजे. महाराज, नि:शंक मनाने कामगिरी सोपवावी. पडेल ते दिव्य करू, प्रसंगी हलाहल पचवू; पण कामी कसूर होणार नाही. आपल्या चरणांची आण."

"नका, नका नेताजीकाका, आता कोणतीही आण नका घेऊ. तुमचा प्रत्येक श्वास स्वराज्याच्या हितासाठीच आहे आणि असेल याची पूर्ण खातरजमा आम्हास आहे. एखादी विपरीत परिस्थिती उद्‌भवली तरी तुमचा आमच्यावरचा विश्वास ढळणार नाही याची खात्री आहे आम्हाला. आमचे स्वत:च्या निसबतीचे खास नजरबाज अष्टौप्रहर तुम्हावर नजर ठेवून असतील. मात्र ते लक्ष ठेवून असतील ते

फितूर झालेल्या त्यांच्या सर्वोच्च सेनानायकाची गुपिते काढून घेण्यासाठी आणि तशीच वेळ आली तर त्याला पळवून परत आणण्यासाठी. तसेच काही निकडीचे असेल तर ते आमचा संदेश तुम्हापर्यंत पोहोचवतील. पण फक्त संदेशच. जे करणे ते तुम्हीच आपली शक्ती, युक्ती आणि बुद्धी वापरून करणे आहे. आमची माणसे मौसम-बेमौसम, सकारण-अकारण रत्नागिरीच्या कलमी आंब्यांचा उल्लेख आपल्यादेखत, तुम्हाला नव्हे तर एकमेकांना ओळख पटवण्यासाठी करतील. आम्हास सोडून गेल्यावर तुम्ही एकांतात भ्रमिष्टासारखी स्वत:शी मोठ्याने बडबड कराल. ती ऐकून आम्हास खबरी पोहोचवल्या जातील. ध्यानात आले? ''

''जी महाराज, पुरते ध्यानी आले. चिंता नसावी.''

''चिंता. चिंता कशी नसेल काका? प्रत्यक्ष आमचे सरनोबत शत्रूच्या गोटात असताना चिंता कशी नसेल? लवकरात लवकर योग्य असामी फितवा आणि सुखरूप परत या. काही वावगे घडतेय याचा वास आला तरी पडेल ती किंमत चुकवा आणि जिवंत परत या. साहेब कामी खस्त होणे भाग्याचे हे तर खरेच, पण स्वराज्य काजात जीव बचावून परत येणे यास आमच्या लेखी जास्त किंमत आहे; हे सूत्र सदैव ध्यानी असू द्या.''

''महाराज, मनात उगीच एक शंका आली. इजाजत असेल तर पुसतो.''

''कोणतीही शंका मनात ठेवू नका. बेलाशक विचारा. एकही दुवा कच्चा राहता उपयोगाचा नाही. दोरखंडाचे सर्व सामर्थ्य नेमके काचलेल्या जागीच अजमावले जाते.''

''महाराज, असेच उठून दिलेर वा मिर्झाराजांकडे जाणे कसे शक्य व्हावे? ते दोघे तर आलमगिराची माणसे. जसा धनी तैसे चाकर. किंचित संशय आला तरी सारेच मुसळ केरात! तेलही जायचे आणि तूपही; धुपाटणेसुद्धा हाती राहील अथवा नाही सांगता यायचे नाही.''

''अगदी बरोबर. तशी परिस्थितीसुद्धा निर्माण करावी लागेल. सदरेवर एखादी अशी मसलत मांडा जी प्रथमदर्शनी भारीच चमकदार आणि लाभदायक भासेल. पण प्रत्यक्षात फारच मुश्कील असेल. त्या मसलतीच्या आम्ही चिंध्या करून ती उडवून लावू. आपण आडपडद्याने नाराजी व्यक्त करा. आम्ही दुर्लक्ष करू. त्यानंतर अधिकाऱ्यांकडे उघडपणे नाराजी व्यक्त करा; कामात चालढकल दाखवा. मग एखाद्या फसलेल्या मोहिमेचा ठपका तुमच्यावर ठेवल्याचे निमित्त साधून आम्हाला सोडून निघून जा. नीट ध्यानात ठेवा, सोबत फौज किंवा तुकडी असू नये, चार-दोन अत्यंत विश्वासातील आणि तुमच्या खासगीतील माणसांव्यतिरिक्त कोणी बरोबर असणार नाही.''

''दिलेर पक्का बिलंदर. तो सहजी विश्वास ठेवणार नाही. फार त्रास पडेल.''

''म्हणूनच मोगलांकडे थेट जायचे नाही. आम्हास सोडून प्रथम विजापूर

गाठायचे. प्रत्यक्ष दुसरा शिवाजी आश्रयाला येतो म्हटल्यावर आदिलशहा सोडतोय काय? तुमच्यासारखी मातब्बर असामी आदिलशाहीत राहू देणे, त्याच्याच विरुद्ध मोहीम चालवत असताना मिर्झाराजांना परवडणार नाही. कारण जसा त्यांनी तुमचा धडाका पाहिला आहे तसाच त्यांनी विजापूरकरांकडून सपाटून मारसुद्धा खाल्ला आहे. ते हर प्रयत्नांनी तुम्हाला वळवून घेण्याचा प्रयत्न करतील. मग म्हाताऱ्या नवऱ्याच्या तरण्या नवरीचा मान घेत, नखरे करत त्यांच्या पदरी जायचे. तटही त्यांचा आणि शिडीही त्यांचीच; वर फडकवायला झेंडा तेवढा आपला.''

''गनिमी कावा. खरोखर महाराज केवढी ही आपली दूरदृष्टी. केवढा बारीक विचार. केवढी तळमळ, केवढी चिंता प्रत्येक बाबीची. या साऱ्याला निदान काही काळ तरी मी मुकणार.''

''काही दिवसच. प्रश्न काही महिन्यांचा, फार तर एखाद वर्षाचा. शक्य तेवढ्या लवकर सुखरूप परत या. आम्ही डोळ्यांत प्राण आणून वाट पाहत राहू. चला. छावणीतल्या मुल्लाची बांग देऊन झाली. लवकरच उजाडेल. थोडा आराम करा. मनाला फार लावून घेऊ नका. आता पुन्हा चर्चा करण्यास वा विचार करण्यास सवड सापडणार नाही. या आता.''

नेताजींनी शेल्याने डोळे कोरडे पुसले. यत्नपूर्वक चेहरा निर्विकार केला. मुजरा करून ते पाठ न दाखविता डेऱ्याबाहेर निघून गेले. थकून महाराज लोडावर रेलले. हुजऱ्याला हाक मारून त्यांनी पाणी मागविले.

-१९-

दुसरे दिवशी तिसरे प्रहरी महाराजांच्या डेऱ्यात मसलत बसली. विषय होता मोगलांच्या वतीने पण आदिलशहाविरुद्ध स्वतंत्र नवी मोहीम चालविण्याचा नेताजींनी मोठ्या उत्साहात मनसुबा मांडला.

''महाराज, बारदेश, गोवा आणि कारवारची मोहीम हाती घ्यावी. गोव्याच्या फिरंगी गोरंदोराने आतापर्यंत आपली एकसुद्धा मोहीम फते होऊ दिली नाही. मोठमोठ्या खाड्यांच्या आसऱ्याने लढून तो प्रत्येक 'खेपी' सरस ठरत आला आहे. मोगली मदतीने आता आपले बळ वाढले आहे. आपण मागितली तर मिर्झाराजांकडून आपल्याला फौजेची कुमकसुद्धा सहज मिळेल. आजघडीस जंजिऱ्याचा सिद्दी मोगलांचा मनसबदार आहे. मिर्झाराजांनी हुकूम केला तर त्याला आरमार घेऊन आपली कुमक करावीच लागेल. सुरतेच्या मोगली आरमाराचीसुद्धा आपल्याला मदत होईल. मग इकडून खुश्कीच्या मार्गाने आपण आणि दर्यासारंगाच्या हाताखालचे आपले आणि सिद्दीचे मोगली आरमार असा दुहेरी हल्ला चढवला की, मूठभर गोऱ्यांची आणि पसाभर देशी शिपायांची फौज घेऊन लढणे गोरंदोरास शक्य होणार नाही. हप्ताभरात

फिरंगी पार दर्यात बुडवून टाकता येईल. एकदा बारदेश, गोवा हाती आला की, मग कारवार परगणा कितीसा दूर. त्यानंतर गदग, शिरसी काबीज करीत आपल्या सरहद्दी थेट तुंगभद्रेस भिडवणे अशक्य नाही. अगदीच नाही तरी गेला बाजार या भागातून मोठी लूट करणे फारच सोपे होईल.''

वरकरणी नेताजींचा मनसुबा फारच चमकदार आणि फायद्याचा वाटत असल्याने अनेक पगड्या आणि मुंडाशी त्यांच्या तालावर डोलल्या. कुडतोजी गुजर तर एकदम उत्साहात आले.

''नेताजीरावांनी लई नामी मनसुबा काडलाय बघा म्हाराज. आपुन मोगलांच्या तर्फेने मोहीम चालवणार म्हटल्यावर राजपूत फौज दिल्याबिगर ऱ्हायतोय व्हय? त्याच्या हुकमानं जंजिऱ्याचा सिद्दी येकदा का आपल्या हुकमतीखाली आला की, संधी मिळताच त्याला बी पार उखडून फेकता ईल. येकाच दगडात दोन पाखरं गावतील म्हाराज.''

त्र्यंबक सोनदेवांनी मात्र नाराजीचा सूर लावीत म्हटले-

''सरनोबतांची मसलत आकर्षक भासत असली, तरी व्यवहार्य वाटत नाही. महाराज आपण परवानगी घेत आहोत आदिलशाहीविरुद्ध स्वतंत्र मोहीम चालवण्याची. फिरंग्यांविरुद्ध नव्हे. तद्वतच सिद्दी आणि आणि सुरतेचे मोगली आरमार आपल्या थेट हुकमाखाली आणि आपल्या पद्धतीने लढतील याची शाश्वती ती काय? सिद्दी बेभरवशाचा. उद्या उठून, आदिलशहास मिळायचा. मग नसती बिलामत मात्र उत्पन्न व्हायची.''

''पंतांचा मुद्दासुद्धा बिनतोड वाटतो. पंतप्रधान तुम्हास काय वाटते?''

''महाराज, त्र्यंबक सोनदेवांचे प्रतिपादन यथार्थ आहे. फिरंग्यांविरुद्ध मोहीम चालवण्यास स्वतंत्र परवानगी घ्यावी लागेल. सांप्रत मोगली मोहीम आदिलशहाविरुद्ध आहे. मोहिमेअंतर्गत वेगळ्या आघाडीवर स्वतंत्र मोहीम मंजूर करण्याचा अधिकार सरसेनापती म्हणून मिर्झाराजांस आहे. फिरंग्यांविरुद्ध मोहीम काढण्यास दिल्ली दरबाराची परवानगी घ्यावी लागेल. पत्रव्यवहारात प्रचंड कालापव्यय होईल. मग त्यामध्ये आपले मूळ उद्दिष्ट साधणार नाही. या मोहिमेसाठी आपण फक्त पैसा आणि साधने मागत आहोत; फौज नव्हे. मागाल तर फौजसुद्धा मिळेल, पण मग आपले स्वतंत्र अस्तित्व राहणार नाही. मोगली सरदार आपले हुकूम, आपले थेट वर्चस्व मानणार नाहीत. कुचराई करतील. तद्वतच मिळणारी फौज केवळ राजपूत, मराठे वा अन्य हिंदूंची असणार नाही, ही काळ्या दगडावरची रेघ. दिलेरखान या संधीचा फायदा उठवल्याखेरीज राहणार नाही. त्याची विश्वासाची माणसे तो आपल्या माथी मारणार. मग ज्यासाठी आपण मोगली छावणी सोडण्याचा प्रयत्न करीत आहोत, त्याला काहीच अर्थ उरणार नाही. किंबहुना आपण आयतेच दिलेरच्या कचाट्यात सापडू. मोगली ढिसाळपणात गुप्तता राखणे दुरापास्त.''

"याला म्हणतात विचार. मोहीम म्हणजे फक्त तलवारीचा मनसुबा नव्हे. त्याला मुत्सद्दी योजनेची जोड हवी. अशा चमकदार मोहिमा तर साधे शिलेदारसुद्धा आखतील. त्यासाठी सरनोबत कशास हवे?"

महाराजांचे भेदक बोलणे ऐकून सारे चमकले. नेताजींची चर्या खर्रकन उतरली. महाराजांची नजर चुकवीत त्यांनी काही बोलण्याचा प्रयत्न करताच हात उंचावून त्यांना थोपवीत करड्या स्वरात महाराज म्हणाले–

"बस्स! अधिक समर्थनाची गरज नाही. पुरंदराचा तह होऊन फक्त काही महिनेच उलटलेत आणि आमच्या सरनोबतांच्या बुद्धीस गंज चढू लागला. इकडे दिल्लीचे राजकारण हातातोंडाशी असताना आपल्या फौजा दूर तुंगभद्रेच्या मुलखात गुंतवण्यात शहाणपणा तो कोणता? आमचा विचार ठरला. सिद्दी जौहरला द्यावा लागलेला पन्हाळा पुन्हा जिंकून घ्यायचा. बस्स."

एकदा उद्दिष्ट निश्चित झाल्यावर योजना ठरण्यास वेळ लागला नाही. नेहमीच्या पद्धतीने आणि उत्साहाने भराभरा तपशील ठरत गेला. जबाबदाऱ्या वाटल्या गेल्या. मात्र नेताजींनी अवाक्षरसुद्धा उच्चारले नाही. अपमान त्यांच्या जिव्हारी लागला होता. संतापाने मस्तक भणाणून गेले; अर्थात भरमसलतीत महाराजांवर राग व्यक्त करणे शक्यच नव्हते. मात्र त्यांची नाराजी आणि संताप मुद्रेवर स्पष्ट दिसत राहिला. संतापाने सोडलेले सुस्कारे ऐकू येत राहिले. पण महाराजांनी त्याची दखल घेतली नाही. इतरांनीसुद्धा तिकडे दुर्लक्ष केले.

नेहमीच्या शिरस्त्याप्रमाणे कामकरी, कातकरी, हेटकरी, वंजारी आदींच्या वेषात गडावर माणसे पेरावी. त्यांनी मोक्याच्या जागा हेरून ठेवाव्यात. त्या जागांच्या आसपास संशय येणार नाही अशा पद्धतीने रात्रीचा मुक्काम करावा. मध्यरात्रीच्या दरम्यान सरदरवाजावर महाराजांनी एल्गार करावा; त्यामुळे उडालेल्या धांदलीचा फायदा घेत गडात घुसून राहिलेल्या शिबंदीने एकदम उठाव करून हेरलेल्या जागांचा ताबा घ्यावा. एका टोळीने ऐन सरदरवाजावर गोंधळ उडवून देऊन दरवाजा उघडावा आणि महाराजांच्या सैन्याला आत घ्यावे. याच सुमारास नेताजींनी अचानक येऊन आपल्या तुकडीनिशी महाराजांची कुमक करावी आणि गड फत्ते करावा असा बेत मुक्रर झाला.

गडाचा आदिलशाही किल्लेदार अतिशय शूर, सावध आणि इमानदार म्हणून ख्यात होता. म्हणून मुख्य हल्ला महाराजांनी स्वत: करण्यास सर्वांनी विरोध केला. नेताजींनी पहिला हल्ला करून किल्लेदाराचा ताज्या दमाचा जोर अंगावर घ्यावा आणि निकराच्या समयी महाराजांनी कुमक करून कर्त करावी, असे सर्वांचे म्हणणे पडले. महाराजांनी त्या बेतास साफ नकार तर दिलाच पण नेताजींनी सुचविलेल्या मोहिमेच्या अनुषंगाने चार तिखट बोलसुद्धा सुनावले.

सारा तपशील निश्चित करून मसलत संपली. काही मंडळींना तातडीने छावणी सोडून पुढे जाण्याचे आदेश महाराजांनी दिले.

— २० -

मसलत बरखास्त झाली. मुजरे घालून एकेक जण निघून गेला. सरतेशेवटी नेताजी जड अंत:करणाने उठले. खालमानेनेच त्यांनी मुजरा केला. नजर किंचित उचलली. महाराजांच्या नजरेत नजर मिसळली. ये मनीची खूण त्या मनी पटली. दोघांच्या मुद्रेवर स्मित उमटले. पण फक्त अर्धा क्षणच. पायात मणामणाच्या बेड्या असल्यागत चालत नेताजी बाहेर पडले.

समोर भेटेल त्या शिपाई-प्याद्यापासून सरदार-मुत्सद्द्यापर्यंत ज्याला त्याला नेताजी आपल्या अपमानाची बोच उघडपणे बोलून दाखवीत राहिले. आपला उद्वेग आणि संताप लपविण्याचा ते किंचितही प्रयत्न करीत नसत. या साऱ्या गोष्टी महाराजांच्या कानी गेल्याशिवाय राहणे शक्यच नव्हते. नेताजी वठवीत असलेली बतावणी पाहून महाराज संतुष्ट झाले. त्यांनी दुर्लक्ष करण्याची बतावणी सुरू ठेवली. रिवाज वगळता दोघांचे भेटणे-बोलणे बंदच झाले. परिणामी, इतर मुत्सद्दी आणि अधिकारी नेताजींना टाळू लागले.

महाराजांची योजना मंजूर झाली. मंजूर झालेला खजिना, गला आणि दारूगोळा मोरोपंतांनी त्याच दिवशी ताब्यात घेऊन पन्हाळ्याच्या वाटेने पुढे रवाना केला. अन्य छावण्यांमधून शिबंदी गोळा करण्यासाठी नेताजींनी छावणी सोडली. रातोरात मसलत बसून हल्ल्यासाठी शिवरात्रीचा मुहूर्त पक्का झाला. मिर्झाराजांचा निरोप घेऊन महाराजांनी दुसऱ्याच दिवशी छावणी सोडली. बरोबर पाचव्या दिवशी महाराज पन्हाळ्याच्या परिसरात पोहोचले. ठरलेल्या बेताप्रमाणे कातकरी वगैरेंच्या वेषातल्या मावळ्यांच्या तुकड्या गडावर रवाना झाल्या.

- २१ -

महाराजांची ही पन्हाळा मोहीम सपशेल फसली. किल्लेदार अतिशय सावध तर होताच, पण त्याला कशी कोण जाणे हल्ल्याची खबर मिळाली होती. महाराजांनी गडात घुसविलेली मंडळी एकजात पकडली गेली. मात्र या गोष्टीचा सुगावा त्याने महाराजांना शेवटपर्यंत लागू दिला नाही. महाराजांचा एल्गार होताच त्याने सरदरवाजाच्या आतल्या बाजूस गोंधळ उडाल्याचे नाटक करून स्वत:च दरवाजा उघडला. महाराजांची फौज गडात आतपर्यंत घुसू दिली.

या हल्ल्याला गडकऱ्यांनी नुसते चोख प्रत्युत्तर दिले असे नाही तर हल्ला साफ मोडून काढला. गडकऱ्यांचा आवेग एवढा जबरदस्त होता की, एक हजार मावळा

कामी आला. नेताजी वेळेपर्यंत पोहोचले नाहीत. त्यांची वाट पाहत झुंजत राहणे शक्यच नव्हते. मोठ्या शिकस्तीने विशाळगडाकडील दिंडी उघडण्यात मावळ्यांना यश आले. सपाटून मार खाऊन महाराजांना विशाळगडाकडे पळून जावे लागले. आदिलशाहीविरुद्ध मराठ्यांचा हा पहिलाच पराभव. त्याउपर एक हजार मावळ्यांनी हकनाक जीव गमावले. ही गोष्ट महाराजांच्या जिव्हारी लागली. नेताजी समयास पावते तर कदाचित पारडे फिरू शकले असते.

कामात कुठेतरी कुचराई करण्याची मसलत जरी महाराजांची होती, तरी मोहिमेत कुचराई कधीच अपेक्षित नव्हती. आणि त्या कुचराईचे मोल हजार मावळ्यांच्या प्राणाने चुकवावे हे तर कोणत्याही परिस्थितीत समर्थनीय ठरणारे नव्हते. अशी गफलत नेताजी जाणूनबुजून करणे कधीच शक्य नव्हते. नक्की काहीतरी घोटाळा झाला होता. काही असो, नेताजी वेळेवर पोहोचले नाहीत ही वस्तुस्थिती कायम राहते. नुकसान झाले होते. मोहिमेत दारुण पराभव पदरी आला होता. महाराज खरोखर संतापले होते.

विशाळगडावर नेताजी महाराजांसमोर पावते झाले. महाराजांच्या दिलात संताप आणि नजरेत अंगार होता. त्या नजरेला नजर देण्याची हिंमत नेताजींमध्ये उरली नव्हती. संतापाने थरथरणाऱ्या ओठांमधून तीक्ष्ण आवाजात वीज कोसळल्यासारखा एकच प्रश्न बाहेर उमटला–

"समयास का पावते झाला नाहीत?"

नेताजींकडे उत्तर नव्हते. पायतळी नजर गुंतवून ते गप्पच राहिले. महाराजांनी नेताजींना सरनोबतपदावरून तडकाफडकी बरखास्त केले. कुडतोजी गुजरांच्या पगडीवर सरनोबतीचा चांदवा चढला. त्यांना नवा किताब मिळाला. 'प्रतापराव'. सरनोबत प्रतापराव गुजर.

-२२-

खाली मान घालून नेताजी मुक्कामाकडे निघून गेले. त्यांच्या चर्येकडे बघवत नव्हते. त्यांनी स्वत:ला खोलीत कोंडून घेतले. त्यांच्याकडून कुचराई झाली होती. त्याचे मोल पराभवात आणि मावळ्यांच्या प्राणात चुकते झाले होते. आदिलशाहीकडून पहिला पराभव. अत्यंत लाजिरवाणा, दारुण पराभव आणि तोसुद्धा दस्तूरखुद्द महाराज झुंजत असताना. नेताजी आपली फौज घेऊन कोकणातून पन्हाळ्याकडे येत होते. किल्लेदाराने किल्ल्याच्या परिसरात ठेवलेली फिरती गस्त चुकविण्याच्या नादात जरा लांबचा फेरा घ्यावा लागला होता. त्यातून वाघदरीतून सरदरवाजाच्या दिशेने येताना अंधारात दिशाभूल झालेली. पण या सबबी सरनोबतास समर्थनीय नव्हेत. कारण योजना आखताना या बाबींचा विचार करूनच काळ-काम-वेगाचे

गणित मांडायचे असते आणि दुर्दैव म्हणजे नेमके याच प्रसंगी ते चुकले. नेताजींचे मन आतल्याआत आक्रंदत होते–

"काय करू? नेमकी कुठे गफलत झाली तेच समजत नाही. महाराजांना तोंड कसे दाखवू? त्यांची समजूत कशी पटवू? सारे सरदार, पंतमंडळ, फौज प्यादे सारी मंडळी मावळ्यांच्या हत्येस मलाच जबाबदार धरणार. कोणत्या प्रकारे त्यांची समजूत काढू? देवा शंभू महादेवा, खंडेराया हा कलंक कसा धुऊन काढू? आई जगदंबे, लेकराला यातून तूच सोडीव."

दोन संपूर्ण दिवस आणि तीन रात्री नेताजी खोलीतून बाहेर आले नाहीत. अन्न नाही, पाणी नाही. फक्त खंत, खंत आणि खंत. सोबत्यांनी हाका मारल्या, सेवकांनी नाकदुऱ्या काढल्या; पण त्यांनी कोणताच प्रतिसाद दिला नाही. अधूनमधून येणारे वस्तूंच्या फेकाफेकीचे आवाज आणि मधूनच भिंतीवर बुक्क्या मारल्याचा वा डोके आपटल्याचा आवाज हीच तेवढी जाग बाहेरच्यांना जाणवत राहिली.

- २३ -

हळूहळू महाराजांचा राग शांत झाला. नेताजीकाकांसारखा जबाबदार असामी अशी हलगर्जी करणे शक्य नाही याची त्यांना जाणीव झाली. महाराज आपल्या सवंगड्यांशी एवढे तादात्म्य झाले होते की, नेताजींचे आक्रंदन त्यांच्या मनास स्पर्शू लागले. पण आता काय करावे? घडणारे घडून गेले होते. नुकसान होऊन चुकले होते. आता पर्याय एकच. नेताजींबरोबर योजलेले राजकारण पुढे चालविणे. महाराजांनी बहिर्जीला एकांतात बोलावून घेतले. महाराजांच्या महालातून बहिर्जी निघाला तेव्हा रात्रीचा दुसरा प्रहर टळत होता. निजानीज होऊन गेली होती. बहिर्जी थेट नेताजींच्या मुक्कामावर पोहोचले. शिपाई-प्यादे, सेवक सर्वांना त्यांनी दूर उभे केले. दाराशी येऊन त्यांनी कानोसा घेतला. नेताजींच्या येरझारांचा पदरव स्पष्ट जाणवत होता. त्यांनी हलकेच थाप मारली आणि कवाडाशी तोंड नेऊन हलक्या पण स्पष्ट स्वरात त्यांनी साद दिली–

"सरनोबत, सरकार, दार उघडा. मी बहिर्जी. म्हाराजांचा सांगावा घेऊन आलोया. सरकार, दार उघडा."

काही क्षण गेले. हलकेच दार किलकिले झाले. भकास मुद्रेचे आणि तारवटल्या डोळ्यांचे सरनोबतांचे ते रूप पाहून बहिर्जीचे काळीज चरकले. झटकन खोलीत शिरून त्याने कवाड लावून घेतले. हाताला धरून नेताजींना विस्कटलेल्या पलंगावर बसविले. खोली पार अस्ताव्यस्त झाली होती. स्वत:वरचा संताप नेताजींनी खोलीतील वस्तूंवर काढल्याचे स्पष्ट दिसत होते. तिवईवरच्या फुलपात्रापासून पलंगावरच्या गादीपर्यंत एकही वस्तू जागेवर नव्हती. भिंतीशी उडून पडलेली ठाणवई उचलून

बहिर्जीने जागेवर ठेवली. हातातला दिवा ठाणवईवर ठेवून तो नेताजींकडे वळला. ते जमिनीवर नजर खिळवून निश्चल बसून होते. आश्चर्याने स्तंभित झालेला बहिर्जी त्यांना आपादमस्तक न्याहाळीत राहिला. रणमर्द सिंहाचे हे विकल रूप त्याने कधी कल्पिलेसुद्धा नव्हते. अखेर बहिर्जीनेच शांततेची तार तोडली.

"सरकार, म्या लईच लहान मानूस. काय अन् कसं झालं इचारपूस करन्याचा चाकराला अधिकार न्हाई. सोपवलेलं काम चोख बजावायचं त्येवढंच चाकराला ठावं. म्हाराजांचा सांगावा हाये, घडलं ते घडून ग्येलं, आता त्येला उपाय न्हाय. तव्हा त्येचा इचार करणं सोडून द्या. आम्हास भेटन्याची गरज नाही. जे जसं ठरलं ते तसंच पुढं चालवणं. जगदंबा कृपेनं यशाचे धनी व्हाल तव्हा पुन्हा भेट व्हईलच."

विजेचा धक्का बसावा तसे त्यांनी बहिर्जीकडे पाहिले. झटकन उठून भिंतीचा आधार घेत त्यांनी पाठ फिरविली. भले थोरले वडाचे झाड चक्रीवादळात घुसळून निघावे तसे गदगदणारे सरनोबत बहिर्जी विस्मयाने पाहत राहिला. पाठीवरून फिरविण्यासाठी त्याचा हात क्षणभर वर उचलला गेला, पण मर्यादेचे भान येऊन आपसूकच खाली आला. नेताजींना तसेच सोडून पाय न वाजविता तो खोलीबाहेर आला. कवाड तसेच अर्धवट उघडे ठेवून तो झपाट्याने निघून गेला.

बहिर्जीची वाट पाहत महाराज जागेच होते.

"बोला नाईक! काय झालं?"

"म्हाराज, नेताजी सरकारांनी मनाला लईच लावून घेतलंया. पार कोलमडून ग्येल्याती. बघवत न्हाई. येवडा डोंगरासारखा, वाघाच्या काळजाचा गडी, पर बाईमानसावानी रडला वो. व्हटातून शबुद फुटंना त्येंच्या."

"ते ठीक आहे. मेलेल्या मावळ्यांचे प्राण असे डोळ्यांतून पाणी काढल्याने परत येणार नाहीत. सांगावा सांगितला? जवाब काय?"

"जी. जसाच्या तसा सांगावा सांगितला पर नेताजी सरकार जवाब देन्याच्या परिस्थितीत नव्हतं. भिंतीला डोकं टेकून नुसतं हुंदकत ऱ्हायलं. वाढूळ वाट पायली आनि परत फिरलो. म्हाराज..."

बहिर्जी घुटमळला. महाराजांची डावी भुवई वर चढली.

"म्हाराज, म्या लई छोटा मानूस. आपल्याला काय सांगायचा मला अधिकार न्हाय. तेवडी माजी लायकी बी न्हाय, पर म्हाराज सरनोबतांची हालत पायली, काळजाचं पार पानी झालं. त्येंची भूल पदरात घ्या. त्येंना कौल द्या."

महाराजांची भेदक नजर बहिर्जीच्या नजरेला भिडली. अगदी क्षणभरच. जणू काळीज आणि मस्तक भेदून आरपार गेली. थंडगार घामाची धार मणक्यांतून कंबरेवर उतरली. जीभ पार टाळ्याला चिकटली.

"माफी मायबाप, माफी. गलती झाली."

खालमानेने मुजरा करीत पाठ न वळविता बहिर्जी झटक्याने महालाबाहेर निघून गेला.

-२४-

बहिर्जी गेल्यावर बऱ्याच वेळाने नेताजी भानावर आले. पण सुन्नपणे तसेच पलंगावर बसून राहिले. उघडे कवाड पाहून दबकत दबकत हुजऱ्या खोलीत आला. त्याच्या चाहुलीने नेताजींनी मान वर केली. कसेबसे तोंडातून शब्द आले–

"पाणी..."

उलट्या पावली हुजऱ्या बाहेर गेला आणि पाण्याचे तांब्या-भांडे घेऊन धावतच परत आला. एका घोटातच तांब्या रिकामा झाला. गार पाणी पोटामध्ये गेल्यावर काही क्षण नेताजी डोळे मिटून स्वस्थ बसून राहिले. त्यांच्या मुखातून निघालेला अस्पष्टसा शब्दसुद्धा ध्यानातून निसटू नये म्हणून कंबरेत झुकून हुजऱ्या तिष्ठत राहिला.

"हजामाला बोलाव. स्नानाची व्यवस्था कर."

"धनी, येवढ्या राती?"

"चौकश्या नकोत. थाळ्यांची व्यवस्था करायला सांग आणि महिपत, खाशाब्या, सुभान्या अन् गोदाजीला सांगावा धाड. म्हणावे, असाल तसे दाखल व्हा. आत्ता या क्षणी."

"जी धनी."

पुऱ्या तीन दिवसांनंतर धनी स्वत:हून जेवायला मागतात, माणसांना बोलावतात, याच आनंदात तो बिचारा चाकर लगेच कामाला लागला. हजामत आणि स्नान आटोपून नेताजी थाळ्यावर बसत असतानाच बोलावलेली माणसे समोर हजर झाली. पहाऱ्यावरील शिपायाला, कोणालाही आत न सोडण्याची सख्त ताकीद देऊन त्यांनी कवाड लावून घेण्यास सांगितले.

"जेवणे झाली?"

"जी धनी."

"मी जर माझ्या सोबत चला म्हणून सांगितले, तर चलणार?"

"असं का इचारता धनी? तुमचा शबुद वलांडला तर प्राण कुडीत ऱ्हायाचे ऱ्हाईत."

"त्याची खात्री आहे म्हणूनच बोलावून घेतले. पण आताचा मामला नाजूक आहे. नेहमीच्या शिरस्त्यातला नाही. कदाचित मनाला न मानवेल. स्वराज्य सोडून महाराजांपासून दूर, मी जिथे जाईन तिथे, जेव्हा जाईन तेव्हा येणार? जिथे राहीन

तिथे, जसा राहीन तसे, राहणार? एकही प्रश्न न विचारता साथ देण्याचे, इमान न सोडण्याचे वचन देणार? कदाचित पुन्हा बायका-पोरांत परत येता येईल न येईल; मान्य कराल? द्या वचन."

"आमचं इमान कवाचंच आपल्या पायी हाय धनी. पन आज असं पुन्यांदा इचारतायसा म्हन्जी बाब लई गंभीर असनार. आनि सोराज्यापासून, म्हाराजांपासून दूर जायाचं? काय उमगना झालंय बगा."

"आजवर स्वराज्याविरुद्ध महाराजांच्या शब्दाबाहेर या हातांनी काही घडलेले नाही, स्वप्नांतसुद्धा कधी घडणार नाही या गोष्टीची तुम्हा सर्वांना खात्री आहे ना?"

"जी सरकार."

"मग प्रश्न नकोत. आपण जे करायला निघालो आहोत ते वरकरणी विरोधी दिसत असले, तरी... तरी ते स्वराज्यासाठी आणि महाराजांच्या हितासाठीच असेल याची पक्की खूणगाठ मनात असू द्या. इतके दिवस स्वराज्याचे बिनीचे शिलेदार आणि सरनोबतांची खास माणसे म्हणून मिरवलात, कौतुक करवून घेतलेत, मानमरातब झेललेत; आता निंदानालस्ती झेलण्यास सज्ज व्हा. आज स्वराज्य आणि महाराज तुमच्या प्राणांची आहुती मागत नाही, तर अब्रू, इभ्रत आणि सन्मानाची किंमत मागत आहेत, असे समजा. ही जणू आपली सर्वांचीच सत्त्वपरीक्षा आहे. मान्य असेल तर या भाकरीची शपथ घ्या. नसेल तर विसरून जा. मात्र एक गोष्ट नीट ध्यानात घ्या, आत्ता या क्षणी परत फिरण्याची मुभा असली, तरी नंतर परतीचा मार्ग नाही. या खोलीतून यातला एक शब्द जरी बाहेर फुटला, तरी स्वराज्याशी गद्दारी केल्याचे पाप माथी घेऊन कडेलोटाला सामोरे जावे लागेल. अर्ध्यातून साथ सोडून परतलात तरी भविष्य तेच. पूर्ण विचार करा आणि निर्णय घ्या."

नेताजींचे बोलणे संपताक्षणी चौघांनी झटकन पुढे होऊन समोरच्या तसराळ्यातील भाकर उचलून हाती घेतली. एकमुखाने चौघे बोलले–

"धनी, भाकरीची आण घेतो. तुमा विषी न कधी सोंशय व्हता, न कधी मनात किंतू येईल. जे कराल ते अंती गोमटंच असनार. येक डाव सावली साथ सोडंल, पर आमची साथ सुटनार न्हाई. का? कशापाई? असा सवाल जबानीवरच काय पन मनात बी उमटनार न्हाई. जे कराल ते कितीही इपरीत दिसत असलं तरी अंती सोराज्याच्या नि म्हाराजांच्या काजाचंच आसंल या श्रद्धेनं जिवात जीव हाय तवर साथ करू. यात कुचराई व्हनार न्हाई. मान-पान, इभ्रतीचा इचार करनार न्हाई, घर-संसाराची परवा करनार न्हाई. भाकरीची, जिवाची, इमानाची आन."

"शाबास रे माझ्या वाघांनो! माझा विश्वास सार्थ ठरला. लगोलग घोडी तयार करा. लांब मजलीच्या पडशा बांधा. मात्र बोभाटा नको. येरवाळी गडाचे दरवाजे उघडताच आपण गडातून बाहेर पडणार आहोत. गोदाजी, हडपा उघड. माझा कसा

रुपयांनी भरून दे. तुमच्या प्रत्येकाच्या कंबरेला मोठी रक्कम ठेवा. माझ्या पडशीत दरबारी कापडाचा एक जोड असू देत. या आता.''

- २५ -

पूर्व क्षितिजावर सूर्याची पहिली किरणे उमटताच बुरुजावरून तोफ उडाली आणि विशाळगडाचा कोकण दरवाजा सताड उघडला. त्याच क्षणी पाच स्वार भरवेगात गडाबाहेर पडले. हवालदाराने अन् मावळ्यांनी सरनोबतांना ओळखून मुजरे घातले पण माना वर होईतो घोडी पार नजरेआड झाली होती. नेताजी पालकर चार स्वार सांगाती घेऊन कोकण दरवाजाने गडाबाहेर पडल्याची खबर लगोलग महाराजांना पावती झाली. सदरेवर येताच, हीच खबर प्रतापरावांनी सर्वांसमोर सादर केली. महाराज काही बोलले नाहीत. काही वेळ फक्त डोळे मिटून स्वस्थ राहिले. त्यांच्या चर्येवर क्षणभर विषादाची आणि खिन्नतेची छटा उमटून गेल्याचे जाणकारांना जाणवले.

- २६ -

विशाळगडावरून नेताजी सुटले ते थेट नेसरीची खिंड ओलांडून रुस्तमेजमाच्या छावणीत दाखल झाले. शिवाजीने मोगली आश्रयाने आदिलशाहीविरुद्ध स्वतंत्र मोहिमा उघडल्याने त्याचा प्रतिकार करण्यासाठी रुस्तमेजमा छावणी ठोकून सज्ज होता. नेताजी पालकर येतोय अशी खबर येताच भराभरा हुकूम सोडून रुस्तमेजमाने फौज हत्यारबंद करवली. पण मग मागाहून खबर आली की, फक्त चार स्वार सांगाती घेऊन नेताजी सडा येतोय. पन्हाळ्यावर झालेल्या पराभवाचा ठपका ठेवून शिवाजीने नेताजीला सरनोबतीतून बरखास्त केल्याच्या खबरा मोगल व आदिलशाही दरबार अन् छावणीत उतरल्या होत्या पण इतक्या तडकाफडकी नेताजी बाजू बदलेल अशी अटकळ कोणाला आली नव्हती; त्यामुळे रुस्तमेजमाने जरा बिचकतच नेताजींची भेट घेतली. वर्षे लोटली तरी अफजलवधाचा धसका सर्वांच्या मनात कायम होता.

नेताजींनी, महाराजांना सोडून आल्याचे सांगताच रुस्तमेजमाच्या आश्चर्याला पारावार राहिला नाही.

''खानसाहेब, राजे स्वराज्य स्थापण्यास निघाले म्हणून शिर तळहाती घेऊन त्यांची साथ केली. ते स्वप्न आता वाऱ्यावर विरले. राजेच मोगलांच्या चाकरीत धन्यता मानू लागले. आम्हास अपमानित केले. या मनगटात स्वतंत्र दौलत उभारण्याची रग आणि ताकद रतीभरसुद्धा कमी नाही. चाकराचे पडचाकर होऊन राहण्यापेक्षा आपणसुद्धा शाही खिदमत करून दौलत कमवावी अशी मनशा

बाळगण्यात गैर ते काय? आम्ही आदिलशाहीत मनसबदार होऊ इच्छितो. आमच्यासाठी आपण शहाकडे रदबदली करावी.''

रुस्तमेजमा खुळचट दरबारी नव्हता. त्याने फारच सावध प्रतिक्रिया दिली. कोणतेही स्पष्ट वचन न देता त्याने नेताजींना छावणीत ठेवून घेतले आणि आदिलशहास सविस्तर खलिता पाठविला मात्र त्यात स्वत:ची शिफारस किंवा मत न नोंदविण्याचा सावध पवित्रा त्याने कायम ठेवला.

शिवाजीवर चिडलेला प्रतिशिवाजी चाकरीत येतो म्हटल्यावर अली आदिलशहा आणि बड्या बेगमेस मोठा आनंद झाला. अली आदिलशहाने दस्तूरखुद्द दस्तखतीचे पत्र, पोशाख, कट्यार, तलवार, शिरोपाव नेताजींसाठी रवाना केले आणि त्यांना विजापूर दरबारात सन्मानाने पाचारण केले. रुस्तमेजमाने सिद्दी सरवरच्या हाताखाली एक हजार स्वार आणि पाचशे पायदळ नामजद करून नेताजीस विजापुराकडे रवाना केले.

विजापूरच्या परकोटाबाहेर शहाच्या वतीने बहोललखानाने नेताजींचे स्वागत केले. नेताजींची व्यवस्था खास शामियान्यात केली गेली. जुम्म्याच्या खास दरबारात त्यांचा मोठा गौरव करण्यात आला. मानाची खिलत दिली गेली. पाचहजारी सरदारकी आणि जहागिरी बहाल करण्यात आली. मात्र जहागिरीचा परगणा जाहीर झाला नाही. तूर्तास खर्चासाठी रोख पन्नास हजार रुपये त्यांच्या पदरी घातले. पुढची व्यवस्था होईपर्यंत त्यांना रुस्तमेजमाची निसबत फर्मावण्यात आली.

मराठशाहीचे सरनोबत नेताजी पालकर आता शाही सही-शिक्क्यानिशी आदिलशाहीचे पाचहजारी मनसबदार झाले.

- २७ -

महाराज आईसाहेबांच्या महालात बसले होते. रामचंद्रपंत अमात्य, मोरोपंत पिंगळे, निराजी रावजी, दत्ताजीपंत, प्रतापराव गुजर, तानाजी मालुसरे, कोंडाजी फर्जंद, जेधे, शिळमकर, काटके वगैरे वेचक मंडळी समोर उपस्थित होती. खल चालला होता दिल्लीभेटीचा. नेताजींची उणीव प्रत्येकास खुपत होती पण विषयाला तोंड फोडण्याचा कोणाचा धीर होत नव्हता. अखेर आईसाहेबांनीच थेट विषय काढला.

''शिवबा, नेताजी रुसून गेल्याचे कळले. त्यांची काय खबरबात? पन्हाळ्याचा पराभव त्यांनी जिव्हारी लावून घेतलेला दिसतो. रागाच्या भरात तुम्हीसुद्धा पार टोक गाठलेत. थेट त्यांची सरनोबतीच बरखास्त केलीत. अशाने मराठ्याचे मानी रक्त दुखावणारच.''

मोका मिळताच रामचंद्रपंतांनीसुद्धा आईसाहेबांच्या सुरात सूर मिसळला–

"आईसाहेबांचे बोलणे रास्त आहे. एकदम एवढी कठोर सजा देण्याचे महाराजांनी टाळले असते, तर एवढा तालेवार मोहरा दुखावला नसता. साऱ्या फौजेचा आपल्या सरनोबतावर भारी जीव. डोक्यात राख घालून ते असे अचानक निघून गेले; त्यामुळे फौजेत नाराजी आहे."

मोरोपंतांनी विषय पुढे सरकवला–

"सरनोबती सांभाळण्यात प्रतापराव कोठेही उणे ठरणार नाहीत हे जरी खरे असले, तरी नेताजीरावांचे दुखावले जाऊन अज्ञातात निघून जाणे अस्वस्थता उत्पन्न करीत आहे. मौका साधून स्वत: महाराजांनीच फौजेची समजूत काढावी."

"पंत, नेताजीकाका असे रुसून, न सांगतासवरता निघून गेले याचे आम्हास दु:ख कसे नसेल? स्वराज्याच्या सुरुवातीपासूनचे ते सोबती. आप्तसुद्धा आहेत ते आमचे. प्रश्न पन्हाळ्यावर माघार घ्यावी लागली याचा नाही. जय-पराजयास आम्ही महत्त्व देत नाही हे सारेच जाणतात. गनिमी काव्यात माघारीची शरम नसते. पण प्रश्न आहे एक हजार मावळ्यांच्या हकनाक झालेल्या कत्तलीचा. आम्हास रयत पोटच्या लेकरासारखी आणि प्रत्येक मावळा सख्ख्या भावासारखा. पन्हाळ्याचा किल्लेदार चलाख आहे, त्याला आगाऊ खबर मिळाली असेल, त्याने तो सावध राहिला असेल; पण जर नेताजीकाकांची कुमक वेळेवर पावती तर निदान निष्ठावान मावळ्यांचे जीव तरी वाचते. दौलत सध्या अडचणीत आहे. रजपुताने तहात आम्हास पुरते नागवले आहे. त्याच्या छावणीत आम्ही शरणागताचे अपमानास्पद जिणे जगत होतो आणि दिलेरखानाच्या भयाने आम्ही छावणी सोडून निघालो. ही बाब लपून राहिलेली नाही. याउपर अधिकाऱ्यांच्या गफलतीमुळे आणि बेफिकिरीमुळे जर सैन्य मारले जाऊ लागले तर मावळ्यांचे धैर्य टिकून कसे राहावे? सरनोबतच जर बेफिकीर झाले आणि त्याकडे आमचा कानाडोळा झाला, तर लहान-मोठे अधिकारी आणि सर्वसामान्य शिलेदार यांजवर जरब कशी राहावी? सैनिकांकडून इमानाची अपेक्षा करीत असताना, त्यांच्या मनात धन्याविषयीचा विश्वास जागता ठेवणे हे धन्याचे प्रथम कर्तव्य ठरते. नेताजीकाकांची सरनोबती काढून घेण्याचा निर्णय आम्ही नाइलाजाने, पण पूर्ण विचार करूनच घेतला. काका स्वराज्याचे एकनिष्ठ पाईक. आम्हास वाटले, ते आम्हास समजून घेतील. त्यांच्यासाठी काही वेगळा मनसुबा आम्ही योजत होतो. कृष्णाजीपंत हणमंत्यांच्या सोबत मोठी जबाबदारी देऊन त्यांना कर्नाटकात पाठवण्याचा आमचा मानस होता. पण त्यांनी वेळ दिला नाही. धीर राखला नाही. एवढ्या तोलामोलाचा हा मोहरा कुठे भरकटला नाही म्हणजे मिळवली."

महाराज बोलत असतानाच हुजऱ्या आत आला.

"म्हाराज, बहिर्जी नाईक तातडीची भेट मागतात. नाईक लई चिंतेत दिसाय लागलेत."

"बहिर्जी? या वेळी? दे पाठवून."

मुजरा करून बहिर्जी मान खाली घालून उभा राहिला. शेल्याने कपाळीचा घाम वारंवार पुसत तो शब्दांची जुळवाजुळव करीत राहिला. प्रत्येकाची उत्सुक नजर आपल्यावर खिळलेली त्याला जाणवत होती पण शब्द ओठावर येत नव्हते. वाट बघून अखेर महाराजच बोलले–

"नाईक, असे अचानक? तुम्ही विजापुरात असावयास हवे होते."

"विजापुरास्नच येतोया म्हाराज. तीन दिस झाले घोड्याची मांड सोडलेली न्हाई. खबर अशी चक्रावनारी हाय की, कोना नजरबाजाकडून धाडनं रास्त वाटलं न्हाय. म्हनून मग सोता आलो."

आईसाहेबांचा जीव धास्तावला. त्या एकदम ताठ बसत्या झाल्या. पदराची अस्वस्थ चाळवाचाळव करीत काळजीच्या स्वरात त्या बोलल्या–

"नमनाला घडाभर तेल जाळत जीव टांगणीला लावू नकोस. काय असेल ते पटकन सांगून टाक. धीर निघत नाही आताशा."

"आईसाहेब, लई वंगाळ खबर हाये. नेताजी सरकार..."

"काय झालं नेताजीरावांना?"

चार-पाच आवाज एकदम उमटले. एकटक नजरेने स्थिर पाहत महाराज बहिर्जीच्या काळजाचा ठाव घेत राहिले. जाजमावरची नजर न उचलता बहिर्जी बोलला–

"नेताजी सरकार आदिलशहास मिळाले. अली आदिलशहा बाच्छावानं त्यानला पाच हजाराची सरदारी, मनसब आनि रुपये पन्नास हजार रोख बहाल क्येलं. खिलत, तेग आन् शिरपाव आनि घोडी अहेर करून नावाजनी क्येली. हाली सरकार रुस्तमेजमाच्या छावनीत हायेती."

सारे स्तब्ध झाले. नजरा पायतळी खिळल्या. चमकून आईसाहेब महाराजांकडे एकटक पाहत राहिल्या. महाराजांच्या मुखातून दीर्घ सुस्कारा उमटला. आईसाहेबांच्या नजरेला नजर देण्याचे टाळत ते गंभीर स्वरात उद्गारले–

"जे अपेक्षिले तेच घडले. आम्हास नेताजीकाकांची चिंता वाटते. तुटलेला पतंग अस्मानात चढत नाही. वाऱ्याच्या झोताबरोबर काही क्षण वर चढल्यासारखा भासला तरी अखेरीस गोता खाऊन खालीच पडायचा. दुर्दैव! दुसरे काय!!"

"शिवबा, नेताजीस माघारी आणावयास हवे."

"व्हय जी म्हाराज. खोपड्याची बात येगळी, नेताजीरावांची येगळी. असा चोखट असामी गमावनं सोराज्याच्या फायद्याचं न्हाई."

"होय महाराज, प्रतापरावांचे बोलणे रास्त आहे. स्वराज्यातला प्रत्येक बारकावा नेताजीरावांस आपल्या खालोखाल ठावकी आहे. त्यांचे गनिमाच्या गोटात असणे मोठे नुकसानकारक ठरेल."

"प्रतापराव, पंत, बरोबर आहे तुमचे; पण आईसाहेब, घाई करून चालणार नाही. तापला तवा भडकलेल्या चुलीवरून घाईने उतरविण्याचा खटाटोप केला तर बोटे भाजण्याचीच खात्री अधिक. बहिर्जी आमच्या महाली जाऊन आमची वाट पाहा. आम्ही आलोच. पंत, दिल्लीच्या मनसुब्यावर उदईक बोलू. तोवर या बातमीवर कोण काय प्रतिक्रिया देतो याची नीट माहिती काढा आणि उद्या सकाळी आम्हासमोर सादर करा. प्रतापराव, फौजेत दंगा किंवा फितवा होणार नाही याविषयी जातीने काळजी घ्या. मोरोपंत, प्रत्येक अधिकाऱ्यास आणि गडावर सख्त सूचना रवाना करा. म्हणावे, नेताजींचा बहाणा करून कोणी फिसाद उभा करू पाहील, तर मुलाहिजा राखला जाणार नाही. त्यांना पुढे करून गनीम गडावर चाल करू बघेल, तर कोणताही मुलाहिजा न बाळगता त्यांचेवर बेलाशक गोळा टाकावा. कोठे ढिलाई झाली आणि गनिमाने दावा साधला तर जबाबदार असणाऱ्याची गर्दन मारली जाईल. सीमेवरचे चौक्या पहारे आणि गड-कोटांवरचा बंदोबस्त कडक करा. ठिकठिकाणच्या नजरबाजांस सावधगिरीच्या सख्त सूचना रवाना करा. तानाजी तुम्ही, चिपळूण आणि संगमेश्वराच्या छावणीकडे आजच रवाना व्हा. कोठेही काही गडबड होता कामा नये. यावे. आईसाहेब, बहिर्जीशी बोलून आम्ही पुन्हा आपली गाठ घेतो."

- २८ -

महाराज महालात आले तेव्हा त्यांची वाट पाहत बहिर्जी दारातच उभा होता. महाराजांच्या मागोमाग तो आत गेला. महाराज लोडाला टेकून बसले. मुद्रा शांत, नजर स्थिर, भावरहित. जाजमावर नजर लावून बहिर्जी उभा.

"पहाऱ्यावरच्या शिपायाला टप्प्याबाहेर उभे राहण्यास सांगा आणि कोणत्याही कारणाने आत न येण्याची सख्त ताकीद द्या. अडसर घालून कवाड लावून घ्या."

दाराला अडसर लावून बहिर्जी समोर उभा राहिला.

"हं बोला नाईक. प्रत्येक गोष्ट तपशीलवार सांगा. कितीही क्षुल्लक वाटली तरी कोणतीही बाब टाळू नका, विसरू नका. तिखट-मीठ न लावता पण सविस्तर. ऐकण्यास कितीही कटू आणि त्रासदायक वाटले तरी जे जसे आहे ते तसे सांगा. ज्याने जे शब्द वापरले ते आणि तसेच आम्हापर्यंत पोहोचू देत. जे प्रत्यक्ष घडले आहे त्यापेक्षा विपरीत काय ऐकायला लागणार?"

जवळपास दीड घटका बहिर्जी बोलत होता. मध्ये एकही प्रश्न न विचारता महाराज एकाग्रतेने ऐकत राहिले. मनातील भाव चर्येवर उमटू न देण्याची कोशिश

करीत राहिले. बहिर्जींचे बोलणे संपले. महाराजांनी दीर्घ सुस्कारा सोडला. एवढा वेळ निश्चल बसून राहिलेल्या महाराजांनी आसन बदलले.

"भेट झाली?"

"जी न्हाई म्हाराज. म्याच सामोरा ग्येलो न्हाई. कोणतंबी सोंग काढलं असतं तरी त्येंनी वळखलं असतं. म्हनून टाळलं. पण आडोशाला राहून हातभरावरून प्रत्यक्ष निरीखलं. दरबारातून परतत व्हते. पार हरवल्यासारखे दिसले. सरनोबतीचा डौल, तोरा, तडफ काईच शिल्लक राहिलं न्हाय."

"ते तर व्हायचेच. सर्वांचा मनसुबा तर तुम्ही जातीनिशीच ऐकला. पण घाईगर्दीत इतक्यात काही करणे नाही. मात्र एक गोष्ट लगोलग करा, त्यांच्या भोवती सतत, अगदी अष्टौप्रहर आपली माणसे असू देत. त्यांना क्षणभरही दृष्टिआड होऊ देऊ नका. माणसांची निवड खुद्द तुम्हीच करा. माणसे हवी घारीच्या डोळ्यांची आणि पालीच्या कानांची. नेताजीकाकांची प्रत्येक कृती, प्रत्येक हालचाल, मुखातून निघालेला प्रत्येक शब्द मग कोणाशी संभाषण असो किंवा स्वत:शीच केलेली बडबड असो, सहेतुक उच्चारलेला असो वा सहज निर्हेतुक; आमच्यापर्यंत, थेट आमच्यापर्यंत पोहोचला पाहिजे. त्यांना आपल्या माणसांची ओळख पटता कामा नये. मात्र आपली माणसे एकमेकांना, सकारण असो वा विनाकारण असो, रत्नागिरीच्या कलमी आंब्याचा उल्लेख करून आपापली ओळख देतील. दुसरे सर्वांत महत्त्वाचे, त्यांच्या जिवाला किंचितसाही अपाय होणार नाही याची डोळ्यांत तेल घालून काळजी घ्या. अगदी निकरावर येत नाही तोवर हस्तक्षेप करण्याची गरज नाही. तसे स्वसंरक्षण करण्यास ते समर्थ आहेत, पण अगदीच निरुपाय झाल्यास वा धोका वाटल्यास त्यांना खबर लागू न देता सरळ पळवून आणा. त्यांच्या सोबत गेलेली चार माणसेसुद्धा नजरेच्या टप्प्याआड होऊ देऊ नका."

"अजून एक महत्त्वाचे, त्यांच्या माहितीचा कोणी एक नजरबाज त्यांना फितेल असे पाहा. त्याच्या मदतीने त्यांना त्यांच्या नजरबाजांची टोळी उभारून गनिमाच्या गोटात काम करू देत. त्यांना पोहोचत्या होणाऱ्या खबरा आपल्याकडे वळत्या होऊ देत. नीट ध्यानात आले? काही शंका वा स्पष्टीकरण हवे असल्यास विचारून घ्या."

"जी म्हाराज, समदं नीट ध्यानात आलं. आपुन सांगाल तसंच व्हईल. चिंता नगं."

"उत्तम! या विषयीची खबर घेऊन येणारा नजरबाज थेट आमच्यापर्यंत पोहोचू देत. आम्ही कितीही कामात वा व्यग्र असलो तरी. आम्हाशिवाय एक शब्दसुद्धा इतरांच्या कानी पोहोचता उपयोगाचा नाही. अगदी पंतप्रधान वा सरनोबतांच्यासुद्धा नाही. आम्ही कोठेही असलो तरी सासवडचे अंजीर घेऊन येणाऱ्या खबऱ्यासाठी आमचे दरवाजे अष्टौप्रहर उघडे आहेत. आमची निद्रा भंग करावी लागली तरी फिकीर करू नये."

"जी म्हाराज, तसंच व्हुईल."

"आता कोणाचीही भेट न घेता थेट विजापूर गाठा. अगदी आईसाहेबांचेसुद्धा दर्शन घेण्यास आम्ही मना केले आहे असे समजा. खर्चाची चिंता नको. विजापुरात लिंगण्णा सावकाराच्या पेढीवरून आणि कोल्हापुरात तुकाशेट गंगणेच्या पेढीवरून लागेल तशी उचल करा. कशी ते सांगणे नकोच."

"जी म्हाराज, असाच टाकोटाक गड सोडतो."

"हो, बरे आठवले, थांबा. मागे आम्ही उत्तरेतील कामगिरी सोपवली होती. त्याचे काय?"

"म्हाराज, कर्माजीला त्याच कामगिरीवर सोडलंया. दिवसा-दोन दिवसांत तो आपली गाठ घेईल. समदं अगदी बैजवार जमून आलंया. म्या त्येला सांगावा धाडतो."

"मिर्झाराजे दिल्लीला जाण्यासाठी फारच नेट लावून आहेत. टाळणे अशक्य दिसते. फार वेळ गमावूनसुद्धा चालणार नाही."

"इचार करन्यास हरकत न्हाई म्हाराज. परत्येक ठिकानचा कौल उजवाच हाय. हुकूम व्हायची खोटी, कर्माजी समदं बैजवार जुळवून आनील. आता रजा घिऊ का म्हाराज? आत्ता निघालो तर भाकरी खान्यास पेठेत पोहोचीन."

"होय निघा, थेट विजापूर. कोणाचीही भेट न घेता. कोणी हटकले, विचारले वा बोलावले तर बिनदिक्कत आमचे नाव सांगा."

"जी म्हाराज."

मुजरा करून बहिर्जी निघून गेला. काही वेळ महाराज स्वस्थ बसून राहिले. मग त्यांनी आईसाहेबांच्या महालात वर्दी पाठविली.

- २९ -

मिर्झाराजांच्या दिवाणखान्याच्या शामियान्यात वेचक मोगल सरदारांची मसलत भरली होती. दिलेरखान पठाण खालमानेने चडफडत उभा होता. वातावरण अस्वस्थ होते. मिर्झाराजे चिडलेले दिसत होते.

"दिलेरखान, आज नेताजीसारखा रुस्तमेजंग आदिलशाहीला जाऊन मिळाला, यास अप्रत्यक्षपणे तुम्हीच जिम्मेदार आहात. शिवाजी आणि नेताजी यांना आपल्या छावणीत एवढ्यासाठी ठेवून घेतले होते की, ही अत्यंत शूर आणि महत्त्वाकांक्षी माणसे सदैव आपल्या नजरेसमोर असावीत. आणि मुघल सलतनत वाढवण्यासाठी त्यांचा उपयोग करून घेता यावा. पण केवळ द्वेष, द्वेष आणि द्वेष यापलीकडे तुम्हा लोकांना काही सुचत नाही. शिवाजीच्या हत्येच्या गोष्टी जर तुम्ही केल्या नसत्या तर शिवाजीला छावणी सोडून जाण्याचे निमित्त मिळाले नसते. पन्हाळ्याच्या किल्लेदाराला

हल्ल्याची खबर कळवून त्याच्याकडून शिवाजीचा काटा परस्पर काढण्याची बेहुदा हरकत जर तुम्ही केली नसतीत तर शिवाजी अपयशी होणे शक्य नव्हते आणि आज जी विचित्र परिस्थिती निर्माण झाली आहे ती झाली नसती. कारस्थान करण्याची इतकी हौस होती तर मग नेताजीला आपल्याकडे वळवून घेण्याची खटपट करायची होती. आता झाले ते होऊन गेले. त्याची चर्चा व्यर्थ आहे. आता शिवाजीपासून वेगळ्या झालेल्या नेताजीला, दुसऱ्या शिवाजीला; हर प्रयत्न करून मुघल छावणीत ओढून आणले पाहिजे.''

''राजासाहब, आप जो ठीक समझे कीजिये. मी साधा रांगडा शिपाई गडी. जिल्हेसुभानी हजरत बादशहा सलामतांच्या विरुद्ध उठणारा प्रत्येक हात कलम करायचा. उठणारा प्रत्येक डोळा फोडायचा. बोलणारी प्रत्येक जबान छाटायची आणि जिवाची बाजी लावून शाही तख्ताची इमानाने सेवा करायची एवढेच मला समजते. आपली सियासत आपण खुल्या दिलाने करावी. त्यात माझी दखलअंदाजी नसेल. आपल्या हर हुकमाची तामील होईल. यह हमारा वादा रहा.''

त्याच दिवशी मिर्झाराजांनी दिल्लीला तातडीचे टपाल रवाना केले आणि नेताजीसंबंधीचा सारा तपशील बादशहाला कळविला. आदिलशाहीस नेताजीच्या रूपाने कसे बळ मिळाले आहे आणि त्यावर प्रतिडाव म्हणून नेताजीला मोगली गोटात खेचून घेणे कसे लाभदायक ठरणारे आहे याचा त्यांनी तपशीलवार ऊहापोह केला. त्यासाठी त्याला जी आश्वासने द्यावी लागणार होती त्याचा सारा तपशील यथास्थित कळविला. त्यास बादशहाची मंजुरी मागितली. तसेच बादशहाच्या वतीने त्यास जहागिरी देण्याचा अधिकारसुद्धा मागून घेतला.

- ३० -

औरंगजेबाने आग्र्याच्या किल्ल्यात कैद करून ठेवलेला त्याचा बाप शहाजहान बादशहा मरण पावला. औरंगजेबाचा मार्ग आता पूर्णत: निष्कंटक झाला. तो दिल्लीवरून आग्र्यास आला. आग्रा पुन्हा दार-उल-सलतनत म्हणजे राजधानी म्हणून घोषित झाले. मोठा दरबार भरवून पुन्हा एकदा शहनशाह-ए-हिंदोस्ताँ, बादशहा अशी सर्वांची मान्यता वदवून घ्यावी, त्यांच्याकडून निष्ठेची शपथ घेववावी आणि आपल्या दबदब्याचा खुंटा हलवून बळकट करून घ्यावा, असा त्याने घाट घातला होता.

या दरबारासाठी सर्व दरबारी, मनसबदार, जहागीरदार, मानकरी एवढेच नव्हे तर इराण, तुर्कस्तानपासून परदेशी पाहुण्यांना निमंत्रणे गेली. या भपकेबाज दरबारातच शिवाजीला बोलावून मोगली वैभवाच्या प्रदर्शनाने त्याला पार दीपवून टाकावे. त्याच्या मनात मोगली सत्ता आणि सामर्थ्याचा धाक निर्माण करावा. त्याला जरबेत घ्यावे असा बेत बादशहाने मुक्रर केला.

बेत ठरताच बादशहाने मिर्झाराजांचे सर्व अर्ज मंजूर केल्याची फर्माने दख्खनेत रवाना झाली. वाटखर्चासाठी शिवाजीला दख्खन खजिन्यातून रुपये एक लाख मंजूर झाले. त्याला शहजाद्याच्या इतमामात आग्र्यास आणण्याचा हुकूम दिला गेला. आयुष्यातले सर्वांत मोठे राजकारण सफल होण्याची आशा मिर्झाराजांच्या दिलात जागी झाली, मात्र मिर्झाराजांची मोहीम सुरूच राहिली. याबरोबरच नेताजीसंबंधीचेसुद्धा सर्व अर्ज बादशहाने मंजूर करून टाकले. नेताजीला मोगली पक्षात वळवून घेण्यासाठी सर्व अधिकार आता मिर्झाराजांच्या मुठीत आले. त्यांची पावले त्या दिशेने पडू लागली.

- ३१ -

राजगडावर महाराजांची खास सदर बसली होती. खुद्द आईसाहेब जातीनिशी सदरेवर उपस्थित होत्या. वयोमानानुसार आजकाल त्यांचे सदरेवर येणे बरेच कमी झाले होते. त्यांचा बहुतेक वेळ आईवेगळ्या शंभूराजांच्या देखभालीतच जाई. पण आजची बाब विशेष होती. खास महाराजांच्या नावे बादशहाचे भेटीच्या मंजुरीचे फर्मान आले होते; ते स्वीकारण्यास मिर्झाराजांच्या छावणीत जायचे होते. बादशहा त्याच्या वाढदिवसाला आग्र्यात मोठा दरबार भरविणार होता. त्या दरबारात हजर राहण्याचे महाराजांना विशेष कृपेचे निमंत्रण आले होते. महाराजांचे आग्र्यास जाणे अजून मुत्सद्द्यांच्या मनात येत नव्हते. त्र्यंबक सोनदेव म्हणाले–

"महाराज, औरंगजेब म्हणजे शहाजहान नव्हे हे ध्यानी घ्यावे. मोगल सारेच धर्मांध. पण याबाबतीत आलमगिराचा हात धरणारा कुणी नाही. इस्लामपुढे त्याला दुसरे राजकारण समजत नाही. निजामशाहीच्या निमित्ताने थोरल्या महाराजांनी मोगल आणि आदिल अशा दोन्ही शाह्यांशी टक्कर घेतली. निजाम मुर्तुजाला वाचवण्यासाठी आपल्या पायाने चालत जाऊन ते दोन्ही बादशहांचे बंदी झाले. ते वख्ती प्राणांशीच गाठ होती. पण शहाजहान बादशहा धोरणी; थोरल्या महाराजांचे शौर्य, बुद्धी, तडफ आणि थोरवीची त्यास जाण होती. एवढा तालेवार मोहरा हकनाक मारून वाया घालवण्यापरीस त्याने मुसलमानी शाही वाढवण्यासाठी त्यांचा उपयोग करून घ्यायचे ठरवले, म्हणूनच हद्दपारी देऊन त्यांना दूर कर्नाटकात पाठवले तरी जीव वाचवला. हाती अधिकार कायम ठेवले. आलमगिरास ही दूरदृष्टी नाही. म्हणून त्याचा भरवसा धरता येत नाही."

प्रतापरावांनी पंतांना दुजोरा देत म्हटले–

"पंताचं बोलनं अक्षी चोख बरुबर हाये. तुळतुळीत हजामत केलेल्या आलमगिराच्या डोक्यात राजकारणापेक्षा दगाबाजीचे आनि कपट कारस्थानाचे कारखाने चालू ऱ्हातात."

"शिवबा, मिर्झाराजांना तुम्ही थोरल्या महाराजसाहेबांच्या स्थानी मानता. तेसुद्धा तुमचेवर पुत्रवत प्रेम करतात. त्यांना म्हणावे, आपण वडीलकीच्या नात्याने बोटास

धरून बादशहासमोर रुजू करावे. त्यांना डावलून काही करणे अथवा त्यांच्यादेखता दगा करणे आलमगिरास झेपणारे नाही. मग तुमच्या सलामतीची आणि सुखरूप परत येण्याची चिंता जशी मिटेल तसेच पत्रोपत्री चालणारे राजकारण थेट समोरासमोर प्रत्यक्ष बोलून तडीस नेता येईल.''

''आपला मुद्दा आणि उपाय अगदी बिनतोड आहे, आईसाहेब. सुरुवातीपासूनच आम्ही राजासाहेबांना तसा आग्रह करीत आलो आहोत. पण मोहीम टाकून दरबारात येण्यास त्यांस इजाजत नाही. कावेरीपावेतो मोगली निशाण नेण्याचा बादशाही हुक्म आहे. तशी राजदूताची आणसुद्धा आहे. या राजकारणाइतकीच किंबहुना त्यापरीस कांकणभर अधिकच ही मोहीम त्यांना मोलाची वाटते. त्यांच्या या काजात आम्ही शरीक झाल्यास ते अधिक सुकर होईल, अधिक वेगाने साध्य होईल या आणि केवळ याच एकमेव अटकळीने त्यांनी हे राजकारण चालवले आहे. आपणास मदत करणे वा हिंदवी स्वराज्यास साहाय्य करणे हे त्यांच्यासाठी दुय्यम ठरते.''

''ऐसे घृतकुल्या मधुकुल्याचे राजकारण असेल तर बादशहासमोर एवढ्या दूर जाणे टाळावे हेच श्रेयस्कर असे आमचे स्वच्छ मत आहे.''

''शहाजीराजांच्या राणीसाहेब जिजाऊ भोसले हे बोलत नाहीत, तर वृद्धत्वाकडे झुकलेली आणि कर्त्यासवरत्या एकुलत्या एक लेकराच्या काळजीने ग्रस्त झालेली एक वत्सल माता हे बोलत आहे. आईसाहेब, दोन तपे रक्ताचे पाणी करावे, पाण्यासारखे सवंगड्यांचे रक्त सांडावे, काल्यात लाह्या उधळाव्यात तसे मावळ्यांनी आपले प्राण उधळून राज्य उभे करावे, गोरगरीब, भोळ्याभाबड्या रयतेने, आया-बहिणींनी हर जुलमास तोंड देत, प्रसंगी रानावनात परागंदा होऊन, अनेक दिव्यांत आम्हास मुखातून ब्र न काढता साथ देऊन ते तगविण्याचा निकराचा यत्न करावा आणि एखाद्या शाहिस्ताखानाने अथवा मिर्झाराजाने सारे सारे लुटून, ओरबाडून न्यावे. आम्ही नव्या उमेदीने 'पुनश्च हरि ओम' म्हणून नेटाने कार्य सुरू करावे. हे असे किती काळ चालवावे.''

''महाराजांनी धीराने घ्यावे. भावनेत वाहत जाऊन घायकुतीने कुठलाही निर्णय घेणे रास्त नाही. अशा प्रसंगी थोरल्या महाराजसाहेबांना अनुसरावे.''

''त्र्यंबकपंत, आपल्या तीर्थरूपांच्या सोबतीने आबासाहेब स्वराज्याचा खेळ खेळले. अवघी उमेद या काजातच वेचली. अखेर हाती काय आले? एका तहाच्या फलस्वरूप त्यांना महाराष्ट्रापासून, सह्याद्रीपासून दूर कर्नाटकात हद्दपारी पत्करावी लागली. त्यांचे स्वराज्याचे स्वप्न सावरीच्या कापसासारखे दाही दिशांना उडून गेले. कारण त्या वख्ती आबासाहेब अगतिक होते. दोन-दोन बलाढ्य शहांचे बंदिवान होते. युद्धात परास्त झालेले जीत होते. निरुपाय होऊन त्यांना तह स्वीकारावाच लागला. याउलट आज आपण मोगलांपुढे शरणागती स्वीकारली असली, तरी

संपूर्ण परास्त झालेलो नाही. बरेच काही गमावले असले, तरी आपले स्वतंत्र अस्तित्व आपण राखून आहोत. मोहीम कितीही मोठी आणि महत्त्वाकांक्षी असली, सेनापती कितीही थोर आणि कुशल असला, तरी ती कायम चालू ठेवणे बादशहाला शक्य नसते. सैन्य फार काळ घरापासून दूर राहू शकत नाही; त्यामुळे मिर्झाराजांची पाठ फिरताच आम्ही पुन्हा उचल खाणार आणि येरागबाळ्या सरदारांना न जुमानता गमावलेली दौलत सव्याज परत मिळवणार हे आपली फौज आणि रयत जाणते, तसेच आलमगीरसुद्धा हे पक्के ओळखून आहे. आता होणारी बोलणी जीत आणि जेता यांच्यामधील वाटाघाटी नसून दोन राज्यकर्त्यांमध्ये बरोबरीच्या नात्याने चालणारे राजकारण आहे. या संधीचा आपण फायदा उठवला नाही तर नियती आपल्याला क्षमा करणार नाही. बादशाही खजिना आणि फौजा अन् आपली युक्ती, बुद्धी वापरून जर कुतुबशाही आणि आदिलशाही बडवून तो मुलूख आपल्या कब्जाखाली आणता आला तर वावगे ते काय? जगदंब कृपेने जर हे राजकारण साधले, आणि बादशाही सही-शिक्क्यानिशी आमच्या हाती अधिकार आले तर गुलामी आणि लाचारीची सवय झालेल्या आणि सत्ताधाऱ्यांचे लांगूलचालन करण्यात धन्यता मानणाऱ्या मराठी सरदार, वतनदार आणि जहागीरदारांना आपले स्वामित्व मान्य करण्यावाचून गत्यंतरच राहणार नाही. एकदा ते जवळ आले की, प्रेमात घेता येईल. आणि प्रेमात आले की, स्वराज्यात आणणे कठीण जाणार नाही. संधी येताच मोगली जोखड झुगारून दिल्लीला मोर्चे लावणे स्वप्न राहणार नाही.''

''महाराजांचा तर्क आणि राजकारण अगदी रास्त अन् बिनतोड आहे. पण धर्मांध, पाताळयंत्री, कावेबाज, दगलखोर आलमगीर हाच मोठा काळजीचा विषय आहे. इच्छेप्रमाणे राजकारण झाले तर भवानीच पावली. पण महाराज, फासे उलटे पडले आणि प्रसंग प्राणावर बेतला तर? याच चिंतेने जीव घाबरतो.''

''पंत, प्राणांची क्षिती कधीपासून वाटू लागली? फत्तेखान चालून आला, तेव्हा काय होते आपल्याकडे? आश्रयासाठी गडसुद्धा नव्हता धड. पण तेव्हा निभावून नेलेच ना आपण? फौजेसह अफजलखान बुडवला, सिद्दी जौहरचा वेढा तोडून निसटलो आणि राहत्या महालात घुसून शाहिस्तेखानास शास्त केली. हे सारे साधले ते जिवाची जोखीम घेतली म्हणूनच ना? त्या निकरामुळेच आई भवानीने यश दिले; मग आताच कच काय म्हणून?''

''आता तर बोलनंच खुंटलं म्हनायचं. पर म्हाराज, त्या वक्ताला आपन आपल्या मुलखात, आपल्या मानसात व्हतो. आता आग्र्याला जायाचं म्हन्जी थेट वागाच्या जबड्यातच की. निसटू म्हनलं तरी अंतर शेकडो कोस आनि समदा मुलूख गनिमाचा. कसं निसटावं मानसानं सलामतीनं?''

''एवढी एकच बाब आहे जी काळजी उत्पन्न करते. पण आबासाहेबांची

शिकवण सर्वज्ञात आहेच, 'काळजी घ्या. काळजी करू नका.' मिर्झाराजांनी स्वत: बेल-भंडारा उचलून सलामतीची आणि रक्षणाची आण घेतली आहे. आग्रा मुक्कामी आम्ही त्यांचे ज्येष्ठ चिरंजीव महाराज कुंवर यांच्या निगराणीत असू. हे सारे बादशाही मंजुरीनेच ना? आलमगीर कितीही पाताळयंत्री आणि कुटिल असला, तरी मिर्झाराजांसारख्या मातब्बर रजपुतास दुखावून रजपुतांना बिथरवणे या घडीला तरी त्यास परवडणारे नाही हे तो पक्के जाणून आहे; त्यामुळे राजकारण साधो न साधो, सुखरूप परतण्यात काही बाधा येईल असे वाटत नाही. पण, जगदंब न करो, आपले दुर्दैव उभे ठाकलेच आणि असा काही धोका निर्माण झाला तर त्याचीसुद्धा तजवीज झाली आहे. संपूर्ण उत्तरेत आपल्या नजरबाजांनी जी संपर्काची वीण निर्माण केली आहे तिचा उपयोग करून सुखरूप परत येणे शक्य होईल. साहसे श्री प्रतिवसति। काल कर्माजी हीच खबर घेऊन आला होता. आग्र्याच्या वाटेवरच कोणत्या स्थानी कोणास भेटावे आणि यासंबंधीचा तपशील पक्का करावा याची समूचित योजना त्याने तयार केली आहे. उत्तरेत बैरागी सहसा घोड्यावर हिंडतात; त्यामुळे बैरागी वेषात घोड्यावरून प्रवास सहज शक्य होणारा आहे. बैरागी गोसाव्यांची भाषा जाणणारी मंडळी आपल्यासोबत असणार आहेतच.''

''म्हणजे सारे पूर्वीच ठरलेले आहे तर. आमच्यासमोर फक्त उपचार पूर्ण करणे सुरू आहे म्हणायचे. शिवबा, वय वाढले, पण तोरण्याच्या वखती होता तो हूडपणा लवमात्र कमी झालेला नाही.''

हास्याच्या लकेरीत सदरेवरचा ताण विरून गेला. बादशहाच्या भेटीस आग्र्याला जाण्याच्या बेतावर शिक्कामोर्तब झाले. हुताशनी पौर्णिमेचा मुहूर्त मुक्रर झाला.

- ३२ -

मिर्झाराजांना आलेल्या फर्मानात बादशहाने पडेल ती किंमत देऊन नेताजीस मोगली गोटात वळवून घेण्याचे आदेश दिले होते. फर्मान जसे बादशहाच्या संशयी स्वभावाचे द्योतक होते तसेच त्यातून त्याची दूरदृष्टी आणि अखंड सावधानता स्पष्ट होत होती. त्यात मिर्झाराजांना जाणीव करून दिली होती की, नेताजी हा प्रतिशिवाजी असल्याने त्याचे बाबतीत अजिबात गाफील राहू नये. तो मोगली गोटात दाखल झाल्यावर त्याला दिलेरखानाची निसबत सोपविण्याचे स्पष्ट निर्देश दिलेले होते. याचे कारण उघडच होते की, दोन प्रबळ हिंदू, त्यातील एक बंडखोर वृत्तीचा, जर एकत्र आले तर तख्ताला आणि इस्लामला धोका निर्माण होऊ शकतो.

एक स्वतंत्र गुप्त खलिता खास दिलेरसाठी होता. त्यात नेताजीवर कशा प्रकारे नजर ठेवावी आणि मिर्झाराजांच्या संपर्कापासून त्याला दूर राखण्यासाठी कोणत्या मोहिमा सोपवाव्यात याचे बारीकसारीक तपशिलानिशी स्पष्ट दिग्दर्शन होते.

फर्माने येताच मिर्झाराजांनी हालचालींना सुरुवात केली. त्यांची विश्वासू माणसे निरनिराळ्या वेषांनी आणि मिषांनी नेताजींभोवती घिरट्या घालू लागली. घटना महाराजांच्या अंदाजाप्रमाणेच वळण घेत होत्या. नेताजी महाराजांकडून संकेत मिळण्याची वाट पाहत मिर्झाराजांना झुलवू लागले. अधिकारपदे आणि जहागिरी मिळण्याच्या अटी घालू लागले.

मोगली हालचाली आदिलशाही मुत्सद्द्यांपासून लपून राहणे शक्य नव्हते; त्यामुळे आदिलशाही गोटात अस्वस्थ चुळबुळ सुरू झाली. नेताजींवर नजरा रोखल्या गेल्या.

- ३ ३ -

आईसाहेबांच्या महालात महाराज प्रवेशले तेव्हा आईसाहेबांची नित्याची पूजा आटोपली होती आणि त्या जप करीत होत्या. शेजारी बसलेल्या शंभूराजांचे दूध पिणे सुरू होते. महाराजांनी आईसाहेबांचे पाय शिवले.

"औक्षवंत व्हा. यशवंत व्हा. कीर्तिवंत व्हा. बैस शिवबा. भल्या पहाटे नजरबाज येऊन गेल्याचे कळले. काही विशेष?"

"अरे वा! दारुणी महालाचे हेर खाते जबरदस्तच आहे म्हणायचे. याचा बंदोबस्त तर करावाच लागणार. बातम्या आपल्या महाली येताहेत तोवर चिंता नाही, पण बातमीला पाय फुटून ती चारीवाटा जायला वेळ लागायचा नाही."

मंचावर बसता बसता महाराज बोलले. शंभूराजांनी लगेच पाय शिवले. महाराजांनी त्यांना हाताला धरून शेजारी बसवून घेतले.

"तसे काही नाही रे बाबा. काल रात्री मोरोपंत आला होता. म्हणाला, 'शंभूबाळास आग्र्यास सोबत न्यायचे आहे.' जीव राहवेना म्हणून म्हटले तुम्हास पुसून खात्री करून घ्यावी. त्यासाठी सकाळीच यायचे होते तर बटकी सांगत आली की, महत्त्वाच्या नजरबाजाशी बोलणे सुरू आहे आणि मुलाखतीस बंदी केली आहे. तू म्हणतोस तेसुद्धा खरेच आहे म्हणा. काळजी ही घ्यायलाच लागणार. त्यात दिवस हे असे. खरेच का शंभूबाळास सोबत न्यायचे आहे?"

"होय आईसाहेब. शंभूराजे आता मोठे झाले आहेत. स्वाऱ्या, शिकारी, राजकारणाची त्यांना सवय झाली पाहिजे. त्यात आमचे हे असे कायम तळहाती जीव घेऊन हिंडणे. न जाणो कोणत्या वखती त्यांच्यावर जबाबदारी येऊन पडेल."

"उगीच सकाळच्या प्रहरी भरल्या घरात गृहस्थाने असे काही अभद्र बोलू नये."

"अभद्र नव्हे आईसाहेब, ही तर रोकडी वस्तुस्थिती. जसे तुम्ही आम्हास लहानपणापासूनच तयार करण्यास सुरुवात केली होती तसे शंभूराजांना पण घडवायला नको का? शंभूराजे आता मोगलांचे पाचहजारी मनसबदार, जहागीरदार.

त्यांचे नावेसुद्धा शाही फर्मान आलेले आहे. त्यांना दरबारात पेश करावे लागणारच. काय राजे, येणार ना आम्हासोबत आग्र्याला बादशहासमोर?''

''होय तर. आबासाहेब सोबत असताना आम्हास वाघाचीदेखील भीती वाटायची नाही. मग बादशहा तो काय?''

''जपून रे बाबांनो. शिवबा, अरे आजवर तुम्ही एवढी धाडसे केली. कधी रोखण्याचे मनातसुद्धा आणले नाही; प्रोत्साहनच दिले. पण आताशा जीव राहवत नाही रे बाबा. शिवाजीची आई होणे सोपे नाही एवढे बरीक खरे!''

''चिंता करू नये आईसाहेब. शहजाद्याचा इतमाम राखण्याच्या सख्त सूचना बादशहाने प्रत्येक ठाणेदारास आणि अंमलदारास दिल्या आहेत. शिवाय गाझी बेग नावाच्या एका बड्या सरदाराला आम्हास आग्र्यास सुखरूप घेऊन येण्याची कामगिरी सोपवली आहे. याव्यतिरिक्त खुद्द मिर्झाराजांनी आमच्या संरक्षणासाठी त्यांच्या अत्यंत विश्वासाच्या, त्यांच्या रक्ताच्या माणसास, तेजसिंह कच्छवास पुरेशा शिबंदीसह थेट आग्र्यापर्यंत आमच्यासोबत राहण्यास नामजद केले आहे. असे वाटते की, आई भवानी मिर्झाराजांचे राजकारण यशस्वी करून स्वराज्यास कौल देणार. या कारणे चिंता सोडावी.''

''पण त्याला औरंगजेब म्हणतात बाबा. सख्ख्या भावांचे आणि पुतण्याचे जीव घेताना, बापाला कैदेत टाकताना त्याचे हात थरथरले नाहीत. आपण तर वैरीच त्याचे. एखादा गाफील क्षण सारे उलटेपालटे करून जायचा.''

''आपली ही शिकवणच आम्हास हरहमेश सावधान ठेवत असते. त्याच संबंधीच्या खबरा घेऊन पहाटे कर्माजी आला होता. आग्र्याहून निसटायचे तर मदतीचे ठाव तयार हवेत. शत्रुप्रदेशातून शेकडो कोसांच्या मजला मारणे थट्टा नव्हे. ती सारी तजवीज पूर्ण होत आली आहे.''

सदर बसल्याची वर्दी घेऊन हुजऱ्या आला.

- ३४ -

आईसाहेबांना सोबत घेऊन महाराज सदरेकडे निघाले. नऊ वर्षांचे छोटे शंभूराजेसुद्धा आबासाहेबांचे बोट धरून सदरेवर दाखल झाले. शंभूराजांची सदरेवर उपस्थिती कौतुकाचाच विषय होती. काही पळे त्यांच्या कौतुकात गेल्यानंतर सदरेच्या कामकाजास सुरुवात झाली.

खास दरबाराच्या आमंत्रणाच्या नव्या बादशाही फर्मानाची चर्चा होऊन नव्याने कार्यक्रम पक्का झाला. दरबाराच्या आदल्या दिवशी आग्र्यास पोहोचण्याचे संधान ठेवून होळी पौर्णिमेऐवजी फाल्गुन शुद्ध नवमीस राजगडावरून प्रस्थान ठेवण्याचा नवा मुहूर्त काढण्यात आला. मग विचार सुरू झाला– साहित्य आणि साजसामान कसे घ्यावे.

निराजी रावजी म्हणाले–

"महाराज, आलमगिराने शहजाद्याचा दर्जा बहाल केला आहे. तेव्हा तो इतमाम आपणसुद्धा राखला पाहिजे. हुजरातीच्या आणि जिलिबीच्या पथकाचे पोशाख अगदी एकसारखे आणि भपकेबाज असावेत. लोक सेवकाच्या कपड्यांवरून धन्याचा अंदाज बांधण्याचा प्रयत्न करतात."

"अक्षी बरुबर म्हाराज. आता येवड्या मरातबानं जानार म्हनल्यावर डेरं, राहुट्या पन अगदी बैजवार हव्यात. नेहमी स्वारीवर तर आपुन उघड्या माळावरच मोकळ्या आबाळाखाली ऱ्हातू. या खेपेस ते सोभायचं नाय. खासा डेरा पन नावाजन्याजोगा व्हायास हुवा. पन म्हाराज, कुटुंबकबिला नग संगती."

"तुमचे अगदी बरोबर आहे सर्जेराव. ही काही तीर्थयात्रा नव्हे. बायकामाणसांची जोखीम सोबत बाळगणे रास्त नाही."

"स्वारीत एखादा सुलक्षणी हत्ती असावा. प्रस्थान ठेवताना आणि वाटेतील शहरांमध्ये प्रवेश करताना खाशा स्वाऱ्या हत्तीवर असाव्यात. दोन पालख्यासुद्धा खाशांसाठी सोबत ठेवाव्यात."

"ठीक ठीक."

नेहमीच्या गंभीर स्वरात मोरोपंत म्हणाले–

"खर्चासाठी बादशहाने लाखभर रुपये मंजूर केलेत खरे, पण लबाडाचे आमंत्रण जेवल्याशिवाय खरे नाही. राजधानीतसुद्धा राजकारण चालवायचे म्हणजे मोठाच खर्च करावा लागणार. बादशाही मनसबदार हिऱ्या-मोत्यांचा चारा घातल्याशिवाय बोलत नाहीत; त्यामुळे आपला स्वतंत्र खजिना ठेवणे अगत्याचे आहे. आणि महाराज, जुन्नर, पैठण आदी पेठांमधून आग्र्याच्या सावकारांसाठी हुंड्यासुद्धा मिळवून ठेवाव्यात."

"अगदी रास्त आणि चोख व्यवहार्य. मोरोपंत, ही तजवीज आम्ही तुम्हावरच सोपवितो. याचा तपशील आपण नंतर यथास्थित ठरवू. एवढा सगळा लबेदा वागवायचा म्हणजे वंजारी आणि शागिर्दपेशा सोबत बाळगणे आले. अनाजी, शंभर-सव्वाशे लमाण वंजारी नीट पारखून घ्या. त्यांना वाटा-आडवाटांची, नदीच्या घाटांची आणि उतारांची चोख माहिती हवी. शागिर्दपेशा आणि चाकर वीस-पंचवीसपेक्षा अधिक नको. प्रसंगी त्यांना हत्यारसुद्धा धरता आले पाहिजे, अशीच माणसे निवडा."

"म्हाराज, शिपायांची टोळी फार मोठी नग. उगा खायला आन् सांभाळायला भार. अशी मानसं येचतो की, येक येक गडी धा धा गनिमांना पुरून उरलं. आनि म्हाराज, नग म्हनू नगा. आईसाब म्हाराजांचे अंगरक्षक म्हनून आम्ही सोता जातीनं जानार. उगा तुमच्या जिवाला घोर नग."

"असं म्हणून कसं चालेल प्रतापराव? अहो, सरनोबत तुम्ही. आमच्यापेक्षा स्वराज्य मोठे. ते कुणी सांभाळायचे? तुम्ही स्वराज्यातच राहून गड-कोट आणि फौज सांभाळायची. तुम्हास सल्ला देण्यास मोरोपंत आणि निळो सोनदेव मुजुमदार आहेतच. सर्जेराव जेधे आणि हिरोजीच्या मदतीने तुम्ही हुजरातीचे मावळे निवडा; तुम्ही म्हणालात तसेच. मोठा गोतावळा नको, फक्त साडेतीनशे मावळे हवेत."

महाराजांच्या सोबत कोणकोण असावे याची चर्चा सुरू झाली. या जोखमीच्या नाजूक घडीला प्रत्येकाला वाटत होते आपण महाराजांच्या सोबत असावे. पण ते तर शक्य नव्हते. चर्चेचा गदारोळ शांत करीत मंद हसत महाराजांनी अखेर कौल दिला–

"आमचे सोबत हेजिबी करण्यास निराजी रावजी, त्र्यंबक सोनदेव डबीर आणि रघुनाथ बल्लाळ कोरडे राहतील. पंत चार-सहा विश्वासू ब्राह्मण कारकून वरकड कामासाठी तुम्ही निवडून सोबत घ्या. लेखणीसोबत तलवारीची पण सवय असणारी माणसे निवडा. माणकोजी हरी सबनीस त्यांचे प्रमुख असतील. आमच्या सोबतची शिबंदी बाजी सर्जेराव जेधे, राघोजी मित्रा, दावलजी गाडगे आणि रामजींच्या हुकमतीखाली राहील. आमचे अंगरक्षक म्हणून हिरोजी फर्जंद भोसले आमच्या सोबत असतील आणि आमच्या तैनातीसाठी आम्ही मदारी मेहतरला सोबत घेणार आहोत. शंभूराजांनासुद्धा त्याची बरी सोबत होईल. कवींद्र परमानंद, तुम्हीसुद्धा आमच्या संगतीने चलावे अशी आमची इच्छा आहे."

"आज्ञा प्रमाण, महाराज."

"साऱ्यांनाच आमची चिंता वाटते. आम्ही नजरेसमोर असावेसे वाटते. आम्ही ते जाणतो. पण मंडळी आमच्या गैरहाजिरीत स्वराज्याची घडी बिघडता कामा नये. सर्वांनी एकजुटीने, सावधपणे आपापल्या जागा धरून असणे. शंभूराजे आमचे सोबत असतील; त्यामुळे स्वराज्याची शिक्के कट्यार आम्ही आईसाहेबांस सोपवतो. कारभारी मंडळ, मोरोपंत पिंगळे आणि निळो सोनदेव मुजुमदार यांच्या आदेशाप्रमाणे आईसाहेबांच्या नावे कारभार चालवतील. सर्वांनी एकविचारे करून कारभार चालवावा. कोठे उणे पडू देऊ नये. नव्या किल्ल्यांची बांधकामे सुरू आहेत; त्यात खंड न पडावा. त्यांच्या गरजेचे सामान आणि माणसे यथास्थित पुरवावीत. मोरोपंत याकडे बारीक लक्ष पुरवतील. प्रतापराव सरनोबत आधी सांगितल्याप्रमाणे फौज, छावण्या, सरहद्दी, गडकोटांचा लष्करी बंदोबस्त याकडे जातीने लक्ष देतील. याबाबत त्यांस आमच्या जागीच जाणावे. खुशीची कोणतीही बातमी आली तरी अजिबात गाफील राहू नये. जगदंब न करो, पण खबर विपरीत, आमच्या संबंधानेसुद्धा असली, तरी हातपाय न गाळता धैर्याने कारभार आणि बंदोबस्त आहे तसाच चालवावा. दोन्ही परिस्थितीत गनीम दावा साधू शकतो याचे भान हरहमेश राखावे. फंदफितुरी अथवा पुंडाव्याचा यत्न जरी झाला तरी जरब बसेल

अशी कडक कारवाई कारभारी मंडळींनी आईसाहेबांच्या हुकमाने करावी. आमच्यासाठी फैसला खोळंबून ठेवू नये. कोकणात सिद्दी आणि टोपीकर शिरजोर होणार नाहीत याची पुरती काळजी घ्यावी. दर्यासारंग दौलतखान आणि मायनाक भंडारी, आरमारी सुभा आम्ही तुम्हावर सोपवीत आहोत. आरमार सतत फिरते ठेवावे. दर्या कसाही असो, गस्त थांबता कामा नये. जौळाचा फायदा घेऊन गनीम दावा साधू पाहील तर तसे न व्हावे. जर आम्हास दर्याच्या मार्गे निसटून येण्याचा प्रसंग आलाच तर कुमकेची गलबते सारे सामान भरून ठरलेल्या बंदरांमध्ये पावसाळ्यापूर्वीच पोहोचली पाहिजेत. ऐन वेळी गोंधळ होता कामा नये. गलबतांवरील तांडेल आणि नाखवे अनुभवी आणि वादळाशी, खवळलेल्या दर्याशी सामना करण्यात वाक्‌बगार असले पाहिजेत. प्रस्थान ठेवण्यापूर्वी आम्ही जातीनिशी घडी घालून देऊच.''

महाराजांची प्रत्येक सूचना आणि आज्ञा अत्यंत स्पष्ट होती. त्यात गोंधळ वा गैरसमजास केसाइतकासुद्धा वाव नव्हता. बारीकातील बारीक बाबसुद्धा महाराजांच्या नजरेतून सुटली नाही.

- ३५ -

दुपारचे भोजन आटोपून महाराज आपल्या महालात विश्रांती घेत होते. डोळे मिटले असले, तरी चित्त सजग होते. चोरमार्गाच्या दरवाजावर खुणेची टकटक झाली. महाराजांनी झटकन उठून लोटलेल्या दरवाजास पक्का अडसर घातला आणि त्यांनी दिंडी उघडली. रामदासी गोसाव्याच्या वेषातला बहिर्जी आत आला. लोडाला रेलून महाराज मंचावर बसले. मुजरा घालून बहिर्जी समोर उभा राहिला.

''म्हाराज, नेताजी सरकार तसे सुकरूप हाईत पर, मिर्जाराजाची मान्सं लईच पिच्छा पुरवाया लागलीत त्येंचा. राजपूत त्यांस्नी आपल्याकडं वडू बघतोया ही गोठ आता छपून ऱ्हायली न्हाय. त्यापाई आदिलशाहीत बी अस्वस्थता हाईच. नेताजी सरकारांना बी ते जानवतंया. त्यापाई त्ये पार सैरभैर झाल्येत बगा. अर्ध्या राती मधीच उठून सोताशीच बडबडत ऱ्हातात. कधी जनू खलिता सांगावा तसे बरळतात. त्येतला शब्दन्‌शब्द हुकमापरमानं पायाशी रुजू हाय. आता आदिलशाहीत फार दिवस त्येंचा निभाव लागल असं दिसत न्हाई. संशयी नजरा त्येंच्याभोवती भिरभिरू लागल्याती. मिर्जाराजांपासून तेन्ला तोडन्यासाठी त्येंना जिंजी-तंजावरकडं कर्नाटकात धाडण्याचं घाटत हाय.''

''आपली माणसे सावध करा. नेताजीकाकांना धोका होता कामा नये. त्यांच्याकडे एक विद्वान ज्योतिषी रवाना करा. त्यांना भविष्य सांगा, फाल्गुनाच्या वद्य पक्षात त्यांनी नोकरी बदलली तर त्यांचा परम उत्कर्ष आहे. आमच्या आग्राभेटीचा ठरलेला तपशील त्यांच्या कानी जाऊ दे.''

त्यानंतर महाराजांनी समुद्रातून परत येण्याचा प्रसंग आल्यास सौराष्ट्रातील वेरावळ बंदरात कोणत्या रस्त्याने पोहोचावे, पडाव कुठे टाकावे, संपर्काचे दुवे कोणते, स्थानिक भाषा जाणणाऱ्या नजरबाजांशी आणि हस्तकांशी संपर्क कसा करावा आदी बाबींची तपशीलवार चर्चा करून बहिर्जीस आवश्यक ते हुकूम दिले. पक्की योजना आखून बहिर्जीस नीट समजावली. खर्चाच्या तजविजीसाठी सुरत आणि वेरावळच्या सावकारांच्या नावे लिहिलेल्या हुंड्या महाराजांनी त्याच्या स्वाधीन केल्या. निकड भासली तर याच कामगिरीवर असणाऱ्या गलबतांच्या तांडेलांकडून रकमा उचलण्याचे लेखी हुकूमसुद्धा सोपविले. आणि बहिर्जीस निरोप दिला. बहिर्जी आल्या वाटेने निघून गेला.

- ३६ -

सतत खुल्या अस्मानात भराऱ्या मारणारा गरुड ठाणबंद होऊन पडावा तशी नेताजींची अवस्था होऊन बसली होती. आदिलशाही दरबारात मानमरातब झाला. पंचहजारी सरदारी, मनसब आणि जहागीर मंजूर झाली पण प्रत्यक्षात पदरात काहीच पडले नव्हते. ना जहागिरीची सनद ना लष्करी नेमणुकीचा कागद ना फौजेची मनसब. यावर कडी म्हणजे मिर्झाराजांची माणसे चौकशीसाठी घिरट्या घालत असल्याची छावणीत आणि दरबारातसुद्धा बोलवा असल्याने कोणत्याच कामगिरीवर नेमणूक होत नव्हती. निगराणी मात्र कडक झाली. मानमरातब भले मिळत होता, पण एक प्रकारची नजरकैदच सुरू होती. अशा परिस्थितीत महाराजांनी सोपविलेली कामगिरी कशा प्रकारे पार पाडता येईल याची चिंता लागून राहिली. त्याच विवंचनेत दुपारच्या वामकुक्षीनंतर ते डेऱ्यात शतपावली करीत असतानाच हुजऱ्या आत आला.

"हुजूर, येक बामन आपली भेट मागू लागलाय. जोतिषी हाय म्हनून सांगतुया. हात पाहून भविष्य सांगतू."

"काही नको. आधीच आम्ही परेशान आहोत. त्यातच काही भलतेसलते सांगायचा आणि जिवाला नसता घोर लागून राहायचा."

"हुजूर परतवायची लय कोशिश केली, पर लोचटावानी चिटकूनच बसलाय. लईच गयावया कराया लागला. दूर कोकनातून रत्नागिरीस्नं आलोय म्हंतुया. मी घालवून द्याया निगालो त कळवळून बोलला, अवकाळी पावसानं अवंदाचं कलमी आंब्याचं पीक साप बुडाल्यानं हालत येकदम खस्ता हाय, पोराबाळांच्या पोटापान्याची कायतरी सोय हुईल म्हनून इतक्या दूर आलोया म्हनला. मग दया आली. म्हनून म्हनलं हुजुरांना पुसावं. मर्जी आसंल तर धाडतो; नाय म्हनाल तर देतो माघारी लावून."

रत्नागिरी आणि कलमी आंबे हे शब्द ऐकून नेताजी चमकले. पण वरकरणी अनिच्छा दाखवीत मानभावीपणे म्हणाले–

"ठीक, ठीक. तुला त्या बिचाऱ्याची एवढी कणव आली असेल तर दे धाडून. मात्र त्याच्याकडून काही लुबाडून घेण्याचा प्रयत्न केल्याचे माझ्या कानी आले, तर तुझी खैर नाही हे पक्के ध्यानात ठेव."

"तोबा, तोबा हुजूर, मुसुलमानाची चाकरी करीत असलो तरी म्या छ्यान्नव कुळी जातिवंत मऱ्हाटाच. आवो. गरीब भटा-बामनाला लुबाडून खाल्लो तर ल्येकराबाळांसकट नरकात न्हाय जायचा?"

नेताजींच्या नजरेकडे लक्ष जाताच हुजऱ्याचे पुढचे शब्द घशातच जिरले. हुजऱ्या बाहेर गेला आणि काही क्षणांतच एका ब्राह्मणाने डेऱ्यात प्रवेश केला. चित्पावन ब्राह्मणी, गोरापान तांबूस वर्ण, प्रसन्न तेज:पुंज मुद्रा, डोक्याला धुवट पांढरा रुमाल, कपाळी दुबोटी आडवे गंध, गळ्यात, दंडावर आणि मनगटात रुद्राक्ष माळा. नजरेत शांत भाव, पण एक वेगळीच तीक्ष्ण चमक, पायी खडावा, खांद्यावर बरीशी पडशी, एका हातात कमंडलू आणि दुसऱ्या हाती कानापर्यंत उंचीचा, तेल पाजलेला मजबूत वेळू. अशा ब्राह्मणाला पाहताच नेताजी उठून उभे झाले. स्मरणशक्तीला ताण देऊन त्यांनी आठवण्याचा प्रयत्न केला पण ओळख पटेना. मग त्यांनी तो नाद सोडून दिला आणि जमिनीला हस्तस्पर्श करून ब्राह्मणास नमस्कार केला.

"नमस्कार करतो महाराज. यावे वर इथे गिर्दीला टेकून आरामात बसावे."

"आयुष्यमान भव. विजयी भव. सर्व संकल्प निर्विघ्नपणे सिद्धीस जावोत. कल्याणमस्तु। यजमान, ही गाद्या-गिरद्यांची उपाधी आपली आपणासच लखलाभ; त्याने मोहादी विकार उत्पन्न होतात. ब्राह्मणाचे आसन म्हणजे दर्भासन; सर्व विकारांपासून मुक्त."

ब्राह्मणाचा स्वर अगदी स्वच्छ. उच्चार अनुनासिक. समोरच्या व्यक्तीवर लगेच प्रभाव पाडणारे बोलणे ऐकून नेताजींस बरे वाटले. पडशीतून एक दर्भासन काढून ब्राह्मणाने जाजमावर अंथरले आणि त्यावर बैठक मारली. नाइलाजाने नेताजी पण ब्राह्मणासमोर जाजमावरच बसले.

"महाराज, आपण कोकणातून आल्याचे माणूस सांगत होता. इतक्या दूर, परमुलखात आणि थेट गनिमाच्या छावणीत आपल्याला का यावे लागले?"

ओळख पटविण्याची नेताजींची खटपट ब्राह्मणापासून लपून राहिली नाही. पण तसे न दर्शविता विषण्ण हसू हसत गंभीरपणे म्हणाले–

"पोट दिले ना देवाने. त्यात काटे का भरायचे? मग हिंडावे लागते त्या मागे अष्ट दिशांना. यवनांनी जिणे नकोसे करून सोडले होते. कसाबसा जीव आणि धर्म वाचवून राहत होतो. वाटले, चला आता शिवाजीराजाचे राज्य आले तर धर्मास

ऊर्जितावस्था येईल. देवा-धर्माचे राज्य पुनरपि येईल. पण कसचे काय, दिल्लीश्वराचा एकच तडाखा काय बसला, आमचा शिवाजीराजा भुईसपाट! आता जेथे आपल्यासारखे मातब्बर पक्षी झाडाचा आसरा सोडून नवी घरटी आणि ठाव धुंडाळू लागले तेथे चिमण्या-कावळ्यांना कोण पुसते? मग आम्हा पोटार्थी भटा-भिक्षुकांची काय कथा. आता तर म्हणे शिवाजीराजा मनसबदारी अन् दख्खनची सुभेदारी मिळवण्यासाठी आलमगीर बादशहाच्या दरबारी आग्र्यास जायचा आहे. पोटच्या लेकरास सवे घेऊन. प्रस्थानाचा मुहूर्तसुद्धा अगदी नामी काढलाय, फाल्गुनी नवमी. मागे येथे दौलतीचा शिमगा न व्हावा म्हणजे मिळवली. असो. आपणास काय, थोरामोठ्यांच्या मोठ्या गोष्टी. आपण आपल्या पायतळीची सावली जपावी.''

''महाराज, आपण कामाशी काम ठेवावे हे बरे. आम्ही येथे आलो म्हणून आम्हास हवा तो बोल लावावा, पण शिवाजीराजांबद्दल ब्र काढल्यास नतीजा ठीक होणार नाही, याचे नीट भान ठेवावे.''

''क्षमा स्वामी. लायकी नसता भलतेच बोलून गेलो. जुने ऋणानुबंध स्वामी जपतात, पाहून धन्य वाटले. ते असो. जरा आपला उजवा तळहात बघू.''

नेताजींनी आपला उजवा हात ज्योतिष्याच्या हाती दिला. बराच वेळ ब्राह्मण हाताचे निरीक्षण करीत राहिला. मध्येच तो हलक्या हाताने ठिकठिकाणी दाब देई, तर कधी पालथा करून न्याहाळी. कधी कपाळाकडे पाहत राही, तर काही क्षण वर छताकडे पाहत काहीतरी पुटपुटे. काही वेळाने त्याने हलकेच हात सोडला आणि डोळे मिटून स्वस्थ बसला. त्याच्या चेहऱ्यावरील बदलते भाव निरखीत नेताजी स्वस्थ बसून राहिले. थोड्या वेळाने त्याने आपले विशाल डोळे उघडून नेताजींकडे पाहिले. प्रसन्न स्मित करीत भविष्य सांगण्यास सुरुवात केली.

''एका अतुल पराक्रमी महापुरुषाचा हात पाहण्याचा दुर्मीळ योग आज आला. वा! काय सुंदर हात आहे!! उच्चीचा गुरू, उच्चीचा रवी. शत्रुस्थानी शनी-मंगळ युती. सुंदर योग. चंद्र-शुक्र स्वगृही. वैभवास कधीच उणे नाही. पराक्रमात आणि यशात न्यून नाही. परंतु सांप्रत ग्रहस्थिती ठीक नाही. राहू अनुकूल नाही. महादशा सुरू झाली आहे. तो आपला प्रभाव दाखवणारच त्या कारणे प्रियजनांपासून दूर व्हावे लागले आहे. परंतु चिंता नसावी. अंती सारे मनासारखे घडून येणार आहे. गुरू आणि रवीच्या प्रभावाने सारे गोमटे होईल. आपल्या मनी ज्यांचे विषयी निष्ठा वसते आहे, त्यांच्या मनातील आपल्या स्थानास धक्का लागायचा नाही. सांप्रतची नोकरी मनाविरुद्ध पत्करली आहे. येथे उत्कर्ष नाही. दक्षिणेस जावे लागल्यास अनर्थ संभवतो. विरोधक दक्षिणेस दवडू पाहताहेत पण उच्चीचा गुरू सावधान करील. शुभस्थानी असलेला चंद्र योग्य निर्णयास बळ पुरवील. पराक्रमासाठी उत्तर दिशा अनुकूल आहे. उत्तरेच्या धन्याची चाकरी पत्करल्यास धन्याच्या दक्षिणेस राहून

पराक्रम गाजवता येईल. काही काळ धन्याचा सहवास लाभून विश्वास संपादन होईल. पुन्हा धन्याच्या दक्षिणेस येण्याचा योग प्राप्त होईल. धैर्य आणि कष्टाने दैवावर मात करून इच्छित साध्य होईल. गुरू बुद्धी, रवी शक्ती, बुध युक्ती, शनी धीर, मंगळ पराक्रम, चंद्र बळ देऊन मार्ग दाखवील. काय योगायोग आहे पाहा. हुताशनी पौर्णिमेनंतर होणारे ग्रहबदल आपल्या नोकरीत बदल घडवतील. या योगाचा योग्य फायदा घेतल्यास आणि लगेचच चाकरीत फेरबदल केल्यास, हातून कीर्ती, अस्मानात नेणारा पराक्रम घडेल. हृदयमंदिरात विराजमान श्रद्धास्थानाचे प्रिय करणे संभव होईल. शुभं भवतु। आम्हास जे दिसले, ते येथवर सांगितले. आता स्वामींस काही पुसणे असल्यास पुसावे. यथामति समाधान करू. कैलास नाथ पार्वती परमेश्वर कृपे करून व वाडवडिलांचे आशीर्वादे करून आजमितीपर्यंत पामराचा शब्द लटका ठरिला नाही. माता सरस्वती कृपेने वाणीस यश मिळत गेले. स्वामींनी पुसावे.''

''बस्स. अजून काही नको. ज्योतिष्याने दिशा दाखवावी. बाकी जे मिळवायचे, ते मिळवण्याचे सामर्थ्य मर्द आपल्या मनगटात आणि मुत्सद्दी मस्तकात बाळगतात.''

''तथास्तु.''

''महाराज, आपले बुद्धिचातुर्य पाहून आम्ही प्रसन्न आहोत. आपणास आश्रय द्यावा अशी ऊर्मी उठत आहे. मान्य केल्यास वैभवी पोहोचवू.''

''सांप्रत तो योग संभवत नाही स्वामी. आमच्या पायीचे चक्र आणि स्वामींचे ग्रहयोग विरुद्ध दिशांचे भ्रमण दाखवीत आहेत. प्राक्तनात सेवेचा योग असेल तर दैवयोगे स्वामींची पुन्हा गाठ पडेलच.''

भरपूर बिदागी देऊन नेताजींनी ब्राह्मणाची सन्मानपूर्वक बोळवण केली.

- ३७ -

ज्योतिषी निघून गेला. तो महाराजांचा संदेश घेऊन आलेला नजरबाजच होता याविषयी आता नेताजींच्या मनात कोणताही संशय उरलेला नव्हता. त्याची वायफळ वाटणारी बडबडसुद्धा महाराजांच्या भावी योजना सूचित करीत होती, हे त्यांना स्पष्ट जाणवले. सारे महाराजांनी आखलेल्या योजनेप्रमाणे सुरू होते.

नेताजींनी गोदाजीला बोलावून घेतले–

''गोदाजी उदईक जेजुरीला जायचं. आमच्या वतीनं खंडेरायास भंडारा चढवायचा.''

''जी सरकार.''

सटरफटर कामांच्या निमित्ताने डेऱ्यात घुटमळणारे सेवक निघून जाईपर्यंत दोघे असेच काहीबाही बोलत राहिले. धूर्त गोदाजीला त्यातून निघणारा नेमका अर्थ बरोबर समजत होता. सेवक निघून जाताच गोदाजी जवळ सरकला. नेताजींनी हातात सरकवलेली चिठ्ठी त्याने झटक्यात कमरबंदात लपविली.

"गोदाजी उद्याच्या उद्या सासवडच्या मोगली छावणीत निघायचं. छावणीत वीरसिंग हांडाला गाठायचं. माझा माणूस आहेस ही ओळख पटवण्यासाठी चिठ्ठीच्या घडीत पाचदलांचे बेलपान आहे ते त्याला दाखवायचे. तो तुला थेट मिर्झाराजांसमोर उभा करील. त्यांना हे पत्र द्यायचे आणि एकांत चर्चेची इच्छा सांगायची. मग त्यांना कळवायचे की, आम्ही त्यांचे पदरी येण्यास तयार आहोत. मात्र आम्हास सुपे परगण्याच्या जहागिरीचे वतन, पाचहजारी मनसबदारी आणि खासगी खर्चासाठी रोख पन्नास हजार रुपये मिळावे. त्यांस सांगावे, आम्ही शिवाजीराजांचे सरनोबत होतो तरी आम्हास स्वतंत्र मनसब नव्हती. पगारी नोकरी होती; त्यामुळे आमची स्वत:ची फौज नाही. तरी शाही खर्चाने फौज उभारून आमचे स्वाधीन करावी आणि फौजेच्या रोजमुऱ्यासाठी स्वतंत्र तनखा मंजूर करावा. जहागिरीच्या जागी स्वतंत्र व्यवस्था होईतो आमचा कुटुंबकबिला आम्हासंगत छावणीतच ठेवण्याची इजाजत असावी. या बाबी मान्य झाल्या तर होळी पौर्णिमेनंतर आम्ही राजाजींच्या पदरी दाखल होऊ."

दुसऱ्या दिवशीचे तांबडे फुटण्यापूर्वीच गोदाजी राजरोसपणे रुस्तमेजमाच्या छावणीतून निघाला.

रोजच्या रिवाजाप्रमाणे रुस्तमेजमाच्या डेऱ्यात मानकरी जमले होते. मोगलांच्या स्वारीला तोंड देण्याच्या योजनांची आखणी सुरू होती. कुठलाच संदर्भ नसताना अचानक रुस्तमने पुसले–

"नेताजी हुजूर, तुमचा नोकर म्हणे आज सकाळी अचानक छावणी सोडून गेला."

"जी हाँ. फाल्गुनाच्या महिन्यात खंडेरायास भंडारा चढवण्याचा आमचा कुळाचार आहे. त्याच कामासाठी त्याला जेजुरीस धाडले आहे. अशा कामांसाठी कोणाची परवानगी घेण्याची आजवर कधी गरज पडली नाही; त्यामुळे ती बाब आपल्या कानी घालण्याचे लक्षात आले नाही. अशी गफलत आयंदा होणार नाही. खात्री बाळगावी."

"ठीक आहे. याद रहे."

चर्चा पुन्हा पुढे सुरू झाली. ओघाओघाने सुरू असलेल्या चर्चेने शिवाजीने चालविलेल्या, दक्षिणी सत्ताधाऱ्यांनी एकत्र येऊन मोगलांच्या विरुद्ध एकजूट करण्याच्या राजकारणाकडे वळण घेतले. फाजलखान तावातावाने म्हणाला–

"जिल्हेसुभानी हजरत आदिलशहा हुजुरांनी दगाबाज शिवाजीचा नापाक अर्ज धुडकावून लावून त्याला चांगला धडा शिकवला हे फार उत्तम झाले. त्या नीच दरवडेखोरास आलाहजरतांनी त्याची जागा बरोब्बर दाखवून दिली."

काही सरदारांनी फाजलच्या सुरात सूर मिसळून अशीच बेताल शेरेबाजी केली. त्यावर नापसंती दर्शवीत रुस्तमेजमा म्हणाला–

"फाजल, तुझ्या जहनमध्ये सलतनतीच्या हितापेक्षा जाती दुश्मनी जोर करून आहे. म्हणूनच तू असे बोलतो आहेस. काय चूक होती शिवाजीच्या पैगामात सांग? कोणी मान्य करो अथवा न करो आज शिवाजी दख्खनमधील मोठी ताकद बनून राहिला आहे. त्याच्या ताकदीचा आणि हुनरचा अनुभव तू स्वत: तर घेतला आहेसच आणि आपल्या फौजासुद्धा हरहमेश घेत असतात. असा सूरमा आपसातील दुश्मनी विसरून परक्यांशी मुकाबला करण्याची दावत देत असेल तर त्यावर गौर फरमावली जायलाच हवी होती. जर कुतुब आणि आदिलशाही यांच्या जोडीला शिवाजी मोगलांशी झुंजायला उभा ठाकला तर मिर्झाराजा आणि दिलेरला नर्मदापार हाकून देणे कठीण नाही."

"जनाब, आपण असे म्हणणे स्वाभाविक आहे. आपले मरहूम वालिद हुजूर आणि शिवाजीच्या बापामधील पुराना दोस्ताना आजसुद्धा दिलात बाळगून आहात. पण मी जावळी, मिरज आणि पन्हाळा विसरू शकत नाही. त्या दगाबाज काफिराच्या सावलीचासुद्धा मी भरवसा करू शकत नाही. कुठून पैदा केली शिवाजीने ही ताकद? आदिलशाही सलतनत लुटूनच ना? त्याने आपल्या स्वत:च्या जहागिरीलासुद्धा तोशीस दिली आहे हे विसरू नका. परवरदिगार अल्लाची मोठी मेहेरबानी की, अशा नमकहराम काफिराची मदत घेण्याइतकी आदिलशाही दुबळी झालेली नाही. विजापुरात दिलेरखानाला परास्त शिवाजीने नाही तर आदिलशाहीतील तुमच्या-माझ्यासारख्या नेक वफादार नमकहलाल सूरमा सरदारांनीच दिला. आपणच आज मोगलांच्या नाकी दम आणला आहे."

मार्ग सोडून चर्चा व्यक्तिगत पातळीवर जाऊन भांडणाच्या वळणाने जाण्याचा संभव पाहून चाणाक्ष रुस्तमेजमाने तिचा रोख बदलण्याचा यत्न केला. ही संधी साधून नेताजीने आपले घोडे पुढे दामटले.

"जनाब, मोगलांचा मुकाबला करण्यासाठी आपण मोहीमनशीन आहोत पण गेले कित्येक दिवस आपली फौज नुसतीच पुख्खा झोडीत स्वस्थ बसून आहे. माझी दरखास्त आहे, माझ्या हाताखाली फौज दिली तर मी मोगलांनी कब्जा केलेल्या प्रदेशात घुसून प्रदेश ताराज करीन आणि त्यांच्या छावणीवर छापे मारून त्यांना त्रस्त करून सोडीन."

"नेताजी, आपल्या काबिलियतवर कोणताच शक नाही. आपण जे बोललात ते अनेकदा करून दाखवले आहे. पण आपले भोसले खानदानीचे रिश्तेदारीचे संबंध लक्षात घेऊन आपल्याला कर्नाटकात एकोजीराजांच्या कुमकेस पाठवावे आणि त्याच भागात जहागिरी देऊन वसवावे, असे जिल्हेसुभानी आलाहजरतांच्या मनात आहे. त्यासाठी आपल्याला द्यावयाच्या जहागिरीचा शोध सुरू आहे. तूर्तास आपणास आराम देऊन आदिलशाहीच्या दरबारी रस्मोरिवाजांची तालीम द्यावी असा हुकूम

आहे. याबाबत फैसला होईपर्यंत आपण आमच्या सोबत राहून आम्हाला मशवरे देऊन मदत करावी, अशी आलाहजरतांची दिली ख्वाहिश आहे.''

''आमच्या कुटुंबकबिल्याबाबत काय फैसला आहे? किती दिवस आम्ही असेच सडेफटिंग राहावे. आमचा सूड आमच्या बायका-पोरांवर घेतला जाईल असा आम्हाला अंदेशा आहे. त्यांची हिफाजत झाली पाहिजे.''

''अलबत. अलबत. आपला कबिला आपल्या साथ जाईल; फिकीर करण्याचे कारण नाही.''

''असे असेल तर प्रश्नच नाही. पण शिवाजीराजांच्या अखत्यारीत आमचा कबिला फार काळ ठेवणे आम्हाला परवडणार नाही. त्यांना कधीही तोशीस लागू शकते. आम्ही माणूस पाठवून होळीच्या सणासाठी आमचा कबिला जेजुरीला बोलावून घेतो. खंडोबाच्या दर्शनाला जाण्यास त्यांना मनाई केली जाणार नाही. आम्हाला इजाजत मिळावी, आम्ही जातीनिशी जाऊन कबिला छावणीत घेऊन येऊ किंवा विजापुरी ठेवून येऊ.''

''बिलकुल दुरुस्त. आपली ही दरखास्त आम्ही आजच्या डाकेतूनच आलाहजरतांकडे रवाना करू. रहमदिल जिल्हेसुभानी आपल्या माणसांचे दिल राखणे जाणतात. आपल्याला निश्चितच परवानगी देतील.''

महाराजांनी पाठविलेल्या ज्योतिष्याने भविष्य सांगण्याच्या मिषाने दिलेला इशारा अशा प्रकारे रुस्तमेजमाच्या बोलण्याने खात्रीत उतरला. नेताजी सावध झाले. आता वेळ गमावणे नाही. कर्नाटकात जावे लागले तर साऱ्याच राजकारणाचा विचका होणार.

- ३८ -

नेताजी गोदाजीची चातकासारखी वाट पाहत होते. एके दिवशी अगदी दिवेलागणीच्या सुमारास गोदाजी छावणीत परतला. त्याच्या मिश्यांवर, कल्ल्यांवर आणि कपड्यांवर भंडाऱ्याच्या खुणा रेंगाळत होत्या. नेताजीच्याच डेऱ्यासमोर पायउतार होऊन तो थेट आत गेला. कडकडीत मुजरा घालीत मोठ्या खुशीत तो म्हणाला–

''सरकार खंडोबानं गाऱ्हानं आइकलं. उजवा कौल दिला.''

दिवे उजळणारा हुजऱ्या बाहेर जाईपर्यंत दोघे वरकड बोलत राहिले. तो निघून जाताच गोदाजीने मिर्झाराजांच्या भेटीचा वृत्तान्त थोडक्यात सांगितला. बाहेर गेलेला हुजऱ्या कनातीला कान लावून ऐकत होता. ही खबर बहिर्जीकडे पोहोचविणे निकडीचे होते. तो लगेच बहिर्जीच्या माणसाला गाठण्यासाठी निघाला.

कुटुंबकबिला आणण्यासाठी जेजुरीला जाण्याची परवानगी मिळाली. मात्र वजिराने स्वतंत्र खलिता लिहून रुस्तमेजमास सख्त ताकीद दिली की, नेताजीस एकटा सोडू नये. त्याला जरासुद्धा नजरेआड होऊ देता कामा नये. शिवाजीचा हा चेला आपल्या

उस्तादाइतकाच चलाख आणि धोकेबाज आहे. विश्वासू मुसलमान सरदार हत्यारबंद अरब हशमांची फौज देऊन सोबत पाठवावा.

आग्र्याला जाण्यासाठी महाराजांनी राजगडावरून प्रस्थान ठेवले. कऱ्हेपठारावर मोगली छावणीत त्यांनी मिर्झाराजांची भेट घेतली. गाझी बेग, तेजसिंह कछवा आणि शाही इतमामासह त्यांनी औरंगाबादच्या दिशेने कूच केले. नेमके त्याच दिवशी जेजुरीला जाण्यासाठी नेताजींनी आदिलशाही छावणी सोडली. त्यांच्या संरक्षणासाठी आणि इतमाम पुरविण्यासाठी खानजमा अडीचशे कडवे अरब स्वार घेऊन सोबत निघाला.

- ३९ -

जेजुरीला यथासांग देवदर्शन झाले. कुटुंबातील लोकांशी भेटीगाठी झाल्या. रडणे, समजावणे, धीर देणे सगळे व्यवस्थित पार पडले. एकदा गर्दीत वाघ्याचे सोंग काढलेला बहिर्जी अचानक सामोरा आला, पण नेताजींनी त्याची नजर शिताफीने चुकविली. दुपारनंतर पुरणावरणाचे तट्ट जेवण झाले. पोट आणि मन दोन्ही भरून गेले. संध्याकाळी राहुटीच्या बाहेर बाजेवर बसून गप्पा मारता मारता नेताजी खानजमाला म्हणाले–

"खानसाहेब, बायकापोरे भेटली. दिल खूश झाला. आता फार रेंगाळण्यात मतलब नाही. परवा गडावर उत्सव आहे. तो आटोपला की, आपण निघू. आम्हाला जनाना सोबत घेऊन प्रवास करण्याची आदत नाही. आपण मेणे सकाळीच रवाना करू. आम्ही देवदर्शन आणि दानदक्षिणा वगैरे उरकून सांजेपावेतो निघू. आपली होडी पहिल्याच मजलेवर काफिला गाठेल. त्यास कितीसा वेळ जाणार?"

"बात तो दुरुस्त है। पण कबिल्यासोबत बंदोबस्त?"

"येथवर तर स्वतःच आले ना? आमचे खासगीचे हशम सोबत आहेतच. नेताजी पालकरच्या कबिल्याला धका लावायला कुणाची माय व्यायली आहे?"

"बात तो ठीक है, मगर आता तुम्ही आदिलशाही मनसबदार आहात. पूर्वीचे गवार मराठा सरदार नाही. काही दरबारी रिवाज आणि मरातब सांभाळलेच पाहिजेत. त्याशिवाय हा मुलूख मोगली फौजेच्या ताब्यात. मराठ्यांची हद्दसुद्धा हाकेच्या अंतरावर. या गोष्टीचे भान ठेवणे गरजेचे आहे. शिवाजी आणि मोगली सरदार सारेच तुमच्यावर डोळा ठेवून. आपल्याला त्यांची भीती वाटते असे नाही पण ऐसे खुशी के मौकेपर खून खराबा हो। काही अप्रिय घडावे असे मला वाटत नाही. माझी अडचण अशी की, माझी फौज तोकडी आहे; त्यामुळे ती अशी विभागून चालणार नाही. शाही रिवाजाप्रमाणे मी तुम्हाला एकटा विसंबू शकत नाही. तेव्हा एक दिवस 'देर से सही' पण सगळे एकत्रच निघू."

"नाही. आम्ही ठरवलेले तुम्ही बदलू शकत नाही. तुम्हाला तुमचा रिवाजच पाळायचा असेल तर तुमचे वीस-पंचवीस स्वार पाठवा कबिल्याबरोबर. जाऊ देत त्यांना पुढे. गाठू आपण त्यांना पहिल्याच मजलेवर."

फार जास्त ताणून धरणे खानाला शक्य नव्हते. नेताजींचे म्हणणे मान्य करण्याशिवाय त्याला गत्यंतरच नव्हते. भेटीगाठी आणि जत्रेच्या धामधुमीत तो विषय एवढ्यावरच राहिला.

-४०-

ठरल्या दिवशी कबिल्याचे मेणे आणि सामानाचे गाडे आदिलशाही छावणीच्या दिशेने रवाना झाले. थोडा विचार केल्यानंतर खानजमाच्या लक्षात आले की, नेताजीच्या कबिल्याची कोणतीच जबाबदारी त्याच्यावर नव्हती. त्याला लक्ष ठेवायचे होते नेताजींवर आणि जेथे खुद्द नेताजीलाच आपल्या माणसांची काळजी नसेल तर आपण का फुकाची चिंता करा, असा पोक्त विचार करून त्याने फक्त पंचवीस हत्यारबंद अरब कबिल्याबरोबर रवाना केले. शिवाय नेताजींचे खासगीतले पन्नास जवान सोबत होतेच. खासे, नोकरपेशा, दासी बटकी वगैरे मिळून मोठा काफिला तयार झाला होता. कबिल्यासोबत घरचा जबाबदार माणूस म्हणून खुद्द नेताजींचा काका, कोंडाजी पालकर चालत होता.

सूर्य मावळतीकडे असताना बरीशी जागा आणि पाण्याची सोय पाहून कोंडाजीने काफिला थांबविला. बायकामाणसांसाठी झटपट काही राहुट्या ठोकल्या गेल्या. बाकी बापये मंडळी उघड्यावरच राहणार होती. उघड्यावर राहण्यास अरब कां-कूं करू लागले पण त्यांच्याकडे कोणी लक्ष दिले नाही. अंधार दाटून येण्यापूर्वीच जेवणे आटोपून झोपण्याची तयारी सुरू झाली. अरबांच्या जुमलेदाराने पहारे बसवायला सुरुवात केली. कोंडाजीने गोड शब्दांत त्याला समजावले–

"अरे! खानसाहेब, तुम्ही तर आमचे मेहमान. तुम्ही आराम करा. उद्या पुन्हा दिवसभर उन्हातून सफर आहेच. पहाऱ्याला आमची मंडळी जागतील. अजी आमच्या घरची बायामाणसे सोबत न्यायचीत, आम्ही काय गाफील राहू? तुम्ही झोपा बिनघोर. छे! छे!! अहो, नेताजी काय म्हणणार? माझा पुतण्या ना तो, मी सांगेन त्याला जे सांगायचे ते. तुम्ही निवांत असा."

पडत्या फळाची आज्ञा घेऊन अरबांनी पथाऱ्या पसरल्या. उन्हाच्या रखरखाटात दिवसभर रखडपट्टी करून अरब नाहीतरी दमून गेले होते. माळावरची गार हवा लागताच सारे गाढ झोपी गेले. कोंडाजीने व्यवस्थित चौक्या पहारे लावले.

मध्यान्ह रात्र झाली. बायकामाणसे उठवली गेली. आवाज न करता आवरसावर झाली. राहुट्या उतरताना थोडा आवाज झालाच. काही अरबांची थोडी चुळबुळ झाली

पण कोणी उठला नाही. मांजराच्या पावलाने कोंडाजीचे हशम एकेका अरबाच्या उशाशी उभे राहिले. त्यांच्या हातातल्या नंग्या तलवारी क्षीण चांदण्यातसुद्धा चमकत होत्या. इशारतीची खूण होताच पंचवीस तलवारी एकाच वेळी खाली उतरल्या आणि अरबांची मुंडकी धडावेगळी झाली. आपण कधी मेलो त्यांना कळलेच नाही. खबर द्यायलासुद्धा कोणी मागे राहिला नाही. झपाट्याने सामान गाड्यांवर चढले. जड सामान आणि बुणगे वेगळ्या वाटेने रवाना झाले. चांदणी उगवण्यापूर्वीच काफिला जिकडेतिकडे रवाना झाला. अरबांची पंचवीस घोडी आयतीच मिळाली; त्यामुळे बायकासुद्धा घोड्यावर स्वार झाल्या. पहाटेचा अंधार कापीत सासवडच्या दिशेने घोडी चौखूर उधळली.

अरबांची प्रेते रक्ताच्या थारोळ्यांत धुळीत लोळत पडली होती. माळावरच्या कोल्ह्या-तरसांना रक्ताचा वास लागताच त्यांनी मेजवानी झोडायला सुरुवात केली. तांबडे फुटण्यापूर्वीच कोठूनशी घारी-गिधाडे सावजावर उतरली. निसर्गाने साफसफाईचे काम तातडीने सुरू केले.

- ४१ -

नेताजी दिवसभर गडावर देवदर्शन, पूजा-अर्चा वगैरेमध्ये गुंतून होते, तर खान आणि त्याची फौज पायथ्याशी वाघ्या-मुरळींचे नाच पाहत जीव रमवत होते. कडुस पडल्यानंतर नेताजी गोटावर परत आले. रात्रीचा भाकरतुकडा खाऊन ते पुन्हा गडावर जाण्यास निघाले. खानाने अचंब्याने पुसले–

"अजी हुजूर, दिवसभर तर पूजापाठ झाले. आता परत काय आहे? पहिल्या मजलेवर कबिला गाठू म्हणालात, आता निघणार कधी आणि त्यांना गाठणार कधी?"

"खानसाहेब, आज रात्री आमच्यातर्फे गडावर गोंधळ, म्हणजे एक प्रकारची इबादतच असते, ठेवला आहे. त्यासाठी आम्हाला हजर राहिलेच पाहिजे. तुम्ही फिकीर करू नका. तुमच्या फजरच्या नमाजाची अजान होण्याच्या आत आम्ही मुक्कामावर हजर असू. जीन कसून घोडी तयार ठेवा. इकडे नमाज आटोपला की, थेट सुटायचे. न्याहारी वाटेतच कुठेतरी करता येईल."

नेताजीपुढे खानाचा दर्जा तसा क्षुल्लकच होता; त्यामुळे फार ताणणे वा अविश्वास दाखविणे त्याला शक्य नव्हते. दिवस उजाडून चांगला दोन कासरे वर आला तरी नेताजींचा पत्ता नव्हता. खानाचा जौहरचा नमाजसुद्धा आटोपला तरी त्यांचा पत्ता नव्हता. हळूहळू खानाचा धीर सुटत चालला. त्याच्या बरोबरचे सारे शिपाई अरब. त्यांना कोणी गडावर रीघ लागू देईना. अखेर खानाने तपासासाठी काही बाजारबुणगे गडावर पाठविले. ते हात हलवीत परत आले तेव्हा खानाचा मगरीबचा नमाज आटोपला होता.

जेजुरी म्हणजे बांके ठिकाण. सांप्रत तो प्रदेश मोगली फौजांच्या कब्जात होता. शिवाजीच्या स्वराज्याची सरहद्दसुद्धा अगदी खेटून; त्यामुळे फारशी हालचाल करायला वावच नव्हता. मोगली गस्तीपथकाची गाठ पडली असती तर फजितीला पारावार राहिला नसता; त्यामुळे अधिक गुंतून राहण्यापेक्षा थेट छावणी गाठावी आणि झाला प्रकार रुस्तमेजमाच्या कानी घालावा, असा खानाने निर्णय घेतला. रात्रीच्या अंधाराची तमा न धरता खान जेजुरीहून टाकोटाक निघाला. मोगली सरहद्द लवकरात लवकर ओलांडण्यासाठी त्याने चौखूर दौड मारली.

रात्रीचा अंधार फिटून हळूहळू पूर्व उजळू लागली. काही कोस दूर आकाशात घिरट्या घालणाऱ्या घारी आणि गिधाडांनी त्याचे लक्ष वेधून घेतले. त्याच्या मनात अशुभाची पाल चुकचुकली. उडत्या पाखरांवर नजर ठेवून तो दौडत राहिला. करकचून लगाम खेचत त्याने घोडा थांबविला. समोरचे दृश्य मोठे भयानक होते.

घारी-गिधाडांनी फाडलेली आणि कोल्ह्या-कुत्र्यांनी अर्धवट खाल्लेली पंचवीस प्रेते समोर पडलेली होती. प्रत्येक प्रेताचे मुंडके धडावेगळे झालेले होते. सडक्या-कुजक्या मांसाच्या दर्पाने भवताल कोंदले होते. घाईघाईने पडाव उठवून गेल्याच्या खुणा स्पष्ट दिसत होत्या पण मुक्कामावर हल्ला झाल्याची एकही निशाणी आढळत नव्हती. आपल्या तुकडीला दगा करून, कापून काढून पालकरांचा कबिला फरार झाल्याचे खानाच्या लक्षात येण्यास वेळ लागला नाही.

घाईगर्दीने त्याने सारी प्रेते त्याच ठिकाणी पुरून टाकली. फातिहा पढण्याच्या भानगडीत न पडता, पुढचा श्वास घेण्यासाठीसुद्धा तो तेथे थांबला नाही. छावणीच्या दिशेने त्याची घोडी बेफाम दौडू लागली.

-४२-

तांबडे फुटण्याच्या सुमारास नेताजींनी आपला कबिला गाठला. सासवडची मोगली छावणी फक्त काही कोसांवरच होती. आता खानजमाची भीती बाळगण्याची जरुरी नव्हती. संथ चालीने घोडी मिर्झाराजांची छावणी जवळ करू लागली. छावणीच्या गिर्दपेशात पोहोचताच नेताजींनी गोदाजीला वर्दी घेऊन पुढे रवाना केले. कबिला एका ओढ्याच्या काठी सोईस्कर जागा पाहून विसावला.

दीड-दोन घटकांतच नेताजींच्या स्वागतासाठी छावणीतून स्वारांचे पथक आले. वीरसिंह बुंदेला पथकाची आगवानी करीत होता. मोठ्या मरातबात नेताजींना मोगली छावणीत नेण्यात आले. छावणीमध्ये नेताजी आणि त्यांच्या कुटुंबासाठी स्वतंत्र आणि प्रशस्त डेरे उभारण्यात आले होते. दुपारच्या भोजनानंतर तिसरे प्रहरी मिर्झाराजांच्या दिवाणखान्याच्या शामियान्यात सदर भरली. दरबारी इतमामात नेताजी सदरेवर पेश झाले. मिर्झाराजांनी मोठ्या गर्मजोशीने त्यांचे स्वागत केले. पोशाख,

शिरपाव, कट्यार, तलवार आणि चांदीचा साज चढविलेला घोडा देऊन त्यांचा गौरव करण्यात आला. पाचहजारी सरदारीची मनसब आणि सुपे प्रांताची जहागिरी मंजूर करण्यात आली. खासगी खर्चासाठी तात्पुरती तरतूद म्हणून रोख पन्नास हजार रुपये त्यांच्या पदरी घालण्यात आले. त्यांना दिलेरखानाची निसबत फर्मावण्यात आली. शेवटी मिर्झाराजे म्हणाले–

"मुघलिया सलतनत की खिदमत में दाखिल होकर तुमने बडा नेक काम किया है। तुझे पूर्वीचे मालक शिवाजीराजेसुद्धा आता मुघल तख्ताची खिदमत करण्यास राजी झाले आहेत. तुझा आणि त्यांचा दर्जा आता बरोबरीचा झाला. मुघल फौज अस्मानातील ताऱ्यांप्रमाणे अगणित आहे. आपल्या टापांखाली कोणतीही बगावत चिरडून टाकण्याची तिची ताकद आहे. उशिरा का होईना तुला आणि तुझ्या मालकाला हे पटले, हे उत्तम झाले. 'देर आये, दुरुस्त आये।' तुझ्या शौर्याची खरी किंमत आता तुला समजेल. तुझी कर्तब, तुझी किरत मी आता डंक्यावर चढवीन. दिलेरखानसाहेबांची निसबत तुला फर्मावली आहे. उद्या त्यांच्याकडे रुजू हो. ते तुला पुढची कामगिरी फर्मावतील."

"हुजूर राजासाहेब, गरिबाचा एवढा गौरव जन्मात कधी झाला नाही. बंदा त्यासाठी जन्मभर कृतज्ञ राहील. या नेताजीच्या तलवारीची चमक आणि अकलेचा चमत्कार आता तुम्ही पाहाच. लेकिन हुजुरांच्या पायाशी एक दरखास्त आहे. इजाजत असेल तर पेश करतो."

मिर्झाराजांच्या कपाळीचे गंध आठ्यांनी आकसले.

"तू जे मागितले त्यापेक्षा जास्त तुला दिले आहे. अधिक लोभ बरा नव्हे. तरी माग तुला काय पाहिजे ते. योग्य वाटले तर मंजूर करू."

"हुजूर, पैकाअडका, मानमरातब सारे मिळाले. आता त्याचा लोभ नाही. मी शिवाजीराजांच्या फौजेचा सरनोबत होतो. मला आपल्या पायाशी राहून तख्ताची सेवा करण्याचा मौका मिळावा एवढीच बंद्याची इच्छा आहे. बाकी काही नको. सारे भरून पावले आहे."

"नेताजी, तू पूर्वी काय होतास हे आता विसर. शिवाजीराजांनी तुला बरखास्त केले, म्हणून तू आज आमच्यासमोर आहेस. तुझी योग्यता ध्यानी घेऊनच आलाहजरतांनी तुला हा मरातब बहाल केला आहे. तुझ्यासंबंधीचा प्रत्येक फैसला आलाहजरतांनी स्वत: केला आहे. दिलेरखान माझेच नायब आहेत, म्हणजे तू माझ्याच खिदमतीत आहेस. पराक्रम दाखव. त्याचे योग्य चीज होईल. हा माझा शब्द आहे."

-४३-

नेताजी दिलेरखानाकडे रुजू झाले. बादशहाने खास त्यांच्यासाठी पाठविलेला मानाचा पोशाख तर त्यांना दिला गेलाच, पण दिलेरखानानेसुद्धा अनेक मूल्यवान

वस्तू देऊन त्यांना नावाजले. सुप्यामध्ये त्यांच्यासाठी नवा वाडा बांधून देण्याचे काम त्याने सुरू केले आणि वाड्याचे काम पूर्ण होईपर्यंत नेताजींचा कुटुंबकबिला त्याने मोठ्या आग्रहाने छावणीतच ठेवून घेतला. अर्थात बादशहाच्या तशा सूचनाच होत्या त्याला.

महाराज आग्र्याला पोहोचले. शहजाद्याप्रमाणे बडदास्त राखण्याची फर्माने काढणाऱ्या बादशहाने शहर प्रवेशापासूनच त्यांच्याकडे अपमानजनक दुर्लक्ष करण्यास सुरुवात केली. त्यांचा योग्य मरातब ठेवला नाही. दरबारात अत्यंत अपमानास्पद वागणूक दिली गेली; त्यामुळे महाराजांनी भरदरबारात आपला संताप व्यक्त केला आणि बादशहाला पाठ दाखवून ते दरबारातून बाहेर पडले. अशा सगळ्या रसभरित बातम्या, त्यात बराच मीठमसाला मिसळून छावणीत येत होत्या. त्यावर उलटसुलट चर्चा होत होत्या. मात्र चर्चेचा एकूण सूर महाराजांचे वर्तन कसे गैर आणि बदतमीजीचे होते असाच असे. असल्या चर्चा ऐकून नेताजी मनोमन अस्वस्थ होत. पण प्राप्त परिस्थितात महाराजांची निंदानालस्ती मुकाटपणे ऐकत राहण्यापलीकडे ते काहीच करू शकत नव्हते.

शिवाजीसारख्या मातब्बराचा उपयोग करून दख्खनमधील मुघलसत्ता बळकट करण्याचे आणि वाढविण्याचे मिर्झाराजांचे अवघे राजकारण उधळले गेल्यामुळे ते फार अस्वस्थ झाले. आयुष्यभराची पुण्याई, कर्तबगारी, मोगली सिंहासनाशी पिढ्यान्‌पिढ्या चालत आलेली निष्ठा त्यांनी या राजकारणासाठी पणाला लावली होती. औरंगजेबाला बादशहा म्हणून सिंहासनावर बसविण्यासाठी त्यांनी जी अनमोल मदत केली होती, त्याचे भान ठेवून बादशहा आपला शब्द डावलणार नाही अशी त्यांना खात्री वाटत होती. या भरवशावरच त्यांनी महाराजांना बेल-भंडार उचलून सुखरूप घरी परत आणण्याचे वचन दिले होते. कदाचित बादशहा त्यांना दख्खनची सुभेदारी देणार नाही पण त्याच तोडीचे एखादे मोठे मानाचे पद बहाल करून त्यांनी सुचविलेल्या योजनेप्रमाणे दक्षिणी सत्ताधाऱ्यांशी लढण्यासाठी कुलमुखत्यारी बहाल करील या त्यांच्या विश्वासाला संपूर्ण तडा गेला होता. रजपुताचे वचन धोक्यात आले होते.

आणि एक दिवस छावणीत बातमी येऊन थडकली. पाच हजार स्वार आणि तोफांच्या गराड्यात बादशहाने शिवाजीला राहत्या डेऱ्यात बंदिस्त करून ठेवले आहे. वेढ्याची जिम्मेदारी आग्र्याचा शहर कोतवाल सिद्दी फुलादखान याच्यावर आहे. याचा अर्थ साफ होता. शिवाजी आता बादशहाचा कैदी होता आणि त्याचे जिवंत घरी परत येणे दुरापास्त आहे.

या बातमीने राजपूत गोटात चिंतेचे सावट पसरले, तर मोगल व पठाणी गोटात आनंद उचंबळून आला.

-४४-

महाराज आग्र्यात अडकून पडल्याने आता सारेच राजकारण विसकटले होते. घटना एवढ्या झपाट्याने घडत गेल्या होत्या की, त्या परिस्थितीत स्वराज्याच्या बाजूने वळविण्यासाठी असामी हेरण्याची आणि त्याला फितविण्याची बोलणी करण्याची सोयच मुळी उरली नव्हती.

एकामागोमाग एक येऊन थडकणाऱ्या बातम्यांमुळे नेताजींची मन:स्थिती फारच बिकट झाली होती. असहायतेने त्यांना पुरते घेरून टाकले. मोगली छावणीत राहून महाराजांविषयी काळजी दाखविणे, उत्सुकतेने चौकश्या करणे, कशाचीच सोय नव्हती. त्यातून मग मोगली पद्धतीने भलतेसलते तर्क-कुतर्क लढविले गेले असते. महाराजांची सारी मसलतच नव्हे तर त्यांचे प्रतिरूप सहकुटुंब संकटात पडले होते. छावणीत तर सोडाच पण स्वराज्यात संधान बांधूनसुद्धा कोणाचा सल्ला घेण्याची सोय नव्हती. कारण ही मसलत फक्त ते आणि महाराज याव्यतिरिक्त कोणालाच माहीत नव्हती.

याच कारणामुळे महाराज सुखरूप परत येईपर्यंत स्वराज्यात परत जाणे शक्य नव्हते. परत जाताच त्यांची रवानगी अंधारकोठडीत झाल्याशिवाय राहणार नव्हती. तेवढ्यावर भागते, तर महाराज परतताच सुटका झाली असती. पण संतापलेल्या आईसाहेबांनी थेट तोफेच्या तोंडीच दिले तर? चारी बाजूंनी नुसती कोंडी होऊन बसली होती. उरात तीर रुतलेल्या पक्ष्यासारखे मनातल्या मनात तडफडत राहण्यापलीकडे ते काहीच करू शकत नव्हते. त्याउपर मनाची ही तगमग शब्दातून वा कृतीतूनच नव्हे तर चर्येवरसुद्धा उमटून चालणार नव्हते.

दिलेरखानाच्या दिवाणखान्याच्या डेऱ्यात त्याचे सारे सरदार जमून एकदा याच विषयावर चर्चा करीत होते. काही उथळ मनाचे सरदार अगदीच खालच्या पातळीवर जाऊन महाराजांची खिल्ली उडवीत होते. चेहऱ्यावर उसनी अलिप्तता ठेवून नेताजी गप्प उभे होते. दिलेरखानाच्या चाणाक्ष नजरेतून तो उसना भाव सुटला नाही. त्याने एकदम विचारले–

"क्यों नेताजी? बडा अफसोस महसूस हो रहा होगा नहीं?"

नेताजी चपापले. पण प्रसंगावधान राखून लगेचच उत्तरले–

"हुजूर, अफसोस कसचा? स्वतंत्र दौलत निर्माण करायला निघालेला माणूस. सुभेदारीच्या मोहाने जसा वाघ स्वत:च्या पायाने चालत येऊन पिंजऱ्यात बंद व्हावा तसा अलगद आलमपन्हांच्या जाळ्यात सापडला. अनेक वर्षे ते आमचे खाविंद होते तेव्हा अशा प्रकारे त्यांचा नाश होताना पाहून वाईट वाटणे साहजिक नाही का? बस्स! तेवढाच अफसोस."

त्याच दिवशी सायंकाळी मिर्झाराजांची भेट मिळविण्यासाठी त्यांनी अर्ज केला. मिर्झाराजांनी तुरंत भेट फर्मावली. त्याप्रमाणे चिंतेने काळवंडलेल्या मिर्झाराजांसमोर नेताजी पेश झाले. बराच वेळ अस्वस्थ शांततेत गेला.

"राजासाहब, आता तुमच्यापासून काय लपवून ठेवायचे? राजे सुटून सुखरूप परत येतील ना?"

"नेताजी, शिवाजीराजांना आलमपन्हांनी कैदेत ठेवले आहे म्हणून तू काळजीत पडला आहेस हे आम्ही समजू शकतो. पण लक्षात ठेव, आता तू मुघलिया तख्ताचा चाकर आहेस आणि शिवाजी तख्ताचा शत्रू. शत्रूला सहानुभूती म्हणजे धन्याशी गद्दारी. कुणाला संशय आला तरी तुझी खैर नाही हे पक्के समजून अस."

"बादशहाच्या कचाट्यात सापडलेला शत्रू आणि मगरीच्या दाढेत अडकलेले भक्ष्य कधी सुटत नसते. पण येथे एका रजपुताचे वचन गुंतलेले आहे, हे आलमपन्हा जाणतात. आम्हास दुखवणे सध्या तरी त्यांना परवडणारे नाही याची त्यांना जाणीव असावी, असे वाटते. एवढ्या एकाच कारणाने आशेला थोडी जागा आहे. शिवाजी परत आला तर पुन्हा त्यास जाऊन मिळण्याचा विचार आहे की काय तुझा?"

"ते आता या जन्मी तरी शक्य नाही. खंडोजी खोपडे काय नतीजा पावला ते सरकारांच्या कानी असेलच. कान्होजी मध्ये पडले म्हणून जीव बचावला त्याचा. गद्दारीचा शिक्का कपाळी मिरवत कुत्र्याच्या मौतीने मरण्याची किंवा तोफेच्या तोंडी जाण्याची माझी इच्छा नाही. विशाळगडावरून निघालो तो परतीचे दोर कापूनच. पण अनेक वर्षांचे ऋणानुबंध मनात काळजी उत्पन्न करतात यापरते दुसरे काही नाही."

"सावध राहा. सावध वाग. मी बादशहांचा आणि तख्ताचा इमानी चाकर आहे, हे कायम ध्यानात असू दे. तुझ्या निष्ठेचा नुसता संशय जरी आला तरी माझेसुद्धा हत्यार तुझ्यावर उठेल याची जाणीव सदैव जागती ठेव."

मिर्झाराजांनी दिलेल्या स्पष्ट इशाऱ्यामुळे तगमग कमी न होता उलट वाढलीच. मनात कुठेतरी एक आशेचा तंतू होता तोसुद्धा तुटून गेला.

-४५-

दिवसांमागून दिवस उलटत होते. मिर्झाराजांची आदिलशाहीविरुद्धची मोहीम नेटाने सुरू होती. पाऊस उणावण्याची वाट पाहत छावणी परिंडा प्रांतात भूम गावाजवळ पडली होती. मिर्झाराजांची छावणी दिलेरखानाच्या पिछाडीस अडीच कोसांवर होती. नेताजींचा मुक्काम दिलेरच्या छावणीतच होता. वाड्याच्या बांधकामाचे निमित्त पुढे करून त्यांचा कबिलासुद्धा छावणीतच ठेवून घेतला गेला होता. नेताजींची स्वतःची फौज

नव्हती; त्यामुळे त्यांची फौज उभी करण्याचे काम अद्याप सुरूच होते; त्यामुळे त्यांना अजून आघाडी फर्मावण्यात आली नव्हती. शाही हुकमांप्रमाणे नेताजींवर दिलेर बारीक नजर ठेवून होता. आणि एक दिवस खुद्द बादशहाकडून आलेले गुप्त फर्मान त्याच्या हाती पडले. त्या फर्मानात नेताजीला ताबडतोब गिरफ्तार करून आग्र्याला पाठविण्याचा हुकूम होता. कारण?

कारण दगा करून शिवाजी पाच हजार स्वारांचा वेढा फोडून आग्र्यातून निसटला होता. पळून गेला होता. आलमगिराला दाट संशय होता की, नेताजी मोगलांना मिळाला यात शिवाजीचेच काही कारस्थान असावे. आता त्याला शिवाजीच्या बदल्यात प्रतिशिवाजी हवा होता. सुदैवाने तो अनायासे त्याच्याच छत्राखाली होता. त्याला खात्री वाटत होती की, शिवाजी पळाल्याचे समजताच नेताजी मोगली छावणीतून पळ काढेल. बादशहा आता त्याला कोणतीच संधी घेऊ देणार नव्हता. म्हणूनच ही बातमी षट्कर्णी होण्यापूर्वी त्याला नेताजीवर झडप टाकायची होती.

फर्मान वाचून दिलेरने नजर वर केली. बक्षिसाच्या आशेने उभ्या असलेल्या जासुदावर वीजच कोसळली.

''गिरफ्तार करा या जासुदाला आणि मुसक्या बांधून शेजारच्या तंबूत बसवून ठेवा. पुढचा हुकूम देईपर्यंत त्याला कोणाला भेटू देता कामा नये.''

जासुदाला काही समजण्यापूर्वीच त्याच्या दंडावर काढण्या चढल्या. दिलेरने स्वत:च्या डेऱ्यावरचे पहारे वाढवून सख्त केले. आपला विश्वासू सरदार करीमखान कंदाहारी याला त्याने ताबडतोब बोलावून घेतले. तो उंच धिप्पाड निर्दय मुद्रेचा पठाण काही क्षणांतच आपल्या आकासमोर दाखल झाला.

''पठाण करीमखान कंदाहारी, नीट ध्यान देऊन ऐक. जिल्हेसुभानी आलाहजरत आलमगीर बादशहा सलामतांच्या मिठाचे कर्ज फेडण्याचा वक्त आला आहे. आलमपन्हांचा गुन्हेगार, जो त्याच्या दुर्दैवाने आणि आलाहजरतांच्या कृपेने आपल्याच पनाहमध्ये आला आहे; त्या नेताजी पालकरला या क्षणी गिरफ्तार करायचे आहे. मात्र याद राख, तो माझ्यासमोर पेश होईपर्यंत ही खबर तुझ्या डाव्या हातालासुद्धा समजता कामा नये. नेताजी म्हणजे दुसरा शिवाजीच आहे याचे भान जागे ठेव. त्याला नुसता संशय आला तरी तो हाताला लागणार नाही. तो जसा शूर समशेरबहाद्दर रुस्तम आहे तसाच अत्यंत चलाखसुद्धा आहे. कारवाई पुरी होण्याआधी खबर बाहेर फुटली आणि तुझ्या पदरी अपयश आले, तर उद्याचा सूर्य बघायला तुझे मस्तक जागेवर असणार नाही लक्षात ठेव.''

तीनशे हत्यारबंद कडवे पठाण घेऊन करीमखान तडक निघाला. त्या वेळी सारी छावणी दुपारच्या जेवणाच्या गडबडीत होती. तसेच शिरस्त्याप्रमाणे रोजचे पहारे बदलले जाण्याची ती वेळ असल्याने शिपायांची ही हालचाल विशेष कोणाच्या

लक्षात आली नाही. नेताजी आपल्या डेऱ्यात भोजनाला बसले होते. जेमतेम चार-सहा घास खाल्ले असतील नसतील; डेऱ्याच्या दरवाजावर गलका ऐकू आला. हुजऱ्या धावत आत आला.

"हुजूर काहीतरी गडबड दिसतीया. करीमखानाचे पठाण डेऱ्याला वेढा घालत्यात. समद्या पहारेकऱ्यांची हत्यारं काढून, त्यांना जेरबंद केलंया..."

हुजऱ्या असे बोलत असतानाच वीस-पंचवीस राक्षसी पठाणांना घेऊन करीमखान डेऱ्यात घुसला. तलवारीच्या एकाच फटक्यात हुजऱ्याचे मुंडके जमिनीवर उतरले. नेताजींच्या बायकांनी जोरात किंकाळ्या फोडल्या. हातातला घास ताटात टाकून नेताजी ताडकन उठले. चार हात अंतरावर तिवईवर त्यांची तलवार होती. वाघाच्या तडफेने त्यांनी तलवारीकडे झेप घेतली; पण आधीच सावध असलेल्या एका पठाणाने लाथेच्या फटकाऱ्याने तलवार दूर उडवून दिली. त्याच वेळी दुसऱ्या पठाणाने झेप घेणाऱ्या नेताजींसमोर स्वत:स झोकून दिले. त्याला अडखळून नेताजी खाली पडले. डोळ्याचे पाते लवते न लवते तोच करीमखानाने त्यांच्या पाठीवर बसकण मारली. त्याच चपळाईने दोन पठाण त्यांच्या दोन्ही हातांवर, तर दोन त्यांच्या पायांवर बसले. त्याच वेळी काही पठाणांनी शेजारच्याच ताटावर जेवत असलेल्या कोंडाजी पालकरच्या मुसक्या आवळल्या. हाती नंग्या समशेरी असणाऱ्या पठाणांच्या गर्दीने डेरा भरून गेला. सुटण्यासाठी नेताजींनी जिवाच्या आकांताने धडपड केली पण व्यर्थ. त्यांचे हातपाय साखळदंडांनी जखडण्यात आले. बैलांच्या कासऱ्याच्या काढण्या त्यांच्या दंडांना बांधण्यात आल्या. भले मोठे जडजूड जोखड त्यांच्या गळ्यात अडकवून त्यांना उभे केले गेले. संतापाने नागासारखे फूत्कार टाकणारे नेताजी कडाडले–

"करीमखान, ही काय बदतमिजी चालवली आहे? तुला या दांडगाईचा निश्चितच पश्चात्ताप करावा लागेल ध्यानात ठेव."

"बादशहा सलामतांच्या दुश्मनांशी आणि गद्दारांशी असाच सलूक केला जातो. हजरत दिलेरखानसाहेबांनी तुला जिंदा हाजिर करण्याचा हुकूम दिला नसता, तर आज आत्ता हे तुझे उद्दाम मुंडकेच त्यांना नजर केले असते. घेऊन चला रे या गद्दाराला."

- ४६ -

एखाद्या पुष्ट खोंडाला बांधून न्यावे तसे गळ्याला कासरे बांधून कोंडाजी आणि नेताजींना छावणीतून चालविले. ही धिंड पाहण्यासाठी हातातली कामे टाकून लोकांनी दुतर्फा गर्दी केली. संतापाने फुललेल्या नेताजींना दिलेरखानासमोर उभे करण्यात आले.

“शाबास करीमखान! आज तू आलाहजरतांची मनशा पूर्ण केलीस. तुझ्या इमानदारीची आणि या अजोड कर्तबाची नक्कीच कदर होईल. उद्याच मी तुझी सिफारिश आग्र्याला रवाना करतो.”

त्यानंतर नेताजींकडे वळून, चेहऱ्यावर उसनी दिलगिरी आणून, नाटकी ढंगात दिलेरखान म्हणाला–

“आवो, नेताजी आवो. तुझ्यासारखा तिखट तलवारीचा रुस्तम इतक्या आसानीने जेरबंद होईल, असे मला कधी स्वप्नातसुद्धा वाटले नव्हते. मला वाटत होते, आज माझे पंधरा-वीस पठाण जवान शहीद झाल्याशिवाय राहत नाहीत, कारण मुरारबाजीची बेहाय फिरणारी तलवार आजसुद्धा माझ्या नजरेसमोर आहे. पण आता माझ्या लक्षात आले, तो धन्यासाठी इरेला पडून लढत होता आणि तू स्वार्थ साधण्यासाठी धन्याला सोडून येथे आला आहेस. तरी तुला अशा प्रकारे आणावे लागले याचा मला सख्त अफसोस आहे.”

शरमेने आणि अपमानाने खजील झालेले नेताजी त्याही परिस्थितीत खवळून उठले. संताप त्यांच्या अंगी मावत नव्हता. खैराच्या इंगळासारखे पेटून उठलेले डोळे आग बरसत होते. मानेच्या शिरा तटतटून फुगल्या होत्या आणि कपाळावरची धमनी ताडताड उडत होती. फुस्कारे टाकीत, गडगडाटी आवाजात त्यांनी सवाल फेकला–

“मी शिवाजीराजांना सोडून का आलो याच्याशी तुला काय देणे-घेणे? मिर्झाराजांनी आवतण देऊन बोलावले म्हणून मी तुझ्या छावणीत दाखल झालो. आज मी आलमगीर बादशहा सलामतांचा नेक वफादार सेवक, सरदार आणि दरबारी मनसबदार असताना मला असे अपमानित करून जेरबंद करण्याचे मुळी कारणच काय? अरे! ताटावर बसून जेवत असताना, हाती हत्यार नसताना तुझे कुत्रे भेकडांसारखे माझ्या अंगावर चढून बसले, म्हणून; अन्यथा त्या नामर्दांची माझ्या अंगाला हात लावण्याची काय बिशाद होती. अंगात हिंमत असेल, सच्चा बापाचा असशील तर माझे हात मोकळे करून बघ. तू कपटाने गोळी घातल्यामुळे पुरंदराखाली बाजी जे साधू शकले नाहीत, ते तुला आत्ता दाखवतो. दरबारी मानकऱ्यांना वागवण्याची हीच तुमची रीत आहे की काय?”

छद्मी हसत दिलेर म्हणाला–

“दरबारी मनसबदारांशी नव्हे पण तख्ताच्या दुश्मनांशी आम्ही असेच वागतो. तू काय करू शकतोस याचे पूर्ण भान आहे म्हणूनच तुला असे जेरबंद करून आणि जोखडात गुंतवून आणावे लागले. रही बात नेक वफादार सेवकाची. मेरे प्यारे नेताजी, मोगली दरबाराची चाकरी म्हणजे सुळावरची पोळी. शहेनशहाची मर्जी खफा झाली तर वजिराचा क्षणात हुजऱ्या होतो आणि मर्जी बहाल झाली तर जनानखान्यावरचा खोजासुद्धा अमीर म्हणून मिरवतो. मी तर बादशहा सलामतांचा बंदा गुलाम. त्यांच्या

हुकमाची काटेकोर तामिली हाच माझा धर्म आहे. करीमखान, कैद्याला असाच महाराजसाहेब मिर्झाराजांच्या समोर पेश करा. घोडेस्वार पाठवून वर्दी पुढे रवाना होऊ दे. याद रहे, वाटेत काही गडबड झाली आणि कैदी निसटला तर तुझ्यासह तुझी सारी तुकडी गारद करून टाकीन. ले चलो इस गुस्ताख बेइमान को.''

-४७-

अशा प्रकारे जेरबंद करून नेताजीला समोर उभे केलेले पाहून मिर्झाराजे अचंबितच झाले. संतापाची तिरीमिरी त्यांच्या मस्तकात गेली. करीमखानाला जाब विचारण्यासाठी त्यांनी तोंड उघडण्यापूर्वीच संपूर्ण दरबारी पोशाखातील दिलेरखान पठाण कुर्निसात करीत डेऱ्यात दाखल झाला. त्याचा तोरा आणि ऐट पाहत राहावी अशी होती. एखादी अत्यंत अवघड लढाई जिंकून घ्यावी तशी कृतकृत्यतेची, समाधानाची भावना त्याच्या चेहऱ्यावर ओसंडून वाहत होती. मिर्झाराजांचे शब्द ओठातच अडखळले. दिलेरला न्याहाळीत ते काही क्षण स्तब्ध बसून राहिले. बऱ्याच वेळाने त्यांचा प्रदीर्घ सुस्कारा डेऱ्यात घुमला. तलवारीच्या मुठीवर डावा हात ठेवून, छाती पुढे काढून गर्वोन्मत्त आवेशात समोर उभ्या ठाकलेल्या दिलेरखानाकडे संतापलेल्या, तीक्ष्ण नजरेने पाहत गंभीर आवाजात ते म्हणाले–

''दिलेर, यह क्या तमाशा है? नेताजी और गिरफ्तार? तुला याचा जाब द्यावा लागेल. खुद्द आलाहजरतांच्या सही-शिक्क्याने नेताजीला मनसबदारी बहाल झाली आहे, हे तुला माहीत आहे.''

''उन्ही आलाहजरत के हुक्म की आज तामिली हो रही है.''

दिलेरने खूण करताच एका हुजऱ्याने शाही फर्मानाची मखमली थैली मिर्झाराजांसमोर तिपाईवर ठेवली. नजरेचा इशारा समजून उदयराज मुन्शी पुढे झाला आणि त्याने थैली उघडली. झरझरा त्याचे डोळे मजकुरावरून फिरले. कपाळावर जमा झालेला घाम उपरण्याने पुसत थरथरत्या हाताने त्याने खलिता मिर्झाराजांच्या हाती दिला. त्यांच्या नजरेतील प्रश्न ओळखून खुणेनेच त्यांना खलिता स्वत: वाचण्यास सुचविले. फर्मान वाचून ते कसेबसे उदयराजच्या हाती देत ते मटकन मसनदीवर बसले. त्यांच्या कपाळावर घाम डवरून आला. थरथरत्या ओठांमधून कसेबसे शब्द बाहेर आले–

''हे भगवान! क्या राजा शिवाजी आग्रा से भाग निकले? फुलादखानाचा जागता पहारा तोडून? अशक्य. अशक्य.''

''जी हाँ महाराजसाहब. सिद्दी फुलादखानाच्या तोफांचा आणि जांबाज पाच हजार शिपायांचा वेढा तोडून हवेत विरघळून जावा तसा शिवाजी कैदेतून पळाला. ही बाजारगप्प नाही. खुद्द आलाहजरतांच्या शिक्क्याच्या फर्मानात तसे स्पष्ट लिहिलेले

आहे. आणि त्या फर्मानाप्रमाणेच या दुसऱ्या शिवाजीला, नेताजीला जेरबंद करून आपल्यासमोर हाजिर केले आहे. हुक्म हो.''

महाराज औरंगजेबाच्या कचाट्यातून सुखरूप पळाल्याचे ऐकताच, तशा जखडलेल्या अवस्थेतसुद्धा नेताजींच्या चेहऱ्यावर समाधानाचे आणि आनंदाचे हास्य पसरले. सारी मसलत आता मातीमोल झाली होती, प्राप्त परिस्थितीत औरंगजेब आपला जीव घेतल्याशिवाय राहणार नाही, हे स्पष्ट होते; त्यामुळे आपला आनंद लपवून ठेवण्याची गरज आता उरली नव्हती.

शक्तिपात झाल्यासारखे मिर्झाराजे गिर्दीला टेकून बसून राहिले. त्यांची शून्य नजर डेऱ्याच्या आढ्याला खिळली. डेऱ्यात नीरव शांतता पसरली होती. रामसिंहांचे आणि त्यांचे भवितव्य त्यांना उघड्या डोळ्यांसमोर स्पष्ट दिसत होते. काही वेळ वाट पाहून दिलेरखानाने उदयराजकडे एक तीक्ष्ण-अस्वस्थ कटाक्ष टाकला. त्याची नजर वाचीत किंचित खाकरत दबक्या आवाजात तो मिर्झाराजांच्या कानाशी कुजबुजला–

''हुकूम...''

मिर्झाराजांची जड नजर त्याच्याकडे गेली. हृदयातील वेदना नजरेत स्पष्ट दिसत होती. उदयराजने खुणेनेच त्यांना नेताजींची आठवण करून दिली. त्यांची नजर नेताजींवर खिळली. नजरेत ओळख दिसत नव्हती. बोटांची अस्वस्थ चाळवाचाळव उमगून उदयराजने झटकन पुढे होऊन हुक्क्याचा नेचा बोटात सरकविला. नेचा दाताखाली दाबून धरत त्यांनी एक प्रदीर्घ झुरका घेतला. डोळे तांबडेलाल होऊन त्यांत पाणी तरळले. हुजऱ्याने पुढे केलेल्या रेशमी रुमालाने चेहरा स्वच्छ पुसून आणि घशातील खाकरा पिकदाणीत थुंकून त्यांनी स्वत:वर ताबा मिळविला. नजर साफ झाली. स्थिर दृष्टीने दिलेरखानाकडे पाहत त्यांनी बोलण्यास सुरुवात केली–

''अफसोस। सख्त अफसोस! दिलेर, आमचा जिंदगीभरचा तजुरबा आणि मुघलिया तख्ताच्या चाळीस वर्षांच्या चाकरीचे इमान पणाला लावून आम्ही हे फार मोठे राजकारण उभे केले होते. जर त्याला यश लाभते तर मुघली झेंडे, तुला-मला तोशीश न लागता पार कावेरीच्या पलीकडे कन्याकुमारीपर्यंत पोहोचले असते. आपल्यासाठी ते शिवाजीने फडकावले असते. स्वतंत्र दौलतीचे खूळ डोक्यात घेऊन बसलेल्या त्या वेड्या पिराला मी कसे राजी केले, माझे मलाच माहीत. लेकिन अफसोस की मी जिल्हेसुभानी आलाहजरतांना माझा हा मकसद पूर्णपणे पटवून देण्यात नाकामयाब ठरलो. कदाचित त्यांची रुबरू भेट झाली असती तर मला कामयाबी हासिल करणे शक्य झाले असते. भगवान एकलिंगजीच्या मनात तसे घडवावयाचे नव्हते, असेच आता समजायचे. पण शिवाजी निसटला म्हणून आपल्या चाकरीत आलेल्या नेताजीला गिरफ्तार करून आग्र्याला पाठवण्याच्या हुकमाचा अर्थ मला अजून लागत नाही. नेताजी आज शिवाजीचा सरलष्कर नाही.

त्याला बरखास्त करून अपमानित केले गेले आहे. आज तो तख्ताचा चाकर आहे. दरबारी मनसबदार आहे. त्याला त्याचे इमान सिद्ध करण्याचा मौका मिळाला नसला, तरी त्याची गद्दारी वा बेइमानी मला कधी नजर आलेली नाही. फर्मानातसुद्धा त्याच्यावर कुठला आरोप केलेला नाही. कुठला शक शुबहा व्यक्त केलेला नाही. मग शिवाजी पळाल्याचा गुस्सा नेताजीवर काढण्याचा मतलब काय?''

''गुस्ताखी माफ हो महाराजसाहब. तुम्ही माझ्यापेक्षा वयाने, अनुभवाने, रुतब्याने, प्रत्येक बाबतीत फार मोठे आहात. मी तुम्हाला काही सांगणे कितपत बरोबर आहे मला माहीत नाही. पण मला एवढेच समजते की, सेवकाने खाविंदांच्या हुकमाची तामिली करायची असते. तो चूक की बरोबर याची चिकित्सा करण्याचा हक्क ना मला आहे ना आपल्याला. पण आपल्याला त्याचा अर्थच जाणून घ्यायचा असेल तर लहान तोंडी मोठा घास घेण्याचा दोष पदरात घेऊन सांगतो, यालाच मोगलाई म्हणतात. पिढ्यान्‌पिढ्या मुघल तख्ताची सेवा करूनसुद्धा आपण अजून कोरडेच राहिलात. या फर्मानामागचे कारण तुम्हाला लक्षात येत नाही त्याचे कारण हेच आहे. तुमच्या शक्तीचा, बुद्धीचा आणि सामर्थ्याचा वापर करून बादशहा सलामत आणि सुलतान तुमच्यावर शेकडो वर्षे राज्य करीत आले आहेत. म्हणूनच आज तुम्ही महाराजसाहब असलात तरी बंदे गुलाम आहात त्यांचे आणि आलाहजरत जिल्हेसुभानी आहेत ते तुमचे. महाराजसाहब, दिलात काही ख्वाहिश ठेवून, तुमच्या शब्दाखातर आज जसा शिवाजी आपल्या पायांनी चालत आलाहजरतांच्या पाक कदमांशी गेला होता, तसाच त्याचा बाप शहाजी मुर्तुझा निजामाचे प्राण वाचवण्याच्या जुनूनमध्ये आपल्या पायांनी चालत 'मरहूम' आलाहजरत बादशहा शहाजहान हुजुरांच्या मुबारक कदमांपाशी आला होता. तेव्हा सुलतानाने दख्खन हजरत महम्मद आदिलशाह सलामतांचा आग्रह झुगारून आपल्या रहमदिल, दर्यादिल हुजूर सलामतांनी त्याची जान बख्शली. त्याला फक्त हद्दपार केले. त्या नेक दर्यादिलीचा नतीजा काय? तर या नादान शिवाजीचा काटा नासूर बनून मुघलिया सलतनतीच्या कलेजामध्ये रुतून बसला आहे. सिद्दी फुलादखानाच्या नादान गफलतीमुळे हातात आलेला शिवाजी पळाला. अन्यथा आलाहजरतांनी त्याला जिंदा सोडलाच नसता. काफिर गुलामाने दिलेले वचन त्याच्या सच्चा मोमिन मुसलमान आकावर कधीच आणि कोणत्याच परिस्थितीत बंधनकारक नसते.''

''स्वत:ला दुसरा शिवाजी म्हणवून घेण्यात फक्र महसूस करणारा हा नेताजी उद्या आपल्या पुरान्या आकाकडे परत जाणार नाही याचा काय भरवसा? जाताना तो सोबत काय काय आणि कुणाकुणाला घेऊन जाईल याचा अंदाज तरी करता येणे शक्य आहे का? नेताजी म्हणजे खंडोजी खोपडा नाही हे हुजूर जाणत नाहीत की काय? भविष्यात निर्माण होऊ शकणारा धोका आजच उपटून फेकून देण्याचा मौका

हातात असताना कोण शहाणा घर पेटण्याची वाट बघत बसणार आहे? महाराजसाहब, नीट ध्यानात ठेवा, पुढे-मागे कोणत्याही कारणाने या शिवाजीचा पोरगा संभाजी जर असाच हातात सापडला, तर आलाहजरत त्याचीसुद्धा हीच गत करतील.''

''महाराजसाहब, फर्मान थेट माझ्या नावे आले असले, तरी मी आपला नायब आहे म्हणून कैदी आपल्या खिदमत में हाजिर केला आहे. आपण हुकूम करा, त्याप्रमाणे कैद्याची रवानगी आग्र्याला केली जाईल.''

''कैदी असाच कडक बंदोबस्तात पुरंदरावर रवाना करा. आग्र्याला पाठवण्याची माणसे उद्या नामजद केली जातील.''

''गुस्ताखी माफ महाराजसाहब, पण कैदी फक्त पठाणांच्या पहाऱ्यातच आग्र्याला पाठवावा, असे फर्मानात साफ लिहिले आहे. आपल्या अधिकारात मला दखलअंदाजी करावयाची नाही, मी फक्त फर्मानात दर्ज असलेल्या अल्फाजांची याद करून देत आहे.''

मिर्झाराजांची तीक्ष्ण नजर दिलेरखानाच्या नजरेला भिडली. व्यथित असली तरी त्या नजरेचा दाह दिलेर फार काळ सहन करू शकला नाही. त्याची उर्मट नजर आपसूकच स्वत:च्या पायाशी उतरली. तीव्र पण विषादाच्या कटुतेने ओतप्रोत स्वरात मिर्झाराजे म्हणाले–

''शुक्रिया नायब दिलेरखान पठाण; फर्मानात दर्ज असलेल्या अल्फाजांची याद ताजी केल्याबद्दल तहे दिल से शुक्रिया! आम्ही हे विसरलोच होतो की, शिवाजीला आग्र्याला पाठवण्याचा आग्रह आमचाच. भरदरबारात त्याने जी गुस्ताखी केली, आलाहजरतांचा अपमान केला आणि त्यावर कडी म्हणजे त्यांच्या मर्जीविरुद्ध राजधानीतून पळून जाऊन नाफर्मानीचा जो सबूत जगजाहीर केला, त्या पापात आमचा वाटा आहे. दुनिया तसे मानो ना मानो पण आलाहजरत तरी तसे म्हणणारच. या वास्तवाची आम्हाला जाणीव करून दिल्याबद्दल आम्ही तुमचे एहसानमंद आहोत. पठाण सारेच तुमच्या निसबतीत आहेत. योग्य वाटतील त्या विश्वासातल्या माणसांना नामजद करा.''

''याद रहे कैदी कोई मामुली शख्स नहीं है. त्याला सोडवण्याची कोशिश केली जाण्याची शक्यता आहे. बंदोबस्तासाठी किमान दोन हजारांची फौज सोबत जाऊ देत. त्यात निष्णात बरकंदाजांचा समावेश असला पाहिजे. सोबत तोफा आणि पुरेसा दारूगोळा तैनात करा. अनुभवी आणि निष्णात माग काढणारे सोबत पाठवा. कोणताही धोका पत्करता कामा नये. जल्द अज् जल्द परवाने आणि दस्तावेज आमच्या दस्तखतीसाठी पेश करा. वाटेतल्या प्रत्येक ठाण्यावर आणि चौकीवर आजच्या आज सांडणीस्वार रवाना करून सूचनांचे खलिते पाठवा.''

"कैद्यासाठी खास मजबूत लोखंडी पिंजरा तयार करवून घ्या. वाटेने जाताना एक हजार स्वार आणि निम्म्या तोफा पिंजऱ्याच्या पुढे आणि तसाच बंदोबस्त पिंजऱ्याच्या मागे ठेवला गेला पाहिजे. प्रवास फक्त दिवसाउजेडीच केला जावा. कोठेही, कोणत्याही कारणाने एका रात्रीपेक्षा जास्त मुक्काम करण्यास सख्त मनाई आहे. कैद्याला मोठ्या गावात किंवा शहरात न नेण्याची सख्त ताकीद द्या. कैद्याला भेटण्याची तर सोडाच पण पाहण्याचीसुद्धा मनशा कोणी व्यक्त करील, तर त्याला सख्त मना करा. फितुरीला जरासुद्धा वाव मिळता कामा नये. प्रत्येक मुक्कामावरून आमच्याकडे आणि राजधानीत अखबार पोहोचले पाहिजे."

"उदयराज, आता आम्ही आराम करणार आहोत. आम्हाला आमच्या आरामात खलल नको. समजलात? तखलिया."

-४८-

पठाणांच्या सख्त पहाऱ्यात पुरंदरावर नेताजींची रवानगी केली गेली. हातपाय मणामणाच्या बेड्यांमध्ये जखडलेले होते. दंडांना काढण्या लावलेल्या होत्या. बेडीचे एक टोक करीमखानाच्या घोड्याच्या खोगिरात गुंतविलेले होते. रोखलेल्या भाल्यांच्या आणि तळपत्या नंग्या तलवारींच्या सख्त बंदोबस्तात पुरंदराचा चढ चढताना त्यांच्या मनात कल्प कल्प उसळले. त्यांचे मन आक्रंदत होते–

'अरे देवा खंडेराया, महाराजांनी काय योजले आणि हे काय होऊन बसले? आता परतीची वाट कशी शोधावी? दुःखात सुख एवढेच, महाराज सुटले. आग्र्यातून निसटले म्हणजे घरी सुखरूप पोहोचणार यात संशय नाही कारण ती व्यवस्था बहिर्जीवर सोपविली होती. पण मला महाराजांचे पाय या जन्मात परत कधी दिसतील का? महाराज, माथी लागलेला गद्दारीचा हा कलंक पुसणे आता फक्त तुमच्याच हातात आहे. तुम्हीच तारक, तुम्हीच उद्धारक.'

पुरंदराच्या अंधारकोठडीत आणि आग्र्याच्या वाटेवर त्यांच्या मनात सतत हेच आक्रंदन सुरू होते. आत्मघात करून मोकळे व्हावे असे अनेकदा त्यांच्या मनात येऊन गेले, पण बंदोबस्त अतिशय कडक असल्याने एकांत मिळू शकला नाही. अशाच नैराश्यपूर्ण विचारांच्या ग्लानीत असताना अंधारात वीज चमकून जावी तसा त्यांच्या मनात विचार चमकून गेला–

'असे मच्छर-मुरुकुटासारखे मरणे मराठ्याला आणि त्यातही स्वराज्याच्या सरनोबताला शोभणारे नाही. होय, सरनोबतच. लोकांच्या दृष्टीने बरखास्त झालेला असलो, तरी मला आणि महाराजांना माहीत आहे, मीच आजसुद्धा सरनोबत आहे. मरणे तर आहेच. मरणाला कोण घाबरतो? दाखवून देईन त्या कपटी धर्मांध आलमगिराला, रणांगणात तलवार गाजविणारा मराठा दुर्दैवाने निःशस्त्र आणि

असहाय असला, तरी कसा निधड्या छातीने मरणाला सामोरा जातो. असे मरण मरीन की, महाराजांनासुद्धा माझ्या मरणाचा कायम अभिमान वाटेल आणि बाजी प्रभू अन् मुरारबाजीप्रमाणे माझीसुद्धा कीर्त ते डंक्यावर चढवतील.'

पकडल्यापासून दहाव्या दिवशी नेताजींची धिंड आग्र्याकडे निघाली. वाघ-सिंहांसाठी असतो तसा मजबूत लोखंडी गजांचा पिंजरा उंटाच्या गाड्यावर चढविलेला होता. भोवताली क्रूर पठाणांचा पहारा. त्यांच्या खांद्यावर तळपत्या तेग. सूर्योदयानंतर अर्ध्या-पाऊण घटकेत तांडा प्रवासास सुरुवात करी. सूर्यास्तापूर्वी अर्धा-पाऊण घटका प्रवास थांबे. वाटेत जेवणासाठीच काय पण पाणी पिण्यासाठी किंवा विधी उरकण्यासाठीसुद्धा थांबण्याची कोणाला परवानगी नव्हती. हुकमाप्रमाणे रोज मुक्काम हलता असे. मोठ्या गावातून वा शहरातून कधी काफिला जात नसे.

प्रवासात सारा वेळ नेताजींना गजाला धरून उभे राहावे लागे. गाड्याला वेडेवाकडे इतके हादरे बसत की, आडवे होणे तर सोडाच पण खाली बसणेसुद्धा शक्य होत नसे. सर्व बाजूंनी उघड्या पिंजऱ्यात दिवसभर उन्हाचा मारा, तर रात्री थंडीचा कडाका सहन करावा लागे. दिवस सरत्या पावसाळ्याचे. मधूनच येणारी पावसाची सर ओलेचिंब करी. वाऱ्यावर अंग आपोआप सुकून जाई. ऊन पडले की, कपडे वाळून जात. नेताजींना वाटे, नरकयातना म्हणून म्हणतात त्या याच. मग त्यांचेच मन त्यांना सांगे, 'अरे! अगदीच भोळा रे तू, ही तर सुरुवात. नरकयातना कशाला म्हणतात ते आग्र्याला आलमगिरासमोर गेल्यानंतर चाखायला मिळतील.'

काफिला आग्र्याला पोहोचला. सिद्दी फुलादखानाने नेताजीचा ताबा घेतला.

"तो, ये है नेताजी. म्हणे दुसरा शिवाजी! माझ्या शराफतीचा गैरफायदा घेऊन तो बदमाश शिवाजी पळाला. पण तू याद राख. मला सिद्दी फुलादखान म्हणतात. आता तूच काय तुझे प्राणसुद्धा माझ्या परवानगीशिवाय येथून बाहेर पडू शकणार नाहीत. दरोगा, ले जाओ इस काफिर को. याला अशा कोठडीत ठेवा जिथे प्रकाशाचा कतराच काय पण हवेची लहरसुद्धा पोहोचू शकणार नाही. पुढचा हुकूम होईपर्यंत दिवसभरात एक खुजा पाण्याशिवाय याला काही देता कामा नये. जालिमातील जालिम सिद्दी आणि तार्तर याच्या पहाऱ्यावर नेम. आजचा खुराक म्हणून उघड्या पाठीवर दहा कोरडे ओढ. आम्ही याच्या आगमनाची वर्दी आलमपन्हा जिल्हेसुभानींना देऊन येतो. गफलत किंवा ढिलाई दिसली तर तुम्हा प्रत्येकाची चामडी लोळवीन; याद राखून ठेवा."

-४९-

ढकलत, पाडत, लाथा घालून उठवत; पायऱ्यांवरून तंगड्या धरून फरफटवीत नेताजींना लाल किल्ल्याच्या आदबखान्यातील तळघरात नेण्यात आले. क्षणही न

दवडता त्यांना कोठडीच्या गजांना आवळून बांधण्यात आले. अंगावर बोटभर चिंधीसुद्धा ठेवली नाही. एक उंच धिप्पाड हबशी हातात लवलवता वेत घेऊन तयार झाला. दरोगा खच्चून ओरडला–

"लगाव कसके..."

त्या क्षणी लवलवता वेत पाठीवर पडला. एकामागोमाग एक कोडे उघड्या अंगावर कोसळू लागले. दर फटक्यागणिक रक्ताचे शिंतोडे आणि मांसाचे कण भिंतीवर उडत. दाताखाली ओठ दाबून आणि श्वास कोंडून घेऊन नेताजी ते सहन करीत राहिले. तोंडातून अस्फुट चीत्कारसुद्धा उमटला नाही; त्यामुळे दरोग्याला आपलाच अपमान झाल्यासारखे वाटले.

"अरे! हरामजादा काफिर, चिल्लाता नहीं। मेरी तरफ से पचास कोडे और लगाव।"

दरोग्याचा मान राखण्यासाठी हबशाने अजून चार-पाच फटके हाणले. अखेर त्याच्या मनीच देव उभा राहिला.

"नहीं हुजूर, मी यापेक्षा अधिक मारू शकत नाही. कैदी मरता कामा नये अशी सख्त ताकीद आहे. तो आलमपन्हांची खास अमानत आहे."

नेताजींना तसेच उघडेनागडे अंधारकोठडीत फेकून देण्यात आले. आग्र्यात हिवाळ्याला सुरुवात झालेली. ओल आलेली आणि थंडीमुळे गारठलेली बर्फाळ फरसबंदी ताज्या जखमांमधून कळा काढत होती. अखेर वेदनेलाच दया आली. तिने नेताजींच्या शरीरावर हलकेच बेशुद्धीची चादर पांघरली. सर्व संवेदना त्यामध्ये पार बुडून गेल्या.

रोज संध्याकाळी तीस-तीस फटक्यांचा रतीब सुरू झाला. खुजाभर पाण्याव्यतिरिक्त खायला-प्यायला काहीच दिले जात नव्हते. निम्मे पाणी पोटात जाई, निम्मे लवंडून जाई. हा क्रम आठ दिवस अखंड चालू राहिला. नवव्या दिवशी खासा फुलादखान कोठडीच्या दारात उभा राहिला. विकलांग नेताजींना शिपायांनी दोन्ही हात गजांत गुंतवून उभे केले. दात विचकत खान मुक्ताफळे उधळू लागला–

"अबे बेवकूफो, तुम्हाला काही अक्कल आहे की नाही? अरे! गद्ध्यांनो, हे थोर गृहस्थ शिवाचे सिपाहसालार, सरलष्कर आहेत. त्यांची तुम्ही ही अशी अवस्था करून ठेवलीत? अबे, याला काही खायला-प्यायला देता की नाही? अबे सालो, हा पाचहजारी दरबारी मनसबदार आहे. खास शाही मेहमान म्हणून त्याला या इथे ठेवले आहे. चांगली खातिरदारी झाली पाहिजे याची. समझे?"

"हजूर, अजून खायला देण्याचा हुकूम जारी झाला नाही."

"हरामखोर, काय सांगतोस? इतके दिवस काही खायलाच दिले नाही? बदतमीज. अबे, मी विसरलो असेन हुकूम द्यायला, मला काय एवढे एकच काम

आहे? पण तुला आठवण करून देता येत नाही? अरे मूर्खांनो, ही गोष्ट आलमपन्हांच्या कानी गेली तर केवढा गहजब होईल काही कल्पना आहे का? मैं कुछ नहीं जानता. आत्ताच्या आत्ता माझ्यासमोर याला खायला घालण्याचा बंदोबस्त करा. ताजा गरमागरम खाना आत्ता या इथे पकवा आणि मेहमानांना खाऊ घाला.''

''हजूर, आत्ता या वेळी बाबर्ची कुठून आणायचा. कोठीवान शिधा कसा काढून देईल?''

''ये बात है? मग असे करा भाजलेले शकरकंद (रताळी) याला पोटभर खाऊ घाला. आत्ता.''

राजा बोले, दळ हाले. धावत जाऊन शिपायाने चांगली बुट्टीभर रताळी आणली. भराभरा गोवऱ्या आणल्या. विस्तव आणला. तळघराच्या त्या अंधारकोठडीतच भले मोठे जगरे पेटविले गेले. एका शिपायाने पाठीची ढाल काढून तिचाच पंखा केला आणि वारा घालून विस्तव चेतविला. वारा यायला-जायला जागाच नव्हती. सारी कोठडी धुराने कोंदटून गेली. गुदमरून प्राण जातो की राहतो अशी अवस्था झाली. तरी तशाही परिस्थितीमध्ये मोठ्या आकाराची चांगली दहा-पंधरा रताळी भाजून झाली.

कसेबसे भिंतीला टेकवून 'मेहमाना'ला बसते केले. एका आडदांड शिपायाने वाफाळणारे एक रताळे जगरातून बाहेर काढले. हात पोळत असल्याने झेलतझेलत ते कसेबसे नेताजींच्या तोंडाजवळ नेले. काही समजण्याच्या आत वाफाळलेले ते भले मोठे रताळे अख्खेच्याअख्खे त्यांच्या तोंडात कोंबले. चपळाई करून दुसऱ्या शिपायाने मुसकी आवळून तोंड बंद केले. शिवाय एका हाताने नाक घट्ट दाबून धरले. तो जळता गोळा गिळण्यावाचून पर्यायच राहिला नाही. तोंडापासून कातडी जाळीत तो जळता गोळा पोटात उतरला. तोंड मोकळे होताच पुन्हा एक गरमागरम रताळे... अशी चांगली आठ-दहा रताळी पोटात गेली.

जिवाच्या आकांताने हातपाय झाडण्याशिवाय नेताजी काहीच करू शकत नव्हते. ती तडफड आणि तगमग पाहून शिपायांची आणि फुलादखानाची चांगलीच करमणूक होत होती. खाणे झाल्यावर पाणी पाजणे ओघानेच आले. थंड पाण्याने भरलेला एक भला मोठा घडा थेट त्यांच्या तोंडावरच रिकामा केला गेला. काही थोडे पाणी पोटात गेले असेल नसेल, मात्र नाकात पाणी जाऊन प्राणांतिक ठसका लागला. खोकूनखोकून डोळे बाहेर येतात की काय असे झाले. भाजलेल्या-पोळलेल्या त्वचेची इंगळासारखी आग होत राहिली. थोड्याच वेळात बेहोशीने नेताजींना अलगद आपल्या कुशीत घेतले.

-५०-

असे गरमागरम 'शाही' भोजन आणि त्यानंतर बेशुद्धी असा क्रम दर दिवसाआड

काही दिवस होतच राहिला. एका संध्याकाळी त्यांची गुंगी चाळवली तेव्हा त्यांना जबरदस्तीने उठवून उभे केले जात होते. घडाभर थंडगार पाणी भडाभडा त्यांच्या डोक्यावर ओतल्यानंतर ते भानावर आले. सिद्दी फुलादखानाचा नायब सिद्दी याकूत मोठमोठ्याने शिवीगाळ करीत तळघराच्या पायऱ्या उतरत होता. त्याच्या शिव्यांमध्ये अरबी, फारसी, हिंदुस्थानी, दखनी आणि हबशी भाषेतल्या वेचक शिव्या होत्या. त्याच्या मागे एक खोजा मातीचे भले मोठे कुल्हड घेऊन चालत होता. दाणदाण पावले आपटीत सिद्दी याकूत नेताजींच्या कोठडीसमोर उभा राहिला. ओठापासून पोटापर्यंत पोळून निघालेल्या नेताजींना डोळे उघडणे शक्य होत नव्हते. तोंडात आणि घशात भाजल्याचे मोठमोठे फोड आल्यामुळे श्वास घेताना प्राणांतिक वेदना होत होत्या. कंबरेवर हात ठेवून आणि हिंस्रपणे हसत याकूत काही वेळ त्या तडफडीची आणि वेदनांची मजा लुटत राहिला आणि अचानक ढग गडगडल्यासारखा जोरात ओरडला,

"ऐ पाजी नेताजी, तुझ्यासाठी मी मोठी खुशीची खबर आणली आहे. तुझा तो बदतमीज भेकड पळपुटा राजा, शिवा, कोहस्तानी चूहा, आलमपन्हा आलमगीर हुजुरांच्या भीतीने आग्र्याहून पळाला. पण आमच्या रहमदिल आलाहजरतांनी त्याला त्याच्या डोंगरी बिळात सुखरूप पोहोचू दिले. तो कमीना आता त्याच्या थेरडीच्या पल्लूमागे जाऊन लपून बसला आहे. आता दुसरी खबर ऐक. शिवा तर बचावला, पण त्याचा तितकाच हरामजादा लौंडा तो संभा, तो मात्र वाटेतच मरून गेला. या खुशखबरी तुला देण्यासाठी हजरत कोतवाल साहेबांनी खास मला पाठवले आहे. तुला खुशीचा जश्न मनवता यावा म्हणून माझ्या रहमदिल आकांनी तुझ्यासाठी खास बनवलेली शिकंजीसुद्धा (लिंबू सरबत) पाठवली आहे."

सिद्दी याकूतने हुकूम करताच चार-सहा धिप्पाड हबशी कोठडीत घुसले आणि त्यांनी नेताजींना फरशीवर उताणे झोपविले. त्यांच्या हातापायांवर दोन-दोन दांडगट हबशी उभे राहिले. एका शिपायाने डोक्याभोवती अवजड लाकडी खोडा अडकविला. त्यावर तो स्वत: बसून राहिला; त्यामुळे त्यांचे मस्तकसुद्धा जमिनीला जखडले गेले. विकट हसत दोन बाजूंना दोन पाय टाकून सिद्दी याकूत त्यांच्या छाताडावर बसला.

"लो, हरामजादे लो, तुम्हा काफिरांचा सुलतान घरी पोहोचल्याचा जश्न साजरा कर. घे, पी ही शिकंजी."

मस्तकावर बसलेल्या शिपायाने आपल्या मजबूत पंजाने गपकन त्यांचे नाक दाबून बंद केले. आपसूकच त्यांचे तोंड उघडले गेले. डोळ्याचे पाते लवण्याच्या आतच याकूतने भरपूर मीठ मिसळलेल्या लिंबाच्या रसाने भरलेला तो कुल्हड उघड्या तोंडात रिता केला आणि झटक्यासरशी त्यांचे तोंड बंद केले. आगीचा डोंब उसळला. प्रचंड तडफडाट झाला, पण अंगावर अवजड माणसे उभी असल्याने

त्यांचे क्षीण शरीर तसूभरही हलू शकले नाही. नाक-तोंड गच्च आवळून बंद असल्याने उलटून पडू पाहणारा लिंबाचा रस आपसूकच पोटात गिळला गेला. जणू सुरुंगाची बत्ती जळतजळत पोटात उतरली. रस गिळला गेल्याची खात्री पटल्यानंतरच हबशी दूर झाले.

जिवाच्या आकांताने हातपाय झाडणाऱ्या आणि ठसकणाऱ्या नेताजींना सोडून सिद्दी याकूत निघून गेला.

-५१-

दोन-तीन दिवसांनी आगीची जळजळ उणावली. लिंबाच्या रसाचा परिणाम म्हणा वा मुळचीच काटक शरीर प्रकृती म्हणा, हळूहळू तोंडातले, घशातले फोड बरे होऊ लागले. मोठ्या कष्टाने का होईना पण चार-दोन घोट पाणी पिणे शक्य होऊ लागले. रताळ्यांचा तोबरा बंद होऊन अनियमितपणे का होईना माणसासारखे अन्न मिळू लागले. फटक्यांचा रतीब निम्म्यावर येऊन रोजऐवजी दिवसाआड मिळू लागला. कारण कैद्याची सहनशक्ती संपून तो मरण्याची शक्यता दफेदाराने व्यक्त केली. हा कैदी इतक्यात मरणे सिद्दी फुलादखानाला परवडणारे नव्हते. कारण बादशहासमोर त्याची सुनावणी अद्याप झाली नव्हती. कैद्याला जिवंत ठेवण्याचा सख्त हुकूम होता. पौष महिन्याच्या कडाक्याच्या थंडीत फक्त एका लंगोटीखेरीज अंगावर वस्त्र नव्हते. अंथरुणा-पांघरुणाची मिजास पुरविण्याचा प्रश्नच नव्हता. जिथे मालकच आठवड्यातून एकदा अंघोळ करी, तिथे कैद्याला अंघोळ घालून पाणी कोण वाया घालविणार?

खूप दिवसांनंतर सिद्दी फुलादखान तळघरात उतरला. कोठडीच्या दाराशी उभा राहून कोठडीतल्या घाणीत पडलेल्या नेताजींना तो बराच वेळ न्याहाळत होता. अमानुष मारहाणीच्या जखमांनी भरलेले उघडे अंग घाणीने पार लडबडून गेले होते. उवा आणि पिसवा अंगावर धावत होत्या, पण संवेदना हरपल्याने त्यांची जाणीवच होत नसावी. शरीर क्लांत आणि विकल असले तरी अस्ताव्यस्त वाढलेल्या केसांतून आणि दाढी-मिश्यांच्या जंजाळातून फुलादकडे पाहणारे डोळे मात्र खदिरांगारासारखे पेटलेलेच होते. अपलक दृष्टीतील धग खान सहन करू शकत नव्हता. ती अपराजित नजर त्याला मुळातून हादरवून गेली. अंगावर उठलेल्या शहाऱ्याने खानाला भान आले. तो पचकन थुंकला, पण थुंकी 'चुकून' नेताजींच्या तोंडावरच पडली. अतिप्रमाणात अफू आणि गांजा ओढल्यामुळे त्याचा आवाज आधीच फुटला होता. तशा आवाजातच किंचाळण्याची भर घालून अधिकच भयानक आवाज काढीत तो ओरडला–

"हरामजादो, कुत्तो, हा तरीका आहे शाही मेहमानाला ठेवण्याचा? थोडे दिवस

माझे दुर्लक्ष काय झाले, तुम्ही तर अगदी तालच सोडला. नमकहरामों, आलाहजरतांना जवाब मला द्यायचा आहे, तुम्हा लंगुरांना नाही. साफ करा त्याला. खराऱ्याने घासून घुसळून काढा. दाढी-केस सगळे सफाचट झाले पाहिजे. अंगभर कडुनिंबाचे आणि करंजीचे तेल चोपडा. अंगात कपडे चढवा आणि घेऊन चला वरच्या कोठडीत. आलमपन्हांनी मेहमानाची मुलाखत घेण्याची तमन्ना जाहीर केली आहे. परवा जुम्म्याच्या नमाजानंतर आलाहजरतांसमोर पेशी आहे मेहमानांची. त्याचा लिहाज करून चांगले तयार करा याला.''

हुकूम देऊन खान निघून गेला. नेताजींचे शरीर घाणीने इतके बरबटले होते की, त्यांना धरून नेताना पहारेकऱ्यांना शिसारी येत होती. पायातील साखळदंडांना धरून ओढत, फरफटत त्यांना आदबखान्याच्या चौकात नेण्यात आले. बादल्याच्या बादल्या थंडगार पाणी ओतून आणि काथ्याच्या खराऱ्याने खसाखसा अंग घासून मेहतराने त्यांना स्वच्छ केले. म्हशीला भादरण्यासाठी वापरला जात असावा अशा प्रकारच्या वस्तऱ्याने न्हाव्याने त्यांच्या अंगावरचा केसन्‌केस भादरून काढला. अंगाला तेल चोपडून वर पुन्हा चार-सहा बादल्या पाणी ओतण्यात आले. कैद्याच्या विव्हळण्याकडे लक्ष देण्याचा गावठी रिवाज कोतवालाच्या शिपायांमध्ये नव्हता. कुठलेतरी जुनेपाने ढगळ कपडे ओल्या अंगावर चढविले गेले. काढण्या, बेड्या, साखळ्या जिथल्या तिथे चढल्या. सजविलेला नवरदेव भाल्यांनी टोचत नव्या कोठडीत बंद केला गेला.

तळघरातील नरकापुढे ही नवी कोठडी म्हणजे महालच वाटावा. कोठडीच्या भिंती आणि फरश्या तर स्वच्छ होत्याच पण कोठडीत भरपूर सूर्यप्रकाश आणि मोकळी खेळती हवा होती. मोठा चौक आणि समोर उंच भिंतींनी बंदिस्त केलेले मोकळे पटांगण दिसत होते. मध्यभागी भले थोरले आंब्याचे झाड सावली धरून होते. दरोगा उन्हात घातलेल्या खाटेवर लोळत, हुक्का ओढत ऊन खात होता. स्वच्छ झाल्यामुळे हलके हलके वाटणाऱ्या नेताजींना दरोग्याकडे पाहत असतानाच सहजच झोप लागून गेली.

आग्र्याच्या लाल किल्ल्याच्या मोती मशिदीसमोर उभारलेल्या शामियान्यात बसून जुम्म्याच्या नमाजानंतर भिकारी आणि गरजूंना खैरात वाटण्याचा आलमगीर बादशहाचा रिवाज होता. त्या वेळी दरबारातील खास, अगदी वरच्या दर्जाचे मानकरी आणि मनसबदार तेथे उपस्थित असत. मात्र कितीही मोठा तालेवार मानकरी असला, तरी एकाही हिंदू दरबाऱ्यास तेथे प्रवेश करण्यास सख्त मनाई असे.

दंडाला काढण्या, पायात जड बेड्या, मानेभोवती अवजड लाकडी खोडा, बेड्या घातलेले हात खोड्यात जखडलेले; अशा अवस्थेत रोखलेल्या भाल्यांच्या आणि नंग्या तलवारींच्या कडक पहाऱ्यात, कंबरेला कासरा बांधून जनावराप्रमाणे

चालवत नेताजींना बादशहासमोर हजर करण्यात आले. आपली करडी हिरवी नजर त्यांच्यावर रोखून ठेवत बादशहाने खैरात वाटण्याचे काम संपविले. शामियान्यासमोरचा परिसर झपाट्याने मोकळा करण्यात आला. बादशहाच्या खुणेची इशारत होताच पंचवीस कदमांच्या अंतरावर नेताजींना उभे करण्यात आले. भोवतालच्या दरबारी मानकऱ्यांमध्ये दबक्या आवाजात अस्वस्थ कुजबुज सुरू होती. बादशहा स्थिर नजरेने त्यांच्याकडे रोखून पाहत होता. हातातल्या माळेचे मणी झरझर सरकत होते. अचानक बादशहाचा संतापलेला आवाज आसमंतात घुमला–

"गुस्ताख काफिर, शहेनशहासमोर उभे राहिल्यावर नजर त्याच्या नजरेत नव्हे, तर पायाशी ठेवायची असते हे तुला कोणी शिकवलेले दिसत नाही. तुझी ही उर्मट नजरच जाहीर करते आहे की, तू कोठल्यातरी कारस्थानाला अंजाम देण्यासाठी आमच्या फौजेत दाखिल झाला होतास."

नेताजींची नजर खाली झुकली. कसेबसे तोंडातून शब्द उमटले–

"गुस्ताखी माफ शहनशाहे आलम. नाचीज गुलामाला गुस्ताखीची माफी करावी. जहाँपन्हा, गुलामाची अवघी हयात बंडखोरी करण्यात आणि डोंगरदऱ्यांमधील खाक छानन्यात गेली आहे. सभ्यतेचे शाही रस्मोरिवाज आम्हा अडाण्यांना कुठून ठावे असणार? गुलामाला माफी करावी."

"हरामखोर, खरे सांग फंदफितुरी करण्यासाठीच शिवाने तुला आमच्या फौजेत पाठवले होते की नाही? बऱ्या बोलाने खरे बोल. जे असेल ते कबूल कर. नाही तर कबुलीजबाब मिळवण्याचे एकसे एक तरीके जाणणारे रुस्तम आमच्या दरबारात आहेत."

"आलमपन्हा गरिबाच्या दुर्दैवाने माझ्या दुश्मनांनी हजरतांच्या जहनपाकमध्ये गलतफहमीचे विष कालवलेले असले पाहिजे. माझी क्षुल्लक चूक झाल्यामुळे आदिलशाही किल्लेदाराकडून पन्हाळ्यावर राजांचा पराभव झाला; त्यामुळे त्यांची माझ्यावर खफा मर्जी झाली. संतापाच्या जुनूनमध्ये मला सफाई पेश करण्याचा मौका न देता त्यांनी मला तडकाफडकी बरखास्त केले. इतकी वर्षे इमानदारीने चाकरी केल्याचे हे फळ माझ्या पदरात पडले; त्यामुळे राजांच्या चाकरीचा वीट आला. लाथ मारीन तिथे पाणी काढण्याची माझ्यात धमक आहे. माझ्या मनगटाच्या बळावर आणि अक्कलहुशारीने जाईन तिथे मी मानमरातब आणि दौलत मिळवू शकतो हे राजांना दाखवून देण्यासाठीच मी राजांना सोडून आदिलशाहीत दाखल झालो. तिथे मला सरदारी आणि मरातब मिळाला. चांगला सुखात होतो मी तिथे. मिर्झाराजा जयसिंहांनीच मोठमोठी आमिषे दाखवून आणि नाना प्रकारची आश्वासने देऊन, प्रलोभने दाखवून आलमपन्हांच्या पायाशी वळवून घेतले. मी स्वत: त्यासाठी खटपट केलेली नाही जहाँपन्हा."

"त्या बुड्ढ्याने तर उल्लू बनवण्याचे हर कोशिश प्रयत्न करून अनेक गफलती

करून ठेवल्या आहेत. माबदौलतांचा शक शुबाह कायम आहे. तू फंद माजवण्यासाठीच शाही फौजेत दाखल झाला आहेस. खुदा ना खास्ता, तो थेरडासुद्धा तुझ्या या कारस्थानात सामील आहे की काय? अल्लाहु आला!!

सिद्दी फुलादखान...''

''हुकूम आलमपन्हा.''

''घेऊन जा या नापाक काफिराला. तो कबूल करीत नाही तोपर्यंत शाही दस्तूराप्रमाणे याची चांगली खातिर करा.''

जागत्या पहाऱ्यात नेताजी पुन्हा कोठडीबंद केले गेले.

-५२-

संध्याकाळी सिद्दी याकूत आदबखान्यात पोहोचला. नेहमी चालणारी शिवीगाळ वगैरे आटोपून तो शेवटी नेताजींच्या कोठडीशी आला. त्याने नेताजींचे कपडे काढवून घेतले. दंडाबेडी लावून त्यांना छताला टांगून ठेवले. कडक आवाजात त्याने हुकूम सोडला–

''दरोगा अस्लमखान, इस कुत्ते के पिल्लेपर कडी नजर रख्खो. बसल्या जागेवरून तुला याच्यावर लक्ष ठेवता यावे म्हणून याला या इथे तुझ्यासमोर ठेवले आहे. याला कोणी भेटल्याचे किंवा संदेश, निरोप पाठवल्याचे उघड झाले तर त्याच्या जागी तुला बंद करीन, लक्षात ठेव. इस सुअर के साथ कैसा सलूक करनेका ते उद्या स्वत: कोतवालसाहेबच ठरवतील. हुजूर के आने तक इसका खाना-पीना सब बंद.''

दुनियाभरच्या व्यापातून फुरसत मिळून आदबखान्यात पोहोचेपर्यंत फुलादखानाला संध्याकाळ झाली. तोपर्यंत कैदी लटकविलेलाच होता. नैसर्गिक विधींसाठीसुद्धा त्याला खाली उतरविले नव्हते. येताच फुलादने त्याला खाली उतरविले. कोठडीबाहेर काढले. पटांगणातल्या झाडाखाली नेवविले. आणि... झाडाला उलटे टांगले. ओल्या वेताचे तीस फटके आणि उलट्या तलवारीचे दहा फटके असा चोख खुराक दिल्यानंतरच तो स्वस्थ झाला. कैद्याला तसेच लटकत ठेवून त्याने दरोग्याच्या खाटेवर अंग टाकले. सिद्दी याकूतपासून सारे त्याच्या खिदमतीत हात बांधून समोर उभे राहिले. गुडगुडीचे आठ-दहा जोरदार कश मारून त्याने डोळे तांबडेलाल करून घेतले. मग तो शरीराने आणि मनाने सैलावला. खर्जातला आवाज लावत स्वत:शीच बडबडावे तसे त्याने बोलण्यास सुरुवात केली–

''आलमपन्हांच्या जहनमध्ये काय आहे काही उमगत नाही. या सुअरचा त्यांना शक आहे. फंदफितुरी माजवण्याचा त्याच्यावर इल्जाम ठेवतात. ऊपरसे शिवा पळून गेल्याचा गुस्सा त्यांना या नामुरादवर काढायचा आहे. पण सख्त

बजावतात हा हरामी जायबंदी होता कामा नये. काय वाट्टेल ते झाले तरी हा बदमाश मरता कामा नये. आणि तरी याच्या तोंडून सच उगलवा. या हरामजाद्याला उपाशी ठेवला, कुत्र्यासारखा मार मार मारला, चटके दिले पण हा बेटा ढिम्मच! आलमपन्हांनी मला थोडी आझादी द्यावी, मग बघा म्हणावे याला कसा पोपटासारखा बोलायला लावतो ते. पण त्यांनी माझे हातच बांधून ठेवले आहेत. खैर. आपण दिल्या हुकमाचे ताबेदार. अब सुनो मक्कारो, या कुत्र्याला हप्त्यातून दोन दिवस उलटे आणि दोन दिवस सरळ टांगून ठेवा. दर दिवसाआड वेताचे तीस आणि उलट्या तलवारीचे दहा फटके मारा. ज्या दिवशी फटके नसतील फक्त त्याच दिवशी एकदाच खाना द्या. दुपारी जेवला की रात्री अर्धापाव एरंडेल तेल पाजा. हा सिलसिला फिलहाल महिनाभर जारी ठेवा. बघू तोंड उघडतो का. त्यानंतर जिल्हेसुभानी जो हुकूम जारी करतील त्याप्रमाणे अंमल करता येईल.''

दरोगा बावळटासारखा बरळलाच–

''जो हुक्म सरकार. हुजूर, याला परत तळघरात टाकावे का? आणि शकरकंद अन् शिकंजीचा खुराक पुन्हा सुरू केला तर?''

फुलादखानाने खाऊ की गिळू अशा नजरेने दरोग्याकडे पाहिले. तो गरजला–

''हरामखोर, गांजा पिऊन वावरता का इथे? मी काय आत्ता नशेत बडबडलो? तो जायबंदी होता कामा नये. तुझ्या नजरेसमोर ठेव त्याला पुरा दिवस. तो जोपर्यंत या कोठडीत आहे तोपर्यंत तूसुद्धा इथून हलता कामा नये. घरी जाण्यालाही पूर्ण बंदी. समझे?''

''जी...''

आपली एक आयती करमणूक हातची गेल्याची चुटपुट फुलादखानापासून शिपायापर्यंत प्रत्येकालाच लागून राहिली. पण शाही हुकमापुढे त्यांचा इलाज नव्हता. हुकूम बजावून फुलादखान निघून गेला. त्याच्या हुकमाची तामिली इमानेइतबारे होत राहिली. उपासमार, रेचक आणि मारहाण यामुळे नेताजींना भयंकर अशक्तपणा आला होता. कोणत्यातरी अगम्य कारणामुळे बादशहाने त्यांना जिवंत एवढेच नव्हे, तर हातीपायी धड ठेवले होते. हे एक आश्चर्यच होते.

नेताजींच्या बाबतीत बादशहा तसा निर्धास्त होता. कारण तो त्याच्या थेट कब्जात होता. आणि एकदा दुधाने तोंड पोळलेला फुलादखान त्याला कोणताही मौका मिळू देणार नाही याची त्याला खात्री होती. त्याने आपले लक्ष मिर्झाराजे आणि रामसिंह या बापलेकांवर केंद्रित केले होते. उसंत मिळताच तो नेताजींची खबर घेणार यात शंकाच नव्हती.

दर आठवड्याला सिद्दी फुलादखान येऊन दमदाटी करून जाई. घटका घटका तो नाना प्रकारे त्यांना छेडत राही पण धगधगत्या नजरेने त्याच्याकडे मूकपणे

एकटक बघत राहण्यापलीकडे नेताजी कोणताच प्रतिसाद देत नसत. चडफडाट करीत, शिव्या घालीत, पाय आपटीत तो निघून जाई.

-५३-

महिना उलटला; दीड महिना झाला. फुलादला नवा हुकूम न मिळाल्याने घालून दिलेला रिवाज तसाच सुरू राहिला. मध्यंतरी एका जुम्म्याला त्यांना बादशहासमोर पेश केले गेले पण त्यांच्याकडे लक्ष देण्यास बादशहाला फुरसत झाली नाही. माघ सरून फाल्गुन सुरू झाला होता. थंडी ओसरून वातावरणात उबदारपणा येऊ लागला होता. निसर्गाला वसंताची चाहूल सुखावत होती. पण इथे नेताजींच्या आयुष्यात वैशाख वणवा पेटला होता. पोटाला आता एरंडेलच्या तेलाची सवय झाली होती म्हणून म्हणा किंवा पडून जाण्यासाठी पोटात फारसे अन्नपाणी नसल्यामुळे म्हणा हल्ली फारसे जुलाब होत नसत; पण जे होत ते अंगातली संपूर्ण शक्ती निपटून काढीत. पोटात असह्य कळा उठत.

एक दिवस अचानक कोठडीसमोरच्या पटांगणात वर्दळ वाढली. एक मोठा तख्तपोस झाडाखाली लावण्यात आला. त्यावर बैठक घालण्यात आली. दुपार कलता कलता रसूल बेग आदबखान्यात आला. तो थेट नेताजींच्या कोठडीसमोर उभा राहिला. कोणीतरी आल्याची चाहूल लागली, पण डोळे उघडून बघण्याचे त्राण नव्हते. नि:शब्द उभा राहून तो उघड्यानागड्या नेताजींचे निरीक्षण करीत राहिला. नंतर सोबत असलेल्या सिद्दी याकूतला त्याने हुकूम केला–

"इन्हे साफ कर, कपडे पहनाओ और हमारे सामने ले आओ. याद रहे, हम शाही हुक्म की तामील कर रहें हैं."

ओल्या फडक्याने कसेबसे अंग पुसून अंगात तेच पूर्वीचे ढगळ कपडे चढविले गेले. हातापायांत बेड्या घालून त्यांना रसूल बेगसमोर आणले गेले. तख्तपोसावर रसूल बेगसमोर दस्तरखान लागलेला होता. भोवताली चमचमीत पदार्थांचा सुवास दरवळत होता. दोन खोजे चवऱ्या घेऊन माश्या मारीत होते.

"आईये, आईये, जनाब नेताजी भाई आईये. आज माझ्यातर्फे तुम्हाला खास दावत आहे. या असे इकडे तश्रीफ ठेवा."

"नको. मला कोणाहीकडून कोणत्याही प्रकारची दया आणि मेहेरबानी नको. मी फक्त बादशहा सलामत आलमपन्हांच्या मेहेरबानीची इच्छा धरून आहे. माझ्यासाठी बाकी सारे गवताच्या काडीपेक्षाही तुच्छ आहे."

"अरे भाईजान, आप तो ख्वाहमख्वाह नाराज हो गये हम पर. अजी शाही चाकरी म्हणजे असे वर-खाली व्हायचेच. हुजुरे आलांची मेहेरनजर झाली तर

तुम्हाला चाँद-सिताऱ्यामध्ये नेऊन बसवतील. पण मर्जी खफा झाली तर पायदळी तुडवले जायला वेळ लागत नाही. मी तुम्हाला आमच्याविरुद्ध लढताना पाहिले आहे. आणि त्याशिवाय आमच्या बरोबरीने विजापूरकरांच्या विरुद्ध मोहीम चालवतानासुद्धा पाहिले आहे. तुमची तडफ, मर्दानगी, झपाटा आणि बुद्धीची चमक पाहून आमच्या दिलात आपल्याविषयी अपार आदर आणि भाईचारा निर्माण झाला आहे. आपल्यासारखा अनमोल हिरा मातीमोल होऊ नये अशी माझी दिली तमन्ना आहे, म्हणूनच आलमपन्हांची खास इजाजत घेऊन मी आपल्या भेटीसाठी आलो आहे. माझ्या मनी कोणतेही पाप नाही. आहे फक्त तुम्हाविषयी जिव्हाळा. हातातल्या रोटीची कसम खाऊन मी तुम्हाला विनंती करतो, माझ्यावर विश्वास ठेवा. दुनियेचा गुस्सा अन्नावर काढू नका. तुम्ही हिंदू, अन्नाला देव मानता. या देवाचा अपमान करू नका. जेवण तुम्हाला चालेल असेच आहे. त्यात खोट नाही.''

रसूल बेग जागेवरून उठला. हाताला धरून त्याने नेताजींना तख्तपोसावर बसविले. तस्त घेऊन एक खोजा पुढे झाला. त्याने कोमट पाण्याने हात धुवून घेतले. दुसऱ्या हुजऱ्याने सुग्रास अन्नाने भरलेला थाळा समोर ठेवला. निर्विकार चेहऱ्याने आणि शून्य नजरेने ते थाळ्याकडे बघत राहिले. रसूल बेगने हरप्रकारे आग्रह केल्यानंतर त्यांनी घास उचलला. अनेक महिन्यांनंतर सुग्रास अन्न तोंडाला लागत होते, पण घास तोंडातच फिरत होता. अनेक विषयांवर गोड गोड बोलून रसूल बेग त्यांच्या पोटात शिरण्याचा प्रयत्न करीत होता. त्यांना हरप्रकारे चाचपडून पाहत होता. मिर्झाराजांच्या छावणीतल्या, महाराजांसोबत आग्र्यापर्यंत केलेल्या प्रवासाच्या आठवणी काढून त्यांना खुलविण्याचा प्रयत्न करीत होता. पण स्वराज्याचा हा सरनोबत किड्याच्या घासाने गळाला लागायला कच्च्या गुरूचा चेला नव्हता. अगदी जुजबी बोलून आणि फक्त हां हूं करीत त्यांनी संभाषण चालू ठेवले.

''भाईजान, शिवाजीराजांना सोडून आल्याचे तुम्ही जे कारण सांगता त्यावर माझा पूर्ण विश्वास आहे. एक जांबाज मर्दच दुसऱ्या जांबाज मर्दाचे मन जाणू शकतो. आपल्या मनगटाच्या ताकदीवर स्वत:ची दौलत तुम्हाला उभी करायची आहे हे मला पटते. पण भाईजान, आपण आलाहजरतांचा स्वभाव जाणता. ते आपल्या पोटच्या पोराचासुद्धा विश्वास धरत नाहीत. एवढेच काय त्यांचा उजवा हात स्वत:च्याच डाव्या हातावर विश्वास ठेवत नाही, हे जगजाहीर आहे. आपण तर शेवटी चाकर माणसे. आपला पाड तो काय? आपली बाजू आलाहजरतांना पटवून देण्याचा मी संधी मिळेल तेव्हा आटोकाट प्रयत्न करीत आहेच, पण तुमची साथ मिळाली तर माझी कोशिश जरूर अंजाम देईल.''

नेताजींनी फक्त प्रश्नार्थक नजरेचा कटाक्ष दिला. थोडी उसंत घेऊन आणि

शब्दांची जुळवाजुळव करीत रसूल बेगने पुन्हा बोलण्यास सुरुवात केली–

"आलाहजरतांचा संशय दूर करण्याचा आणि त्यांचे मन जिंकण्याचा म्हटले तर एक सोपा उपाय आहे. आलम दुनिया जाणते, हजरत अबू बकर आणि हजरत उमर यांच्यानंतर इस्लामनिष्ठा आणि अल्लावर प्रेम आणि इमानासाठी कोणाची मिसाल दिली जात असेल तर ती जिंदा पीर आलमपन्हा आलमगीर यांचीच. इस्लाम त्यांचे इमान आहे, श्वास आहे आणि तबलीग, इस्लामप्रसार त्यांच्या आयुष्याचा मकसद आहे. ...तुम्ही जर इस्लाम कबूल करण्यास रजामंदी दाखवली तर त्यांच्या मनातील संशय दूर होण्यास ती मददगार ठरेल. आपल्या सच्चेपणाची आणि इमानदारीची खात्री पटून त्यांचा राग दूर होईल याची मी खात्री देऊ शकतो."

हातातला घास ताटात आपटत नेताजी ताडकन उभे राहिले. जळत्या नजरेने रसूल बेगकडे खाऊ की गिळू असे पाहत ते कडाडले–

"नामुमकिन. कतई नामुमकिन. तुमचे हे प्रेमळ वागणे नक्कीच पोटात काहीतरी हेतू बाळगून आहे, हे न समजण्याइतका मी मूर्ख नाही. तुम्हाला काय वाटले उपासमारीने जर्जर झालो म्हणून मिष्टान्नाच्या लालचीने मी तुम्हासमोर फशी पडीन? सिंह म्हातारा झाला, विकल झाला म्हणून ना रानातले गवत खातो, ना गावचे उकिरडे फुंकीत हिंडतो. तुम्ही अन्नब्रह्माची शपथ घातली म्हणून आम्ही त्याचा मान केला एवढेच. रसूल बेग, शिवाजीराजे आमचे लहानपणापासूनचे मैतर. आम्हाला आमचा पराक्रम त्यांना दाखवून द्यायचा होता. जगात आमची काय किंमत आहे हे त्यांच्या नजरेस आणून द्यायचे होते. म्हणून आम्ही त्यांना सोडून निघालो. केवळ त्या ईर्षेपोटीच कदाचित आम्ही ज्यांच्याविरुद्ध हयातभर हत्यार धरले होते, त्याच गनिमाची चाकरी पत्करली. पण याचा अर्थ असा नव्हे की, आम्ही आमच्या देवाधर्माशी गद्दारी पत्करली आहे. प्राण गेला तरी बेहत्तर पण धर्म सोडणार नाही. बेलाशक जाऊन सांगा तुमच्या बादशहाला."

गर्रकन पाठ वळवून नेताजी चालू लागले. झोकांड्या जात असताना ताडताड पावले टाकीत ते आपल्या कोठडीत शिरले आणि त्यांनी स्वत:ला फरशीवर झोकून दिले. सह्याद्रीच्या कड्यासारखा अभंग, ताठ मराठा पार उन्मळून पडला. ओक्साबोक्सी रडू लागला. रसूल बेग काही वेळ त्यांच्याकडे पाहत राहिला. अशा अवस्थेत पुढे काही बोलणे शक्यच नव्हते. त्यांना तसेच सोडून तो हलके हलके आदबखान्यातून बाहेर निघून गेला.

भूकंपात पहाड हलावा तसे नेताजींचे शरीर हुंदक्यांनी हिंदकळत राहिले. त्यांचे मन आक्रंदून उठले–

"महाराज, महाराज, काय ही सत्त्वपरीक्षा. आता या दुष्टचक्रातून सुटका दिसत

नाही. पुन्हा तुमचे पाय दिसतील असे वाटत नाही. मरण तरी येऊ दे झटकन म्हणजे या यमयातनांतून आणि बदनामीमधून सुटका होईल. काय करू? देवा, मी काय करू?''

-५४-

रसूल बेग येऊन गेल्यापासून एक मोठा बदल घडून आला. छळ आणि मारहाण पूर्ण बंद झाली. रोज अंघोळ करण्याची मुभा मिळाली. जाडेभरडे, आडमाप का असेनात, पण अंगावर कपडे चढले. कदान्न असले तरी रोज, दिवसातून दोन्ही वेळा जेवण मिळू लागले. सिद्दी फुलादखान आदबखान्याकडे फिरकलाच नाही. सिद्दी याकूत आला तरी नेताजींच्या कोठडीकडे फिरकेना. दिवसाआड कोठडीची झाडझूड होऊ लागली. हे सारे कशासाठी याचा आधीच उलगडा झाल्यामुळे नेताजींना त्याचे सोयरसुतक वाटत नव्हते. महिन्याभरात हे नाटक संपून 'येरे माझ्या मागल्या...' होणार याची त्यांना खात्री होती.

दिवसा उन्हे तापण्यास सुरुवात झाली होती. मात्र रात्री गजांमधून गार वारा आला की शरीर सुखावत असे. अंगचा ठणका कमी झाल्याने रात्री बरी झोप लागू लागली. एके दिवशी मध्यरात्रीनंतर त्यांची झोप चाळवली गेली. बहुधा तिसरा प्रहर उलटला असावा. कोणाच्या तरी आपसात बोलण्याच्या आवाजाने झोप चाळवली होती. खाटेवर दरोगा निवांत घोरत असल्याने पहाऱ्यावरचे शिपाई आपसात जरा मोकळेपणाने गप्पा मारीत होते.

''काय रे? नाव काय तुझे? नवीन आलेला दिसतोस, कोठून आलास?''

''छे! नवीन कुठला, चांगला महिना झाला मला या पहाऱ्यावर रुजू होऊन. आपणा दोघांची एकत्र पाळी आज लागली एवढेच. तसा मी मूळचा दिल्लीचा म्हणजे आमच्या तीन पिढ्या तरी दिल्लीतच गेल्या. पण मोहिमेपायी अनेक वर्षे दख्खनमध्ये काढावी लागली. सरदार कारतलबखानांच्या निसबतीत नवाब शाहिस्तेखान हुजुरांच्या फौजेत दख्खनमध्ये गेलो. गेलो तो तिकडेच अडकून पडलो. कारतलबखानसाहेब परत आले पण आमचा दस्ता त्यांनी मागेच राजा जसवंतसिंहाच्या फौजेत ठेवला. सरदार बदलत गेले, आम्ही मात्र तसेच दख्खनमध्ये अडकून पडलो. शेवटी मोठी खटपट करून या कैद्याबरोबर आलेल्या फौजेत शिरकत करून घेतली आणि आपल्या वतनास परत आलो.''

''झूठ. नामुमकिन. मला फसवू नकोस. त्या तुकडीत सरदारापासून बारगिरापर्यंत फक्त पठाण आणि पठाणच होते. दुसऱ्या कोणत्याही जमातीच्या शिपायाला सामील करून घेण्यावर सख्त बंदी असल्याचे मी ऐकले होते.''

"तू ऐकलेस ते सौ फीसदी खरे आहे. पण गड्या स्वत:च्या वतनाला परत येण्याची ओढ मोठी जबरदस्त असते. इथे. माझ्या तीन बायका आणि कच्ची-बच्ची माझ्या वाटेकडे डोळे लावून बसली होती. मग शागिर्दपेशात सामील झालो. भिस्त्याचे काम करीत आग्र्याला येऊन पोहोचलो."

"मग पुढे? इथे येऊन कसा टपकलास?"

"आग्र्यात पोहोचलो. कैदी आपल्या मालकांच्या ताब्यात दिला गेला. फौजेला सुटी मिळाली. आम्हा बाजारबुणग्यांना वाऱ्यावर सोडून दिले. दिल्लीला घरी गेलो. थोडे दिवस घरी राहिलो. पण कामधंदा केल्याशिवाय कसे भागणार? आपण हातावर पोट असणारी माणसे. कबिला घेऊन आग्र्याला परत आलो. जुन्या ओळखी काढल्या, बिरादरीतल्या लोकांचे वशिले लावले तेव्हा हजरत फुलादखानसाहेबांच्या सेवेत दाखल झालो. मोठा देवमाणूस आहे आपला मालक. माझी मोठी कडी इम्तहान घेतली हुजुरांनी. मग त्यांचा माझ्यावर विश्वास बसला. बरीच वर्षे दख्खनमध्ये काढल्यामुळे मला या काफिर मरगट्ट्यांची जुबान समजते. म्हणून मग या जालीम कैद्यावर नजर ठेवण्यासाठी आणि तो त्याच्या भाषेत जे काही बरळतो ते ऐकून हुजुरांना खबर देण्याच्या खास कामगिरीवर मला येथे नेमले आहे. समजले?"

बोलत असताना शिपायाची एक नजर कैद्यावर होतीच. कैद्याची झोप चाळवल्याचे आणि आपले शेवटचे वाक्य ऐकून तो सजग झाल्याचे त्याला जाणवले. सहज बोलत असल्यासारखे त्याने बोलणे पुढे चालूच ठेवले.

"खरे सांगू मित्रा, पोटामागे एवढा हिंडलो, पण दिल्ली-आग्र्यासारखा मुलूख नाही. आपल्या वतनात जो सुकून आहे तो दुसरीकडे कुठेच मिळत नाही. काय ते भयानक दख्खन. ते भयानक पहाड, खोल दऱ्या, भयंकर जंगले, उंबर खिंडीसारख्या अक्राळविक्राळ खिंडी आणि या सर्वांवर वरताण म्हणजे ती मराठी; मराठी माकडांची भुतावळ. नुसत्या आठवणीनेच अंगावर काटा उभा राहतो. अल्लाची खैर म्हणून मी हातीपायी धड जिवंत परत आलो."

कैद्याची चाहूल घेत त्याने बोलणे पुढे सुरू ठेवले–

"पण दोस्ता, एक बात आहे. त्या भयानक कोहस्तानी मुलखात रत्नागिरी नावाचा प्रांत आहे. मुलूख तसाच भयंकर पण यार तिथले आंबे. तिथले कलमी आंबे असे नामी की, काही विचारू नकोस. त्याला तोड नाही. त्या आंब्यांची आठवण आली की, आजसुद्धा तोंडाला पाणी सुटते."

शिपायाची पुढची बडबड नेताजींच्या कानात जणू शिरलीच नाही. रत्नागिरी आणि तिथले आंबे हा उल्लेख ऐकून ते चपापले. शिपायाच्या लक्षात आल्याशिवाय राहिले नाही. त्याचे काम झाले होते. ओळख पटली होती. तेवढ्यात दरोग्याने कूस बदलली. बडबड थांबवायला तेवढे निमित्त पुरेसे होते.

महाराजांविषयीच्या अभिमानाने आणि प्रेमाने नेताजींचा ऊर भरून आला. स्वराज्यापासून शेकडो कोस दूर ऐन शत्रूच्या राजधानीत आपला माणूस पाठविण्यात महाराजांना यश आले होते. एवढेच नव्हे तर तो माणूस थेट त्यांच्या कोठडीपर्यंत पोहोचला होता.

"धन्य आहे महाराज तुमची धन्य आहे. एका क्षुल्लक चाकरासाठी केवढा हा आटापिटा. मी भरून पावलो. सारे भरून पावलो. माझ्या आजवरच्या सेवेचे चीज झाले. आता दुनिया काय म्हणेल याची फिकीर करण्याची गरज नाही. आता हे शरीर साहेबकामीच खस्त होणार. सत्त्व आणि धर्म रक्षिण्यासाठी स्वराज्याचा सरनोबत मरणाला कसा सामोरा जातो हे जगाला आता दाखवून देईन. आता झुकणे नाही, भले प्राण गेला तरी बेहत्तर."

या विचारांनी त्यांच्या अंगी पुन्हा जणू हत्तीचे बळ संचारले. मोठ्या समाधानाने ते झोपेच्या स्वाधीन झाले.

-५५-

पटांगणातल्या आंब्याच्या झाडाला नवी पालवी फुटली होती. पानांच्या झुबक्याआडून हिरव्याकंच कैऱ्या डोकावू लागल्या होत्या. त्यांच्याकडे पाहून चैत्र लागून गेल्याचे नेताजींच्या लक्षात आले होते. शिपायाचे बोलणे ऐकल्यापासून त्यांचे मन स्थिर झाले होते. आपण एकटे असलो तरी एकाकी नाही याची खात्री पटून त्यांचा आत्मविश्वास वाढला होता; त्यामुळे शरीराला आणि मनाला नवी उभारी आली होती. सध्या मिळत असलेल्या सवलती आणि आराम म्हणजे एका मोठ्या वादळापूर्वीची शांतता आहे याची त्यांना पूर्ण जाणीव होती. पण आता त्यांना फिकीर नव्हती. जे कोसळेल ते झेलण्याची त्यांच्या मनाची पूर्ण तयारी झाली होती.

एक दिवस कोठडीसमोरच्या पटांगणात झाडाखाली तशीच बैठक मांडली गेली. असरचा नमाज झाल्यानंतर रसूल बेग त्या बैठकीवर येऊन बसला. या खेपेला तो एकटा नव्हता. त्याच्या सोबत राजा जसवंतसिंह आणि अन्य दोन अनोळखी राजपूत सरदार होते. तसेच दोन-तीन मुस्लीम दरबारी होते. हातीपायी बेड्या जखडून नेताजींना बैठकीवर आणले गेले. रसूल बेग उठून दोन पावले सामोरा आला. हाताला धरून त्याने नेताजींना बैठकीशी आणले.

"खुशामदीन नेताजी भाईजान. आईये. यहाँ तश्रीफ रखिये. हमें खुशी है पिछली मुलाकात से आपकी तबियत बेहतर नजर आ रही है."

नेताजी जागीच थांबले. त्यांनी आपले हात सोडवून घेतले.

"शुक्रिया जनाब रसूल बेग! मी आपला येथेच बरा आहे. ज्याने त्याने आपल्या

पायरीप्रमाणे राहावे हेच उत्तम! मनसबदाराने मसनदीवर बसावे आणि धोकादायक कैद्यांनी दहा-पाच पावले दूरच उभे राहावे.''

''अजी भाईजान, तुम्ही तर आमच्यावर नाराज दिसता. आम्ही काही तुम्हाला कैदी म्हणून जाब विचारायला आलो नाही. आम्ही एका सूरमा वीराला दोस्तीच्या रिश्त्याने भेटायला आलो आहोत. तसे म्हणाल तर तुम्हालासुद्धा शाही मनसब आणि जहागिरी बहाल झालेली आहे.''

''हुं! मनसब!! त्याच मोहाला बळी पडलो आणि हा नतीजा पावलो. आता दोस्तीचे म्हणाल तर आमच्या हातीपायी बेड्या तशाच आहेत. बेड्यांमध्ये जखडले असताना आम्ही दोस्तीचा रिश्ता कसा निभावणार आहोत? इतके हाल आणि उपासमार सोसूनसुद्धा हा नेताजी बेड्यांमधून मोकळा झाला तर सात-आठजणांना भारी आहे हा शक आपल्या दिलात कायम आहे. असू द्या तो तसाच. आम्ही तो आमचा बहुमान समजतो. पण अवघडलेल्या दोस्ताची अशी परक्यांसमोर नुमाइश मांडली जात नाही. आपण शाही कामगिरीवर आला आहात. आमच्या मनी तुम्हाबाबत कोणताही किंतू नाही. जो हेतू मनात धरून आला आहात, तो नि:संकोच बोला. आम्ही ऐकून घेऊ. आपण आणलेल्या प्रस्तावाला आम्ही आधीच उत्तर दिले आहे. त्यात बदल करण्याची आम्हाला गरज वाटत नाही.''

इतका वेळ गप्प राहून ऐकणारा राजा जसवंतसिंह कसनुसे हसत म्हणाला–

''अजी नेताजी भाईसा, एकदम असे टोकाला येऊ नका. जरा ऐकून तर घ्या बेगसाहेब काय पैगाम घेऊन आले आहेत ते. तुम्हा मराठ्यांची एक घाव दोन तुकडे ही मनोवृत्तीच तुमच्या प्रगतीमधली रुकावट आहे. आज आम्ही इतक्या पिढ्या शाही सेवेत घालवल्या त्या दिमाग शांत ठेवून, हातरुमालात बांधून आणि जिभेवर साखर ठेवून; म्हणूनच आज आम्ही सारी सुखे उपभोगीत आहोत. जीव, दौलत वाचवून सुखरूप आहोत.''

''राजा जसवंतसिंहजी, या अशा प्रसंगी आणि ही असली बोलणी करण्यासाठी आपल्यासारख्या मातब्बर हिंदू राजाने यावे या परते हिंदू धर्माचे दुर्दैव ते काय? राजपूत म्हणजे अस्सल क्षत्रिय. रामाचे, कृष्णाचे, पांडवांचे थेट वंशज. या परमपवित्र पुण्यभूमीच्या सीमांचे रक्षक. तुमच्या समर्थ खांद्यावर डोके ठेवून उरलेला समस्त हिंदुस्थान निवांत होता. पण तुमच्यात पृथ्वीराज चौहानापेक्षा जयचंद राठोडच वरचढ ठरला. स्वत:च्या दौलती वाचवण्यासाठी आणि स्वत:च्या ऐशआरामाला धक्का लागू नये म्हणून आपल्या घरच्या लेकीबाळी आपल्याच हाताने तुर्कांच्या जनानखान्यात ढकलण्यात तुम्हाला मोठी धन्यता वाटते. आम्ही मराठ्यांनी आपल्या आया-बहिणींची अब्रू वाचवण्यासाठी, मायभूमीचे परचक्रापासून रक्षण करण्यासाठी स्वत:च्या हातांनी दौलतीवर, घरसंसारावर निखारे ठेवले. मराठा ही काय चीज आहे हे तुमच्या

पन्नास पिढ्या अशाच गेल्या तरी तुम्हाला समजायचे नाही. तेव्हा आपण याविषयी न बोलाल तर बरे. रसूल बेग जे करीत आहेत तो त्यांचा धर्म आहे. निदान त्यांच्याकडे पाहून तरी स्वधर्मनिष्ठा शिकलात तरी पुरेसे आहे.''

एका जखडलेल्या कैद्याच्या तोंडून इतक्या तेजस्वी शब्दांत झालेला पाणउतारा 'मानी' रजपुतास कसा सहन होणार? त्यांचा डावा हात मिशीवर आणि उजवा हात तलवारीच्या मुठीवर गेला. प्रसंगाने अचानक गंभीर वळण घेतले आणि वातावरण तंग झाले. वेळेची नजाकत ओळखून रसूल बेग लगेच मध्ये पडला. जागेवरून उठून हाताने नेताजींना थोपवीत आणि नजरेच्या इशाऱ्याने जसवंतसिंहाला शांत करीत तो गडबडीने म्हणाला–

''अजी छोडिये भाईजान. असे संतापू नका त्यांच्यावर. आम्ही दरबारातून सोबतच निघालो. मीच त्यांना सहज सोबत चलण्याचा आग्रह केला. त्यांना बिचाऱ्यांना यातले काहीच माहीत नाही. शांत व्हा. शांत व्हा.''

''रसूल बेग, याच राजा जसवंतसिंहाच्या पाठीवरचे कोंढाण्यावर उठलेले वळ आलमपन्हांच्या दरबारात पुन्हा नजरेला पडल्याने शिवाजीराजांनी भरदरबारात घडवलेले रामायण हे विसरलेले दिसतात. जखडलेला प्रतिशिवाजी कसा दिसतो हे पाहण्यासाठी आणि मौका सापडला तर त्याला खिजवण्यासाठी ते आपल्या सोबत आले आहेत. सिंह बंदिस्त असला तरी कोल्ह्या-तरसांनी त्याला खिजवायचे नसते, या धड्याची त्यांना फक्त आठवण दिली. सध्या आम्ही शांत राहण्याशिवाय काय करू शकतो?''

''नेताजी भाईजान, तुमचे माझ्याविषयी काय मत असेल ते असो, मी मात्र तुमच्या मर्दानगीचा दिवाना आहे. माझ्या मनात तुमच्यासाठी गाढ प्रेम, स्नेह आणि आदरच आहे. म्हणून आणि म्हणूनच मला असे प्रामाणिकपणे वाटते की, आपल्यासारखा नामी मोहरा असा फुकाफुकी वाया जाऊ नये. यामध्ये माझा कोणताच वैयक्तिक स्वार्थ नाही.''

''रसूल बेग, तुमच्या मनातल्या सद्‌हेतूचा मला पूर्ण आदर आहे. म्हणूनच आम्ही तुमच्याशी तुमचा इतमाम राखून बोलत आहोत. आम्ही आमचा निर्णय आपणास सांगितला आहे. का उगा स्वत:ला असे शिणवता?''

''भाईजान, तुमच्या बयानावर, त्यातल्या प्रत्येक शब्दावर माझा विश्वास आहे. पण आलाहजरतांचा नाही. आज दरबारात तुमचा एकही मित्र नाही. शिवाजीराजांनी जे केले आणि त्यामुळे कुंवर रामसिंह जो नतीजा पावले आणि मिर्झाराजांसारख्या थोर दरबाऱ्याची जी अवस्था झाली ती पाहून तुमचा कोणी जातभाई तुमची रदबदली करण्यास धजावत नाही. धजावणारसुद्धा नाही. तुमच्याबद्दल आलमपन्हांचा निर्णय जवळपास झालाच आहे असे समजा. आधी बोललो त्याप्रमाणे मी तुमच्या मर्दानगीचा दिवाना आहे. तुमचे शौर्य आणि बुद्धी सलतनतीसाठी कामी यावी हा माझा विचार

अलीजांना पटवून देण्यात अल्लाच्या कृपेने मी यशस्वी झालो. म्हणूनच आपणास सामंजस्याने समजावण्याची संधी देण्यास आलाहजरत राजी झाले. त्यांच्या मेहेरबानीनेच मी आज आपल्याला कळकळीची विनंती करतोय. जान है तो जहान है. जीव राखावा. माझे ऐकावे. राजी व्हावे.''

''नामुमकिन.''

सोबतच्या एका मुसलमान मानकऱ्याने काही बोलण्यासाठी तोंड उघडण्याचा प्रयत्न केला, पण रसूल बेगने हात उंचावून त्याला गप्प राहण्याची इशारत केली आणि राजा जसवंतसिंहाकडे नेत्रपल्लवी केली. नेताजींनी त्याची जी शोभा करून ठेवली होती ती पाहून दुसऱ्या कुणाचा तोंड उघडण्याचा धीर होणे शक्यच नव्हते. हताश झाल्याप्रमाणे रसूल बेग काही वेळ शांत बसून राहिला. मग उसंत घेऊन पुन्हा बोलू लागला–

''भाईजान, ज्या प्रकारे शिवाजीराजे पळून जाण्यात कामयाब झाले तसे आपण होऊ अशी जर तुमची समजूत असेल तर ती तुमची गलतफहमी आहे. ते केवळ नजरबंदीत होते आणि त्यांच्या सोबत माणसे होती, ज्यांना शहरात कुठेही फिरण्याची मुभा होती. तुम्ही एकटे आहात आणि तुम्हाला आदबखान्यात जखडून बांधून ठेवले आहे; त्यामुळे एखादी तरकीब लढवून तुरुंग फोडून पळून जाण्याचा खयाली पुलाव पकवीत असाल तर ते व्यर्थ आहे. आणि समजा, जरी तुमच्या नशिबाने साथ दिली आणि या चार दिवारींमधून सुटका झालीच, तरी तुम्ही परत घरी जाऊ शकत नाही हे आम्ही पुरते जाणतो. तुमचे मागचे सर्व बंध आता तुटून गेले आहेत. शिवाजीराजे पक्ष सोडून गेलेल्यास परत जवळ करीत नाहीत हे आम्हालासुद्धा ठावके आहे. आजच्या परिस्थितीचा विचार केला तर हे तुम्हीसुद्धा ओळखून चुकला असाल की, आलमपन्हा तुम्हाला आता जिवंत सोडणार नाहीत. आपला जीव असा वाया घालवण्यात काय मतलब आहे? मी तुम्हाला भीती दाखवीत नाही, तुम्हाला माहीत असलेलीच वस्तुस्थिती बयान करतो.''

''जिवाची पर्वा असती तर हाती हत्यार धरलेच नसते. फार फार तर काय करेल बादशहा? जीव घेईल. छळ करून मारेल. मंजूर आहे. पण धर्म सोडणार नाही.''

''जरा थोडा वेगळ्या पद्धतीने विचार करा. मी तुम्हाला लालूच दाखवीत नाही, पण जी शक्यता समोर दिसतेय तीच तेवढी उघड करून सांगतो. तुमच्या संबंधाने आलाहजरतांनी सुरुवातीपासूनच काही वेगळा विचार केलेला असला पाहिजे. केवळ शिवाजीचा सूड घेण्यासाठी तुम्हाला जेरबंद केले असते तर तुम्हाला आग्र्यात आणवून आणि अद्यापपावेतो जिवंत ठेवलेच नसते. दिलेरखानाच्या छावणीतच तुमचे मुंडके छाटून ते शिवाजीकडे नजराणा म्हणून पाठवून दिले असते. ज्या अर्थी आलमपन्हांनी तुम्हाला अद्याप जिवंत ठेवले आहे, हातीपायी धड ठेवले आहे त्या

अर्थी त्यांच्या मनात कुठेतरी तुमच्यासाठी नरमाई आहे. तुमच्या शौर्याची, बुद्धिचातुर्याची, योजकतेची, धडाडीची त्यांना जाणीव आहे. तुमच्यासारखा सूरमा ते कधीच असा वाया जाऊ देणार नाहीत. त्यांना सलतनतीच्या कामासाठी तुम्ही हवे आहात हे नक्की. पण त्यांच्या पद्धतीने; त्यांच्या मर्जीप्रमाणे. वाट्टेल ते झाले तरी तुम्ही परत जाणार नाही या खात्रीसह तुम्ही त्यांना हवे आहात. तुम्ही फक्त हो म्हणा, बघा तुम्हाला ते कोणत्या बुलंदीवर नेऊन ठेवतात ते. असे छप्पन्न शिवाजी तुम्ही तुमच्या पदरी बाळगू शकाल. त्याशिवाय खुद्द सर्वसाक्षी एकमेवाद्वितीय सर्वशक्तिमान अल्लाने त्याला मानणाऱ्या आणि त्याच्या अखेरच्या रसूलवर विश्वास ठेवणाऱ्या प्रत्येक बंद्याला, प्रत्येक मोमिन मुसलमानाला या मर्त्य जगात आणि मरणोत्तर स्वर्गात जास्तीतजास्त सुखे प्राप्त करून देण्याचे कुराणेपाकमध्ये वचन दिले आहे. भाईजान, ही तुम्हाला मिळालेली शेवटची संधी आहे. हो म्हणा, मेहेरबानी करून हो म्हणा, त्यात तुमच्यासह सर्वांचाच फायदा आहे. कदाचित उद्या वेळ निघून गेलेली असेल.''

''जनाब बेगसाहेब, तुमच्या मगरीबच्या नमाजाची अजान होत आहे. माझ्यासारख्या दगडावर डोके आपटण्यापेक्षा तुमच्या अल्लापुढे सजदा दिलात तर शतपट पुण्य पदरात पडेल.''

हे बोलत असतानाच पाठ फिरवून ताडताड पावले टाकीत नेताजी आपल्या कोठडीकडे निघून गेले. बेड्यांचा आणि साखळ्यांचा खळखळाट वातावरणात बराच काळ घुमत राहिला. त्यांच्या पाठमोऱ्या आकृतीकडे पाहत असताना रसूल बेगच्या तोंडून उद्‌गार बाहेर पडले–

''अफसोस सख्त अफसोस. एक नामी मोहरा आपल्या खोट्या हट्टापायी विनाकारण मातीमोल होणार. या अल्ला, परवरदिगार या माणसाला तुझ्या सन्मार्गावर येण्याची सद्‌बुद्धी देणे आता फक्त तुझ्याच हाती आहे.''

''आमीन. सुम्मा आमीन.''

सोबतच्या मुसलमान सरदार आणि शिपायांच्या मुखातून एकदमच दुवा बाहेर पडला. दाटून येणाऱ्या अंधारात आदबखाना फारच भेसूर वाटू लागला.

- ५६ -

भल्या सकाळीच सिद्दी फुलादखान कोठडीसमोर दाखल झाला. त्याच्या दोन्ही हातांत चामडी वाद्यांचे भले मोठे आसूड होते. वाद्यांच्या सुट्या टोकांना अणकुचीदार आकडे लावलेले होते. कोठडीसमोर उभा राहून तो पिसाटासारखा विकट हसत होता. हातातले आसूड फरसबंदीवर आपटून भयंकर आवाज काढीत होता. निर्विकार मुद्रेने नेताजी त्याच्याकडे पाहत राहिले. त्यांच्या नजरेत यत्किंचितही भय वा

चलबिचल न आढळल्याने फुलादखान अधिकाधिक त्वेषाने आसूड आपटत राहिला. हसत राहिला. पण हसूनहसून हसणार किती? अखेर त्याच्या घशाला कोरड पडली आणि त्याचे हसणे आपसूक थांबले. नोकराने पुढे केलेले पाणी तो घटाघटा आवाज करीत प्यायला आणि गडव्यामध्ये उरलेले पाणी नेताजींच्या तोंडावर फेकून मोकळा झाला. सात-आठ भालाईत कोठडी उघडून आत घुसले आणि भाले रोखून भोवताली उभे राहिले.

''हरामजादा काफिर, आज तू माझ्या कब्जात आहेस. तो बेवकूफ रसूल बेग मध्ये न पडता आणि वजीरेआझम जाफरखानसाहेबांनी त्याची तळी उचलून धरली नसती, तर या नालायक कुत्र्याची आतापर्यंत कधीच कुत्र्या-कोल्ह्यांना मेजवानी झाली असती. सुअर की औलाद, आता तुला दाखवतो सिद्दी फुलादखान काय चीज आहे.''

नेताजींचे सारे कपडे उतरवले गेले. पुन्हा एकदा ते नुसत्या लंगोटीवर आले. खेचून त्यांना कोठडीबाहेर आणले गेले. काल ज्या झाडाखाली बैठक सजविली होती त्याच झाडाला त्यांना उलटे टांगण्यात आले. फुलादखान ओरडला–

''पचीस.''

आणि त्याने हातातील आसूड दोन तगड्या हबशांकडे भिरकावले. आकडे इजा करणार नाहीत याची काळजी घेत त्यांनी ते शिताफीने झेलले.

''कारवाई पूरी की जाय. आम्ही आलाहजरतांच्या कदमबोसीसाठी जाऊन येतो.''

त्याची पाठ वळताच दम खाऊन आणि उसंत घेऊन आसुडाचे फटके नेताजींच्या उघड्या अंगावर कोसळू लागले. प्रत्येक फटक्यासरशी अणकुचीदार आकडे रक्तामांसाचे गोळे ओरबाडू लागले. दातओठ घट्ट आवळून आणि श्वास कोंडून ते वेदना सहन करीत राहिले. त्यांच्या तोंडून साधा सीत्कारसुद्धा निघत नाही असे पाहून फटक्यांचा जोर चढत्या क्रमाने वाढत गेला. फटके मारून संपले. आसूड भिरकावून धापा टाकीत हबशी झाडाच्या बुंध्याला टेकून बसले. सारे अंग जखमांनी भरून गेले होते. तीळ ठेवायलासुद्धा जागा उरली नव्हती. ठिबकणारे रक्त जागीच गोठून गेले. पण नेताजी तसेच उलटे लटकत राहिले.

दुपार उलटून गेल्यावर सिद्दी फुलादखान परत आला.

''कमीनो, कोरडे मारलेत की नाही? मला एकसुद्धा किंकाळी ऐकू आली नाही.''

''हुजुरे आली, डोक्यापासून पायापर्यंत सारा जिस्म ओरबाडून काढला. आमचा सगळा हुनर आणि पुरी ताकद पणाला लावली, पण जालीम काफिर ने तोंडातून शब्द काही काढला नाही. साधे हुश्शसुद्धा केले नाही.''

"साला शैतान है शैतान! उतरवा त्याला खाली आणि घाला अंघोळ गरम पाण्याने. नंतर बंद करा पुन्हा त्याच कोठडीत, तळघरात."

नेताजींना उतरवून उभे करण्यात आले. काही कळण्याच्या आत मीठ मिसळलेले तीन-चार बादल्या कढत पाणी त्यांच्या डोक्यावर ओतण्यात आले. इतक्या झटपट की, दम घ्यायलासुद्धा उसंत मिळाली नाही. डोक्यापासून पायाच्या नखापर्यंत वेदनांचा लोळ नव्याने उसळला. उमटू पाहणारी किंचाळी महत्प्रयासाने रोखली तरी अस्फुट चीत्कार उमटलाच. भाला टोचून, चालण्याची इशारत करण्यात आली पण दुसऱ्याच पावलाला ते खाली कोसळले. त्यांचे दोन पाय दोन शिपायांनी उचलून धरले आणि फराफरा फरफटत तळघरातील कोठडीत नेण्यात आले. पायऱ्यांवरून फरफटताना सारे अंग ठेचाळून निघाले. मस्तक शेकून निघाले. सिद्दी फुलादखान मागोमाग पोहोचलाच. त्यांच्या पाठीमागून मातीचे तसराळे घेऊन एक गुलाम चालत आला.

कोठडीत येताच त्यांना पालथे पाडून त्यांचे हातपाय फाकवून जखडण्यात आले. अंगावरची उरलीसुरली लंगोटी फेडून दूर भिरकावली गेली. हातापायांवर दोन-दोन सिद्दी उभे राहिले. इशारत झाल्याबरोबर गुलाम पुढे झाला आणि तसराळ्यातला लालभडक मिरचीचा ठेचा त्याने झटक्यासरशी उघड्या गुदद्वारात भरला. वेदनेने कळस गाठला. प्राणांतिक किंकाळीने अवघे तळघर दुमदुमले. फुलादखानाच्या चेहऱ्यावर विजयाचे पाशवी हास्य पसरले. तडफडणारे शरीर चपळाईने साखळ्यांनी जखडून त्याला धनुष्याचा आकार दिला गेला आणि वेदनांचे झटके सोसणाऱ्या शरीराचे मुटकुळे छतावरच्या आकड्याला टांगण्यात आले. आकडी खाणाऱ्या असहाय देहाच्या हालचालींची मजा ते यमदूत बराच वेळ घेत राहिले. सर्वप्रथम फुलादखानच भानावर आला. त्याने कर्कश आवाजात पुढला हुकूम सोडला. त्यासरशी धावाधाव उडाली. कोठडीत गोवऱ्या आणून पेटविल्या गेल्या. रसरशीत निखारे पेटल्यानंतर त्यामध्ये बचकभर सुक्या मिरच्या टाकून पागोट्याच्या शेवाने नाक-तोंड झाकत सारे घाईघाईने तळघरातून बाहेर पडले. कोठडीभर मिरच्यांचा खाट भरून राहिला. छताला टांगून ठेवलेले नेताजी अगतिकपणे ठसक्यांचे उमाळ्यामागून उमाळे देत राहिले. हळूहळू खाट विरला. ठसका उणावला. पराकोटीच्या वेदनांनी बेशुद्धीची चादर पांघरून घालून त्यांचे शरीर शांत केले.

छताला टांगलेले शरीर खाली उतरविण्याच्या खटाटोपात त्यांना शुद्ध आली. दिवस उजाडला नसला तरी झुंजूमुंजू झाले असावे. सिद्दी फुलादखान काळभैरवासारखा समोर उभा होता.

"क्यों नेता? कशी वाटली शाही खातिरदारी? काल तिखट मेजवानी झाली. आज गोडाची मेजवानी. लक्षात ठेव, ती तर सुरुवात होती. आज खरी गंमत

कळेल.''

एका आडदांड न्हाव्याने जुनाट वस्तऱ्याने त्यांच्या मस्तकाचा जमेल तसा चमन गोटा केला. क्षणही न गमावता त्यांच्या कानात कापसाचे मोठमोठे बोळे कोंबण्यात आले. तसेच बोळे त्यांच्या डोळ्यांवर बसवून पूर्ण चेहरा फडक्याने घट्ट आवळून बांधण्यात आला. जेमतेम श्वास घेता येईल एवढीच सोय ठेवली होती. ढकलत ओढत त्यांना बाहेर काढून पुन्हा वर पटांगणात आणण्यात आले. आगीने भणाणणाऱ्या शरीराला पहाटेचा गार वारा किंचित सुखावून गेला. एका ठिकाणी उभे करून त्यांच्या कंबरेला चऱ्हाट बांधण्यात आले आणि कसलासा चिकट द्रव अंगावर ओतण्यात आला. कंबरेला हिसडा बसला. शरीर हवेत उचलले गेले. थोड्या अंतरावर फिरवून पुन्हा खाली आणले. एका घडवंचीवर बसवून हातपाय मेखा मारून साखळ्यांनी जमिनीला जखडून बांधण्यात आले.

कानातले जाड बोळे भेदत फुलादखानाचा भयंकर कर्कश आवाज त्यांच्या कानात शिरला–

''रहमदिल हजरत आलाहजरतांचा हुकूम आहे म्हणून तुझे कान, डोळे आणि तोंड झाकून ठेवले आहे. नाहीतर लाल मुंगळ्यांच्या सोबतीने काकवीची खरी मजा काय असते ते तुला समजले असते. ए शिपाई, उचल ते मडके. त्यात उरलेली काकवी पाहुण्यापासून वारुळापर्यंत थेंब थेंब ओतत जा. भाल्याने वारूळ विसकटून मुंगळ्यांना जागे कर.''

गच्च बांधलेल्या डोळ्यांसमोर अंधारी होतीच. कानांमध्येसुद्धा शांतता पसरली. थोड्या वेळातच अंगावर काहीतरी वळवळू लागले. बहुधा आंब्याच्या झाडांवर बांडगुळांमध्ये असतात तसे मोठाले जालीम लाल मुंगळे असावेत ते. काकवीचा पापुद्रा उचलताना प्रत्येक मुंगळा कडकडून डसत होता. उघड्या जखमांमध्ये शिरून मांस कुरतडत होता. शरीराचा जव अन् जव मुंगळ्यांनी भरून गेला. लवकरच सूर्य उगवला. चैत्राचे ऊन तापू लागले; त्यामुळे हालात आणखी भर पडली. घामाचे ओघळ जखमांमध्ये चरचरू लागले. शरीराला मध्येच कंप येई. घामाच्या ओघळाने तसेच कंपनाने मुंगळे अधिकच बिचकत आणि सैरभैर धावत जोमाने चावे घेण्यास सुरुवात करीत. ऊन चढत गेले तसा ताप वाढत गेला. घामाने काकवी ओलसर बनून पाघळू लागली; त्यामुळे मुंगळ्यांना जास्तच चेव चढला.

कमी होत जाणाऱ्या उष्णतेनेच दिवस मावळत असल्याचे कळले. शरीरामधील संवेदनाशक्ती कधीचीच नष्ट होऊन गेली होती. अचानक कंबरेला जोरदार हिसडा बसला. शरीर हवेत उचलून तरंगत थोडे दूर गेल्याचे जाणवले आणि धाडकन पाण्याच्या हौदात कोसळले. चार-पाच वेळा चांगले बुचकाळून काढल्यावर अंगावरचे मुंगळे सुटले असावे. नाका-तोंडात पाणी गेले. जीव कासावीस झाला. बधिर

झालेल्या शरीराला कुठल्याच संवेदना समजत नव्हत्या. डोक्यावर बादल्याच्या बादल्या गार पाणी ओतले जात होते. शेवटी गळाभर पाण्यात बसवून ठेवले गेले. तशा अवस्थेतच शुद्ध हरपली. त्याच अवस्थेत रात्र गेली.

पुन्हा दोराला हिसडा बसला आणि शरीर हौदातून बाहेर आले. पाण्यात रात्र काढूनसुद्धा काही चुकार मुंगळे तोंडाला बांधलेल्या फडक्यामध्ये वळवळत होतेच. फडके सोडविणाऱ्या शिपायांना त्याचा प्रसाद मिळाला. शिव्या देऊन, लाथा-बुक्क्यांनी तुडवून त्या शिपायांनी आपल्या रागाला वाट करून दिली. डोळे उघडताच कंबरेवर हात ठेवून सैतानासारखा हसत उभा असलेला फुलादखान दिसला.

"क्यों शैतान, कैसी मिजाज है? तरी तुझे तोंड घट्ट झाकून ठेवल्याने तुला खरी मजा समजलीच नाही. डोळ्याचे, कानाचे नाजूक पडदे मुंगळ्यांना फार आवडतात. तिकडून त्यांना मेंदूत शिरणेसुद्धा सोपे पडते. मग खरी मजा येते. खैर छोडो। अबे ओ बेइमानो, रात्रभर पाण्यात बसवून ठेवलेत आमच्या शाही मेहमानांना. थंड पाण्याने बिचारे कसे काकडून निघाले आहेत बघा. आता त्यांना जरा शेकून काढा."

लगोलग नेताजींना एका खांबाशी जखडण्यात आले. खांबाच्या सभोवती दोन कदमांच्या अंतरावर एक चर खणलेला होता. लाकूड आणि गोवऱ्यांनी चर भरलेला होता. चर पेटविण्यात आला.

"संध्याकाळपर्यंत जाळ विझता कामा नये. जर विझला तर तुमची खैर नाही, लक्षात ठेवा."

पहारेकऱ्यांना असा दम देऊन फुलादखान निघून गेला. फटक्यांच्या आणि अणकुचीदार आकड्यांच्या जखमा, मुंगळ्यांच्या चाव्यांमुळे त्यातच उठलेल्या मोठमोठ्या गांधींमुळे शरीराची आधीच चाळण झालेली. वेदना आणि आगीच्या भगभगीने शरीर आधीच विकल झालेले, त्यात हा जाळाचा ताप. थोड्याच वेळात आकाशातून सूर्य आग ओकू लागला. शरीर आतून-बाहेरून पेटून निघाले. कणाकणांत घण घातल्याप्रमाणे वेदना उठल्या. जोरजोरात विव्हळावे, किंचाळावे असे वाटू लागले, पण त्या भावनेवर ताबा ठेवण्यात कसेबसे यश आले. आतापर्यंत बेहोशीबरोबर चांगली मैत्री जमून गेली होती. शेवटी तीच मदतीला धावून आली. सायंकाळी फुलादखान आला तेव्हा त्यांना कसेतरी शुद्धीवर आणले गेले.

"काय शाही मेहमान, समजले का दर्द म्हणजे काय? तो अडाणी बेग आपला मूर्खासारखा नुसता विनवण्या करीत होता. आता काय निर्णय करायचा तूच ठरव. तू ठरवीपर्यंत हा सिलसिला असाच सुरू राहणार आहे. आता गाझी बेगचे ऐकायचे की माझा हा पाहुणचार घ्यायचा हे ठरवायला तुला तीन दिवसांचा वेळ आहे. जुम्म्याच्या नमाजानंतर हजरत अलीजांसमोर तुझी पेशी आहे. तोपर्यंत शाही बिछान्यावर आराम कर."

उघड्यानागड्या नेताजींना पुन्हा तळघरातील कोठडीत नेले गेले. मिरच्यांच्या धुनीची राख कोठडीभर विखरून पसरली होती. कोठडीत एक तक्ता पडला होता. त्याला अणकुचीदार खिळे ठोकले होते. त्यावर आडवे झोपवून नेताजींना जमिनीवर जखडून टाकले गेले.

-५७-

राजगडावरच्या आपल्या महालात महाराज अस्वस्थपणे शतपावली करीत होते. कोणालाही आत न सोडण्याची सख्त ताकीद पहाऱ्यावरच्या हुजऱ्याला देण्यात आली होती. महालाच्या एका भिंतीवर खुणेची खरखर ऐकू येताच महाराजांनी कवाडाला अडसर घातला आणि चोरदरवाजाची दिंडी उघडली. बहिर्जी आत आला. त्याच्या मुजऱ्याकडे दुर्लक्ष करीत महाराज अधीरतेने बोलले–

"नाईक, नेताजीकाकांची काय खबर? आमचा जीव थाऱ्यावर नाही. कुठून दुर्बुद्धी सुचली... हा गडी मोगलांकडे गेला. काहीच सुचेनासे झाले आहे."

"म्हाराज, खबर लई वंगाळ हाय. बाच्छावानं सरकारांचा लई छळ मांडलाया. तेंच्या मांगं मुसलमान व्हन्याचा धोसाच लावलाया. पर समद्या छळवनुकीस खंबीरपनं त्वांड द्येत सरकार अजून टिकून हायती. बाच्छावाला काई दाद देत न्हायती. पर बाच्छा लई दिस त्यास्नी खेळवत बसेल असे रंग दिसत न्हाईत. सरकारांच्या जिवास कोन्त्याबी क्षनी धोका व्हवू शकतो."

महाराजांची सचिंत नजर पायतळी काहीतरी शोधत राहिली, तर बहिर्जी महाराजांच्या मुखावरचे भाव बघत राहिला. महाराजांच्या डोळ्यांतून पाण्याच्या धारा वाहत होत्या. त्या पुसण्याचेसुद्धा भान उरले नव्हते. बऱ्याच उशिराने महाराजांची नजर बहिर्जीच्या नजरेला भिडली आणि त्यांच्या मुखावाटे एक जड सुस्कारा निघाला. झटकन पुढे होऊन उशागती असलेला चवाळीचा पंचा बहिर्जीने त्यांच्या हाती दिला आणि तिवईवरील तांब्यातील पाणी ओतून पेला समोर धरला. पंचाने तोंड स्वच्छ पुसून महाराज घटाघटा तीन-चार घोट पाणी प्याले. चेहऱ्यावरचे क्लांत भाव जाऊन आता नेहमीचे शांत करारी भाव पुन्हा आले. दोन्ही हात पाठीशी बांधून त्यांनी काही येरझारा घातल्या. नंतर खिडकीशी उभे राहून दूरवर अंधारात न्याहाळत राहिले. जणू अंधारात त्यांना काहीतरी दिसत होते. ऐकू येत होते. अचानक वळून हलक्या आवाजात त्यांनी हाक मारताच त्यांच्याकडे एकटक न्याहाळणारा बहिर्जी दचकला पण नजरेचा इशारा ओळखून झटकन जवळ सरकला.

"नाईक, झाली चूक सुधारण्यात अर्थ नाही. उद्‌भवलेल्या पेचातून मार्ग काढण्याची कोशिश केली पाहिजे. नेताजीकाकांसारखा मोहरा अशा प्रकारे गनिमाच्या

कैदेत राहून कुत्र्याच्या मौतीने गारद होऊन चालणार नाही. त्यांना परत आणलेच पाहिजे; पडेल ती किंमत देऊन. त्यासाठी कोणतेही दिव्य करावे लागले तरी बेहत्तर. बजाजी नाईकांप्रमाणेच काकांना पुन्हा शुद्ध करून घेता येईल. आपला माणूस त्यांच्या जवळ पोहोचला आहे ना? त्याच्याकरवी सांगावा पोहोचवा. म्हणावे, आमची आज्ञा आहे. ताठा सोडावा. पडेल ती किंमत द्यावी पण जीव वाचवावा. शरीर राखावे. इस्लाम कबूल केल्याचे ढोंग करावे. मग बादशहा मोकळीक देईल. संधी मिळताच पळून जा. स्वराज्यात परत या. बाकी पुढचे आम्ही पाहून घेऊ. बहिर्जी, आता अधिक उशीर झाल्यास फार महाग पडेल. आलमगीर काही बरे-वाईट करण्याच्या आत शब्दाच्या वेगाने सांगावा पोहोचता झाला पाहिजे. रातोरात गड सोडा. या आता.''

चोरदरवाजाच्या दिंडीतून बहिर्जी निघून जाताच महाराज मंचकावर कोसळले.

-५८-

नेताजींच्या छळाचा सिलसिला दर आठवड्याला सुरू राहिला. बुधवार-गुरुवार-शुक्रवार जेवण आणि विश्रांती, तीसुद्धा मिरच्यांची राख मिसळलेल्या राखेत. कारण दर जुम्म्याच्या नमाजानंतर बादशहासमोर आपल्या पायांनी चालत कैदी पेश झाला पाहिजे. दर पेशीला थोडी गोडीगुलाबी, बराचसा धाकदपटशा आणि धर्मांतराचा आग्रह होत राहिला. खोड्यात जखडलेले, साखळदंड आणि दोरखंडांनी जेरबंद केलेले; विकलांग असले तरी केवळ प्रखर इच्छाशक्तीने ताठ उभे असलेले नेताजी मुखावाटे शब्दही न काढता एकटक बादशहाच्या नजरेला नजर भिडवून असत. त्या नजरेच्या धगीने बादशहाच अस्वस्थ होऊन उठे. दोन महिने असेच निघून गेले.

अशाच एका पेशीनंतरच्या रात्री वजीर जाफरखान, अस्लमखान, राजा जसवंतसिंह, रसूल बेग, मीर जुमला आणि अन्य वजनदार असामी बादशहाच्या खासगी दिवाणखान्यात जमले होते. विषय होता दिलेरखान आणि बहादूरखानाच्या मदतीसाठी दख्खनमध्ये कोणाला धाडावे हा. पण नकळत गाडी नेताजींच्या विषयाकडे वळली. संधी साधून जाफरखान म्हणाला–

''गुस्ताखी माफ हो आलमपन्हा, पण नेताजीसारख्या क्षुल्लक पण जालीम काफिराला, हुजुरे आलींनी दयावंत होऊन, अद्याप जिवंत ठेवले आहे. इतकेच नव्हे तर पूर्ण शाबूत ठेवले आहे याचे मोठे ताज्जुब वाटते. तो काफिर ज्या उद्दाम नजरेने हुजुरे आलांकडे बघत असतो ती पाहून माझ्या तळपायाची आग मस्तकात जाते. असे वाटते, स्वत:च्या हातांनी त्याचे डोळे फोडून ती उर्मट नजर गारद करावी.''

''ताज्जुब माबदौलतना वाटले पाहिजे. इतकी वर्षे आमची वजिरी सांभाळता आहात पण आमच्या मनाचा तुम्हाला अंदाज घेता येत नाही. आमच्या प्याऱ्या

खालाजानचे खासम म्हणूनच तुम्ही अजून वजिरी टिकवून आहात. समशेरीचा आणि अकलेचा असा बुलंद सर्फराज आम्हाला हवा आहे. ऐतखाऊ अय्याश, निकम्म्या खुशमस्कऱ्यांनी भरलेल्या दरबारात माबदौलतांना एकतरी खराखुरा शेर हवा आहे. याचसाठी आम्ही सब्र करून आहोत.''

''पण आलमपन्हा या काफिराची मिजास अजून किती दिवस सहन करायची? फुलादखान त्याला समजावण्याची एवढी कोशिश करतो आहे, पण हरामजादा काफिर अजून झुकायला तयार नाही. मुंग्यांच्या वारुळावर एकदा जरी बसवले तरी बडे बडे नामचिन दरवडेखोरसुद्धा हवे तसे झुकवता येतात. दोन महिने झाले हा मात्र ढिम्म. इन्सान आहे की हैवान? अल्ला जाने.''

''त्याची ही जिद्द, हे धैर्यच आमच्या दिलात त्याच्याविषयी ओढ निर्माण करते. त्या कमीन्याची ही अदाच आमचा दिल जिंकून गेली आहे. पण अलबत आमच्या सब्रला पण काही मर्यादा आहेत. कदाचित एक-दोन किंवा फार तर तीन हप्ते. त्यानंतर खचितच माबदौलतांची सब्र तुटेल.''

अनाठायी भरकटलेला विषय जरब देऊन बादशहाने मूळ पदावर आणला खरा, पण त्याचा नूर बिघडला तो बिघडलाच. कुठलाच निर्णय न करता त्याने दरबाऱ्यांना निरोप दिला.

-५९-

यातनांचे अजून एक चक्र संपले. मिरच्यांच्या तिखट राखेत बेशुद्धीच्या ऐलथडी पैलथडी पडलेल्या नेताजींच्या कानात खोल विहिरीतून यावे तसे शब्द गुंजत होते–

''सरनोबत, सरनोबत; सरकार जागे व्हा. जागे व्हा सरकार.''

आग्र्याच्या या भयाण आदबखान्याच्या तळघरात इतके दिवस उलटून गेल्यानंतर आता कोण मला सरनोबत म्हणून हाक मारणार? हा नक्कीच भास असणार. बहुधा आपल्या मनाचा समतोल बिघडत असल्याचीच ही निशाणी असली पाहिजे. असे नेताजींना वाटत असतानाच पुन:पुन्हा त्या हाका ऐकू येत राहिल्या. हाकांमधील आर्त अधीरता वाढत गेली. काही वेळाने भाल्याच्या काठीच्या ढोसण्यासुद्धा बसू लागल्या. ग्लानीत असलेल्या नेताजींनी मोठ्या कष्टाने कसेबसे अर्धवट डोळे उघडले. तोच तो, रत्नागिरीच्या आंब्याची गोष्ट सांगणारा सिद्दी शिपाई. कोठडीच्या गजांपाशी बसून दबक्या आवाजात हाका मारीत होता. त्यांना उठविण्याचा प्रयत्न करीत होता. डोळ्यांची थोडी उघडझाप झालेली पाहून सोबतच्या छाजलमधील पाणी त्याने त्यांच्या तोंडावर मारले. गजांमधून हात घालून मोठ्या कष्टाने त्याने त्यांना अलीकडे

ओढले. हातांचा जोर लावून आणि भाल्याच्या काठीचा आधार देऊन कसेबसे बसते केले. जखमा झालेल्या हातांनी कसेबसे गज पकडून ते अर्धवट बसते झाले. त्या शिपायाने पाण्याची हलकी धार त्यांच्या तोंडावर धरली. अधाशीपणे घटाघटा त्यांनी मिळाले तेवढे पाणी पिऊन घेतले. तो शिपाई हलक्या, दबक्या पण स्पष्ट शब्दांत पुन्हा सांगू लागला–

"सावध व्हा सरनोबत, सावध व्हा. मी सांगतो ते नीट ऐका. वेळ थोडा आहे. सावध होऊन ऐका. मी सिद्दी हिलालच्या तुकडीतला महाराजांचा माणूस आहे. महाराजांच्या आज्ञेप्रमाणे दिलेरखानाच्या छावणीपासून हर प्रयत्न करून आपल्या आसपास आहे. मी बहिर्जी नाईकांच्या पथकातला नजरबाज आहे. त्यांचा खबरी म्हणूनच मी तुमचा पहारा मिळवला आहे. माझ्यावर विश्वास ठेवा. माझ्या मनगटावरचे हे गोंदण बघून खात्री करून घ्या."

उठून तो भिंतीवर अडकविलेली दिवटी घेऊन आला. अस्तनी मागे सारून त्याने मनगट उघडे केले आणि दिवटीजवळ धरले. दिवटीच्या हलत्या प्रकाशात बहिर्जींच्या खास दलाची खूण असलेले गोंदण चमकत होते. यातनांनी पिळवटलेल्या चेहऱ्यावर समाधानाचे हास्य पसरले. दिवटी पुन्हा जागेवर अडकवून शिपाई पुन्हा गजांजवळ उकिडवा बसला. मोठ्या कष्टाने नेताजींनी आपली मान गजांवर टेकवली आणि कान शिपायाकडे केला.

"सरनोबत, तुमची प्रत्येक खबर महाराजांच्या पायाशी रुजू आहे. घटकाभराचा जरी अवधी मिळता, तर इतक्या आसानीने पकडले न जाता! गनिमाने फारच चपळाई केली. तुमचे हे कष्ट ऐकून लेकरासाठी माय रडावी तसे महाराज धायधाय रडले. त्यांनी माझ्या हाती अति तातडीचा आणि निर्वाणीचा सांगावा धाडला आहे."

नेताजींनी कसाबसा हुंकार भरला.

"सरनोबत, 'पडेल ती किंमत द्यावी पण जीव वाचवा, शरीर राखावे. फारच जिवावर बेतून आले, तर मुसलमान झाल्याचे नाटक करावे, पण स्वत:ला सोडवून घ्यावे. एकदा मुसलमान झालात की, बादशहा मोकळीक देईल. संधी मिळताच घराकडे निघून येणे. आम्ही आहोत. बजाजी नाईकांप्रमाणे शुद्ध करून घेऊ. हा आमचा शब्द आहे.' सरनोबत उद्या जुम्मा. नमाजानंतर पुन्हा तुमची पेशी आहे. ती तुमची कदाचित शेवटची संधी असेल. आतावेरी फक्त छळ झाला, त्याची वाढती कमान सुरू होईल. अजूनपर्यंत इजा झाली नाही पण यापुढे सांगवत नाही. हातपाय तोडणे, डोळे फोडणे, कातडी सोलणे अशा पायऱ्या आता सुरू होतील. मग काहीही करणे शक्य होणार नाही. मुसलमान होतो म्हणालात तरी बादशहा मानणार नाही. जीवे मारल्याशिवाय राहणार नाही. ही शेवटची संधी साधून घ्या."

कुणाची तरी चाहूल लागल्यासारखे वाटले आणि शिपाई झटकन जाग्यावर

जाऊन उभा राहिला. गजावरील पकड सुटताच ते मागच्या मागे कोसळले. कोठडीत सांडलेल्या पाण्याने पाठीखालची राख भिजली होती. तो गारवा शरीराला किंचित सुखावून गेला. मिटल्या डोळ्यांसमोर महाराजांची चिरपरिचित हसरी प्रतिमा उभी राहिली. नजरेत मायेचा ओलावा आणि ओठांवर धीर देणारे आश्वासक प्रसन्न स्मितहास्य.

"महाराज, महाराज, मी धन्य झालो. माझ्यासारख्या क्षुद्र सेवकासाठी तुम्ही डोळ्यांतून पाणी काढलेत. माझे सारे जीवन कृतार्थ झाले. तुमची आज्ञा प्रमाण. आता सारे तुमच्या, आईसाहेबांच्या आणि जगदंबेच्या स्वाधीन. कीर्ती, अपकीर्ती, यश तुमच्या पायी वाहिले."

त्या सुखाच्या गुंगीत कित्येक महिन्यांनंतर नेताजींना गाढ झोप लागली.

-६०-

सकाळी सिद्दी याकूत कोठडीत आला. राखेने लडबडलेल्या नेताजींच्या शरीरावरील पाण्याचे ओघळ लपून राहण्यातले नव्हते. पहाऱ्यावरच्या शिपायावर डोळे काढीत तो किंचाळला–

"बेवकूफ, कुत्ते की औलाद, कोणाच्या हुकमाने या कैद्याला पाणी पाजलेस?"

"हुजूर मोहरम सुरू आहे. प्यास्याला पाणी पाजणे सुन्नत आहे. या महिन्यात तर त्याचा विशेष स्वाब सांगितला आहे, हुजूर."

खाडकन शिपायाच्या थोबाडीत बसली. चढा कर्कश स्वर लावत याकूत पुन्हा केकाटला–

"हरामजादा, मला सुन्नत शिकवतोस? काफिराला पाणी पाजणे सुन्नत नाही तर नाफर्मानी आहे. दफेदार इसे तुरंत दस कोडे लगाये जाय. काफिरांवर रहम करण्याची आयंदा कोणाची जुर्रत होता कामा नये."

"गुस्ताखी माफ हो हुजूर, गुलामावर रहम करा. कैद्याने इस्लाम कबूल करण्याचे मान्य केले म्हणूनच दिल पसीजला आणि हातून हे धाडस घडले. रहम हुजूर, रहम करा."

"अस्स? तुझ्यासमोर बोलला तो असं? तू काय मोठा आलाहजरत लागून गेलास की काय? फैसला करायचा हक तुला कोणी दिला? तू म्हणतोस ते खरे मानले तरी त्याला पाणी पाजण्याआधी तू माझी इजाजत घेणे जरूर होते. शिस्त मोडल्याची सजा झालीच पाहिजे. घेऊन जा हरामीला. दस नहीं मगर तीन कोडे मारा. पुन्हा अशी गफलत केलीस तर कातडी सोलून गिधाडांपुढे जिवंत फेकून देईन."

पहारेकऱ्याला धरून बाहेर चालविले. त्याला शिक्षेचे दुःख वाटत नव्हते.

महाराजांची कामगिरी पूर्ण केल्याचे समाधान त्याच्या मनात भरून राहिले होते. पुढे जे घडणार होते त्याचा मुस्तकीम तपशील लवकरात लवकर कसा मिळविता येईल या विचारात असल्याने फटक्यांची वेदना त्याला जाणवलीच नाही.

जुम्म्याच्या नमाजानंतर जखडलेल्या जेरबंद नेताजींना बादशहासमोर पेश केले गेले. जोखडाचे ओझे पेलत असतानासुद्धा ताठ उभे राहण्याचा प्रयत्न करीत आणि पायबेड्या फरफटवीत नेताजी हजर झाले. मात्र दर खेपेसारखी नजर बादशहाच्या डोळ्यांत रोखलेली नव्हती तर पायदळी झुकलेली होती.

"क्यों नेता? आज नजरे झुकाये? नेहमी माबदौलतांवर अंगार बरसवणारी नजर आज बुझी बुझीसी आणि झुकलेली ताज्जूब. माबदौलतांनी ऐकले ते खरे आहे का? आम्हाला ते तुझ्या स्वत:च्या तोंडून ऐकायचे आहे. काय, तू इस्लाम कबूल करण्यास रजामंदी दाखवली आहेस? अल्लाचे सर्वांत प्यारे नबी हजरत महम्मद सलल्लाह वसल्लम यांनी जो सर्वशक्तिमान, सर्वसाक्षी, एकमेवाद्वितीय रहमाने रहीम अल्लाचा खरा धर्म सांगितला, तो तुला कबूल आहे?"

अस्फुट स्वरात, जड आवाजात नेताजींच्या मुखातून जड सुस्काऱ्यात मिसळलेले शब्द आले–

"जी..."

"अल्ला एक आहे आणि हजरत महम्मद सलल्लाह वसल्लम त्याचे आखरी पैगंबर आहेत हे तुला कबूल आहे?"

"जी..."

"कुफ्र सोडून सर्वशक्तिमान अल्लाच्या पनाहमध्ये येण्यास तू स्वखुशीने कबूल आहेस?"

"जी..."

"हे सर्व तू या साक्षीदारांच्या साक्षीने कबूल करतोस?"

"जी..."

"मुबारक हो! अल्लाच्या सच्च्या मार्गावर काफिले मदिनामध्ये तुझे स्वागत आहे."

'जिंदा पीर आलाहजरत आलमगीर'

अशा घोषणांनी मोती मशिदीचा सारा परिसर दुमदुमून गेला.

शहजाद्याच्या जन्मानंतरसुद्धा आनंदाने फुलला नसेल इतका आलमगिराचा चेहरा आनंदाने फुलला. इस्लामी सत्तेला टक्कर देण्याची हिंमत दाखविणाऱ्या, स्वत:ची स्वतंत्र दौलत उभी करण्याची प्रतिज्ञा करणाऱ्या आणि ती खरी करून दाखविणाऱ्या एका कोहस्तानी काफिर बंडखोराचा, तितकाच त्रासदायक आणि घातकी सिपाहसालार; सरनोबत, त्याचा उजवा हात समजला जाणारा काफिर आज

त्याच्यापुढे झुकला होता. त्याची सारी मस्ती, रग, बंडखोरी पार जिरली होती. नेता एकदा मुसलमान झाला की, त्याला आलमगिराशिवाय अन्य त्राता उरणार नव्हता. त्याचा परतीचा मार्ग पुरता बंद होणार होता. या दुसऱ्या शिवाचा उपयोग करूनच तो आता शिवाला शह देणार होता. अर्थातच त्यासाठी त्याला काही वर्षे इंतजार करावा लागणार होता. त्याला त्याची तयारी होती.

आलमगीर आनंदित झाला होता, पण आनंदाने हुरळून गेला नव्हता. त्याचे डोके पूर्ण ठिकाणावर आणि पाय पक्के जमिनीवर होते. क्षणभरसुद्धा बेसावध राहून शत्रूला कोणतीही संधी देण्यास तो आता तयार नव्हता. पुढे काय, कसे आणि केव्हा केव्हा करायचे याचा आराखडा त्याच्या मनात पूर्ण तयार होता. तो शत्रूला तुच्छ लेखत असला, तरी त्याच्या काबिलीयतची पूर्ण जानकारी ठेवणारा होता आणि त्याला कुठेही कमी समजत नव्हता. हात उंचावून त्याने घोषणा थांबविल्या.

"सिद्दी फुलादखान, इसे बाइज्जत रिहा करो। उत्तमातील उत्तम पेहराव त्याला द्या. लजीज खाना द्या. शाही हकिमाच्या देखरेखीखाली कोऱ्या वस्तऱ्याने याची ताबडतोब खतना करवून घे. तकलीफ झाल्याची शिकायत आली तर लिहाज केला जाणार नाही. ईशाच्या नमाजापूर्वी माबदौलत स्वत: नव्या बंद्याला कलमा पढवतील. आणि त्याच्या सोबतच ईशाचा नमाज पढतील. मात्र याद रहे, पहारे ढिले होता कामा नये. मागच्या खेपेस झाली तशी गफलत जर झाली, काही दगा झाला, दगा होण्याची कोशिश जरी झाली, तर गर्दन मारली जाईल. याद राख."

बोलता बोलता बादशहा उभा राहिला. हुजऱ्याने पुढे ठेवलेले चढाव पायात सरकवून कोणाकडेही न पाहता तो झपाट्याने आपल्या खासगी महालाकडे निघाला. त्याला आता एकांत हवा होता, शुक्रानीचा नमाज अदा करण्यासाठी. त्याच्या अल्लाने त्याला मोठीच फते मिळवून दिली होती.

बादशहा उठून जाताच नेताजींच्या मानेवरचे जोखड ताबडतोब तेथेच उतरविले गेले. बेड्या तोडल्या गेल्या. इतका वेळ केवळ इच्छाशक्तीच्या जोरावर दोन पायांवर उभे असलेले नेताजी धाडकन खाली कोसळले. त्याच क्षणी फुलादखानाचा खर्जातला दमदार आवाज घुमला–

"घुसलखाना. उठाकर ले चलो। खबरदार, कोई तकलीफ न हो। आलमपन्हा की हुक्म की तामील हो।"

दोन धिप्पाड हबशांनी नेताजींचे मुटकुळे उचलून घुसलखान्याकडे चालविले.

- ६१ -

असरचा नमाज बादशहाने आपल्या खासगी महालातच पढला. नमाज पढण्यासाठी त्याने वजीर जाफरखान, खान जहान लोधी, दिलावरखान उझबेग, दाऊदखान

कुरेशी, नवाब फिदाई हुसेन खान, महाबतखान, आग्र्याचा किल्लेदार रादअंदाझखान, कोतवाल, सिद्दी फुलादखान, गाझी बेग, शाही हकीम मुल्ला सय्यद अहमद नूरानी, दिल्लीचा शाही इमाम मौलाना मुफ्ती अफजल सईद महम्मद झरदारी, मोती मशिदीचा पेश इमाम मौलाना मसूद अहमद कुरेशी आणि अन्य काही विश्वासू दरबारी, सरदार, धार्मिक विद्वान काझी वगैरेंना बोलावून घेतले होते. शाही इमामाच्या मागे नमाज पढून झाला. बादशहा लोडाला टेकून मसनदीवर बसला. नजर छतावर खिळलेली. हातातील जपमाळेचे मणी झरझर सरकत होते. तेवढीच काय ती हालचाल. इतर मंडळी योग्य अंतर राखून, हात बांधून नजर पायाशी ठेवून शांत उभी होती. बऱ्याच वेळाने हिरवी नजर खाली उतरली आणि सिद्दी फुलादखानावर स्थिर झाली.

''सिद्दी फुलादखान अखेर तुझ्या प्रयत्नांना यश आले. परमदयाळू परवरदिगार अल्लाने काफिर नेताला इस्लामच्या खऱ्या आणि सच्च्या मार्गावर येण्याची सद्‌बुद्धी दिली. तुझी सेवा अल्लाच्या दरबारात निश्चितच रुजू होईल.''

''आपल्या कृपेचेच हे सारे फळ आहे आलमपन्हा. वर्ना माझ्यासारख्या नाचीज गुलामाला ते कुठले शक्य व्हायला!''

''पण मला माजरा काही साफ दिसत नाही. कालपर्यंत जिवाची पर्वा न करणारा इसम आज नेमका आमच्यासमोर पेश होण्याच्या दिवशी आणि नेमकी आमच्या सब्रची डोर ज्या दिवशी कदाचित तुटणार होती त्याच दिवशी अचानक धर्म बदलण्याची कबुली देतो हे जरा कुठेतरी खटकते. यामध्ये त्या हरामजाद्याचा आणि त्याचा जुना मालिक, तितक्याच हरामखोर शिवाचा काही डाव असावा असा माबदौलतांना शक आहे. अनेक वर्षे दख्खनमध्ये सुभेदारी केल्यामुळे माबदौलत त्या मराठी भुतावळीला चांगलेच ओळखतात. ते इतक्या सहजासहजी नमणारे नाहीत. याच्यावरचे पहारेकरी नीट पारखून घेतलेले खात्रीचे आणि विश्वासातले होते ना? काही दगा किंवा फंदफितुरी नाही ना याची नीट चौकशी आणि खात्री करून घे. इतक्यात याला कोणी भेटून गेला काय?''

''नाही आलमपन्हा. हुजुरे आलींच्या हुकमाप्रमाणे हजरत गाझी बेगसाहेब भेटून गेले तेवढेच. बाकी पाखरूसुद्धा त्याच्या आसपास फिरकू शकणार नाही असा चोख बंदोबस्त आहे. प्रत्येक शिपाई मी स्वत: पारखून घेतलेला, खात्रीचा आहे. सगळे माझे बिरादर आणि जातभाईच आहेत.''

''ठीक. तरी माबदौलतांना शक आहेच. जसा सिद्दी जौहरला सुलह करण्याचे आमिष दाखवून गाफील केला गेला, तसेच तुला इस्लाम कुबूल करतो असे खोटेच सांगून गाफील केले नसेल कशावरून? दीड लाख फौजेचा गराडा फोडून जो शिवा लाल महालात शिरतो आणि आमच्या मामूजानची बोटे तोडतो आणि वर राजरोसपणे

सुखरूप निसटून जातो, जो तुझ्या तोफा आणि पाच हजार जांबाज हशमांच्या वेढ्यातून गायब होतो, तो शिवा किंवा त्याची माणसे या किल्ल्यात घुसणे अशक्य नाही. अचानक छापा मारून ते त्यांचा माणूस सोडवून नेतात. माबदौलतांना त्यांना आता कोणतीही संधी द्यायची नाही. किल्लेदार रादअंदाझखान, आजच रात्री त्या काफिराला कलमा पढवला जाईल. आत्ता, या क्षणापासून किल्ल्याचे चौक्या-पहारे दुप्पट वाढवून कडक कर. तटावर फिरती गस्त ठेव. दर दहा-पाच पावलांवर एक तिरंदाज आणि एक बरकंदाज उभा ठेव. प्रत्येक कमानीवर तीर लावलेला आणि प्रत्येक बंदूक, प्रत्येक तोफ ठासून सज्ज ठेव. फुलादखान, पूर्ण शहरात नाकेबंदी जारी कर. तुझी आणि रादअंदाझची पथके शहरापासून पाच कोस दूरपर्यंत फिरती ठेव. बेड्या तोडल्या असल्या तरी कैद्यावर सख्त पहारा तसाच जारी ठेव. मशिदीच्या सभोवती किल्लेदाराचे पहारे असतील पण आतसुद्धा तू तुझे सावध पहारे जारी ठेव. नमाजासाठी आमच्या मागे असणारे मानकरी हत्यारबंद राहतील. तेथे कोण उभे राहतील त्यांची निवड वजीरेआझम स्वत: करतील. काफिराने इस्लाम कबूल केला तरी पुढचा हुकूम होईपर्यंत सख्त पहारे तसेच जारी राहतील. मौलाना मुफ्ती अफजल, आज रात्रीपासून कैदी तुमच्या ताब्यात, तुमच्या हवेलीत राहील. त्याला चांगला खुराक देऊन तंदुरुस्त करा. दीनी तालीम द्या. तुमच्या हवेलीच्या हिफाजतीची जिम्मेदारी फुलादखान सांभाळेल. खर्चाची फिकीर करू नका. लागेल तेवढा पैसा सरकारातून मिळेल. हकीम मुल्ला सय्यद अहमद नूरानी, कैद्यावर ताबडतोब इलाज सुरू झाले पाहिजेत. हयगय झाल्याचे समजले तर मुलाहिजा केला जाणार नाही. दोन महिन्यांनंतर भरणाऱ्या चाँदरातीच्या दरबारात तो तंदुरुस्त हाजिर राहू शकला पाहिजे. वजीरेआझम, तो तुमचासुद्धा जिम्मा राहील. कैद्याला खबर लागू न देता त्याचा कुटुंबकबिला बोलावून घ्या. त्यांना मुसलमान करा.''

बादशहा बोलत असताना मध्ये बोलण्याची सोय नव्हती. सगळे मुकाटपणे ऐकत होते. माना डोलवीत होते. आपल्या नावाचा उल्लेख झाला की, कुर्निसात करून प्रतिसाद देत होते. बादशहाचे हुकूम इतके स्पष्ट होते की, त्यावर चर्चा करण्याची सोय नव्हती. बाहेर पडण्यासाठी कुर्निसात करायला सारे वाकले. नेमके तेव्हाच शाही इमामाने तोंड उघडले–

''जान की अमान पाऊं तो आलमपन्हांच्या खिदमतमध्ये चार शब्द सुचवण्याची गुलाम इजाजत अर्ज करतो.''

जपमाळेचे मणी थांबले. कपाळावरचा काळा डाग आक्रसला. नजर अधिकच तीव्र झाली. हाताच्या इशाऱ्यानेच बादशहाने इजाजत दिली.

''आलमपन्हा का हुक्म सरआखोंपर. पण हुजूर परवाच इन्शाल्ला चाँदरात आहे. त्या मुबारक मुहूर्तावर कैद्याला कलमा पढवला तर सवाब अधिक मिळेल.''

बादशहाची तिखट हिरवी नजर शाही इमामावर खिळली. सरसर भाव बदलत

गेले. नजरेची धग तिसऱ्या माणसाला जाणवण्याइतकी तेज झाली. शाही इमाम घामाने डवरून निघाला. चूक होऊन गेली होती. आपल्या धार्मिक स्थानाच्या तोऱ्यात आणि अतिआत्मविश्वासाने केलेला शहाणपणा आता त्यांच्या अंगावर उतणार हे सर्वांना कळून चुकले. काही क्षणांच्या अस्वस्थ शांततेनंतर बादशहाचा तीव्र चिरका संतप्त स्वर महालात घुमला–

"बेवकूफ गुस्ताख नामुराद बेइमान, किती पैसे मिळाले तुला त्या हरामी शिवाकडून? हा असला बेइमानी मशवरा? देखा? आमचा अंदेशा गलत नसतो. अरे बेहया, नशीब समज तुझी दीनी हैसियत पाहून माबदौलत तुझी जान बख्शीत आहेत. ध्यानात ठेव. असला मशवरा यांच्यापैकी कोणी दिला असता तर त्याच्या नापाक रक्ताने आमचा बेशकिमती कालीन खराब होण्याची फिकीर न करता इथल्या इथे त्याची गर्दन उतरली असती. त्या मूर्ख सिद्दी जौहरने शिवाला फक्त एक रात्र बहाल केली आणि स्वत:ची कयामत ओढवून घेतली. तू त्याला तीन रात्रींची मोहलत बहाल करतोस? नेता स्वत:च्या पायांनी पळून जाऊ शकणार नाही असा बंदोबस्त फुलादखानाने करून ठेवला असला, तरी त्या शिवाची भुतावळ काहीही करू शकते, हे आलम हिंदुस्थान जाणतो. पण लक्षात ठेव, नेता काफिर असेपर्यंतच त्यांची ही धडपड चालू शकते. ज्या क्षणी तो मुसलमान होईल त्याच क्षणी त्यांचे ताबूत आपोआप ठंडे होतील. कारण काफिरांच्या नापाक धर्मात फक्त बाहेर जाण्याचे मार्ग उघडे आहेत; आत येण्याचे नाहीत. अगदी फटसुद्धा नाही. याउलट आपल्या पाक इस्लाममध्ये आत येण्याचे हजारो दरवाजे सतत उघडे असतात. पण बाहेर जाण्याचा काहीच मार्ग नाही. कोणी तसा प्रयत्न केलाच तर अशा बेइमानाला नाफर्मानीचा दोष ठेवून थेट नरकात हाकलून देण्याचा अधिकार प्रत्येक सच्चा मुसलमानाला कुराणेपाकने बहाल केला आहे. वजीर जाफरखान, या क्षणापासून मुफ्ती अफजल झरदारीची सनद रद्द कर. त्याला शाही दरबारातून मिळणारे सगळे मरातब आणि शाही खजिन्यातून मिळणारे सर्व तनखे रद्द. त्याच्या कुटुंबाचा जेमतेम उदरनिर्वाह चालेल एवढीच संपत्ती त्याच्या सर्वांत मोठ्या बायकोच्या हवाली करून, बाकी प्रत्येक पै अन् पै जप्त करून आमच्या धर्मादाय खात्यात जमा कर."

"जो हुक्म अलीजा."

"फुलादखान, ताबडतोब या बेइमानाच्या घरावर चौक्या पहारे जारी करून त्याला नजरबंद कर. माबदौलतांच्या खास इजाजतीशिवाय कोणी आत-बाहेर जाता-येता कामा नये. हा शिवाला फितूर झाला आहे किंवा नाही आणि मरगट्ट्यांची माणसे शहरात आली आहेत का याचा रातोरात शोध घे. उद्या सकाळी दिवाणे खासमध्ये अहवाल सादर झाला पाहिजे."

"जो हुक्म आलमपन्हा. मला चौकशीची पूर्ण सूट मिळावी असा अर्ज आहे."

"मंजूर. कैद्याला मुफ्तीच्या हवाली सोपवण्याचा हुकूम आता रद्द. जाफरखान, त्याला तुझ्या स्वत:च्या निगराणीत ठेव. जरा चूक झाली, कैद्याने दगा दिला तर तुझ्या वजिरीचा लिहाज ठेवला जाणार नाही."

"जी अलीजा."

"तखलिया."

पटापट मुजरे घालीत सारे बाहेर पडले. महालाबाहेर पाऊल टाकताच शाही इमामाच्या मुसक्या आवळल्या गेल्या.

- ६२ -

बादशहाच्या हुकमाची तामील लगोलग सुरू झाली. जागोजाग चौक्या बसल्या. येणाऱ्या-जाणाऱ्या प्रत्येकाची चौकशी सुरू झाली. फुलादखानाच्या माणसांनी मोठ्या प्रमाणात धरपकड केली. शहरात जणू अघोषित संचारबंदीच लागू झाली. घराघरांतून नेताजींच्या छळाच्या खऱ्या-खोट्या चर्चा आणि धर्मांतराची कुजबुज सुरू झाली. शहरातच नव्हे तर शहराभोवती स्वारांची दौड सुरू झाली. लाल किल्ल्याच्या तटा-बुरुजांवर गस्त सुरू झाली. रादअंदाझखानाच्या शिपायांनी मोती मशीद घेरली होती. नमाजासाठी येणाऱ्या मोठमोठ्या अमीर-उमरावांचीसुद्धा कडक तपासणीतून सुटका नव्हती. मशिदीच्या आत सिद्दी फुलादखानाचे कडवे हबशी खांद्यावर नंग्या तेगा घेऊन भिंतीला चिकटून उभे होते. मशिदीचा प्रत्येक कोपरा त्यांच्या नजरेच्या टप्प्यात होता. गांजा पिऊन लालभडक झालेले डोळे अधिकच तांबारून सिद्दी याकूत सख्त देखरेख करीत होता.

रात्र पडू लागली. ईशाच्या नमाजाला घटकाभराचाच अवधी उरला. मोती मशिदीत ईदचा माहोल होता. मगरीबच्या नमाजासाठी आलेला बादशहा आपल्या जागेवरच बसून होता. अत्यंत विश्वासू दरबारी बादशहाच्या मागच्या रांगेत पायाशी नंग्या तलवारी ठेवून उभे होते. बादशहाच्या डावीकडे मध्ये चार हातांचे अंतर ठेवून जरीच्या कलाबतूचे काम केलेला एक मखमली मुसल्ला अंथरलेला होता.

नव्या कोऱ्या मुघली पोशाखातील नेताजींना मोती मशिदीत आणले गेले. सिद्दी फुलादखान त्यांच्या जोडीने चालत होता. विजयाचा आनंद त्याच्या डोळ्यांत मावत नव्हता. छाती पुढे काढून चालताना इकडेतिकडे कटाक्ष टाकीत लोकांच्या नजरेतून उमटणाऱ्या प्रतिक्रियांचा तो अंदाज घेत होता. नेताजींच्या हातीपायी बेड्या नसल्या तरी तळपते भाले आणि नंग्या तलवारी घेतलेल्या हशमांचा गराडा कायम होता. मारहाण, अतोनात छळ आणि उपासमार, त्यातच प्रचंड मानसिक तणाव यामुळे नेताजींच्या अंगात उभे राहण्याचेसुद्धा त्राण नव्हते. भरीस भर म्हणजे नुकताच खतना झालेला असल्यामुळे टाकलेले प्रत्येक पाऊल मस्तकात झिणझिण्या उठवीत होते.

पेश इमाम मौलाना मसूद अहमद कुरेशी लगबगीने पुढे झाला. नेताजींचे दोन्ही हात हातात घेऊन त्याने नेताजींचे स्वागत केले.

"खुशामदीन जनाब. अल्लाच्या घरात मी तुमचे मनापासून स्वागत करतो. जिल्हेसुभानी आलमपन्हा तुमचीच वाट पाहत आहेत. चलावे."

पेश इमामाने त्यांना बादशहासमोर उभे केले. त्यांच्याकडे पाहून आलमगीर बादशहा चक्क मंद स्मित करीत होता. गेल्या कित्येक वर्षांत त्याच्या चर्येवर कोणी स्मितरेषा पाहिली नव्हती. आजचा योगच मुळी अपूर्व आणि दुर्मीळ होता. शरीरातून उठणाऱ्या वेदना दाबून धरून आणि चेहऱ्यावर हास्य आणून नेताजींनी कंबरेतून वाकून बादशहाला तीन वेळा कुर्निसात केला. बादशहाची हिरवी गहरी नजर एकटक रोखून बघत होती. मग एक अत्यंत दुर्मीळ घटना घडली. नेताजींच्या कुर्निसातचा बादशहाने मान झुकवून स्वीकार केला आणि शेजारच्या मखमली मुसल्ल्यावर बसण्याचा हाताने इशारा केला. पेश इमामाने पुढे होऊन त्यांना बसण्याचा इस्लामी तरीका समजावून सांगितला. इतकेच नव्हे तर पश्चिमेकडे मोहरा करून त्यांना नीट बसवून घेतले. खतन्यामुळे उठणाऱ्या असह्य वेदना कशाबशा सहन करीत, मुद्रेवर त्या उमटणार नाहीत याची दक्षता घेत मोठ्या शिकस्तीने ते विशिष्ट पद्धतीचे आसन घालून बसले. दरबारी अमीर-उमरावांनी मशीद गच्च भरली होती. सारे हात बांधून स्तब्ध उभे होते. नेताजींना सर्वांत पहिल्या रांगेत बसविल्याने मागे कोणकोण आहेत हे समजत नव्हते. प्रत्यक्ष बादशहा शेजारी बसलेला असल्याने मागे वळून पाहणे शक्य नव्हते. त्यांना समोर फक्त मेहराबचा महिरपी कोनाडा, त्याच्या शेजारचे खुतबा पढण्याचे मौलवी आणि शेजारी उभा असलेला पेश इमाम एवढेच दिसत होते. आज पेश इमामाच्या दोन्ही बाजूंस हत्यारबंद हशम उभे होते. मागच्या रांगेतल्या उमरावांच्या नजरा नेताजींवर रोखलेल्या होत्या. त्यांची प्रत्येक हालचाल आणि चेहऱ्यावरचे बदलते भाव ते अतिशय बारीक नजरेने टिपत होते. नमाज पढतानासुद्धा नजर ढळू न देण्याची त्यांना ताकीद होती. दग्याफटक्याचा संशय जरी आला तरी विजेच्या वेगाने तलवार उचलून चित्त्याच्या चपळाईने ती चालविण्यास ते अगदी सिद्ध होते.

नेताजींनी डोळे मिटून घेतले. मिटल्या डोळ्यांसमोरून रोहिडेश्वराच्या शपथेपासून विशाळगडावरच्या प्रसंगापर्यंतची दृश्ये क्षणात तरळून गेली. आईसाहेबांचा करारी तरी वत्सल, आश्वासक सोज्ज्वळ चेहरा आणि महाराजांची भव्य मूर्ती दिसली. त्यांच्या चेहऱ्यावर खिन्न स्मित होते. एका डोळ्यात चिंता, तर दुसऱ्या डोळ्यात आश्वासन तरळत होते. महाराजांच्या मागून खंडेराया आणि भवानी आई वरदहस्त उंचावून मंद हसत होते. नेताजींच्या शरीराचा कणन् कण आणि मनाचा कोपरान् कोपरा टाहो फोडून महाराजांना सांगत होता–

'महाराज, तुमची आज्ञा म्हणून स्वराज्यासाठी हे दिव्यसुद्धा करण्यासाठी मी आनंदाने सिद्ध झालो आहे. आता तुम्हीच माझे तारणहार. आपले नजरबाज थेट आदबखान्याच्या तळघरात शिरकाव करून घेऊ शकतात, तर ते हर प्रयत्न करून मला या नरकातून सोडविल्याशिवाय राहणार नाहीत, याची मला पूर्ण खात्री आहे. आई जगदंबे, माझ्या राजाच्या पायाशी परत जाण्याची, त्यांची आज्ञा पूर्णत्वाला नेण्याची मला शक्ती दे.'

डोळ्यांत भरून येणारे पाणी त्यांनी महत्प्रयासाने परतविले. शरीर वेदनांनी ठणकत होते. मन आक्रंदत होते. कुठल्याही क्षणी शुद्ध हरपेल असे वाटत होते. पण त्यांनी मोठ्या कष्टाने स्वतःला सावरून ठेवले होते. त्यांच्या खांद्याला हलकासा स्पर्श झाला. त्यांनी हलकेच डोळे उघडले. पेश इमाम त्यांचे लक्ष बादशहाकडे वेधत होता.

"जनाब सुनिये. हुजुरे आली जहाँपन्हा आपसे कुछ फरमा रहे हैं."

गर्दन वळवून त्यांनी बादशहाकडे पाहिले. आपल्या पांढऱ्याधोप दाढीवरून हात फिरवीत, हिरवी नजर रोखून बादशहा त्यांचे निरीक्षण करीत होता. मुद्रेवरचे बदलते भाव टिपत होता. नजरेला नजर भिडली आणि आपसूकच नेताजींची नजर झुकली. शेकडो माणसे उपस्थित असूनसुद्धा मुंगीचा पदरव ऐकू यावा अशी शांतता भरून राहिली होती. ती शांतता भेदून बादशहाचा खर्जातील गंभीर आवाज त्या सभागृहात घुमला–

"बिस्मिल्ला उर रहिमाने रहीम"

मागोमाग उपस्थितांनी पण त्याचा उच्चार केला.

"दगडधोंड्यांची आणि असंख्य खोट्या देवतांची चुकीची पूजा आणि उपासना करणाऱ्या अय नेताजी पालकर, सर्वशक्तिमान सर्वसाक्षी परमदयाळू एकमेवाद्वितीय अल्लाच्या इच्छेप्रमाणेच तुला खऱ्या मार्गावर आणून, तुझ्या मनातील कुफ्ररूपी अंधार दूर करून परवरदिगार अल्लाच्या पनाहमध्ये आणण्यासाठी मी तुला तुझ्या कोहस्तानी मुलखातून येथवर आणले आहे. मी मुघले आझम, शहनशाहे हिंदोस्तान, आलमगीर औरंगजेब गाझी तुला एकमेवाद्वितीय अल्लाच्या सच्च्या धर्माचे, अल्लाचे आखरी प्रेषित हजरत महम्मद सलल्लाह वसल्लम यांनी सर्व मानवांसाठी त्या सच्च्या धर्माकडे जाण्याचा जो सच्चा मार्ग उघडून दाखवला आहे तो जो इस्लाम, तो स्वीकारण्याची मी तुला दावत देतो. काफिले मदिनामध्ये शरीक होण्याचे आमंत्रण देतो. ते तुला कुबूल आहे का?"

नेताजींच्या मुखातून कसाबसा आवाज उमटला–

"जी..."

शेजारी उभा असलेला पेश इमाम तत्परतेने कानाशी वाकून पुटपुटला–

''जनाब साफ आवाज में कहिये, कुबूल है.''

''जी, कुबूल है।''

''अल्लाच्या या घरात आणि साहेबी इमान असणाऱ्या या सर्व सच्च्या मोमिनांसमोर मी तुला पुन्हा विचारतो, यासाठी तुला कोणी कोणतेही आमिष दाखवलेले नाही किंवा भय दाखवलेले नाही किंवा जबरदस्ती केलेली नाही, तर तू स्वत: राजीखुशीने, आपल्या मर्जीने, पुऱ्या होशोहवासमध्ये; मी दिलेले इस्लामचे आमंत्रण स्वीकारतो आहेस, हे तुला कुबूल आहे?''

''जी, कुबूल है।''

''सृष्टीचा निर्माता, कर्ताधरता, सर्वशक्तिमान, सर्वांसाठी परमेश्वर जो अल्ला, तो केवळ एक आणि एकमात्रच आहे. हजरत महम्मद सलल्लाह वसल्लम हे त्याचे आखरी प्रेषित आहेत. अल्लाकडे जाण्याचा जो सच्चा आणि एकमेव मार्ग इस्लाम तो त्यांनी परवरदिगारे आलम अल्लाच्या कृपेने आणि आज्ञेने मानवासाठी पृथ्वीवर आणला आहे. तो इस्लाम जगाच्या निर्मितीपासून सुरू असून, अंतापर्यंत कायम राहणार आहे. अशी निष्ठा तुझ्या मनात जागृत झाली आहे. तुझे इमान जागृत झाले आहे, हे तुला कुबूल आहे का?''

''जी, कुबूल है।''

''सर्वशक्तिमान रहिमाने रहीम अल्लाने मानवाला सच्चा मार्ग दाखवण्यासाठी त्याच्या आखरी पैगंबरास, हजरत महम्मद सलल्लाह वसल्लम यांना जे ज्ञान स्वत: प्रत्यक्ष सांगितले ते परमपवित्र कुराणात दर्ज करण्यात आलेले आहे आणि हाच एकमेव सच्चा ग्रंथ आहे, तुला कुबूल आहे का?''

''जी, कुबूल है।''

''इमान, नमाज, रोजा, जकात आणि हज हे इस्लामचे पाच अरकान तुला कुबूल आहेत का?''

''जी, कुबूल है।''

''सर्वशक्तिमान परमदयाळू अल्लाच्या पवित्र आणि नेक मार्गावर समस्त मानवजात आणण्यासाठी प्रत्येक सशक्त आणि काबिल श्रद्धावंत मुसलमानाने हाती शस्त्र धरून, प्रसंगी आपले सर्वस्व वाहून या पृथ्वीतलावरील सर्व प्रकारचे कुफ्र नष्ट करण्यासाठी जिहाद करणे हे आपले परमकर्तव्य आहे, सुन्नत आहे असे आपल्या उरात आजीवन बाळगणे हेच इमान आहे. हे तुला कुबूल आहे का?''

''जी, कुबूल है।''

''कयामतच्या दिवशी तोच सर्व मानवांच्या पाप-पुण्याचा हिशेब करून त्यांचा न्यायनिवाडा करणार आहे. त्याच्या निष्ठावान, श्रद्धावान मोमिन बंद्यांना तो स्वत:जवळ स्वर्गात ठेवून घेऊन सर्व सुखे प्रदान करणार आहे, तर पाप्यास आणि त्याच्या

मार्गावर श्रद्धा न ठेवणाऱ्यांना नरकात दंड देणार आहे हे तुला कुबूल आहे का?''

''जी, कुबूल है।''

''सैतानाने कितीही बहकवण्याचा प्रयत्न केला तरी तू अल्लावरचा आपला विश्वास ढळू देणार नाहीस. सच्च्या धर्माचा मार्ग सोडणार नाहीस, हे तुला कुबूल आहे का?''

''जी, कुबूल है।''

''आता मी जे म्हणेन ते जसेच्या तसे माझ्या मागोमाग म्हण. नीट लक्ष ठेवून ऐक आणि कोणतीही चूक न करता स्पष्ट शब्दांत, स्पष्ट आवाजात मोठ्याने म्हण.''

''जी...''

''हं म्हण, अशदू अल्लाह ला इलाह इलाह इल्लला वअशहदू अन्न मोहम्मदन् अब्दह वरसूलल्लाह''

नेताजींची जीभ अडखळली. घशाला कोरड पडली. डोळ्यांसमोर अंधारी आली. 'कोण आपण? कोण आपले कूळ? हे काय करीत आहोत?' असे सवाल मनात उभे राहिले. वाटले ओरडून सांगावे नामंजूर म्हणून. भोवताली बऱ्याच नंग्या तलवारी आहेत. घ्यावी एखादी हिसकावून. कितीही क्षीण झालो असलो तरी मरता मरता चार-दोन मुडदे पाडणे काही अशक्य नाही. निदान धर्मवीराचे मरण तरी लाभेल. नजरेसमोर महाराजांची मूर्ती आली. तेच ते चेहऱ्यावरचे आश्वासक स्नेहमय स्मित. नेताजींनी कष्टाने डोळे उघडले. ते अडखळलेले पाहून आलमगिराच्या कपाळावरची तट्ट फुगलेली शिर स्पष्ट दिसत होती. पाठीमागे उभ्या असलेल्या गर्दीची अस्वस्थता स्पष्ट जाणवत होती. नजर कशीबशी बादशहाच्या नजरेस भिडली. नजरेत अंगार फुलू लागला होता. भुवई उंचावली. तीव्र पण दबक्या सुरात पुटपुटते शब्द आले–

''दोहराओ...''

कोरड्या पडलेल्या ओठांवरून कोरडीच जीभ फिरवून थोडा ओलसरपणा आणण्याचा क्षीण प्रयत्न करीत, मोठ्या कष्टाने गळ्यात येणारा अवंढा परतवीत, येऊ पाहणाऱ्या आसवांना विवेकाचा आणि स्वराज्यनिष्ठेचा बांध घालीत कसेबसे शब्द उमटले–

''अशदू अल्लाह ला इलाह इललल्ला वअशहदू अन्न मोहम्मदन् अब्दह वरसूलल्लाह.''

बादशहाचा चेहरा उजळला. नजरेतला अंगार शांत झाला. हसरा भाव जागा झाला. आपसूकच उजवा हात दाढीवरून फिरला. बादशहाने नेताजीकडून तीन वेळा कलमा पढवून घेतला. 'अल्ला हो अकबर' त्रिवार वदवून घेतले.

''मुबारक हो. अखेर परवरदिगार रहिमाने रहीम अल्लाने तुझ्या मनात सच्ची निष्ठा पैदा करून तुला इस्लामच्या सन्मार्गावर आणले यासाठी तुझे अभिनंदन! जसे

तुझ्या मनातले कुफ्र अल्लाने दूर केले, तसेच आता तुझे हे काफिरी नावसुद्धा दूर फेकून द्यायचे. आजपासून, नव्हे नव्हे; या क्षणापासून माबदौलत तुला नवे इस्लामी नाव बहाल करीत आहेत.''

''इर्शाद इर्शाद.''

गर्दीतून एकमुखी आवाज उमटला.

''या क्षणापासून तुझे नाव आहे कुलीखान. महम्मद कुलीखान. या सरजमीने हिंदला दार-उल-हरबची दार-उल-इस्लाममध्ये तबदील करण्याची पवित्र जिम्मेदारी अल्लाने तुझ्यावर सोपवली आहे. या पाक जिम्मेदारीचे कर्ज आपल्या काबिल खांद्यांवर वाहून नेणारा असा तू नेक बंदा, हजरत महम्मद सलल्लाह वसल्लम यांचा निष्ठावान कुली म्हणून महम्मद कुलीखान. आपल्या नेक बंद्याला जिवंत असताना या जगात आणि मृत्यूनंतर स्वर्गात सर्व प्रकारची सुखे बहाल करण्याचे वचन प्रत्यक्ष अल्लाने कुराणशरीफद्वारे दिले आहे.''

''जिंदा पीर जिल्हेसुभानी आलमगीर।''

गर्दीतून आवाज उठला. त्याच क्षणी ईशाच्या नमाजाला सुरुवात होत असल्याची बांग झाली. बादशहा ताडकन नमाजासाठी उभा राहिला. नेताजीसुद्धा उठून उभे राहण्याचा प्रयत्न करू लागले. शेजारच्या उमरावाने आधारासाठी हात दिला. पण शारीरिक विकलता आणि आत्यंतिक मानसिक तणाव यामुळे दुर्बल झालेले नेताजी - अहं, आता महम्मद कुलीखान - धाडकन खाली कोसळले. बादशहाच्या नजरेचा इशारा समजून सिद्दी याकूत शिपायांसह पुढे झाला. अचेतन कुलीखानाला उचलून त्याने जलदीने मशिदीबाहेर नेले.

''अल्ला हो अकबर. अल्लाऽऽऽ हो अकबर''

पेश इमामाने ईशाच्या नमाजाला सुरुवात केली. अति प्रसन्न मनाने आलमगीर बादशहा नमाजात लीन झाला. प्रतिशिवाजीला कलमा पढायला लावल्याचे, मुसलमान करून घेतल्याचे समाधान त्याच्या लेखी अख्खी दख्खन जिंकण्याइतकेच मूल्यवान होते. मोठ्या भक्तिभावाने त्याने पहिला सजदा दिला.

- ६३ -

नेताजींनी जेव्हा डोळे उघडले तेव्हा त्यांचे सारे अंग ठणकत होते. अंगात ताप फणफणलेला होता. मस्तक गरगरत होते. आपण कुठे आहोत हे त्यांच्या लक्षात येत नव्हते. त्यांनी डोळ्यांची उघडझाप केली. आठवणींना ताण दिला. त्यांना जाणवले, ते आदबखान्याच्या तळघरातील कुबट कोठडीच्या फरशीवर पसरलेल्या गरम राखेत वा खिळे मारलेल्या तक्त्यावर झोपलेले नसून महालाच्या एका दालनात प्रशस्त आणि आरामदायक पलंगावर झोपले आहेत. त्यांच्या

डोळ्यांवर उजेड येणार नाही अशा बेताने कोपऱ्यात ठेवलेल्या मिणमिणत्या दिव्याच्या अंधूक प्रकाशात त्यांना दिसले, पलंगाशेजारी एक स्त्री पेंगत पंख्याने यंत्रवत वारा घालीत आहे. त्यांनी उठण्यासाठी हालचाल करण्याचा प्रयत्न केला पण पाठीतून – कंबरेतून जबरदस्त कळ निघाली. त्यांच्या कण्हण्याच्या आवाजाने ती स्त्री सावध झाली आणि तिच्या तोंडातून सहजोद्‌गार बाहेर पडले–

"या अल्ला! आप जग गये!! अल्ला की खैर है!!!"

तिने घडवंचीवरील पेल्यातील द्रवाचे काही थेंब त्यांच्या अर्धवट उघड्या मुखात सोडले. ते मध मिसळलेले पाणी असावे. त्यांच्या कोरड्या घशाला किंचित बरे वाटले. छळ सोसत कैदेत, तळघरात खितपत असताना छळणाऱ्या काळ्याकभिन्न सिद्दी शिपायांशिवाय अन्य कोणाचे कित्येक महिन्यांत त्यांना दर्शन झाले नव्हते. आणि आता महालातल्या सुखकारक प्रशस्त पलंगावर शिवाय सेवेला मुस्लीम स्त्री. काही समजेना. त्यांना वाटले, अति छळाने आपल्याला भ्रम झाला आहे म्हणूनच असे काहीबाही विचित्र भास होत आहेत.

त्यांनी आठवण्याचा प्रयत्न केला. डोक्याला बराच ताण दिला, पण त्या श्रमांनी त्यांना थकवा आला आणि पुन्हा ग्लानी आली. ते पुन्हा किती वेळ ग्लानीत होते त्यांना समजले नाही. पण बऱ्याच व्यक्तींच्या वावरण्याच्या चाहुलीने त्यांना पुन्हा जाग आली. बहुधा दिवस निघाला असावा. कारण खोली प्रकाशाने उजळली होती. कोणी एक मोगली उमराव त्यांचा चेहरा न्याहाळत पलंगाशेजारी ओणवून उभा होता. त्यांनी डोळे उघडलेले पाहून त्याच्या गंभीर चेहऱ्यावर हसू उमटले. स्नेहाळ शब्दांत तो उमराव म्हणाला–

"सलाम आलेकूम जनाब महम्मद कुलीखान! आपण जागे झालेले पाहून मोठाच आनंद झाला. गेल्या सात दिवसांपासून आपण बेहोश आहात. आपल्या जखमांमधून लाल मुंग्यांचे विष फार मोठ्या प्रमाणात शरीरात भिनले आहे, असे हकीमसाहेब सांगत होते. आपल्या जिवाला जर काही अपाय झाला असता तर आलाहजरतांनी मला जिवंत सोडले नसते. अल्लाची खैर आपल्याला शुद्ध आली. आता कसे वाटते?"

उत्तरादाखल त्यांच्या तोंडून फक्त कण्हण्याचाच आवाज निघाला. त्या उमरावाने त्यांच्या कपाळावर हलकेच थोपटत पुन्हा त्याच स्नेहाळ आवाजात म्हटले–

"ठीक है। तुम्ही तकलीफ घेऊ नका. आराम करा. हकीमसाहेबांना निरोप गेला आहे. येतील ते एवढ्यातच. आपण जागे झाल्याची खुशखबर मी आजच आलाहजरतांच्या कानी घालीन. फुरसत मिळाली की, मी सायंकाळी येईन भेटायला. खुदा हाफिज।"

हा उमराव आपल्याला सलाम काय करतो? कुलीखान म्हणून काय हाक

मारतो. आपल्या जिवाचे बरेवाईट झाले तर त्याच्याशी याच्या बादशहाचा काय संबंध? तो याला काय म्हणून सुळावर देईल? नेताजींना काहीच कळेना. विचार करीत ते तसेच निपचित पडून राहिले. बऱ्याच वेळाने हळूहळू त्यांना एकेक आठवू लागले. कैद, छळ, महाराजांचा निरोप घेऊन आलेला बहिर्जीचा नजरबाज, धर्मांतराचे सोपस्कार... सारे सारे लख्ख आठवले. त्यांच्या डोळ्यांतून पाण्याच्या धारा लागल्या, पण डोळे पुसण्यासाठी हात उचलण्याचेसुद्धा त्राण अंगात उरले नव्हते. मनाच्या अस्वस्थ स्थितीत पुन्हा त्यांची शुद्ध हरपली.

-६४-

महाराजांच्या महालातील चोरदरवाजावर खुणेची दस्तक झाली. महाराजांनी उठून दिंडी उघडली. बहिर्जी नाइकाने महालात प्रवेश केला आणि तडक दरवाजाला अडसर लावला. मुजरा घालून अस्वस्थ चुळबुळ करीत तो उभा राहिला. महाराज एकटक निरखीत राहिल्याने त्याची अस्वस्थता वाढत गेली.

"हं नाईक, बोला. काय बातम्या आहेत? या खेपी येण्यास बराच उशीर झाला. का?"

"मापी असावी म्हाराज, पन काही महत्त्वाच्या बातम्यांची खातरजमा करून घेण्यात स्वत: गुंतल्यानं जरा ज्यादा येळ लागला खरा."

त्यानंतर अनेक ठिकाणच्या महत्त्वाच्या बातम्या अगदी बारीकसारीक तपशिलांसह महाराजांच्या कानी घालून तो पुन्हा पायदळी नजर लावून उभा राहिला.

"ठीक, पण आग्र्याची बातमी काय ते नाही सांगितले?"

"म्हाराज, म्हटलं तर बातमी चांगली हाय, पन म्हटलं तर लई भयंकर हाय. कशी सांगू उमगंना झालंया."

"उगा घोळवत बसू नका. जे जसे आहे ते तसेच सांगा. जिवाला घोर लागतो."

"आपला मानूस फुलादखानाच्या गोतावळ्यात घुसवला ह्ये तर मागंच सांगितलं. त्यानं मोका गावताच नेताजी सरकारांना वळख पटवली आनि आपला सांगावा सांगितला. नशिबानं साथ दिली म्हनून त्याला मोका गावला असं म्हनाया हवं कारन त्याच पेशीच्या वख्ताला बादशहा त्यांना गारद करन्याचा हुकूम देनार अशी मुस्तकीम खबर व्हती."

"नेताजीकाकांनी त्याच्यावर विश्वास कसा ठेवला?"

"म्हाराज, मानूस खास माझ्या दस्त्यातला हाय. त्येची गोंदनाची खून त्येंच्या परिचयाची हाय. तसलं गोंदन असनारा खबरी कोनी ऐऱ्यागैऱ्या न्हाय तर येकदम खास, पक्क्या भरोशाचा आनि आपल्यासाठी थेट काम करनारा असतू ह्ये त्ये जानतात. तवा त्येंनी इस्वास ठेवला."

“ठीक, मग पुढे?”

“पुडची खबर लई भयंकर हाय म्हाराज. जबान रेटंना सांगन्यास. त्याच दिशी अति छळवनुकीपाई नेताजी सरकार कोसळलं. त्येंनी मुसलमान होयाच कबूल केलं. त्यानंतर त्येंना आदबखान्यातून काडून शेरात हलवतील असा अंदाज व्हता. आपली मानसं टेहळनीवर व्हतीच. जरा जरी मोका मिळता म्हाराज, तरी हर प्रयत्न करून सरकारांना पळवून नेलं असतं. समदी तयारी चोख व्हती. पर बादशहा लई चलाख. त्येनं सरकारांना किल्ल्यातच ठेवला अन् त्याच राती सोता आपन त्येंना मुसलमान करून घेतलं. हाली सरकार लई बीमार हायती. खुद्द वजीर जाफरखान त्येंना आपल्या जनानखान्यात ठेवून त्येंची निगरानी करतुया. क्षणाचा बी मोका गावला न्हाई म्हाराज, नाय तर ह्ये अक्रीत इतक्या आसानीनं घडतं ना.”

“हंऽऽऽ! अखेर नेताजीकाकांना धर्मांतर करावेच लागले तर. जगदंब! जगदंब!! जगदंब!!! उद्या सकाळी ही बातमी आम्हाला सांगण्यासाठी म्हणून मोरोपंतांना द्या. यातला काय तपशील वगळणे ते तुम्हास निराळे सांगायची गरज नाही. नेताजीकाकांच्या भोवती आपली माणसं पेरण्याचा यत्न करा. ते मुसलमान झाले म्हणून ढिलाई नको. संधी साधून त्यांना परत आणण्याची कोशिश जारी ठेवा. या आता.”

दुसऱ्या दिवशी सदरेवर मोरोपंत अंमळ उशिरा आले. त्यांची चर्या म्लान होती. नजर सैरभैर होती. अस्वस्थपणे ते उपरण्याने सतत घाम पुशीत होते. महाराजांना मुजरा करून ते तसेच उभे राहिले. आपल्या जागेवर गेले नाहीत.

“या मोरोपंत. आज उशीरसा? आणि चर्या ही अशी उतरलेली? प्रकृती तर ठीक आहे ना?”

“जी. आई भवानीच्या कृपेने आमच्या प्रकृतीला काही झालेले नाही. पण स्वराज्याच्या प्रकृतीची मात्र काळजी उत्पन्न व्हावी असे काही घडले आहे.”

त्यांच्या स्वरातील कटू उद्विग्नता लपून राहणारी नव्हती. वास्तविक मनातले भाव चेहऱ्यावर अथवा कृतीत उमटावे इतके ते कच्चे नव्हते; त्यामुळे सदरेचे कान टवकारले गेले.

“अस्सं? असे काय घडलेय ज्याचा तुमच्या जिवाला इतका घोर लागावा?”

“महाराज, बातमी अगदीच वाईट आहे. नेताजीरावांसंबंधीची आहे.”

“अस्सं? ते बादशहाच्या कैदेत आहेत आणि सिद्दी फुलादखान आमचा राग त्यांच्यावर काढतो आहे अशी खबर होती. त्यांचे काही बरेवाईट...?”

“तसे झाले असते तरी परवडते. महाराज, निदान स्वराज्याची मान ताठ राहती. मोगली छळापुढे डबीर आणि कोरड्यांसारखे ब्राह्मण तगले, पण स्वराज्याचे सरनोबत, प्रतिशिवाजीच जणू अशी कीर्त मिळवलेले नेताजीराव मात्र पार कोलमडले. त्यांनी मुसलमान व्हायचे कबूल केले आणि वेळ न गमावता त्याच रात्री स्वत: आलमगीर

बादशहाने त्यांना स्वहस्ते धर्मदीक्षा दिली. नवे मुसलमानी नाव दिले, महम्मद कुलीखान. त्यांना वजीर जाफरखानाच्या जनानखान्यात त्याच्या खास निगराणीत ठेवले आहे. आजारी आहेत. कोंडाजी पालकर आणि त्यांचे सारे कुटुंबसुद्धा बाटले अशी खबर आली आहे.''

''खबरीची खातरजमा करून घेतली?''

''स्वत: बहिर्जी खबर घेऊन आला आहे. त्याने स्वत: खात्री करून घेतली आहे. खबर खोटी ठरली तर काय नतीजा पावेल हे तो चांगले जाणतो. संशयास जागा नाही.''

काही कल्पना नसताना आकाशातून विजेचा लोळ कोसळावा तशी बातमी सदरेवर कोसळली. सारी सदर पाषाणवत झाली. वातावरण विषण्ण झाले. नजरा पायतळ धुंडाळू लागल्या. महाराजांच्या प्रदीर्घ नि:श्वासाने शांतता भंगली.

''जगदंब! एकदा पुरुषाच्या पतनाला सुरुवात झाली की, मर्यादा उरत नाही हेच खरे. आमच्या शब्दांचा राग धरून नेताजीकाका सोडून गेले. आम्हासोबत इतकी वर्षे स्वराज्यात राहून त्यांना मोगल ओळखता आला नाही. वड्याचे तेल वांग्यावर हा त्यांचा नेहमीचा खाक्या. आम्ही निसटलो. त्याने नेताजीकाकांना अडकवले. दुर्भाग्य उभे ठाकले की, बुद्धी तशीच चालते. या बातमीमुळे कुठे फंद उभा राहणार नाही, अवाजवी अफवा, बाजारगप्पा पसरणार नाहीत याची चोख काळजी घ्या. कोणी विपरीत वागू धजेल तर त्याचा मुलाहिजा करू नका. अनाजी, मोरोपंत सदर पुढे चालवा. तिसरे प्रहरी खलबतखान्यात बसून पुढचे ठरवता येईल.''

बोलता बोलता महाराज सदरेवरून उठून गेले.

- ६५ -

महाराज सदरेवरून उठले ते थेट आईसाहेबांच्या महाली आले. आईसाहेबांच्या सर्व सुना सकाळच्या नमस्कारासाठी त्यांच्या महालात जमल्या होत्या. महाराज वर्दीशिवाय आलेले पाहून त्यांची एकच धांदल उडाली. प्रत्येकाशी जुजबी बोलून महाराजांनी त्यांना बाहेर काढले; फक्त पुतळाबाई राणीसाहेबांना थांबवून ठेवले. सोयराबाईंनी रेंगाळण्याचा प्रयत्न करू पाहिला पण अखेर त्यांनाही निघावे लागलेच. सर्वांना बाहेर काढून आपल्यालाच मागे का थांबविले असेल या विचाराने पुतळाबाईंचा जीव धास्तावला. नेताजीकाकांसंबंधीच काही अशुभ बातमी असावी अशी त्यांनी अटकळ बांधली. धडधडत्या छातीवर हात ठेवून, पदर ओढून त्या नवऱ्याचे भाव निरखत उभ्या राहिल्या. त्यांच्याकडे तिरपा कटाक्ष टाकीत आईसाहेब म्हणाल्या–

"शिवबा, काही विशेष? वर्दी न पाठवता असा अचानक आलास. काही गंभीर बाब?"

"नुसती गंभीर नव्हे आईसाहेब, स्वराज्यावर वज्राघात करणारी खबर मोरोपंतांनी आणली आहे."

"आता आणखी कोण चालून येतोय? स्वत: आलमगीर दक्षिणेत उतरतोय की काय?"

"गनिमांचा एखादा सरदार चालून येता वा तुम्हास वाटले तसा खासा आलमगीर येता तरी निभावता. पण बादशहाने या खेपी नेमका वर्मी घातलाय. नेताजीकाका छळापुढे नमले. मोडले. अखेर मुसलमान झाले."

"काय सांगता? जगदंब! जगदंब!!"

तोंडातल्या पदराच्या बोळ्याला न जुमानता बाहेर पडलेल्या हुंदक्याने माय-लेकांचे लक्ष वेधून घेतले. पुतळाबाईंनी विद्ध नजरेने आईसाहेबांकडे पाहिले. त्यांच्या नजरेतील कणव, माया आणि आश्वासन पाहून सारी लोकलज्जा बाजूला ठेवून त्या जखमी वासरागत सासूच्या कुशीत शिरल्या. त्यांनी आपल्या दु:खाला मोकळी वाट दिली. सुनेला कवेत घेऊन आईसाहेब मायेने थोपटू लागल्या. महाराज पुढे सांगत राहिले.

"दिलेरखानाने त्यांचा सारा कबिला कैद करून आग्र्याला रवाना केला होता. नेताजींचा काका आणि साऱ्या बायकासुद्धा बाटवल्या गेल्या."

"शिवबा, अरे विश्वास ठेवायला जड जाते सारे. नेताजींसारखा खंदा मोहरा असा फशी पडावा? केवळ अतर्क्य! त्यांना परत आणण्याची तजवीज करावी. मोगली गोटात त्यांचे अशा अवस्थेत असणे स्वराज्याला फारच धोकादायक ठरू शकते. जो न्याय निंबाळकरांस लावला तोच न्याय त्यांनासुद्धा लावावा. भावनेच्या ऊर्मीत त्यांची चूक झाली असेल, पण आता त्यांनी चुकीचे पुरेपूर शासन भोगले आहे. एवढा बाका मोहरा हातचा गमावू नये."

सासूचे बोलणे ऐकून पुतळाबाईंना नव्याने उमाळा आला. त्यांच्या गदगदत्या शरीराकडे कणवेने पाहत महाराज जणू त्यांनाच उद्देशून बोलत असल्याप्रमाणे आश्वासक स्वरात बोलले–

"आम्ही तेच ठरवीत आहोत. पण त्याची उघडपणे चर्चा करणे ठीक नव्हे. आम्ही त्यांना परत आणण्याच्या खटपटीत आहोत असा नुसता संशय आला तरी आलमगीर त्यांचे मुंडके उडवेल. पेच बाका आहे. प्रत्येक पाऊल विचारपूर्वकच टाकावे लागणार. पण चिंता नसावी. आई यश देईलच."

मुसमुसणाऱ्या सुनेला थोपटीत आईसाहेब मायेने म्हणाल्या–

"पुतळा, उगी बाळ. आवर स्वत:ला. नेताजी तुझ्या माहेरचा म्हणून शिवबाने तुला

आम्हादेखत खबर दिली. त्याने परत आणतो म्हणून वचन दिले ना? मग आकाश कोसळो वा धरणी दुभंगो; तो ते पूर्ण करणारच. ऊठ. डोळे पूस. पोरी, भोसल्यांची सून आणि त्यातही शिवाजी भोसल्याची बाईल होणे म्हणजे सतीचे वाण! ते पेलणे येऱ्यागबाळ्याला साधणे नाही. जा बेटा. आपल्या महाली जा. सावर स्वत:ला. हा वज्राघात इथेच पचवायचा. या महालातून बाहेर पडताना कोणाला वाटता कामा नये काय घडलेय आत ते. जाताना दारावरच्या बटकीला बजावून जा. म्हणावे, आम्ही बोलावल्याशिवाय आत डोकावू नको आणि कोणालाही आत सोडू नको, जोपर्यंत राजे आमच्या संगाती आहेत. उगी बाळा. जा. नीघ आता.''

थोडे अवसान घेऊन पुतळाबाई उठल्या. देवघरासमोर माथा टेकून त्यांनी नमस्कार केला. नंतर सासूच्या आणि नवऱ्याच्या पाया पडून त्या आवेगाने महालाबाहेर पडल्या. आपल्या मागे त्यांनी धाडकन कवाड लावून घेतले. त्या गेल्या त्या दिशेला आईसाहेब बराच वेळ बघत राहिल्या. मग एकवार त्यांनी महाराजांच्या उदास गंभीर चेहऱ्याकडे कटाक्ष टाकला आणि देव्हाऱ्यातील महादेवाच्या टाकाकडे त्या बघत राहिल्या. बहुधा त्या शब्दांची जुळवाजुळव करीत असाव्यात. मग त्यांनी थेट महाराजांच्या नजरेस नजर भिडविली.

''एवढ्या क्षुल्लक निमित्ताने सरनोबतीचा शिरपेच मिरवणारा स्वराज्याचा बांका शिलेदार वतनाच्या लोभापायी गनिमाच्या गोटात सामील होईल हे काही केल्या आमच्या मनास येत नाही. तो काही लेचापेचा गडी नाही. तळहाती शिर घेऊन स्वराज्यासाठी आकाश-पाताळ एक करणारा, प्रसंगी धर्मासाठी मरण पत्करण्यास सिद्ध असणारा; तुमचे कर्म, धर्म, वर्म पुरते जाणणारा, तुमचा जणू बहिश्चर प्राण असणारा खंदा वीर सहजासहजी धर्म सोडून देईल? विश्वास ठेवणे शक्य नाही शिवबा.''

महाराज चमकले. मग झटकन उठून आईसाहेबांच्या पायाशी बसले. दोन्ही हात त्यांच्या मांडीवर ठेवून आपली स्थिर नजर त्यांनी त्यांच्या स्निग्ध नजरेत मिसळून दिली. काही क्षण तसेच गेले.

''आईसाहेब, आमचे प्रत्येक स्पंदन, हरएक श्वास आपण पूर्ण ओळखता. आमची कोणतीही कृतीच काय पण मनात उठणारा प्रत्येक बरा-वाईट विचार तरंगसुद्धा आपण स्पष्टपणे जाणून असता. स्वप्नातसुद्धा आम्ही आपल्याशी असत्य वागू-बोलू शकत नाही. पण या क्षणी सत्य बोललो तर कार्यहानीचे भय वाटते. म्हणून विनवतो, अधिक काही जाणून घेण्याचा आग्रह धरू नये. पुतळालाच नव्हे तर आम्ही ते वचन आपल्यालासुद्धा दिले आहे. आम्हाला आपल्या पायांची शपथ आहे.''

आवेगाने पाय शिवून महाराज महालातून निघून गेले. आईसाहेबांनी दीर्घ नि:श्वास

सोडला. काय होते त्यात? समाधान? विषाद? चिंता? पुत्रप्रेमाचा विश्वास? की अजून काही? कदाचित सारेच एकवटले असावे. देव्हाऱ्यासमोर माथा टेकून त्यांनी नमस्कार केला. पदराने डोळे कोरडे करीत त्यांनी जपमाळ हातात घेतली.

- ६६ -

हळूहळू कुलीखानाची प्रकृती सावरू लागली. वजीर जाफरखान दररोज दोन वेळा येऊन जातीने विचारपूस करीत होता. सेवेत असलेल्या बांदी-बटकी आस्थेने शुश्रूषा करीत होत्या, तरी हिंडतेफिरते होण्यास दोन-तीन आठवड्यांचा काळ गेलाच. एक दिवस सायंकाळी दोन खोजांच्या मदतीने त्याला जनानखान्याच्या बगिच्यात आणून बसविले गेले. कित्येक महिन्यांनंतर तो खुले अस्मान पाहत होता. मुक्त वाऱ्याच्या झुळका अंगावर घेत होता. सरत्या उन्हाळ्याचे दिवस होते. आसपास कुठेतरी वळीव बरसून गेला असावा; त्यामुळे गरम वाऱ्याची धग उणावून किंचित सुखद गारवा आला होता. सायंकाळी फुलणारी फुले सभोवतालचे वातावरण सुगंधित करीत होती. माळ्याने हिरवळीवर पाणी घातल्याने मंद मृद्गंध वातावरण उल्लसित करीत होता. दूर वेलींच्या आडोशाला, बंदिस्त कुंजात काही स्त्रियांचा खेळ सुरू असावा. त्यांच्या मुक्त हास्याच्या लहरी वातावरण उल्लसित करीत होत्या. या प्रसन्न वातावरणाने शरीर प्रफुल्लित होऊन उठले. असे असले तरी काही वेळाने त्याच्या मनात घरच्या, महाराजांच्या, स्वराज्याच्या आठवणी दाटून येऊ लागल्या. मनावर उदासीची साय धरू लागली.

वजीरेआझम येत असल्याची वर्दी घेऊन एक बांदी आली. आता वजीर त्याचा वरिष्ठ होता; त्यामुळे योग्य ते नियम पाळून त्याचा मान राखणे क्रमप्राप्त होते. वजीर समोरून येताना दिसताच कुलीखान कुर्निसात करीत उभा राहिला. जाफरखान जलदीने पावले टाकीत पुढे झाला आणि हाताला धरून त्याला बैठकीवर शेजारी बसविले.

"अजी जनाब कुलीखान, बीमार माणसाला हे दरबारी रिवाज माफ असतात. आज तुम्हाला असे मोकळ्या हवेत पाहून मनाला फार बरे वाटले. त्या बेवकूफ फुलादने जरा ज्यादतीच केली. पण तो तरी बिचारा काय करणार? तुम्ही मानतच नव्हता. शिवामागोमाग तुम्ही त्याला अपयश दिले असते तर कोणी स्वप्नातसुद्धा विचार करू शकणार नाही असे मरण त्याच्या वाट्याला लिहिले होते. आता झाले गेले विसरायचे आणि भविष्याचा विचार करायचा. आलाहजरतांची मर्जी तुमच्यावर बहाल आहे. त्याचा फायदा करून घ्या आणि स्वत:ची उन्नती साधून घ्या. आलमपन्हांच्या मर्जीप्रमाणे वागाल, तर स्वप्नातसुद्धा चिंतले नसेल असे वैभव मिळवाल."

अशा प्रकारे बऱ्याच गप्पागोष्टी झाल्या. तोपर्यंत मगरीबच्या नमाजाची अजान

झाली. जाफरखान जाण्यास उठला. उठू पाहणाऱ्या कुलीखानाच्या खांद्यावर थोपटून त्याला खाली बसवत म्हणाला–

"असू दे. असू दे. तुम्ही आराम करा. आता तुमची तबियत सुधारते आहे. उद्या सकाळपासून मौलवीसाहेब येऊन तुमची दीनी तालीम सुरू करतील. ध्यान देऊन शिका. तुम्हाला काही ते फार कठीण जाणार नाही. फक्त त्यात मन लावा. आता हळूहळू थोडी हलकी वर्दिश पण सुरू करा. सकाळी-संध्याकाळी व्हरांड्यात किंवा बगिच्यात झेपेल इतकी चहलकदमी सुरू करा. लवकरच तुम्हाला हजरत आलमपन्हांच्या समोर दरबारी पेश व्हावे लागेल. त्यांच्यासोबत नमाजात शरीक व्हावे लागेल. त्यासाठी दरबारी रस्मोरिवाज आणि नमाज पढण्याचा तरीका व्यवस्थित शिकून घ्या. उगीच एखाद्या क्षुल्लक चुकीमुळे अलीजांची मर्जी खफा व्हायला नको."

"गुस्ताखी माफ असावी वजीरेआझम, कदाचित तुम्ही मला पागल ठरवाल पण तुमचा स्नेह आणि आत्मीयता पाहून मनाला मोठा धीर येतो. आता मला तुमचाच आधार राहिला आहे. आपण एकटे एकाकी, बहिष्कृत नाही असा विश्वास वाटतो; त्यामुळे तुमच्यासमोर मन मोकळे करावेसे वाटते. मनास अनेक दिवसांपासून एक सवाल छळतो आहे. इजाजत असेल तर विचारीन म्हणतो. मात्र एक इंतजा आहे, सवाल गैरलागू वा गलत असला तर गैरसमज न करता माफ करावे आणि बंद्याची गलती दाखवून द्यावी म्हणजे आयंदा विचार करताना तशी काळजी घेऊन मनाला योग्य वळण लावता येईल."

"पूछो. बेझिजक पूछो. आम्ही गैरसमज करून घेणार नाही. खात्री देतो. मात्र सवाल कोणाची बदनामी वा बेअदबी करणारा नसावा."

"जी. असे म्हणतात की, मुसलमान झाल्यावर तोंडात गाईचे मांस कोंबतात. मी बेशुद्ध असताना असे काही केले गेले का?"

प्रश्न ऐकून वजीर एकदम गंभीर झाला.

"महम्मद कुलीखान, असे कधी काही होत नसते. बरे झाले तुम्ही असला प्रश्न मलाच विचारलात मात्र असले बेतुके प्रश्न पुन्हा कधी कोणा दुसऱ्याला विचारू नका. तुम्हाला तो कितीही जवळचा आणि विश्वासाचा वाटत असला तरी, नाही. मनाला आवर घाला. अशा प्रश्नांचा अर्थ तुमच्या मनात कुफ्र अजून जागे आहे असाच घेतला जाईल. नीट ध्यानी घ्या, ती इस्लामची नाफर्मानी समजली जाईल. शरियत आणि कुराणशरीफप्रमाणे या गुन्ह्यांसाठी फक्त सजाए मौतच सांगितली आहे. सावध राहा. सांभाळून वागा. खुदा हाफिज।"

जाफरखान वजीर निघून गेला. कुलीखानाच्या मनात लख्खकन वीज चमकली. छळ, आजारपण आणि मानसिक ताणामुळे विचारशक्ती क्षीण झाल्याचेच, अशा प्रकारे काही कोणाला विचारणे हे लक्षण आहे; हे त्याच्या नीट ध्यानी आले. तो जे

काही दिव्य करीत होता, ते मराठी गनिमी काव्याचाच भाग होता. गनिमी काव्यात स्वत: मरून जाऊन हुतात्मा होण्याला फारसे महत्त्व नसते, तर आपण जिवंत राहून, धडधाकट राहून, सुरक्षित राहून; प्रसंगी नमते घेऊन, चार पावले माघार घेऊन शत्रूला गाफील करणे आणि गाफील क्षण, शत्रूची अडचण साधून नेमका घाव घालून शत्रूवर मात करण्याला महत्त्व असते. पण थोडी गफलत झाली, तर थेट प्राणांशीच गाठ. त्याच्या लक्षात आले की, आपण हे जे दिव्य आरंभले आहे ते अशा क्षुल्लक गफलतीने मातीमोल व्हायला नको. आता अष्टौप्रहर सावध राहिले पाहिजे; अगदी झोपेतसुद्धा. भोवतालची प्रत्येक व्यक्तीच नव्हे तर अगदी भिंत, पडदा, खांब, झाड आणि झुडूपसुद्धा आपल्यावर नजर ठेवणारे आलमगिराचे खास हेर आहेत असेच समजून वावरायचे. वागायचे आणि बोलायचे.

गेल्या कित्येक दिवसांत विचार करण्याची, सुसंगत अन् तर्कनिष्ठ विचार करण्याची सवयच तुटली होती. मन आणि मेंदू क्षीण झाले होते. या विचार करण्याने त्याच्या मनावर मोठाच ताण आला. त्या ताणामुळे त्याला इतका थकवा आला की, उठून उभे राहणे शक्य होईना. जोरदार भोवळ येऊन तो बसल्या जागीच कोसळला. अखेर काही खोजांनी आणि बटकींनी त्याला उचलून खोलीत नेले आणि पलंगावर नीट झोपविले. त्याला लगेच ग्लानी आली.

- ६७ -

रात्रभर कुलीखान ग्लानीतच होता. ग्लानीतच चित्र-विचित्र स्वप्ने पडत राहिली; त्यामुळे कधी मध्येच दचकून जाग येई. पहाटेच्या सुमारास जरा शांत झोप लागली. सकाळी शाही हकीम मुल्ला सय्यद अहमद रोजच्याप्रमाणे प्रकृती तपासण्यासाठी आला, तेव्हाच मग बांदीने जागे केले. प्रकृती तपासून मुख्य बांदीला औषधे आणि पथ्य-पाण्याच्या सूचना देऊन आणि त्याच्याशी जुजबी बोलून हकीम निघून गेला. सकाळची आन्हिके आटोपून न्याहारी सुरू असताना मोती मशिदीचा पेश इमाम मौलाना मसूद अहमद कुरेशी येऊन बसल्याची वर्दी घेऊन खोजा आला. जनानखान्याच्या दरोग्याने चार तार्तर बाया हत्यारबंद करून सोबत दिल्या. कुलीखानाला कोणत्याही कारणासाठी नजरेआड न होऊ देण्याची आणि दोन्ही पुरुषांवर बारीक नजर ठेवण्याची सख्त सूचना त्याच्या देखतच दिली. त्याच्या सेवेतील मुख्य बांदी आणि वर्दी घेऊन आलेल्या खोजाच्या मागोमाग कुलीखान इमामाला भेटण्यास निघाला.

भेटीचे प्राथमिक उपचार आणि सलाम दुवा झाल्यानंतर इमामाने कुलीखानाला इस्लामी तरीक्याने नीट बसवून घेतले. स्वत: शेजारी बसला.

''जनाबे आली मेरे पीछे दोहराइये – 'बिसमिल्ला उर् रहिमाने रहीम' कहो.''

कुलीखानाने नीट लक्ष देऊन ऐकले आणि एकेक शब्द सावकाश उच्चारत बिनचूकपणे तसेच म्हटले. इमाम खूश झाला.

"सुभानअल्ला! बहोत खूब! माझा मुर्शद लवकरच सारे काही शिकून घेईल याची मला खात्री आहे. आत्ता आपण जे म्हटले त्याचा अर्थ आहे की, मी परमदयाळू अल्लाच्या नावाने प्रारंभ करतो. प्रत्येक श्रद्धावान नेक मुसलमान बंदा आपली प्रत्येक कृती ही दीन आणि दुनियेचा प्रत्यक्ष मालक असणाऱ्या अल्लाच्या नावानेच करतो. मग ते जेवणासारखे साधे काम असो किंवा अन्य कोणते महान दैवी काम असो. प्रत्येक कृतीचा कर्ताकरविता अल्लाच असतो अशी त्याची दृढ श्रद्धा आहे."

"जी. आले ध्यानात."

"आज मी आपल्याला इस्लामची माहिती थोडक्यात सांगतो. एकदा ते नीट समजले की दोन-तीन दिवसांत आपण नमाज पढायला शिकू. इस्लामचे ज्ञान अपार आहे. एक-दोन बैठकांत सारे सांगणे शक्य नाही. प्रसंगाप्रसंगाने मी आपल्याला त्याची माहिती देतच राहीन. त्यानंतर आपण धर्माचा शास्त्रोक्त अभ्यास करू. ठीक?"

"जी. ठीक."

"इस्लाम या शब्दाचा अर्थ समर्पण. सर्वसाक्षी, सर्वशक्तिमान, एकमेवाद्वितीय अल्लाला स्वत:स समर्पित करणे. अल्लावर अव्यभिचारी निष्ठा असणारा, त्याच्या मार्गावर अढळ श्रद्धा असणारा, कुराणशरीफ हाच एकमेव प्रमाण ग्रंथ आहे असा विश्वास बाळगणारा, हजरत महम्मद सलल्लाह वसल्लम हे अल्लाने पृथ्वीवर पाठवलेले आखरी पैगंबर आहेत असा अविचल विश्वास असणारा, अखिल मानव समाजाला मार्गदर्शन करण्यासाठी आणि अल्लाच्या समीप जाण्याचे इस्लामचे पवित्र ज्ञान ज्या कुराणशरीफमध्ये नंतर समाविष्ट झाले ते प्रत्यक्ष अल्लाने आपल्या आखरी पैगंबरावर हजरत महम्मद सलल्लाह वसल्लम यांचेवर उतरले अशी अविचल श्रद्धा असणारा जो श्रद्धावान नेक बंदा, तोच मुसलमान. अल्लाचा सच्चा भक्त."

"अच्छा, म्हणजे फक्त अल्लावर निष्ठा असणारा किंवा फक्त पैगंबरावर विश्वास असणारा मुसलमान होत नाही, तर हे आता आपण जे काही सांगितले ते जसेच्या तसे मानणारा म्हणजेच मुसलमान तर."

"बिलकुल दुरुस्त. मात्र पैगंबरसाहेबांचा उल्लेख नुसतेच पैगंबर अथवा नुसतेच महम्मद असा कधी करू नये, तर पैगंबर हजरत महम्मद सलल्लाह वसल्लम असाच करावा. या दुवाचा अर्थ असा की, परमेश्वर - अल्ला - त्यांना चिरंतन शांती बहाल करो."

"ठीक. अच्छा।"

"इस्लामचे पाच अरकान आहेत. प्रत्येक श्रद्धावान मुसलमानाचा त्या सर्व

अरकानांवर दृढविश्वास आणि त्यांच्या प्रति समर्पण भाव असला पाहिजे आणि कोणतीही शंका उपस्थित न करता त्यांचे कसोशीने पालन केले पाहिजे. सर्वांत पहिले अरकान म्हणजे इमान. म्हणजे मघा सांगितले त्याप्रमाणे श्रद्धा व अविचल निष्ठा. म्हणूनच आपण नेहमी कलमा पढून आपला विश्वास, इमान व्यक्त करीत असतो. इमान नुसते मनात बाळगून उपयोगाचे नाही ते व्यक्त झाले पाहिजे. दुसऱ्यांना समजले पाहिजे. म्हणून त्याचा हरहमेश उल्लेख करावा.''

''समजलो.''

''दुसरे अरकान नमाज. प्रत्येक श्रद्धावान मुसलमानाने दिवसातून पाच वेळा अल्लाच्या सेवेत नमाज अदा करणे अत्यावश्यक आहे. कोणत्याही परिस्थितीत याला अपवाद करता येत नाही. नमाज एकट्याने पढला असता जे पुण्य मिळते त्याच्या सातपट पुण्य बाजमात म्हणजे सामूहिक पढला असता मिळते. नमाज पढताना आपला मोहरा किबल्याच्या म्हणजे मक्केच्या दिशेने ठेवावा. मक्का हिंदोस्तानच्या पश्चिमेस आहे म्हणून आपला मोहरा पश्चिमेकडे असतो पण ती तुर्कस्तानच्या दक्षिणेस, तर सीरियाच्या पूर्वेस आहे म्हणून तेथील श्रद्धावान मुसलमान त्या दिशेला तोंड करून नमाज पढतात.''

''असे आहे तर. पण पाच वेळा म्हणजे कसे?''

''सगळ्यात पहिला नमाज पहाटे सूर्य उगवण्यापूर्वी आकाशात जो लालिमा पसरतो, तो पसरण्यास सुरुवात होण्यापूर्वी पढतात. त्याला 'फजरचा नमाज' असे म्हणतात. सूर्य माथ्यावरून ढळल्यानंतर एका घटकेने दुसरा नमाज पढला जातो याला 'जौहरचा नमाज' म्हणतात. शुक्रवारी होणाऱ्या जौहरच्या नमाजाला फार मोठे महत्त्व आहे, त्या वेळी धर्मगुरू धर्माचे विवेचन करून सांगतात आणि धार्मिक फतवे जारी केले जातात. उन्हाचा तडाखा कमी झाला, उन्हे सौम्य झाली की, सूर्यास्तापूर्वी दीड घटका तिसरा नमाज अदा होतो याला 'असरचा नमाज' म्हणतात. सूर्य पूर्ण अस्ताला गेला आहे पण संधिप्रकाश पसरला आहे अशा वेळी चौथा नमाज अदा होतो त्याला 'मगरीबचा नमाज' म्हणतात. अंधार पूर्ण दाटून आल्यानंतर सितारे पूर्ण रोशनीने झगमगू लागले असताना पाचवा नमाज पढला जातो याला 'ईशाचा नमाज' म्हणतात.''

''समजलो.''

''रमजानच्या पवित्र महिन्यात फजरच्या नमाजाच्या आधीपासून ते मगरीबच्या नमाजाच्या अजानपर्यंत प्रत्येक श्रद्धावान मुसलमान उपवास पाळतो. याला 'रोजा' म्हणतात. तो तिसरा अरकान आहे. रोजा सुरू असताना दिवसभरात तोंडात पाण्याचा थेंबसुद्धा घेता येत नाही. मगरीबची अजान झाली की, इफ्तारी करून रोजा खोलतात. मग फजरच्या नमाजापूर्वी अजान होण्याच्या आधी सेहरी करेपर्यंत सर्व

काही खाण्या-पिण्यास पूर्ण मोकळीक आहे. या पवित्र महिन्यात अल्लाची इबादत करण्याव्यतिरिक्त दुसरे काही करू नये असा संकेत आहे. शव्वाल महिन्यातील पहिल्या चंद्रदर्शनानंतर रोजे संपतात आणि सकाळी ईद साजरी करण्यात येते.''

''कठीण आहे.''

''तर? इस्लाम म्हणजे मजाक नव्हे. पुढचे अरकान जकात. ज्या श्रद्धावान मुसलमानाची वर्षभरातील आमदनी एवढी आहे की, जीमधून साडेसात तोळे सोने आणि साडेबावन्न तोळे चांदी एवढी संपत्ती वर्षअखेरीस शिल्लक उरते तर अशा श्रद्धावानाने आपल्या वर्षभरातील संपूर्ण उत्पन्नाच्या अडीच टक्के इतकी रक्कम इस्लामी राज्यास कर म्हणून देणे बंधनकारक आहे. आले ध्यानात?''

''हो समजले.''

''पाचवे अरकान आहे हज. जिल्हेजच्या महिन्यात मक्केस जाऊन बैतुल्लामध्ये विराजमान असलेल्या संगे अस्वद काबा शरीकचे दर्शन घेऊन तेथे नमाज पढणे. जिल्हेजच्या दहाव्या दिवशी अल्लाच्या नावे आपल्या कुवतीप्रमाणे कुर्बानी देणे, ज्याला ईद-उल-जुहा म्हणतात त्या दिवशी. चाळीस दिवस त्या पवित्र भूमीत राहून अल्लाची इबादत करणे म्हणजे हज. प्रत्येक श्रद्धावान मोमिन मुसलमानाने आयुष्यात एकदा तरी हजची यात्रा करावी.''

''इतक्या दूरवर समुद्र ओलांडून जाणे प्रत्येकाला कसे काय शक्य व्हावे?''

''प्रत्येकाने प्रयत्न तर केलाच पाहिजे. पूर्ण निष्ठेने आणि श्रद्धेने हज करण्याची इच्छा मनात बाळगली तर रहिमाने रहीम परवरदिगारे आला अल्ला ताला बंद्याची ख्वाहिश पूर्ण केल्याशिवाय राहत नाही.''

''आपण हजची यात्रा केलीत का?''

प्रश्न ऐकला न ऐकल्यासारखे करून इमाम पुढे बोलत राहिला.

''इस्लामच्या पाच अरकानमध्ये जरी शिरकत केली नसली, तरी प्रत्येक काबिल श्रद्धावान मुसलमानाने पृथ्वीवरून कुफ्र आणि काफिर पूर्ण नष्ट करून आलम दुनिया दार-उल्-इस्लाम बनवणे, इस्लाम पृथ्वीवर कायम करणे, प्रत्येक मानवाला अल्लाच्या नेक मार्गावर आणून इस्लामच्या झेंड्याखाली एकत्र आणण्यासाठी हाती शस्त्र घेऊन अल्लाच्या नावाने संघर्ष करणे म्हणजे जिहाद. सर्वशक्तिमान अल्लाच्या आदेशावरून जिल्हेसुभानी आलमपन्हांनी त्यासाठीच आपल्याला निवडले आहे. इस्लामच्या नेक राहवर आणले आहे.''

प्रतिसादादाखल कुलीखान फक्त जोराने कण्हला. पण तिकडे दुर्लक्ष करून इमाम तसाच पुढे बोलत राहिला.

''प्रत्येक श्रद्धावान मुसलमानाचा असा दृढविश्वास आहे की, सर्वशक्तिमान अल्लाच्या, जो या सृष्टीचा एकमेव निर्माता आणि मालक आहे, इच्छेप्रमाणे एक

दिवस या सृष्टीचा संपूर्ण विनाश - शेवट होणार आहे. त्या दिवशी म्हणजेच कयामतच्या दिवशी रहेमाने रहीम परमदयाळू क्षमाशील अल्ला आपल्या प्रत्येक नेक बंद्याच्या, मुसलमानाच्या पाप-पुण्याचा हिशेब करून त्याला त्या-त्याप्रमाणे स्वर्ग वा नरक बहाल करणार आहे.''

या वेळी कुलीखान जरा जोरातच कण्हला; त्यामुळे इमामाला त्याची दखल घेणे भागच पडले.

''असो. बराच वेळ झाला. आज आपण जे शिकलो त्याची मनात उजळणी करा. उद्या हेच जरा अधिक विस्ताराने समजावून घेऊ. काही नवीन शिकू. आता आपल्याला उठणे, बसणे, झुकणे शक्य होते ना? परवापासून आपण एकेक रकातचा नमाज सुरू करू. ठीक?''

''चालेल.''

''खुदा हाफिज।''

''खुदा हाफिज।''

इमामाचा निरोप घेऊन कुलीखान आपल्या दालनात परतला. सोबतची बांदी काहीबाही बोलून तिचे इस्लामचे ज्ञान पाजळून त्याला प्रभावित करण्याचा प्रयत्न करीत राहिली पण त्याचे तिकडे लक्षच नव्हते. त्याला नजरेसमोर फक्त महाराजच दिसत होते. मन जपत होते.

'महाराज, हे सारे तुमच्या आज्ञेखातर. तुमच्या पायाशी येण्याची संधी साधता यावी याचसाठी, केवळ. देवा खंडेराया, यश दे. महाराजांचे पाय पुन्हा दिसू दे.'

-६८-

अमानुष मारहाण आणि आत्यंतिक छळ एवढा झाला होता की, जवळपास दीड महिना उलटून गेला तरी प्रत्येक हालचालीगणिक कुलीखानाच्या शरीरातून कळा निघणे थांबले नव्हते. तरी मूळची काटक शरीरयष्टी आणि इच्छाशक्तीच्या बळावर तो दुखण्यावर मात करण्याच्या प्रयत्नात होता. सुदृढ झाल्याविना जनानखान्यातून सुटका नाही आणि येथून बाहेर पडल्याशिवाय सुटकेचे प्रयत्न करता येणार नाहीत हे स्पष्ट होते. त्याचा खुराक अत्यंत पौष्टिक होता. त्याच्या सेवेत असलेल्या बांदी, बटकी अगदी मन लावून त्याची सेवा शुश्रूषा करीत; त्यामुळे प्रकृतीमध्ये चांगलीच सुधारणा होत होती. आता त्याने हलका व्यायामसुद्धा सुरू केला होता. त्याचीसुद्धा प्रकृती सुधारण्यास चांगली मदत होत असे.

भोवतालच्या दासी, बटकी, खोजे, पहारेकरणी यांव्यतिरिक्त कुणा पुरुषाशी त्याचा संपर्क येऊ दिला जात नव्हता. शाही हकीम उपचारासाठी येई तेव्हा बुरखा घेतलेली एक दासी उशाशी बसलेली असे. पलंगाच्या दोन्ही बाजूंस दोन सशस्त्र

तार्तर स्त्रिया मौजूद असत. याव्यतिरिक्त पडद्याची सख्त झाकपाक असे ती वेगळीच. मौलवीसाहेबांना भेटण्यासाठी अनेक दालने आणि व्हरांडे ओलांडत जावे लागे. तेव्हासुद्धा सोबत सशस्त्र पहारेकरणी आणि दासी असतच. फक्त वजीर जाफरखान एवढा एकच पुरुष काय तो तेथे मोकळेपणे वावरत असे. साहजिकच होते ते, कारण तो त्याचा स्वत:चा जनानखाना होता. महम्मद कुलीखान त्या जनानखान्यात नजरकैदेत बंद होता. त्याचा बाहेरच्या जगाशी संपर्क पूर्णपणे तुटला होता. दासी आणि बांदी ठरावीक विषयांवर आणि विशिष्ट मर्यादेतच बोलत; त्यामुळे प्रयत्न करूनसुद्धा काही बातम्या समजत नसत. आग्रा शहरातील घडामोडी कळणे जिथे दुरापास्त, तिथे दूरवरच्या स्वराज्यातील बातम्या कुठल्या कळणार?

त्या रांगड्या मराठमोळ्या शिपाई गड्याला अशी इतक्या बायकांच्या सहवासात राहण्याची अजिबातच सवय नव्हता; त्यामुळे त्याची फारच पंचाईत होऊन जाई. स्नान करताना, कपडे बदलताना; एवढेच काय उठता-बसतानासुद्धा त्या बायकांचे अंगचटीला येणे, सूचक कामुक हावभाव करणे, अश्लील बोलणे, बाष्कळ-चावट विनोद करीत राहणे वगैरे चाळ्यांमुळे तो पार संकोचून जाई. मग त्या निर्लज्ज बायका फिदीफिदी हसून त्याची मस्करी करीत. कधीकधी त्याला वाटे या नाजूक नजरकैदेपेक्षा सिद्दी फुलादखानाचा रांगडा आदबखाना परवडला.

हळूहळू नमाज पढण्यात कुलीखान चांगलाच तरबेज झाला. उठणे, बसणे, झुकणे, वाकणे सगळे अगदी बिनचूक जमू लागले. इतकेच नव्हे तर कोणत्या नमाजाच्या वेळी कोणत्या आयातम्हणायच्या आणि कोणता दुवा पढायचा सारे कसे तोंडपाठ झाले होते. इमाम त्याच्याकडून कुराणातील अनेक आयातपाठ करून घेत होता. त्याला निरनिराळ्या कथा सांगे. कधी कुराणातील, तर कधी हदीसमधील; कधी सिरतुन्नबीमधून, तर कधी इस्लामी तवारीखमधून. आपण सगळे खूप मन लावून शिकतो आहोत, ऐकतो आहोत हे इमामाच्या मनावर ठसविण्यासाठी तो त्याला अनेक प्रश्न विचारून भंडावून सोडी. त्या इस्लामी पंडिताची कित्येक प्रश्नांची उत्तरे देताना पार पंचाईत होऊन जाई.

''जनाबे आली, साहेबी इमान असणाऱ्या सच्चा मोमिन बंद्याने असले मनात कुफ्र पैदा करणारे सवाल विचारू नयेत. अल्लाच्या सच्च्या मार्गापासून परावृत्त करण्यासाठी सैतान श्रद्धावानाच्या मनामध्ये असले नापाक खयाल पैदा करून बंद्याला गुमराह करण्याची कोशिश करीत असतो. तोच सच्चा मुसलमान आहे जो सैतानाची ही नापाक चाल नाकामयाब करून अल्लाच्या, कुराणशरीफच्या आणि पैगंबर सलल्लाह वसल्लमच्या मार्गावरच चालत राहतो; त्यामुळेच त्याला जिवंत असताना पृथ्वीवर ऐशआराम आणि मेल्यानंतर जन्नत नसीब होतो.''

एकदा सारा जनानखाना हादरून गेला. शिव्याशाप, मारझोड, किंकाळ्या यांचा

एकच धिंगाणा उसळला. पहारे अधिकच सख्त झाले. क्रूर चेहऱ्याच्या राकट तार्तर आणि हबशी पहारेकरणी नंग्या तेगा खांद्यावर टाकून दारा-दरवाजात उभ्या राहिल्या. कुलीखानाच्या कमऱ्यात आत आणि बाहेरच नव्हे तर पलंगाभोवतीसुद्धा पहारे बसले. गाद्या-गिरद्या उलट्यापालट्या करून, चादरी झाडून-झटकून कमऱ्याची तलाशी झाली. कुलीखानाचीच नव्हे तर प्रत्येक बेगमेचीसुद्धा अंगझडती झाली. खोजांची, बांद्यांची इतकेच नव्हे तर प्रत्येक पहारेकरणीचीसुद्धा सर्व कपडे उतरवून अंगझडती झाली. कित्येक तास हा प्रकार सुरू होता. नंतर बऱ्याच उशिराने कळले की, टपालाचे एक अनोळखी कबुतर जनानखान्यामध्ये उतरले होते. एका खोजाने ते पकडलेसुद्धा. त्या कबुतराकडे काय सापडले वगैरे तपशील कळू शकला नाही मात्र ते कोठून आणि कोणासाठी आले? याचा तपास अशा मोगली पद्धतीने सुरू होता.

दोन दिवसांनंतर कळले की, जाफरखानाच्या कोणा एका नव्या बेगमेच्या याराने तिला प्रेमपत्र पाठविण्याचे धाडस केले होते. त्या बेगमेला आणि तिच्या त्या याराला पकडण्यात आले होते. सायंकाळी जाफरखानासमक्ष दोघांचा शिरच्छेद होणार होता. त्या सोहळ्याला उपस्थित राहण्याचा बहुमान कुलीखानाला देण्यात आला. त्या 'सोहळ्या'नंतर दालनात परत येत असताना जाफरखान त्याला म्हणाला–

"देखा, महम्मद कुलीखान? इस्लाममध्ये नाफर्मानीची ही अशी सजा सांगितली आहे. इथे इन्साफ साफ आणि झटपट. निष्कारण वेळेची बरबादी नाही. आता या गोष्टी तुम्हीसुद्धा शिकून घेतल्या पाहिजेत. हळूहळू शरियत शिकून घ्या. शाही अंमलदार म्हणून पुढे तुम्हाला निवाडे करावे लागणार आहेत."

कुलीखानाने मुकाट्याने मान हलविली. त्यानंतर कित्येक रात्री आक्रोश करणारे आणि दयेची भीक मागणारे ते दोन जीव त्याच्या नजरेसमोरून हलत नव्हते.

- ६९ -

सकाळच्या दरबाराला निघण्यापूर्वी बादशहा वजीर जाफरखानाकडून त्या दिवशी दरबारात होणाऱ्या कामाची माहिती करून घेत होता. ते काम संपल्यानंतर रोजच्या रिवाजाप्रमाणे त्याने कुलीखानासंबंधी अहवाल दिला.

"आलमपन्हांच्या हुकमाप्रमाणे हकीम सय्यद अहमद दररोज जातीने त्याच्या खुराकाची आणि दवापाण्याची देखरेख करीत आहे. लेकिन गुस्ताखी माफ अलीजा, पण त्याची कमजोरी अजून पूर्ण भरून निघालेली नाही. दीनी तालममध्ये मात्र तो बराच रस घेताना दिसतो. आम्ही स्वत: काल त्याच्या सोबत फजरचा नमाज पढला. त्याने एकही चूक केली नाही. प्रत्येक रकात अगदी बिनचूक अदा केली. आयात आम्ही त्याला मोठ्याने पढायला सांगितल्या. त्याने एखाद्या काझीने पढाव्या तशा

बिनचूक पढल्या. पण इमाम मसूद अहमद सांगत होता, सारख्या बारीकसारीक शंका विचारून पार भंडावून सोडतो.''

''हुंऽऽऽ! अच्छा तो आप फजर की नमाज भी पढते हैं. आज दुपारनंतर शाही हकिमाला माबदौलतांसमोर पेश करा. अजून किती दिवस लागतील त्याला तंदुरुस्त व्हायला ते जाणून घ्यायची इच्छा आहे. येत्या चाँदरातच्या दरबारात त्याने पेश व्हावे आणि शाही हुकमाप्रमाणे ताबडतोब मोहीमनशीन व्हावे अशी माबदौलतांची दिली ख्वाहिश आहे. त्याला सरहिंदपासूनसुद्धा दूर अफगाणी मोहिमेवर रवाना करण्याची योजना आहे. आपल्या मुलखापासून आणि माणसांपासून तो जितका दूर राहील तितक्या त्याच्या आठवणी धूसर होत जातील आणि तो इस्लामी माहौलमध्ये जास्त चांगला रमून जाईल. त्याने आणि शिवाने कितीही मनात आणले तरी एवढ्या दूरवरून त्यांना एकमेकांशी संधान ठेवता येणे शक्य होणार नाही.''

''आलमपन्हा, दरबारात पेश होण्याइतपत तर त्याची हालत संवरली आहे. पण अजून महिनाभर तरी त्याला मोहीमनशीन होता येणार नाही. घोड्यावरून दौड करण्याइतकी ताकद अजून नाही आली त्याच्यात. पावसाळा संपल्यानंतर मात्र त्याला नक्कीच मोहिमेवर पाठवणे शक्य होईल असा माझा खयाल आहे.''

''जाफरखान, त्याचे एकेक दिवस आग्र्यास राहणे माबदौलतांसाठी तकलीफ देय आहे. पुरानी यादें हमें बेचैन करती हैं. त्या शिवाची माणसे त्याच्यापर्यंत कधी पोहोचतील की काय याची चिंता सतत छळत असते.''

''आलमपन्हांनी अगदी बिनघोर राहावे. आम्ही कुलीखानाला आमच्या खास जनानखान्याच्या महालातच पूर्ण निगराणीत ठेवले आहे. पेश इमाम आणि शाही हकीम यांच्याशिवाय कोणीही पुरुष त्याला भेटूच शकत नाही. त्याच्या खिदमतीसाठी अशा काही हरहुन्नरी बांद्या तैनात ठेवल्या आहेत की, त्यांनी त्याला पूर्ण जखडूनच ठेवले आहे. खुदका बडप्पन नहीं तर हकिकत आहे की, वजीर जाफरखानाचा जनानखाना म्हणजे आमच्या सालेसाहेबांचा पुण्यातील लाल महल नव्हे. शिवाचा माणूसच काय, पण कबुतरसुद्धा आमच्या जनानखान्याची दिवार ओलांडून आत येणे शक्य नाही, अशी हुजुरेआलांनी खातरजमा बाळगावी.''

''बेहतर है। अशाच निगराणीने त्याला अजून दोन महिने सांभाळ. तोपर्यंत पाऊससुद्धा थांबेल आणि फौज ताबडतोब मोहिमेवर रवाना करता येईल. वजीरेआझम, मीर बक्षी, दिलावरखान, महाबतखान, दाऊदखान कुरेशी, खान जहान लोधी, माबदौलतांचे चचा हुजूर पर्वीझ खान आणि सुरतेहून माबदौलतांच्या भेटीसाठी आलेले व्यापारी हाजी सय्यद बेग आणि हाजी करीमखान यांना आज रात्री खलबतखान्यात हाजिर होण्याचा हुकूम जारी करा. याद रहे, हुकूम गुप्त राहिला पाहिजे. त्याआधी माबदौलतांना तुला भेटायचे आहे. शाही दस्तरखानची शिरकत करण्याची दावत

तुम्हाला दिली जात आहे. सोबत खालाजानला आणण्यास विसरू नका. आमच्या हमशिरा त्यांच्या सोबत असतील.''

''गुलाम जहाँपन्हांचा जन्मभर एहसानमंद राहील.''

- ७० -

वजीर जाफरखानाला रात्री बादशहाबरोबर जेवण्याचा बहुमान मिळाला. त्याला अगदी धन्य धन्य झाले. असे अतिदुर्मीळ योग फक्त भाग्यवंतांनाच मोठ्या मुश्किलीने लाभतात. तो बादशहासमोर दाखल झाला ते त्याच्या वैभवाचे पूर्ण प्रदर्शन करीतच. त्याच्या प्रत्येक कृतीतून, हालचालीतून, बोलण्यातून राजनिष्ठेचे पुरेपूर प्रदर्शन होईल याची तो काटेकोरपणे काळजी घेत होता. भले तो बादशहाच्या सख्ख्या मावशीचा नवरा होता, पण होता नोकरच ना. त्याचे जीवित आणि भवितव्य पूर्णपणे बादशहाच्या मर्जीवर अवलंबून आहे याची त्याच्याइतकी स्पष्ट जाणीव अन्य कोणालाही नसेल. त्याने बादशहाला नजर करण्यासाठी अत्यंत मूल्यवान नजराणे आणले होते. त्यात जसे उत्तमोत्तम जडजवाहीर होते, वस्त्रे, शस्त्रे होती तशीच अतिदुर्मीळ सुगंधी अत्तरे आणि औषधेसुद्धा होती. या सर्वांवर कडी करणारी एक खास चीज त्याच्या नजराण्यात होती. बादशहाचा स्वभाव आणि आवड जाणून त्याने ती नजराण्यात मुद्दाम सामील केली होती. ती चीज त्याने खास मदिनेवरून मागविली होती. आणि कित्येक महिन्यांपासून तो ती बादशहाला नजर करण्याची संधी शोधत होता. ती वस्तू होती वासराच्या मऊमुलायम पातळ कातडीवर सोन्याच्या शाईने लिहिलेली कुराणाची प्रत.

जाफरखानाची अपेक्षा होती त्याप्रमाणे बादशहाने कुलीखान किंवा त्याची मोहीम याविषयी किंवा दख्खनशी संबंधित कोणत्याच विषयाची चर्चा केली नाही. बादशहा सारा वेळ धान्याच्या किमती, त्याचा साठा, पुरवठा, बाजारभाव, सरकारी धान्यवसुली, ठिकठिकाणच्या जकातीचे उत्पन्न, राज्यातील व्यापाऱ्यांची परिस्थिती, रयतेची परिस्थिती, शेतकऱ्यांची हालत, येत्या हंगामात होणाऱ्या शेतीच्या उत्पन्नाचा अंदाज, सैन्याची भरती, त्यांचे तनखे, शस्त्रे यांविषयीच बोलत राहिला. त्याने नजराण्याकडे इतकेच नव्हे तर त्या खास चिजेकडेसुद्धा साधा निर्देशही केला नाही.

जेवण अगदीच साधे होते. त्यात पदार्थही मोजकेच होते. जेवताना शराब असणे शक्यच नव्हते पण साधा हुक्कासुद्धा नव्हता. मोजकेच जेवून बादशहाने जेवण संपविले. जाफरखनालासुद्धा मग जेवण आटोपते घ्यावे लागले. तो बिचारा अर्धपोटीच राहिला असावा. जेवणानंतर आलेला विडासुद्धा अगदी साधा होता. जर्दा किंवा किवामचा त्यात लवलेश नव्हता. खाना आटोपता आटोपता एक खिदमतगार बादशहाच्या कानाशी लागून काही सांगून गेला. निर्विकार चेहऱ्याने त्याने फक्त मान हलविली आणि मग

जाफरखानाला सोबत घेऊनच बादशहा खलबतखान्यात दाखल झाला.

मुद्दाम बोलावून घेतलेले उमराव आधीच हजर झाले होते. मोगली रिवाजानुसार फक्त बादशहाच बसत असे. बाकी साऱ्यांना उभेच राहावे लागे, मग तो दरबार असो, खलबतखाना असो वा खासगी महाल. रिवाजाप्रमाणे सलाम, दुवा, कुर्निसात वगैरे सोपस्कार पार पडले. थट्टामस्करी वा वायफळ गप्पा हा बादशहाचा स्वभाव नव्हे, पण आज शाही लहर जरा वेगळीच असावी.

"आज वजीरेआझमना शाही खाना आवडलेला दिसत नाही. बिचारे फारच थोडे जेवले. अर्धपोटीच राहिले म्हणा ना."

"नाही नाही आलमपन्हा, तसे काही नाही. शाही महालात, प्रत्यक्ष शहनशाहे आलींसाठी तयार झालेला खाना आवडला नाही म्हणणारा दुर्भागीच म्हणावे लागेल. इतका सेहतमंद सादगीपूर्ण खाना क्वचितच कधी नशिबी येतो. मात्र आलमपन्हांसमोर बसून जेवताना थोडा संकोच वाटणे लाजमी नाही का?"

"यकीनन. तरी तुमचे खान्याकडे लक्ष नव्हते एवढे खरे. माबदौलतांना एक कहाणी आठवते. एक काफिर फकीर आणि त्याचा मुर्शद कोठेतरी जात असतात. कोणा नामुराद बेवकूफाने त्या काफिर फकिराला दोन सोन्याच्या विटा तोहफा म्हणून दिल्या होत्या. दर अर्ध्या घटकेने तो फकीर आपल्या मुर्शदाला विचारी की, 'जमुरे सब खैरियत से तो हैं? चोरा-चिलटांची काही भीती तर नाही? कुठला धोका तर नाही ना?' तीन-चार पडाव झाले हा सिलसिला जारी राहिला. एका पडावावर पथारीवर अंग टाकता टाकता फकिराने पुन्हा तेच सवाल केले. मुर्शदाने जवाब दिला की उस्ताद, ज्या वस्तूची तुम्हाला फिकीर लागून राहिली होती ती मागच्या मुक्कामावरच मी विहिरीत टाकून दिली. आता बेफिकीर होऊन झोपा. वजीरेआझम तुमची अवस्था त्या काफिर फकिरासारखी झाली आहे. माबदौलतांनी आपल्या मौसाजींची फिकीर दूर केली आहे. आता त्यांनी बेखौफ होऊन कारोबारावर लक्ष द्यायला हरकत नाही."

वजीर जाफरखान पार गडबडून गेला. त्याला काहीच अर्थबोध होईना. बाकी उमरावसुद्धा बादशहाचा नूर पाहून चमकले. त्यांनासुद्धा काही संदर्भ ध्यानात येईना.

"आलाहजरत आलमपन्हांची बंद्यावर कायम मेहेरनजर राहिली आहे. हुजुरे आलींच्या अशा मेहेरबानींचे आणि उपकारांचे ओझे शिरावर घेऊन हयात काढण्यात गुलामाला आनंद वाटत आलेला आहे. पण गुस्ताखी माफ असावी. अलीजांनी आमची कोणती फिकीर दूर केली आहे काही ध्यानात येत नाही."

"जनाब जाफरखान आपण मुघल सलतनतीचे वजीरेआझम, मुख्य वजीर. पुऱ्या सलतनतीमध्ये माबदौलतांच्या नंतर आपला रुतबा गणला जातो. परंतु वजिराला नुसती सोने-चांदी, हिरे-मोती, रेशीम-अत्तरे, किनखाप यांचीच पारख

आणि माहिती असून चालत नाही, तर खऱ्या राज्यकर्त्याला गहू, तांदूळ, ज्वारी, बाजरी, डाळी, घोस्त, जनावरे अशा प्रत्येक लहानात लहान वाटणाऱ्या बाबींचा चालू बाजारभाव अगदी तोंडावर असला पाहिजे. आज पाहिले तर वजीरेआझमना या कशाचीच माहिती नाही. किंबहुना त्यांचे माबदौलतांच्या बोलण्याकडे फारसे लक्षच नव्हते.''

''कसूर माफ असावी अलीजा, पण मन जरा विचलित झाले आहे हे खरे.''

''का? लाडक्या बेगमेने बेवफाई केली म्हणून की तिला भर जवानीत सजा-ए-मौत दिली म्हणून?''

''नाही हुजुरे आली, दोन्ही नाही. बस यूँ ही.''

''यूँ ही कैसे? माबदौलतांच्या मामूजानने म्हणजे तुमच्या लाडक्या सालेसाहेबांनी, अमीर उल् उमरा नवाब शाहिस्ताखानांनी आपल्या जिजाजींसाठी आसामच्या कोहस्तानी जंगली मुलखातून मिळवलेली बेहद खूबसूरत नागा जातीची हूर आजच तुमच्या खास जनानखान्यात दाखल झाली आहे. आजची रात्र तिच्या सोबत रंगीन करण्याची तमन्ना बाळगून होतात. पण माबदौलतांनी शाही खान्याची दावत दिली आणि त्याउपर खलबतखान्याची ही मसलत काढली; त्यामुळे या साऱ्या झमेल्यांमधून मोकळे होतो कधी आणि त्या कमसीन परीला आगोशमध्ये घेतो कधी याकडेच सारे लक्ष लागून आहे.''

बाकी मानकऱ्यांनी तोंडावर शेले धरून हसू लपविण्याची कोशिश केली. जाफरखानास मात्र धरणी दुभंग होऊन पोटात घेईल तर बरे असे होऊन गेले. अत्यंत खजील होऊन तो बादशहासमोर गुडघ्यांवर बसला आणि बादशहाच्या अंगरख्याची वारंवार चुंबने घेत क्षमायाचना करीत राहिला.

''रहम जहाँपन्हा रहम, नाचीज गुलामावर रहम करा. आलाहजरत इतकी बारीकसारीक खबर ठेवतात याचा गुलामाला फक्र आहे. आयंदा अशी गलती होणार नाही. या वेळी गुन्हा पदरात घ्यावा. गरिबाला माफ करा हुजुरे आली.''

''ऊठ जाफरखान. मुघल सलतनतीची वजिरी म्हणजे अय्याशी, आराम, चैनबाजी आणि लौंड्या नाचवणे नव्हे, हे पक्के ध्यानात ठेव. कोणाचे खासगी शौक सरकारी कामात रुकावट पैदा करणार असतील तर त्याचा कठोर बंदोबस्त केला जाईल हे प्रत्येकाने समजून असा. ज्या गोष्टी इस्लामला मंजूर नाहीत त्या माबदौलत खपवून घेतील असे कोणी गृहीत धरू नये. हे अवामला समजावून सांगणे हे तुम्हा सर्वांचे फर्ज आहे. रही बात जानकारी की। तर नीट ध्यानात ठेव, अशी प्रत्येक बारीकातील बारीक खबर ठेवली म्हणूनच माबदौलत शहनशाहे हिंदोस्ता म्हणून तख्तनशीन आहेत अन्यथा या जागी आज दारा किंवा शुजा बसला असता. आता काळजी करू नकोस, तू शाही दस्तरखानवर खाना घेत होतास तेव्हाच शाही

जनानखान्याचा दरोगा तुमच्या त्या कमसीन परीला शाही पनाहमध्ये घेऊन आला आहे. ती आता माबदौलतांच्या हमशिरा जहाँआरा बेगम यांच्या निगराणीत मेहफूज आहे. शाही दस्तरखानची शिरकत तुला त्याचसाठी फरमावण्यात आली होती.''

जाफरखानाचे डोळे विस्फारले. जीभ टाळ्याला चिकटली. आज जे प्रत्यक्ष वजीरेआझमच्या बाबत घडले ते आपल्या नशिबी कधीही येऊ शकते ही जाणीव होऊन प्रत्येक उमराव नखशिखान्त हादरला. काही वेळाने भानावर आलेला जाफरखान वारंवार जमिनीवर माथा टेकवून माफीची याचना करू लागला.

''ऊठ, जाफरखान. कसूर आधीच माफ केली आहे. म्हणूनच तू या क्षणी आदबखान्यात नाहीस तर खलबतखान्यात आहेस आणि तुझी वजिरी कायम आहे. मात्र याद राख, तुझे शौक जर सलतनतीच्या कामाकडे दुर्लक्ष करायला मजबूर करीत असतील तर आयंदा मुलाहिजा ठेवला जाणार नाही. ध्यानात ठेवा ही हिदायत प्रत्येक लहान-मोठ्या दरबारी मनसबदारांसाठी आणि मुलाजिमांसाठीसुद्धा आहे. बस्स एका क्षुल्लक गोष्टीसाठी भरपूर वेळ वाया गेला. वजीरेआझम कारवाई शुरू हो।''

''हुकूम आलमपन्हा...''

कुर्निसात करीत जाफरखान बादशहाशेजारी उभा राहिला. रुमालाने चेहरा साफ करून आणि किंचित खाकरत घसा साफ करून, जणू काहीच घडले नाही अशा आविर्भावात त्याने बोलायला सुरुवात केली.

-७१-

वजीर जाफरखानाने मग नेताजी पालकरला दिलेरखानाने केलेल्या अटकेपासून त्याचे धर्मांतर आणि त्याच्या प्रकृतीची त्या दिवसाची अवस्था यासंबंधीचा गोषवारा सर्वांसमोर सांगितला. त्याला मध्ये अडवून कोणी काही प्रश्न वा खुलासा विचारला नाही, कारण अर्थात खुद्द बादशहा शांतपणे डोळे मिटून ऐकत होता. त्याच्या हातातील जपमाळेचे मणी सरकत होते म्हणूनच केवळ तो जागा आहे हे समजत होते. अन्यथा तो अगदी निश्चल बसून होता. जाफरखानाचे बोलणे संपताच त्याने खाडकन डोळे उघडले. त्याची भेदक हिरवी नजर साऱ्या उमरावांवरून फिरली. जणू तो प्रत्येकाच्या मनात उठणाऱ्या प्रतिक्रिया वाचत होता. मग अगदी हळू आवाजात त्याने बोलायला सुरुवात केली–

''माबदौलत जाणतात की, तुम्हा सर्वांच्या मनात एकच सवाल चालू आहे तो म्हणजे या कमअस्सल बेगैरत काफिर बगावतखोराचे माबदौलत एवढे लाड का करीत आहेत? त्याला अजून जिवंत कसा ठेवला आहे? एवढेच नव्हे तर खुद्द वजीरेआझमच्या जनानखान्यात शाही मेहमान म्हणून चैन करायला मोकळा कसा सोडला आहे? सवाल जायज आहेत; मगर फिजूल आहेत. हा माणूस दुसरा शिवा

म्हणून आलम दुनियेत मशहूर झाला आहे. आता तो शिवा काय चीज आहे हे उच्चारून माबदौलतांना त्यांची मुबारक जबान नापाक करून घ्यायची नाही. मुरारबाजी नावाच्या शिवाच्या एका शिपायाने जंगे पुरंदरमध्ये जे कर्तब दाखवले, जे सैतानी साहस आणि शिपाईगिरीचा जो नमुना पेश केला त्याचे वर्णन दिलेरखानाने कळवले आहे. ते सारा दरबार जाणतो. त्या शिपाईगिरीला मिसाल फक्त एका खालिदचीच की दुसरी रुस्तमची. त्या दरिद्री कंगाल बगावतखोर शिवाला असे नगिने कुठून मिळतात, अल्ला जाणे! जर शिवाचा एक साधा शिपाई इतका तिखट, तर त्याचा सिपाहसालार सरनोबत, जो दुसरा शिवा म्हणविला जातो तो काय चीज असेल? अल्लाच्या कृपेने ऐन मोक्यावर तो दख्खनमध्ये माबदौलतांच्या पनाहमध्ये होता. इस्लामच्या कामासाठी माबदौलतांना हा मोहरा हवा होता. म्हणून त्याला येथे आणवला.

"शाही खजिन्यातून इनामे, जहागिऱ्या, बक्षिसे, मानमरातबांची लयलूट होते. मोहिमांवर करोडो अश्रफींचा खर्च होतो. हजारो शिपाई आणि शेकडो दरबारी खस्त होतात पण हाती काय येते? खाक? दुर्दैवाने शाही सलतनतीचे सगळे सरदार, मनसबदार, मुत्सद्दी एकजात नालायक आणि अय्याशी झाले आहेत. अगदी तळातल्या शिपायापर्यंत हे दुर्गुण फौजेत आणि सलतनतीतल्या प्रत्येक मुलाजिमापर्यंत पसरले आहेत. या गोष्टीचा माबदौलतांना सख्त अफसोस आहे. माबदौलतांचे जन्नतनशीन परदादा शहेनशहा अकबरे आझम यांनी राजपूत काफिरांना लाडावून ठेवले आणि साहेबी इमान ठेवणाऱ्या नेक इमानदार बंद्यांकडे दुर्लक्ष करून त्यांना सही राहवरून भरकटण्यास मजबूर केले. नतीजा? आज सदिया बितली, महम्मद बिन कासिमने सरजमीने हिंदवर तबलीगसाठी जिहाद करून, पण सरजमीने हिंद दार- उल्- हरबच राहिली, सत्ता भले सुलतान आणि आता मुघल शहेनशहांची असली तरी. प्रत्यक्ष हजरत पैगंबर सलल्लाह वसल्लमचे दिव्य मार्गदर्शन लाभलेल्या इस्लामच्या पहिल्या चार खलिफांनी फक्त पस्तीस वर्षांमध्ये दुनियेच्या या टोकापासून त्या टोकापर्यंत इस्लाम नेला आणि आम्ही? चेंगिझखान आणि तैमूरलंगाची नस्ल म्हणून मिरवणारे आम्ही पिढ्यान्‌पिढ्या इथे डोके आपटत आहोत. उपयोग काय?

"आजघडीला मुघल सलतनतीत इस्लामचे बंदे सर्वाधिक संख्येने बंगालच्या सुभ्यात आहेत. ते काय बख्तियार खिलजीच्या पराक्रमामुळे? नाही. त्याच भूमीतल्या मूळ काफिर असणाऱ्या काळापहाडमुळे. काफिर हिंदूंचे तेवर मोठे तेज असतात. एखाद्या गफलतीने वा काही अन्य कारणाने धर्मातून बाहेर गेलेल्यांना त्यांच्यात क्षमा नाही. त्याला धर्मात परत न घेता त्याची अवहेलना आणि अपमान करण्यातच ते धन्यता मानतात. दुनियेचा दस्तूर आहे, सुहागन म्हणून तेवर मिरवणारी आणि फक्र महसूस करणारी हसीना जेव्हा दुर्दैवाने बेवा होते आणि जिल्लतभरी जिंदगी बसर

करण्याची तिच्यावर पाळी येते, तेव्हा ती दुनियेतील सर्व सुहागनांचा द्वेष करू लागते. प्रत्येक स्त्री आपल्यासारखी विधवा, रंडकी व्हावी अशी तमन्ना करू लागते. तसेच हे धर्म सोडलेले काफिर हिंदू जिल्लत आणि अपमानाने पेटून उठतात आणि सूड उगवण्यासाठी प्रत्येक हिंदूला इस्लामच्या झेंड्याखाली आणण्यासाठी जी जान लावून कोशिश करतात. असाच दुसरा काळापहाड माबदौलतांना दुसरा शिवा म्हणवणाऱ्या या काफिरामध्ये नजर येतो आहे. माशाल्ला असे फक्त अकरा नेक बंदे रुस्तम माबदौलतांना मिळवता आले तर... इन्शाल्लाह सरजमीने हिंद माबदौलत चुटकीसरशी दार-उल्-इस्लाममध्ये तबदील करतील.''

''आमीन! सुम्मा आमीन!!''

''खामोश! तुमच्या दुवांच्या अपेक्षेने हे सांगितलेले नाही तर माबदौलत त्यांची दिली तमन्ना आज जाहीर करीत आहेत. यासाठीच सिद्दी फुलादखानाला सख्त हिदायत दिलेली होती की, त्याला हवी तशी मौज त्याने या कैद्यासोबत करावी, पण तो जायबंदी होता कामा नये. त्याच्या कोणत्याही अवयवाला धोका पोहोचता कामा नये. आज माबदौलतांची तमन्ना पूर्ण होण्याचे आसार नजरेत येत आहेत.''

''इन्शाल्लाह!''

''हुं! फक्त दुवांनी कामे झाली असती तर हजरत पैगंबर सलल्लाह वसल्लम यांना एकामागोमाग एक जंग लढावी लागली नसती. हिजरत करण्याची आवश्यकता भासली नसती. जो कोशिश करतो फक्त त्यालाच अल्ला मदत करतो.''

बादशहा क्षणभर थांबला. त्याची तीक्ष्ण हिरवी नजर समोरच्या उमरावांवरून फिरली. बादशहाच्या मनात नेमके काय आहे याचा कोणताच अंदाज बांधता येत नव्हता. हे धार्मिक प्रवचन-वाझ-ऐकविण्यासाठी एवढ्या रात्री खलबतखान्यात गुप्त मसलत बोलाविण्याची काय गरज होती? काहीच नीट उमगत नसल्याने चेहऱ्यावर कोणतीही प्रतिक्रिया उमटू न देण्याची प्रत्येकजण कोशिश करत होता. तोंड न उघडता जांभई देण्याची चोरटी कृती बादशहाने अल्लद टिपली आणि हिरवी नजर मीर बक्षीवर स्थिर झाली. ती नजर जणू मस्तकात आरपार शिरून त्यात सुरू असलेले विचार वाचण्याची कोशिश करीत होती. मीर बक्षी नखशिखान्त हादरला. त्याला अखेर बोलावेच लागले.

''आलमपन्हा अगदी वजा फरमावीत आहेत. आलाहजरतांच्या एका शब्दावर आमची जान कुर्बान आहे. आज जे आमचे आहे ते शहनशाहे आलमांच्या मेहेरबानीचेच फळ आहे. या शरीरावर आणि त्यात वसणाऱ्या रूहवर परवरदिगारे आली अल्लातालाच्या नंतर आलाहजरत जिल्हेसुभानी शहनशाहे आलम बादशहा ए हिंदोस्ता हजरत जिंदा पीर आलमगिरांचीच एकमात्र सत्ता आहे. लेकिन अलीजा जान की अमान पाउं तो गुलाम जहन में उठते सवाल पेश करने की इजाजत चाहता है.''

“इर्शाद.”

“गुस्ताखी माफ हुजुरे आला, पण मागे एकदा अलीजांनी कुलीखानाबद्दल शक जाहीर केला होता. तो फंद करण्यासाठी दख्खनच्या शाही छावणीत दाखल झाला आहे असा. म्हणून मग आज त्याची एवढी तारीफ आणि त्याच्यावर एवढी जर्रानवाजी याचे गुलामाला थोडे आश्चर्य वाटते.”

“बेशक. वह शुबा अपनी जगह कायम है. त्याला शिवानेच मिर्झाराजांकडे दिलेरखानाच्या छावणीत पाठवले असावे असे माबदौलतांना आजसुद्धा वाटते. इतकेच नव्हे, तर त्याने इस्लाम कबूल केला यातसुद्धा काही राज असावा असा अंदेशा आहे म्हणूनच त्याला वजीरेआझमसारख्या सर्वांत निकटच्या आणि भरवसेमंद माणसाच्या देखरेखीत ठेवले आहे. मुसलमान झाला तरी मोकळा नाही सोडला त्याला. नजरकैद कायम आहे आणि पुढे मोहिमेवर असला, तरी ती कायम असेल. फक्त त्याला न जाणवेल, न बोचेल अशी.”

“परंतु आलमपन्हा आम्ही तर असे ऐकून होतो की, खुद्द मिर्झाराजांनीच त्याला आदिलशाहीतून आपल्याकडे वळवून घेतले, सरदारकी आणि जहागिरी देऊन आणि त्याला आलाहजरतांनीसुद्धा मान्यता दिली होती.”

“शिवा बेवकूफ नाही. जर त्याचा हा माणूस थेट शाही छावणीत येता तर तो शरणागत म्हणूनच आला असता. मग त्याला जे साधायचे ते साधता आले नसते. म्हणून त्याने प्रथम आदिलशाहीत जाण्याचे नाटक केले. शिवाच्या या सापळ्यात बुड्ढा मिर्झाराजा बरोब्बर फसला. त्याच गुन्ह्यासाठी तो बेवक्त नरकात रवाना झाला. हा मोहरा माबदौलतांना हवा होताच म्हणूनच त्या बुड्ढ्याच्या मसलतीला शाही मान्यता मिळाली. शिवा आग्र्यातून पळता वा न पळता, काहीही झाले असते तरी कुलीखानाच्या बाबत आज जे घडते आहे ते तसेच घडविण्याचे माबदौलतांनी मान्यता देतानाच ठरवले होते.”

“सुभानअल्ला. आलमपन्हांची दूरअंदेशी वाकई काबिले तारीफ आहे.”

बादशहाची नजर वळताच जाफरखानाचे पुढचे शब्द गळ्यातच रुतले.

“इथे आपण नुसत्या अशा गप्पा मारण्यासाठी जमलेलो नाही, तर महम्मद कुलीखानाची पुढची तजवीज नक्की करण्यासाठी जमलो आहोत. जाफरखान.”

“हुकूम आलाहजरत.”

“आता कुलीखानाची तबियत सम्हलते आहे. त्याचा खुराक वाढव. आता त्याला वर्दिश करायला लाव. हत्यारांची तालीम सुरू करू दे. घोड्यावरून रपेट मारू दे. म्हणजे दोन महिन्यांत तो पुरता तयार होईल. मात्र लक्षात ठेव, त्याचा पुरुषाशी, त्यातही काफिर पुरुषाशी संपर्क जितका कमी तितका प्रयत्न कर. पुढच्या हुकमापर्यंत त्याला तुझ्या जनानखान्यातून बाहेर काढू नकोस. त्याचे खिदमतगार,

नौकर, बांदी-बटकी कोणीसुद्धा हिंदू असता कामा नये. हत्याराची वर्दिश करताना जोड म्हणून तार्तर बायकांनाच सुरुवातीला पुढे कर. पुढे काय करायचे नंतर हुकूम होईल.''

''जो हुकूम आलमपन्हा. अल्लाच्या कृपेने माझ्या हरममध्ये औषधालासुद्धा कुफ्र आणि काफिर नाही. हुकमाची तामिली शब्दशः होईल. इन्शाल्लाह.''

''ठीक है. कुलीखान पूर्वी छावणीत दाखल झाला तेव्हाच त्याला पाचहजारी मनसबदारी आणि जहागिरी माबदौलतांनी कबूल केली होती. त्याप्रमाणे सुप्याची जहागिरी बहाल करण्यात आली होती; परंतु मध्यंतरी जे घडले त्या काळात त्याची जहागिरी आणि संपत्ती खारिज करून सरकारात जमा करण्यात आली. आता त्याने साहेबी इमान कबूल केले आहे; त्यामुळे दिलेला शब्द पाळणे जरूर आहे. क्यों महाबतखान?''

''बिलकुल दुरुस्त आलमपन्हा.''

''महाबतखान, पाचहजारी मनसबदार म्हणून तो तुमच्या निसबतीत राहील. त्याला नकळत, पण तो सतत तुमच्या नजरेच्या टप्प्यात राहिला पाहिजे. त्याच्या फौजेतला प्रत्येक सरदार, हवालदार, दफेदार, इतकेच नव्हे तर प्रत्येक शिपाई आणि त्याच्या खिदमतीत दिला जाणारा प्रत्येक चाकर, खिदमतगार, बांदी-बटकी मुसलमानच असली पाहिजे. त्या प्रत्येकाची खातरजमा तुम्ही जातीने करून घ्या. काही गफलत झाली तर मुलाहिजा राखला जाणार नाही. यातला प्रत्येकजण नुसता मुसलमान नव्हे तर पैदाइशी मुसलमान हवा. शक्यतो किमान ज्याचा आजा मुसलमान झाला आहे असा असला पाहिजे. दोन महिन्यांत अशा प्रकारे त्याची फौज आणि शागिर्दपेशा तयार झालाच पाहिजे. वजीरेआझम, महाबतखानाच्या कामासाठी लागणारे सर्व दस्तावेज, हुकूमनामे, फर्माने उद्याच्या उद्या माबदौलतांच्या दस्तखतीसाठी पेश करा. तात्पुरत्या खर्चासाठी एक लाख अश्रफी शाही खजिन्यातून त्यांच्या सुपुर्द करा. कुसूर किंवा ढिलाई सहन केली जाणार नाही.''

''जो हुकूम आलमपन्हा.''

दोघेही एकदमच बोलले.

''दिलावरखान...''

''हुकूम आलमपन्हा.''

''शिकारपूरजवळ तुम्ही तुमच्या नव्या काबुली बेगमेसाठी नवी हवेली बांधत आहात, असे माबदौलतांच्या कानावर आहे.''

''जी आलमपन्हा. आलाहजरतांच्या नजरेतून चंद्रसूर्याखालची कोणतीही गोष्ट लपून राहणे शक्य नाही. बांधकाम लगभग पूर्ण होत आले आहे. सजावट थोडी बाकी आहे. महिन्याभरात मी तेथे राहायला जायचं ठरवतो आहे.''

"जायचे नाही. ती हवेली आम्ही कुलीखानास बहाल करीत आहोत. राहिलेले काम महिन्याभराच्या आत पूर्ण झाले पाहिजे. जाफरखान, कुलीखानाचा कबिला, जो आता मुसलमान झाला आहे, तो हवेलीचे काम पूर्ण होताच तिथे राहायला पाठव. त्यांच्या ऐशआरामाची संपूर्ण तजवीज सरकारी खर्चाने करून दे. माबदौलतांच्या हुकुमाप्रमाणे तिथला शागिर्दपेशा तयार कर."

"हुकूम आलमपन्हा."

"अब रही बात दिलावरखानच्या बेगमेच्या सोईची. तर दिलावरखान, तुम्ही आग्रा शहरात कुंवर रामसिंहाच्या हवेलीच्या शेजारी असलेल्या मोकळ्या जागेत नवी हवेली बांधा. त्यासाठी सरकारातून तुम्हाला पंचवीस हजार अश्रफी दिल्या जातील."

"जो हुकूम आलमपन्हा."

पण दिलावरखानच्या शब्दात जोर नव्हता. स्वरातील नाराजी प्रयत्न करूनसुद्धा त्याला लपविता आली नव्हती.

"माबदौलतांचा फैसला जनाब दिलावरखानांना पसंद आलेला दिसत नाही. तसे असेल तर स्पष्ट बोलण्याची मुभा दिली जात आहे. दुसरी तजवीज लगेच करता येईल. दीनी कामात माबदौलतांना कोणाची नाराजी वा बददुवा नको आहे. कोणाचा हक मारून केलेले काम अल्लाच्या दरबारात रुजू होत नाही. रोशनआरा बेगमेची यमुनापार असलेली कोठी कुलीखानाला देता येईल. दीनच्या कामात ती भावाला साथ दिल्याशिवाय राहणार नाही. तिची दुसरी तजवीज होईपर्यंत ती शाही महालात गैरसोय सोसूनसुद्धा राहायला सहज तयार होईल."

झोपलेल्या वाघाच्या शेपटीवर पाय देऊन त्याला जागे करण्याचे फायदे, मोगली रियासतीत आणि दरबारात मुरलेला दिलावरखान चांगलेच जाणून होता. स्वत:वर ताबा मिळवत तो लगेच गुडघ्यांवर बसला. दुवासाठी उचलतात तसे हात उचलून दीन स्वरात तो म्हणाला–

"आलाहजरत आलमपन्हांनी गलतफहमी करून घेऊन मनात कोणताही शक धरू नये अशी गुलामाची इंतजा आहे. दीनच्या या नेक कामासाठी हजरत हुजुरे आलांनी या नाचीज गुलामाची निवड केली यापेक्षा मोठा सन्मान तो कोणता? आलाहजरतांनी मंजूर केलेल्या जागेवर माझ्या बेगमेसाठी मी नवी हवेली जरूर बांधून घेईन. पण त्यासाठी आलाहजरतांनी सरकारी खजिन्यावर भार टाकण्याची तसदी अजिबात घेऊ नये. आलाहजरतांनी आरंभलेल्या या दीनी कामात माझ्यासारख्या नाचीज गुस्ताख गुलामाचा लहानसा वाटा असावा म्हणून मी शिकारपूरची नवी हवेली आलमपन्हांच्या चरणांवर अर्पण करीत आहे. कुबूल असावी."

"बहोत खूब. कुबूल है. तुझा हा त्याग माबदौलत कायम स्मरणात ठेवतील."

बादशहाचे शब्द ऐकून दिलावरखानाचा जीव एकदम भांड्यात पडला. जान

सलामत तो हवेली पचास! बंदगी करीत करीत तो जागेवर जाऊन उभा राहिला. बादशहाची हिरवी नजर सुरतवरून खास भेटीसाठी आलेला व्यापारी हाजी कासमखान याच्यावर स्थिरावली. आता आपल्यावर कोणती बिलामत येऊन कोसळते या चिंतेने हाजी कासम नखशिखान्त हादरला.

"हाजी कासम सुरती, तुमच्याकडे एक खास उलखास जिम्मेदारी द्यायची आहे."

"जहे किस्मत अलीजा. बंदा ती जिम्मेदारी पुऱ्या ताकदीने निभावण्यात जीवनाची कृतकृत्यता समजेल."

"नाही, नाही; अशी काही मोठी जानची जोखीम वगैरा असणारी जिम्मेदारी नाही. तुमची नेहमीचीच कारोबारी जिम्मेदारी आहे. कुलीखानाची जी संपत्ती सरकारात जमा झाली आहे ती आता त्याला परत करण्याचे आणि त्याचे जहागिरीचे उत्पन्न सुरू होईपर्यंत कुटुंबाच्या पालनपोषणाची तजवीज करून द्यायचे ठरवले आहे. मात्र सध्या माबदौलतांची माली हालत जरा नाजूक असल्याने तुमच्याकडून दोन लाख अश्रफी कर्जाऊ मिळाव्यात अशी इंतजा आहे. तारण म्हणून काय द्यावे लागेल हे विनासंकोच सांगावे. मात्र इस्लामची मनाई असल्याने कर्जावर व्याज देता येणार नाही. तीन वर्षांच्या आत कर्ज चुकते होईल. या कर्जाला, मीर बक्षी आणि हाजी सय्यद बेग जे तुमच्याच गावचे आहेत, जामीन असतील. अर्थात त्यांना मान्य असेल आणि तुम्हाला चालत असेल तर."

"तौबा! तौबा!! अलीजा, कर्ज आणि आपल्याला? तौबा!!! आज आम्ही जी डाळ-रोटी खात आहोत ती अल्लाच्या कृपेने आणि आलाहजरत जिल्हेसुभानींच्या मेहेरबानीनेच. माशाल्ला अलीजांच्या सलतनतीत छोटा-मोठा कारोबार करीत आहोत तर अलीजा, आपल्या डोळ्यांची फडफडसुद्धा आमच्यासाठी फर्मानापेक्षा वरचढ आहे. आपली ख्वाहिश पूर्ण करणे ही गरिबासाठी मोठी सुन्नतच आहे. आज अलीजा स्वत: तोशीस सहन करून इस्लाम कायम करण्यासाठी, वाढवण्यासाठी झटत आहेत. बादशहा असून फकिरी पत्करून राहत आहेत. अशा परिस्थितीत दीनच्या या नेक कामात काही हाथ बटवण्याची संधी मिळत असेल, तर ती ठोकरणाऱ्याला जहन्नममध्येसुद्धा जागा नसीब होणार नाही. दोन लाख अश्रफींचा हा जिम्मा या गुलामावर सोपवून आलाहजरतांनी निश्चिंत मनाने दीनच्या सेवेकडे ध्यान द्यावे. इच्छा व्यक्त होईल त्या क्षणी ही रक्कम हजरतांच्या पायाशी हाजिर असेल. अल्ला कसम."

"सुभानअल्ला! सुभानअल्ला!!"

"सुभानअल्ला. अल्लाच्या मार्गावर अशी भक्ती असणारी आणि त्याच्या कामासाठी झिजण्यास तयार असणारी अवाम आम्हाला दिल्याबद्दल आम्ही परवरदिगारे

आली रहिमाने रहीम अल्लातालाचे शुक्रगुजार आहोत. हाजी कासमखान सुरती, तुमची ही धर्मभावना आणि दानशूर वृत्ती माबदौलत कधी विसरणार नाहीत.''

''मुबारक हो हाजी कासमखान मुबारक हो।''

त्यानिमित्ताने उपस्थितांनीसुद्धा सुटकेचा नि:श्वास सोडला. हाजी कासमने संधी साधून बादशहाच्या नजरेत भरण्यात यश मिळविल्याने हाजी सय्यद बेगचा जळफळाट झाला.

''आता जो एक अहम सवाल माबदौलतांना छळतो आहे, त्याचा फैसला करण्यासाठी तुम्हासारख्या तजुर्बेकार दरबाऱ्यांच्या मशवऱ्याची गरज आहे. कुलीखानाची सुप्याची जहागिरी जप्त झाली आहे. त्याला ती परत करणे तर कोणत्याही परिस्थितीत शक्य नाही; त्यामुळे नवी जहागिरी द्यावी लागणार. तर त्याला कोणती जहागिरी द्यावी हा जरा तिढाच होऊन बसला आहे.''

आता आपल्या जहागिरीवर किंवा तिच्या काही भागावर गदा येते की काय या भीतीने प्रत्येकाच्या पोटात गोळा उभा राहिला. आपल्यावर येऊ पाहणारी बला परस्पर दुसऱ्यावर ढकलता आली तर पाहावी या हेतूने सल्ले पुढे येऊ लागले. हे निमित्त पुढे करून बादशहा आपल्याला गंडा घालण्याची संधी साधून घेईल या भीतीने धास्तावलेला त्याचा काका पर्वीझखान तत्परतेने म्हणाला–

''वास्तविक अलीजा कोणताही निर्णय घेण्यास पूर्णत: काबिल असताना आमच्यासारख्या मर्यादित बुद्धीच्या नाचीज गुलामांचा मशवरा मागतात हा त्यांच्या मनाचा मोठेपणा आहे. आमच्या इज्जत अफजाहीबद्दल मी आलाहजरतांचा ऋणी आहे. माझ्या मनात असा विचार येतो की, कुलीखान सतत नजरेच्या टप्प्यात राहावा या बाबीचा विचार करता त्याची जहागिरी दिल्ली–आग्र्यापासून फार दूर नसावी.''

हा सल्ला बादशहाने मानला तर आपले नुकसान होणार हे निश्चित हे जाणून खानजहान लोधी लगोलग बोलून गेला–

''बिलकुल दुरुस्त फरमा रहे हैं जनाबे आली पर्वीझखान. एखाद्या गुस्ताख काफिराचे वतन जप्त करून ते कुलीखानाला सहज फरमावता येईल.''

दाऊदखान कुरेशीने तत्परतेने त्याची री ओढली–

''आलमपन्हा, मला गुलामाच्या तुच्छ बुद्धीला जे पटते ते पेश करण्याची इजाजत असेल तर मला असे अर्ज करावे वाटते की, मिर्झाराजा जयसिंह आणि कुंवर रामसिंह यांनी शाही तख्ताची जी बेअदबी केली आहे आणि आलाहजरतांचा जाहीर अपमान करून त्यांच्या दिलाला जी ठेस पोहोचवली आहे उसके मद्देनजर त्यांच्या वतनाचा हिस्सा जप्त करून कुलीखानाला बहाल करण्यात यावा; त्यामुळे सारे कसे व्यवस्थित साधता येईल.''

बादशहाची हिरवी गहरी नजर वजीर जाफरखानावर स्थिर झाली. सुरुवातीपासूनच

भरपूर शोभा झाल्यामुळे शक्यतो तोंड न उघडण्याचे ठरवून तो उभा होता. पण बादशहाची नजर चुकविणे, त्यात अभिप्रेत असलेला हुकूम डावलणे शक्य नव्हते.

''आलमपन्हा जिल्हेसुभानींचा दिल लोण्यासारखा मुलायम आहे. विनाकारण आणि वाजवीपेक्षा जास्त तोशीश कोणाला पोहोचवण्याच्या ते खिलाफ असतात. एखाद्याचा जायज हक मारून मनमानी करणे ते स्वप्नातसुद्धा खपवून घेणार नाहीत. आलाहजरतांच्या दिलात शिवा आणि कुलीखान यांच्या संबंधाने जो शक आहे तो अनाठायी असणे शक्य नाही. कारण मर्यादित बुद्धीच्या अतिसामान्य गुलामांना ज्याचा वाससुद्धा जाणवत नाही, ते आलाहजरत सूर्यप्रकाशात पाहावे तसे स्वच्छ पाहतात; त्यामुळे कुलीखानाचा काफिर हिंदूंशी संपर्क टाळण्याचे जे धोरण चालवले आहे तेच यापुढेसुद्धा चालू राहावे हेच योग्य ठरेल. साहजिकच याची जहागिरी अशा प्रदेशात असावी जिथून त्याला दख्खनशी संधान ठेवणे शक्य राहणार नाही. मग दख्खन जवळ करण्याचे स्वप्न तर दुरापास्त ठरावे. त्याची आजवरची जिंदगी कोहस्तानी मुलखात गेली आहे; त्यामुळे तो डोंगराळ मुलखात सहज रमून जाईल; अर्थात त्याला पेशावर सुभ्याची जहागिरी मंजूर करावी अशी माझी राय आहे.''

''बहोत खूब! वहाव्वा! सुभानअल्ला वजीरेआझम जाफरखान, तुमच्या या अशा मशवऱ्यांमुळेच माबदौलतांना तुमची वजिरी कायम ठेवण्याचा मोह पडत राहतो. वा! तुमच्या या मशवऱ्यावर माबदौलत निहायत खूश आहेत. माबदौलतांच्या ओठावरचे अलफाज तुमच्या जुबानी ऐकवून माबदौलतांचा दिल तुम्ही जिंकून घेतलात. माशाल्ला आमचा दिल तुम्ही बरोब्बर वाचलात सुभानअल्ला! मघाशी तुम्ही पेश केलेले तोहफे, एक वगळून आणि हा मशवरा माबदौलत कुबूल फरमावतात. ती कुराणशरीफची प्रत परत न्या. प्रत्यक्ष अल्लाचे शब्द ज्यात दर्ज आहेत असे पुस्तक चामड्यासारख्या नापाक वस्तूवर सोन्यासारख्या मोह उत्पन्न करणाऱ्या आणि जगातल्या सर्व भांडणांचे मुख्य कारण असणाऱ्या अशा सोन्यात लिहिणे रहमाने रहीम अल्लाला कधीच मंजूर होणार नाही. इस्लाम म्हणजे सादगी. भपका आणि डौल नाही.''

जमिनीपर्यंत झुकून जाफरखानाने त्रिवार कुर्निसात केला. उपस्थित उमरावांनी त्याचे गर्मजोशीने अभिनंदन केले.

''वजीरेआझम, पेशावरच्या कोहस्तानी मुलखाच्या जहागिरीचे, दस्तावेज महम्मद कुलीखानाच्या नावे जल्द अज् जल्द तयार करा. त्याचप्रमाणे महम्मद कुलीखानासाठी सरकारातून जो खर्च होत आहे त्याचा संपूर्ण तपशील नीट लिहून दफ्तरी ठेवा. तीन-चार वर्षांनंतर मौका पाहून माबदौलत हुकूम करतील तेव्हा हा सारा खर्च त्याच्या दौलतीतून हप्त्याहप्त्याने वसूल करायचा आहे. त्याने इस्लाम कबूल केला म्हणून काही तो सरकारी खैरातीचा हकदार झाला असे होत नाही.''

बोलता बोलता बादशहा उठून उभा राहिला. उपस्थित उमराव वाकून कुर्निसात करीत असतानाच तो झटक्यात खलबतखान्याच्या बाहेर पडला. दरबारी उमराव शाही महालातून बाहेर पडून मार्गाला लागले तेव्हा मध्यरात्रीचे टोल पडत होते.

-७२-

सगळ्या जगापासून दूर परक्या बायकांच्या सहवासात आणि गराड्यात कुलीखानाचे दिवस जात होते. त्या आचरट बायकांचे अश्लील विभ्रम, चाळे, निर्लज्ज अश्लील शेरे या साऱ्यांची त्याला अजून सवय होत नव्हती. आपण लोखंडी पिंजऱ्यातून बाहेर पडलो असलो तरी या हाडामांसाच्या सुंदरशा मादक पिंजऱ्यात कैद आहोत याची त्याला पदोपदी जाणीव होत होती. दररोज नेमाने पाच वेळा पेश इमामाबरोबर नमाज पढला जात असला आणि नमाजाचे तंत्र आणि मंत्र त्याने बिनचूकपणे पूर्णत: आत्मसात केले असले, तरी मिटल्या डोळ्यांसमोर उभी राही आदिमाया आदिशक्ती तुळजाभवानी आणि मल्हारी मार्तंड खंडेराया. मग तो नेमाने मनोमन त्यांचीच करुणा भाकत असे. स्वराज्याचे हित साधण्यासाठी शक्ती, बुद्धी, सामर्थ्य आणि संधी मिळावी अशी याचना करीत राही. इबादतमध्ये त्याला असा लीन झालेला पाहिला की, पेश इमाम मनोमन खूश होत असे. आपल्या या कामगिरीचे तिखट-मीठ लावून मोठे रसभरित वर्णन तो बादशहाकडे करी. पण बादशहाची मेहेरनजर काही इमामाकडे वळत नव्हती.

उत्तम खुराक, व्यवस्थित उपचार, परक्या स्त्रियांपासून का होईना पण मनापासून होणारी शुश्रूषा आणि पुरेशी विश्रांती यामुळे कुलीखानाची प्रकृती चांगलीच सुधारली होती. दिवसभरात काही थोडा कुराणाचा अभ्यास, पाठांतर आणि नमाज यात जो वेळ जाई तोच तेवढा विरंगुळा. बाकी दिवसाचा सारा वेळ अंगावर येई. कारण दरोग्याला गरज भासली, तरच त्याला कमऱ्याबाहेर येण्याची परवानगी मिळे. कमऱ्याबाहेर चालणारा बायकांचा कलकलाट, क्वचित चालणारी भांडणे आणि इतर वाह्यातपणा त्याच्या उदासीनतेत अधिकच भर घाली. खिडकीशी बसून दूर आभाळात नजर लावणे एवढा एकच विरंगुळा उरला होता. आईसाहेब आणि महाराजांच्या छबी डोळ्यांसमोर येत. जुने सहकारी, सवंगडी आठवत. सह्याद्रीचे बेलाग कडे, पाताळात जाणाऱ्या दऱ्या, त्यातील भयंकर अरण्ये, अवघड किल्ले, त्या लढाया, छापे, दौड, लूट सारे दृश्यपटाप्रमाणे नजरेसमोरून सरकत राही. मग उदासी अधिकच दाटून येई.

अशा प्रकारे निष्क्रिय ठेवून आपल्याला संपविण्याचा बादशहाचा डाव असावा असा त्याला आताशा संशय येऊ लागला. पण जर संपवायचेच आहे तर हा द्राविडी प्राणायाम का केला जात आहे हे त्याच्या ध्यानात येत नसे. या विषयावर विचार

करून करून कधी मस्तक फुटण्याची वेळ येई. त्या मनस्तापापासून सुटका करून घेण्यासाठी जाफरखानाने खास त्याच्यासाठी कमऱ्यात आणून ठेवलेल्या दारूकडे मन धाव घेई. एक-दोन डाव हातसुद्धा पुढे झाला. इंगळासारख्या डोळ्यांतून संतापाचा अंगार फेकणारी आईसाहेबांची मूर्ती समोर येई आणि विंचवाचा डंख बसावा तसा हात मागे खेचला गेला.

प्रकृती पुरेशी सुधारल्याने आता मन पूर्ववत तल्लख बनले होते. या सापळ्यातून सुटका करून घेण्यासाठी कसे प्रयत्न करता येतील याची त्याने सावध चाचपणी सुरू केली. पण चैनबाजी आणि ऐशआरामाला चटावलेल्या त्या उठवळ बायकांकडून आणि भोवतालच्या हिजड्यांकडून काही मदत मिळण्याची आशा दिसत नव्हती. एवढेच नव्हे तर कुठल्या बातम्या मिळविणेसुद्धा साधत नव्हते. सभोवताली फक्त अंधार. घनदाट अंधार. त्या अंधारात स्वत:च्या मनातील ध्येयाच्या आणि यशाच्या आशेच्या मिणमिणत्या दिव्याचाच काय तो क्षीण उजेड. आणि त्या प्रकाशाचाच काय तो आधार.

आपल्या कमऱ्यातच त्याने दंड, बैठका, जोर, नमस्कार असा व्यायाम सुरू केला; त्यामुळे अंगात झपाट्याने शक्ती भरू लागली. आता हत्यारे चालविण्यासाठी हात आणि घोड्यावरून रपेट करण्यासाठी मांड्या आसुसून गेल्या. मात्र इश्काचे तीर आणि नजरांच्या कट्यारीच फक्त भोवताली उपलब्ध होते. त्या दिवशी वजीर जाफरखान आला तोच मोठ्या खुशीत. आज त्याचा कल पाहून हत्यारांच्या सरावाचा आणि रपेटीचा विषय काढावा, असा कुलीखान विचार करीत असतानाच जाफरखानचे उद्‌गार ऐकून त्याचे डोळे विस्फारले.

"जनाब कुलीखान माशाल्ला, आता तुमची तबियत चांगलीच सुधारलेली दिसतेय. तुम्ही आपण होऊनच आपल्या देशातली वर्दिश सुरू केल्याचे आमच्या कानावर आले आहे. आलाहजरतांनी स्वत: तुमच्याकडून कलमा पढवल्या त्या काही तुमच्यासारखा रुस्तम बायकांच्या आणि हिजड्यांच्या गराड्यात फुकट दवडण्यासाठी नाही. तुमच्या हातून इस्लामची फार मोठी सेवा घडणार आहे, याची त्यांना खात्री आहे; त्यामुळे इश्काच्या जाळ्यात न अडकता तुम्ही स्वत:हून वर्दिश करून ताकद कमवायला सुरुवात केलेली पाहून त्यांना फार आनंद झाला आहे. आलाहजरत म्हणजे चालतेबोलते जिंदा पीरच आहेत. बीता हुवा आणि आनेवाला कल त्यांना स्पष्ट दिसतो. मजहबमधील त्यांचा दीनी अधिकार एवढा मोठा आहे की, जर परवरदिगार अल्लाने पुन्हा नव्या आयात उतरविण्याची इच्छा केली तर त्या आयात दुसऱ्या कोणावर नव्हे तर फक्त आलाहजरतांवरच उतरतील यात धर्मशील मुसलमानांना काडीचा संशय नाही. ते जणू दुसरे हजरत उमरच आहेत; त्यामुळेच त्यांनी तुमच्यामधील सामर्थ्य जाणले आहे."

"माझ्यासारख्या एका परक्यावर आलाहजरत एवढा विश्वास दर्शवितात हे माझ्यासारख्या गुलामाचे परमभाग्यच म्हणायला हवे."

"आता हत्यारांच्या सरावाला सुरुवात करा. सध्या तुमच्या पहाऱ्यावर असणाऱ्या या तार्तरणी आणि हबशिणीच तुम्हाला जोड देण्याचे काम करतील. त्या बायका आहेत म्हणून त्यांना कमी लेखू नका. आमचा जनाना त्यांच्यावर सोपवून आम्ही निर्धास्त राहतो, ते उगीच नव्हे. हत्याराला त्या फारच तिखट असतात. प्रसंगी दहा-दहा पुरुषांना पुरून उरतात. एकदा दमसास सुधारला आणि हात साफ झाला की, नंतर आपण माझ्या खास अंगरक्षकांबरोबर सरावास सुरुवात करू. झोपून राहून सांधे कडक झाले असतील. आता घोड्यावरून रपेट मारायला सुरुवात करायची. माशाल्ला, आलाहजरतांच्या मेहेरबानीने माझ्या या महालात एवढी प्रशस्त जागा आहे की, तुम्हाला सकाळ-संध्याकाळ चांगली दमछाक होईपर्यंत घुडसवारी करता येईल, अगदी उद्यापासूनच सुरुवात होऊन जाऊ दे. खास तुमच्या सरावासाठी स्वत: आलाहजरतांनी शाही पागेतील घोडी पाठविली आहे."

वजिराने टाळी वाजविताच वेलींचा आडोसा सोडून एक खोजा समोर आला. एका काळ्या कुळकुळीत उमद्या घोडीच्या ओठाळ्या धरून तो तिला सावरण्याचा व्यर्थ प्रयत्न करीत होता. त्याची तारांबळ पाहून हसणे आवरणे कठीण होत होते. अखेर वजिराच्या इशाऱ्याने एका पहारेकरणीने घोडीचा ताबा घेतला आणि तिच्यावर झेप घेऊन दूर नेले.

"या साऱ्या मेहेरबानीसाठी प्रत्यक्ष भेटून मला आलाहजरतांचा शुक्रिया अदा करायचा आहे. त्यासाठी त्यांचे दर्शन घडवलेत तर मोठाच उपकार होईल."

"इतक्यात तरी ते शक्य होईल असे आसार नाहीत. जरा राजकारणाचे गुंते निर्माण झाले आहेत. काही मोठ्या मोहिमांचा विचार सुरू आहे. पण तुमच्या या भावना आम्ही नक्कीच पोहोचत्या करू."

"बहोत बहोत शुक्रिया! तुम्ही होतात म्हणूनच मी माणसात परत येऊ शकलो. नाहीतर त्या हरामखोर फुलादखानाने माझा पार चोळामोळा करून टाकला होता. पण आता या जनानखान्याच्या वातावरणात अष्टौप्रहर राहण्याचा उबग आला आहे. जर अन्यत्र राहण्याची सोय झाली तर पाहावे असा अर्ज आहे. नवी मोहीम जर दख्खनवर जाणार असेल तर त्यात माझी शिरकत व्हावी. माझ्या ज्ञानाचा आणि अनुभवाचा शाही फौजेला फायदा झाल्याशिवाय राहणार नाही. आपण माझ्यासाठी शब्द टाकलात तर आलाहजरत तो डावलणार नाहीत."

"तसा खयाल इतक्यात तरी जहनमध्ये आणू नका. तुम्ही मुसलमान झाल्यामुळे शिवा भयंकर चिडला आहे. त्याची माणसे तुमचा खून पाडण्यासाठी इथे, प्रत्यक्ष दार-उल्-सलतनत आग्र्यात येऊन पोहोचली आहेत. मागच्या हप्त्यातच चौघे धरले

गेले. ती बेरकी माकडे अजून कबूल झालेली नाहीत. पण मरगठ्ठ्यांना इतके दूर येण्याचे कारणच काय? ते या सवालाचा नीट पटेल असा खुलासा करू शकलेले नाहीत. पण ते शिवाने पाठवलेले मारेकरीच आहेत आणि संधी साधून तुमचा घात करण्याचाच त्यांचा उद्देश होता याविषयी आलाहजरतांची पूर्ण खात्री पटली आहे. एकदा त्यांची खात्री पटली की अधिक पुराव्याची आवश्यकताच काय? उद्या सकाळीच त्या माकडांना हत्तीच्या पायी दिले जाणार आहे; त्यामुळे जोपर्यंत तुमच्या सुरक्षेची आणि सलामतीची मुस्तकीम तजवीज होत नाही तोपर्यंत तुम्हाला माझे मेहमान म्हणूनच राहायचे आहे. मोहीमनशीन होण्याची बात तर दूरचीच. आमच्या मेहमान नवाजीचा तुम्हाला कंटाळा आला आहे की काय? आजपासून तुमच्या खिदमतीसाठी दोन नव्या बांदींची आम्ही तरतूद करू.''

इकडतिकडचे सटरफटर बोलून वजीर निघून गेला. पकडले गेलेल्या मराठ्यांच्या बातमीने, महाराजांच्या आठवणीने कुलीखानाचा ऊर भरून आला. नक्कीच त्याला परत नेण्याची तजवीज करण्यासाठी म्हणून महाराजांनी नजरबाज पाठविले असणार. त्यात नेमके कोण खर्ची पडले हे समजण्याचा मार्गच नव्हता. त्या अनामिकांसाठी मूकपणे अश्रू ढाळण्याशिवाय त्याच्या हाती काहीच नव्हते. त्याने स्वत:ला कमऱ्यात कोंडून घेतले.

- ७३ -

दिवाणे-आमचा दरबार सरदार, दरकदार, मनसबदार, लष्करी आणि मुल्की अधिकारी आणि शहरातील प्रतिष्ठित लोक, तसेच ठिकठिकाणचे राजदूत आणि विशेष आमंत्रित लोकांनी फुलला होता. दरबाराचा थाटमाट लोकांना काही महिन्यांपूर्वी होऊन गेलेल्या आलमगीर बादशहाच्या वाढदिवसाची याद करून देत होता. मागच्या खेपेला कुंवर रामसिंहाच्या बेवकूफ गलथानपणामुळे शिवा या दरबारात येऊ शकला नव्हता. मग पुढे सारेच तंत्र बिघडत गेले; त्यामुळे या खेपी तसा काही घोळ अजिबात होता कामा नये, अशी सख्त ताकीद बादशहाने वजीर जाफरखानाला देऊन ठेवली होती; त्यामुळे त्याने कुलीखानाला सकाळी लवकरच आणून दरबाराजवळच्या एका कमऱ्यात बंदोबस्तात बसवून ठेवले होते.

नुकतीच काही मंडळी पकडून शिवाजीचे हेर असल्याचा आरोप ठेवून हत्तीच्या पायी दिली गेली होती; त्यामुळे मराठ्यांचा धसका प्रत्येक लहान-थोराच्या मनात होता. म्हणूनच वजिराने कुलीखानाला हत्तीच्या अंबारीत बसवून मोठ्या बंदोबस्तात जनानखान्यातून बाहेर काढले होते. अंबारीच्या चारी बाजूंनी पडदे सोडलेले होते. आणि बंदोबस्ताची पद्धत अशी ठेवली होती की, कोणास वाटावे वजिराची एखादी बेगमच दरबारासाठी जात आहे. शहरात, किल्ल्याभोवती आणि तटावर, तसेच

दरबाराच्या इमारतीच्या सभोवती अतिशय कडक आणि जागते पहारे ठेवले होते. सर्वसामान्य लोकांना रस्त्यातून हिंडण्याची मनाई करण्यात आली असल्याने रस्ते जवळपास मोकळेच होते. नेहमी गजबजलेल्या बाजारपेठेतसुद्धा शुकशुकाट होता.

अंबारीच्या चारी अंगांनी जाड मखमली पडदे असल्याने आपण कुठून कसे जात आहोत कुलीखानाला काही समजत नव्हते. वाटभर आणि आता शेजारच्या दालनात बसले असताना कुलीखानाच्या मनात संमिश्र भावनांचा कल्लोळ उठला होता. या सगळ्या बंदोबस्ताचे आणि खबरदारीचे कारण होते मराठ्यांचा दबदबा आणि महाराजांचा धाक. शेकडो कोसांचा निर्विवाद मोगली प्रदेश ओलांडूनसुद्धा मराठे कुठेही जाऊन काहीही उत्पात माजवू शकतात, या त्यांच्या क्षमतेची आणि ताकदीची पावतीच जणू मोगल बादशहा उघडपणे देत होता. कुलीखानाचा ऊर मोठ्या अभिमानाने भरून येत होता. महाराजांच्या योजकतेचे आणि दूरदृष्टीचे कौतुक मनात दाटून येत होते. त्याचबरोबर ज्या राजकारणासाठी त्याच्यामार्फत महाराज हा जुगार खेळत होते ते राजकारण तडीस नेणे आणि बादशहाच्या हातावर तुरी देऊन निसटून जाणे कधी आणि कसे शक्य होईल या विचाराने त्याचे मन व्यापून राहिले होते. सुखरूप परत जाण्यात यश मिळाले तरच बरी गती होती, अन्यथा स्वधर्माशी, स्वराज्याशी, महाराजांशी गद्दारी करणारा एक स्वार्थी नालायक फितूर अशीच आपली प्रतिमा इतिहासकार रंगवतील या विचाराने मन धास्तावून गेले होते.

महाराजांच्या राजकारणाचा, स्वराज्य सेवेचा भाग म्हणून आणि महाराजांच्याच गुप्त आज्ञेवरून का होईना पण आपल्या प्राणांहून प्रिय हिंदू धर्माशी करीत असलेली प्रतारणा मनात खिन्नता आणि उद्विग्नता निर्माण करीत होती. स्वराज्य, स्वजन आणि महाराज यांच्यापासून दूर गनिमाच्या ऐन गोटात एकटे येऊन पडल्याने मनावरचे दडपण वाढत होते; त्यामुळे व्यक्तिगत मानसन्मान आणि भौतिक फायद्याचे कोणतेही सोयरसुतक वाटेनासे झाले होते. अंगावरचे घोळदार मोगली कपडे आणि मखमली अंगरखे सुख देण्यापेक्षा अस्वस्थ करीत होते. जणू जिवंतपणी आपले कलेवरच सजविले गेले आहे अशी उदास भावना त्याच्या मनात येत होती. डोक्यावरचा सैलसर किमांश अस्वस्थपणात अधिकच भर घालीत होता.

वजिराचा एक गुमास्ता त्याला दरबारात नेण्यासाठी आला, तेव्हा त्याने बजावलेल्या सलामाने त्याची तंद्री भंग पावली. त्या गुमास्त्याच्या मागोमाग सशस्त्र हशमांच्या पहाऱ्यात तो सावकाश पावले टाकीत चालू लागला.

आयुष्यभर अंगानेटक्या घट्ट कपड्यांची सवय असल्याने त्या सैल पायघोळ मुघली कपड्यांत चालणे थोडे अवघडच जात होते. डोक्यावरचा सैल किमांश घसरून डोळ्यांवर येईल का याची उगीचच भीती सतावत होती. चामडी खरबरीत मावळी पायताणांची सवय असणारी त्याची पावले मऊमऊ मखमली

मोगली जोड्यांमुळे असेल कदाचित पण किंचित अडखळल्यासारखीच पडत होती. त्याची ती तारांबळ पाहून सोबत चालणारेच नव्हे तर वाटेत प्रत्येक चौकीवर भेटणारे पहारेकरीदेखील त्याला सलाम करायचे सोडून मिशीतल्या मिशीत हसत होते. त्यांच्या नजरेतला हेटाळणीचा आणि कुचेष्टेचा भाव स्वाभिमानी मनाला टोचत होता. एकेकाळचा स्वराज्याचा सरनोबत आता या क्षणी कोणीच नव्हता. होता फक्त बादशाही कृपेची याचना करणारा एक भिकारी. मोठ्या कष्टाने मन आवरून आणि प्रयत्नपूर्वक गर्दन ताठ ठेवून कुलीखान चालत राहिला. चालता चालता जाफरखानाने घोटून घेतलेल्या दरबारी रिवाजांची मनातल्या मनात उजळणी करण्याच्या बहाण्याने त्याने मनातील बाकी सारे विचार खोल दडपून टाकले.

-७४-

मोठमोठ्या कमानींखालून अनेक दरवाजे, व्हरांडे ओलांडत आपल्याला नेमके कोठे नेले जात आहे हे कुलीखानाला काहीच कळत नव्हते. दरबारच्या वाटेवर जनानखान्यात असतात तसे बायकांचे पहारे पाहून त्याला अचंबा वाटत असतानाच त्याच्या एकदम लक्षात आले की, तो दरबारात नव्हे तर खुद्द आलमगीर बादशहाच्या खास खासगी महालात आणला गेला आहे.

दरबारी जामानिमा करून बादशहा जपमाळ ओढीत उंची मसनदीवर बसला होता. समोर मोजकेच दरबारी उमराव अदब राखून उभे होते. डाव्या हाताला मीर बक्षी, तर उजव्या हाताला वजीर जाफरखान उभा होता. उपस्थितांत एकसुद्धा हिंदू दरबारी नाही हे कुलीखानाच्या चाणाक्ष नजरेने क्षणात टिपले. महालाच्या दारात पाऊल टाकताच बादशहाला कंबरेत वाकून कुर्निसात करीत करीत तो सामोरा येऊन उभा झाला. बादशहाची गहिरी हिरवी नजर त्याचा वेध घेत होती. वजीर जाफरखान कुजबुजत्या आवाजात बोलला–

"हुजुरे आलांच्या हुकमाप्रमाणे महम्मद कुलीखान हाजिर करण्यात आले आहेत."

माळ थांबली. नजर तीव्र झाली. मान झुकलेली ठेवून पण नजर किंचित उंचावून कुलीखान बादशहास न्याहाळण्याचा प्रयत्न करीत होता. मात्र एवढ्या कमी प्रकाशातसुद्धा झगमगणारा किमांशमधील रत्नखचित शिरपेच आणि सर्पाच्या नजरेची आठवण देणारी थंड हिरवी नजर त्याची नजर वारंवार खाली झुकविण्यास भाग पाडीत होते.

"खुशामदीन महम्मद कुलीखान. आता तबियत कशी आहे? वजीरेआझमचा पाहुणचार पसंत पडला की नाही?"

"सगळी जिल्हेसुभानी आलमपन्हांची मेहेरबानी आहे. फक्त एकाच गोष्टीचे

अतिशय वाईट वाटते आहे.''

सगळे एकदम चमकले. हिरवी नजर किंचित गढुळली. कपाळावरील काळा डाग आक्रसला. मिटल्या दातांच्या फटीतून जरबेने भरलेले शब्द उमटले–

''मतलब?''

''गुस्ताखी माफ हुजुरेआली. माशाल्ला, मी अगदी सुखात आहे. पण आदबखान्यातून स्वातंत्र्य मिळाल्यानंतर आलमपन्हांच्या खिदमतीत पेश होण्याचे भाग्य या नाचीज गुलामाला आज प्रथमच लाभते आहे. पण सदका उतरण्यासाठी किंवा काही नजराणा पेश करण्यासाठी या निष्कांचन गुलामाच्या हातात काहीच नाही. रिकाम्या हाती दर्शनासाठी आल्याबद्दल आलमपन्हांनी या बेबस दरिद्री गुलामाला माफ करावे आणि सदका म्हणून हा गुलाम आपली संपूर्ण निष्ठा आणि नजराणा म्हणून स्वत:ला आलाहजरतांच्या चरणांवर वाहून घेत आहे. दयावंत होऊन स्वीकार व्हावा, असा अर्ज आहे.''

उपस्थितांचे चेहरे उजळले. जाफरखानाला तर अगदी कृतकृत्य झाल्याचे समाधान मिळाले. नेताजीतून कुलीखान घडविण्यात त्याला यश आल्याची पावतीच जणू त्या उद्‌गारांतून मिळाली होती. आक्रसलेला काळा डाग सैलावला. हिरवी नजर पुन्हा साफ झाली. त्या नजरेत विजयाची चमक झळकून गेली, अगदी क्षणभरच. काही क्षण ती नजर जाफरखानावर स्थिरावली. त्यातली शाबासकी हेरत त्याने कंबरेत झुकून कुर्निसात करून कृतज्ञता व्यक्त केली. नजर पुन्हा कुलीखानाकडे वळली. त्याचे शब्द केवळ ओठावरचे की, मनातून उमटलेले याचा जणू पडताळा नजर घेत होती. उपस्थित उमरावांना अत्यंत दुर्मीळ योग अनुभवायला मिळाला. बादशहाच्या मुखावर चक्क अस्फुट स्मितरेषा प्रकटली. अल्लाची केवढी मेहेरबानी.

''सुभानअल्ला! बहुत खूब. महम्मद कुलीखान बहुत खूब. माबदौलत तुझ्यावर निहायत खूश झाले आहेत. तुझा सदका आणि नजराणा दोन्ही कबूल फरमावत आहेत. वजीरेआझम...''

''हुकूम आलाहजरत...''

''तुमची जी कनीज माबदौलतांनी आपल्या पनाहमध्ये घेऊन अगदी मेहफूज ठेवलेली आहे, ती या आनंदाच्या क्षणी महम्मद कुलीखानाला बतौर तोहफा इनायत करावी अशी तमन्ना माबदौलतांच्या दिलात जागी झाली आहे. जर तुमची त्याला परवानगी असेल तरच अर्थात.''

मनातली चडफड मनातच दाबून ठेवत आणि चेहऱ्यावर ओशट लाचार हसू आणून कंबरेत लवत जाफरखान बोलला–

''जहे किस्मत. या शरीरावरच नव्हे तर त्यातल्या प्राणांवरदेखील जहाँपन्हांचीच सत्ता आहे. गुलामाच्या संपत्तीतला प्रत्येक कतरा हुजुरे आलींच्या मालकीचा आहे.

तिथे एका नाचीज कनीजची काय केवा. आलाहजरत कुलमुखत्यार आहेत.''

''बेहतर है। ती कनीज माबदौलत महम्मद कुलीखानास इनायत फरमावत आहेत. बांदी म्हणून नव्हे तर बेगम म्हणून. आज रात्रीच त्यांचा निकाह पढला जाईल. वजीरेआझम, तुम्ही स्वत: दुल्हनचे पालक म्हणून निकाहनाम्यावर दस्तखत करावी. दहा हजार अश्रफी मेहेर म्हणून माबदौलतांच्या खासगीतून तुमच्याकडे पोहोचत्या होतील. घटकाभरातच तुमची अनामत तुमच्या हरममध्ये पोहोचलेली असेल. मीर बक्षी, तुम्ही माबदौलतांच्यातर्फे दुल्हेमियाँचे वकील म्हणून निकाहमध्ये शरीक व्हा.''

''जहे किस्मत. आलमपन्हांच्या हुकमाची पूर्ण तामील होईल. दुल्हेमियाँने अदा करण्याचा जो मेहेर आलाहजरत स्वत:ला तोशीस लावून अदा करीत आहेत, तो भार उचलण्याची गुलामाला परवानगी मिळाली तर गुलाम स्वत:स धन्य समजेल.''

तीक्ष्ण हिरवी नजर काही क्षण मीर बक्षीवर स्थिर झाली.

''मंजूर है।''

मीर बक्षीने कंबरेत झुकून आपली कृतज्ञता व्यक्त केली. कुलीखानाची नजर जाफरखानाकडे गेली. बऱ्याच वेळापासून तो खुणा करकरून काहीतरी सुचवीत असल्याचे त्याच्या ध्यानात आले. क्षणभराने त्याच्या डोक्यात प्रकाश पडला. मग त्यानेसुद्धा लवून झुकून कुर्निसात करीत आपली कृतज्ञता व्यक्त केली.

''आलमपन्हांच्या जर्रानवाजीमुळे या नाचीज गरिबाचा सन्मान झाला आहे, ते उपकार जन्मभर विसरण्यासारखे नाहीत. या उपकाराची परतफेड करणे कधीच शक्य नाही पण तरी त्यातील काही अंशांची तरी परतफेड करण्याची संधी आणि काबिलीयत अल्लाने द्यावी अशी मी आयुष्यभर दुवा करीत राहीन... आलाहजरतांच्या या दयाबुद्धीमुळे गुलामाला मोठाच धीर आला आहे. या आनंदाच्या प्रसंगी एक अर्ज पेश करण्याची इजाजत असावी... गुलामाचा कुटुंबकबिला दिलेरखान हजरतांच्या छावणीत दखखनमध्येच राहिला आहे. आलाहजरतांनी घाईगर्दीत तातडीने बोलावून घेतले; त्यामुळे तो सोबत आणणे शक्य झाले नाही. त्यानंतर इथे पोहोचल्यावर आलाहजरतांच्या मेहमान नवाजीमुळे नाचीज इतका गुंतून पडला होता की, त्यांची खबर खैरियतसुद्धा समजू शकली नाही. आलाहजरतांच्या पायाशी अर्ज असा की, आम्हाला आमच्या कुटुंबकबिल्याची खैरियत जाणून घेण्याची परवानगी मिळावी आणि हजरत दिलेरखानांच्या छावणीत जाऊन त्यांना आलमपन्हांच्या पायाशी घेऊन येण्याचे फर्मान जारी व्हावे.''

पहिल्याच मुलाखतीत अशी बेधडक मागणी करण्याची कुलीखानाची हिंमत पाहून अवघे उमराव मनातून चरकले. हिरव्या नजरेत कोणतेच भाव उमटले नाहीत. केवळ जपमाळ किंचित उंचावली गेली आणि जाफरखानाच्या दिशेने हलली. वजीर

जाफरखानाने लगेचच त्याचा अनुवाद केला.

"महम्मद कुलीखान आज आलाहजरतांनी अत्यंत दयावंत होऊन या खास-उल्-खास अंजुमनमध्ये तुम्हाला शिरकत फरमावली आहे ते तुम्हाला हीच खुशखबर देण्यासाठी. तुमचा कुटुंबकबिला दख्खनमधून दार-उल्-सलतनतमध्ये पूर्वीच आणवला गेला आहे. माशाल्ला, तुमच्या तीन बायकांना आणि तुमचा काका कोंडाजी पालकर याला तुमच्याप्रमाणेच इस्लामच्या सही रस्त्यावर येण्याची बुद्धी झाली आहे. दोन-चार रोजातच त्यांची तुमची भेट होईल. सध्या ते नवाब दिलावरखानांनी आलाहजरतांना नजर केलेल्या शिकारपूरच्या नव्या हवेलीत राहत आहेत."

झटकन खाली झुकून कुलीखानाने बादशहाला कुर्निसात घातला आणि वारंवार धन्यवाद देत राहिला. त्यानिमित्ताने आपल्या चेहऱ्यावरील घोर निराशा लपविण्याचा त्याने आटोकाट प्रयत्न केला. बादशहाच्या धूर्त दूरदृष्टीने एक धाडसी बेत उधळला गेला होता. कुटुंबाची खबर खैरियत काढून घेण्याच्या निमित्ताने स्वराज्यात बहिर्जीशी किंवा थेट महाराजांशीच काही संपर्क साधता येतो का ते पाहावे आणि कुटुंब राजधानीत आणण्याच्या मिशाने दख्खनमध्ये जाण्याची संधी साधावी. एकदा नर्मदा आणि तापी ओलांडली की राजगडावर पोहोचणे फारसे अवघड जाणार नव्हते. मात्र धूर्त चाणाक्ष बादशहाने सारा बेत मुळातूनच साफ उखडून टाकला. त्याने प्रदर्शित केलेली लीनता पाहून हिरव्या नजरेत क्षणभरासाठी कौतुक तरळून गेले.

"महम्मद कुलीखान इस्लामच्या प्रत्येक नेक बंद्यास या जगातली सर्व सुखे आणि मेल्यानंतर स्वर्गसुख देण्याचे वचन खुद्द परवरदिगार अल्लानेच दिले आहे. माबदौलत केवळ एक जरिया आहेत. असाच नेकीने आणि निष्ठेने तख्ताची आणि अल्लाची, इस्लामची सेवा करीत राहा. रब्ब तुझ्यावर माबदौलतांमार्फत मेहेरबानीची नुसती बरसात करील. गुर्झबारदाराला अल्काब पुकारण्याचा इशारा रवाना करा. माबदौलत दरबारासाठी निघत आहेत."

-७५-

बादशहाला पाठ न दाखविता सारे उमराव आणि कुलीखान कुर्निसात करीत करीत महालातून बाहेर पडले. वजीर आणि इतर दरबारी मंडळी झपाट्याने चालत दरबाराकडे निघाले. कुलीखानाला पूर्वीसारखेच पहाऱ्यात वेगळ्या वाटेने दिवाण-ए-आमसमोरच्या बगिच्यात आणण्यात आले. खुद्द बादशहा मेहेरबान झाला असला तरी पहाऱ्यात किंचितही ढिलाई आली नव्हती. नंग्या तलवारींच्या पहाऱ्यात कुलीखानाला प्रवेशद्वारासमोर एका झाडाखाली उभे केले गेले. आपल्याला दरबारात न नेता इथे का उभे केले गेले आहे याचा तो विचार करीत असतानाच त्याच्या कानावर अल्काबचा पुकारा आला.

"होशियाऽऽऽर, बा अदब होशियाऽऽऽर. वजीर-ए-आझम, जनाब- ए- आली मीर महम्मद जाफरखान तश्रीफ ला रहे हैं. बा अदब बा मुलाहिजा होशियाऽऽऽर."

दिवाण-ए-आममध्ये चालू असलेली कुजबुज एकदम शांत झाली. तख्ताच्या सेवेत असणाऱ्या काही खिदमतगारांच्या हालचालींचे अस्पष्ट आवाज काही क्षण ऐकू आले. तेवढ्यात शाही गुर्झबारादाराचा बुलंद खणखणीत अल्काब साऱ्या परिसरात दुमदुमला. सारा दरबार सावध आणि तटस्थ झाला. उरलीसुरली हालचालसुद्धा बंद झाली. दरबारात शेकडो असामी हजर असल्या तरी मुंगीचा पदरवसुद्धा ऐकू यावा अशी शांतता पसरली. अचानक एक वेगळेच दडपण उत्पन्न झाले. दरबाराच्या बाहेर बगिच्यात उभा असलेला कुलीखानसुद्धा आपसूक ताठ झाला. गर्दन झुकली नजर पायतळी आली. त्या अल्काबात तशीच शक्ती भरली होती–

"बाऽ अदब बाऽ मुलाहिजा होशियाऽऽऽर. नजर बर्कदम होशियारऽऽऽ बुत शिकन, कुफ्र शिकन शहनशाह-ए-हिंदोस्तान जिल्हेसुभानी आलमपन्हा बादशहा सलामत आलमगीर मिर्झा औरंगजेब गाझी तश्रीफ फरमा रहे हैं होशियाऽऽऽर नजर बर्कदम होशियारऽऽऽ आहिस्ता कदम आहिस्ता कदम बंदगाने आली आहिस्ता कदम होशियारऽऽऽ बा अदब बा मुलाहिजा होशियाऽऽर."

कुलीखान उभा होता त्या जागेवरून तख्त स्पष्ट दिसत होते. जवळपास सव्वाशे-दीडशे हात अंतर असूनसुद्धा तख्ताच्या आसपास होणारी कुजबुजसुद्धा स्पष्ट ऐकू येत होती. तख्तावर बसलेला बादशहासुद्धा आपल्याला स्पष्ट पाहत असणार ही जाणीव होताच सैल झालेले अंग ताठ करून तो दरबारी पद्धतीने नीट उभा राहिला.

दरबाराचे काम त्वरितच सुरू झाले. बादशहा स्वत: अगदीच मोजके बोलत होता. वजीर, मीर बक्षी आणि मुख्य चोपदार यांना तो आवश्यक तेव्हा संकेताचे इशारे करी. बादशहाच्या वतीने वजीरच बोलत होता. सर्वप्रथम वेगवेगळ्या खलित्यांचे वाचन झाले. त्यामध्ये दख्खनमधून दिलेरखानाने पाठविलेला खलिता वाचला गेला. त्याने गोंड राजावर मिळविलेल्या विजयाचे मोठे रसभरित वर्णन लिहून पाठविले होते. दख्खनचा सुभेदार शहजादा मुअज्जम याच्या खलित्यावरून कुलीखानाला समजले की, मराठ्यांनी पुन्हा उचल खाल्ली असून, पुरंदराच्या तहात गमावलेले किल्ले परत जिंकून घ्यायला सुरुवात केली आहे. तानाजी मालुसऱ्यांनी डोणगिरीचा उभा कडा चढून जाऊन अचानक छापा घातला आणि कोंडाणा परत मिळविला. खासा किल्लेदार उदयभान राठोड ठार झाला. त्याचा ऊर अभिमानाने भरून आला. या धामधुमीत आपण तिथे नाही याची हुरहुर मनात उमटून गेली. पण जे दिव्य आपण करीत आहोत ते एकमेवाद्वितीय असल्याचे त्याने मनाला समजावले. खलित्यांना उत्तरे देण्याचा वा त्यावर कारवाई करण्याचा हुकूम बादशहा देत होता.

त्यातच दिलेरखानाच्या बरोबरीने बादशहाचा नातेवाईक बहादूरखान याला कोकलताश अशी पदवी देऊन दख्खनमध्ये नामजद केल्याचा हुकूम जारी झाला.

त्यानंतर इराण आणि तुर्कस्तानच्या सुलतानांकडून आलेल्या वकिलांचा सन्मान झाला. मग इतर काही किरकोळ कामकाज होऊन दरबारी लोकांचा सत्कार सुरू झाला. कोणाला पालखी तर कोणाला पदवी, कोणाला मोर्चेल तर कोणाला वतन, कोणाला रोख इनाम तर कोणाला तलवार, घोडा इ. तर कोणाला शिरपाव आणि पोशाख. काही मोजक्यांना खिलत देण्यात आली. सिद्दी फुलादखानलासुद्धा खिलत मिळाला, मिळणारच; दुसरा शिवाजी म्हणविणाऱ्या नेताजी पालकरला नमवून त्याने मुसलमान होण्यास भाग पाडले, ही काय कमी महत्त्वाची आणि मर्दुमकीची कामगिरी होती? त्याने जणू एक अवघड मोहीमच फते करून दाखविली होती.

हे सारे घडत असताना कुलीखान मात्र दरबाराच्या बाहेर ताटकळत उभा होता; त्यामुळे त्याची अस्वस्थता वाढायला लागली. सोबत असलेल्या वजिराच्या गुमास्त्याकडे त्याने कुरकुर केली तेव्हा त्याने कानाशी येऊन मोठ्या अदबीने कुजबुजत्या आवाजात समजावले–

"हुजूर, असे नाराज होऊ नका. जिल्हेसुभानी आलमपन्हांची तुमच्यावर नजरे इनायत झाली आहे. हे खरे, पण अजून आपल्याला शाही मनसबदारीचा आणि सरदारकीचा हुद्दा सरकारातून मिळालेला नाही; त्यामुळे जोपर्यंत तुम्हाला तो हुद्दा मिळत नाही तोपर्यंत दरबारात उभे राहता येणार नाही. काळजी करू नका, याच दरबारात तसा हुकूम होईल. हुजुरांचे नाव पुकारून सत्कार होईल आणि सन्मानाने दरबारात उभे करण्यात येईल."

हे बोलणे चालू असतानाच सिद्दी फुलादखानाचा एक खोजा एका मखमली थैलीत काही अश्रफी घेऊन सामोरा आला आणि अगदी हलक्या आवाजात त्याने विनंती केली–

"हजरत महम्मद कुलीखान हुजुरांच्या पायाशी एक दरख्वास्त आहे की, माझे आका हजरत सिद्दी फुलादखान सरकारांनी या सोन्याच्या अठरा अश्रफी हुजुरांकडे पाठवल्या आहेत. मेहेरबानी करून त्याचा स्वीकार व्हावा. या अश्रफी आपण आलाहजरतांसमोर सदका उतरून ठेवाव्यात, अशी माझ्या आकाची मनशा आहे. हुजुरांनी ती पूर्ण करावी अशी त्यांनी मैत्रीपूर्ण विनंती केली आहे."

कुलीखानाच्या कपाळाला आठ्या पडल्या. तो चिडून काही बोलणार एवढ्यात गुमास्त्याने हाताच्या इशाऱ्याने त्याला थांबविले. कानाशी तो पुटपुटला–

"हुजूर येथे बोललेले तख्ताजवळ स्पष्ट ऐकू जाते. ज्या अर्थी आलाहजरतांना स्पष्ट दिसत असताना हा खोजा उघडपणे हे बोलतो आहे, ते आलाहजरतांना ऐकू जात आहे हे माहीत असताना, सिद्दी फुलादखानाचा म्हणून ऐवज आपल्याला पेश

करीत आहे त्या अर्थी हा आलाहजरतांच्या हुकमाने स्वत: वजीरेआझम हुजुरांचा निरोप असावा. अन्यथा तो मक्खीचूस काजळाचा बुधला अश्रफी, त्यासुद्धा सोन्याच्या, सुखासुखी कोणाला देतो की काय? स्वीकार करा.''

तेवढ्यात गुर्झबारदाराने पुकारा केला–

''खान-ए-खानान, शेर-ए-दख्खन, जनाबे आली महम्मद कुलीखानऽऽऽ''

पुकारा होत असतानाच दरबारी शिपाई आणि चोपदार त्याच्या समोर हाजिर झाले. मोठ्या अदबीने त्यांनी त्याला आपल्या मागोमाग चलण्याची खुणेनेच विनंती केली. भोवतीचे पहारेकरी दूर सरकले. कुलीखान दरबारी चोपदारामागे जाण्यासाठी पुढे झाला. दरबाराच्या पायऱ्यांपासून थेट तख्ताच्या समोर चार पावले अलीकडेपर्यंत मेंदीच्या हिरव्या रंगाचा मखमली गालिचा पसरला होता. पायऱ्या चढून गालिच्यावर पहिले पाऊल टाकताच त्याने कंबरेत झुकून कुर्निसात केला. आणि ताठ चालत तो दरबारी चोपदाराच्या मागे निघाला. कंबर ताठ असली तरी गर्दन झुकलेली ठेवणे भाग होते. दरबारी रिवाजच मुळी होता तसा. खालमानेनेच तो बादशहाला न्याहाळत होता. सोन्याच्या रत्नखचित मयूर सिंहासनावर - तख्ते ताऊसवर आलमगीर बादशहा इस्लामी पद्धतीची मांडी घालून बसला होता. अंगावर मोजकेच मूल्यवान दागिने होते. हातातली जपमाळ वेगाने फिरत होती. हिरवी नजर पुढे चालत येणाऱ्या कुलीखानावर खिळली होती. दरबारात त्याचे पाऊल पडताच चिकाच्या पडद्याआड खुसफुस चालू झाली. त्यासरशी हिरवी नजर त्या दिशेने वळली. त्या नजरेतील धाक पडदा भेदून पलीकडे पोहोचला असावा कारण खुसफुस लगेच जिरली. एकेक दमदार पाऊल टाकत कुलीखान तख्ताजवळ सरकत होता. त्या चालण्यात डौल होता, ताठा होता पण उद्दामपणा नव्हता. लीनता निश्चितच होती पण मोगली लाचारी नव्हती तर मराठी रग होती. हिरव्या नजरेने तो सूक्ष्म फरक नेमका टिपला असावा कारण काही क्षण झालेली जपमाळेची अस्वस्थ चाळवाचाळव सर्वांच्याच नजरेत भरली.

बादशहाच्या दिशेने एकेक पाऊल टाकताना कुलीखानाच्या मनात येत होते, 'याच दरबारात याच बादशहासमोर काही महिन्यांपूर्वी महाराज असेच आले असतील का? महाराज फार मोठे राजकारण मनात धरून आले होते. पण या बादशहाने आडमुठेपणामुळे सारे राजकारण पार नासवून टाकले. शिवाय महाराजांना अपमानित केले. शेवटी मोठ्या हिकमतीने त्यांना याच्या दाढेखालून निसटून पळून जावे लागले. त्यांचा सूड बादशहाने आपल्यावर हा अशा प्रकारे उगवला. खैर आता त्याच राजकारणाचा आपल्या वाट्याला आलेला भाग तरी तडीस जावा. आई भवानी यश दे, बळ दे. माझ्या राजाची इच्छा पूर्ण करण्यासाठी शक्ती दे. बुद्धी दे. यश दे. युक्ती दे.'

कुलीखान मखमली हिरवा गालिचा पायांनी तुडवत तख्ताकडे चालत असताना एक दरबारी कारकून खणखणीत स्पष्ट शब्दांत आणि उच्च स्वरात साऱ्या दरबाराला त्याची ओळख करून देत होता. दरबारात पडलेल्या पहिल्या पावलापासून त्याने बोलण्यास सुरुवात केली होती.

"शेर-ए-दख्खन, खान-ए-खानान, जनाब महम्मद कुलीखान. दख्खनच्या कोहस्तानी मुलखात बगावत करणाऱ्या, मुघल तख्ताशी गुस्ताख खिलवाड करणाऱ्या बेइमान शिवा भोसला याच्या साथीने अवघ्या दख्खनी मुलखात बगावत आणि कुफ्र माजवत होते. परवरदिगार रहमाने रहीम अल्लातालाच्या मेहेरबानीने त्यांच्या मनात सही रस्त्यावर येण्याची प्रेरणा जागी झाली आणि शिवा भोसल्याची नापाक साथ सोडून ते जयपूर महाराजा मिर्झाराजे जयसिंह यांच्या पनाहमध्ये आले. त्यांना दिलेरखानसाहेबांची निसबत फरमावली असताना शहेनशाहे आलम आलाहजरतांनी मनात दयाभाव उत्पन्न झाल्यामुळे त्यांना मुस्तकिर-अल्-खिलाफत अकबराबाद ऊर्फ आग्रा शहरात मोठ्या इतमामाने आणवले. कोतवाले-ए-आग्रा, जनाब सिद्दी फुलादखान यांनी त्यांची शाही रिवाजाप्रमाणे उत्तम खातिरदारी करून शाही मेहमान नवाजीची एक नवी मिसाल कायम केली. साहेबे आलम आलाहजरतांच्या हुकमाप्रमाणे त्यांच्या मनात अल्लाचा सच्चा धर्म जो इस्लाम त्याविषयी प्रेम आणि श्रद्धा उत्पन्न केली. त्यांच्या मनातील अलोट श्रद्धा पाहून अल्लाच्या मर्जीस अनुसरून आलमपन्हा जिंदा पीर आलाहजरतांनी त्यांना दावते इस्लाम दिली आणि त्यांनी ती मोठ्या आनंदाने आणि भक्तिभावाने कबूल केली. हुजुरे आली आलाहजरतांनी स्वत:च त्यांना कलमा पढवून इस्लामच्या पवित्र छायेत दाखल करून त्यांच्या मनातील कुफ्र जाळून नष्ट केले. त्यांना नवे नाव आणि भवितव्य दिले. आज इस्लामच्या पवित्र सत्य मार्गावरून चालत जिंदगीत पहिल्यांदाच शाही दरबारात पेश होत आहेत. खान-ए-खानान महम्मद कुलीखान."

ज्या ठिकाणी हिरवा गालिचा संपला त्या ठिकाणी दरबारी चोपदाराच्या इशाऱ्याने कुलीखान थांबला. नेमकी त्याच क्षणी दरबारी कारकुनाची परिचय घोषणासुद्धा थांबली. जमिनीपर्यंत लवत कुलीखानाने तीन वेळा कुर्निसात केला. कंबरेच्या शेल्यात खोचलेली मखमली थैली काढून तीन वेळा बादशहावरून उतरली आणि तख्तासमोरच्या मोठ्या नक्षीदार चौरंगावर ठेवली. लगोलग भरजरी रुमालाने झाकलेली दोन भली मोठी तबके घेऊन दोन खिदमतगार सामोरे आले. वजिराने त्या तबकांना स्पर्श करण्याची खूण केली. त्याप्रमाणे त्याने स्पर्श केल्यानंतर ती दोन्ही तबके त्याच चौरंगावर ठेवली गेली. मागोमाग गुर्झबारादाराची घोषणा दरबारात घुमली–

'पेश-ए-खिदमत सदका और नजर नजराणा तर्फे महम्मद कुलीखान.'

नजराणा कबूल केल्याची निशाणी म्हणून जपमाळ किंचित उंचावली गेली.

वजीर दरबाराच्या मधोमध तख्ताखाली येऊन उभा राहिला. कंबरेत किंचित झुकून त्याने बादशहाच्या इशाऱ्याला प्रतिसाद दिला. हातातले कागदी भेंडोळे उलगडून त्याने कलम दरकलम वाचण्यास सुरुवात केली. सर्वप्रथम त्याने दरबारी कारकुनाने सांगितलेलेच आख्यान अधिक विस्ताराने तपशीलवार आणि दरबारी आलंकारिक ढंगात मोठ्या रसभरित पद्धतीने पुन्हा एकदा सादर केले. त्यानंतर कुलीखान काफिर असताना त्याने केलेले गुन्हे किती गंभीर आहेत आणि त्या गुन्ह्यांसाठी सजा-ए-मौतसुद्धा अगदी सौम्य शिक्षा ठरावी असे असताना जिल्हेसुभानी आलाहजरतांनी त्याच्या मनात निर्माण झालेले इस्लामचे प्रेम आणि निष्ठा पाहून त्याचे सारे गंभीर गुन्हे माफ करून सुधारण्याची संधी कशी दिली आहे हेसुद्धा मोठ्या रोचक पद्धतीने सांगितले. वजिराने बोलणे संपवून बादशहाकडे नजर वळविली. जपमाळ पुन्हा वर झाली. त्या इशाऱ्यासरशी झाकलेली ती तबके बादशहासमोर आली. बादशहाने उजव्या हाताचा स्पर्श करून तबके परत पाठविली. तबकांवरील रुमाल दूर झाले. इतका वेळ नि:शस्त्र असलेल्या कुलीखानाला जडावाची मूठ आणि किनखापाचे म्यान असलेली पल्लेदार तलवार, मखमली म्यानातील तीक्ष्ण बिचवा आणि कट्यार तसेच लखलखता रत्नजडित शिरपेच बहाल करण्यात आला. दरबारी खिदमतगारांनी तिथल्या तिथे त्याच्या कंबरेला शस्त्रे बांधली. ओक्याबोक्या किमांशमध्ये शिरपेच खोवला. कुलीखानाने बादशहासमोर गुडघे टेकून लीनतेने सन्मानाचा स्वीकार केला.

वजीर जाफरखानाने इशाऱ्यानेच त्याला तसाच राहण्याची खूण केली आणि त्याला पाचहजारी मनसब बहाल केल्याचा हुकूम वाचून दाखविला. त्याला महाबतखानाचा नायब घोषित करण्यात आले. त्याशिवाय त्याच्या निसबतीत दिलेल्या प्रमुख सरदारांची नावे दरबारात वाचून दाखविण्यात आली. त्यानंतर सरहिंद आणि पेशावरचा पाच लाख अश्रफी वसुलाचा प्रदेश जहागिरी म्हणून दिल्याची घोषणा वजिराने केली. जहागिरीच्या सनदेचा स्वीकार त्याने पुन्हा गुडघे टेकून केला. सनद डोक्यावर धरून तो उभा राहिला. एक लाख अश्रफी इनाम म्हणून, तर एक लाख अश्रफी खर्चासाठी उचल म्हणून शाही खजिन्यातून मंजूर करण्यात आल्या. त्याला कुटुंबासह राहण्यासाठी शिकारपूर येथे एक नवी हवेली आलाहजरतांच्या वतीने बतौर तोहफा बहाल करण्यात आली. सरतेशेवटी भल्या मोठ्या सोन्याच्या थाळीतून सोन्याच्या जरीने कलाबतूचे भरगच्च काम केलेली मखमली खिलत बादशहाने स्पर्श करून पाठविली. सर्वोच्च सन्मानाचे प्रतीक असलेली ती खिलत गुडघे टेकलेल्या कुलीखानाच्या अंगावर चढविण्यात आली. त्याबरोबर काही क्षण दरबारात मुबारकबादचे आवाज घुमले. मग दरबारी चोपदाराने मोठ्या सन्मानाने पाचहजारी मनसबदारांच्या रांगेत त्याच्या जागेवर नेऊन त्याला उभे केले. दरबाराची पुढची कारवाई सुरू झाली.

कुलीखानाने मोठ्या धीराने सारा प्रसंग निभावला. पण त्याच्या हातापायांना कंप सुटला होता. तळवे घामाने चिंब झाले होते. वातावरण थंड असूनसुद्धा कपाळावर घाम चमकू लागला. कारण त्याचा वरिष्ठ जसा खानदानी मुसलमान होता तसेच त्याचे सारे दुय्यम सरदारसुद्धा खानदानी मुसलमानच दिले गेले होते. एकही राजपूत, जाट वा बुंदेला त्याच्या आसपास राहणार नाही याची अगदी बारकाईने काळजी घेतली गेली होती. यातला आलमगिरी कावा लक्षात यायला त्याला वेळ लागला नाही. खालमानेनेच त्याने आपल्याभोवती उभ्या असलेल्या दरबारी उमरावांवर नजर फिरविली. सगळे एकजात मुसलमान! दरबारातसुद्धा त्याचा कोणा हिंदूशी यत्किंचितही संपर्क येणार नाही याची काटेकोर काळजी घेतली गेली असल्याचे त्याच्या लक्षात आले. जहागीर फरमावली गेली तीसुद्धा सरहिंद आणि पेशावरसारख्या स्वराज्यापासून अतिदूरच्या प्रदेशातील. म्हणजे स्वराज्याचा, महाराजांचा वारासुद्धा लागू नये याचा अगदी चोख बंदोबस्त करण्यात आला होता. त्याच्या पायाखालची जणू जमीनच सरकली. त्याला काही सुचेनासे झाले. हंबरडा फोडून मोठ्याने रडावे असे त्याला वाटू लागले. दरबारात काय चालू आहे त्याला कशाचाच अर्थबोध होत नव्हता. भोवतालचे सारे कुर्निसात करण्यासाठी वाकले. त्या हालचालींनी तो भानावर आला आणि घाईगर्दीने खाली वाकला. बादशहा दरबारातून उठून जात होता.

एकेक दरबारी हळूहळू बाहेर पडू लागला पण कुलीखान दगडी पुतळ्यासारखा तसाच निश्चल उभा होता. दरबारी चोपदार त्याच्या जवळ येऊन अदबीने हाका मारू लागला तेव्हा तो भानावर आला. सर्वांना वाटत होते अत्यंत दुर्मीळ असा सत्कार आणि मरातब लाभल्यामुळे तो भारावून गेला असावा.

"हुजूर, यानंतर दिवाण-ए-खासमध्ये दरबार होईल. त्या दरबारात हजर होण्याचा सन्मान आता आपल्याला लाभला आहे. त्या दरबारात आपल्याला नेण्यासाठी मी आलो आहे. या बाजूने चलावे."

काष्ठपुतळीसारख्या, यंत्रवत हालचाली करीत कुलीखान चोपदाराच्या मागोमाग दिवाण-ए-खासकडे निघाला. त्या दरबारात आता अजून काय वाढून ठेवले आहे ईश्वर जाणे.

- ७६ -

दिवाण-ए-खासच्या वाटेवर असतानासुद्धा त्याच्याभोवतीचा शिपायांचा गराडा तसाच होता. मात्र काही घटकांपूर्वी भाल्याची टोके रोखलेली होती, ती आता अस्मानाकडे वळली होती. नंग्या तलवारी म्यान झाल्या होत्या. वाटेने अनेक दरबारी मानकरी घोळक्याघोळक्याने उभे असलेले भेटत होते. बऱ्याच नजरांमध्ये औत्सुक्य

दिसत होते, तर कित्येक नजरांतून असूया ठिबकत होती. तिरस्काराच्या नजरासुद्धा मोठ्या संख्येने दिसत होत्या. त्या जशा हिंदू दरबाऱ्यांच्या होत्या तशाच अनेक मुसलमानांच्यासुद्धा होत्या. पूर्वी दख्खनमध्ये मराठ्यांचा मार खाल्लेल्यांच्या नजरेमधील 'भली जिरली' हा भाव लपून राहू शकत नव्हता. एके ठिकाणी राजपूत मानकऱ्यांच्या घोळक्यात मिर्झाराजांची मुले आणि सरदार उभे होते. ते त्याच्याकडे सखेद आश्चर्याने पाहत होते. पण पुढे होऊन चार शब्द बोलण्याचा धीर कोणालाच झाला नाही. कुलीखानानेसुद्धा त्यांच्याशी बोलून वा अभिवादन करून किंवा ओळखल्याचे स्मित करून त्यांच्यासाठी तसेच स्वत:साठी त्रास निर्माण करून घेतला नाही. सर्व प्रकारच्या नजरांचा सामना करीत करीत तो दिवाण-ए-खासच्या बागेत पोहोचला. बागेत एका चमेलीच्या मांडवाखाली मुस्लीम मानकऱ्यांसाठी फराळाची आणि सरबताची व्यवस्था होती. तिकडे न वळता तो एका बाजूला डेरेदार झाडाच्या सावलीत उभा राहिला.

चमेलीच्या मांडवाखालून सिद्दी फुलादखान त्याला सामोरा आला. तोंडभर हसत त्याने मोठ्या गर्मजोशीने सलाम बजावला. रिवाज म्हणून त्याने सलामाचा जबाब दिला पण कपाळावर उठलेली आठी आणि मुद्रेवरचा तिरस्कार लपून राहू शकला नाही. त्याकडे दुर्लक्ष करीत त्याचे दोन्ही हात हातात घेऊन फुलादखान मोठ्या उत्साहात म्हणाला–

"मरहब्बा! खुशामदीन! अमा जनाब, इतनी भी क्या बेरुखी? आमच्याकडून थोडी सख्ती झाली. मान्य. पण आमची मजबुरीसुद्धा समजून घ्या. आम्ही शाही हुकमाचे बंदे गुलाम. तुम्हीसुद्धा जरा लवकर कबूल झाला असतात तर आम्ही तरी कशाला त्रास दिला असता. अमा खैर छोडो. बीत गई सो बात गई। आता तुम्ही आमचे झालात. हम राह, हम इमान, हम जिगर। तुमच्यासाठी आमचा दिल साफ होता आणि राहील; त्यामुळेच आमच्या दोस्तीचा पैगाम म्हणून आलाहजरतांचा सदका उतरण्यासाठी आम्ही आमच्याकडून तुम्हाला रक्कम पाठवली. तुम्ही तिचा स्वीकार केलात, आम्ही तहे दिलसे तुमचे शुक्रगुजार आहोत. इन्शाल्लाह! ही दोस्ती ता कयामत अशीच कायम राहो अशी मी दुआ करतो."

कुठलीही प्रतिक्रिया न दर्शविता कुलीखान स्वस्थ उभा राहिला. मग फुलादखानच गडगडाटी हसत पुन्हा म्हणाला–

"अमा यार, अशी दुआ प्रकट केल्यानंतर 'आमीन' असे म्हणायचे असते. आता तुम्हाला ती सवय करून घ्यायला पाहिजे."

"आमीन"

कुलीखान तोंडातल्या तोंडात पुटपुटला. फुलादखान गडगडाटी हसला. चमेलीच्या मांडवाखालूनसुद्धा हास्याचा मोठा फवारा उठला.

"चला चला, या दोस्तीवर पेशावरी कबाब, काबुली चणे आणि त्याच्या जोडीला खास इस्तंबूलवरून मागवलेल्या अनारच्या सरबताचे शिक्कामोर्तब होऊन जाऊ देत."

फुलादखान कुलीखानाच्या हातांना धरून मोठ्या फुर्तीने चमेलीच्या मांडवात घेऊन गेला. तिथे खाण्या-पिण्याची मोठी चंगळ उडाली होती. बलुची वेषातील एक सुंदर दासी कुठल्याशा तंतुवाद्यावर काहीतरी संगीत छेडत होती. एक खोजा ढोलकीवर हलका ठेका धरून तिला साथ देत होता. संगीताचे दर्दी म्हणविणाऱ्यांचा एक घोळका त्यांच्याभोवती उभा होता. त्यात संगीताची ओढ किती आणि त्या दासीच्या सौंदर्याची किती हे एक खुदाच जाण! पान-तंबाखूने रंगलेले दात विचकत घोड्याच्या खिंकाळण्यासारखे हसत एक अमीर लाचार हसत पुढे आला. त्याच्या पेहरावावरून तो सरहिंद भागातील असावा असा अंदाज करता येत होता. लघळपणे हसत तो म्हणाला–

"सलाम अलेकुम हुजुरे आली। बंद्याला नन्हेखान म्हणतात. गुलामाला हुजुरांचीच निसबत फरमावली गेली आहे. वास्तविक आलाहजरतांना गाण्या-बजावण्याची सख्त नफरत आहे हे तर कायनात जाणते. पण आज खास दिवस आहे आणि फक्त अल्लाची इबादत करणारी गाणीच वाजवायची या अटीवर आलाहजरतांनी इजाजत दिली आहे. हे पाखरू हुजुरे आलींच्या जहागिरीतून खास आणलेले आहे. हा तर नुसता मासला आहे. आपल्या मुलखात यापेक्षा वरचढ एकापेक्षा एक हसीन पऱ्या भेटतात. हुजुरे आलींची नुसती चंगळ आहे. वहाव्वा! वहाव्वा!!"

कुलीखानाच्या नजरेतील तिरस्कार एवढा टोकदार होता की, त्या उमरावाचे पुढचे शब्द तर घशात जिरलेच पण अन्य कोणा दुसऱ्याचे असे काही बाष्कळ बोलण्याची हिंमत झाली नाही. फुलादखान आणि त्याच्या बरोबरचे काही उमराव आग्रह करकरून त्याला खाऊपिऊ घालू लागले. परजातीच्या लोकांच्या घोळक्यात पायात जोडे तसेच ठेवून उभ्या उभ्या काही अरबट चरबट खाण्याची त्याच्या आयुष्यातील ती पहिलीच वेळ होती. तोंडातला घास तोंडातच फिरत राहिला. मोठमोठे मानकरी पुढे येऊन मुबारक देत होते. त्याची अस्वस्थता एका वयस्कर उमरावाच्या ध्यानी आली. जवळ येऊन त्याचे दोन्ही हात आपल्या हातात घेऊन कुजबुजत तो बोलला–

"बेटा, तुझा दर्द मी चांगलाच जाणतो. ही घुसमट मीसुद्धा अनुभवली आहे. सब्र कर. सुरुवातीला खूप त्रास होतो. यकीनन. पण पुढे पुढे होते सवय हळूहळू. आता एकदा हा मार्ग तू स्वीकारला आहेस तर मग गत्यंतर ते काय? अल्ला तुला तुझ्या निष्ठेचे फळ दिल्याशिवाय राहणार नाही. आमीन. धीराने घे."

दुसरा एक उमराव धसमुसळेपणाने पुढे घुसून म्हणाला–

"अमा जनाब तुम्ही तर खूश असायला पाहिजे. आजची ही मेजवानी तुमच्या सन्मानासाठीच आहे. म्हणून तर तुमच्या जहागिरीतले नावाजलेले पदार्थ केलेले आहेत."

त्या घोळक्यातून रसूल बेग पुढे आला. त्याच्या ओठांवर हसू पण डोळ्यांत आसू दिसत होते. त्याने त्याच्या खांद्यावर हात टाकून जरा बाजूला घेतले. खांद्यावर थोपटत तो हलक्या आवाजात म्हणाला–

"मरहब्बा जनाब, सलाम अलेकुम। मी तुम्हाला बजावले होते, आलमपन्हा मोठे हट्टी आहेत. त्यांना जे पाहिजे ते ते करवून घेतल्याशिवाय राहत नाहीत. फुलादखानासारख्या रानटी माणसाच्या हातात असल्यावर तुमच्यापुढे काय वाढून ठेवले आहे ते मला स्पष्ट दिसत होते. तुमचा छळ होऊ नये, तुम्हाला अपाय होऊ नये, तुमचा जीव घेतला जाऊ नये यासाठीच माझी धडपड होती. पण त्या वेळी तुमच्या ते लक्षात आले नाही. रब्बची तीच मर्जी असावी. त्याला तुमची इम्तहान घ्यायची असेल कदाचित. खैर, देर आये दुरुस्त आये। तुम्हाला हातीपायी सुखरूप, धडधाकट पाहून मनाला फार बरे वाटले. माझ्या मनातली तुमच्याबद्दलची भावना कायम आहे. अफगाण मोहिमेत मीसुद्धा तुमच्यासोबत आहे. काळजी करू नका. सुदैवाने वजीर जाफरखानाच्या मनातसुद्धा तुमच्याबद्दल प्रेम उत्पन्न झाले आहे. तुम्हाला कोणताही धोका होणार नाही, दगा होणार नाही याची खात्री बाळगा. मात्र मेहेरबानी करा आणि एक काळजी घ्या. आलाहजरतांच्या मनातला संशय दूर झालेला नाही. तुमच्या लक्षात ते आले असेलच. तो संशय बळावेल असे काही करू नका. दख्खनशी संधान बांधण्याच्या प्रयत्नात पकडले जाऊ नका. खुदा ना खास्ता दुर्दैवाने तसे काही घडले तर कोणीच काही करू शकणार नाही. एवढी काळजी घ्या, तुमचे हितचिंतक तुमच्याभोवती असल्याचा प्रत्यय तुम्हाला आल्याशिवाय राहणार नाही. बराय. खुदा हाफिज।"

रसूल बेग धीर देऊन गेला की धमकी समजायला मार्ग नव्हता. त्या विचित्र कोलाहलात त्याचा जीव नुसता घुसमटत होता. आपण फसविले जात आहोत, जाणीवपूर्वक आपल्या उद्दिष्टापासून दूर ढकलले जात आहोत या जाणिवेने मन आधीच कातर झाले होते. आतल्या आत आक्रंदन करीत होते. त्याला या साऱ्यापासून दूर दूर आपल्या देशात, आपल्या माणसांत जायचे होते, पण आता या घटकेला तरी ती शक्यता धूसर होताना दिसत होती.

दरबारी गुर्झबारादाराने दरबार सुरू होत असल्याचा पुकारा केला. त्यासरशी तो उच्छृंखल माहौल पालटला. सर्वांचे चेहरे पुन्हा गंभीर झाले. पुन्हा जो तो आपापल्या कोशात गेला. आणि दिवाण-ए-खासच्या शानदार सभागृहाकडे चालू लागला. वजीर दरबारात पोहोचण्यापूर्वी आपापल्या जागेवर पोहोचण्याचा प्रयत्न करू लागला.

चोपदार कुलीखानाजवळ आला आणि इतमामाने त्याला दरबाराकडे नेऊ लागला. सिद्दी फुलादखान जवळ आला. मूकपणे त्याने त्याच्या खांद्यावर थोपटले आणि चकार शब्द न बोलता सोबत चालत राहिला. दरबारात पोहोचल्यावर तर कुलीखानाच्या आश्चर्याला पारावार राहिला नाही. त्याला सरदारी आणि मनसबदारी मिळून जेमतेम घटका-दीड घटकाच लोटली होती तरी त्याला सर्वांत पहिल्या रांगेत दरबाराच्या मधोमध तख्ताच्या अगदी समोर उभे करण्यात आले. त्याच्या उजव्या हाताला चार हात मोकळी जागा होती. त्यापलीकडे मानकऱ्यांची दुसरी रांग सुरू होत होती. त्याने मनातली शंका चोपदाराला बोलून दाखविली. किंचित हसून तो अदबीने म्हणाला–

"हुजूर, आजचा दिवस आपला आहे. आज काही विशेष कारणामुळे आपल्याला इथे उभे राहण्याचा मान मिळाला आहे. पुढच्या दरबारापासून आपण आपल्या नेमून दिलेल्या जागेवर मागच्या रांगेत उभे राहाल."

कुलीखानाने अस्वस्थ नजर चौफेर फिरविली. उजव्या हाताच्या तिसऱ्या रांगेत फुलादखान उभा होता. त्याची नजर कुलीखानावरच होती. नजरानजर होताच त्याने हातानेच स्वस्थ राहण्याचा इशारा केला. वास्तविक त्या रांगेत उभे राहण्याइतपत फुलादखानाचा हुद्दा वरचा नव्हता. मग आज त्याची जागा कशी बदलली? अष्टौप्रहर सावध असणाऱ्या त्याच्या डोक्यात लगेचच वीज चमकली. त्या जागेवरून फुलादखान त्याच्यावर पूर्ण लक्ष ठेवू शकत होता. त्याची क्षुल्लक हालचालच काय पण मुद्रेवरचे भावसुद्धा फुलादखानाच्या नजरेतून सुटू शकणार नव्हते. त्याशिवाय वजीर, मीर बक्षी आणि खुद्द बादशहासुद्धा त्याला सर्वकाळ नीट निरखणार होते ते वेगळेच! धूर्त बादशहाच्या जागरूक सावधपणाला त्याने मनोमन दाद दिली. प्रयत्नपूर्वक त्याने आपला चेहरा निर्विकार केला आणि तशाच चेहऱ्याने तो मनोमन देवीचा धावा करीत राहिला. वजीर जाफरखान दरबारात येत असल्याचा अल्काब पुकारला गेला.

-७७-

दिवाण-ए-खासचा दरबार दिवाण-ए-आमपेक्षा खूपच जास्त गंभीर आणि भारदस्त होता. साहजिकच होते ते. कारण त्या दरबारात अगदी निवडक वरच्या दर्जाचे सरदार, मुत्सद्दी आणि उमरावच फक्त उपस्थित राहू शकत होते. कितीही मोठा शेठ, सावकार वा धर्मगुरू असो, सरकारी हुद्देदारांशिवाय कोणालाही त्या दरबारात प्रवेश नव्हता. या दरबारात महत्त्वाचे राजकीय आणि लष्करी निर्णय घेतले आणि घोषित केले जात. दिवाण-ए-आमचा दरबार काही विशेष कारणानेच भरविला जात असे. गैरसरकारी प्रतिष्ठितांना सन्मानपूर्वक आमंत्रित केले जाई. तो दरबार बहुतांश एखादा समारंभ साजरा करावा त्याप्रमाणे पार पाडला जाई. याउलट दरबाराचे प्रत्यक्ष कामकाज वगैरे मुख्यत: दिवाण-ए-खासच्या दरबारातच चाले;

त्यामुळे स्वाभाविकपणेच वातावरणात भारदस्तपणा आणि गांभीर्य येत असे.

अल्काबच्या दमदार पुकारात आलमगीर बादशहा दरबारात येऊन बसला. कुर्निसात झडले आणि रिवाजाप्रमाणे कामकाज सुरू झाले. कुलीखानाने खालमानेनेच किंचित नजर उंचावून बादशहाकडे पाहिले. बादशहाने पोशाख बदलला होता. अंगावरचे अलंकार कमी झाले होते. वैभव आणि रुबाब तोच असला तरी भपका कमी झाला होता. वेगवेगळे दरबारी उपचार रिवाजाप्रमाणे पार पडले. त्यानंतर अनेक हुकूम जारी झाले. मीर बक्षीने मग दरबारात अफगाणी पठाणांच्या बंडाचा आणि त्यांना इराणचा शहा देत असलेल्या मदतीचा अहवाल सादर केला. त्यावर बादशहाने अनेक दरबारी मुत्सद्द्यांची व सेनानींची राय घेतली. सरतेशेवटी अफगाणी पठाणांचे बंड मोडून काढण्याची मोहीम बादशहाने मुकर्रर केली.

मोहिमेचा सरलष्कर म्हणून महाबतखानाच्या नावाची रीतसर घोषणा झाली. बादशहाने स्वत: त्याच्याबद्दल चार भले शब्द बोलून त्याची हौसला अफजाही केली. सोन्याच्या दागिन्यांनी सजविलेला आणि रेशमी कायदे असलेला अस्सल अरबी नस्लचा घोडा आणि शाही निशाणासाठी हत्ती त्याला इनायत फरमावला गेला. त्याशिवाय रोख इनाम, पोशाख, सरलष्कराची शिक्केकट्यार आणि शिरपेच समारंभपूर्वक दिला गेला. सरतेशेवटी त्याला खिलत देऊन बादशहाने त्याचा मोठाच सत्कार केला. मुबारकबादचे नारे दरबारात गुंजले. त्याच्या दिमतीला एकापेक्षा एक वरचढ आणि नामांकित सरदारांच्या नावाची घोषणा झाली. त्या नामावलीमध्ये एकही राजपूत, जाट, डोगरा वा बुंदेला नसल्याचे कुलीखानाच्या लक्षात आले आणि त्याचे मन चरकले. अजून त्याचे नाव पुकारले नसले तरी ही वीज आपल्यावर कोसळणार या आशंकेची घंटा त्याच्या मनीमानसी घणघणू लागली. दरबारी कारवाई सुरू असतानासुद्धा बादशहाची हिरवी नजर त्याला जोखत होती आणि त्या जाणिवेची सतत टोचणी लागून राहिली होती; त्यामुळे त्याने कसोशीने चेहरा गंभीर निर्विकार ठेवला होता. वजीर दरबारात हजर असलेल्या, मोहिमेत वर्णी लागलेल्या सरदाराचे नाव पुकारी. मीर बक्षी हौसला अफजाही करणारे चार भले शब्द त्याच्याविषयी बोले. पोशाख, तलवार, रोख बक्षिसाची बादशहाने स्पर्श केलेली तबके त्याला बहाल होत होती. गैरहजर असणाऱ्यांच्या नावे या वस्तू रवाना करण्याचे हुकूम जारी होत होते. मुख्य सैन्याला त्यांनी कुठे आणि केव्हा मिळावे याची फर्माने रवाना करण्याचे हुकूम झाले. एकूण महाबतखानाची अवघी फौज नामजद झाली. शाही रिवाजानुसार अमाप दारूगोळा आणि अगणित खजिना मंजूर झाला. ठिकठिकाणच्या मोगली अंमलदारांना आणि मनसबदारांना सैन्याला सतत रसद पुरवठा करण्याची फर्माने रवाना करण्याचे हुकूम झाले. म्हणजे वजीर तशी घोषणा करी आणि संमतीचे निदर्शक म्हणून जपमाळ किंचित उचलली जाई. वजिराच्या हातातील यादी संपली आणि नकळत

कुलीखानाच्या मुखातून सुटकेचा अगदी हलकासा सुस्कारा सुटला. त्याच्या प्रत्येक स्पंदनावर बारीक लक्ष ठेवून असलेल्या बादशहाच्या नजरेतून तो सुस्कारा सुटला असावा, अशी वेडी आशा त्याच्या मनाला चाटून गेली. पुढची कारवाई सुरू करण्याची इजाजत मागण्यासाठी वजीर तख्तासमोर आला. जपमाळ जरा वेगळीच हलली. त्याचा अर्थ कुलीखानाला नीटसा समजला नाही. पण बहुधा वजिराला थोपविले असावे.

वजीर दोन पावले मागे सरकला. आधीच शांत असलेल्या दरबारातील शांतता अधिकच गडद झाली. माना खाली असूनही नजरा बादशहाच्या चर्येवर खिळल्या. बादशहाचा अगदी खालच्या पट्टीतला गंभीर पण जरब व्यक्त करणारा आवाज त्या दिवाण-ए-खासच्या भल्या प्रचंड सभागृहात पसरू लागला. त्या सभागृहातील ध्वनिव्यवस्था इतकी उत्कृष्ट होती की, बादशहा अगदी हळू आवाजात बोलत असला तरी त्याचा शब्दन् शब्द त्या वास्तूच्या प्रत्येक कानाकोपऱ्यात अगदी स्पष्ट ऐकू येई. आणि कोणत्याही कोपऱ्यातील सूक्ष्मतर आवाज तख्ताशी स्पष्ट ऐकला जाई.

"परवरदिगार रहिमान-ए-रहीम अल्लाने माबदौलतांना एका खास मकसदीसाठी या दुनियेत पाठवले आहे. माबदौलतांना पूर्ण आत्मविश्‍वास आहे की, ती जबाबदारी पार पाडण्यासाठी तोच शक्ती, युक्ती, बुद्धी देणार आहे; त्यामुळे यशसुद्धा तोच मिळवून देणार आहे."

"आमीन! सुम्मा आमीन!!"

"अल्लाच्या या नेक कामात जेव्हा आमचेच धर्मबांधव असणारे, म्हणवणारे, स्वत:ला अल्लाचे उपासक आणि पैगंबरांचे सलल्लाह वसल्लम बंदे म्हणवणारे जेव्हा अडथळे आणतात, तेव्हा मग माबदौलतांना अत्यंत वाईट वाटते. अल्लाची अशी नाफर्मानी करणाऱ्यांचा अतोनात संताप येतो. वास्तविक एका नेक मुसलमानाने दुसऱ्या तशाच नेक सश्रद्ध मुसलमानावर शस्त्र उचलण्यास पवित्र कुराणशरीफने सख्त बंदी केली आहे. अफगाणी पठाण पण वस्तुत: मुसलमानच म्हणवतात. पण धर्माचरणी मुस्लीम सत्ताधाऱ्याच्या विरोधात बंड आमच्या लेखी अल्लाची आणि इस्लामची नाफर्मानीच आहे. म्हणूनच माबदौलत त्यांच्याविरुद्ध शस्त्र उचलण्यास मजबूर झाले आहेत."

"अफसोस! सख्त अफसोस!!"

"अफगाणी मुसलमानांच्या विरुद्ध माबदौलतांनी जे हे कदम उचलले आहे त्याला जसा कुराणशरीफचा आधार आहे तसाच हदीसचा दाखला आहे. इतकेच नव्हे तर पैगंबरांचे सलल्लाह वसल्लम यांचे मार्गदर्शन लाभलेल्या पहिल्या चार खलिफांच्या सीरतचासुद्धा दाखला आहे. म्हणूनच माबदौलतांना खात्री आहे की, जी

कारवाई करण्याचे योजले जात आहे तिला सही अंजाम मिळणार आहे.''

''इन्शाल्लाह!''

''इराणचा शहा इकडे आमच्या दरबारात वकील पाठवून गोड गोड गोष्टी करतो आणि दुसरीकडे अफगाणी पठाणांना आमच्या खिलाफ उठाव करण्यासाठी प्रोत्साहन देतो. सर्व प्रकारची मदत देतो. मुघलिया फौजेच्या टापांखाली जेव्हा अफगाणिस्तान चिरडला जाईल, तेव्हा आपोआपच इराणच्या शहाला जरब बसल्याशिवाय राहणार नाही.''

''इन्शाल्लाह!''

''साहेबी इमानाच्या बाता करणारेसुद्धा मनात कुफ्र बाळगून राहतात अशा नकाबपोश काफिरांना नष्ट केले तर आलम दुनिया इस्लामच्या झेंड्याखाली येण्यास क्षणाचाही अवधी लागणार नाही.''

''इन्शाल्लाह!''

''माबदौलतांनी आधीच फरमावल्याप्रमाणे या नेक आणि पाक जिहादमध्ये अल्ला मुघलिया फौजेला मदतगार होणार आहे. म्हणूनच त्याने मुघलिया सलतनतीशी बगावत करण्यात उभी हयात घालवणाऱ्या एका काफिराच्या मनात इस्लामची निष्ठा पैदा केली. त्याच्या मनातील कुफ्र जाळून नष्ट केले आणि मुघलिया तख्ताच्या सेवेत दाखल केले. त्याचा जुना आका त्यामुळे त्याचा घात करण्यासाठी टपून बसला होता. पण अल्लाच्या कृपेने सलतनतीच्या नेक आणि वफादार सेवकांनी त्याचे नापाक इरादे मोडून काढण्यात यश मिळवले.''

''सुभानअल्ला! सुभानअल्ला!!''

''मुघलिया सलतनतीच्या पनाहमध्ये दाखल झालेला हा नवा नगिना आहे महम्मद कुलीखान. माबदौलत त्याला खास कामगिरी देऊन नावाजणी करीत आहेत.''

''इर्शाद. इर्शाद.''

वजिराने खूण केल्यावर कुलीखान कुर्निसात करीत तीन पावले पुढे आला. तख्तासमोर मधोमध दोन्ही हात बांधून उभा राहिला.

''महम्मद कुलीखान कोहस्तानी जंग लढण्यात माहिर आहेत. ताकतवर गनिमाला अगदी थोड्या फौजेच्या मदतीने परास्त करण्यात त्यांचा हातखंडा आहे. म्हणून माबदौलत या अफगाण मोहिमेत त्यांच्यावर तमाम शाही फौजेच्या संरक्षणाची जबाबदारी सोपवीत आहेत. खुदा-ए-खिदमतगार शेर-ए-दख्खन महम्मद कुलीखान यांना माबदौलत अफगाण मोहिमेचे शाही सरलष्कर, जनाबेआली नवाब महाबतखान यांचे नायब म्हणून नामजद करीत आहेत. त्यांना हुकूम देण्याचा अधिकार फक्त माबदौलत, वजीरेआझम आणि नवाब महाबतखान यांनाच राहील. त्यांची छावणी

नेहमी सर्व फौजेच्या मध्यभागी आणि त्यांचा मुक्कामाचा शामियाना सरलष्कर महाबतखान यांच्या शामियान्याच्या शेजारीच असेल. या हुकुमाची सही सही तामील न झाल्यास लिहाज केला जाणार नाही.''

पहिल्या रांगेतच उभा असलेला महाबतखान जागेवरून एक पाऊल पुढे आला. कुर्निसात करून अत्यंत लीनतेने म्हणाला,

''जिल्हेसुभानी आलमपन्हांचा हर हुकूम सर आँखोंपर. आलमपन्हांच्या मुखातून बाहेर पडणारा हर हरब आमच्यासाठी कलमाच्या खालोखाल पवित्र आहे. त्यांची प्रत्येक कृती आम्ही हदीसप्रमाणेच अनुकरणीय मानतो. प्रत्येक हुकूम शब्दश: अमलात आणण्यात येईल.''

स्वत: बादशहाने नेमणुकीची घोषणा करण्याचा सन्मान दरबारात अत्यंत दुर्मीळ; त्यामुळे 'मुबारक हो, मुबारक हो'च्या गजराने काही क्षण दरबार दुमदुमला. वस्त्रे, शस्त्रे, शिरपाव आणि रोख इनाम देऊन त्याला पुन्हा गौरविण्यात आले. त्याशिवाय अजून एक अजूबा घडला. बादशहाने पुन्हा खिलत देऊन त्याची खास नावाजणी केली. एकाच दिवशी लागोपाठच्या दोन्ही दरबारांत खिलत मिळविण्याचा अत्यंत दुर्मीळ योग साधणाऱ्या कुलीखानाचे भाग्य पाहून अनेक जुने दरबारी मनातल्या मनात जळफळू लागले. कालच बाटून मुसलमान झालेला आणि आज घटकाभरापूर्वीच नोकरीत दाखल झालेला हा बगावतखोर काफिर कानामागून येऊन तिखट झालेला पाहून ते मनातल्या मनात शिव्याशाप देऊ लागले; परंतु जे जाणकार होते, ते मुत्सद्दी तो नेताजी पालकर असताना त्याने केलेले कर्तब जाणत होते आणि बादशहालासुद्धा नीट ओळखून होते. त्यांना यामधील ग्यानबाची मेख बरोब्बर उमगली होती. कुलीखानसुद्धा त्याबद्दल पूर्ण समजून चुकला होता. म्हणूनच तो अगदी बेचैन होऊन गेला. आता आपण आलमगिराच्या पंजात पुरते अडकलो आहोत हे समजून चुकला.

-७८-

दिलेरखानाच्या मोगली फौजा पुरंदराला वेढा घालून बसल्या असताना मिर्झाराजांच्या काही तुकड्या राजगडाच्या पंचक्रोशीत सहजी पोहोचू शकल्या होत्या. राजगड स्वराज्याच्या सीमांपासून अगदी जवळच होता. भविष्यात होणाऱ्या संघर्षाच्या दृष्टीने त्याची सुरक्षितता फारशी विसंबनीय नव्हती; त्यामुळे महाराजांचा मुक्काम आता राजगडावरून कायमच्या वास्तव्यासाठी रायगडावर हलला होता. राजधानी म्हणून रायगड किल्ला राजगडापेक्षा जसा जास्त सुरक्षित होता तसाच जास्त सोईस्करसुद्धा होता. तो चांगला विस्तीर्ण असल्यामुळे त्यावर राजवाडा, राणीवसा, दरबार यांसह स्वराज्याचे अठरा कारखाने, दफ्तरखाना, प्रधान मंडळांचे वाडे वगैरे साऱ्यांची नीट

बैजावार व्यवस्था करणे शक्य झाले होते. हिरोजी इंदुलकराने गड मोठ्या कल्पकतेने वसविला होता. महाराज गडावर बेहद खूश होते.

रायगडाच्या खलबतखान्यात मोजकीच मंडळी बसली होती. बहिर्जी बराच काळ उत्तरेत राहून परतला होता. त्याने आणलेल्या बातमीची चर्चा करण्यासाठीच मसलत बसली असल्याचे सारे जाणत असले तरी नेमके काय असेल ते कोणालाच अद्याप माहीत झाले नव्हते. कुजबुजत तर्कवितर्क लढविले जात होते. नेताजीसंबंधी काही असावे असासुद्धा एक तर्क पुढे आला होता. एवढ्यात महाराज आणि सोबत खाशा आईसाहेब येत असल्याचा पुकारा झाला. साऱ्यांनी खडीताजीम दिली. मुजरे झडले. आईसाहेबांना खलबतखान्यात आलेले पाहून सारे चकित झाले. कारण महाराज आग्र्याहून परत आल्यापासून त्यांनी प्रत्यक्ष कारभारात लक्ष देणे जवळजवळ बंद केले होते. याचा अर्थ त्यांनी त्यातून अंग काढून घेतले होते असा नाही. महत्त्वाच्या प्रत्येक घटनेची त्यांना पुरती खबर असे. तशीच निकड भासली तर त्या संबंधिताला व्यक्तिशः बोलावून चर्चा करीत. निर्णय मात्र फक्त महाराजांचाच असे.

आईसाहेब मसनदीवर लोडाला टेकून बसल्या. महाराज खाली त्यांच्या पायाशी बसले. इशारत झाल्यावर मग सारेच जाजमावर मांड्या ठोकून बसले.

"अरे बाबा मोरोपंता, अरे पेशवा तू आणि प्रतापराव तू सरनोबत; हे दत्ताजी आहेत, अनाजीपंत, हा त्र्यंबक आहे. अरे! इतकी सारी तोलामोलाची मंडळी आहेत मग आता मला म्हातारीला रे कशाला दगदग? शिवबा अगदी पुढे घालूनच घेऊन आला बघा."

"आईसाहेब, नेमके काय ते कोणालाच माहीत नाही. पण महाराजांनी आपल्याला थेट खलबतखान्यात आणले म्हणजे निश्चितच बाब खूप महत्त्वाची आणि नाजूक असली पाहिजे हे मात्र नक्की."

बोलता बोलता अनाजी दत्तोंनी हसून महाराजांकडे अपेक्षेने पाहिले पण त्यांची गंभीर मुद्रा पाहून त्यांचे पुढचे बोलणे कंठातच गोठून गेले. दालनात गंभीर शांतता पसरली. सारे महाराजांच्या मुद्रेकडे बघत राहिले. महाराजांनी प्रत्येकाच्या नजरेत काही क्षण पाहिले. त्यांच्या शांत गंभीर स्वरांनी मसलत सुरू झाली.

"मंडळी, आजची मसलत का बोलावली समजले असेलच."

सर्वांनी एकमेकांकडे पाहिले आणि अखेर साऱ्या नजरा मोरोपंतांवर स्थिर झाल्या. कपाळीचा घाम उपरण्याने टिपत मोरोपंत मोठ्या धीराने बोलले–

"क्षमा महाराज; पण सांगावा सांगणाऱ्या हेजिबाने फक्त मसलत बोलावल्याचेच सांगितले. मसलतीचे कारण सांगण्याचा रिवाज नाही."

महाराज मंद हसून म्हणाले–

"अरे! एवढे थोर मुत्सद्दी तुम्ही. थेट आलमगिराच्या दाढीला हात घालणारे उस्ताद, तुम्हाला तुमच्या हेरांकडून काहीच का कळले नाही? का तुम्हीच आळस केलात खबर काढण्याचा?"

"तसे नाही महाराज, पण महाराजांसाठी येणाऱ्या बातम्या फक्त महाराजांनाच पोहोचवल्या जातात. त्यात कधी गफलत होत नाही. कोणी कितीही वजन वापरण्याचा प्रयत्न केला तरी खबर कधी झिरपत नाही. हेच तर आपल्या हेर खात्याचे वैशिष्ट्य आणि यशाचे गमक आहे. इतके बरीक खरे की बहिर्जी उत्तरेतून परत आल्याचे समजले, तेव्हा मसलत त्याने आणलेल्या माहितीच्या अनुषंगानेच असणार."

"प्रतापराव, बहिर्जी सदरेवर आहे. माणूस धाडून बोलावून घ्या."

पुन्हा शांतता. फक्त अधूनमधून आईसाहेबांच्या हातातली सळकडी वाजत तेवढीच. काही पळांचाच काय तो कालावधी पण अगदी अंगावर येणारा. अखेर बहिर्जी आला. मुजरा घालून तो उभा राहिला. महाराजांनी अंगुलीनिर्देश करताच त्याने कवाड बंद असून अडसर घातला असल्याची खात्री करून घेतली.

"हं सांगा बहिर्जी. मघा आम्हास जे सांगितलेत ते तसेच तपशीलवार साऱ्यांना सांगा. अगदी सुरुवातीपासून विस्ताराने कळू देत सारे. ते ऐकण्यासाठीच आईसाहेबांना आज तसदी दिली आहे. कोणताही तपशील, कितीही क्लेशकारक वाटला तरी वगळू नका."

महाराजांनी असे सांगितले असले तरी कोणता तपशील गाळायचा हे त्या अतिविश्वासू, अनुभवी हेराला नीट उमगत होते. कारण कोणाला काय आणि किती कळले पाहिजे याचे महाराजांनी घालून दिलेले मानदंड त्याच्या रक्तात पूर्ण मुरले होते. बहिर्जीने आईसाहेबांकडे पाहत जमिनीला हात लावून नमस्कार केला आणि बोलायला सुरुवात केली.

"आईसाब, सरनोबत नेताजी सरकार विशाळगड सोडून ग्येले आन आदिलशाहीत दाकल जाले, तवा धरूनच आपली मानसं त्येंच्यावर नजर ठेवून व्हती. जमलं तर गोडीनं न्हायतर चक्क पळवून त्यांना परत आनायचं असा म्हाराजांचा सपस्ट हुकूम व्हता. पर दैवानं साथ दिली न्हाई. आजघडीपातुर मसलत तडीला ग्येली न्हाई. येवडे अवगडातले अवगड मनसुबे म्हाराजांनी सांगितले आनि सेवकांनी पार पाडल्ये पर असं अपेश कंदी पदरी आलं न्हाई. कंदी दोन पावलं मागं घ्यावी लागली असतील पर मनसुबा पुरा झालाच. आदिलशहानं सरनोबतांना, आता आमच्या तोंडात तसंच रुळलंया त्येला काय करनार? सरकार तेवडं सरत करून घ्या. तर त्येंना मोठ्या बंदोबस्तात छावनीच्या ऐन गाभ्यातच ठेवलं व्हतं. तरी आपली मानसं त्यांच्यापोतुर पोहोचलीच. मिर्जाराजा बी काय कमी नव्हता. त्यानं आपल्यावर मात क्येली. सरनोबतांना फितवलं. मोट्या हिकमतीनं मोगली छावणीत दाखल करून घेतलं.

त्येनं पार त्येंचा कुटुंबकबिलाच त्येंच्या सोबत मोगली छावनीत आनून घातला. त्येनं सरनोबतांना मोटा मरातब बहाल क्येला. सुप्याची जागिर दिल्ही. सरदारी दिल्ही. रोख इनाम दिल्हे. मात्र ठेवले दिलेरखानाच्या छावनीत.

"म्हाराज आग्र्यात आडकल्येले. सारेच चिंतेत. नजर ढळली न्हाय, पर कारगीर हालचाल कराया घावलं नाय. हिकडं बाच्छावाच्या पंजातून म्हाराज सुटले आन तिकडं सरनोबतांचे ग्रह फिरले. पार ज्येवत्या थाळ्यावरच त्येंना दिलेरखानानं गिरफ्तार क्येलं. काढण्या-बेड्यांनी जेरबंद करून मोट्या कडक बंदोबस्तात उघड्या पिंजऱ्यात घालून, शिकारखान्यातल्या जनावरागत, आग्र्याला पोचिवलं. वाटत दोन-चार डाव त्या काफिल्यावर छापा मारून त्येंना पळवायचा बेत क्येलता पर दिलेरखानानं क्येलेली तयारी येकदम मुस्तकिम. दोन हजाराचे घोडदळ आन संगती तोपा बी व्हत्या. नाय सादू शकलं. पार निरुपाय जाला. आग्र्याला आदबखान्यात सिद्दी फुलादखानानं लई हाल क्येलं. त्येनं म्हाराजांनी त्येच्या केलेल्या फजितीचा पुरता सूड सरनोबतांवर काडला. राखेचे, गरम रताळ्यांचे तोबरे, आसुडाचे फटके, मिरच्यांची धुनी, चटके, जमिनीत पुरून तळपत्या उन्हात शेक, ह्ये समदं कमी पडलं म्हनून की काय, भरउन्हात काकवीची आंगुळ घालून दिवसभर लाल चाचडांच्या वारुळावर बशिवलं. असे नाना प्रकार सिद्यानं चालवले."

"परमेश्वरा! शिवबा, अरे काय ही दुर्दशा; तुमच्यावरील रुसव्याची केवढी मोठी किंमत मोजावी लागली नेताजीला. बरे, मग पुढे?"

पदराने डोळे टिपत आईसाहेब म्हणाल्या.

"आईसाब, ह्ये फकस्त येक डाव करून सिद्दी थांबला न्हाई. या यातनांचं ठरवलेलं चक्र हप्त्यामागून हप्ते चालू व्हतं. परतेक शुक्करवारी त्येंना बाच्छावाफुडं हाजिर क्येलं जाई. ते म्हाराजांवर रुसून मोगलांना मिळाले ह्ये मुळी बाच्छावाच्या मनासच येईना. त्येचा आपला येकच धोशा म्हने ह्ये शिवाची सोची समझी गनिमी काव्याची साजिश हाय. सरनोबतांनी ती कबूल करावी ह्यो त्येचा आग्रव."

बहिर्जीच्या मुखातून हे शब्द बाहेर येताच आईसाहेबांसह प्रत्येकाने चमकून महाराजांच्या मुखाकडे पाहिले. पाषाण चेहऱ्याने बोटातल्या जहर पारखी अंगठीकडे एकटक पाहत महाराज स्वस्थ बसून होते. त्यांच्या चेहऱ्यावरची नजर न हटवता आईसाहेबांनी सवाल केला–

"मग? मिळाला का आलमगिराला त्याच्या मनासारखा कबुलीजबाब?"

"छ्या! तो कुटला मिळाया बसलाया. बाच्छावाच्या मरजीपरमानं कबुली द्याया सरनोबत म्हन्जी काय कोनी फर्जी प्याद की खोजा पानक्या? रुसले म्हणून काय खोटं सांगून म्हाराजांच्या जिवाला का ते नस्तां घोर लावनार? त्ये छळ सोसत ऱ्हायले पर बाच्छावाच्या मनासारका जबाब न्हाय दिला. मंग बाच्छावानं नवीनच

शक्कल काडली. सोताहून आला म्हन्तोस त हो मुसलमान. आन मिळव बाच्छावाची किरपा.''

एवढा निर्ढावलेला, बारागावचा पाणी प्यायलेला नामांकित हेर, पण बहिर्जीचा कंठ भरून आला. काही क्षण त्याला बोलवेना. पटक्याचा शेव तोंडावर झाकून त्याने काही क्षण हुंदके दिले. बैठकीत जड नि:श्वास घुमू लागले. कित्येक शेले आणि उपरणी डोळ्याला लागली. आईसाहेबांनीसुद्धा पदराने तोंड झाकून घेतले. महाराजांचा श्वास स्थिर होता. पाषाणमूर्तिवत चेहरा निर्विकार होता. मात्र त्यांचे डोळे गळत होते. त्यांना थोपविण्याचा वा पुसण्याचा ते किंचितही प्रयत्न करत नव्हते. बराच वेळ ही अस्वस्थता अशीच दाटून राहिली. तिचा भंग केला त्या धीरोदात्त माउलीनेच.

''सांगून टाक बहिर्जी, सांगून टाक. स्वराज्यावर रुसण्याची काय गत होते ते सांगून टाक एकदाचे. संधी मिळाली आणि वेळीच सावरलात तर ठीक. नाहीतर डोंगराच्या उतारावरून निखळलेल्या धोंड्यागत किती खोल गर्तेत कोसळावे लागते समजू दे आम्हा सगळ्यांनाच.''

''आईसाब, हप्त्यामागून हप्ते तरी सरनोबत छळ सोसत ऱ्हायले. बाच्छावाचा सख्त हुकूम व्हता म्हनून, आणि म्हनूनच सिद्द्यानं त्येंचे हातपाय तोडले न्हाय किंवा डोळे फोडले न्हाईत वा जीवे मारलं न्हाई. पर छळाची कमान चढतीच ऱ्हायली. येका शुक्करवारी बाच्छावानं तर्कट चालवलं की, इतका छळ सोसून बी ह्यो मुसलमान व्हन्यास तयार न्हाई याचाच अर्थ त्येचा शक शंभर टक्के खरा हाय. आईसाब, छळाफुडं सरनोबत मोडले की म्हाराजांवर कोन्या संशयपिशाचानं खोटा आळ घेऊ नये म्हनून त्येंनी गुडघं टेकलं एक ते सोता आनि दुसरा खंडोबाच जानो. पर सरनोबत अखेर मुसलमान झाले. सोता बाच्छावानं रातोरात त्येंना कलमा पडवला. छळापाई ढासळलेली तब्येत रस्त्यावर येन्यासाटी त्येंना दस्तूरखुद्द वजीर जाफरखानाच्या जनानखान्यात मोट्या बंदोबस्तात ठेवलं. त्येंची खबर काडण्यासाठी आग्र्यात धाडलेली आपली पंदरा मानसं कोनी गद्दारानं चुगली क्येली म्हनून सिद्दी फुलादखानाच्या हाती गावली. हरामखोरानं त्येंना साफ कापून काडलं. आपल्या येका भाद्दरानं तर जनानखान्यात रिघाव गावावा म्हनून थ्येट वजिराच्या येका बेगमेलाच जाळ्यात वढलं. पर गफलतीनं टपालाचं कबुतर धरलं गेलं. सुदैवानं त्येच्याकडला गुप्त संदेश वजिराला फकस्त येक प्रेमपत्रच वाटलं म्हनून फार खोलात चौकश्या झाल्या न्हाईत. बिचारी ती बेगम आणि तिचा आशिक दोघांची मुंडकी वजिरानं आपल्या डोळ्यादेखता उडवली.

''सरनोबत तंदुरुस्त झाल्यावर बाच्छावानं दिवानेआममधी खिलत देवून त्येंचा इस्तकबाल क्येला. पाचहजारी मनसबदारी आन बलुचिस्तानची जागिरी दिली. येवडंच नाय त शाहिस्तेखानानं आपला मेवना वजीर जाफरखानाला नजर करन्यासाठी

धाडलेली नागा जातीची येक पोरगी बाच्छावानं जप्त क्येली व्हती. तिचा निका सरनोबतांबरुबर लावून दिला. त्येंचा समदा कुटुंबकबिला बी आग्र्यात न्येला हाय. ती मंडळी बी आता बाटून मुसलमान झालियात. त्येंच्या राहन्यासाठी बाच्छावानं नबाब दिलावरखानाची नवी कोरी हवेली पन बहाल करवलिया.

"रमजानचे रोजे संपले की सरनोबत, आता त्येंचे नवे नाव महम्मद कुलीखान झालंया, नव्या बेगमेला घेऊन पेशावरला आपल्या जागिरीचा ताबा घेन्यासाठी जातील. म्हयना-दीड म्हयना मुक्काम करून म्होरं अफगानिस्तानात पठानांचं बंड मोडून काडन्याच्या मोहिमेवर रवाना व्हतील."

"म्हंजी आता नेताजी सरकारांचा समदाच ख्योळ खल्लास जाला म्हनायचा."

"व्हय. जवळजवळ तसंच. आईसाब, इतलं झालं तरी बाच्छावाच्या मनातला संशोय जाया तयार न्हाई. त्येनं सरनोबताच्या फौजेतला परतेक सरदार, शिपाई, प्यादा इतकंच न्हाय त सेवेतला हलक्यातला हलका खिदमतगार आनि चाकर मुसलमानच असावा, किमान तीन पिढ्यांपूर्वी बाटलेला असावा असा हुकूम जारी क्येला हाय. ह्ये समदं जनू कमीच पडलं म्हनून त्येंचावर महाबतखानाची नदरकैद कायम हाय."

बहिर्जीने बोलणे संपविले. सारे सुन्न होऊन बराच काळ बसून राहिले. एवढा वेळ स्तब्ध असलेल्या महाराजांचे ओठ हलले. त्यांच्या शब्दात कोणताच विकार वा भाव नव्हता. त्यांचा स्वर नेहमीसारखाच शांत गंभीर होता.

"बादशहा आलमगीर अति धूर्त तितकाच संशयी. ज्याने कधी आपल्या स्वत:च्या बापाचा विश्वास धरला नाही. सख्ख्या भावांचा कपटाने काटा काढला, तो काय एके काळचा दुश्मन शरण येऊन चाकरीत आला म्हणून त्याच्यावर आंधळा विश्वास टाकेल की काय? या अशा प्रवृत्तीमुळेच हे म्लेंच्छ बाहेरून येऊन आमच्यावर राज्य करतात. त्यांना स्वत:च्या सावलीचासुद्धा विश्वास नसतो. अष्टौप्रहर सावध असतात ते. आम्ही खुळे, कोणी नुसते गोड बोलले तरी हुरळून जाणार. वर्षानुवर्षांचे हाडवैर विसरून स्वत:चे सर्वस्व त्याच्या हाती सोपवून मोकळे होणार."

संदर्भ उमगून आईसाहेबांनी त्यांच्यावर तीव्र कटाक्ष टाकला. तो जाणवूनसुद्धा महाराजांनी नजर चुकविली आणि बोलण्यात खंड पडू दिला नाही.

"बहिर्जी, आता दोन दिवस पूर्ण विश्रांती घ्या. उदईक आईसाहेब पाचाडास जातील. त्यांच्यासोबत निघा आणि वाड्यातच राहा. उगा याची त्याची गाठभेट घेत हिंडू नका. आज रात्रीचा मुक्काम वाड्याच्या देवडीवरच ठेवा म्हणजे सकाळी मेणा निघताना खोटी होणार नाही. दोन-तीन दिवसांत आम्ही बोलावणे धाडू."

मुजरा करून बहिर्जी निघून गेला. जाताना त्याने आठवणीने कवाड नीट लावून घेतले.

काही वेळ शांततेत गेल्यावर किंचित खाकरून मोरोपंतांनी बोलण्यास तोंड फोडले.

“क्षमा असावी महाराज, पण आपले नजरबाज एवढी जोखमीची कामे करीत होती पण आम्हाला कधी त्याची पुसट कल्पनासुद्धा देण्यात आली नव्हती. अंऽऽ... म्हणजे तसे नाही. आपण त्यात जातीनिशी लक्ष घालीत होतातच पण जर आमची थोडकी मदत होऊ शकली असती तर आपल्या शिरावरचा भार थोडका उणावता, इतकेच.”

अनाजी दत्तोंनी मोरोपंतांचे तेच बोलणे उचलून धरीत पुढे चालविले.

“मोरोपंत म्हणतात त्यात तथ्य आहे महाराज. बहिर्जी निष्णात हेर आहे. आपल्या पूर्ण विश्वासातला आहे. तो कोणतेही सोंग अस्सलापेक्षा सरस वठवितो यात कोणाचेच दुमत नाही. पण सेनानीचे सोंग काढून खबरा मिळविणे निराळे आणि प्रत्यक्ष मोहीम आखून ती कारगीर करणे निराळे. त्याने प्रतापरावांना वा मोरोपंतांना किमानपक्षी खुद्द आईसाहेबांना विश्वासात घेऊन आपण त्याला दिलेला हा हुकूम कळवला असता, तर आपल्या अनुपस्थितीत नेताजीरावांना आग्र्यास नेले जात असता त्यांना सोडवण्यासाठी केलेली छापामारी अधिक योजनाबद्ध आणि परिणामकारक आखता आणि राबवता आली असती. ती यशस्वी होण्याची शक्यता वाढली असती.”

प्रतापरावांचे मुंडासे अनाजींना दुजोरा देत हलले.

“अक्षी बरुबर हाय पंत म्हनाले त्ये. चुकलंच बहिर्जीचं. अवं समदी फौज आमच्या अखत्यारीत मंग बिट्यानं छापामारीसाटी शिबंदी पैदा क्येली कुठून? आमच्या परोक्ष आन आमाला आंधारात ठिऊन कोनी बी फौजा वापराया लागलं तर झाला का कल्यान. शिवाय तो येळीच नीट अक्कल वापरून काही करता, तं नेताजीरावांची आन त्यांच्या समद्या कबिल्याची झालेली इटंबना तं टळती. छ्या! लई ब्येकार झालं गड्यांनु.”

उद्विग्न प्रतापरावांना हाताने थोपवीत रघुनाथपंत म्हणाले–

“थांबा. थांबा राव. पंत, थांबा. बहिर्जीला दोष देणे म्हणजे परोक्षपणे महाराजांवरच दोषारोप करणे. तो बिचारा महाराजांच्या आज्ञेने बांधलेला. त्या वक्ताला महाराज स्वत: परागंदा. त्याने महाराजांना कुठे शोधावे, गाठावे आणि पुढल्या आज्ञा घ्याव्या? महाराजांनी देऊन ठेवलेल्या आज्ञांच्या मर्यादेत त्याने जे सुचले ते पुऱ्या कसोशीने आणि प्रामाणिकपणे केले असावे यात संशय नसावा. राहतो प्रश्न त्याने कोणास विश्वासात घेण्याचा. तर आपण सारे बहिर्जीला पूर्णपणे ओळखतो. प्राण गेला तरी तो महाराजांची आज्ञा ओलांडणार नाही. त्याने

तसे केले नाही याचा मला स्पष्ट दिसणारा अर्थ असा की, तसे काही करण्यास महाराजांनीच त्यास मनाई केली असावी. महाराजांनीसुद्धा तशी मनाई करण्यामागे काही निश्चित विचार असलाच पाहिजे. अन्यथा एवढी महत्त्वाची बाब प्रधानमंडळापासून गुप्त राखली असे पूर्वी कधी घडलेले नाही. उद्वेग आपल्या स्थानी ठीक आहे. विवेकावर वैयक्तिक उद्वेगाला जो मात करू देत नाही तोच खरा मुत्सद्दी म्हणवतो. काय त्र्यंबकपंत खरे ना?''

''पटले. रघुनाथा सर्वथा पटले. महाराज नेताजीरावांच्या काळजीने मन कोंदून गेले आणि अनवधानाने अधिक्षेप झाला. क्षमा असावी. तरुण पिढी महाराजांप्रमाणेच स्थिरमती आहे. पाहून संतोष वाटला.''

अनाजी दत्तोंची प्रांजळ कबुली ऐकून वातावरणातला ताण जरा सैलावला. महाराजांच्या चेहऱ्यावर प्रसन्नता येऊन गेली. किंचित हसून ते म्हणाले–

''मंडळी एकूण सारेच प्रकरण इतके नाजूक आणि गंभीर आहे की, आपले कोणाचेही चित्त किंचित जरी विचलित झाले असते तरी नेताजीकाकांच्या प्रकरणावरून फौजेत आणि रयतेत बंडाळी माजून फितुरीला ऊत आला असता. शिवाय तसे पाहता मामला आम्हा दोघांचा आपसातला होता. आता काय होऊन गेले याचे चर्वितचर्वण करण्यापेक्षा उद्या ही चर्चा स्वराज्यात आणि फौजेत पसरली म्हणजे त्याचे काय गंभीर परिणाम होतील याचा आपण विचार केला पाहिजे. त्यामधून निभावण्याचा उपाय शोधला पाहिजे. काय?''

प्रतापराव आत्मविश्वासाने म्हणाले-

''म्हाराज, नेताजीरावांवर फौजेचा लय जीव व्हता ह्ये खरं पर ज्या प्रकारे ते स्वराज्य सोडून ग्येले आन गनिमाला मिळाले त्यानं त्येंच्यावर फौजेत लई नाराजी हाय. ते मुसलमान झाल्याच्या बातम्या आधीच आल्याती. त्यापाई तर त्यांची पत पार धुळीला मिळालिया. म्हाराजांनी फौजेबाबत निर्घोर ऱ्हावं. आमाला वाटतं, म्हाराजांनी त्येना परत आनन्याची भारीच खटपट करून जाली. लय मानसं बी खरची पडलिया त्यापाई. आता ह्यो खटाटोप आवरावा.''

अनाजी दत्तो आणि दत्ताजी पंतांनीसुद्धा त्यांचे बोलणे उचलून धरले. मोरोपंतांनीसुद्धा तोच मुद्दा पुढे चालविला.

''नेताजीरावांनी केलेल्या आततायीपणाचे प्रायश्चित्त तर ते भोगीत आहेतच. दुःखात सुख एवढेच की, या सर्व प्रलयात त्यांच्या मनी महाराजांविषयी सद्भाव अजून जागा आहे. पण कोणत्या प्रकारे वा कारणाने का होईना त्यांनी धर्मत्याग करून यावनी धर्म स्वीकारला आहे ही बाब जरा गांभीर्यानेच घेतली पाहिजे. त्याशिवाय बहिर्जींच्या कथनातून स्पष्ट होते की, त्यांनी बादशहाची मर्जी सर्वार्थाने संपादन केली आहे. अथवा मुत्सद्दी दूरदर्शीपणाचे धोरण म्हणून बादशहा तसे

भासवीत तरी असावा, अन्यथा एखाद्या नवागताला अफगाण मोहिमेसारख्या कठीण आणि महत्त्वाकांक्षी मोहिमेची नायब-सरलष्करी दिली गेली नसती. तद्वतच त्यांनी सरनोबती गाजवली असल्या कारणाने स्वराज्याचे अनेक भेद त्यांना ठावकी आहेत. या बाबीचा उपयोग करून घेण्यासाठी बादशहा त्यांना नक्की दख्खनवर पाठवील. तसे झाले तर मोठा बांका प्रसंग उभा राहील. कारण खऱ्यापेक्षा बाटगा जास्तच कडवा असतो. बादशहाप्रति आपल्या निष्ठांचे प्रदर्शन करण्यासाठी ते स्वराज्याला मोठा अपाय पोहोचवू शकतात. याचा विचार झाला पाहिजे.''

''हं. हा मुद्दा तर फारच महत्त्वाचा आहे. त्र्यंबक सोनदेव तुम्हाला काय वाटते? तुमच्या तीर्थरूपांच्या दृष्टिकोनातूनसुद्धा विचार करून सल्ला द्यावा.''

''मला वाटते, मोरोपंत तर्कापेक्षा भावनेस महत्त्व जास्त देत आहेत. आम्ही जो आलमगीर पाहिला आणि ओळखला आहे, तो कितीही कपटी, मुत्सद्दी, दूरदर्शी, राजकारणी असला तरी पराकोटीचा धर्मांध आहे. त्याची आंधळी धर्मनिष्ठा सर्व गोष्टी व्यापून चार अंगुळे वर शिल्लक राहते. त्याच जोडीला तो मर्यादेपेक्षा जास्त संशयी आणि त्यामुळेच सदा अतिसावध असतो. बहिर्जींने आणलेल्या माहितीप्रमाणे त्याच्या डोक्यात संशयपिशाच नाचते आहे; त्यामुळे नजीकच्या भविष्यात तरी तो नेताजीरावांना स्वराज्यावर सोडणार नाही. सध्याच त्याने त्यांना हिंदूंपासून तोडण्याचे सर्वार्थाने प्रयत्न चालवले आहेत. हिंदुस्थानापासून दूर अफगाणांवर पाठवले आहे. तेथे तो त्यांना दीर्घकाळ गुंतवून ठेवील. भविष्यातसुद्धा तो सहजासहजी त्यांचा दक्षिणेशी संपर्क येऊ देणार नाही. यदाकदाचित त्यांची स्वराज्याविरुद्ध नेमणूक झालीच तर तेव्हा आलमगीर जातीनिशी स्वराज्यावर घसरलेला असेल. दख्खनमध्ये त्यांना सोबत आणले तरी तो त्यांना सतत नजरेच्या टप्प्यातच ठेवल्याशिवाय राहणार नाही, असा आमचा होरा आहे.''

''त्र्यंबकपंत म्हणतात त्यात तथ्य आहे. आम्ही थोडे भावनावश झालो होतो. पण त्यांचा तर्क जास्त वास्तव आहे. मात्र तरी आम्हास वाटते की, या प्रश्नी आता जरी पूर्ण शक्ती पणास लावली नाही तरी त्यासंबंधी सावध धोरण बाळगून त्यांच्या हालचालीवर जमेल तेवढी नजर ठेवण्याची तजवीज करावी.''

''शिवबा, अरे बजाजीस जसे धर्मात परत घेतले तसे नेताजीसाठी काही व्हायचे नाही का रे?''

''आईसाहेब, बजाजीची गोष्ट वेगळी, नेताजीकाकांची वेगळी. बजाजी आपल्या टप्प्यात होते. तसे त्यांचे नाही. त्यांच्यापर्यंत माणूस पाठवणेसुद्धा महाकठीण. ते आमच्या शब्दांवर रुसून गेले आणि या दुष्ट भोगांना बळी पडले; याची खंत आमचे मनी सदासर्वकाळ राहील. आपली इच्छा पूर्ण करण्यात आम्हाला जो आनंद लाभेल त्यास तुलना नाही. पण त्यासाठी ते परत तर आले पाहिजेत. आज तरी मोरोपंतांच्या

सूचनेप्रमाणे तजवीज करणे एवढेच आपल्या हाती आहे. मात्र पुढे कधी परमेश्वराच्या मनी आले आणि भविष्यात नेताजीकाका परत आलेच किंवा दख्खनमध्ये उतरले आणि त्यांना पळवून आणण्यात आपल्याला यश आले तर... तर आईसाहेबांची इच्छा पूर्ण करण्यात आम्हाला अत्यानंद वाटेल. आम्हास वाटते की, पंतमंडळाची आणि सरदार मंडळींची त्यास अनुमती राहील, असे गृहीत धरावे काय?''

''अलबत! अलबत!!''

सर्वांनी एकमुखाने अनुमोदन दिले. दत्ताजीपंत पोक्तपणे पुढे म्हणाले.

''अलबत. आम्हा सर्वांस आणि स्वराज्यास तेवढाच आनंद होईल. मात्र महाराज, बजाजी राजांचा तो काळ निराळा; आताचा निराळा. कदाचित एक पोरखेळ म्हणून धर्ममार्तंडांनी त्या शुद्धीकरणास महत्त्व दिले नसेल. महाराज, आजमितीस आपल्या प्रत्येक बऱ्या-वाईट कृतीकडे परकीयांबरोबर स्वकीयसुद्धा दृष्टी लावून असतात. त्या कृतीच्या प्रतिक्रिया, अनुकूल असो वा प्रतिकूल आलम हिंदुस्थानात सर्व थरांमध्ये उमटल्याशिवाय राहत नाहीत. तेव्हा आम्हास असे वाटते की, संधी मिळेल त्याप्रमाणे महाराजांनी विद्वानांची मते चाचपून पाहावी. परमेश्वर कृपेने आपणास सरस्वतीसुद्धा प्रसन्न आहेच. तरी या संबंधाने विद्वानांचे मतपरिवर्तन करून त्यांना अनुकूल करून ठेवण्याचे कार्य आत्तापासूनच सुरु करावे. प्रसंग उभा ठाकला, आणि तो प्रसंग लवकरात लवकर, आईसाहेबांच्या डोळ्यांदेखता येवो, तर मोठी विद्वतसभा भरवून शुद्धीकरणास धर्ममान्यता आणि जनसमर्थन मिळवावे, असे आम्हास वाटते.''

''वा! दत्ताजीपंत, फार दूरवरचा वास्तव विचार मांडलात. शिवबा हा सल्ला सुवर्णमोलाचा आहे. गाठी बांधून ठेवा.''

''होय आईसाहेब. आमच्या मंडळींचे हे सल्लेच आम्हास आमची स्वप्ने प्रत्यक्षात आणण्यास बळ देतात. असो, असो! मोरोपंत, प्रतापराव, रयतेत वा लष्करात अस्वस्थता उत्पन्न होणार नाही याची नीट काळजी घ्या. प्रसंगी कडक उपाय योजावे लागले तरी मागे-पुढे पाहू नका. अनाजी दत्तो, उद्या आईसाहेब भल्या सकाळीच पाचाडास वाड्यावर पोहोचतील. वर्दी पुढे रवाना करा. त्यांच्या मेण्यांची व्यवस्था आगाऊ तयार ठेवा. येतो आम्ही.''

आईसाहेब आणि महाराजांच्या जाण्यानंतर खलबतखान्यात रेंगाळण्यात काहीच स्वारस्य नव्हते.

-८०-

वर्दी न पाठविता महाराज पाचाडाच्या वाड्यात आले. दासी-कुळंबिणी आणि शागिर्द-हुजऱ्यांची धावपळ उडाली. मुजरे घेत महाराज थेट आईसाहेबांच्या

महालात पोहोचले. बंद कवाडाआड माय-लेक एकांतात बराच काळ काही बोलत बसले. नंतर उठून महाराज माडीवर त्यांच्या खासगी दालनात गेले. त्यांनी बहिर्जीला बोलावून घेतले. बहिर्जीने येऊन सवयीप्रमाणे दाराला अडसर घातला आणि मुजरा करून उभा राहिला. खिडकीशी उभे महाराज दूरवरची दरी न्याहाळत होते. अशा परिस्थितीत अनिश्चित वेळेपर्यंत स्वस्थ उभे राहून वाट पाहण्याची बहिर्जीने सवय लावून घेतली होती. खोल उसासा सोडून महाराज आत वळले. खिडकीखालीच मांडलेल्या एका घडवंचीवर ते टेकले. त्यांनी खूण करून बहिर्जीला जवळ येऊन बसण्याचा इशारा केला. तो पुढे येऊन अदब राखून भुईवर पायांशीच बसला.

"तर नाईक, अशी सुरू आहे नेताजीकाकांची फरफट. आलमगिराने बंदोबस्त एवढा चोख ठेवलेला दिसतोय की, माणूस घुसवणे दुरापास्तच व्हावे. आता कसे करावे?"

"म्हाराज, सरनोबतांच्या आदबखान्यातल्या पहाऱ्यावर घुसवलेला आपला मानूस आग्र्यातच हाई. आता त्येला त्येंच्या शागिर्दपेशात घुसवायची खटपट सुरू हाय. बेट्यानं तवा फटकं खाल्लं पर फुलादखानाची अक्षी मर्जी मिळवलिया. सरनोबत झोपंत काय-बाय बरळतात ह्ये त्येनं सिद्द्याच्या मनात पार ठसवलया. आपल्याला मराठी येतं म्हणून त्येंचं बोलनं ऐकून फोडू शकतो ह्ये बी त्येनं सिद्द्याच्या गळी उतरवलया. पर आज तरी तो येकलाच हाय. मध्यात जी मानसं मारली ग्येली त्यापाई साखळी अस्ताव्यस्त झालिया. पर हुईल समदं बैजावार. चिंता नगं. मात्र म्हाराज, येकडाव का सरनोबत फौजंत मोहीमनशीन झालं, आन दिल्लीवरून फुडं सरकलं की संपर्क राखनं लई अवघाड; अशक्यच म्हना ना. आपली चार-दोन इस्वासाची मानसं प्येरली तरी त्येंच्याकडून खबरा याव्यात कशा? आन त्येंना हुकूम धाडावे कशे? आताच्या परिस्थितीत सरनोबतांचा कितपत भरवसा धरावा ह्यो सवाल बी उरतोच. उद्या त्येंनीच आपली मानसं पकडून दिली तर? बिचारी मरायची हकनाक."

"का? अशी शंका येण्याजोगे काही घडले का? असा काही अनुभव?"

"नाय नाय. मी तथं व्हतो तवर तरी न्हाई आला. पर बाच्छावानं त्येंच्यावर मेहेरबानीची अशी काय बरसात चालवलिया की कोनी बी पाघळावा. त्येनं आपल्या मामाची अन् मावशाची नाराजगी न जुमानता त्येंच्या जनानखान्यातली पोरगी बी त्येंना बाईल करून दिली. लई मोटी हवेली इनाम करून दिली. अजून काय पायजे?

आजवरची सारी उमर घोड्याच्या पाठीवर आनि रांगड्या मावळ्यांच्या कोंडाळ्यात घालवलेला ह्यो गडी आज गुलजार बायांच्या गोतावळ्यात गाद्यागिरद्यांवर लोळतोया. पुलाव, कुर्मे कोफ्ते हानत चैन करतोया... मंग बुद्धी चळाया कुठला उशीर वो? ह्यो

आपला आमचा आडाणी मराठमोळा आडाखा. आपल्या कानी असावा म्हनून सांगितला येवडंच.''

''तुमचा तर्क अगदी रास्त आहे. आम्हा खालोखाल मोरोपंतांच्या बरोबरीने स्वराज्याची खडान्‌खडा माहिती त्यांनाच आहे. कित्येकदा छळाने न बधणारा मर्दगडी मोहाला बळी पडल्याशिवाय राहत नाही, हे तुरुक चांगले जाणतात. आलमगिराचा पणजा अकबराने हीच नीती वापरून राजपुतांना अंकित करून घेतले. नेताजीकाकांना पोरगी देऊन आलमगिराने आपल्या मनसुब्याची चुणूक दाखवली आहे. आता तो हळूहळू आपल्या हस्तकांमार्फत त्यांना मोगली व्यसनांमध्ये गुंतवण्याचा प्रयत्न केल्याशिवाय राहणार नाही; त्यामुळे तर आता त्यांच्यावर बारीक नजर ठेवणे जास्तच अगत्याचे झाले आहे. आधी सुरू असलेल्या सिलसिल्याप्रमाणेच त्यांना आपल्या माणसांचे अस्तित्व जाणवू देत. यात दोन गोष्टी साधता येतील. पहिली म्हणजे जर त्यांच्या मनात स्वराज्य आणि आमच्याप्रति निष्ठा अन् प्रेम शिल्लक असेल तर आपली माणसे भोवताली असल्याने त्यांना एकलेपणा घेरणार नाही; त्यामुळे त्यांची निष्ठा टिकून राहण्यास मदत होईल. दुसरे असे की, जर ते मोहाच्या मार्गावर वळू पाहतील तर एवढ्या दूरवर आणि गनिमाच्या ऐन गोटात आपण आपली माणसे घुसवू शकतो. त्यांच्याभोवती ठेवू शकतो याचा धाक आणि वचक त्यांना काही गोष्टी करण्यापासून निश्चितच रोखू शकेल.''

''अभय असंल तर एक मसलत सुचवावी वाटते.''

किंचित हसून महाराज म्हणाले–

''काही थोडके आमच्या ध्यानी येतेय, पण बोला. तुम्ही काय मनसुबा धरून आहात, स्पष्ट बोला.''

शब्दांची जुळवाजुळव करीत बहिर्जी काही वेळ बसून राहिला. आपल्या गहिऱ्या नजरेने महाराज त्याचा ठाव घेण्याचा प्रयत्न करीत राहिले. बऱ्याच वेळाने चोरटी नजर वर करीत किंचित चाचरत बहिर्जी म्हणाला–

''अं... म्हाराज... अं... आता सरनोबत, म्हन्जे अजून आमच्या तोंडी त्येच बसलया, पर अं... आता त्ये गनिमाला मिळालं. मुसलमान बी जालं... अं... म्हन्जे अगदी पूर्णच गनीम जालं म्हनायचं. अं... मंग... अं... गनिमाला गनिमाच्या भाष्येत, गनिमाच्या रीतीनंच वागवलं तर... हाताळलं तर...?''

''बोला, तुम्हाला काय वाटते स्पष्ट करा. मनात किंतू राहू देऊ नका.''

बहिर्जीची जीभ पुढे बोलायला रेटेना. काही वेळ तो अस्वस्थ चाळे करीत राहिला. माणूस कडू औषध जसे एकाच मोठ्या घोटात संपवून टाकतो तसा तो पटकन बोलला–

''म्हन्जे मला असं म्हनायचंया म्हाराज की, सोराज्याला तर आता लयच मोटा

धोका निर्मान झालाया. तवा हा सवाल एका झटक्यासरशी संपवून टाकला तर?... गनिमाला त्येच्याच पद्धतीनं शेह दिला त?... म्हन्जे... अं... गनीम झालेल्या सरनोबतांनाच संपवून टाकलं त?''

बहिर्जींच्या मनात काय असावे याचा महाराजांना अंदाज आला असला तरी त्याच्या तोंडून ते भयंकर शब्द बाहेर पडताच महाराज दचकले. त्यांचे सर्वांग घामाने डवरून आले. त्यांनी आपले विशाल नेत्र झाकून घेतले. मनात विचार उचंबळले–

'आमच्या एका शब्दाखातर हे दिव्य करायला निघालेल्या आणि आमच्याच शब्दाखातर जीव वाचवून मुसलमान झालेल्या आमच्याच जिवलगाला संपवून टाकायचे? काय सांगतोय हा बहिर्जी? अरे! जर अखेर हेच करायचे होते तर बिचारे धर्मवीर म्हणून तरी मरते. आम्हीच त्यांचा तो सन्मान हिरावून घेतला ना? जगदंब! जगदंब!! जगदंब!!! आई, काय ही परीक्षेची घडी समोर आणलीस? ज्या शक्यतेचा विचार संशयखोर म्हणून बदनाम असलेला आलमगीर करू शकतो ती शक्यता जिवाला जीव देणारे सवंगडी, समविचारी म्हणवणारी मुत्सद्दी, राजकारणी म्हणवणारी आमची स्वतःचीच माणसे करू शकत नाहीत. केवढे हे दुर्दैव! याचा अर्थ स्पष्ट आहे, आमच्या शत्रूने आम्हाला जेवढे ओळखले आहे तेवढे स्वकीयांनी-आप्तांनी जाणलेले नाही. आमच्याबद्दल आणि आमच्या खास विश्वासू माणसांबद्दल जी खात्री आलमगिरास वाटते, त्याचा संशयसुद्धा आमच्या माणसांना येऊ नये? आश्चर्य! तेसुद्धा आम्ही आरंभापासूनच आमची माणसे नेताजीकाकांच्या भोवती ठेवण्याचा आटोकाट प्रयत्न करीत असल्याचे उघड झाल्यानंतरसुद्धा? महदाश्चर्य! स्वराज्य माते, केवढे तुझे हे दुर्दैव. संशयाला पुष्टी देणारा एक जरी धागा आलमगिरास गवसता तर आपण कधी आणि कसे मारले गेलो हे नेताजीकाकांना समजणारसुद्धा नाही. आम्हाला पुरता ओळखून असणारा बादशहा कितीही गमजा आणि गर्जना करो, तो आमच्या हयातीत कधीच स्वतः स्वराज्यावर चालून येणार नाही, ही काळ्या दगडावरची रेघ. मात्र आम्ही दुर्दैवाने त्याच्या आधी गेलो तर... तर तो ताबडतोब जातीनिशी चालून येईल आणि स्वराज्याचा घास घेण्याचा आटोकाट प्रयत्न करील. स्वतःचे उर्वरित आयुष्य याच एका कामासाठी वेचेल पण रिकाम्या हातांनी दिल्लीस परत जाणार नाही...'

''म्हाराज...''

हलक्या आवाजातल्या बहिर्जींच्या हाकेने महाराज भानावर आले.

''नाही. बहिर्जी नाही. असा विचारसुद्धा कदापि मनात आणू नका. तुम्हाला खंडोबाची आण. कधी तुम्हाला विपरीत अनुभव आला किंवा तशीच काही संशय उत्पन्न करणारी खबर मिळाली तरी तीन-तीनदा वाजवून खात्री करून घ्या. कोणत्याही परिस्थितीत दस्तूरखुद्द आमच्या स्पष्ट आज्ञेशिवाय नेताजीकाकांच्या जिवाला अपाय

होता कामा नये. तद्वतच आपल्या कोणत्याही माणसाच्या बोलण्यातून किंवा हालचालीतून आलमगिराने मनात धरून ठेवलेल्या संशयाला थोडा जरी आधार गवसला आणि त्याने नेताजीकाकांना दगा केला तर मुलाहिजा राखला जाणार नाही. याद राखून ठेवा...''

''म्हन्जी म्हाराज...''

''चूप... याचा उच्चार मनातल्या मनातसुद्धा होता कामा नये. गर्दन छाटली जाईल.''

नकळत महाराजांचा चढा आणि करडा स्वर उमटला. बहिर्जीने शब्दच नव्हे तर विचारसुद्धा गिळून टाकले. महाराजांशी पूर्णांशाने एकरूप झालेल्या त्या इमानी सेवकाला जे उमगायचे ते उमगले होते. अस्वस्थ शांततेत दोघेही बराच वेळ गप्प बसून होते. वाघासारख्या येरझारा घालणारे महाराज पुन्हा थबकून खिडकीखालच्या घडवंचीवर बसले. बहिर्जी हळूच पुटपुटला...

''म्हाराज...''

''अं?''

''म्हाराज, आनिक येक खबर हाये. पर सरनोबतांच्या वार्तेनं आपन इतके अस्वस्थ झालता की द्याची राहून ग्येली.''

''बोला.''

''म्हाराज, चंदरराय बुंदेला तर ठावकी हायच. बाच्छावानं गादी बळकावण्यासाटी त्येची मदत घ्येतली आन मतलब सादल्यावर मातर दगा करूनशान त्येला पार बुडविला. त्याची बाईल सती ग्येली. पाच पोरं उघडी पडली.''

''त्याचे काय?''

''त्येचा योक ल्योक हाये. छत्रसाल नावाचा...''

''नाईक प्रतिष्ठितांचा आणि वीरांचा उल्लेख सन्मानाने करण्याची रीत कधीपासून विसरलात?''

''मापी मायबाप. गलती जाली. कुंवर छत्रसाल लय तेज आन स्वाभिमानी हायती. मिर्जाराजांच्या पदरी व्हते. पुरंदराच्या येढ्यात वज्रगड घेताना जे राजपूत झुंजले, त्यात त्यांनी बी मोटी चमक दावली व्हती.''

''होय, आठवले. मिर्झाराजांच्या छावणीत आम्ही असताना हा तरुण बुंदेला वीर आम्हास भेटण्यासाठी आला होता. त्याचे काय?''

''मिर्झाराजांच्या नंतर त्ये दिलेरखानाच्या निसबतीत ऱ्हायले. गोंड राजाइरुध बी त्येंनी मोटी समशेर गाजवली. तरी त्येंचं चीज झालं न्हाय. त्यापाई आधीपासूनच उरात ठरून ठेवल्येली खुद्दारी पुन्यांदा पेटून उटली. आपल्या माय-बापांचा खुनी, कुटुंबाचा पार इस्कोट करनारा ह्यो बाच्छा आन त्येचीच चाकरी आपुन करतुया?

शरम वाटाया लागली. काळजात सुडाची आग पेटली. आता त्येंना आपल्या पदरी ऱ्हाऊन काई कर्तब दावण्याची, देवा-धर्मा-देशासाठी कायतरी करन्याची इच्छा हाये.''

''अरे वा! छान. मग पुढे?''

''हाली कुंवरजी बहादुरखान कोकलताशच्या निसबतीत हायती. त्येला दख्खनच्या मोहिमेचा हुकूम झालाया आनि त्यो सोराज्यावर चालून निघालाया ह्ये समदं तर सरकारात रुजू हायेच. कुंवर साहेबास आपली रजामंदी कळवता आली त त्ये संधी गावताच पायाशी दाखल व्हतील.''

''मंजूर. मात्र खबर या कानाची त्या कानाला लागता कामा नये. नाहीतर प्रज्वलित होण्याआधीच बादशहा ठिणगी चिरडून टाकील. ठीक. आता इतक्या दिवसांनी मुलखात आलात. उद्या सकाळीच निघा. चार दिवस बायका-पोरांत राहा. मात्र फार रेंगाळू नका. आग्रा-दिल्लीत चक्कर मारून काही साधते का पाहा. पण गुंतून पडू नका. पुढच्या हालचाली येथूनच भरवशाच्या माणसांकरवी करवता येतील. मघाशी मनात येऊन गेलेले विचार स्वत:च्या मनाशीसुद्धा बोलू नका. कधीतरी घात व्हायचा. या आता.''

मुजरा करून बहिर्जी निघून गेला. खिडकीतून दिसणारी दूरवरची डोंगरशिखरे आणि आभाळ निरखत महाराज विचारात गढून गेले.

-८१-

दिवाण-ए-खासनंतर घुसलखानाच्या दरबारातसुद्धा कुलीखानाचा सत्कार झाला. एकूणच सत्कार आणि कौतुकाने बादशहाने त्याला नुसते गुदमरून सोडले; मोगली सामर्थ्याच्या आणि वैभवाच्या प्रदर्शनाने त्याला अगदी दिपवून टाकले असावे अशी मोगली सरदार आणि मुत्सद्दीच नव्हे तर वजीर आणि खुद्द बादशहाचीसुद्धा खात्री पटली. त्यांची जणू खात्रीच पटली की, मूर्ख शिवाच्या नादाला लागून आजवरची कर्तबगारी फुकट घालविल्याचा त्याला नक्कीच पश्चात्ताप होत असेल.

अत्यंत सन्मानपूर्वक पण कडक बंदोबस्तात कुलीखानाला जाफरखानाच्या जनानखान्यात परत नेण्यात आले. आता तो कैदी नव्हता तर आलाहजरतांच्या खास मर्जीतला मनसबदार होता. वजिराचा सन्माननीय पाहुणा आणि त्याहूनही महत्त्वाचे म्हणजे आज रात्री होणाऱ्या निकाहचा दुल्हेमियाँ होता. इतमाम वाढला होता हे निश्चित पण भोवतालचा बंदोबस्त तसाच चोख आणि कडक राहिला. रोखलेल्या नजरा आणि तलवारी तशाच, फक्त गुर्मीची जागा अदबीने घेतली एवढाच फरक; या सगळ्या कोडकौतुकात त्याचे स्वत:चे चित्त मात्र थाऱ्यावर नव्हते. परत येताच त्याने स्वत:ला कमऱ्यात कोंडून घेतले. सह्याद्रीतील कडेकपारीतील वाघाच्या

काळजाचा, बुलंद किल्ल्याच्या अभेद्य बुरुजासारखा तो मराठा गडी पलंगावर पालथा पडून, उशीत तोंड लपवून कितीतरी वेळ ओक्साबोक्शी रडत राहिला. दुल्हेमियाँला समजविण्यासाठी बांदी-बटकींनी दरवाजा वाजवत, बराच कलकलाट केला तेव्हा कोठे तो मोठ्या मुश्किलीने उठला आणि तोंडावर पाण्याचा हबका मारून त्याने कवाड उघडले.

रात्री मोठ्या थाटामाटात निकाह पार पडला. आता बादशहाच्या वतीने झालेला निकाह म्हटल्यावर वैभवात आणि डामडौलात कोणतेही उणे नसणार हे वेगळे सांगणे नको. आपल्या उरावर बसणारी एक सवत लाडक्या भाच्याने कमी केली या गोष्टीचा वजिराच्या बेगमेला मोठा आनंद झाला होता; त्यामुळे ती कुलीखानावरसुद्धा निहायत खूश होती. तिने आणि सोबत इतर बेगमांनी त्या निकाहमध्ये मोठ्या उत्साहाने भाग घेतला. गेले काही महिने जनानखान्यात वास्तव्य राहिल्याने आणि त्या काळातील त्याच्या अत्यंत सभ्य, सुसंस्कृत वासनारहित वागण्यामुळे जनानखान्यातील समस्त सेवकवर्गाला त्याच्याविषयी आदर आणि आत्मीयता वाटू लागली होती. त्या लोकांच्या निरपेक्ष सेवेमुळे त्याला जवळपास पुनर्जन्म मिळून तो पुन्हा माणसात येऊ शकला होता. त्याची हरहमेश जाण ठेवूनच तो त्यांच्याशी वागत असे. कदाचित म्हणूनसुद्धा असेल पण त्यांच्यात काही एक वेगळेच ऋणानुबंध तयार झाले होते; त्यामुळे त्यांचा सहभागसुद्धा मोठा उत्साहपूर्ण होता. नवरीचा पालक म्हणून वजिरानेसुद्धा हात सैल सोडला होता. दहेज वगैरे देण्यात कोणतीच कोताही केली नाही. त्याने नवरीसोबत दागदागिने, कपडेलत्ते आणि इतर साजोसामान अगदी मनमोकळेपणाने दिले. बादशहाच्या कृपेने दुल्हेमियाँच्या कनवटीलासुद्धा आता चार पैसे आले होते. त्याची सेवा करणाऱ्या बांदी-बटकी आणि खोजांना त्याने भरपूर इनामे दिली गेली.

दस्तूरखुद्द बादशहाने नवरा-नवरीसाठी भारी अहेर पाठविला होता. मीर बक्षी बादशहाच्या वतीने पूर्णवेळ हजर होताच. एवढेच नव्हे तर प्रत्येक रस्मोरिवाजात त्याने घरातील वडीलधाऱ्याचा असावा तसा सहभाग ठेवला. आल्या-गेल्या पाहुण्यांच्या सरबराईकडे तो जातीने लक्ष देत होता. बादशहाने नवरीसाठी खास आणि अगदी विशेष तोहफा पाठविला होता. तो म्हणजे त्याने तिला नवे नाव बहाल केले होते– 'नूर बानू' म्हणजे तेजस्विनी.

आई-बाप, जमात यांच्यापासून तोडून, जन्मभूमीपासून पळवून परदेशात एवढ्या लांबवर आणलेल्या त्या अनाथ पोरीचे तर जणू भाग्यच उजळले. वासनेने वखवखलेल्या लांडग्यांच्या या जगात आपल्या आयुष्याचे आणि अब्रूचे आता पार धिंडवडे निघणार या भीतीने धास्तावलेली ती पोर, आपल्याला मालक म्हणवणारे एखादे जनावर नव्हे तर हक्काचा पती मिळाला, घर मिळाले; संसार मिळाला या आनंदात पार सुखावून गेली.

निकाहनंतर नूर बानूला घेऊन कुलीखान मीर बक्षीच्या एका आरामगाहमध्ये पाहुणचार घेत राहिला. वैभवाची, अय्याशीची, कोणताही शौक पुरा करण्याची सारी साधने भोवताली हात जोडून उभी होती. पण कडक पहारा आणि सख्त नजरा क्षणभरसुद्धा सैलावत नव्हत्या. आता सहजासहजी आणि निकटच्या भविष्यात तरी आपली सुटका नाही याची हळूहळू त्याला खात्री पटू लागली.

मीर बक्षीचा पाहुणचार घेऊन तो त्याला बहाल केलेल्या नबाब दिलावरखानाच्या हवेलीत राहण्यासाठी गेला. त्याला वाटले, आता स्वत:च्या घरात राहताना तरी मोकळा श्वास मिळेल. पण हाय रे दैवा! त्याने जसा अंत:पुरात पाय ठेवला, तशी वजीर जाफरखानाच्या जनानखान्याची नायब दरोगा असलेली तार्तर बाई कुर्निसात घालत सामोरी आली.

"खुशामदीन हुजुरे आली. नव्या महालात आपला इस्तकबाल करताना या नाचीज बांदीला मनस्वी आनंद होत आहे. आलाहजरत जिल्हेसुभानींच्या खास हुकमावरून हुजूर सलामतांच्या हरमचा जिम्मा या नाचीजवर वजीरेआझम हुजुरांनी सोपवला आहे. कनीजने आपल्या जनानखान्याची मुख्य दरोगा म्हणून हुजुरे आलींच्या गैरहाजिरीत त्यांचा हरम जिवाच्या कराराने सांभाळला आणि यानंतरसुद्धा हुजुरे आली जेव्हा मोहिमेवर वा शाही कामगिरीवर असतील तेव्हा तसाच सांभाळला जाईल. हुजुरांनी निर्घोर राहावे. दख्खनमधून आलेल्या काही गुस्ताख मरगट्ट्यांनी आपल्या पुरान्या बेगमांशी नापाक आणि नाजायज संबंध बांधण्याची नाकाम कोशिश करून पाहिली. बिचारे हकनाक मारले गेले. त्या नादान बेवकूफ मराठ्यांची फूस मिळाल्याने तुळसा नावाची आपली एक बाईल इस्लाम कबूल करण्यास शेवटपर्यंत तयार झाली नाही. शेवटी नाइलाज झाला म्हणून शाही हुकमाने तिला दोजखमध्ये हाकलून दिले गेले. काफिर हिंदू दोजखच्या आगीत मुर्दा फेकतात. तिला मात्र दोजखच्या आगीने जिवंतपणीच आपल्या आगोशमध्ये घेतले. हुजुरे आली जोपर्यंत ही नाचीज आपल्या सेवेत आहे, तोपर्यंत आपला जनानखाना संपूर्ण सुखरूप आणि चोख बंदोबस्तात असेल याची खात्री बाळगावी."

आपल्या कंबरेच्या दुशेल्यातून एक थैली काढून त्याने दरोग्याच्या दिशेने फेकली आणि तो तडक आत चालता झाला. त्याचे डोके भणाणून गेले. याचा अर्थ स्पष्ट होता, नजरकैद कायम होती. हरामखोर बादशहाने त्याच्या एका धर्मनिष्ठ बायकोला मारून टाकले होते. अजून पुढे काय काय वाढून ठेवले आहे, आई जगदंबाच जाणे. धडधडत्या छातीनेच त्याने आत प्रवेश केला.

त्याची आणि त्याच्या जुन्या बायकांची अन् बाकी कुटुंबाची भेट झाली. आक्रोश आणि आक्रंदनाचा एकच आगडोंब उसळला. एकमेकांच्या गळ्यात पडून सगळ्यांनी बराच वेळ रडून घेतले. दु:खाचा पहिला भर ओसरल्यावर त्याच्या बायकांनी आणि

कोंडाजीने त्याला महाराजांना सोडून मोगलांकडे आल्याबद्दल, स्वत: धर्म बुडवून त्यांना धर्म बुडविण्यास भाग पाडल्याबद्दल यथेच्छ शिव्याशाप दिले. निमूटपणे ते ऐकून घेण्याशिवाय अन्य पर्यायच नव्हता. त्यांना द्यायला त्याच्याकडे उत्तर नव्हते आणि सांत्वन करण्यासाठी शब्दही नव्हते. ते स्वातंत्र्यसुद्धा कोठे उरले होते? कारण त्याच्या तोंडून निघणारा प्रत्येक शब्द बादशहापर्यंत पोहोचू शकत होता. पराचा कावळा होण्यास वेळ लागणार नव्हता याची त्याला पूर्ण जाणीव होती. ऐरणीने छातीवर पडणारे घणाचे घाव आणि वर धरलेल्या तापल्या लोखंडाचे चटके फक्त सोसायचे असतात; ते मोजण्याचे स्वातंत्र्यसुद्धा ऐरणीला नसते.

-८२-

कुलीखानाला जुम्म्याचा नमाज बादशहासोबत मोती मशिदीत पढण्याचा सन्मान मिळाला. तो शाबान महिन्याचा शेवटचा जुम्मा होता. येणाऱ्या चाँदरातीपासून रमजानचे रोजे चालू होणार होते. रोजे संपले की शव्वाल महिन्याचा पहिला दिवस ईद. पोरांपासून थोरांपर्यंत चर्चा होती, रोजे आणि ईद यांचीच! नमाजानंतरची बादशहाची बैठक सुरू होती. डोके आणि मिश्या सफाचट केलेला, फेंदारलेली दाढी मेंदीने रंगवून मिरविणारा कोणी एक मौलवी बादशहासमोर पेश केला गेला होता. कुलीखानाचे अर्धे लक्ष बैठकीत, तर अर्धे जुन्या आठवणींत होते. त्याच्या डोळ्यांसमोर जोखडात जखडलेला, साखळ्या काढण्यांनी जखडलेला नेताजी तरळत होता. अचानक त्याच्या नावाचा पुकारा झाला आणि तो भानावर आला. कुर्निसात घालीत तो बादशहाला सामोरा गेला. दरबारी अदब सांभाळत हात बांधून तो उभा राहिला. हिरवी नजर त्याच्यावर स्थिरावली.

"किन खयालों में खोये थे महम्मद कुलीखान?"

"पुरानी यादें अन्नदाता. अशाच एका जुम्म्याच्या अंजुमनमध्ये आलाहजरतांनी नाचीजवर नजरे इनायत फरमावली होती. त्याची आठवण येत होती."

"मनातला कुफ्र पूर्ण नष्ट करायचा असेल तर जहनममध्ये काफिरानी यादें खोल दफन करून टाकायच्या. त्या परत वर सतहपर येता कामा नये. सैतान असे कारनामे करीत राहणारच. त्याची हरकत नाकामयाब करणे हीच खरी इबादत."

बादशहाच्या इशाऱ्यावरून दरबारी मुन्शीने त्याची पहेचान मुफ्ती नसरुद्दीन करीमलाला पेशावरी याच्याबरोबर करून दिली. त्याने बाकायदा आदाब बजावला, पण त्याच्या चेहऱ्यावर मगरुरी, लाचारी आणि खुशीचे अनोखे मिश्रण झळकत होते. बादशहाच्या खिदमतीचा मौका मिळाल्यामुळे त्याला अगदी कृतकृत्य झाल्यासारखे झाले होते.

"महम्मद कुलीखान, इस्लामच्या नेक राहवर आल्यानंतरचा हा तुझा पहिलाच रमजान. हे मुफ्ती नसरुद्दीन उद्या जौहरच्या नमाजानंतर तुझ्या हवेलीवर राहण्यास येतील. तुझ्यासोबत ईद साजरी करूनच ते परत जातील. रमजान शरीफमध्ये तुझ्याकडून रोजांचे तौर तरीके, सेहरी, इफ्तारी यांचे वेळापत्रक आणि अगदी तरावीसुद्धा करवून घेतील."

"हजरतांचे गुलामाच्या प्रत्येक बारीकसारीक जरूरतीवर बारकाईने लक्ष आहे. पोटच्या पोराची करावी तशी या नाचीजची काळजी घेतात. म्हणूनच गुलाम आज जिवंत आहे. कृतज्ञता व्यक्त करण्यासाठी माझ्याकडे शब्द नाहीत."

मनातून मात्र तो पुरता हादरला. रमजानच्या रोजांच्या काळात साऱ्या मोगलाईत जे शैथिल्य येते त्याचा फायदा उठविण्याच्या त्याच्या इराद्यावर बादशहाने नेमके पाणी ओतले होते. तशाही अवस्थेत बादशहाच्या सावध वृत्तीचे आणि धोरणीपणाचे त्याला कौतुक वाटल्याशिवाय राहिले नाही. त्याच्या या स्वभावामुळेच तर त्याने महाराजांना पुरते ओळखले होते... आणि त्याचा धूर्त, कावेबाज पाताळयंत्रीपणा पुरता ओळखणारे उभ्या हिंदुस्थानात ते एकमेव राज्यकर्ते होते. महाराजांच्या तीव्र आठवणीने आलेली अस्वस्थता लपविण्यास त्याला बरेच प्रयास पडले. नशीब थोर. तेवढ्यात दुसरा विषय सुरू झाला आणि हिरवी नजर अन्यत्र गुंतली.

मुफ्ती नसरुद्दीनच्या करड्या नजरेखाली रमजान महिना पार पडला. आपले धर्मप्रेम, कर्मठ धर्मनिष्ठा, ज्ञान पाजळण्याची एकही संधी तो सोडत नव्हता. कुलीखानावर नजर ठेवण्याची आणि त्याच्याकडून तसेच त्याच्या कुटुंबाकडून धर्माचरण करवून घेण्याची कामगिरी दस्तूरखुद्द आलाहजरतांनी सोपविलेली असल्यामुळे मुफ्तीसाहेबांचे तेवर सातव्या आसमानावर होते. शेवटी एकदा कुलीखानाला त्याला स्पष्ट शब्दांत जाणीव करून द्यावी लागली की, मुफ्ती येथे राजधानीत भले बादशहाच्या हुकमाखाली असेल पण अखेर तो त्याच्या जहागिरीत राहणारा एक मामुली सरकारी नोकर आहे. मोगली रिवाजाप्रमाणे जहागिरीत राहणाऱ्या रयतेच्या जान व संपत्तीवर जहागीरदाराची पुरती सत्ता चालते. त्याने मुफ्तीला जाणीव करून दिली की, ईदनंतर लवकरच तो जहागिरीचा ताबा घेणार आहे. त्यानंतर मात्र गाडे सुरळीत मुक्कामाला पोहोचले. ईद यथास्थित पार पडली. बासी ईदनंतर तिसऱ्या दिवशी घवघवीत बिदागी आणि ईदी म्हणून भरपूर नजर-नजराणे घेऊन महाशय स्वस्थानी रवाना झाले.

-८३-

जिल्हेज महिन्याच्या चौदाव्या चंद्राला म्हणजे पौर्णिमेला अफगाण मोहिमेसाठी सरलष्कर आणि इतर सेनानी छावणीत मोहीमनशीन झाले. बादशहाच्या हुकमाप्रमाणे

कुलीखानाचा मुक्कामाचा शामियाना सरलष्कर महाबतखानाच्या शेजारीच होता. पंचवीस-पन्नास मोजके अंगरक्षक वगळता त्याच्या बाकी फौजेचा पडाव बराच दूर होता. संपूर्ण फौजेच्या संरक्षणाची जबाबदारी असल्याने, छावणीभोवती फिरती गस्त घालण्याचे काम त्याच्या फौजेकडे असल्याने त्याच्या तुकड्या संपूर्ण छावणीभोवती विखुरलेल्या होत्या. त्याच्या फौजेच्या हालचाली आणि पडावाच्या संबंधाने बारीकसारीक सूचना दिल्या गेल्या होत्या. त्याशिवाय काही गुप्त सूचना आणि सल्ले होतेच. त्या सूचना कशा आणि कितपत पाळल्या जातात याची निगराणी करणारी यंत्रणा बादशहाने त्याच्याच नाकाखाली पेरली असणार याची महाबतखानाला खात्री होती; त्यामुळे त्याच्याकडून हयगय होणे शक्यच नव्हते.

उत्तरेत जसा हिवाळा कडक तसाच उन्हाळासुद्धा भयंकर पण उन्हाच्या कडाक्याला न जुमानता मोगली रिवाजाला अनुसरून संथ गतीने फौज हलत होती. लढाऊ फौजेसोबतच सर्व सरदार आणि मानकऱ्यांचे जनानखाने, बटकी-बांद्या, खोजे, शागिर्दपेशा, हुजरे व इतर बाजारबुणगे असा मोठा पसारा 'सब दिन चले ढाई कोस' या खाक्याने हलत होता. छावणी म्हणजे जणू हलते शहरच होते. दीड-पावणेदोन लाखांची लढाऊ फौज आणि बाकीचा लबादा. त्यात काय नव्हते? दरकदार मानकऱ्यांच्या ऐश्वर्यसंपन्न शामियान्यापासून ते चाकर शागिर्दांच्या पालापर्यंत विविध प्रकारचे तंबू, राहुट्या होत्या. अंबरखाने होते, शस्त्रागारे होती, बाजार होते, नायकिणींचे, गवया बजवय्यांचे फड होते. एक ना अनेक. कधी कधी फौजा पुढे सरकत. दोन-चार मजला पुढे जात, पण येर गोतावळा एखाद्या ठिकाणी काही कारणाने मागे रेंगाळत असे. चार-आठ दिवसांचा मुक्काम पडे. अशा वेळी छावणीत मोठा बाजार भरे. त्या बाजारात दाणागोटा, जनावरांचा चारा-खुराक, इथपासून ते कापडचोपड ते पार जडजवाहिरापर्यंत सर्व गोष्टींचा भरणा असे. कधी कधी तर गुलाम आणि बटकीसुद्धा विकण्यासाठी आणली जात. हा सारा प्रकार कुलीखानासाठी नवा होता. आजवरची सवय अशी की, मोहीम मुक्रर झाली आणि खोगिराला पडशी बांधली की स्वारीसाठी मावळा तयार. ताड ताड घोडी उडवत एक-दोन चुटपुटते पडाव केले न केले की जाऊन गनिमावर कोसळायचे; त्यामुळे त्याला ती लष्करी मोहीम न वाटता एखाद्या सहलीला निघाल्यासारखे वाटत होते.

मैलोन्‌मैल सपाट मुलूख. वाटेत लागणारी सारीच जमीन उपजाऊ. अति सुपीक. जणू बर्फीच अंथरलेली. सुपारी फोडू म्हणावे तर धोंडा धुंडाळण्यात घटका दवडावी लागे. तर मग डोंगर-दऱ्या, राने, वने, अरण्ये? नाव नको. नद्यांची पात्रे भली रुंद, तशीच खोल; पण कोसच्या कोस उताराचा ठाव लागत नसे. त्यातून वाचला तरी नदी ओलांडणे अशक्यच. हत्ती, घोडे, तोफा इत्यादी अवजड सामान, ओझ्याची वाहने, जनावरे आणि अन्य अवजड सामान नदीमधून पल्याड नेणे

शक्यच नसे. मग एखादी मोठी नदी आडवी आली तर मोठा मुक्काम पडे. आजूबाजूच्या नावाड्यांवर गाज कोसळे. वेठबिगारासारखे त्यांना धरून बांधून हुजूर दाखल केले जाई. त्यांच्या नावा जप्त होत. मग नदीच्या या थडीपासून त्या थडीपर्यंत एकमेकांस खेटून, पक्क्या बांधून नावा उभ्या केल्या जात; त्यावर फळ्या आणि माती टाकून एक तात्पुरता तरता पूल तयार केला जाई. त्यावरून सारा लवाजमा पार होई. अशा प्रसंगी कुलीखानाची काही पथके प्रथम पुढे सरकत आणि पैलतीरावर संरक्षणाची फळी धरत. मग तोफा, दारूगोळा, दाणागोटा, चारा इत्यादी अवजड सामान आणि त्याबरोबरचे मनुष्यबळ सर्वप्रथम नदीपार होत असे. कितीही काळजी घेतली तरी अपघात घडेच. कधी मोलाचे सामान नदीत वाहून जाई, तर कधी जनावरे. माणसे वाहून जाणे-त्यातही शारीरिक कष्टाची कामे करणारे कामगार-ही तर आम बात. पण त्याची काळजी करीत बसणे मोगली शिरस्त्यात बसत नसे. अगदी शेवटी जनानखाने आणि त्यांच्या मागे बाजारबुणगे नदीपार होत. पैलतीरावर सर्वांची गणती होई. हिशेब दिले-घेतले जात. मग काफिला पुढे रवाना होई. हे सव्यापसव्य पूर्ण होण्यास कधी आठ दिवस लागत. नदी अधिक आगळी, मोठी असेल तर मग पंधरा दिवससुद्धा मोडत. या काळात छावणी बरीच अस्ताव्यस्त असे. आरडाओरडा, गडबड-गोंधळ यांचा एकच खकाणा रात्रंदिवस उसळत असे. कुलीखान सारे निरखीत होता, मनात नोंदवून ठेवीत होता.

दिवस सरत होते. फौज सरकत होती. कुलीखानाच्या डोक्यात अष्टौप्रहर सतत एकच चिंतन, महाराजांकडे स्वराज्यात परत जायचे. या लाखभर फौजेच्या गराड्यातून कसेही करून निसटायचे आणि स्वराज्याची राजगडाची वाट धरावी. पण हे साधावे कसे? कोणाची मदत घ्यावी? कोणता मार्ग धरावा? भोवताली अवघे सारे गनीमच. कोणास आपला म्हणावा अशा माणसाचा वारादेखील नाही. मग साधावे कसे? काहीतरी हिकमत करून या गर्दाव्यातून एकवेळ निसटता येईल पण शेकडो कोसांचा गनिमाचा मुलूख तुडवत, चौक्या-नाकी चुकवत, पाठलाग टाळत, राजगडावर पोहोचावे कसे? कधी कधी मनात विचार येई, फार विचार करू नये. प्रथम छावणीतून बाहेर पडून दूर जावे. मग काहीतरी मार्ग निघेलच. परमेश्वर बुद्धी देईल. साह्यकारी उभे राहतील. काहीतरी घडेलच. एकटे तर एकटे सही. हिम्मते मर्दा मदते खुदा.

लाहोर शहराबाहेर छावणी पडली. पाणवठा दूषित होऊ नये म्हणून प्रत्यक्ष छावणी नदीकाठापासून कोसभर दूर होती. हिमालयातून येणाऱ्या नद्यांना उन्हाळ्यात पूर येतात. रावी फुसांडत दुथडी वाहत होती. नावांचा पूल बांधून पैलथडी जाण्याचा खटाटोप सुरू झाला. पंजाबी सुभ्यात शिखांनी उपद्रव सुरू केल्यामुळे सजग सावधानता बाळगणे आवश्यक झाले होते. दोन भल्या अवजड तोफा एकामागे एक नदीपार होत होत्या. सायंकाळ होत आली होती. अंधारून येण्याच्या आत तोफा पार

होणे गरजेचे होते. एरवी या अवजड तोफा हत्तीकडून ओढल्या जात. पण नावांच्या हलत्या पुलावरून नेताना त्यांना हत्ती जुंपणे शक्य नव्हते. साखळदंड लावून माणसे जीव खाऊन तोफा ओढत होती. त्यांचे मुकादम शिव्या घालत त्यांच्यावर ओरडून घाई करत होते. प्रसंगी कोणाच्या पाठीवर आसूड उठत होते. पूल कराकरा वाजत होता. वेडावाकडा डचमळत होता. तसू तसू तोफा पुढे सरकत होत्या. संपूर्ण पूल दृष्टिपथात येईल अशी थोडी उंचवट्याची जागा पाहून ऐल तीरावरून कुलीखान त्यावर देखरेख करीत होता. बादशहाने नुकताच बक्षीस दिलेला उमदा घोडा त्याच्या मांडीखाली होता. भोवताली पन्नास-साठ 'अंगरक्षकां'चा गराडा होता. वास्तविक शिखांच्या हल्ल्याचा अंदेशा असल्याने 'अंगरक्षक' सजग असायला हवे होते पण सारेच तोफांमध्ये लक्ष गुंतवून होते. आणि... आलाच... आलाच शिखांचा छापा.

"वाहे गुरुजी दा खालसा! वाहे गुरुजी दी फतह! सत् श्री अकाल!"

बुलंद नारे लावत शे-शंभर शिखांचा एक जथा कुलीखानाच्या तुकडीवर कोसळला. त्यांनी पहिल्या जोशात पाच-सात मुंडकी सपासप उडविली. पण मोगल लगेच सावरले. सरसरत तलवारी म्यानाबाहेर आल्या. खणाखणी सुरू झाली. असा प्रकार कधीही उद्‌भवू शकतो याचा अंदाज असल्याने अगदीच निकड पडल्याशिवाय पुलावरच्या शिपायांनी हातचे काम सोडून धावायचे नाही अशा सख्त सूचना खुद्द कुलीखानानेच देऊन ठेवल्या होत्या; त्यामुळे पुलावर चालू असलेले काम विनाव्यत्यय तसेच सुरू राहिले.

धुमश्चक्री सुरू होताच कुलीखानाच्या मस्तकातसुद्धा खणाखणी सुरू झाली. हीच ती वेळ! हीच संधी! हाच तो क्षण! एकमेव! प्रथम छावणीपासून दूर पळ. पुढचे पुढे पाहता येईल. पळ. पळ... अति विचार म्हणजेसुद्धा अविचारच. अशी संधी पुन्हा मिळेल न मिळेल. पळ... हर हर महादेव...

दोन-तीन शिखांना अंगावर घेत त्याने घोडा हळूहळू गर्दीतून बाहेर काढला. ऐन झटापटीपासून पंधरा-वीस कदम बाजूस सरला. चवताळून अंगाशी झोंबी करू पाहणाऱ्या एका शिखावर सफाईदार जनेव्याचा वार काढून त्याचा फाळका उडविला आणि त्याने घोड्याला टाच दिली. छावणीच्या विरुद्ध दिशेने घोडे बेफाम दौडू लागले. क्षणागणिक छावणी दूर दूर होत होती. दौडता दौडता त्याने विचार पक्का केला, जास्तीतजास्त वेगाने जितके दूर जाता येईल तेवढे दूर जायचे. सोबत रोख पैका नाही पण अंगावर चार-दोन डाग आहेतच. एखाद्या खेड्यात फुंकून टाकायचे. अनायासे इस्लामचे पुरते ज्ञान झालेच आहे. भणंग फकिराचा वेष घ्यायचा. या राज्यात त्यांच्याइतकी सुरक्षा आणि सवलत कोणालाच नाही. भीक मागत जमेल तसा झपाट्याने प्रवास करत दख्खन गाठायची. कोणी फार चौकशी केलीच तर सांगावे खुल्दाबादला जात आहे. तेथे आलमगिराच्या गुरूचा दर्गा असल्याने रोखण्याची

हिंमत कोण करणार? ठरले तर मग. पण पहिले लक्ष्य छावणीपासून दूर; जास्तीतजास्त दूर आणि लवकरात लवकर...

धावत्या घोड्यावरून त्याने नजर मागे टाकली. चार स्वार त्याच्या पाठलागावर दौडत होते. त्याने विचार केला आपल्याला मुलूख अपरिचित, तर पाठलाग करणाऱ्यांसाठी दारचे अंगण. अनोळखी मुलखात त्यांना पाठीवर घेऊन फार लांब जाणे धोक्याचे. शिवाय एकास चार म्हणजे काही फारसे कठीण प्रकरण नाही. अचानक त्याने घोडा फिरविला आणि तो स्वतःच पाठलाग करणाऱ्यांवर चालून गेला. त्यांना ती चाल अनपेक्षित होती. ते गांगरले. काही समजण्यापूर्वीच एकाचे मुंडके धडावेगळे झाले होते. जागच्या जागी घोडा फिरवून त्याने दुसऱ्याच्या पाठीत खुपसलेली तलवार काळीज घेऊनच बाहेर आली. उरलेले दोघे तोवर सावरले. त्यांनी प्रतिहल्ला चढविला. त्यांच्यातील त्वेष आणि जोश वाखाणण्यासारखा होता. ताकद आणि रग जबरदस्त होती. मात्र त्यांना हत्यारांची फारशी माहिती असल्याचे दिसत नव्हते. हत्यारे हाताळण्यातला त्यांचा नवखेपणा जाणवण्याजोगा होता.

तिसऱ्याने आपले घोडे त्याला समोरासमोर भिडविले आणि त्याच्या मस्तकावर पुऱ्या ताकदीनिशी वार केला. वार धारेच्या बाजूने न उतरता मुठीच्या अगदी जवळून उतरला, जेथे तलवारीस धार नसते. घावातली ताकद आणि जोश एवढा जबरदस्त होता की, घाव योग्य प्रकारे उतरता तर क्षणात डोक्याची दोन शकले उडती. त्याचा घाव खाली येत असतानाच कुलीखानाने अशा प्रकारे तलवार उलटी वर चालविली की, वारकऱ्याच्या वेगाचा आणि ताकदीचा फायदा मिळावा. झटक्यासरशी हात तुटून खाली आला. त्याच झपाट्यात तलवार त्याच्या छातीतून आरपार झाली. मात्र डोक्याला मोठी जखम झाली होती. किमांश उडून दूर पडला होता. एवढ्यात त्याला डोळ्याच्या कोपऱ्यातून चौथ्याचा घाव उतरत असलेला दिसला. त्याने चपळाईने घोडा फिरविला तरी कुशीत जखम झालीच. घोड्याच्या पुठ्ठ्याला मोठी जखम झाली. तीन-चार घाव डावातच चौथासुद्धा कामी आला. क्षण न दवडता त्याने घोड्याला टाच दिली. या झटापटीत आपली दिशा चुकलेली नसू दे अशी तो परमेश्वराची मनोमन प्रार्थना करीत राहिला.

उसंत न घेता सारी रात्र तो दौडत राहिला. जखमी असून ते उमदे जनावर धन्याला पाठीवर घेऊन जीव तोडून दौडत राहिले. सूर्य हातभर वरती आला तरी कुलीखान दौडत होता. डोक्यात एकच जुनून थैमान घालीत होता, छावणीपासून दूर, जास्तीतजास्त दूर, पुढचे पुढे पाहता येईल. तेरा-चौदा तास न थांबता दौडत राहणाऱ्या त्या जनावराचा दम संपल्याचे त्याच्या अनुभवी मनाला जाणवले. चपळाईने झेप घेत त्याने वरची झाडाची फांदी पकडली. मांडीखालून मोकळा झालेला घोडा जेमतेम चार-सहा कदम पुढे गेला आणि धरणीवर कोसळला. त्याच

क्षणी त्याच्या तोंडातून रक्ताचा लोट बाहेर फुटला. घोड्याचे ऊर फुटले होते. तशाही अवस्थेत कुलीखानाने धावण्याचा प्रयत्न केला पण दुसऱ्याच पावलाला तो खाली कोसळला. कसाबसा खुरडत जाऊन तो झाडाला टेकून बसला आणि त्याची शुद्ध हरपली.

त्याने डोळे उघडले तेव्हा त्याला दिसले की, चार-सहा भाले त्याच्या छातीला टेकलेले आहेत. क्षण-दोन क्षणांतच त्याला काळवेळाचे भान आले. आपण पुन्हा धरले गेल्याचे त्याच्या लक्षात आले. एकेकाळचा स्वराज्याचा सरनोबत तो, पुढच्याच क्षणी त्याला वास्तवाचे भान आले. मेंदू तल्लखपणे कार्यरत झाला. त्याच्यासोबत पुलावर देखरेख करत असलेला महाबतखानाचा अत्यंत विश्वासू दफेदार जलालुद्दीनचा चेहरा त्याने चटकन ओळखला. उत्स्फूर्तपणे निघावे तसे त्याच्या मुखातून शब्द आले–

"अलहमदुलइलल्लाह. अल्लाची कृपा तू मला वाचवलेस. अन्यथा या परमुलखात माझे काय झाले असते? अल्लाहु आला."

हाताने छातीवर रोखलेले भाले दूर सारत तो कसाबसा उभा राहिला. खास मोगली ढंगात तो शिपायांवर खेकसला–

"हरामजादो, तुमची लायकी आहे माझी अशी मजाक उडविण्याची? आधी पाणी द्या. घशात जणू वाळवंट उतरून आले आहे."

शेजारच्या शिपायाच्या कंबरेला लटकलेली छाजल हिसकावून त्याने तोंडाला लावली. कुत्सित हसत जलालुद्दीन म्हणाला–

"अफसोस. सख्त अफसोस. कुलीखान पळून जाण्याची तुझी कोशिश नाकामयाब झाली. तू आता माझ्या गिरफ्तमध्ये आहेस."

"खामोश! लाहौलवलाकूव्वत! बदतमीज शिपाई! थोरामोठ्यांशी कसे बोलावे याची अक्कल तुला नव्याने शिकवावी लागेल असे दिसते. तुझ्यासारख्या खालच्या दर्जाच्या शिपायाला सफाई द्यायला मी बांधलेला नाही. तुला माहीत असलेच पाहिजे की, माझ्यावर फक्त सरलष्कर म्हणून महाबतखान जनाबे आली, वजीरेआझम आणि खुद्द आलाहजरत यांचीच हुकूमत चालते. तुझी ही बदतमीज हरकत दिल्लीत समजली तर तुझा काय हशर होईल हे समजून अस. आता आपले नापाक थोबाड बंद कर आणि मला छावणीत घेऊन चलण्याची व्यवस्था कर. हकिमाला बोलावून माझ्या मलमपट्टीची तजवीज कर. माझे सवारीचे घोडे मरून पडले आहे."

बोलता बोलता त्याने पाऊल पुढे टाकण्याचा प्रयत्न केला पण तो खाली कोसळला. त्याच क्षणी पुन्हा त्याची शुद्ध हरपली. शेजारी उभ्या असलेल्या शिपायाने त्याला लगेच सावरले. अशा विकल अवस्थेतसुद्धा कुलीखानाचे तेवर आणि जरबेचा स्वर पाहून जलालुद्दीन हादरला. बादशहा कुलीखानावर किती

मेहेरबान आहे हे त्याला पुरते ठाऊक होते. त्याने सुज्ञपणे ठरविले की, डोक्यावर फारशी जबाबदारी न घेता कुलीखानाला लवकरात लवकर महाबतखानासमोर हजर करावे. मग त्याचे काय करायचे ते महाबतखान पाहून घेईल. आता या क्षणी त्याच्या जखमा बांधल्या पाहिजेत आणि त्याला शुद्धीवर आणले पाहिजे.

बेशुद्ध कुलीखानाला एका घोड्याच्या पाठीवर घालून तो दीड कोसावर असलेल्या खेड्यातील एका मशिदीत घेऊन गेला. त्यापूर्वी तातडीने दोन स्वार छावणीत महाबतखानाकडे रवाना करून कुमक मागविण्यास तो विसरला नाही. गावातून एक वैद्य आणि एक न्हावी धरून आणवला. स्वत:च्या आणि हल्लेखोरांच्या रक्ताने कुलीखानाचे सर्वांग माखून निघाले होते. रक्त साकळल्याने कपडे अंगाला घट्ट चिकटले होते; त्यामुळे कपडे फाडून काढावे लागले. डोक्यावर होती तशीच मोठी जखम उजव्या कुशीत होती. बरेच रक्त गेले होते. तेरा-चौदा तास अथक घोडदौड केल्यामुळे दोन्ही पाय मांड्यांपासून भोपळ्यासारखे सुजले होते. शिरा तटतटून आल्या होत्या. वैद्याने भरपूर कडुनिंब टाकून उकळलेल्या पाण्याने त्याचे सर्वांग आणि जखमा नीट पुसून काढल्या. न्हाव्याकडून जखमा नीट शिवून घेतल्या. दगडी, निर्गुडी, करंज असा बराच पाला-टाला वाटून जखमांवर त्याचा नीट लेप दिला आणि त्या काळजीपूर्वक बांधून टाकल्या. राईच्या तेलाने न्हाव्याने दोन्ही पायांना मालीश करण्यास सुरुवात केली. दीड-दोन घटका सतत मालीश केल्यानंतर कुठे पाय थोडे सैल झाले. एवढे सारे सोपस्कार सुरू होते. पण कुलीखानाला त्याची जाणीवच नव्हती. तो पूर्ण बेशुद्ध होता.

तिसऱ्या किंवा चौथ्या दिवशी छावणीतून शंभर स्वारांचे पथक घेऊन फत्तेखान आला. त्याने आपल्यासोबत कुलीखानाचे कपडेलत्ते वगैरे तसेच त्याचे दोन खिदमतगार आणले होते. जलालुद्दीनने कुलीखानाची शारीरिक स्थिती तपशीलवार कळविली होती. महाबतखानाने त्याच्यावर उपचार करण्यासाठी आपला खास हकीम पाठविला होता. कुलीखानाला आणण्यासाठी पालखीची व्यवस्था करण्यात आली होती. आल्यासरशी हकीमसाहेबाने कुलीखानाचा ताबा घेतला. तीन-चार दिवस सतत मालीश झाल्याने पायावरची सूज बरीच उतरली होती. स्नायू आणि शिरा बऱ्यापैकी मोकळ्या झाल्या होत्या. मात्र अजून शुद्ध आली नव्हती.

हकीमसाहेबाने सर्वांग तपासले. नाडी पाहिली. तपासणी पूर्ण करून हकीमसाहेब म्हणाले–

"रक्त बरेच वाहून गेले आहे. एवढ्या कमी वेळात एवढ्या दूर अंतराची दौड कशी मारली अल्ला जाने! मात्र त्यामुळे अवघे शरीर खिळखिळे झाले आहे. नुकतेच त्यांनी मोठे आजारपण काढले आहे; त्यामुळे एवढा ताण आणि दगदग त्यांना सहन होऊ शकली नाही. मी त्यांना आता दवाई दिली आहे. इन्शाल्ला, ते लवकरच

शुद्धीवर येतील. यांना खायला-प्यायला काय दिले आहे?''

गावचा वैद्य चाचरत बोलला–

''हुजूर बेहोशीच्या आलममध्ये काही खाऊ घालणे तर शक्य नव्हते. दिवसातून दोन-तीन कटोरे दूध चिंधीने पिळून देत आहोत. सोबत दिवसाला तीन-चार तोळे मध चाटवत आहोत.''

''बहोत अच्छे! आता मी आहे, घाबरू नका. शक्य झाले तर संत्र्याचा रस पाजू या.''

संध्याकाळी कुलीखान शुद्धीवर आला. अंगात उठून बसण्याचेसुद्धा त्राण नव्हते. फत्तेखानाला सांगून हकिमाने त्याला त्याच खेड्यात ठेवून घेतले आणि व्यवस्थित उपचार सुरू केले. दोन दिवसांत तो उठून बसला. पाचव्या दिवशी हलके हलके पावले टाकू लागला. सहाव्या दिवशी पालखीत बसवून त्याला छावणीकडे चालविले. हकिमाच्या देखरेखीखाली सावकाश प्रवास करीत तीन दिवसांनी ते छावणीत पावते झाले. सततचे मालीश आणि हकिमाच्या उपचारामुळे आता सावकाश पावले टाकीत चालणे शक्य झाले होते. जनानखान्यासह सारी छावणी रावीपार झाली होती. पुढे रवाना होण्याची सारी तयारी पूर्ण झाली होती. फक्त कुलीखान येण्याची वाट पाहणे सुरू होते. वर्दी पुढे पोहोचल्यामुळे महाबतखान सदर भरवून आपल्या शामियान्यात त्याची वाट पाहत होता. फत्तेखानाने पूर्ण बंदोबस्तात त्याला सरलष्करासमोर हजर केले.

अकस्मात काहीही घडू शकते. अचानक कधी दैव अनुकूल दान समोर फेकू शकते. अचानक संधी उपलब्ध होऊ शकते, असा आपण कधी विचारच केला नाही. अशा अकस्मात चालून आलेल्या संधीचा लाभ उठविण्यासाठी कधी तयारच राहिलो नाही; त्यामुळे कोणतीही योजना न आखता आपण पळून जाण्याचे वेडे साहस केले. अविचाराने आपली स्वत:ची, जनावराच्या जिवाची पर्वा न करता बेफाम दौडत राहिलो; त्यामुळे आपले साहस फसले. सोबत ना रोख पैसा होता ना अंगावर किमती दागिने. गनिमाच्या, अनोळखी मुलखातून कोणाच्या मदतीशिवाय एकट्याने पैशांशिवाय शेकडो कोसांचा प्रवास आपण कसा करणार होतो? अशा विचारांनी कुलीखान मनातून खचला होता. मात्र अष्टौप्रहर सजग राहण्याची सवय असलेले त्याचे सावध मन त्याला बजावून सांगत होते, रतीभर संशय आला तरी थेट प्राणांशी गाठ आहे. पर्वा प्राणांची नाही पण मग कामगिरीचे काय? आपल्या इभ्रतीचे काय? असे बेमौत मेलो तर सारेच मुसळ केरात. आई भवानी, शक्ती दे! शक्ती दे! युक्ती दे! बुद्धी दे! यश दे! शिपायांच्या गराड्यात चालता चालता कुलीखानाने स्वत:च्या मनाला सावरले. महाबतखानास सामोरा जाण्यास तो मनोमन सिद्ध झाला. आपला मूर्खपणा हाच

आता आपला बचाव. आक्रमक बचाव हीच योजना, प्रत्येक घटनेचा तर्कशुद्ध युक्तिवाद हेच शस्त्र असा त्याने मनोमन निर्धार केला. हा मनोनिग्रह होताच त्याचा आत्मविश्वास पूर्ण जागृत झाला. देहबोलीवर त्याचा इष्ट परिणाम झाला. दृढ पावले टाकीत अत्यंत थंड डोक्याने आणि शांत मनाने त्याने महाबतखानाच्या डेऱ्यात प्रवेश केला.

सदर पूर्ण भरली होती. हरएक लहान-मोठा सरदार आवर्जून हजर होता. महाबतखान नजरेने त्याचा ठाव घेण्याचा प्रयत्न करीत होता. असले छप्पन्न महाबतखान मराठे उगाळून प्यायले होते. त्यांच्या सरनोबतांचा काय त्याला ठाव लागणार.

"आओ कुलीखान. अफसोस. पळून जाण्याची तुझी कोशिश पूर्णपणे नाकामयाब झाली. ताजूब है, इतक्या दिवसांत तुला मुघलिया ताकदीचा अंदाज येऊ शकला नाही. लक्षात ठेव, मुघल फौजेच्या शिकंजातून निसटणे थट्टा नाही. महाबतखान म्हणजे फुलादखान नव्हे हे तू विसरलास. आता अल्लाच तुझे रक्षण करो. तुझ्या जागी दुसरा कुणी असता, तर या इथेच त्याचे थडगे बांधून मी पुढे कूच केले असते. पण तुझ्यासाठी मला आलाहजरतांकडून हुकूम मागवावा लागणार आहे. तुला काही सफाई द्यायची असेल तर तुला इजाजत दिली जात आहे."

"नामंजूर. जनाबे आली, तुम्ही केलेला हा पळपुटेपणाचा आरोप मला साफ नामंजूर आहे. जलालुद्दीनसारख्या हलक्या दर्जाच्या माणसाने जसे बोलावे त्याच भाषेत अवघ्या मुघलिया सलतनतीत ज्याच्या शौर्याचा, बुद्धिमत्तेचा आणि शहाणपणाचा डंका वाजतो आहे अशा शाही सिपाहसालारने बोलावे हे जसे माझे दुर्भाग्य आहे तसेच फौजेचे आणि आलम सलतनतीचे दुर्दैव आहे. जनाबे आलींनी मला सफाई विचारली त्याबद्दल शुक्रिया. मात्र मला सर्वप्रथम हे स्पष्ट केले पाहिजे सफाई गुनाहगार देतो. मी गुनाहगार नाही. मी फक्त आणि फक्त हकिकत बयान करणार आहे आणि विनंती करतो की, मी बयान केलेला हरएक लफ्ज हरएक अल्फाज, हरएक हरफ नुक्ता दर नुक्ता आलाहजरतांना कळवावा किंवा मला कळवू देण्याची मुभा असावी."

"ठीक है. कहो."

"सबसे अव्वल बात, मी जेव्हा जलालुद्दीनला आढळलो तेव्हा एकटा, एकाकी, जख्मी बेहोश अवस्थेत सापडलो. माझ्यासोबत कोणी संगी-साथी नव्हता. मी इसकदर जख्मी आणि बेहाल होतो की, इतक्या दिवसांनंतर आज जेमतेम फक्त उभा राहू शकतो आहे. तेसुद्धा आपण आपल्या खास हकीम साहेबांद्वारा केलेल्या मेहेरबानीमुळेच."

"जख्मी झालास म्हणून तर तू आमच्या गिरफ्तमध्ये आलास, नाहीतर खुदा

ना खास्ता तू पळून जाण्यात कामयाब झाला असतास.''

''मला झालेल्या जखमा मला शोधून काढणाऱ्यांकडून त्यांच्याशी झुंजताना झालेल्या नव्हत्या तर ज्यांनी माझ्या दस्त्यावर हमला चढवला होता आणि ज्यांनी माझा पाठलाग चालवला होता त्या गनिमांकडून झालेल्या होत्या. आता कोणी अकलमंद बंदा असे तारे तोडण्यास कमी करणार नाही की, गनिमाने हल्ला चढवला तो मला पळून जाता यावे म्हणूनच. माझा पाठलाग करणाऱ्या चार स्वारांची प्रेते जलालुद्दीनला सापडली आहेत. आपल्याला मदत करणाऱ्यास कोणी इतक्या बेरहमीने कत्ल करतो काय? मला मदत करणारेच मला प्राणांतिक जख्मी करतील का? असा जर कोणी विचार करीत असेल तर त्याची कीव करावी तितकी थोडी.''

''ठीक है. पुढे?''

''मी सापडलो तेव्हा माझ्यासोबत सवारीचे जनावर नव्हते. मी बेहोश पडलो होतो त्याच्यापासून जवळच माझे घोडे मरून पडले होते. अल्लाची मोठी मेहेरबानी की, त्याने जलालुद्दीनला लवकर पाठवले अन्यथा घारी-गिधाडांनी घोड्याबरोबर मलासुद्धा फाडून खाल्ले असते. असो. हजारो कोसांचा प्रवास मी काय सवारीशिवाय करणार होतो? माझी उभी हयात घुडसवारी करण्यात गेली आहे. पल्ला दूरचा असताना जनावर कसे आणि किती दौडवायचे हे मला कोणी शिकवण्याची गरज नाही. घोडे छाती फुटून मेले. कोणी शहाणा घुडसवार जनावर इतक्या बेरहमीने दौडवणे शक्य आहे का?''

''ठीक है. पुढे?''

''मी बेशुद्ध असतानाच माझी झडती झाली. माझ्याजवळ ना काही रोख रक्कम सापडली ना जडजवाहीर. हजारो कोसांची ही सफर मी काय सोबत्याशिवाय, सवारीच्या जनावराशिवाय, कंबरेला फक्त एक तलवार घेऊन निष्कांचन, भणंग भिकाऱ्यासारखा करणार होतो? माझ्याजवळ पडशी सापडली नाही, अंथरूण-पांघरूण इतकेच काय मला परत आणताना नेसूचे कपडे छावणीतून पाठवावे लागले. मी काय नंगा फकीर बनून जाणार होतो? जलालुद्दीनसमक्षच मी डोळे उघडले तेव्हा सर्वप्रथम मला वाचवल्याबद्दल मी अल्लाचे आणि जलालुद्दीनचे आभार मानले. कोणीही गुनाहगार आपल्याला शोधून काढणाऱ्याचे आभार मानणार नाही. तो पकडला गेल्याबद्दल शोक करील. प्रतिकार करण्याचा प्रयत्न करील. दयेची भीक मागेल किंवा बहाणे सांगेल.''

''बात में दम है। पुढे?''

''माझी बायका-पोरे या इथे तुमच्या ताब्यात छावणीत सोडून एकटा एकाकी जखमी, बेहाल, निःशस्त्र, निष्कांचन असा मी चौक्या, पहारे, ठाणी टाळत, मागे शाही फौजेचा पाठलाग सुरू असताना हजारो कोसांच्या मुघल सलतनतीचा प्रदेश

पायी तुडवत कोठे जाणार होतो? शिवाजीराजाच्या दौलतीत? त्याच दौलतीत जिथे गद्दारांचा कडेलोट करण्यासाठी दर दुसऱ्या-चौथ्या कोसावर उत्तुंग कडे आणि पाताळात घुसणाऱ्या दऱ्या मौजूद आहेत? जिथे गद्दाराच्या चिंध्या उडवण्यासाठी प्रत्येक गड-किल्ल्यावर पेटते पलिते घेऊन तोफा सज्ज आहेत. तिथे? एके काळी त्याच दौलतीचा मी सरनोबत होतो. अनेक गद्दारांना मी स्वत: या अशा सजा दिल्या आहेत. जगजाहीर आहे की, शिवाजीराजाने मला गद्दार करार केले आहे. त्यांनी माझा नाश करण्यासाठी धाडलेले मारेकरी रहमदिल आलाहजरतांनी नष्ट केले. माझ्यावर कृपा केली. माझा जीव वाचवला. मग असे असताना हा एवढा मानमरातब, ही सत्ता, हे वैभव, हे सुख, ही चैन, ही शाही कृपा आणि माझे कुटुंब सोडून, हालअपेष्टा काढत, आपल्या पायांनी चालत, स्वत:ची बरबादी करून घेण्यासाठी, बेमौत मरण्यासाठी आलाहजरतांचे पाय सोडून पळून जाणार होतो? एवढा मी मूर्ख बेवकूफ दिसतो?''

''वाह! बहोत खूब. तुमची दलील बेमिसाल आहे. काबिले गौर आहे. तुम्हाला अजून काही सांगायचे आहे?''

''शुक्रिया जनाबे आली. आपल्यासारख्या सलतनतीच्या थोर आणि ज्येष्ठ निजामाने असा बेबुनियाद शक घ्यावा या गोष्टीचा सख्त अफसोस वाटतो. मी आपल्याला सत्य तेच सांगतो आहे आणि ते सत्य जे आपल्या विश्वासू माणसांनी आपल्याला आधीच बयान केले आहे. फरक फक्त नजरिया कसा असावा याचाच आहे. आलाहजरत म्हणतात तेच सत्य आहे हे मला पुरते पटले आहे. माझ्या हातून इस्लामची फार मोठी सेवा घडायची आहे. म्हणूनच मला अल्लाच्या कृपेने जलालुद्दीनने वाचवले आणि हकीमसाहेबांनी खडखडीत बरे केले. खरोखरच आलाहजरत आलमगीर जिंदा पीर आहेत. भविष्यात घडणाऱ्या गोष्टी त्यांच्या नजरेला साफ दिसतात. म्हणून त्यांनी माझ्यासारख्या एकेकाळच्या बगावतखोरावर दयेचा आणि कृपेचा वर्षाव केला आहे. बस्स! मला एवढेच सांगायचे आहे. तुम्हापैकी कोणीही माझ्या केसालासुद्धा धक्का लावू शकत नाही, कारण मला वाचवण्यासाठी स्वर्गात परवरदिगारे आलम अल्ला आणि पृथ्वीवर जिल्हेसुभानी आलाहजरत मौजूद आहेत याची मला पूर्ण खात्री आहे.''

''सुभानअल्ला! सुभानअल्ला! बहोत खूब जनाब महम्मद कुलीखान आपने बहोत वजा फरमाया. शुक्रिया! न जाणे कोणत्या गफलतीमुळे पण मी सैतानाच्या बहकाव्यात आलो. अल्लाच्या नेक बंद्याबाबत माझ्या दिलात शक पैदा केला गेला. आपण माझी नजर साफ केलीत. माझ्या दिलात निर्माण झालेला मैल साफ केलात. मला आलाहजरत आणि अल्लाचा गुनाहगार होण्यापासून वाचवलेत. मात्र यापुढे काळजी घ्या. स्वत:ला असे वेड्या साहसात झोकून देऊ नका. आपल्या शिरावर

अवघ्या शाही फौजेच्या रक्षणाची जिम्मेदारी आहे. अल्लाच्या फजलोकरमसे तुम्ही मरणाच्या दारातून परत आलात. आता आपण पेशावरला पोहोचेपर्यंत सारा प्रवास तुम्ही माझ्या खास हत्तीवरून कराल. नाही म्हणू नका.''

महाबतखान जागेवरून उठला. त्याने कुलीखानाला घट्ट आलिंगन दिले. सदरेत मुबारकबादचे नारे घुमले. कुलीखानाने सुटकेचा निःश्वास सोडला. आई भवानी आणि खंडेरायाचे मनोमन आभार मानले आणि महाराजांची क्षमा मागितली. असे अंगलट येणारे वेडे साहस पुन्हा करायचे नाही, अशी त्याने मनाशी पक्की खूणगाठ बांधली.

-८४-

एक वादळ शमले. दुसऱ्याच दिवशी रावीतीरावरून छावणी पुढे रवाना झाली. सुदैवाने मध्ये कुठला प्रसंग उभा राहिला नाही. मजल दरमजल करीत फौजा अडीच महिन्यांनंतर पेशावरला पोहोचल्या. लाहोर प्रकरणातून कुलीखान सुखरूप सुटला असला, तरी त्याच्यावरील नजर अंमळ अधिक कडक झाली. अगदी जाणवावी इतपत. पण त्याच्या सुरक्षेचा आणि नाजूक प्रकृतीचा बहाणा पुढे केला गेला. महाबतखानाने सारा वृत्तान्त दिल्लीला बादशहाकडे पाठविला. होय, आता बादशहा दिल्लीला परत आला होता. आपल्या अखबारीसोबत त्याने कुलीखानाची दलील शब्दशः पाठविली. शिवाय त्यावर त्याची अनुकूल टिप्पणीसुद्धा जोडली. बादशहाकडून कोणतीच प्रतिक्रिया आली नाही. याचा अर्थ बादशहाने ते प्रकरण बंद केले असाच घेतला गेला.

पावसाळा तोंडावर आलेला असल्याने पावसाळ्यानंतर प्रत्यक्ष मोहीम सुरू करावी. तोपर्यंत फौज महम्मद कुलीखानाची मेहमान म्हणून त्याच्या जहागिरीतच राहावी असा महाबतखानाचा निर्णय झाला. अर्थात एवढी मोठी फौज रिकामी बसवून ठेवणे तर शक्य नव्हते. आसपासच्या प्रदेशात उद्‌भवलेली बारीकसारीक बंडे मोडून काढण्याचा मोठाच उद्योग होता. अनेक वर्षांत कोणी सक्षम जहागीरदार नसल्याने साऱ्या जहागिरीत अनागोंदी माजली होती. बंडखोर निर्माण झाले होते; त्यामुळे जागोजागी मोठ्या तुकड्या पाठवून बंडांचा बीमोड सुरू झाला. त्याशिवाय दाणागोटा, वैरण-चारा इत्यादींची बेगमी करून ठेवून मोहिमेच्या काळात फौजेला त्याचा नियमित पुरवठा होत राहील अशी तजवीज करणे, तोफा-बंदुका, दारूगोळा इत्यादींचा साठा करणे, ओझ्याच्या तसेच लढाऊ जनावरांची खरेदी, भोवतालच्या मांडलिकांकडून आणि लहान-मोठ्या वतनदारांकडून वसूल गोळा करून खजिन्याची भर करणे, स्थानिक जवानांची फौजेत भरती करून घेणे, पठाणांच्या प्रदेशात नजरबाजांच्या तुकड्या पाठवून परिस्थितीचा अंदाज घेणे, अफगाणिस्तानात असलेल्या शाही अंमलदारांशी संपर्क निर्माण करणे, त्यांची हौसला अफजाही करणे अशी कामे

सुरूच होती. महाबतखान कुलीखानाला प्रत्येक बाबीत विश्वासाने सामील करून घेत होता. त्याच्यावर अनेक जबाबदाऱ्या सोपवीत होता. कुलीखानासाठी हा सारा प्रकार अगदीच नवीन होता. त्याच्या आजवरच्या मोहिमा म्हणजे टाक झडप की कर गडप अशा झटपट स्वरूपाच्या होत्या.

सरलष्कर महाबतखानाच्या मदतीने त्याने जहागिरीचा ताबा घेतला. वसूल आणि खर्चाचा ताळेबंद तपासून पाहिला. काही नव्या नेमणुका केल्या. काही उद्दाम कारभाऱ्यांना आणि मुलाजिमांना घरी बसविले. काहींवर छोट्या-मोठ्या कारवाया केल्या. त्यात मुफ्ती नसरुद्दीनवर काही ओरखडे उठणे साहजिक होते. एकूण कारभाराची रीतसर घडी बसविली. हा अनुभव पण तसा नवाच. आजवर लूट किंवा वसूल आणला, महाराजांच्या पायी वा मुजुमदाराच्या हाती सोपविला की हात झटकून पुढच्या मोहिमेला मोकळा. फौजेचा रसद-दाणागोटा आणि रोजमुरा या वेगळी मुजुमदारी वा फडणिशी करण्याचा कधी प्रसंगच आला नव्हता. मोगलाईत जहागीरदार हा तेवढ्या प्रदेशाचा सर्वसत्ताधीशच असतो. अगदी न्यायदानापासून प्रत्येक बाब त्याच्या अखत्यारीत; धार्मिक बाबींचा जिम्मासुद्धा त्याचाच. कुलीखानाला वाटले, 'चला, यानिमित्ताने नवा अनुभव पदरी पडला. उद्या स्वराज्य विस्तारले की हे सारे करणे आलेच. त्या वेळी वेगळी डोकेफोड नको.'

बलुचिस्तानचा मुलूख पहाडी. हिंदुकुश पर्वताच्या उत्तुंग रांगांनी वेढलेला. पाऊस भरपूर, पण त्याला कोकणातल्या वा घाटमाथ्यावरच्या पावसाची सर नव्हती. पाऊस पडल्यानंतर भयंकर थंडी सुरू झाली. अगदी कल्पना करता येणार नाही इतकी. दिल्ली-आग्रा त्या मानाने उबदारच म्हणायचे. फौज डेरे-राहुट्यांतून राहत असली तरी जहागीरदार महम्मद कुलीखान आपल्या बायका-पोरांसह स्वत:च्या आलिशान हवेलीत आरामात राहत होता. तशीच एक आलिशान हवेली सरलष्कर महाबतखानाच्या जनानखान्यासाठी मुक्रर केली गेली होती. सगळा ऐशआराम सुरू होता. सारी सुखे हात जोडून समोर उभी होती. आजवर एवढी सत्ता कधी उपभोगायला मिळाली नव्हती. फक्त एकच त्रास होता; आठवणींचा. जुन्या आठवणी. स्वराज्याच्या, महाराजांच्या, आईसाहेबांच्या, जुन्या सोबत्या-सवंगड्यांच्या, तुळजापूर, पंढरपूर, जेजुरीच्या. त्या आठवणी मात्र चैन पडू देत नसत.

-८५-

पावसाळा संपत आल्याच्या खुणा दिसू लागल्या. फौजा अफगाणिस्तानात सरकण्याच्या हालचाली सुरू झाल्या. डोंगरी वाटा निर्धोक करण्यासाठी आघाडीच्या तुकड्या खैबरखिंडीकडे रवाना झाल्या. उद्या-परवाकडे खाशा स्वाऱ्या डेरेदाखल व्हायच्या होत्या. आदल्याच दिवशी बादशहाने दिल्लीवरून पाठविलेला दारूगोळा

आणि कुमकेच्या तुकड्या छावणीत दाखल झाल्या होत्या. रोज सायंकाळी भरणारी सरलष्कराची सदर आटोपून कुलीखान आपल्या दालनात आला तेव्हा दिवेलागण होत होती. एक हब्शी खिदमतगार चिराग रोशन करीत होता. कुलीखानाची चाहूल लागताच तो ताठ झाला. मग लवून कुर्निसात करून शांत उभा राहिला. चिरागदानाचा प्रकाश त्याच्या काळ्याशार हब्शी चेहऱ्यावर चमकत होता. त्याच्या चेहऱ्याकडे नजर जाताच कुलीखान दचकला. त्याच्या तोंडून सहजोद्गार बाहेर आले–

"तू? तू इथे?"

खिदमतगाराने तोंडावर बोट ठेवून त्याला शांत राहण्याची खूण केली. हाताने मसनदीकडे इशारा केला. कुलीखान सावकाश बैठकीवर बसला. त्याच्या चेहऱ्यावरचे आश्चर्य लपून राहू शकत नव्हते. तो काही बोलणार तोच खिदमतगाराने त्याला पुन्हा गप्प राहण्याची खूण केली. तो दाराजवळ गेला. दोन्ही बाजूंना नीट न्याहाळून पाहून तो परत बैठकीजवळ आला. अगदी हलक्या आवाजात तो बोलला–

"जी हुजूर. तुमच्या खिदमतीत मी पुन्हा दाखल झालो आहे. माझे नाव आहे सिद्दी आफताबखान. आलमपन्हांचा खास माणूस म्हणून तुमच्यावर नजर ठेवण्याची खास कामगिरी मला दिली गेली आहे. आम्ही पाच असामी आहोत. आपली पूर्वी गाठभेट झाली असल्याने मी तुमच्यासमोर उघड झालो आहे. बाकी चौघे इतक्यात समोर येणार नाहीत. प्रसंग येईल तसतसा मी स्वत: एकेकाला तुमच्यासमोर उघड करीनच. प्रत्येकजण शंभर टक्के खात्रीचा आहे. त्याची काळजी नको. दिल्ली सोडताना आम्ही आठ होतो. माझे चार सोबती आपल्याच दस्त्यातले आहेत. त्यांना मीच निवडले आहे. बाकी तिघे परके, सिद्दी फुलादखानाच्या खास विश्वासातले होते; त्यामुळे जरा काळजी वाटत होती. वाटेने येताना पंजाबी सुभ्यात शिखांबरोबर मोठी चकमक उडाली. तेव्हा त्यातले दोघे माझ्या शेजारीच लढत होते. मोका साधून मी एकाच्या पाठीत तलवार खुपसली. ती थेट काळजात पोहोचली. तेवढ्या धामधुमीतसुद्धा त्याच्या सोबत्याच्या ध्यानात हा प्रकार आला. त्याने जोरात ओरडून माझ्यावर घाव घातला. सुदैवाने मी तो तलवारीवरच झेलला. मात्र मला आयती संधी मिळाली होती. त्याला दुसऱ्यांदा तलवार पेलण्याची संधी न देता त्याचा फाळका उडवला. हा प्रकार अगदी उघडपणे झाला कारण त्याच्या आरोळीने इतरांचे लक्ष वेधले गेले होते. मग काय करणार, तो शिखांना फितूर झाला होता; त्याच्या इशाऱ्यावरच त्यांनी छापा मारला होता. पहिल्याचा खून त्यानेच केला वगैरे सांगून मोकळा झालो. तिसरा काही लढाऊ नव्हता. हजाम होता. प्रवासात त्याला आग्रह करकरून इतके उलटसुलट खायला घातले की, बिचारा भलताच आजारी झाला आहे. त्याची देखभाल मीच करतो आहे. दवाई म्हणून त्याला सोनामुखीचा काढा देतो, दिवसातून एकदा. चार-पाच दिवसांत बिचारा सोबत्यांच्या भेटीला रवाना

होईल. त्याची चिंतासुद्धा मिटल्यातच जमा आहे.''

''उत्तम! पण तू इथे कसा येऊ शकलास? काय हिकमत लढवलीस? सांग तरी.''

''मोठी लंबी दास्तान आहे सरकार. मोठ्या शिकस्तीने सिद्दी फुलादखानाच्या डोक्यात एक गोष्ट भिनवली ती म्हणजे आपला ज्यावर विश्वास बसू शकेल असा आलमपन्हांचा खास माणूस तुमच्या आसपास राहून तुमची खबरबात थेट आलमपन्हांपर्यंत पोहोचवणे आवश्यक आहे. एकदा फुलादखानाला हे पटल्यावर त्याने ते वजीर जाफरखानाच्या गळी उतरवले. मग आलमपन्हांना पटवणे फारसे अवघड नव्हते. या मसलतीसाठी फुलादखानाचे कौतुक झाल्याने माझा पण भाव वधारला. ऐन त्रासात मी तुम्हाला पाणी पाजले, त्यासाठी फटके खाल्ले. तसेच इस्लाम कबूल करण्याचे सर्वप्रथम तुम्ही मलाच सांगितलेत. मग या कामगिरीसाठी माझ्यापेक्षा कोण लायक असणार? मात्र काही झाले तरी तो बेटा आलमगिराचाच माणूस. तसाच संशयी. म्हणून त्याने त्याची स्वतःची माणसे सोबत जोडली. पण मघाशी सांगितले त्याप्रमाणे आता त्यांचा प्रश्न मिटला आहे. बरे. सरकार इतक्या लांबवरून महाराजांकडे वार्ता पोहोचवणे अवघड आहे. तरी काहीतरी तोड निघेलच. नियमित नाही तरी अधूनमधून काही व्यवस्था होईलच. मात्र आपल्या जिवाला काही धोका होणार नाही याची सतत काळजी घेण्याचा हुकूम आहे. त्याची चोख तामील होईल. खात्री बाळगा. सरकार, आपल्या भोवतालचा प्रत्येक प्यादा, शिपाई, खोजा, खिदमतगार, बांदी - लौंडी आलमगिराचा हेर आहे असे मनात धरूनच वागा आणि व्यवहार करा. अल्ला तुमची मनशा लवकरात लवकर पूर्ण करील. मात्र लाहोरला जे घडले तसे पुन्हा घडू देऊ नका. आता आम्ही आहोत. फार वेळ रेंगाळणे धोकादायक आहे. आता रोजच संगत आहे. पुन्हा बोलू.''

कुर्निसात करून सिद्दी आफताबखान कमऱ्यातून निघून गेला. कुलीखानाच्या मनात महाराजांच्या आठवणींचा नवा उमाळा उसळला.

-८६-

यथावकाश खैबरखिंड ओलांडून शाही फौजा अफगाण प्रदेशात शिरल्या. स्वराज्यापासून हजारो कोस दूर, हिंदुस्थानच्या सीमांच्या पार पलीकडे, संपूर्ण अनोळखी असलेल्या अफगाणिस्तानच्या दुर्गम, डोंगराळ आणि रखरखीत प्रदेशात पठाणांच्या विरुद्ध जोरदार मोहीम सुरू झाली. महम्मद कुलीखान जीव तोडून झुंजत होता. स्वतःच्या अक्कलहुशारीने अनेक मोहिमा आखत होता. चमकदार विजय मिळवीत होता. भरमसाट लूट गोळा करीत होता. आपले कर्तृत्व, इमान सिद्ध करण्यासाठी धडपडत होता. आपले शौर्य, निष्ठा, तळमळ महाबतखान आणि अन्य जुन्या मानकऱ्यांच्या मनात भरावी, त्यांनी

त्यांच्या टपालात बादशहाकडे कौतुक करावे, बादशहानेसुद्धा आता तो पुरता 'मोगल' झाला याची खात्री पटून माघारी बोलवावे, जुना अनुभव लक्षात घेऊन दख्खनच्या मोहिमेवर नेमणूक करावी अशी आस त्याला लागून राहिली होती. शिवाजीला नामोहरम करून दख्खन जिंकण्यासाठी, त्या इलाख्यात बाटवाबाटवी करण्यासाठी म्हणून तर नेताजीला बादशहाने जिवंत ठेवून त्याचा कुलीखान केला होता. खुद्द बादशहाने भरदरबारात तसे बोलून दाखविले नव्हते का?

पठाणांची जमात मोठी विक्षिप्त. त्यांची निष्ठा फक्त त्यांच्या टोळीशी आणि इमान टोळीप्रमुखाशी. त्यापलीकडे ते कोणालाच जुमानायला तयार नसतात. हाडवैर म्हणजे काय ते पठाणांकडून शिकावे. स्वभाव अत्यंत मानी. मानापमानाच्या संवेदना प्रमाणाबाहेर तीव्र. डोके कायम भडकलेले. वृत्ती स्वतंत्र. कोणाचीही ताबेदारी त्यांना अमान्य. टोळीप्रमुखाशी टोळीतला प्रत्येक पठाण एकनिष्ठ असला, तरी मनमानी करून टोळीवर आपले निर्णय लादण्याची त्याची प्रज्ञा नसे. टोळीअंतर्गत त्यांची शेकडो वर्षांची परंपरा असलेली लोकशाही असे. प्रत्येक महत्त्वाचा निर्णय सर्वानुमते वा बहुमतानेच होत असे. पठाण कडवे धर्मनिष्ठ. कडवे लढवय्ये. विपरीत निसर्गाशी सतत झुंजत राहिल्याने शरीरप्रकृती अत्यंत दणकट आणि काटक. झुंजीत पराभव झाला तरी जेत्याचे वर्चस्व मान्य न करणारे. जेत्याची पाठ वळताच ते पुन्हा आपले स्वतंत्र ते स्वतंत्रच. या त्यांच्या वैशिष्ट्यामुळे कोणा परक्याने पठाणांवर राज्य करण्याची आकांक्षा बाळगणे म्हणजे पारा मुठीत धरण्याची इच्छा करण्यासारखे होते.

पठाणांच्या स्वभाववैशिष्ट्यांबद्दल मोगली फौजेत ख्वाजा मोइउद्दीन चिस्तीचा एक किस्सा वारंवार सांगितला जात असे. ख्वाजा अरबस्तानातून हिंदुस्थानात येत होता. खैबरखिंड ओलांडून त्याने सरहिंदमध्ये प्रवेश केला. त्या वेळी त्याची एका हिंदू साधूशी गाठ पडली. तो साधू एका झाडाखाली त्याच्या जवळचे हरणाचे कातडे अंथरून आसन तयार करण्याच्या खटपटीत होता. ते कातडे एका बाजूने सरळ केले की दुसऱ्या बाजूने गुंडाळले जाई. दुसऱ्या बाजूने सरळ केले की पहिली बाजू पुन्हा होती तशी गुंडाळली जाई. साधूची पार दमछाक झाली. ख्वाजा त्याची गंमत पाहत खूप वेळ उभा होता. शेवटी न राहवून त्याने साधूला विचारले–

"अरे बाबा, हे असले विचित्र कातडे तुला कोठे मिळाले?"

"कैकेय देशातल्या (अफगाणिस्तान) माझ्या एका भक्ताने मोठ्या प्रेमाने आणि श्रद्धेने हे मला भेट दिले आहे. माझ्यासाठी त्याने स्वत: त्याची शिकार केली होती."

"मग बरोबर आहे. जशी त्या देशाची माती आणि आबोहवा तसेच तिथल्या माणसांचे आणि अर्थातच जनावरांचेसुद्धा स्वभाव. जित्याची खोड मेल्याशिवाय जात नाही असे म्हणतात. पण मला तर साफ दिसते आहे की, मेल्यानंतरसुद्धा त्या

हरणाची खोड गेलेली नाही. बाबा रे, सोड त्या कातड्याचा नाद आणि माझ्या या घोंगडीवर बैस.''

पठाणांचे अक्षरश: तसेच सुरू होते. उत्तरेकडून त्यांना जिंकत, चेपत पार अगदी इराणच्या सरहद्दीपर्यंत पोहोचावे तर बंदोबस्तासाठी मागे ठेवलेली फौज कापून काढून पिछाडीला पठाणांनी स्वत:ला पुन्हा स्वतंत्र करून घेतलेले असे. पुन्हा त्यांच्याबरोबर नव्याने झुंज! इकडे त्यांना पुन्हा जिंकून घेतले न घेतले तोच दक्षिणेच्या पठाणांनी पुन्हा बंड पुकारल्याच्या खबरा येऊन थडकत. धावा पुन्हा त्या आघाडीवर! त्यामुळे दिवसांमागून दिवस लोटले, महिने सरले, वर्षे उलटली तरी कुलीखान पठाणांशी झुंजतच होता.

हा प्रकार आणि हा अनुभव शाही फौजांना नवा नव्हता. अगदी हुमायुनच्या काळापासून ही कसरत वर्षानुवर्षे चालूच होती. मात्र त्यावेळच्या आणि यावेळच्या मोहिमेत एक मोठा फरक होता. ज्या राजपुतावर बादशहा खफा होई, त्याला अफगाणिस्तानात पाठविले जाई. मग बादशहाची मर्जी संपादन करण्यासाठी राजपूत झुंजत. मरत. बादशहासाठी रक्त सांडत. मात्र या मोहिमेत एकजात सारे मुसलमान. सेनापतीपासून भिस्त्यापर्यंत आणि हुजऱ्यापासून बाजारबुणग्यापर्यंत. अशा काबाडकष्टांची अय्याशीला चटावलेल्या मोगल मनसबदार दरबाऱ्यांनाच नव्हे तर शिपायांनासुद्धा सवय राहिलेली नव्हती; त्यामुळे ते थकून, कंटाळून टेकीला आले. माघारी जाण्यासाठी बादशहाकडे अर्ज-विनंत्यांचा सपाटा लावू लागले.

मोहिमेतील सरदार बदलत गेले. जुन्या तुकड्या जात, नव्या दमाच्या नव्या तुकड्या येत. मात्र या मोहिमेत सुरुवातीपासून ठरविलेल्या धोरणात किंचितही फरक पडला नव्हता. फक्त मुसलमान, त्यातही खानदानी मुसलमानच अफगाणिस्तानात नामजद होत. फक्त कुलीखान आणि सरलष्कर महाबतखान हे मात्र सुरुवातीपासून अद्याप कायम होते. महाबतखानसुद्धा केवळ कुलीखानामुळेच अडकून पडला होता. वर्षानुवर्षे तो घरापासून, वतनापासून, शाही दरबारापासून, बादशाही कृपेपासून दूरच झाला होता. त्याच्या जहागिरीत अनागोंदी माजल्याच्या खबरा त्याला मिळत होत्या. शाही दरबारातील त्याचे प्रतिस्पर्धी, उघड आणि प्रच्छन्न दुश्मन, त्याच्याविरुद्ध बादशहाचे कान फुंकण्याच्या खटपटीत असल्याचे त्याच्या कानी येत होते. वजीर जाफरखान त्याचा जवळचा रिश्तेदार असल्याने तो काहीसा निश्चिंत असला तरी ती मोगलाई होती. मोगलाईत कधी कोणाचे काय होईल याचा अंदाज प्रत्यक्ष अल्लाला लागणेसुद्धा दुरापास्त, हे तो पिढ्यान्‌पिढ्यांच्या अनुभवाने चांगले जाणून होता; त्यामुळे तोसुद्धा आता पार वैतागून गेला होता. हळूहळू मोहिमेचा सारा भार कुलीखानावर सोपवून तो पिछाडीला काबूलमध्येच राहू लागला. मात्र या खटाटोपातून कुलीखानाची सुटका नव्हती. तो बिचारा वाऱ्यामागे धावणाऱ्या पिसाटासारखा

पठाणांच्या मागे धावतच होता. झुंजतच होता. रानोमाळ भटकत होता.

कंटाळून गेलेला महाबतखान रोजच्या रोज बादशहाकडे अर्ज धाडून राजधानीत माघारी बोलावण्याची विनंती करीत होता. बादशहा त्याला एकच उत्तर धाडीत होता–

"कुलीखानावर नजरकैद जारी आहे. तो इतका चलाख आहे की, त्याच्यावर नजर ठेवण्यासाठी कोणा ऐऱ्यागैऱ्यावर विसंबणे शक्य नाही; त्यामुळे जोपर्यंत त्याच्यावर नजर ठेवण्यासाठी तुझ्या तोडीचा दुसरा काबिल दरबारी नजरेत येत नाही, तोपर्यंत तुला माघारी बोलावणे शक्य नाही."

या साऱ्याचा परिणाम असा झाला होता की, अफगाण मोहीम तर सुरू होती, पण तिच्यातील पहिला जोश आणि उत्साह ओसरला होता. एकटा कुलीखानच जीव तोडून काही करू पाहत होता. बादशहाच्या नजरेत भरून माघारी बोलावले जाण्याच्या वेड्या आशेपायी! बादशहाने पण ही मोहीम केवळ कुलीखानाला दख्खनपासून दूर गुंतवून ठेवण्यासाठीच काढली होती. त्याचा उत्साहसुद्धा आता उणावला होता; त्यामुळे कुमकेचा ओघ रोडावला, खजिन्याचा पुरवठा आटला होता. प्रसंगी दारूगोळ्यावाचून तोफा आऽऽ वासून पडलेल्या राहत, तर कधी चून चाऱ्यावाचून जनावरांची उपासमार होई.

-८७-

बहिर्जी येऊन छत्रसाल बुंदेल्याची खबर देऊन गेला त्याला वर्षे उलटली. महाराज त्या तेजस्वी तरुणाची आतुरतेने वाट पाहत होते. परंतु महाराज आणि छत्रसाल भेटीचा योग येत नव्हता. महाराजांची छावणी पुणे प्रांतात भीमेच्या काठावर पडली होती. भीमेच्या पल्याड मोगलाई प्रदेश सुरू होई. दोन-तीन दिवसांत छावणी हलण्याच्या बेतात असताना खबर आली– कुंवर छत्रसाल मोगली छावणीतून पसार झाले आणि भेटीस येण्यासाठी स्वराज्याच्या दिशेने दौडताहेत. महाराजांनी छावणीचा मुक्काम वाढविण्याचे हुकूम दिले. यथावकाश कुंवर छत्रसाल छावणीत दाखल झाले. महाराजांनी मोठ्या अगत्याने त्यांची भेट घेतली. त्या तरण्याबांड तेजस्वी तरुण बुंदेल्याने महाराजांच्या मनात लगेचच स्थान मिळविले. महाराजांनी मोठ्या आग्रहाने त्यांना छावणीत ठेवून घेतले.

कुंवर छत्रसाल महाराजांची कर्तबगारी आणि पराक्रम ऐकून होते. मागे अनेक वर्षांपूर्वी त्यांनी मिर्झाराजांच्या छावणीत महाराजांची भेट घेतली होती. परंतु ती भेट अगदीच चुटपुटती आणि औपचारिक होती. मात्र तेवढ्या भेटीनेच छत्रसाल दिपून गेले होते. त्या वेळी उत्पन्न झालेली ठिणगी या भेटीतील महाराजांची सलगी, आत्मीयता आणि कौतुकाचे खतपाणी मिळाल्याने चांगलीच रसरसली होती. महाराजांपासून

प्रेरणा घेऊन छत्रसाल अंतर्बाह्य पेटून उठले होते. मनात महाराजांची सेवा करावी, स्वधर्म आणि स्वराष्ट्रासाठी जिवाची कुरवंडी करावी अशी ऊर्मी जागी झाली; परंतु महाराजांनी त्यांना आपल्या पदरी नोकरीवर ठेवून घेण्यास स्पष्ट नकार दिला. त्या उलट त्यांना बुंदेलखंडात स्वत:चे स्वतंत्र राज्य स्थापन करण्याची प्रेरणा दिली. एका तेजस्वी ज्योतीने दुसरी ज्योत प्रज्वलित झाली होती. महाराज रोज त्यांना वेगवेगळ्या प्रकारे मार्गदर्शन करीत होते. अखेर छत्रसालांचा परतण्याचा दिवस जवळ आला. उद्या ते मायभूमीकडे प्रयाण करणार होते. दोन प्रहरी ते महाराजांचा निरोप घेण्यासाठी त्यांच्या डेऱ्यात गेले. मोठ्या प्रेमाने महाराजांनी त्यांना शेजारी बसवून घेतले. अनेक बोलणी झाली. निरोप घेता घेता कुंवरजी म्हणाले–

''महाराजसाहेब, आपल्या आज्ञेप्रमाणे मी माझ्या मातृभूमीत स्वराज्य आणि स्वधर्माची स्थापना करीनच. तरी आपण काही कामगिरी आमच्यावर सोपवावी. ती यशस्वी केल्याचे समाधान आम्हास मिळावे अशी मनोकामना आहे.''

प्रसन्न हसून महाराज म्हणाले–

''आज हवा अशी सुंदर पडली आहे की दूरवर रपेट मारून यावे असे वाटते. तूर्तास तीच कामगिरी समजावी.''

राजा बोले, दळ हाले. ताबडतोब घोडी आणवली गेली. महाराजांच्या डाव्या हाताला दुडक्या चालीने छत्रसाल घोडा पळवीत होते. पन्नास-साठ स्वारांची तुकडी अंतर राखून मागे दौडत होती. नदीतीरावर एका रमणीय आमराईत महाराजांनी घोडी थांबवली. स्वारांना तिथेच उभे राहण्याची इशारत करून दूर उभे ठेवले. महाराजांनी आपले घोडे पात्राच्या अगदी निकट नेले. छत्रसाल शेजारी होतेच.

''महाराजसाहेबांना शायद काही खास फरमावयाचे आहे असे वाटते.''

''होय कुंवरजी. तुम्ही तुमची इच्छा व्यक्त केली आणि आमच्या मनावरचे ओझे उतरवलेत. आपण भेटीस येण्याचे कळले त्या दिवसापासून हे काम आम्ही मनाशी योजून ठेवले होते. प्रश्न होता ते आपणास कसे सांगावे हा. आपण आमची अडचण दूर केलीत.''

''महाराजसाहेबांनी इतका संकोच धरू नये. आपला नि:श्वाससुद्धा आम्हासाठी आज्ञा आहे. जिवाची बाजी लावू पण कामगिरी पूर्ण करू.''

''उत्तम! कुंवरजी आपण जाणता, आमचे जुने सरनोबत नेताजी पालकर आम्हावर रुसून मोगलांस जाऊन मिळाले. आजघडीला त्यांनी यावनी धर्म स्वीकारून महम्मद कुलीखान या नव्या नावाने आलमगीर बादशहाची चाकरी पत्करली आहे. काबूल-कंदाहारच्या पठाणी मुलखात ते मोहीम गाजवीत आहेत.''

''होय महाराज, त्यांचे धरणे झाले तेव्हा आम्ही दिलेरखानाच्या छावणीतच होतो. एवढ्या थोर सेनानीचे हे दुर्दैवी अध:पतन पाहून मन खिन्न होते. आपला

इतक्या वर्षांचा सहवास लाभूनसुद्धा त्यांनी असे करावे, मोठेच आश्चर्य आहे.''

महाराजांच्या चर्येवर वेदनेची एक सूक्ष्म कळ उमटून गेली. डावा हात हवेत उडवून त्यांनी यावर अधिक चर्चा टाळली.

''ते असो. आता ती बाब महत्त्वाची नाही. समस्या अशी आहे की, त्यांना स्वराज्याची अनेक गुपिते ज्ञात आहेत; त्यामुळे त्यांना आहेत तशा अवस्थेतच साधेल तसे परत आणायचे आहे. पण आलमगीर खानदानी मुसलमानांशिवाय कोणासही त्यांच्या आसपास फिरकू देत नाही. इतक्या दूरवर परक्या मुलखात आम्हाला आमचे जाळे उभारणे शक्य होत नाही. अशाही अवस्थेत आम्ही आमची पाच विश्वासू माणसे त्यांच्या खिदमतगारीत घुसवली आहेत. परंतु त्या बिचाऱ्यांचेसुद्धा पुढे काय झाले गेल्या कित्येक वर्षांत समजले नाही.''

''आपण आज्ञा करा. आम्ही स्वत: जाऊन त्यांची खबर खैरियत घेऊन येतो.''

महाराज मंद हसले.

''इतक्या क्षुल्लक कामासाठी आपल्यासारखा मोहरा इरेला घालण्याची गरज नाही. आमचे नजरबाज त्या कामगिरीवर आहेतच. आपल्यासाठी विशेष कामगिरी आहे.''

''सांगावी महाराज.''

''आम्ही चाळीस-पन्नास निवडक स्वारांचा एक दस्ता उभा केला आहे. त्यात काही पठाण, काही थोडे अरब आणि बरेचसे आपल्या रोहिल खंडातील रोहिले आहेत. माणसे पारखून-जोखून घेतलेली पूर्ण विश्वासाची आहेत. त्यांचा नायक आहे नर्दुल्लाखान पठाण.''

''माफी असावी महाराज, पण या दस्त्यातील सारीच माणसे यवन. त्यांचा भरवसा कितपत धरता येईल? त्यांचे इमान शेवटी त्यांच्या धर्माकडेच झुकायचे.''

''कुंवरजी, हीच तर गोम आहे हिंदवी स्वराज्याची. आम्ही यवन-परकीय मुसलमानांच्या उरावर ही हिंदुपतपातशाही उभी केली आहे. असे असले तरी आमच्या रयतेत मुसलमान सुखाने नांदत आहेत. स्वराज्यासाठी झुंजत आहेत. रक्त सांडत आहेत. आमचा आरमारी सुभा तर इब्राहिमखान सांभाळत आहेत. त्यांना जाण आहे आम्ही धर्मांध नाही. हिंदूंच्या अंगभूत सहिष्णुतेवर आणि धर्मबुद्धीवर त्यांचा पूर्ण विश्वास आहे. त्याशिवाय या कामगिरीसाठी त्यांनी पवित्र कुराणाची आणि रोटीची शपथ घेतली आहे. त्याचा विश्वास धरण्यास हरकत नाही. पण त्यांची कामगिरीसुद्धा मर्यादित आहे. नेताजींवर फक्त अष्टौप्रहर नजर ठेवणे, त्यांच्या जिवास अपाय होऊ न देणे आणि जर ते स्वराज्याला घातक अशी काही हालचाल करतील किंवा तसे काही विपरीत करण्याच्या विचारात असतील तर, हर प्रयत्न करून त्याची खबर आम्हास देणे. पुढची

कारवाई त्यानंतर ठरेल. बस्स इतकेच.''

''मग या साऱ्यात आमच्याकडून नेमके काय अपेक्षित आहे?''

''हा दस्ता काबूलमध्ये पोहोचवून त्याचा नेताजींच्या अंगरक्षक दलात शिरकाव करवून द्यायचा. मध्यंतरी शहजादा मुअज्जममार्फत खटपट करून पाहिली होती. पण त्याचे आमच्याशी असलेले गोडीचे संबंध पाहून बादशहा शंकित झाला. सध्या आलमगिराची त्याच्यावर इतराजी झाली आहे.''

''मग जे शहजाद्याला जमले नाही ते आम्हाला नवख्याला जमेल असा आपला विश्वास आहे?''

''अशक्य वाटणारे शक्य करून दाखवणे यालाच स्वराज्यात कामगिरी म्हणतात. बाकी उरते ती शिपाईगिरी आणि मजुरी. काबूल-कंदाहारच्या मोहिमेचा सरलष्कर महाबतखान आणि आपले पूज्य तीर्थरूप चंपतराय यांचा जुना घरोबा. आपल्या पिताजींच्या मृत्यूनंतर त्याने आपणास बरीच मदत केलेली आहे. या जुन्या घरोब्याचा फायदा घेऊन आपण हे काम करावे अशी आमची इच्छा आहे. विचार करून ठरवा. शक्य वाटले तरच हो म्हणा. आमच्या भिडेखातर, दडपणाखाली हो म्हणाल आणि चाळीस-पन्नास निरपराध जीव निष्कारणी खस्त व्हायचे. असे करू नका.''

''आपण निश्चिंत असावे महाराजसाहेब. आपण दिशा दाखवलीत. पुढचा जिम्मा आमचा. मोगलाई म्हणजे भ्रष्टाचाराची बजबजपुरी. पुरेसा पैसा खर्च केला तर बादशहाच्या पंजासारखा पंजा उमटवलेले फर्मानसुद्धा जिथे काढून मिळते तिथे काही परवाने मिळवणे कितीसे अवघड. वेगवेगळ्या मोहिमांवर तुकड्यांची अदलाबदल सतत सुरू असते. अशाच एखाद्या तुकडीत घुसवून आपला हा दस्ता काबूलमध्ये महाबतखानापर्यंत पोहोचवणे फारसे अवघड नाही. आम्ही स्वत:चे पत्र देऊन पाठवले तर महाबतखानाच्या फौजेत शिरकाव अशक्य नाही. मात्र नेताजींच्या अंगरक्षक दलात शिरकाव कसा करायचा हे मात्र नर्दुल्लाखानाच्या कौशल्यावर विसंबून असेल.''

''आपल्याकडून आमची एवढीच अपेक्षा आहे. उद्या आपण दुपारच्या भोजनानंतर परत निघणार; तेव्हा आपली पुन्हा भेट नाही. नर्दुल्लाखानाचा दस्ता आपल्यासोबतच कूच करून निघेल. दुसरे अत्यंत महत्त्वाचे. ही मसलत आपण आणि नर्दुल्लाखान याशिवाय तिसऱ्यास कळता कामा नये याची दक्षता घ्या. चला, परतू या.''

''आज्ञा महाराज. आपण निर्घोर असावे.''

रपेट संपवून डेऱ्यात परतल्याबरोबर महाराजांनी रामाजी पांगाऱ्यांना बोलावून घेऊन आज्ञा केली–

''नाईक, नर्दुल्लाखानाच्या हाताखाली आपण एक खास दस्ता तयार केला आहे. सध्या तो आपल्या निसबतीत आहे. आम्ही आता तो कुंवर छत्रसालांच्या

मदतीसाठी मुक्रर केला आहे. उद्या ते छावणी सोडणार आहेत. आपला दस्ता त्यांच्या सोबतच रवाना होईल. यात हयगय नको. त्यांचा विनाकारण खोळंबा होता कामा नये.''

''क्षमा महाराज, पण पुराच्या पुरा दस्ता यावनी. कुंवरजी तरुण. त्यांना अनुभव नाही. काम नवे. मुलूख नवा. काही गडबड झाली तर?''

''हंऽऽ! रामाजी काका, आमच्यावर विश्वास ठेवा. आज्ञा दिली तिची तामील करा. मनात किंतू ठेवून कोणते काम करू नये. तो दस्ता त्यांच्या सुपुर्द करण्यामागे आमचा खास मकसद आहे. असे करा, रात्रौ भोजनोत्तर नर्दुल्लाखानास आम्हाकडे लावून द्या. आम्ही जातीनिशी त्यांना सारे समजावून सांगू.''

''आज्ञा...''

दुसऱ्या दिवशी दुपारी छत्रसाल आपल्या देशी परत गेले. त्यांच्या सोबत, त्यांच्याच तुकडीत सरमिसळून नर्दुल्लाखानाचा दस्ता बुंदेलखंडाकडे रवाना झाला.

-८८-

वजीर जाफरखानाकडून बादशहाला खास दावत होती. बादशहा ईशाचा नमाज वजिरासोबत त्याच्या हवेलीवरच पढला. वजिराने उत्तमोत्तम पदार्थांची रेलचेल उडविली होती. पण बादशहाने वेचक असे चार-दोन पदार्थच आपल्या थाळीत घेतले. सुक्यामेव्याची आणि चवदार मसाल्यांची भरमार असलेल्या पदार्थांबद्दल त्याने स्पष्ट शब्दांत तीव्र नापसंती व्यक्त केली. तो अगदी मोजकेच जेवला. शेवटी त्याने दुधी हलवा मात्र आवर्जून घेतला. हलवा खाता खाता तो हे सांगण्यास विसरला नाही की, लौकी खाणे हे प्रत्येक सच्च्या मुसलमानासाठी सुन्नत आहे. कारण हजरत महम्मद पैगंबर सलल्लाह वसल्लम यांना लौकी अत्यंत प्रिय होती. खूण करून त्याने खोजास जवळ बोलावले. त्याने पुढे केलेल्या तस्तामध्ये कोमट पाण्याने स्वच्छ हात धुऊन आणि खळखळा चुळा भरून तो दस्तरखानावरून उठला. तो मसनदीवर लोडाला टेकून बसल्यानंतर जाफरखानाने सुक्यामेव्याचा सोन्याचा थाळा मुखशुद्धीसाठी स्वहस्ते बादशहासमोर केला. त्याने मोजून सात-आठ मनुका आणि तीन-चार बदाम तोंडात टाकले. पानदानास त्याने हातानेच नकार दिला. डोहासारखी खोल हिरवी नजर वजिरावर स्थिर झाली.

''कहो वजीरेआझम, तुमच्या मनात काहीतरी बोलायचे आहे. बोलून टाका. तुम्ही दावत पेश केलीत तेव्हाच माबदौलतांनी जाणले की, तुमची कोणतीतरी तमन्ना तुम्हाला पूर्ण करून घ्यायची आहे.''

''तौबा! तौबा!! हुजुरे आला मी कुठल्याच मतलबाने दावत पेश केली नव्हती. अल्लातालाच्या फजलो करमसे आणि आलमपन्हांच्या दयेने गुलामाला कशाचीच

कमतरता नाही. स्वत:साठी काही मिळवावे असे काही राहिलेले नाही. आलाहजरतांच्या खालाजानला तिच्या भाच्याला गरीबखान्यात बोलावून दावत द्यायची इच्छा झाली इतकेच.''

वजीर बोलत असताना चिकाचा पडदा दूर करून वजिराची बेगम बाहेर आली.

''सलाम अलेकुम बेटा औरंगजेब, बऱ्याच दिवसांपासून मला हमशिरा मुमताज...''

बेगमेचा अघळपघळ आविर्भाव, बेपर्दा होऊन बेधडक बादशहासमोर येणे, सलगीचे बोलणे, पराकोटीच्या खुद्दार बादशहाला पसंत पडणे शक्यच नव्हते. कपाळावरचा डाग आक्रसला. हिरवी नजर गढुळली. डोळ्यांतला दाह जाणवण्याइतपत वाढला. हलक्या आवाजात दाताच्या फटीतून सीत्कारत शब्द उमटले–

''वजीरेआझम... अदब... अदब...''

बादशहाचा नूर पाहून बेगमचे पुढचे शब्द घशातच अडकले. तत्परतेने तिला हाताने थोपवीत वजीर लगबगीने बोलला–

''सबूर... सबूर... बेगमसाहिबा सबूर। आम्ही आहोत ना आपल्या वतीने बोलण्यासाठी. आलाहजरत आता केवळ तुमचे चहेते भाचे औरंगजेब राहिलेले नाहीत. ते आता अलम हिंदोस्तानचे तख्तनशीन शहेनशाह आलमगीर आहेत. आपल्या दिलात त्यांच्यासाठी पूर्वीचीच ममता कायम असली, तरी तख्ताची अदब सांभाळलीच पाहिजे. आपण सलतनतीच्या मुख्य वजिराच्या थोरल्या बेगम आहात. दुनिया तुमच्या नक्शेकदमवर चालणार.''

बेगम गोरीमोरी झाली. खजील स्वरात अजिजी करीत ती म्हणाली–

''गुस्ताखी माफ जहाँपन्हा। माझा मतलब होता...''

''ठीक है। तुमच्या भावना माबदौलतांना समजल्या. आपल्या दिलात असणाऱ्या मोहब्बतीचा एहसास माबदौलतांना कायम जाणवत आला आहे. खालाजान म्हणून माबदौलत आपली इज्जत करतात त्याबद्दल मनात किंतू येऊ देऊ नका. माबदौलतांचे दरवाजे आपल्यासाठी कायम उघडे आहेत याची खात्री बाळगा. आपली दिलीतमन्ना खुलकर जाहीर करा. अनमान करू नका.''

बेगमेने धीर करत हिरव्या नजरेला नजर भिडविली. हिरवी नजर स्वच्छ होती. नजर झुकवून ती घुटमळत म्हणाली–

''जान की अमान पाऊँ, तो कुछ अर्ज करूं...''

''इजाजत है। कोणाला मेहेरबानीचा वादा केला आहे? तसे असले तरी हरकत नाही; मात्र त्यामधून जर खासगी लाभ करून घेण्याचा प्रयत्न झाल्याचे कानी आले तर सुनवाई होणार नाही. सीधे नतीजा पावाल इसका खयाल रहे. कहो.''

''हजरते आला, महाबतखान आमचे जवळचे नातेवाईक हे सारे जग

जाणतेच. त्यांच्या वतीने अर्ज आहे. नवाबसाहेबांची काबूलवरून सरकारात खूप पत्रे आलीत. खाविंदांच्या कदमांपाशीसुद्धा त्यांनी अनेक अर्ज पेश केलेत. हुजुरे आला नवाबसाहेब गेली साडेपाच-सहा वर्षे अफगाणांच्याविरुद्ध दिलोजान से झुंजत आहेत. इकडे त्यांची जागीर विरान पडली आहे. तिला कोणी वाली नाही. महसूल तुंबला आहे.''

''मग काय अर्ज आहे? त्याच्या जागी दुसरा जहागीरदार नेमावा? नामंजूर.''

कमालीचे ओशाळे होत बेगमेने नवऱ्याकडे पाहिले. नजरेनेच तिला मागे सरण्याचा इशारा करीत वजीर जाफरखान पुढे सरसावला. आपल्या हातांनी गालांवर हलक्या चापट्या मारीत म्हणाला–

''तौबा! हुजुरे आला तौबा!! तख्ताच्या नेक आणि भरोसेमंद सेवकाविरुद्ध असा अर्ज कोणी कसा करू धजेल? परवा बिचाऱ्या नवाबसाहेबांच्या बेगमसाहिबा हुजुरे आलांच्या खालाजानकडे आल्या होत्या. त्या सांगत होत्या की, त्यांच्या दोन मुली आणि एक मुलगा आता जवान झालेत. लग्नाला आलेत. पण बाप घरी नसल्याकारणाने त्यांची लग्ने अडली आहेत. घरात इतर मसले मसाईलसुद्धा त्यामुळेच अडकून पडले आहेत. नवाबसाहेबांच्या वालिदा मुलाच्या काळजीने बीमार झाल्या आहेत. जहागिरीत बखेडे माजले आहेत. बेगमसाहिबा खूपच परेशान दिसल्या. डोळ्यांत पाणी आणून नवऱ्याला घरी परत बोलावण्याची दरखास्त करीत होत्या. आलाहजरतांनी त्यांच्यावर मेहेरनजर करावी अशी आलाहजरतांच्या खालाजानची इंतजा आहे.''

''अफसोस. लेकिन महाबतखानास मुस्तकीरुल खिलाफतमध्ये परत बोलावणे नामुमकिन आहे. त्याच्या जिम्मेदारीवर कुलीखानाला सोपवले आहे म्हणून माबदौलतांना चैनचा साँस घेणे शक्य होत आहे. त्याला परत बोलावून कसे चालेल?''

''हुजुरे आला, कुलीखानाला साहेबी इमान स्वीकारून आता पाच-सहा वर्षे झाली. तो नेकीने दीनी फर्ज अदा करत असल्याच्या बातम्या आलाहजरतांच्या पायाशी रुजू आहेत. अफगाणांच्या खिलाफ जानची बाजी लावून तो जिहाद लढतो आहे. लाहोरवरून महाबतखानाने त्याची जी कैफियत लिहून पाठवली आहे, त्यामध्ये त्याच्या विचारांचे प्रतिबिंब पुरतेपणाने उमटले आहे. त्याच्यात दिसून आलेल्या तबदिलीची खाविंदांनी त्या वेळी सराहना केल्याचे गुलामाला स्मरते. त्याच्यावर घरात नजर ठेवण्यासाठी सिद्दी फुलादखानाचा माणूस आलाहजरतांनी पाठवला आहे. तो इमानेइतबारे खबर धाडतो आहे. त्यामध्ये तो नेक नमाजी आणि मोमिन असल्याची तारीफ नेहमीच असते. तो दख्खनशी संधान बांधण्याची कोशिश करत असल्याचा एकही सबूत आजवर कोणी दिलेला नाही. तेव्हा आता तो काही दगा करू शकेल असे संभवत नाही. रही बात सिवा की. त्याने स्वत:ला काफिरांचा बादशहा जाहीर केल्यापासून त्याचे तेवर फारच चढले आहेत. त्याला आता

कुलीखानासारख्या गद्दारांची गरज उरलेली नाही. त्याचा नवा सिपाहसालार हंबीरराव मोहिते जवान आणि काबिल आहे. इतक्या वर्षांत ते लोक कुलीखानाला नक्की विसरले असतील. आता त्याच्यावरची नजरकैद उठवायला हरकत असू नये. कुलीखानाला परत न बोलावता.''

बादशहाने बेगमेकडे नजरेचा इशारा केला. जाफरखानाने बायकोला आत जाण्याचा इशारा केला. तसलीम फरमावत पाठ न दाखविता ती पडद्याआड निघून गेली. बादशहाचा इशारा ध्यानी घेऊन जाफरखानाने आवाज अगदी खाली आणला. तिरप्या नजरेने चिकाच्या पडद्याकडे पाहून आत निघून जाण्याची नेत्रपल्लवी केली.

''आलमपन्हा, गुलामाला असे प्रामाणिकपणे वाटते की, कुलीखान आता पुरता रुळला आहे. त्याला परत न बोलावता नवाब महाबतखानांच्या जागेवर त्यालाच मोहिमेचा सरलष्कर जाहीर करावे; त्यामुळे त्याचा रुतबा वाढेल. केलेल्या मशक्कतीचे सलतनतीत योग्य ते चीज होते असा भरवसा त्याला वाटू लागेल. त्याशिवाय गुलामाला असे मनापासून वाटते की, गेल्या सहा वर्षांत जवळपास नेक इमानदार श्रद्धावानांची दीड लाखापेक्षा मोठी फौज अफगाणिस्तानात अडकून पडली आहे. साहेबी इमान राखणारे तख्ताचे एकनिष्ठ सेनापती, सरदार तिकडे अडकून पडले आहेत. इतक्या वर्षांत काही करोड अश्रफी या मोहिमेवर शाही खजिन्यातून खर्च झाल्या; पण पदरात त्या मानाने फारसे काहीच पडले नाही. ना मुलूख, ना वसूल. त्याचा असर इतर मोहिमांवर होतो आहे. सलतनतीला राजपुतांवर विसंबून राहावे लागत आहे. याचा फायदा उठवून दख्खनमध्ये सिवा आणि आदिलशाह शिरजोर बनले आहेत. पंजाबी सुभ्यात शीख डोके वर काढीत आहेत. महाबतखानांसारखी काबिल माणसे परत आली तर थोड्या विश्रांतीनंतर या कामांवर लावता येतील.''

''दलील मोठी दिलचस्प आहे.''

''जिल्हेसुभानी, ही फक्त महाबतखान नवाबसाहेबांसाठी केलेली दलील नाही, तर बेवाक हकिकत आहे. आज बयान करण्याचा मौका मिळाला एवढेच. गुस्ताखी माफ आलमपन्हा, पण ज्या मकसदसाठी कुलीखानाला मुसलमान करून घेतले, त्याला मोठा ओहदा दिला, सर्फराजी केली; तो मकसद त्याला अफगाणिस्तानात डांबून ठेवून पुरा होणार नाही. आलाहजरत कुलमुखत्यार आहेत. गुलाम आपल्या मर्यादित बुद्धीप्रमाणे फक्त मशवरा देऊ शकतो.''

''कुलीखानाला तुम्ही जामीन राहाल?''

''माफी हुजुरे आला, या कोहस्तानी दख्खनी उंदरांना कोण जामीन राहणार? असा गाढवपणा केला आणि कुंवर रामसिंह वल्द जयसिंह चांगला पोळून निघाला. त्याशिवाय आता त्याची गरज उरली असेल असे नाचीजला वाटत नाही.''

कपाळावरचा काळा डाग आठ्यांच्या जाळ्यात लुप्त झाला.

"लाहौल वलाकूव्वत! मग? त्याला काय बेबंद सोडून द्यावे?"

"असे कसे व्हावे हुजुरे आला? विश्वासू नजरबाजांची एखादी तुकडी कुलीखानाचे अंगरक्षक म्हणून मागे ठेवण्यास महाबतखानास सांगावे. काही संशयास्पद वाटलेच तर बंदोबस्त करण्यासाठी फौजेत आपले इतर सरदार आहेतच."

"ठीक है। वजीरेआझम तुमच्या मशवऱ्यात दम आहे. महाबतखानाच्या बेगमसाहेबांना त्यांची दरखास्त मंजूर झाल्याचे कळवा. परवा येणाऱ्या चाँदरातीनंतर महाबतखानास माघारी बोलावणारे फर्मान जारी करा. फर्मान कोणा सामान्य जासूदा हाती पाठवू नका. फर्मान घेऊन नवाब अस्मत अली जातीनिशी जातील. महाबतखानाला तो सारी मसलत जुबानी बयान करील. या संबंधाने फर्मानात कोणताही उल्लेख असता कामा नये. झाले समाधान? आमच्या खालाजानला समजावा, सियासी बाबींमध्ये कोणाला मेहेरबानीचे वादे देऊ नका. आता माबदौलतांना रुखसत करा. तुम्हा सर्वांचाच खाना खोळंबला आहे. शब्बा खैर."

निरोपाचे विडे, नजर नजराणे आणि अत्तर-गुलाब घेऊन बादशहा जाफरखानाच्या हवेलीतून रवाना झाला.

-८९-

गाजियाबादचा नवाब अस्मत अली आपल्या हवेलीतील सदरेवर परेशान होऊन हुक्का पीत बसला होता. चार-पाच दिवसांत त्याला फौज घेऊन काबूलला रवाना व्हायचे होते. पाच हजार फौजेचा तनखा खाऊन प्रत्यक्षात जेमतेम हजार-बाराशे स्वारांचीच फौज तो बाळगून होता. आता पुरे पाच हजार स्वार गणती करून छावणीत दाखल करणे भाग होते. तो त्याच विवंचनेत होता. अडचण एकच होती, फौजेतला प्रत्येक प्यादा मुसलमानच असणे बंधनकारक होते. अन्यथा सैन्यभरती हा काही फार मोठा चिंतेचा मसला नव्हता. चार तुकडे फेकले की, या देशात मरण्यासाठी खंडीभर माणसे सहज मिळत होती. तसे पाहता बाजारबुणगे आणि हुजरे शागिर्दांमधून खोगीरभरती करून त्याने जुळवाजुळव करीत आणली होती. आता फक्त शंभर-दीडशे असामींची भर केली की त्याचा व्याप संपणार होता. शिपायाच्या हाकेने त्याची तंद्री मोडली. देवडीवरचा शिपाई वर्दी घेऊन आला होता. कोणी नर्दुल्लाखान पठाण फौजेत भरती होण्यासाठी भेटीची इजाजत मागत होता.

"अबे बेवकूफ, त्याला बाहेर का उभे ठेवलेस? ताबडतोब हाजिर कर."

जमिनीपर्यंत लवून कुर्निसात करीत उंच धिप्पाड नर्दुल्लाखान पठाण अस्मत अलीसमोर दाखल झाला.

"तर तू आहेस नर्दुल्लाखान पठाण. काय इरादा आहे?"

"हुजूर, बंदा जातीने पठाण. मूळ गाव कंदाहारच्या आसपास. पण मरहूम

शहनशाहे आलम हजरत बाबर सरकार हिंदोस्तानात आले, त्यांच्या मागोमाग आमचे पुरखे नशीब अजमावण्यासाठी या मुलखात आले. तेव्हापासून पिढी दरपिढी पोटामागे हिंडत आहोत. दिलेरखानसाहेबांच्या फौजेत रिसालदारी केली. पार विजापुरापर्यंत जाऊन तेग गाजवली. पण हजरतांचा कारभार मोठा जाचक. शिपाई आणि जनावर त्यांच्या लेखी सारखेच; त्यामुळे अगदी कंटाळून गेलो होतो. आमचा दस्ता कैदी घेऊन आग्र्याला आला. मग परत गेलोच नाही. चार-दोन चाकऱ्या केल्या पण कदरदान मालक मिळाला नाही. खबर मिळाली की, आपण फौज घेऊन अफगाणिस्तानात रवाना होत आहात. हुजुरांच्या दरियादिलीची आणि कदरदानीची चर्चा पुऱ्या राजधानीत आहे. माझा पन्नास स्वारांचा दस्ता आहे. आमची स्वत:ची जनावरे आणि हत्यारे आहेत. माझ्यासह आम्ही बारा हशम खानदानी पठाण आहोत. सगळे माझेच बिरादर आहेत. सहा मूळ अरब आहेत, पण चार-पाच पिढ्यांपासून याच मुलखात आहेत. स्वत:ला अन्सार म्हणवतात. खरे-खोटे अल्ला हु आला. पण माणसे सच्ची आणि इमानाला पक्की आहेत. उरलेले रोहिले आहेत. इमानदार आणि नेक नमाजी. हुजुरांनी आमचा रिसाला पदरी ठेवून घेतला तर गरीब अन्नाला लागतील.''

''तनख्वाह?''

''हुजूर, काय थट्टा करता गरिबाची? सरकारी हिशेबाने प्रत्येक मोगल शिपायाला मिळतो तो तनख्वाह, हत्याराचा भत्ता, जनावराचा दाणागोटा आणि गनीमह याउप्पर आम्ही पोटार्थी काय मागणार?''

''कधीपासून दाखल होणार?''

''हुकूम झाला तर आत्ता या क्षणापासूनच. ज्या क्षणी कूच करण्याचा हुकूम जारी होईल, त्या क्षणी आमचा रिसाला मोहिमेवर रवाना होईल.''

''ठीक है। मुन्शी महम्मद हुसैन, नर्दुल्लाखान पठाणला त्याच्या संपूर्ण रिसाल्यासह आजपासूनच दाखल करून घ्या. आजपासूनचा दाणागोटा आणि चारापाणी त्यांच्या पदरात घाला.''

''बहोत बहोत मेहेरबानी हुजूर. गरिबाची बायका-पोरे दुवा देतील, शाही रहमत ता कयामत बरकरार रहो म्हणून.''

अफगाणिस्तानात पोहोचण्याचा बंदोबस्त बिनबोभाट झाल्याची खबर बहिर्जींकडे रवाना करण्यासाठी तो दिल्लीतील प्रमुखाला शोधण्यास निघाला.

- १० -

वजीर जाफरखानाने सख्त दरडावणी दिलेली असल्याने अस्मत अली वाटेत कोठेही न रेंगाळता, मोठ्या मजला मारीत काबूलला पोहोचला. छावणीत दाखल झाल्याच्या दुसऱ्याच दिवशी भल्या सकाळी त्याने महाबतखानाची खासगीत भेट

घेतली. वजिराने दिलेले खासगी पत्र आणि शाही फर्माने त्याने त्याच्या स्वाधीन केली. तसेच बादशहाचे तोंडी हुकूम शब्दश: त्याच्या कानी घातले. घरी परत जायला मिळणार या बातमीने महाबतखानाला इतका आनंद झाला की, त्याने अस्मत अलीलाच कडकडून मिठी मारली.

शाही फर्मानाचा स्वीकार करण्यासाठी कुलीखानाला आघाडीवरून तातडीने काबूलला बोलावून घेण्यात आले. शाही फर्मानाप्रमाणे आता कुलीखान अफगाण मोहिमेचा सर्वेसर्वा सरलष्कर व्हायचा होता. त्याच्या हाती सूत्रे सोपवून महाबतखान दिल्लीस माघारी जाणार होता. अस्मत अलीसुद्धा त्याच्यासोबतच माघारी जायचा होता. मुळात तो लढण्यासाठी आलाच नव्हता. निघण्यापूर्वी महाबतखानाने कुलीखानासंबंधी काय खबरदारी घ्यायची याबाबत बादशहाचा तोंडी हुकूम कळविणे एवढेच त्याचे काम होते. ते त्याने बजावले होते.

बादशहाने महाबतखानास सख्त हिदायत दिली होती की, नव्या फर्मानाप्रमाणे भले, आता तो सरलष्कर राहणार नव्हता तरी कुलीखानाने काही वेडेवाकडे पाऊल उचलले, बादशहाविरुद्ध बगावतखोरी केली किंवा पळून जाण्याचा वा शिवाशी संगनमत करण्याचा यत्न केला तर त्याची जिम्मेदारी महाबतखानावर राहील. ही अट मान्य असेल तरच त्याला राजधानीत माघारी येण्याची इजाजत होती. अन्यथा त्याने अफगाणिस्तानचा सुभेदार म्हणून कुलीखानावर लक्ष ठेवून काबूलमध्येच राहावे. त्याचा जनानखाना बादशहा स्वखर्चाने त्याच्याकडे पोहोचता करील.

सहा वर्षे अफगाणिस्तानच्या धूळभरल्या विराण डोंगरी प्रदेशात, पराकोटीच्या विषम हवामानात बेबंद क्रूर रानटी पठाणांशी झुंजून महाबतखान पुरता कातावला होता. घरी परत जाण्यासाठी बादशहाची कुठलीही अट मान्य करायला तो नुसता उतावीळ झाला होता. त्याची फौज तर घरी जाण्यासाठी त्याच्यापेक्षा कितीतरी पट अधिक आसुसली होती. त्याच्या निसबतीतील एकही अधिकारी कुलीखानावर नजर ठेवण्यासाठी मागे राहण्यास तयार नव्हता. हीच मोठी विवंचना त्याला लागून राहिली होती. जोपर्यंत तो बंदोबस्त समाधानकारक होत नाही तोपर्यंत तो काबूल सोडू शकत नव्हता.

या विवंचनेमध्ये महाबतखान एकटाच हुक्क्याचा नेचा दाताने चावत बसला होता. हुक्का पार विझून गेला होता, पण त्याचे त्याला भान नव्हते. पहाऱ्यावरचा हुजऱ्या वर्दी घेऊन आला,

"हुजूर, नवाब अस्मत अली जनाबांच्या खिदमतीत असलेला कोणी नर्दुल्लाखान पठाण मुलाखतीची इजाजत मागतो आहे."

तंद्रीतच त्याने 'पाठवून दे' असा हाताने इशारा केला. नर्दुल्लाखान कुर्निसात करून समोर उभा राहिला तरी बराच वेळ त्याचे लक्षच गेले नाही. नर्दुल्लाखान वाट

बघत चुळबुळ करीत उभा राहिला. अखेर हलकेच खाकरला. भानावर आलेला महाबतखान प्रश्नार्थक नजरेने त्याच्याकडे पाहत राहिला.

"सरकार, नाचीजला नर्दुल्लाखान पठाण म्हणतात. आपले पुराने दोस्त चांदराय बुंदेला यांचे साहबजादे कुंवर छत्रसाल बुंदेला यांनी आपल्या खिदमतीत देण्यासाठी एक पत्र गुलामाकडे सोपवले आहे. त्या पत्रावर नजरे इनायत फरमावावी असा अर्ज आहे."

"अरे वा! इतक्या वर्षांनंतर तुझ्या कुंवरजींना आमची आठवण आली तर. त्यांच्या वालिद साहेबांचा आमचा जुना याराना. आलाहजरत गादी हासिल करण्यासाठी आपल्या भावांशी झुंजत होते तेव्हा अनेक झुंजी आम्ही एकत्र लढल्या आहेत. मोठा शेरदिल माणूस. जशी त्याची तेग तिखट तशीच जबान तेज. मिजाज मोठा गरम. अफसोस, आलाहजरतांची मर्जी राखण्यात कामयाब झाला नाही. अखेर स्वत:ला बरबाद करून घेतले. त्याची बीबीसुद्धा मोठी जांबाज औरत होती. बिचारी नवऱ्यासोबत सती गेली. कुंवर छत्रसाल दिलेरखानाच्या निसबतीत असल्याचे अनेक वर्षांपूर्वी कानी आले होते. अब कैसे हाल हैं उनके? खैरियत से तो हैं?"

"जी हाँ हुजूर, ऊपरवालेके फजलोकरम से सब खैरियतसे हैं। कुंवरजी आपल्याला पित्याच्या ठायी मानतात. असा एकही दिवस जात नाही ज्या दिवशी आपली याद काढली जात नाही. पण झाले असे की, कुंवरजी तिकडे दख्खनमध्ये गुंतलेले, तर आपण इकडे विलायतमध्ये. खैर खैरियत घ्यावी, कळवावी कशी? या वेळी माझ्यासाठी, माझ्यासारख्या एका नाचीज गुलामासाठी कुंवरसाहेबांनी हे पत्र लिहिण्याची जहमत गवारा केली आहे. मेहेरबानी करून गौर फरमावावी."

अदबीने दोन पावले पुढे सरकून त्याने पत्राची थैली बैठकीसमोर पानदानाच्या तिवईवर ठेवली आणि हात छातीशी बांधून उभा राहिला. थैली उघडून महाबतखानाने पत्र वाचले. तीक्ष्ण नजरेने त्याने नर्दुल्लाखानास आपादमस्तक न्याहाळले. मग पुन्हा एकदा सावकाश पत्र वाचून काढले.

"आतापर्यंत कोणकोणती कामगिरी केली?"

"हुजूर, अनेक पिढ्या आम्ही चांदराय बुंदेला हजरतांच्या खानदानाची सेवा करतो आहोत. लहानपणापासूनच मी बापासोबत त्यांच्या फौजेत चाकरी करतो आहे. आलाहजरत बादशहा सलामत यांनी तख्तावर येण्यासाठी झालेल्या जंगांमध्ये माझ्या बापाने आणि मी तलवार गाजवली. पण पुढे आमच्या धन्यावर आलमपन्हांची खफा मर्जी झाली आणि सर्वच वाताहत झाली. कुंवरजी तेव्हा नाबालिग होते. त्यांचा स्वत:चाच ठिकाणा नव्हता. फौज पागा कुठून सांभाळणार? सारे शिपाई, प्यादे बारावाटा झाले. मी आणि माझे बिरादर प्रथम कारतलबखानसाहेबांकडे राहिलो. शहजादा मुअज्जम हजरतांच्या फौजेतून जनाब कारतलबखान दख्खनमध्ये दाखल

झाले. पुढे नवाब शाहिस्ताखानसाहेबांच्या फौजेत आम्ही खूप लढाया मारल्या. मराठ्यांचा मुलूख पुरता ताराज करून सोडला...''

''काय? मरगट्ट्यांच्या खिलाफ तू जंग खेळला आहेस? मग त्या कोहस्तानी चूह्याला, शिवाला पाहण्याचा कधी मौका आला की नाही?''

''दोनदा पाहिले हुजूर. त्याचे नाव जरी ऐकले तरी अंगावर काटा येऊन जीव थरथर कापतो. काय त्याचा तोरा, काय ती मिजास. तौबा! जनाब कारतलबखानसाहेबांच्या हुकमतीत कोकणावर फौजा निघाल्या. पहाड ओलांडून कोकणात उतरावे लागते. उंबरखिंडीतून आम्ही घाट उतरत होतो. पहाडाच्या ऐन बेचक्यात घनदाट जंगलात दगाबाज शिवाजीने मौका साधून आमच्या थकल्याभागल्या गाफील फौजेवर अचानक छापा केला. सर्वनाश होण्याचीच वेळ आली होती. मला तर वाटले कयामत म्हणतात ती हीच. अल्ला मेहेरबान होता. रायबाघन नावाच्या एका ब्राह्मण बाईने मध्यस्थी केली आणि फौज वाचवली. मग शिवाजीने खुद्द नवाबसाहेबांनाच दगा केला आणि मोहीम संपली.''

''आमची फौज दिल्लीच्या वाटेवर असताना हुकूम झाला, मिर्झाराजांच्या फौजेत सामील व्हा. आमचा मोहरा बदलला, पुन्हा दख्खन. त्यांच्या फौजेत कुंवरसाहेब होते. त्यांनी मेहेरबान होऊन जनाब कारतलबखानसाहेबांकडून मला मागून घेतले. त्यांच्या जोडीने पुरंदरावर आणि गोंडवनातसुद्धा गुलामाने कामगिरी केली आहे.''

''मग आता कुंवरसाहेबांना सोडून येण्याचे कारण काय?''

''हुजूर, कुंवरसाहेब काही कारणांनी बुंदेलखंडात वापस गेले आहेत. आजकाल बाकी स्वाऱ्या - शिकारी जवळपास बंदच आहेत. फौजेचा खर्च परवडेनासा झाला. हुजुरांची मोहीम या भागात सुरू असल्याचे समजले. विचार केला काही दिवसांसाठी आपल्या सेवेत दाखल व्हावे. आपले मूळ वतनसुद्धा बघता येईल आणि कदरदान धन्यांची चाकरी घडेल. पुढे-मागे कुंवरसाहेबांची हालत दुरुस्त झाली आणि त्यांनी बोलावले तर आपण अनमान करणार नाही. म्हणून कुंवरसाहेबांनी जातीनिशी हे पत्र देऊन पाठवले आहे. मी बेवकूफ सारखा बडबडत राहिलो. त्यांनी आपल्यासाठी हा नजराणा पाठवला आहे. कबूल फरमावावा.''

असे म्हणत त्याने कंबरेची एक जडशी थैली काढून मोठ्या अदबीने तिवईवर ठेवली. महाबतखानाने थैली उचलून घेतली. काही वेळ हातावर तोलून आतल्या ऐवजाचा अदमास घेतला आणि बैठकीवर मांडीजवळ ठेवून घेतली. काही वेळ विचारात दंग राहिला मग अचानक आठवल्यासारखे करून त्याने विचारले–

''पण तुला इथपर्यंत येण्याचा परवाना कुणी दिला?''

''हुजूर, आपसे क्या पर्दा. नवाब अस्मत अलीसाहेबांच्या फौजेत भरती सुरू

होती. आम्ही त्यांच्याकडे भरती झालो आणि हुजुरांच्या पायाशी दाखल झालो. यकीन करा हुजूर, आम्ही कोणतीही गैरकानुनी हरकत केलेली नाही. मेहेरबानी करून आपण आमचा रिसाला त्यांच्याकडून मागून घ्या.''

''ठीक है। बेफिक्र रहो। आजपासूनच तू आणि तुझा रिसाला माझ्याकडे दाखल व्हा. मी तसे हुकूम जारी करतो.''

मोठ्या समाधानाने, अल्लाचे आभार मानीत, नर्दुल्लाखान महालाबाहेर पडला. महाबतखानाच्या गोटात शिरकाव तर झाला. आता नेताजींच्या जवळपास जाण्याची खटपट कशी करता येईल याचा विचार करीत तो आपल्या मुक्कामाकडे निघाला. आतापर्यंत जशी नशिबाची साथ लाभून गोष्टी विनासायास पदरात पडत गेल्या तसेच, हेसुद्धा सहज साधून जाईल असे त्याला मनोमन वाटू लागले. मुक्कामावर पोहोचताच सर्वप्रथम त्याने शुक्रानीचा नमाज अदा केला आणि धन्याने सोपविलेली कामगिरी सुखरूप आणि यशस्वी पार पडण्यासाठी दुवा मागितला.

-११-

नर्दुल्लाखान महाबतखानाच्या निसबतीत दाखल झाला. त्याला एक हप्ता होऊन गेला. राजधानीत परत जाण्याचे फर्मान छावणीत दाखल होऊनसुद्धा आता तीन हप्ते उलटून गेले होते. आघाडीवरून कुलीखान काबूलमध्ये दाखल झाला होता पण महाबतखानास परत निघण्यास अवसर मिळत नव्हता. कारण शाही फर्मान सशर्त होते. कुलीखानावर नजर ठेवून राहू शकेल असा विश्वासाचा माणूस अजून त्याला गवसला नव्हता. त्याच्या फौजेतला प्रत्येक माणूस घरी परत जाण्यासाठी त्याच्यापेक्षा दसपट बेताब होता. मागे राहण्याची एकाचीही तयारी नव्हती. कितीही आमिषे दाखविली तरी कोणी बधत नव्हता. कोणावर जबरदस्ती करण्यात अर्थ नव्हता. कारण तो कुलीखानाला सामील व्हायचा आणि त्यांनी मिळून काही कारस्थान शिजविले तर बादशहा गर्दन उडवायचा. पक्वान्नाचे ताट वाढून समोर मांडलेले, पण हात-तोंड बांधलेले असा प्रकार.

विचार पिंजून काढता काढता त्याच्या डोक्यात आले, नर्दुल्लाखानाला विश्वासात घेऊन त्याच्यावर ही जोखीम सोपविली तर? तो नव्याने दाखल झालेला, पूर्वजांची भूमी पाहण्याच्या ओढीने आलेला, ताज्या दमाचा गडी. काही वेडेवाकडे घडले तर सारी बिलामत कुंवर छत्रसालावर उलटविता येणे सहज शक्य होणार होते. फक्त त्याने लिहिलेले पत्र तेवढे नीट बंदोबस्तात जपून ठेवले पाहिजे. बराच उलटसुलट विचार करून त्याने नर्दुल्लाखानाचे नाव आपल्या मनाशी निश्चित केले. या मसलतीत कोणा तिसऱ्याचा सल्ला घेण्यात त्याला जसा कमीपणा वाटत होता तसाच कोणी निष्कारण बभ्रा करण्याचा धोका जाणवत होता.

एकदा मनाशी निर्णय पक्का झाल्यानंतर मात्र त्याने वेळ दवडला नाही. ईशाच्या नमाजानंतर एका गुप्त कामगिरीसाठी भेटीस येण्याचा निरोप त्याने आपला अत्यंत विश्‍वासू माणूस जलालुद्दीन याच्या हस्ते नर्दुल्लाखानास धाडला. तोसुद्धा त्याप्रमाणे दाखल झाला.

''ये नर्दुल्लाखान पठाण. तू एवढ्या लांब आपल्या पूर्वजांचे वतन पाहण्यासाठी, त्या भूमीत काही पराक्रम गाजवावा या ईर्षेपोटी आलास. विश्‍वासाने आमच्या पदरी राहिलास. पण अफसोस, आम्हाला दार-उल्-सलतनतला वापस बोलावणारे फर्मान छावणीत दाखल झाले आहे; त्यामुळे लवकरच दिल्लीकडे कूच करावे लागणार आहे.''

''जी जनाबे आली. फौजेत तसा बोलवा आहे. पुरखों का वतन देखनेकी तमन्ना अब कैद हो गयी. आम्हाला मोठी मायूसी आली आहे. हेच जर नशिबी होते तर इतक्या दूर येण्याचा आटापिटा का करायला लावला म्हणून माझे साथी माझ्यावर खफा आहेत. अल्लाची मर्जी.''

''तुला मायूस होण्याचे कारण नाही. तुझे साथीदारसुद्धा खूश होतील. आम्ही वापस जाताना आमच्या वतीने तुला मागे ठेवून तुझ्यावर खास गुप्त कामगिरी सोपवावी असे आम्हास वाटते. तू तयार आहेस का?''

चाणाक्ष नर्दुल्लाखानाच्या आशा पालवल्या. क्षणही वाया न दवडता तो एकदम म्हणाला–

''जान हाजिर आहे सरकार.''

''तू कुंवर छत्रसालचा खास विश्‍वासाचा माणूस. त्यांचे वालिद आमचे जिगरजान दोस्त; त्यामुळे तुझ्यावर विश्‍वास ठेवला तर दगा होणार नाही असे माझे मन मला सांगते आहे; त्यामुळे तुझ्यावर नाजूक आणि अवघड कामगिरी सोपवली तर आम्हाला निश्चिंत मनाने घरी परत जाता येईल ऐसी उम्मीद है।''

''कामगिरी कितीही अवघड असू दे, हुजुरांनी बेशक या गुलामावर सोपवून बेखौफ वापस जावे. खुदा गवाह आहे. पठाणाची जबान कधी खोटी ठरत नाही. आपल्या माघारी आपली संपत्ती सांभाळायची आहे की आपली कोणी हसीन मेहबूबा कोठून सोडवून आणायची आहे?''

''छे! छे!! यातले काहीच नव्हे. असली नादानी आम्ही कधी करत नाही. तू जनाब महम्मद कुलीखानसाहेबांस ओळखतोस?''

''जी हुजूर, नाव ऐकले आहे. पण प्रत्यक्ष दीदार झाले नाही. पूर्वी मी दख्खनमध्ये असताना चार-दोन वेळा त्यांच्या मराठी फौजेशी बखेडा केला आहे. बडी तेजतर्रार शेरदिल असामी. पण आता जिल्हेसुभानी आलाहजरतांच्या मेहेरबानीने साहेबी इमान पत्करून मुघलिया तख्ताची अत्यंत इमानदारीने सेवा करीत आहेत.

आपले नायब म्हणून सध्या आघाडी सांभाळतात. आपल्या माघारी मोहिमेचे सरलष्कर तेच होणार असल्याचे लोक बोलतात. त्यांचे काय?''

''ते मरगट्टा असताना किती जालिम होते याची तुला पुरती कल्पना आहे?''

नर्दुल्लाखानाच्या आशा हातपाय पसरू लागल्या, पण बहिर्जीच्या या बेरकी चेल्याने आपली उत्सुकता जाणवणार नाही याची पुरेपूर खबरदारी घेत जवाब दिला.

''जी जनाबे आली. शिवाजीराजांचा ते दाहिना हाथ होते. राजांच्या खालोखाल त्यांचा दबदबा आणि रुतबा होता. एवढा खास माणूस दुसऱ्या पक्षाला सामील झाला याचे सर्वांनाच आश्चर्य वाटते.''

''ते ठीक आहे. आपल्या जिल्हेसुभानी आलाहजरतांनासुद्धा काही थोडा शक आहे याबाबतीत; त्यामुळे त्यांनी त्यांना मान-मरातब, ओहदा, संपत्ती सगळे दिले असले, तरी त्यांच्यावर आलाहजरतांची कडी नजर आहे. माझ्या पश्चात ती तशीच बरकरार ठेवण्याचा हुक्म आम्हाला देण्यात आला आहे. आम्ही तर आता परत जाणार; मघाशी सांगितल्याप्रमाणे तुझ्यावर विसंबून. ही जोखीम तुझ्यावर आम्ही सोपवू शकतो का?''

''बेलाशक. जान हाजिर है हुजूर. सांगाल तर रोटीची कसम खातो किंवा कुराणे पाकवर हात ठेवतो. ही पठाणाची जुबान आहे हुजूर.''

महाबतखानाचे वाक्य पूर्ण होताच नर्दुल्लाखान बोलला. आपले ईप्सित अगदी सहजासहजी साध्य होत असल्याची त्याला खात्री पटली. मात्र त्या बेरकी मराठ्याच्या चेहऱ्यावर त्याचा मागमूस नव्हता. महाबतखानाने दरवाजावरच्या पहारेकऱ्याला बोलावून दूर उभे राहण्यास आणि कोणासही आत न सोडण्यास फरमावले. मग खूण करून नर्दुल्लाखानास जवळ बोलावले. हलक्या आवाजात तो सांगू लागला–

''उद्या मी दरबार भरवून जनाब कुलीखानसाहेबांना सरलष्करीचे फर्मान आणि खिलत सुपुर्द करणार आहे. त्याच वेळी त्यांचा खास अंगरक्षक म्हणून तुझी तुझ्या दस्त्यासकट नेमणूक जाहीर करीन. दरबारात मी जाहीर करीन की, खुद्द आलाहजरतांनी तुला खास नेमणूक करून पाठवले आहे; त्यामुळे त्या जालिम कुलीखानावर तुझा वचक राहील. तू त्याच्यावर बारीक नजर ठेवून राहा. क्षणभरही दृष्टिआड होऊ देऊ नकोस. त्याला कोण भेटते, तो कोणाशी जरूरतपेक्षा जास्त दोस्ती ठेवतो, सगळे आम्हाला समजले पाहिजे. फौजेतून दररोज डाक दिल्लीला जाते. हप्ता दर हप्ता तुझी डाक त्यात सामील झाली पाहिजे. याबाबत योग्य सूचना आणि हुकूम डाक पाठवणाऱ्या मुन्शीला दिले जातील. या जादा कामाचा तुला योग्य मोबदला आणि इनामसुद्धा मिळेल.''

''अलीजा उदार आहेत. ते इमानदारीची कदर जाणतात. गुलामाने त्याची फिकीर करण्याची गरज नसते.''

मांडीशी ठेवलेली एक जडशी थैली महाबतखानाने समोर फेकली. नर्दुल्लाखानाने ती अचूक झेलली. त्यानेच कुंवर छत्रसालाकडून आणलेली थैली त्याने ओळखली.

"ही पेशगी. काम मात्र चोख झाले पाहिजे. तुझी डाक थेट माझ्या नावे आली पाहिजे, सरकारी दफ्तरखान्यात नव्हे. मी कूच केल्या दिवसापासून प्रत्येक घटना डाकेत लिहिली पाहिजे. कुणी साधू, फकीर, बैरागी, मुसाफिर त्याला भेटू पाहील तर त्याची पूर्ण छानबीन झाली पाहिजे. कळवली गेली पाहिजे. मगर याद रहे, या गोष्टीची भनक कोणाला लागता कामा नये. गफलत झाली तर मुलाहिजा राखला जाणार नाही. दगा झाला तर गर्दन जागेवर राहणार नाही. इतकेच नव्हे तर रडण्यासाठी मागे ना रंडकी राहील ना यतीम. समजले?"

"हुजूर, आपण बेखौफ, बेफिक्र होऊन वतनास जावे. गुलामाकडून कुचराई होणार नाही. खातरजमा ठेवावी. खुदा कसम."

"तखलिया।"

"शब्ब खैर। हुजूर अल्ला हाफिज।"

-१२-

दुसरा दिवस जुम्मा होता. जुम्म्याच्या नमाजानंतर लगेचच महाबतखानाने मोहिमेवर असणाऱ्या हाताखालच्या सरदार आणि मानकऱ्यांचा दरबार भरविला. महम्मद कुलीखानाची सर्फराजी करणारे बादशहाचे पत्र दरबारात जाहीरपणे वाचून दाखविण्यात आले. त्यानंतर त्याला पत्रासोबत आलेला अस्सल अरबी नस्लचा घोडा, पोशाख, रोख रक्कम, सरोपा आणि समशेर बहाल करण्यात आली. मुबारकबादच्या घोषणांनी दरबार दुमदुमला.

त्यानंतर महाबतखानाच्या जागी कुलीखानाची सरलष्कर म्हणून नेमणूक करणारे फर्मान स्वत: महाबतखानाने दरबारास वाचून दाखविले. कुलीखानाने पूर्ण दरबारी इतमामात फर्मानाचा स्वीकार केला. सरलष्करीचे खास मानाचे धनुष्यबाण, शिरपेच आणि शिक्का कट्यार महाबतखानाने नव्या सरलष्कराकडे सुपुर्द केली. त्याला खास शाही खिलत पांघरली गेली. बादशहाने नव्या सरलष्करासाठी पाठविलेल्या रोख एक लाख अश्रफी आणि चांदीच्या अंबारीसह चांदीचा साज चढविलेला हत्ती त्याच्या सुपुर्द करण्यात आला. पुन्हा एकदा मुबारकबादींनी दरबार दुमदुमला.

त्यानंतर नर्दुल्लाखानाच्या नावाचा पुकारा झाला. रुमालाने हात बांधून तो दरबारात पेश झाला. त्याला पाच हजार रुपये रोख, कट्यार आणि पोशाख देण्यात आला. दरबारास समजेना हा नर्दुल्लाखान कोण? त्याचा एवढा मरातब कशासाठी? दरबारात शांतता पसरली. अस्मत अली तर आश्चर्याने वेडाच झाला. महाबतखानाने दरबारास फार काळ अंधारात ठेवले नाही.

''सगळ्यांना आश्चर्य वाटलेले पाहून मला आश्चर्य वाटत नाही. कोण हा नर्दुल्लाखान? काय याचे कर्तब? ईमानवालो, तुमचे नवे सरलष्कर जनाबे आली खान-ए-खानान हजरत महम्मद कुलीखान यांचा खास अंगरक्षक म्हणून या नर्दुल्लाखानाची त्याच्या पन्नास स्वारांच्या रिसाल्यासह खुद्द जिल्हेसुभानी आलमपन्हांनी नेमणूक करून पाठवले आहे. आजपासून सरलष्करांच्या जानोमालची जोखीम नर्दुल्लाखान पठाण याच्या खांद्यावर राहील.''

महाबतखानाची घोषणा ऐकून अस्मत अली उडालाच. त्याने अल्लाचे मनोमन आभार मानले. नर्दुल्लाखानास परस्पर हाकलून न देता सोबत आणल्याबद्दल त्याने समाधानाचा सुस्कारा सोडला. त्याला हाकलून देता तर बादशहा काय करता कुणास ठाऊक? बादशहा कोणाला कोणत्या रूपात पाठवेल केवळ अतर्क्य!

महाबतखान आता परत जाणार. सारी सूत्रे आणि अधिकार हातात येणार. स्वातंत्र्य मिळणार; त्यामुळे आता सिद्दी आफताबखानाच्या मदतीने स्वराज्यात बहिर्जीशी आणि मग महाराजांशी संपर्क करता येईल. निसटून जाण्याची काही योजना तयार करता येईल या खुशीत असलेल्या कुलीखानाच्या मनोराज्याचे इमले वाळूत बांधलेल्या किल्ल्यासारखे ढासळले. त्याने महत्प्रयासाने आपले दु:ख दाबून चेहऱ्यावर उसन्या आनंदाचे भाव कायम ठेवले आणि पुढच्या कारवाईवर लक्ष केंद्रित केले.

महाबतखानासोबत राजधानीत परत जाणाऱ्या सरदारांची यादी वाचून दाखविली जात होती. त्यानंतर कुलीखानाच्या तैनातीत मागे राहणाऱ्या सरदारांची यादी वाचून दाखविली गेली. कोण जाणार आणि कोण मागे राहणार, छावणीतल्या पार सामान्य खोजालासुद्धा माहीत झाले होते. आता त्याची रीतसर घोषणा झाल्याने त्यावर शिक्कामोर्तब झाले एवढेच. महाबतखानासोबत दोनतृतीयांशापेक्षा जास्त फौज परत जात होती; त्यामुळे आता मोहीम कशी चालणार हा एक प्रश्नच होता.

महाबतखानाने प्रयाणाचा मुहूर्त जाहीर केला. परतणाऱ्या फौजेतल्या जबाबदाऱ्यांचे वाटप केले. त्यानंतर तो सरलष्कराच्या मसनदीवरून पायउतार झाला. बंदुकींच्या फैरींच्या कडकडाटात आणि नौबतींच्या दणदणाटात नवा सरलष्कर, खान-ए-खानान, शेर-ए-दख्खन, अजीज-ए-शहेनशहा महम्मद कुलीखान मोठ्या मरातबात त्या मसनदीवर बसला. सर्वप्रथम महाबतखानाने त्याला मुजरा करून नजर नजराणे पेश केले. मागोमाग इतर मानकऱ्यांचे मुजरे झडले. नजर नजराणे पेश झाले. नव्या सरलष्कराने परतणाऱ्या फौजेच्या कूच करण्याच्या मुहूर्तास मान्यता जाहीर केली. पहिल्या पडावाचे ठिकाण मुक्रर केले. परत जाणाऱ्या मानकऱ्यांना निरोपाची वस्त्रे आणि विडे दिले गेले. मागे राहणाऱ्या सरदारांच्या नेमणुका जाहीर करण्यात आल्या. वस्त्रे-शस्त्रे देऊन त्यांचा इस्तकबाल करण्यात आला. अत्तर-गुलाब झाल्यानंतर

दरबार बरखास्त झाला.

दरबार आटोपल्यानंतर कुलीखान महाबतखानास आग्रह करून आपल्या मुक्कामावर घेऊन गेला. त्याला निरोपाची मेजवानी होती. सर्व सोपस्कार यथास्थित पार पडले. कुलीखानावर नजर ठेवण्याची चोख व्यवस्था झाली. आता घरी परत जाण्याच्या कल्पनेने महाबतखान मोठा खुशीत होता. दिलखुलासपणे अघळपघळ गप्पा करीत होता. ओघाओघाने कुलीखानाने त्याच्याकडून बरीच माहिती काढून घेतली. अनेक गुप्त मसलती जाणून घेतल्या. आघाडीपासून ते राजधानीपर्यंतच्या संपर्काच्या जाळ्याची माहिती करून घेतली. तो आता सरलष्कर झाला असल्याने ही सारी गुपिते त्याच्यासमोर उघडी करण्यात महाबतखानास काही वावगे वाटत नव्हते. तर त्या दोघांच्या खिदमतीत असलेला आफताबखान सर्व बारकाव्यांची मनात नोंद करून घेत होता.

कुलीखानाने महाबतखानास मोठा अहेर केला. तृप्त मनाने आणि तृप्त पोटाने महाबतखान परत गेला तेव्हा दिवेलागण होण्याच्या बेतात होती. मगरीबची बांग होत होती.

-१३-

दरबारानंतर नर्दुल्लाखान कुलीखानाची भेट घेण्यास त्याच्या खासगीच्या डेऱ्यात पोहोचला तेव्हा सरलष्कर हजरतांची स्वारी मगरीबचा नमाज पढून यायची होती. एक खिदमतगार चिरागदाने रोशन करीत होता. दुसरा धूपदानमध्ये धूप पाजळत होता. अचानक सिद्दी आफताबखानाची आणि त्याची नजरानजर झाली. आश्चर्यचकित होऊन त्याच्या तोंडातून काही उद्‌गार बाहेर पडणार तोच आफताबखानाने नजरेनेच त्याला गप्प करीत 'नंतर भेट' अशी सूचक नेत्रपल्लवी केली. तेवढ्यात हुजऱ्याने सरलष्कर येत असल्याची ताजीम दिली.

सलाम - दुवा आणि औपचारिक बोलणी आटोपून नर्दुल्लाखानाने इजाजत मागितली. कुलीखानाचे वागणे-बोलणे अत्यंत रूक्ष, तुटक आणि जेवढ्यास तेवढेच होते. 'बादशहाने खास पाठविलेला माणूस' म्हणून वास्तविक त्याच्या मनात तिटकाराच उत्पन्न झाला होता. त्याने लगेचच त्याला निरोप दिला आणि सदरेवर हजर होण्याचा हुकूम दिला.

कुलीखानाच्या डेऱ्यात सिद्दी आफताबखानास पाहून नर्दुल्लाखानाच्या आश्चर्यास पारावार राहिला नव्हता. ज्या पद्धतीने त्याने त्याला बोलू न देता गप्प केले, खुणा करून नंतर भेटण्याचा संकेत केला, त्यावरून त्याने तो फितूर नसावा असा तर्क केला. मात्र खात्री पटवून घेतल्याशिवाय त्याच्या मनाला स्वस्थता लाभणार नव्हती. आफताबखानास तो बहिर्जींचा खास नजरबाज म्हणून ओळखत होता. अनेक

वर्षांपूर्वी त्याला उत्तरेत मोठ्या जोखमीच्या कामगिरीवर धाडले होते हेसुद्धा तो जाणत होता. मात्र त्याची त्यानंतर कित्येक वर्षांत काहीच खबरबात नसल्याने त्याच्या विश्वासार्हतेबद्दल तो साशंक होता. तो जर फुटला असेल तर सारेच मुसळ केरात जायचे आणि आपण अन् आपले पन्नास साथीदार काही करण्याआधीच गारद व्हायचो; त्यामुळे खात्री पटवून घेणे, तेसुद्धा वेळ न दवडता, निकडीचे होते. काही संशयास्पद वाटलेच तर आफताबखानाला सरळ गारद करून धोका दूर करणे अगत्याचे होते. उलटसुलट विचारांचा कल्लोळ त्याच्या डोक्यात थैमान घालीत होता.

विचाराच्या तंद्रीतच तो कुलीखानाच्या छावणीतून बाहेर पडला. सोबत्यांशी चकार शब्द न बोलता चालत राहिला. त्याच्या चेहऱ्यावर दिसणारी व्यग्रता पाहून सोबत्यांनीसुद्धा गप्प राहणेच पसंत केले. छावणीबाहेर थोड्या दूर अंतरावर एका भल्या थोरल्या बदामाच्या झाडाच्या सावलीत उभा राहून पुढे काय असा तो विचार करीत असतानाच सोबतच्या शिपायाने थोड्या दूर अंतरावर तशाच झाडाच्या सावलीकडे त्याचे लक्ष वेधले. अंधारात ठरावीक पद्धतीने चिलमीचा जाळ कमी-जास्त होताना दिसत होता. काही क्षणांत तो अस्फुट उजेड दिसेनासा झाला. भर अंधारात एकमेकांना खुणा करण्याची ही मराठ्यांची खास रीत होती. दुरून कोणाला वाटावे काजवा चमकून गेला. उजेडाच्या दिशेने पुढे जावे किंवा न जावे विचार करीत असतानाच पुन्हा काजवा चमकला.

"भाई पेशखान, मघा हुजुरांच्या डेऱ्यात मला सिद्दी आफताबखान दिसला. त्याने नजरेने गप्प करून नंतर भेटण्याची इशारत केली होती. म्हणजे त्याने मला ओळखले आहे. कदाचित आपले कामसुद्धा त्याने जाणले असावे. बहुधा तोच खुणावत आहे. काय करावे? जावे काय? की काही दगाफटका आहे? काही समजेनासे झाले आहे."

"सरदार, आफताबखान माझ्या चांगल्याच परिचयाचा आहे. तो पण कामगिरीवरच असावा. येथे रिघाव मिळवण्यात तो कामयाब झाला असावा. नाईकांशी जर त्याचा संपर्क असेल तर आपले काम आसान होईल. त्याने ओळख टाळली नाही. उलट सावध करून नंतर भेटण्याची इशारत दिली. त्यावरून मला तरी दगा जाणवत नाही. एकदा जाऊन बघावेच. त्याने दगा करण्याचा प्रयत्न केल्याचे जाणवले तर... आपण आपल्या कंबरेला तलवारी काय नुसत्या शोभेसाठी वागवतो आहोत?"

"बिल्कुल दुरुस्त. त्याला पाहिल्यापासून कसे गाठता येईल याचाच मी विचार करीत होतो. त्या विचारातच मी इथे अंधारात उभा आहे. चला भेटूच. काय तो सोक्षमोक्ष तर लागेल. दग्याचा संशय जरी आला तरी साफ कापून काढायचा. दयामाया नाही. थोडी जरी गफलत झाली तरी सगळी मसलतच पाण्यात जायची."

दोघांचे बोलणे सुरू असताना पुन्हा चिलीम चमकली. पेशखानाने घाईघाईने चिलीम शिलगावून प्रतिसाद दिला. पलीकडून 'तेथेच थांबा, मी आलो' अशा अर्थाची खूण झाली. अंगाभोवती काळ्या घोंगड्या लपेटलेल्या दोन सावल्या जवळ आल्या. अंधारातून शब्द आले-

''सलाम अलेकुम नर्दुल्लाखान. चलो, पीछे पीछे हो लो.''

सावल्या चालू लागल्या. तलवारीच्या मुठीवर हात ठेवून नर्दुल्लाखान आणि त्याचे तीन साथीदार एक शब्दही न बोलता सावल्यांच्या मागे चालत निघाले. सावल्या निर्भीडपणे दमदार पावले टाकत जात होत्या. मागून चालणारे मात्र चारी बाजूस नजर फिरवीत अंधारात काही दिसते का याचा अंदाज घेत, कुठल्याही क्षणी तलवारी उपसण्याच्या तयारीत, थोडे दबकतच चालत होते. छावणीपासून दीड कोस चालून गेल्यावर छावणीचा पाणवठा आला. एक मोकळीशी जागा बघून सावल्या थांबल्या. सावल्यांच्या मागे चालणारे पण सावधपणे थांबले. रात्र फार झाली नसली तरी गारठा चांगलाच जाणवत होता. पाणवठ्यावर चिटपाखरू नव्हते. पहाटेपर्यंत कोणी येण्याची शक्यता नव्हती. दीड-दोन फर्लांग दूर तळ्याच्या काठाशी पाणवठा राखणाऱ्या शिपायांच्या चौकीसमोर पेटविलेल्या शेकोटीच्या हलत्या उजेडात होती तेवढीच जाग, बाकी घनदाट अंधार, गारठा आणि सन्नाटा.

आफताबखानाने अंगाभोवती गुंडाळलेले कांबळे दूर केले. कंबरेची चामडी छाजल काढून स्वत: चार घोट पाणी पिऊन त्याने छाजल नर्दुल्लाखानाच्या हातात दिली. पायपीट आणि ताण यामुळे घशाला कोरड पडलीच होती. एकामागे एक सारेच चार-चार घोट पाणी प्यायले. आफताबखानाने एका पसरट खडकावर घोंगडे अंथरले. त्याच्या साथीदाराने त्याचे अनुकरण केले. सहाही असामी घोंगडीवर बसल्या. नर्दुल्लाखान आणि त्याच्या साथीदारांनी सहज काढल्यासारख्या कंबरेच्या तलवारी काढून मांडीवर आडव्या ठेवल्या. तेवढ्या अंधारातसुद्धा नर्दुल्लाखानास आफताबखानाच्या चेहऱ्यावर उमटलेले स्मित दिसले. आफताबखानानेच बोलायला सुरुवात केली.

''बसून बोललो तर हालचाल आपसूकच कमी होते. चौकीवरच्या शिपायांना कोणी भालू वगैरे बसलेत असेच वाटेल. आवाज मात्र ताब्यात असू देत. या वातावरणात खूप दूरवरचे स्पष्ट ऐकू येते.''

आफताबखान ज्या सहजतेने वावरत होता, अंधारातसुद्धा नेमक्या जागी पोहोचला होता, त्यावरून तो परिसर त्याच्या पायाखालचा असावा अन् त्या ठिकाणी तो वारंवार येत असावा असे नर्दुल्लाखानास जाणवले. तो उघडपणे दबक्या आवाजात एवढेच म्हणाला-

''दुरुस्त है। सर्वांनीच हे ध्यानात ठेवा.''

''नर्दुल्लाखान! तुला प्रत्यक्ष पाहिले, माझ्या जिवात जीव आला. मी दिल्ली सोडली तेव्हा मला सांगण्यात आले होते की, अंगरक्षकांची एक तुकडी पाठवली जाणार आहे. मी वाटच पाहत होतो. तू येथवर सुखरूप येऊन पोहोचलास त्याबद्दल मला अल्लाचे आभार मानू देत, कारण ते किती अवघड आहे हे माझ्याइतके दुसरे कोणीच जाणू शकणार नाही.''

''कशावरून मी महाराजांच्या कामगिरीवर आलो आहे? कशावरून मी दरबारात जाहीर झाले त्याप्रमाणे बादशहाच्या कामगिरीवर नाही? तू आता तुझे खरे स्वरूप माझ्यासमोर बेधडक उघड केलेस. कशावरून मी तुझी चुगली महाबतखानाकडे करणार नाही?''

आफताबखान हसला. नर्दुल्लाखानाच्या मांडीवर हलकेच थाप मारून म्हणाला–

''खरा मराठा हेर शोभलास. भाईजान, पैशाच्या मोहाने कोणी महाराजांना सोडून मोगलांनाच मिळाला तर तो स्वतःहून एवढ्या दूर अशा विराण मुलखात कामगिरीवर येणार नाही. तर जिथे खाण्यापिण्याची चंगळ असेल, भरपूर लुटालूट करता येईल अशा मुलखातल्या मोहिमेत शरीक होईल. अशा अवघड ठिकाणी येण्यासाठी कोणी शिफारसपत्र घेऊन येत नाही, तर नशिबाला दोष देत येतो. मीसुद्धा बहिर्जी नाईकांच्या तालमीत काही वर्षे काढली आहेत. सहजासहजी फितूर होऊ शकणाऱ्यांची त्यांच्या निसबतीत भरती होत नसते, याची मला पूर्ण खात्री आहे.''

''अरे! जिथे खुद्द सरनोबत गनिमाला सामील होतो, तिथे सामान्य नजरबाजाची काय कथा?''

''अशा वेळी सर्वप्रथम तो डाव्या अंगठ्यातील अंगठी काढून फेकून देईल.''

मोठ्याने हसण्यासाठी नर्दुल्लाखानाने तोंड उघडले, पण आफताबखानाने झटक्यासरशी त्याचे तोंड दाबले. बसल्या बसल्याच दोघांनी एकमेकांना आलिंगन दिले. मग तिथपर्यंत पोहोचण्याच्या चित्तरकथांची देवाणघेवाण झाली. बराच वेळ बोलणे झाले. अखेर आफताबखान म्हणाला–

''आता जनाब महाबतखान परत जाणार. आता यापुढे थोडा मोकळा श्वास घेता येईल. तूसुद्धा सोबतीला आलास, काही करता येईल का बघायचे.''

''वेडे साहस करायचे नाही अशी स्वतः महाराजांची सख्त ताकीद आहे. थोडा अधिक-उणा काळवेळ लागला तरी हरकत नाही. पण सरनोबतांच्या जिवाला अपाय होता कामा नये. ते छावणीतून नाहीसे झाल्याचे उघड होईल त्या वेळी मोठा गहजब उडेल. महाराज आग्र्यातून निसटले त्यावेळचा प्रवास त्या मानाने सोपा झाला. कारण नाईकांनी तसा चोख बंदोबस्त वाटभर ठेवला होता. या खेपेस पल्ला जास्त दूरचा आणि अवघड आहे. दिल्लीत पोहोचेपर्यंत बाहेरून कुठलीच मदत मिळण्याची आशा नाही. त्याउपर खुद्द दिल्लीत वा दिल्लीच्या गिर्दपेशात पोहोचणे म्हणजे

धोकाच पत्करणे. दिल्ली टाळायची तर रस्ता राजपुताना आणि कच्छच्या वाळवंटामधून जातो. ते वाळवंट पार करून जाणे गंमत नाही. योग्य आणि विश्वासू वाटाड्या मिळाल्याशिवाय वाळवंटात पाऊल घालणे म्हणजे स्वत:ला घारी-गिधाडांच्या स्वाधीन करून घेणे ठरेल. शिवाय मागचा अनुभव गाठीस असल्याने बादशहा चौक्या जास्त सावध ठेवील. मी येताना जे पाहत आलो आणि ऐकत आलो त्यावरून असे दिसते की, स्वराज्याच्या सीमांवरील प्रत्येक चौकी आणि ठाणे या क्षणीसुद्धा सावध आहे. कडक तपासणी आणि चौकशीतून फकीर-बैरागीसुद्धा सुटत नाहीत. जे करायचे ते नीट ठरवून, पूर्ण विचार करून, योजना आखून आणि स्वराज्याशी संधान साधूनच करायचे, अशी निघण्यापूर्वी मला महाराजांनी जातीनिशी आज्ञा केली आहे. आपल्याकडे मोजकाच पैका आहे. सरनोबतांना सांगून मोगली खजिन्यातूनच तजवीज करावी लागेल.''

''मी एक विचार केला आहे. आपली गलबते जर मकरान किंवा कराचीच्या किनाऱ्यावर आणवता आली तर त्यात बसून स्वराज्यात जाणे खुश्कीच्या मार्गापेक्षा सोपे असेल. पण इतक्या दूर महाराजांशी संधान साधून गलबते आणवावी कशी, हाच मोठा प्रश्न आहे.''

''असू दे. आजच्या आज ते ठरवण्याची घाई नाही. दिल्लीत आणि आग्र्यात आपले सावकार संधान बांधून आहेत. बऱ्याच वर्षांत तुझ्या बायकोला तुझी खबर खैरियत नाही. कोणाच्या तरी हातून तिला पत्र पाठवून दे. आपले सावकार जरूर तिला पत्र पोहोचवण्याची व्यवस्था करतील. असो. आपल्याला उघडपणे फार जास्त संबंध ठेवणे सध्या तरी कठीण आहे. जरी आपण दोघे बादशहासाठी हेरगिरी करीत असलो तरी याचे भान बाळगावेच लागेल.''

''होय. हे तर खरेच. बायकोला पत्र पाठवायचे माझ्या डोक्यात आलेच नाही. बरे झाले तू आठवण करून दिलीस. चला, निघू या. सरनोबतांची रात्रीच्या जेवणाची वेळ होत आली आहे.''

प्रथम नर्दुल्लाखान आणि त्याचे साथीदार उठून गेले. मध्ये काही वेळ गेल्यानंतर आफताबखान आणि त्याचा सोबती उठले. जरा लांबचा वळसा घालून ते पाणवठ्यावर पोहोचले. सोबत असलेल्या घागरी ताज्या पाण्याने भरून घेतल्या. परतीच्या वाटेवर दरोग्याने हटकले-

''क्यों? इतक्या रात्री पाणी भरायला? वेडबीड लागलंय की काय? अरे! थोड्या वेळापूर्वीच त्या बाजूला एक अस्वलांचा झुंड बसला होता. नशीब, ते इकडे वळले नाहीत. जरा सांभाळून परत जा.''

''काय करणार दरोगासाब, नेमकी हुजुरांच्या पिण्याच्या पाण्यात छिपकली पडली. सारे पाणी फेकून द्यावे लागले. दुपारी दावत झाली; त्यामुळे तेवढेच

पाणी होते. आता हुजुरांची दस्तरखानची वेळ होत आली; त्यामुळे अशा थंडीत अवेळी पाण्यावर यावे लागले. जवळपास अस्वले आहेत असे म्हणता, मग जरा दोन शिपायांना सोबतीला द्या ना. डोक्यावर हंडे घेऊन तलवारी चालवणे मुश्कील आहे.''

दोन शिपायांची सोबत घेऊन आफताबखान राजरोसपणे छावणीत परत आला.

-१४-

महाबतखानाची फौज काबूल सोडून रवाना झाली. निरोप देण्यासाठी कुलीखान दोन मजलांपर्यंत गेला होता. परत आल्यावर तीन-चार दिवसांतच त्याने आपला मुक्काम छावणीतून महाबतखान राहत होता त्या हवेलीत हलविला. आता त्याला आघाडीवर धावपळ करण्याची गरज उरली नव्हती. तोसुद्धा काबूलमध्ये राहूनच सैन्याच्या हालचाली करवून घेणार होता. बहुतेक फौज परत गेल्याने मोहीम थंडावल्यातच जमा होती. जेवढे हाती आले होते तेवढे राखून ठेवणे इतकेच त्या तुटपुंज्या फौजेकडून शक्य होणार होते. नवी ताज्या दमाची कुमक आल्याशिवाय पुढचे आक्रमण हाती घेणे शक्य नव्हते.

महाबतखान परत गेला त्याला दोन आठवडे उलटले. कुलीखान आज सरलष्कर म्हणून पहिल्यांदाच दरबार भरविणार होता. आपल्या महालात, दरबारात जाण्यासाठी पोशाख करीत होता. आफताबखान कमरबंद आवळण्यास मदत करीत होता. गिरकी घेत तो कुलीखानाजवळ पोहोचला. आणि कमरबंदाचा शेव खोचता खोचता हळूच पुटपुटला-

''सरकार, नर्दुल्लाखान घरचा माणूस आहे.''

चमकून कुलीखानाने त्याच्या तोंडाकडे पाहिले.

''कशावरून?''

कंबरेला कट्यार खोचत, तलवार बांधत तो पुन्हा फुसफुसला-

''मी त्याला ओळखतो. आम्ही काही कामगिऱ्या एकत्र केल्यात. तो पहिल्यांदा आपल्याला भेटून गेल्यानंतर लगेचच मी त्याची गाठ घेतली. बोलणे झाले. त्याला बादशहाने नव्हे, तर महाराजांनी धाडलंय. कुणी छत्रसाल म्हणून बुंदेला राजकुमार आहे, त्याचे शिफारसपत्र घेऊन आला आणि जनाब महाबतखान हुजुरांकडे रुजू झाला. मोठ्या हिकमतीने त्यांचा विश्वास मिळवला आणि आपल्या सेवेत दाखल झाला. बादशहाचा खास माणूस हा त्यांनीच उभा केलेला देखावा आहे. निव्वळ नाटक. त्यांना त्यांच्या माघारी आपल्यावर नजर ठेवण्यासाठी माणूस गवसत

नव्हता. हा पठ्ठ्या आपल्या पायांनी चालत नेमका त्यांच्याकडे पोहोचला. हुजुरांनी गोड बोलून त्याला बरोबर 'आपल्या जाळ्यात' ओढला. अनायासे आपले काम झाले. अल्लाची मोठी मेहेरबानीच झाली. खात्री पटवून घ्यायची असेल तर सरकार, त्याच्या डाव्या हातातली अंगठी बघा.''

कुलीखान दिवाणावर बसला. त्याने क्षणभरासाठी डोळे मिटून घेतले. मग हलकेच पुटपुटला-

''काय सांगतोस? खरंच? महाराज, महाराज, धन्य आहे तुमची. एका क्षुद्र सेवकासाठी केवढी ही यातायात. सगळा ताप, त्रास, मनस्ताप, क्लेश, कष्ट, दुःख भरून पावलो. महाराज, कातड्याचे जोडे करून आपल्या पायी घातले तरी हे ऋण फिटायचे नाही.''

''सरकार, डोळे पुसा. कोणाला संशय यायचा. पण सरकार, तुम्ही स्वतः त्याच्याशी काही बोलू नका. त्याची ओळख पटली हे त्याला इतक्यात तरी जाणवू देऊ नका. काही लागले सवरले, तर मीच बोलेन त्याच्याशी.''

दोन-तीन आठवडे उलटले. एक दिवस दिवेलागणीच्या सुमारास कुलीखान त्याला पुन्हा म्हणाला-

''आफताब, आता काहीतरी हालचाल केली पाहिजे. इथून परत जाण्याची काहीतरी तजवीज करण्याच्या मागे लागा. आता मैदान साफ आहे.''

''माफी सरकार, पण जल्दबाजी नको. महाराजांची पण तशीच ताकीद आहे. नजरकैद उठली, 'नजर ठेवणारा' आपलाच माणूस हे जरी खरे असले तरी भोवतालची फौज गनिमाचीच आहे. त्यातल्या कुणाला काय गुप्त हुकूम आहे, कळायला मार्ग नाही. साधा संशय आला तरी जेरबंद करतील. कदाचित ठारसुद्धा मारतील. पल्ला फारच लांबचा. सारा मुलूख गनिमाचा. ठायी ठायी चौक्या, नाकी, ठाणी. किती चुकविणार? वाटेत काही मुक्काम तरी खात्रीचे आणि सुरक्षित पाहिजेत. त्यासाठी संपर्काची साखळी आणि तजविजीची व्यवस्था सुरू आहे. नर्दुल्लाखान येऊन पोहोचला याचा अर्थ महाराज त्याच प्रयत्नात असणार. मुस्तकीम व्यवस्था झाली की, महाराज संदेश पाठवतील. तोपर्यंत कळ काढली पाहिजे. सरकार मी तर जवळपास कफल्लकच आहे. नर्दुल्लाखानाकडे पण तुटपुंजाच पैका आहे. एवढ्या मोठ्या प्रवासात पैका पाण्यासारखा खर्च व्हायचा. आपण पैका उभा करण्याच्या तजविजीला लागा. जमा होणारा ऐवज हिरे, मोती, रत्ने, सोने असा कोणत्याही क्षणी उचलता येईल अशा पद्धतीने तयार ठेवा. सध्या आपण तेवढेच करू शकतो.''

दीर्घ उसासा टाकीत कुलीखानाने खांदे उडविले आणि तो दरबारात जाण्यासाठी महालातून बाहेर पडला.

महालाच्या खिडकीत उभे राहून महाराज कोणाची तरी वाट पाहत होते. महालात एकच समई तेवत होती. तिच्या अपुऱ्या प्रकाशातील हलत्या सावल्यांमुळे अंधार अधिकच दाटल्यासारखा वाटत होता. भिंतीतला चोरदरवाजा करकरला. महाराजांनी दिंडी उघडून बहिर्जीला आत घेतले. मुजरा घालून तो आसनासमोर उभा राहिला. पलंगावर टेकत महाराजांनी अधीरतेने पुसले-

"नर्दुल्लाची काय खबर बहिर्जी?"

"म्हाराज, नर्दुल्लाखानानं नबाब अस्मत अलीच्या फौजंत लई हिकमतीनं रिघाव मिळवला, आन थेट काबूलला पोहोचला. कुंवर छत्रसालजींची शिफारस व्हतीच. मंग म्हाबतखानाकडं शिरकाव अवघड ग्येला न्हाई. पठ्ठ्यानं काय जादू क्येली न कळे पर लगेचच त्येचा इस्वास बी कमावला. म्हाबतखान दिल्लीत परत आला तवा येताना त्येनं आपल्या खास इस्वासाचा मानूस म्हनून त्येला सरनोबतांवर नदर ठेवन्यासाटी मागं ठेवलाया. अक्षी त्येंचा खास आंगरक्षक म्हनून. तवा आपल्याला साधायचं व्हतं त्ये अनायसचं साधलं."

"आई भवानीची कृपा. आता पुढे? त्याच्याशी संपर्क ठेवण्यासाठी माणसे धाडलीत का? नेताजीकाकांनी परत येण्याची कोशिश केली तर त्यांना विश्वासाचे वाटाडे, खात्रीचे मुक्काम अशी सगळी सोय पुरवावी लागेल. त्याच्या तजविजीचे काय योजलेत?"

"म्हाराज, पल्ला लई मोटा. अवघा मुलुक गनिमाचा. पंजाबी सुब्यात तर गुलामी पार रक्तात भिनलिया, इथवर की त्ये लोक द्येवाला बी अरबितल्यावानी रब्ब म्हनत्याती. त्येंच्यात हल्ली कोनी येक गोविंदसिंह नावानं गुरू पैदा झालाया. त्येनं गुरू नानकांच्या शिकवनुकीतून खालसा पंथ तयार क्येलाया. यवनांशी लई कडवी झुंजतात त्येची मानसं. त्येंची थोडीफार मदत व्हते. पर तेवडीच. ती बी अटकेपोतुरच सीमित हाय. अटक वलांडून जायास कोनी धजावत न्हाई. तरी चार-सहा फकिरांची आपली योक टोळी पेशावरपोतुर पोहोचलिया. पर अजून त्येंना खैबर वलांडता आलेली न्हाई. मोगली ठाणेदार लष्करी परवाना असल्याबिगर कोनाला बी खैबरच्या आसपास फिरकू द्येत न्हाईत. शेवटची खबर आली तवा आपली मानसं घाटातल्या आडवाटा शोधन्याची कोशिश करीत व्हती. सरनोबत निसटले, तरी त्येंना खैबर पार करून, अटक वलांडून पंजाबी सुब्यात उतरेपोतुर आपल्यास्नी काय बी करनं दुरापास्तच हाय."

"मग काय दैवावर हवाला ठेवून, हातावर हात धरून बसून राहायचे की काय?"

“तसं कसं म्हाराज. कोशिश तर जारी हायच. पान्यागत पैका खर्च व्हतुया. आतावरी शे-दीडशे मानसं खर्ची पडलियात. पैक्याची काय बी चिंता न्हाई. तिथल्याच अंमलदारास्नी लुटून आमी पैका उभा करितो. पर लाख लाख मोलाचा योक योक मानूस जवा खर्ची पडतो त्ये लुकसान भरून निगत न्हाई तेवडीच काळजी.”

“पन्हाळ्यावर एका मुठीने हजार माणूस गमावला. पुरंदरावर, घोडखिंडीत, किती माणसे? झुंजात किती माणसे गेली याचा हिशेब मांडायचे म्हटले तर स्वराज्याचा हा खटाटोप गुंडाळून ठेवून काशीस जाऊन राहणेच बरे.”

“मापी असावी मायबाप. पर लडाई वायली. ही झुंज वायली. म्हाराजांनी असा त्रागा करून घिऊ नये. आपन साहेबकामी खर्ची पडलो हेचा परतेक जानाऱ्याला मोटा अबिमानच असतोया. सवाल येतो, त्येच्या जागी त्याच तोलामोलाचा आन इस्वासाचा असामी नेमताना.”

महाराजांनी एक दीर्घ नि:श्वास सोडला. थोडा वेळ तसेच स्तब्ध बसून राहिले.

“मग? आता पुढे?”

“योक मसलत हाय डोक्यात. दोन-अडीच हजार कोसांचा मोगली मुलुक तुडवत येन्यापरीस काही येगळी वाट सोधली तर कसं?”

“वेगळी वाट? ती कुठली? हनुमंतासारखे त्यांनी आकाशातून उडत यावे की काय? का तुम्हीच कोणा बिभीषणाकडून पुष्पक विमान मिळवण्याचा घाट घालता आहात?”

“काय च्येष्टा करता म्हाराज गुलामाची. हवेतून न्हाय पर पान्यातून येयाची वाट काडता ईल की.”

“मतलब?”

“आपलं सोराज्याचं आरमार हायच. त्याउपर राजापूर आनि सुरतेच्या व्यापाऱ्यांचा आपला लई चांगला संबंध जुळलाया. त्येंचा इरान-अरबस्तानाशी वेपार चालतुया. त्येंच्या मदतीनं आपुन आपली गलबत इरानच्या मकरान बंदरापोतुर किंवा सिंधमधी कराचीपोतुर न्हेऊ शकतो. मकरान तर अफगाणिस्तानच्या सरहद्दीला खेटूनच हाय. काय तरी हिकमत करून सरनोबतांनी मकरान गाठावं. तितं आपल्या गलबतावर चढून थ्येट सोराज्यात! न्हाई चौक्या, न्हाई ठानी, न्हाय पाटलागाचं भेव की फितुराहातून धरला जान्याचा घोर. येकदा सिंध वलांडला, द्वारका येरावळ जवळ आलं की गलबतांवर बेलाशक भगवी निशानं फडकवायची. कुनाची माय व्यालिया, भर दर्यात मराठी आरमाराला धका लावायची?”

बहिर्जी बोलायचा थांबला. महाराज काही न बोलता समईच्या ज्योतीकडे एकटक पाहत राहिले. जणू त्यांचे ध्यान लागले. बऱ्याच उशिराने बहिर्जी किंचित खाकरला.

“व्वा! नाईक, बनाव तर मोठा नामी आखलात. आमच्या डोळ्यांसमोर हे सारे

कसे काय घडेल याचाच दृश्यपट उमटत होता. व्वा! तुमच्यासारखी एकापेक्षा एक हिकमती माणसे आमच्यासोबत आहेत म्हणून तर आम्ही प्रत्येक संकटावर मात करून पुन्हा उभे राहतो. नाईक, केवळ या कल्पनेसाठी तुमच्या हाती शेरभर सोन्याचा तोडा चढवावा. तेवढे मोल आहेच या हिकमतीचे.''

''सेवकावर धन्याची मेरनजर कायम असतिया; म्हनून तर सेवकांना हुरूप येतो. पर म्हाराज ह्यो बनाव माजा न्हाई. आपन सिद्दी हिलालच्या निसबतीचा जो शिपाई नजरबाज म्हनून, सरनोबत आदबखान्यात असताना त्येंच्याकडं संदेश देऊन धाडला व्हता, त्योच आता त्येंचा खिदमतगार शागिर्द बनून छावणीत ऱ्हायलाय. सरनोबतांचा खास शागिर्द झालाया. पठ्ठ्यानं परिस्थितीचा आन परिसराचा दांडगा अब्यास केलाया. ह्यो बनाव त्याच्याच डोक्याची करामत. म्हाबतखानाच्या फौजेसोबत परतलेल्या येका वेपाऱ्याच्या हातून त्येनं दिल्लीतल्या आपल्या शेट झमटमल मारवाड्याकडं कागुद धाडला. त्येच्यात समदा बनाव इगतवारीनं लिवला हाय. द्येवाची कृपा, मधी कागद धरला ग्येला न्हाय.''

''अरे व्वा! हे तर खूपच छान. आता प्रत्येक शिपाई प्यादासुद्धा स्वराज्याच्या हिताच्या योजना आखू लागला आहे. परिस्थिती जेवढी प्रतिकूल तेवढी यांची डोकी उत्तम विचार करतात. आमच्या पश्चात स्वराज्याचे काय होईल याची आता चिंता राहिली नाही. खुद्द आलमगीर जरी दख्खनेत उतरला तरी आमचे हे पेटून उठलेले सर्वसामान्य शिपाई प्यादे त्याला गाडून टाकल्याशिवाय राहणार नाहीत. मग आम्ही असलो काय किंवा नसलो काय, काही फरक पडणार नाही. काय नाव काय त्या बहाद्दराचे?''

''सिद्दी आफताबखान. मूळ सिद्दी हिलालच्या निसबतीचा. अत्यंत भरवसेमंद नजरबाज हाय. सोपवलेली कामगिरी संपली तरी आपली अक्कल वापरून सरनोबतांच्या खिदमतीत थ्येट काबूलपोतुर पोहोचलाया.''

''योजना पार पडेल न पडेल. होईल ते ईश्वराधीन पण स्वतंत्र बुद्धीने असा विचार करणाऱ्या माणसांना प्रोत्साहन देऊन त्यांची कदर ही झालीच पाहिजे. तो जेव्हा केव्हा परत येईल तेव्हा आम्हाला या प्रसंगाची याद द्या. तुम्हाला शब्द दिल्याप्रमाणे आम्ही शेरभर सोन्याचा तोडा त्याच्या हाती चढवू. ही योजना आम्हाला मंजूर असल्याचा कौल त्याला कळवा. यावर अंमल कसा करता येईल या दृष्टीने कामाला लागा.''

''जी म्हाराज.''

''बरे. नेताजीकाका अफगाण मोहिमेचे सरसेनापती झाले हे तुम्ही आम्हाला कळवले नाही.''

''मापी म्हाराज; पर येवडी जगजाहीर गोस्ट काय आपल्यापासून लपून ऱ्हानार

न्हाय म्हनून येगळी खबर धाडली न्हाई.''

"एकच खबर दहादा ऐकली म्हणून काही अजीर्ण होत नाही. खबर बाहेरून समजणे आणि तुमच्याकडून येणे यातला फरक आम्ही तुम्हाला वेगळा सांगण्याची गरज असू नये.''

"अशी गफलत पुन्यांदा घडायची न्हाई म्हाराज.''

"ठीक आहे. सरखेल, मायनाक भंडारी आणि इब्राहिम खान यांच्याशी मसलत करा. आपली गलबते इतका दूरचा पल्ला गाठून सुखरूप माघारी परतू शकतील का? याचा अदमास घ्या आणि आम्हास कळवा. नसल्यास तशी गलबते बांधून घ्यावी लागतील. पण त्यात वेळ जाईल. निकड पडल्यास टोपीवाल्यांकडून हस्तगत करावी लागतील. त्याची बित्तंबातमीसुद्धा तयार ठेवा. पुरता अदमास आला की सरखेलांना आमच्या भेटीस धाडा. या मसलतीत कोण व्यापारी काय मदतीस येतील नीट जोखून घ्या. उद्या प्रधान मंडळासोबत खलबतखान्यात पेश व्हा. आमच्या हुकमाशिवाय गड सोडू नका. या आता. गड सोडण्यापूर्वी नेताजीकाकांकडे संदेश कसा धाडावा याचे हुकूम घेऊन जा.''

मुजरा करून बहिर्जी आल्यावाटेने अदृश्य झाला. महाराजांनी पलंगावर अंग टाकले तेव्हा पहिल्या कोंबड्याने बांग दिली. आणि डोळे मिटताक्षणी महाराजांना गाढ झोप लागली.

- १६ -

कासवाच्या चालीने दिवस सरकत होते. काहीच घडत नव्हते. पुरेशी कुमक आणि खजिना हाताशी नसल्याने मोहीम नावालाच राहिली होती. काही घडत नव्हते तरी नर्दुल्लाखानाची डाक नियमित जात होती. त्यात अनेक तथाकथित चुगल्या-चहाड्या असत. त्याचप्रमाणे कुलीखानाच्या धर्मनिष्ठेचे, न्यायीपणाचे, शौर्याचे वर्णन करणाऱ्या खऱ्याखोट्या किश्शांचे भले मोठे चऱ्हाट असे. नुसतेच एरंडाचे गुऱ्हाळ. ना रस; ना चोथा!

वर्ष उलटले. नवी कुमक आणि खजिना न आल्याने कुलीखानाच्या आशा पालवल्या. त्याने मोहीम गुंडाळून परत फिरण्याची परवानगी मागणारा अर्ज दरबारास पाठविला. सहा महिने उलटून गेले तरी बादशहाने त्याला उत्तर धाडले नाही. बादशहाच्या मनाचा थांग लागत नव्हता.

याच दरम्यान आपल्या पन्नास-साठ चेल्यांना घेऊन खुश्कीच्या मार्गाने हज पढण्यासाठी निघालेला एक अवलिया काबूलमध्ये येऊन थडकला. त्याचा थाटमाट आणि मिजास एखाद्या जहागीरदारापेक्षासुद्धा वरचढ होती. चेल्याचपाट्यांसोबत त्याचा शागिर्दपेशा आणि उंट-घोड्यांचा पागा भला जंगी होता. एवढा मोठा

अवलिया हजच्या वाटेवर अनायासे आपल्या जवळपास आला आहे, तर त्याचा योग्य सन्मान करावा असा सोबतच्या सरदारांचा आग्रह पडला. कंटाळवाण्या आळसावलेल्या दिनक्रमात तेवढाच विरंगुळा! सरलष्कराच्या दरबारात अवलियाला मोठ्या सन्मानाने पाचारण केले गेले. रोख रक्कम, पोशाख, घोडा वगैरे देऊन त्याचा यथोचित सत्कार झाला. गडी अगदी खूश होऊन गेला. पेशावर सोडल्यापासून बिचाऱ्याची कोणी दखल घेतली नव्हती. त्याने कुलीखानाला तोंडभरून आशीर्वाद दिले. दुवा देत तो म्हणाला–

"बेटा, तुझा सारा इतिहास मला स्पष्ट दिसतो आहे. हमखास नरकात जाणारा गलत रस्ता तू सोडलास आणि तुला अल्लाच्या नेक रस्त्यावर येण्याची बुद्धी झाली. याचाच अर्थ, त्या परवरदिगारे आलम अल्लातालाची तुझ्यावर मोठी कृपा झाली आहे. त्या रहिमाने रहीमच्या प्रेरणेने आलाहजरत बादशहा तुझ्यावर खूश आहेत. तू आपले इमान राखून त्यांच्यासाठी अल्लाचे पाक साम्राज्य वाढव, तुला कशाचीच कमतरता पडणार नाही. अल्लावर, आपल्या सत्कर्मावर आणि बादशहावर निष्ठा ठेव, तुला तुझे ईप्सित मिळाल्याशिवाय राहणार नाही. हजच्या काळात रसुलेपाक सलल्लाह वसल्लमच्या मजारेपाकवर दुवा मागताना आणि काबाशरीफची तवाक करताना मी तुझ्यासाठी, तुझ्या कामयाबीसाठी खास प्रार्थना करीन. बेटा, सरकारी खजिन्यातून तू मला माझ्या पवित्र प्रवासासाठी भरभक्कम मदत दिली आहेसच पण मला तुझ्या स्वत:कडूनसुद्धा काही हवे आहे. परवा रात्री मी तुझ्या दौलतखान्यावर जेवणासाठी येईन म्हणतो. त्या वेळी मी माझी इच्छा जाहीर करीन."

"खुशामदीन. आपल्यासारखा हजच्या पवित्र राहवर निघालेला राहगीर माझ्यासारख्या दीनाचा हम नेवाला झाला, आपल्यासारख्या अल्लाच्या नेक बंद्याची पायधूळ माझ्या गरीबखान्याला लागली हे माझे परमभाग्य. आपण जरूर यावे. आपली इच्छा पूर्ण करण्यात मला मोठा आनंद वाटेल. इतकेच नव्हे तर माझ्या फौजेतील प्रत्येक मानकरी आणि अगदी शिपाईसुद्धा तुमच्या ईश्वरी कार्यासाठी यथाशक्ति दान देतील."

हरतऱ्हेचे चविष्ट पदार्थ आणि मेवे-मिठाया खायला घालून कुलीखानाने मौलाना घियासुद्दीनला पुरते तृप्त करून सोडले. त्याचे चेलेचपाटे शेजारच्या दालनात मेजवानीवर आडवा हात मारण्यात मश्गूल होते. जेवण झाले. दोघे मसनदीवर गप्पा मारीत बसले. आफताबखान काही किरकोळ कामे काढीत तेथेच रेंगाळत राहिला. गप्पांच्या ओघात कुलीखानाने सहजच विचारले–

"मौलाना, सामान्यपणे हिंदोस्तानातून हज पढण्यासाठी जाणारे हाजी सुरतेतून गलबताने जातात. आपण एवढा लांबचा वळसा घेऊन खुश्कीने कसे काय निघालात?"

“बेटा, दर्यातून गेलो तर जौळाचा-तुफानाचा धोका होऊ शकतो.”

“खुश्कीच्या रस्त्यावर धोके काय कमी असतात? चोर, दरोडेखोर, भामटे, लुटारू, जंगली जनावरे, अडचणीच्या वाटा-घाटवाटा, नद्या-नाले, त्याशिवाय परवाने, दस्तावेजांची झंझट, चौकश्या, तपास, तो प्रवाससुद्धा काही फारसा सुखाचा म्हणता येणार नाही. धोक्यापासून मुक्त म्हणवणार नाही.”

मौलाना घियासुद्दीन बराच वेळ कुलीखानाच्या चेहऱ्याकडे एकटक पाहत राहिला. मग काही वेळ तो तोंडातल्या तोंडात काहीतरी पुटपुटत डोळे मिटून बसला.

“काय झाले मौलाना? मी काही चुकीचे किंवा तुमच्या मनाला दुःख होईल असे काही बोललो का?”

“नहीं बेटा नहीं, ऐसी कोई बात नहीं. तू कधीच चुकीचे बोलत नाहीस. चुकीचे वागत नाहीस. तुझा सवाल रास्त आहे. खुश्कीच्या रस्त्यावर अनेक धोके आहेत. त्या रस्त्यावर भेटतात ती गिधाडांपेक्षा, जंगली जनावरांपेक्षाही वाईट माणसे! जिवावर उठलेली. केवळ त्यांचा थोडासा स्वार्थ साधण्यासाठी सहज जीव घेणारी. चौक्या, पहारे, ठाणी आणि तिथली हपापलेली, लाच खायला चटावलेली माणसे, दस्तावेजांची बेमुरव्वत तपासणी आणि चौकश्या, तफतीश करतात. हे खरोखर भयाण आणि भयंकर आहे. बेटा, तुझ्या हजची वाट मात्र खुश्कीची नव्हे तर दर्यातून जाते. इथून नीघ. मुलूख जिंकत, विजय मिळवत इराणच्या सरहद्दीवर पोहोच. गलबत तुझी वाट पाहत असेल. अल्ला तुझ्या पाठीशी आहे. कामयाबी तेरी कदम चूमेगी. अल्लाच्या भेटीची तुला मनातून प्रामाणिक ओढ असेल तर मकरानात तुला हजला नेणारे गलबत अल्ला देईल. तुझी हज कबूल झाल्याशिवाय राहणार नाही. माझी दुवा तुझ्यासोबत आहे.”

असे काहीतरी असंबद्ध बोलून मौलाना बोलायचा थांबला. मात्र त्याचे बोलणे ऐकून आफताबखान सजग झाला. थोडा जवळ सरकून कान टवकारून तो पुढे काय बोलतो ते ऐकण्याचा प्रयत्न करू लागला. मौलानाच्या असंबद्ध बोलण्याचा कुलीखानाला काही अर्थबोध होईना. तो नुसताच त्याच्या तोंडाकडे पाहत राहिला. काही क्षणांनी मौलानाने डोळे उघडले आणि त्याने पुन्हा बोलायला सुरुवात केली-

“खैर छोड दो बेटा. खुश्कीने जाण्याचा सर्वांत मोठा फायदा म्हणजे वाटेने जाता जाता अनायासे हातून तबलीग घडते. तुझ्यासारखे अल्लाचे नेक बंदे भेटतात. त्यांना दीन-दुनियेच्या चार गोष्टी सांगता येतात. मुलूख पाहता येतो. अल्लाने निर्माण केलेली ही अजब दुनिया डोळे भरून निरखता येते. जिंदा पीर आलमगीर साहेबांचे दीदार झाले. तुर्कस्तानात खलिफा आहेत. अल्लाची मर्जी असेल तर त्यांची भेट होईल. वाटेत करबलाला थांबता येईल. तिथे चाळीस दिवस राहून नमाज अदा करीन. शहिदांसाठी फातेहा पढीन. मग पवित्र अरब भूमी पाहत पाहत मक्का

शरीफला पोहोचेन...''

आफताबखानाने मध्ये तोंड घातले– आपला डावा अंगठा त्याच्या सहज नजरेत येईल अशा प्रकारे पिकदाणी मौलानांच्या समोर धरीत तो म्हणाला-

''गुस्ताखी माफ मौलाना, आपण शिया आहात का?''

''बेवकूफ, गुस्ताख. हजरत अली आम्हाला तितकेच प्यारे आहेत जितके हजरत अबू बकर आणि हजरत उस्मान हसन आणि हुसेन स्वत:च्या स्वार्थासाठी नव्हे, इस्लामसाठी शहीद झाले. पण मी हे तुला का सांगतो आहे? गुस्ताख गुलाम, तुला एवढी अक्कल नाही की दोन मोठी माणसे बोलत असताना हलक्यांनी मध्ये तोंड घालू नये. बेमुरव्वत, तुला काही विचारायचे असेल तर उद्या मला पडावावर भेट. आत्ता मी तुझ्यासारख्या गुलामाशी नव्हे तुझ्या आकाशी बोलायला आलो आहे. तोंड काळे कर इथून.''

आफताबखानाला मिळायचा तो इशारा मिळाला. दोन्ही हातांनी गालावर मारून घेत, वारंवार माफी मागत तो दालनातून निघून गेला. त्याच्या पाठमोऱ्या आकृतीकडे पाहत मौलाना पुन्हा बोलायला लागला. बराच वेळ तो अघळपघळ बोलत राहिला. प्रवासातले अनुभव सांगत राहिला. अखेर रात्री उशिरा बराच मोठा ऐवज गाठीशी बांधून मौलाना घियासुद्दीन परत जाण्यास निघाला. त्याला सोबत करण्यासाठी नुर्दल्लाखान त्याच्या पडावावर जाऊन आला.

भल्या सकाळपासून आफताबखान गायब होता. दुपारी तो परतला तेव्हा जेवणाची वेळ झाली होती. तो आला तोच मोठ्या खुशीत. त्याची आणि मौलाना घियासुद्दीनची भेट बराच वेळ चालली. कुलीखान जेवायला बसला तेव्हा काही ना काही निमित्त काढून बाकी खिदमतगारांना त्याने बाहेर पिटाळले. जेवण वाढायला तो स्वत: बसला. वाढता वाढता अगदी हलक्या आवाजात त्याने घियासुद्दीनचा विषय काढला. कपाळाला आठ्या घालीत कुलीखान त्याला म्हणाला–

''काल तो मला काहीतरी सुचवण्याचा प्रयत्न करीत होता. काय ते मात्र अजून ध्यानात येत नाही. माझी हज इराणमार्गे आहे असे तो म्हणाला. माझा काही मक्केला जायचा विचार नाही. आलाहजरत मला तशी परवानगी देणेसुद्धा शक्य नाही. मग तो असे का म्हणाला?''

''सरकार, मला एक सांगा, तुमची काशी, मथुरा, मक्का, मदिना सारी तीर्थे कुठे आहेत? महाराज आणि आईसाहेबांच्या पायाशीच नाही का? तुमची हज तीच नव्हे का?''

कुलीखान चमकून आफताबखानाच्या तोंडाकडे पाहत राहिला. हातातला घास हातात आणि तोंडातला तोंडातच राहिला. मग लांब सुस्कारा सोडून तो हलकेच म्हणाला–

"अच्छा! म्हणून तो खुश्कीच्या मार्गातले धोके इतक्या विस्ताराने सांगत होता तर. समजा, आपण मकरानला गेलो तरी स्वराज्यात जायला तिथे कुठून गलबत मिळणार?"

"सरकार, पैसा फेकला तर जगात काय मिळत नाही? म्हणूनच मी सुचवत असतो हिरे आणि माणकांमध्ये रोकड साठवून ठेवा, कुठल्याही क्षणी वापरता येईल अशी. जर शक्य झाले, आपण योग्य योजना आखू शकलो आणि योग्य वेळात ती महाराजांपर्यंत पोहोचवू शकलो तर आपली आरमारी गलबतेसुद्धा आणवता येतील.

कुलीखानाच्या आश्चर्याला पारावार राहिला नाही. एका सामान्य शिपायाची– हुजऱ्या खिदमतगाराची योजकता आणि बुद्धीची झेप पाहून तो स्तंभित झाला. तस्तात हात धुऊन तो पलंगावर बसला तेव्हा विडा घेऊन आफताबखान जवळ आला. पंख्याने वारा घालीत तो पुन्हा हलकेच म्हणाला-

"सरनोबत, तुम्ही मौलाना घियासुद्दीनला ओळखलेले दिसत नाही. मला त्याला पाहताक्षणीच संशय आला होता पण तो हजच्या पोशाखात आणि नबाबी थाटामाटात असल्याने खात्री वाटेना. पण जेव्हा त्याने गलबताचा प्रवास आणि मकरानाचा उल्लेख केला, तेव्हा मात्र माझी खात्री पटली."

"कशी काय?"

"सरकार ही योजना माझ्याच डोक्यात आली होती. नर्दुल्लाखान येऊन मिळाल्यानंतर त्याचा सल्ला घेऊन पक्की केली. जनाब महाबतखान सरकारांच्या सोबत परत गेलेल्या एका व्यापाऱ्याच्या हस्ते बायकोसाठी म्हणून खत दिले. त्यामधून योजना नेमकी महाराजांपर्यंत पोहोचली. घियासुद्दीन महाराजांचा कौल घेऊनच आला आहे. तो कोण आहे हे आतातरी ध्यानात आले का सरकार?"

"नाही बाबा. काही आठवत नाही."

"अजी सरकार नाही आठवत? अहो, पुण्याच्या शेख सल्ला दर्ग्याचा मुजावर, मौलाना घियासुद्दीन तो हाच."

"काय? काय सांगतोस काय? अरे बाप रे! महाराज... महाराज कोणाकोणाला धरून कसकशा प्रकारे स्वराज्याच्या कामाला लावतील, एक ते स्वत: आणि दुसरा देवच जाणे."

कमरबंदातून एक पुडके काढून आफताबखानाने समोरच्या तिवईवर ठेवले. लाल आलवणातले ते गाठोडे कुलीखानाने हलक्या हाताने उघडले. गाठोड्यात वीतभराचे एक धनुष्य, त्यास साजेसा एक बाण, दोन घुंगरू, शमीच्या पानाची एक डहाळी, पाच बेलाची दले आणि एका कुपीत लाल पिंजर अशा वस्तू होत्या. एकेक वस्तू कपाळाला लावून त्याने पलंगावर समोर मांडून ठेवल्या आणि त्यांच्याकडे एकटक पाहत राहिला. हळूहळू डोळे भरून आले. दूरवरून आल्यासारखे शब्द

कानी आले तेव्हा तो भानावर आला. आफताबखान सांगत होता–

"मौलाना सांगत होता, या गाठोड्यात महाराजांनी कौल पाठवला आहे. सरकार, मला तर याचा काहीच अर्थ लागत नाही."

"कसा लागणार? तू कधी महाभारत वाचलेस? हे धनुष्य आणि बाण अर्जुनाचे प्रतीक आहे. हे घुंगरू पाहिलेस? हे घुंगरू नाचणारणीच्या पायातील चाळातले घुंगरू आहेत. संकटकाळ आला तेव्हा अर्जुनाला स्त्रीवेष घेऊन बृहन्नडा नावाने विराटाच्या घरी नर्तिका बनून राहावे लागले होते. त्या काळात त्यांनी आपली शस्त्रे शमीच्या झाडावर टांगून ठेवली होती. म्हणून ही शमीची डहाळी. महाराज धीर देत आहेत. सांगताहेत की, जेथे अर्जुनासारखा परमवीर वेळ आली तेव्हा कापुरुष होऊन दुसऱ्याच्या दारी राहिला, तर मी काही काळ धर्म सोडून राहावे लागत आहे याची खंत करू नये. संधी येताच शमीवरून शस्त्रे काढून शत्रूचा संहार करण्याची क्षमता कायम ठेव. ही बेलाची पाने जशी पांडवांचे प्रतीक आहे तशीच शंभू महादेवाचा प्रसाद आहेत; आणि हा कुंकवाचा करंडा भवानी आईचा प्रसाद आहे. महाराज सांगताहेत, ही दोन्ही दैवते माझ्या पाठीशी आहेत. आफताब हा कौल मिळाला. आता मला हजार हत्तींचे बळ आले आहे. मी एकटा, एकाकी नाही. महाराजांची शक्ती, भक्ती आणि पुण्याई माझ्या मस्तकी छत्र धरून आहे. चला, आता नव्या जोमाने कामाला लागले पाहिजे."

हे ऐकून आफताबखानाचा चेहरासुद्धा आनंदाने फुलून आला. त्याला नवे स्फुरण चढले. मोठ्या उत्साहाने तो म्हणाला-

"जी सरकार, महाराजांचा कौल मिळाला आता काय कमी आहे."

कुलीखानाने साऱ्या वस्तू काळजीपूर्वक गाठोड्यात नीट बांधल्या आणि ते गाठोडे संदुकीत जपून ठेवण्यासाठी आफताबखानाच्या हाती सोपविले.

-१७-

खूप दिवसांनंतर कुलीखान स्वस्थ झोपला. सकाळी त्याला जाग आली तीच मोठा उत्साह आणि उमेद सोबत घेऊन. त्याने फौजेचा मुख्य मुन्शी गुलशन नक्वी आणि त्याच्या निसबतीचे दोन नायब सरदार शेख अरमान आणि उस्मान अली यांना एकांतात बोलावून घेतले. त्या तिघांना त्याने फौजेतील सरदारापासून सामान्य शिपायापर्यंत प्रत्येकाची नावनिशीवार यादी तयार करून आठ दिवसांच्या आत पेश करण्याचा हुकूम दिला. यादीत नुसती नावेच नव्हे तर कोण कोणाच्या निसबतीत, कुठल्या आघाडीवर, ठाण्यावर, चौकीवर किती दिवसांपासून तैनात आहे, अफगाणिस्तानात कधी रुजू झाला, मूळचा कोठला हा सर्व तपशील भरण्याची ताकीद दिली. त्याशिवाय फौजेतल्या प्रत्येकाच्या खिदमतीत असलेला हुजऱ्या,

शागिर्द, खोजा, बांदी, बटकी, नाटकशाळा यांच्या याद्या तयार करण्यास फरमावले. फौजेसोबत ठिकठिकाणी विखुरलेले बाजारबुणगे आणि व्यापारी यांचा तपशील तयार करण्याचासुद्धा हुकूम त्याने जारी केला. मुन्शी गुलशन नक्वी वयोवृद्ध आणि अनुभवी होता. महाबतखानाचा खास विश्वासाचा माणूस म्हणून त्याला मुद्दाम मागे ठेवले होते. सर्व हुकूम त्याने काही न बोलता शांतपणे ऐकून घेतले. सरतेशेवटी त्या हुकमांना आपल्या लेखी काहीच महत्त्व नाही अशा थाटात तो म्हणाला–

"जनाबे आली, अशा प्रकारची गणती ठेवण्याची आपल्या फौजेत पद्धत नाही. प्रत्येक सरदार आपापल्या फौजेचा ताळेबंद ठेवतो. त्यांचा दाणागोटा, चारा-पाणी, रोजमुरा वगैरे खर्च ते परस्पर भागवतात. त्यासाठी सरदारांना महिना दरमहिना शाही खजिन्यातून गला आणि तनख्वाह मिळतो. त्यामधून त्यांनी ही झंझटे सांभाळायची असतात. कमी-जास्त खर्च, जिम्मा त्यांचा. गुस्ताखी माफ हुजूर, पण हे सरदर्द आपण आपल्या मागे लावून घेण्याची गरज नाही. हुजूर, जनाबे आली महाबतखान हुजुरांच्या काळातसुद्धा हाच शिरस्ता होता."

मुन्शीला दुजोरा देत शेख अरमान म्हणाला-

"हुजुरे आला मुन्शीजी बिलकुल दुरुस्त फरमावत आहेत. आपण शिपाई प्याद्यांची गणती केली तर सरदार आणि मानकरी नाराज होतील. कदाचित लष्करी कामाचा भाग म्हणून आपण तशी गणती केली, तरी नोकर-चाकर, खिदमतगार वगैरेंची गणती करण्याची आवश्यकता त्यांना पटवून देता येणार नाही. त्या गणतीची काही आवश्यकता आहे असे मला वाटत नाही."

कुलीखानाच्या डोळ्यांत अंगार फुलला. शेख अरमानकडे तुच्छतेचा कटाक्ष टाकीत जळजळीत शब्दांत त्याने मुन्शीला सवाल केला–

"फौजेचा सरलष्कर कोण?"

कुलीखानाचा रुद्रावतार पाहून मुन्शी गुलशन लटपटला.

"आप, जनाबे आली."

"फौजेत हुकूम कोणाचा चालतो?"

"सरलष्करांचा जनाबे आली."

"आलमपन्हांना जवाब कोणाला द्यावा लागतो?"

"आपल्याला जनाबे आली."

"किती वर्षांपासून फौजेत मुन्शी आहेस?"

"वीस वर्षांपेक्षा जास्त वर्षे झाली जनाबे आली."

"तर मग मला सांग, फौजेतील एका सामान्य मुलाजिमाने जर सरलष्करालाच थेट उलट सवाल केला किंवा न मागता मशवरा दिला किंवा हुकमाची तामील

करण्यास टाळाटाळ केली किंवा नाफर्मानी केली तर त्याला सजा फरमावण्याचा अधिकार कुणाचा?''

''आपला जनाबे आली.''

''अशा गुन्हेगारांना फौज मोहीमनशीन असताना काय सजा देण्याचा रिवाज मुघलिया फौजेत आहे?''

''हुजूर, गुन्ह्याच्या स्वरूपावर आणि गुन्ह्याचा फौजेच्या सुरक्षेवर होणारा परिणाम ध्यानात घेऊन फटक्यांपासून मौतपर्यंत कुठलीही सजा फरमावण्याचा अधिकार सरलष्कर हुजुरांना आहे.''

''तुला काय सजा द्यावी?''

मुन्शीने स्वत:ला जमिनीवर लोटून दिले. दोन्ही गालफडांत मारून घेत रडत-भेकत तो विनवण्या करू लागला–

''रहम, सरकार रहम करा बुढ्या गरिबावर. गुलामाची इतक्या वर्षांची इमानदारी ध्यानात घ्या. हुजूर, म्हाताऱ्याला माफी करा; सरकार मायबाप माफी करा.''

करड्या आवाजात कुलीखानाने फरमावले–

''ऊठ. उभा राहा. नौटंकी करण्याची गरज नाही. या खेपी माफ केले आहे. पण आयंदा कधी अशी गुस्ताखी करण्याची हरकत केली तर मुलाहिजा राखला जाणार नाही. शेख अरमान, तुझी फौज किती?''

''दोन हजार सरकार.''

''दिल्ली सोडली तेव्हा किती होती?''

''दोन हजार हुजूर.''

''किती वर्षे आमच्या हाताखाली आघाडी लढवीत आहेस?''

''तीन वर्षे झाली हुजूर.''

''तीन वर्षांत इतकी जंगे झाली, असंख्य चकमकी झाल्या. तुझा एकही शिपाई कामी आला नाही? एकही जायबंदी झाला नाही?''

''अनेक झाले हुजूर.''

''मग तरी दोन हजार बरकरार कसे? जायबंदी आणि मेलेल्या शिपायांची सरकारात नोंद केलीस? त्यांना वाजवी मुआवजा मिळवून दिलास? कोणी दगा केला, कुचराई केली तर त्याला सजा देण्याची कधी शिफारस केलीस? कोणी खास कर्तब दाखवले, विशेष शौर्य गाजवले तर त्यांची हौसला अफजाही करण्यासाठी, इनाम देण्यासाठी शिफारस दाखल केलीस?''

''नाही जनाबे आली. मेलेल्या शिपायांच्या जागी स्थानिक लोकांमधून भरती करीत राहिलो.''

''कुणाच्या हुकमाने? त्यांची खातरजमा कशी पटवलीस? त्यांनी दगा केला,

फंद माजवला तर जिम्मेदार कोण? दरमहिना तनख्वाह तेवढा उचलायचा. त्याच्या खर्चाचा ब्योरा, ताळेबंद देण्याची गरज नाही. शाही खजिना म्हणजे काय अस्मानातून पडणारे बरसाती पाणी आहे? कोणीही कितीही वापरावा, कसाही नासावा?''

''मुन्शी गुलशन नक्वी ज्या दिवसापासून मी सरलष्कर झालो, त्या दिवसापासून कालपर्यंतचा फौजेचा ताळेबंद परवा तयार ठेवा. आम्ही दफ्तरखान्यात येऊन जातीने तपासणार आहोत. त्याचप्रमाणे मोहीम निघाल्या दिवसापासूनची अवघी जमाबंदी आम्ही कधीही तपासण्यास मागू, तयारीत राहा.''

''जो हुकूम जनाबे आली.''

''शेख अरमान आणि उस्मान अली, आज असरच्या नमाजापूर्वी तुमच्या फौजा पाणवठ्याजवळच्या मैदानात हजर करा. आम्ही जातीने तपासणी करणार आहोत. पुरा दस्ता जनावरे आणि हत्यारांसह हजर असला पाहिजे. बीमार आहे, फलाणे आहे असे बहाणे खपवून घेतले जाणार नाहीत. त्याशिवाय मुन्शी छावणीत आणि प्रत्येक ठाण्यावर द्वाही फिरवा, दोन घटकांची सूचना देऊन आम्ही कोणाच्याही फौजेची झाडाझडती घेऊ. तखलिया.''

थरथरत्या हाताने कुर्निसात करून लटपटत्या पायाने तिघे बाहेर पडू लागले. ते जेमतेम दरवाजापर्यंत पोहोचले तोच आवाज आला–

''मुन्शी गुलशन नक्वी, वजीरेआझम आणि जनाब महाबतखान सलामतांना खुफिया पत्र लिहिताना आत्ता इथे जे घडले ते आणि तसेच लिहा. अल्लाची भीती बाळग. बेईमानी करू नकोस कारण मी स्वत: आलाहजरतांना पुरा मसला कळवणार आहे. त्यांचा तुझ्यापेक्षा माझ्यावर जास्त विश्वास आहे.''

काही उत्तर न देता घाईघाईने कुर्निसात करून तिघे निघून गेले. आफताबखान तिथेच रेंगाळत होता. आपल्या सरनोबतांचे हे तेजस्वी रूप फार वर्षांनी त्याला दिसले होते. ते रूप पाहून तो अत्यंत प्रफुल्लित झाला. पाण्याचा पेला घेऊन तो पुढे झाला. पेला हाती देता देता हळूच पुटपुटला-

''आज धन्य झालो. आमचे जुने सरनोबत आज पुन्हा दिसले, तृप्त झालो. पण सरकार, अचानक अशी सख्ती? मराठा फौजेची शिस्त मुघल फौजेला लावताय. उद्या हे आपल्याला जड नाही ना जायचे?''

''साऱ्या फौजेतच नव्हे तर पार दिल्लीपर्यंत खळबळ उडाली पाहिजे. या फौजेत वरपासून खालपर्यंत सारे चोर भरलेले आहेत. बादशहा हे जाणत नाही असे नाही पण तो काही करू शकत नाही. उद्या या कागाळ्या तिथपर्यंत जाणारच. त्याला दखल घ्यावीच लागेल, त्याला कुमक तरी पाठवावी लागेल, नाहीतर परत तरी बोलावून घ्यावे लागेल. किती दिवस रिकामे बसणार माश्या मारीत. आता पाहणी करण्याच्या निमित्ताने पार इराणच्या सरहद्दीपर्यंत जायचे. मौका साधून थेट मकरान

गाठायचे. कुमक येईल तेव्हा येवो.''

''फारच उत्तम सरकार.''

''आफताब मागे तू जसे पत्र पाठवले होतेस, तसेच पत्र लिहून ही बाब महाराजांना कळव. व्यापाऱ्यांचे गुमास्ते आणि लमाणांचे तांडे येत-जात असतात. आपण गाढवासारखे झापडबंद होऊन राहिलो. संपर्क साधण्याचा हा मार्ग आपल्या लक्षात कसा आला नाही?

''खरोखरच. सरकार ही एवढी साधी बाब माझ्या कधी ध्यानातच आली नाही. एक पत्र सुखरूप पोहोचते झाल्यानंतरसुद्धा हा जरिया मला दिसला नाही. किती काळ मी मूर्खासारखा वाया घालवला. छे!''

''ठीक आहे. घडून गेलेल्या गोष्टी उगाळत बसून उपयोग नसतो. प्रत्येक गोष्टीची वेळ यावी लागते. टपालाच्या मुन्शीलासुद्धा एकदा असेच दाबात घेतले पाहिजे. म्हणजे आपले काम जरा अजून सुकर होईल.''

''जरूर सरकार. फारच चढलाय तो. पैसे खाऊन चांगला गब्बर झाला आहे.''

अपेक्षेप्रमाणे कुलीखानाचे हे स्वरूप सर्वांनाच आश्चर्यचकित करून गेले. छावणीत खळबळ उडाली. नवख्या कुलीखानाला दबावात ठेवून आपले उखळ पांढरे करून घेण्याचे बुजुर्ग मानकऱ्यांचे बेत बासनात ठेवण्याची वेळ आली. त्याने खरोखरच सरलष्कराचे सर्व अधिकार वापरायचे ठरविले तर कदाचित प्राणांशी गाठ पडायची, असा सुज्ञ विचार छावणीत पसरू लागला. आफताबखान आणि नर्दुल्लाखान दोघांनीही आपापल्या अखबारांमध्ये साऱ्या प्रकरणाचे रसभरित वर्णन दिल्लीत रवाना केले. लवकरच पुढचा वळसा देण्याचा बेत कुलीखान आखू लागला.

-१८-

मौलाना घियासुद्दीन तीन आठवडे निरनिराळ्या सरदारांचा पाहुणचार घेत राहिला. वाटखर्चाची तरतूद म्हणून त्याने भरपूर माया गोळा केली. त्याला निरोप देण्याचा कार्यक्रम मोठा दणक्यात झाला. कूच करण्यापूर्वी त्याने कुलीखानाला लवून, झुकून कुर्निसात करीत विनंती केली–

''जनाबे आली, आपल्या पायाशी एक विनवणी आहे. तेवढी मान्य करावी.''

''जरूर. होण्यासारखे असेल तर नक्कीच केले जाईल.''

''हुजूर माझे दोन मुर्शद आजारी झाले आहेत. एवढ्या लांबच्या बिकट प्रवासात त्यांना सोबत नेणे शक्य नाही. तरी त्यांची तब्येत दुरुस्त होईपर्यंत त्यांना आपल्या आश्रयाला ठेवून घेतले तर मोठी मेहेरबानी होईल. तब्येत पुरेशी सुधारली तर ते पुढे येऊन आम्हास मिळतील. त्यांना वाटले तर घरी परत जातील. तसेच आमचे दोन हमराह प्रवासाच्या दगदगीने आणि वाटेत घडलेल्या काही प्रसंगांनी घाबरून गेले

आहेत. त्यांच्या नशिबात हज दिसत नाही. त्यांना पण परत जायची इच्छा आहे. आपण कृपावंत होऊन त्या चौघांना आवश्यक ते परवाने देऊन घरी रवाना करण्याची मेहेरबानी करावी.''

घियासुद्दीनच्या विनंतीमधली गोम कुलीखानाच्या लक्षात लगेच आली. पण चेहरा निर्विकार ठेवत त्याने तोंडभर आश्वासन दिले–

''त्यात काय मोठेसे? पण त्यांच्याकडे प्रवासासाठी स्वत:ची जनावरे आणि वाटखर्चासाठी पुरेसे पैसे आहेत का?''

''जी सरकार. आपण साऱ्यांनी कृपावंत होऊन मला इतके दिले आहे की, मी त्यांना परतीच्या प्रवासासाठी पुरेसे धन देऊ शकलो आहे. प्रत्येकासाठी एकेक उंट मी मागे ठेवीत आहे.''

''उत्तम. मग तर कोणताच प्रश्न नाही. नर्दुल्लाखान, जे दोघे लगेच परत जात आहेत, त्यांची व्यवस्था या आठवडाअखेरीस जाणाऱ्या डाकेसोबत झाली पाहिजे. आजारी इसम आफताबखानाच्या स्वाधीन कर. त्यांच्या जिवाला धोका होता कामा नये याची त्याला नीट ताकीद दे. तबियत पुरेशी सुधारली की, मला कळव आणि त्यांच्या वापसीच्या परवान्यांचा बंदोबस्त कर.''

जमिनीपर्यंत झुकून मौलानाने आभार मानले. 'लबैक, लबैक'च्या पुकाऱ्यात काफिल्याने कूच केले. हिंदकळणाऱ्या उंटावरच्या अंबारीतून मौलाना घियासुद्दीन पुन:पुन्हा मागे वळून पाहत होता. डोळ्यांतून पाझरणारे पाणी गमछा उचलून पुसण्याचे भान त्याला राहिले नव्हते.

-९९-

मौलाना घियासुद्दीनच्या असण्याने छावणीत थोडी चहलपहल निर्माण झाली होती. त्याच्या जाण्यानंतर पुन्हा तोच मरगळलेला दिनक्रम सुरू झाला. तो गेला त्याच्या तिसऱ्या दिवशी भल्या सकाळी कुलीखानाने फौजेचा डाकमुन्शी रहमत अलीला बोलावून घेतले. मुन्शी गुलशन नक्वीला नुकताच जो दणका मिळाला होता त्या अनुभवाने रहमत अली धास्तावला होता. टपाल व्यवस्थेची जुजबी चौकशी करून कुलीखानाने त्याच्याकडून वळणावळणाने बरीच माहिती काढून घेतली. वास्तविक एवढी वर्षे त्याने छावणीत एवढ्या मोठ्या पदावर काढली होती, तरी यासंबंधीचा सर्व तपशील त्याच्यासाठी नवा होता. या विषयातील त्याच्या अनभिज्ञतेचा खालचे लोक चांगलाच फायदा उठवीत असल्याचे त्याच्या चाणाक्ष मनाने टिपले. असा प्रकार अनेक बाबतींत घडत असावा हे त्याने ताडले. लवकरात लवकर सर्व विषयांचा पूर्ण ताबा मिळवायचा हे त्याने मनोमन ठरविले. बोलणी अत्यंत शांतपणे चालू असल्याने रहमत अलीचा धीर बराच चेपला होता. सरलष्कराला आपण बरोबर

गुंडाळले आहे या समजुतीने तो मनातल्या मनात खूश होत असताना सहज विचारावे तसे कुलीखानाने विचारले–

"तर मुन्शी रहमत ही झाली आपली, सरकारी डाक पाठवण्याची व्यवस्था. याशिवाय अनेक सरदार, दरबारी, व्यापारीसुद्धा आपले खलिते, टपाल, व्यक्तिगतपत्रे किंवा भेटवस्तू वगैरे पाठवीत असतील, जसे मी पेशावरला माझ्या कुटुंबाला आणि गुमास्त्यांना पाठवतो आणि त्यांच्याकडून मागवतो नाही का? त्याचे कसे काय?"

"जी, जनाबे आली. त्याची व्यवस्थासुद्धा आपल्या डाकेच्या काफिल्यासोबतच केली जाते. प्रत्येक सरदाराचा आणि दरबाऱ्याचा दिल्लीत वाडा आहेच. तसेच प्रत्येक मोठ्या व्यापाऱ्याची दिल्लीत पेढी आहेच. बड्या असामींची डाक सरकारातून पोहोचवली जाते, बाकी आम लोक दफ्तरखान्यात अधूनमधून चौकशी करतात तेव्हा त्यांची डाक त्यांना सुपुर्द केली जाते. व्यापाऱ्यांचे गुमास्ते शाही दफ्तरखान्यातून रोज डाक गोळा करतात. जर विशेष जोखमीचा ऐवज पाठवायचा असेल तर त्यांचा माणूस आपल्या काफिल्यासोबतच जातो."

'सरकारी डाकेची जशी दफ्तरी नोंद असते तशी या खासगी डाकेची काही नोंद असते का?"

"जी, जनाबे आली. आमच्या माहितीसाठी आम्ही कच्ची नोंद ठेवतो."

"जी खासगी आणि व्यापारी डाक सरकारातून जाते तिच्यासाठी सरकार काही हशील घेते का?"

कुलीखानाचा मनमोकळा सहज भाव पाहून रहमत अली बराच निर्ढावला होता. सहजपणे तो बोलून गेला-

"जी नही सरकार. एवढ्या मोठ्या शाही रगाड्यात अशी कामे अनायासे खपून जातात."

"अस्सं! म्हणजे लोकांची डाक पोहोचती करण्याचे काम सरकार धर्मादाय खात्यातच करते म्हणायचे. पण त्यांच्यावर अशा मेहेरबानीसाठी ही मंडळी तुला काहीतरी देतात की नाही?"

आता मात्र रहमत अली गडबडला. कुलीखानाच्या शांतपणाच्या सापळ्यात तो बरोब्बर फसला होता. तो काहीच बोलेना. खाली मान घालून थरथर कापत नुसताच उभा राहिला. दोन-तीन वेळा हाच प्रश्न पुन:पुन्हा विचारला गेला तरी त्याच्या तोंडून शब्द फुटेना. कुलीखानाच्या आवाजाची पट्टी तशीच अन् शांतपणा तोच असला तरी त्याची धार जाणवणारी होती.

"आपल्या फौजेने पेशावर सोडल्यापासून आजपर्यंत जेवढी खासगी डाक तुझ्या हातून गेली त्यांचा संपूर्ण ब्योरा मला एक हप्त्याच्या आत पाहिजे. त्याचप्रमाणे

ही डाक पाठवण्यासाठी जी माया तू गोळा केलीस, तीसुद्धा एका हप्त्यात सरकारात जमा झाली पाहिजे. ती बरोबर आणि पुरती जमा झाली आहे किंवा नाही याची शहानिशा मी सावकाश करीन. मात्र यात कसूर सापडली तर तुझी खैरियत राहणार नाही हे लक्षात ठेव. शाही अधिकाऱ्यांकडून अशा कामाचे पैसे घेतल्याचे कानी आले, तर नतीजा ठीक होणार नाही याची याद राखून ठेव. मात्र व्यापाऱ्यांच्या प्रत्येक टपालाचा खर्च सरकारी तिजोरीत जमा झालाच पाहिजे. त्यासाठी फौजेचा मुन्शी किंवा बक्षी तुला योग्य हुकूम देतीलच.''

जिवावरचे शेपटीवर निभावले या समाधानात रहमत अली कुर्निसात करीत गडबडीने निघून गेला. त्याची तारांबळ पाहून आफताबखानाला हसू आवरेना.

''आफताब, यापुढे तुला पत्र पाठवताना काहीच अडचण येणार नाही.''

''हे फारच सोयीचे झाले सरकार.''

जौहरच्या नमाजानंतर सरलष्कराची सदर बसली. रसदीची चणचण, खजिन्याचा खडखडाट आणि खंडित झालेली मोहीम हाच मोठा विषय होता. मोहीम पुढे सुरू करण्याचा विषय सोडून बाकी दोन्ही बाबींवर मोठ्या तावातावाने चर्चा झाली. काही बुजुर्ग मंडळी शिरा ताणून बोलली. सर्वांचा ताव निवल्यानंतर कुलीखानाने बोलायला सुरुवात केली–

''शाही दफ्तराचा हवाला द्यायचा तर अफगाणिस्तानात तैनात असलेली शाही फौज पस्तीस हजार आहे. पण जेव्हा प्रत्यक्ष मोजदाद झाली तेव्हा मात्र फौज फक्त पंचवीस हजारच भरली. शाही खजिन्यातून गला आणि तनख्वाह मात्र पुरा पस्तीस हजारांचा उचलला जातो. कोणाच्या निसबतीत किती शिपाई कमी आहेत ते आम्ही आता जाहीर करणार नाही. ज्याला त्याला ते माहीत आहे. मात्र प्रत्येकाला आम्ही आगाह करतो, आजपासून बरोबर तीस दिवसांनी पुन्हा एकदा गणती होईल. त्या वेळी मात्र फौज कमी भरली तर मुलाहिजा राखला जाणार नाही. बलुचिस्तान, गिलगिट, काश्मीर, लडाख, पंजाब, सिंध जिथून मिळतील तिथून जवान भरती करून आणा, पण फौज पुरती खडी राहिली पाहिजे. दुसऱ्याचे शिपाई आपल्या दस्त्यात उभे करून कोणी लबाडी करू पाहील तर नतीजा ठीक होणार नाही. ज्याची लबाडी पकडली जाईल त्याला गद्दार करार केले जाईल. त्याचा ओहदा काय याचा मुलाहिजा राखला जाणार नाही.''

इतका वेळ तावातावाने बोलणाऱ्यांची वाचाच बसली. माना अधिकच खाली झुकल्या. कुलीखानाचा आवेश आणि तडफ अशी होती की, आडवे जाण्याची कोणाची हिंमत झाली नाही. आज एक वेगळाच कुलीखान सर्वांना दिसत होता. उदास, अलिप्त, घुमा सरलष्कर कुठे विरून गेला होता. सर्वांवर नजर फिरवत कुलीखान पुन्हा बोलू लागला-

"शिरगणतीमध्ये अजून काही धक्कादायक माहिती आमच्या हाती आली आहे. प्रत्यक्ष लढाऊ फौज फक्त पंचवीस हजार, तर छावणीतला जनानखाना आणि शागिर्दपेशा पंधरा हजार. त्याशिवाय जनानखान्यासाठी राबणारे बिगारी, वेठबिगार आणि गुलाम अलग. या सर्वांसाठी लागणाऱ्या दाणागोट्याची आणि चारावैरणीची उचल फौजेसाठी येणाऱ्या शाही रसदीमधूनच केली जाते. बड्या मानकऱ्यांच्या आणि दरबारींच्या जनानखान्यातच अर्ध्यापेक्षा जास्त रसद जिरते. परिणाम? प्रत्यक्ष लढाऊ सैन्याला रसद अपुरी पडते. त्याची उपासमार होते. वास्तविक शाही रसद फक्त लढाऊ फौजेसाठी असते. शिपाई उपाशी राहिला तर जोमाने लढणार कसा? साहजिकच तो लूटमार करण्यास प्रवृत्त होतो. मग या मुलखातली रयत आपली दुश्मन बनून राहिली तर नवल करण्याची गरज नाही. एकदा मुलूख जिंकला की, तिथली रयतसुद्धा शाही अमलाखाली आलेली मुघली रयत समजली पाहिजे. तरच जिंकलेल्या प्रदेशात सलतनत कायम होते. नाहीतर आज जे घडते आहे तेच ता कयामत चालत राहील, फौज लढत राहील, मरत राहील, जिंकतसुद्धा राहील पण सलतनत कायम होणार नाही. बंडखोरी होत राहील, प्रदेश हातून जात राहील."

आपल्या बोलण्याचा काय परिणाम झाला याचा अंदाज घेण्यासाठी कुलीखान किंचित थांबला. तेवढाच मौका साधून गुलाम हैदरने मध्ये तोंड घातले–

"गुस्ताखी माफ हुजूर, पण आपल्या रसदीची नेमकी गरज आलमपन्हांना पटवून देण्यात आपण कमी पडत आहोत. जनाबे आली नवाब महाबतखान हुजुरांच्या जमान्यात रसदीची किल्लत कधी झाली नाही आणि अशी रोती सूरत करून बसण्याची नौबत आली नाही. सगळीकडे अमन आणि चैन होती. मोहीम बेरोक जारी होती. कामयाबी हासिल होत होती. गफलत कुठे आहे आपणच आत्मपरीक्षण करून शोधली पाहिजे."

गुलाम हैदरच्या स्वरातील उपहास, हेटाळणी आणि तुच्छता जाणवण्याइतपत स्पष्ट होती. आतापर्यंत शांत, संयत पण दृढ स्वरात बोलणाऱ्या कुलीखानाचा स्वर उंचावला, कपाळावर आठ्यांचे जाळे उमटले; मुठी आवळल्या गेल्या. नजरेतून अंगार फेकत कुलीखान गरजला–

"ज्या अर्थी नवाब महाबतखानसाहेबांना दिल्लीत परत बोलावून घेण्यात आले, एवढेच नव्हे तर त्यांच्यासोबत बहुतेक सर्व फौज परत बोलावली गेली, त्या मागोमाग खजिना आणि गला दोन्हीमध्ये कटौती करण्यात आली, त्या अर्थी हे साफ आहे की, आलाहजरतांसमोर कोणतीतरी मोठी अडचण निर्माण झाली आहे. फौज आणि सामान अन्यत्र वापरण्याची निकड निर्माण झाली आहे. प्रत्येक गोष्टीचे आपल्याला स्पष्टीकरण देण्यास आलाहजरत बांधील नाहीत. तख्ताचे एकनिष्ठ चाकर आणि बंदे गुलाम म्हणवणाऱ्या आपल्यासारख्या बुजुर्गांनी हे समजून घेतले

पाहिजे. पूर्वीपेक्षा कितीतरी कमी रसद पोहोचत आहे. पण रसद पोहोचते आहे याचा अर्थ आलमपन्हा आपल्यावर लक्ष ठेवून आहेत. रही बात अमन चैनची. आपण या प्रदेशात जिहाद झुंजण्यास आलो आहोत. सैरसपाटा आणि हवाफेरीसाठी नाही. फौज जेव्हा अमन चैनची अपेक्षा करते तेव्हा आवाम परेशान होते. इतकी वर्षे आपण या मुलखात धूळ छानत आहोत, काय हासिल केले आपण? अनेक मोठे विजय मिळवले, बंडखोर परास्त केले, पण सलतनत कायम करू शकलो नाही. कारण आपण फक्त आपल्या आणि आपल्या जनानखान्याच्या चैनीचा विचार करीत राहिलो. जनानखाने राखण्यासाठी आपली मोठी फौज छावणीतच गुंतून पडते. मग झुंजात फौज कमी पडते. हे आता थांबले पाहिजे. सरलष्कर म्हणून आम्ही आलमपन्हांना जवाबदेह आहोत. काही गमवावे लागले तर त्यासाठी असली फुसकी कारणे पुढे करणे आम्हाला शक्य नाही. खैर, आतापर्यंत जे घडले त्याच्याशी आमचा तेवढा सरोकार नाही. यापुढे फौजेत, छावणीत आणि संपूर्ण इलाख्यात तेच घडेल, जे आम्हाला हवे आहे, जे आम्ही ठरवू. नाफर्मानी करण्याची कोणी हिंमत दाखवू पाहील तर या ने... कुलीखानाची समशेर अशी बगावत मोडून काढण्याची काबिलीयत बाळगते याचे प्रत्येकाने भान ठेवावे.''

सदर स्तब्ध झाली. पिढ्यान्‌पिढ्या तख्ताच्या सेवेत गेल्या, पण बादशहा आणि वजीरेआझम वगळता इतक्या रोखठोक भाषेत, अशा परखडपणे सर्वांदेखत कोणी त्यांना असे सुनावले नव्हते. आजघडीला या भूमीत सरलष्कर हा त्यांचा सर्वश्रेष्ठ सर्वेसर्वा अधिकारी होता. बादशहाचे सर्व अधिकार त्याच्या हातात एकवटले होते; त्यामुळे त्याला विरोध करणे झेपणारे नव्हते. सदरेत अस्वस्थ शांतता भरून राहिली. किंचित थांबून अंदाज घेऊन कुलीखानाने फौजेचा मुख्य मुन्शी गुलशन नक्वी याला खूण केली. अदब बजावत लटपटत्या पायांनी मुन्शी दोन पावले पुढे झाला.

''मुन्शी गुलशन नक्वी, उद्याच्या उद्या छावणीत आणि प्रत्येक ठाण्यावर आमचे हुकूम जारी करा. फौजेत, ठाण्यावर वा छावणीत कोणाही शिपायाला, सरदाराला वा दरबारी मानकऱ्याला, खोजा, दासी, बटकी, रखेल वा नाटकशाळा इतकेच नव्हे तर बेगम, लग्नाची बायको, कोणत्याही नात्याने स्त्री ठेवण्यास सख्त मनाई करण्यात आली आहे. ज्या कोणा सरदाराचे वा अधिकाऱ्याचे जनानखाने कोणा ठाण्यावर वा छावणीत असतील त्यांनी एक हप्त्याच्या आत आपले जनानखाने आमच्या जहागिरीच्या शहरात, पेशावर येथे रवाना करावेत. आमचे गुमास्ते त्यांच्या राहण्यासाठी योग्य भाड्यात महाल, वाडा वा घर शोधून देतील. आजपासून जोपर्यंत फौज राजधानीत दाखल होत नाही तोपर्यंत प्रत्येक सरदार, दरबारी, मानकरी आपल्या जनानखान्याचा खर्च स्वत: करील. शाही खजिन्यातून त्यासाठी कोणतीही रक्कम देण्यात येणार नाही. छावणीत कोणाहीकडे कोणत्याही नात्याने स्त्री आढळली

तर सख्त कारवाई केली जाईल. हुद्द्याचा आणि ओहद्याचा मरातब राखला जाणार नाही. शाही खजिन्यातून आजपर्यंत जनानखान्यांवर झालेल्या खर्चापोटी प्रत्येकाने आपल्या स्वत:च्या जहागिरीच्या उत्पन्नातून रोख रुपये पंचवीस हजार छावणीच्या शाही खजिन्यात भरणा करावे. त्यासाठी चार महिन्यांची मुदत दिली जात आहे. जर कोणी शिपाई, अंमलदार वा अधिकारी रयतेकडून जमीन वा जना यांपैकी काही लुटून घेण्याचा प्रयत्न करताना दोषी आढळेल, त्याला अत्यंत कठोर शिक्षा ठोठावण्यात येईल, अशी सख्त ताकीद सर्वत्र जारी करा. मोहिमेदरम्यान जमा होणारी संपूर्ण गनीमत छावणीत जमा करण्यात आली पाहिजे. काझीच्या सल्ल्याने प्रत्येकाचा वाटा धर्मात सांगितला आहे त्या अनुसार वाटला जाईल. कोणी लूट परस्पर दाबू पाहील तर गर्दन छाटण्यापर्यंतची कोणतीही शिक्षा सुनावली जाईल, अशी ताकीद जारी होऊ देत.

"उद्यापासून कधीही, आगाऊ सूचना न देता आम्ही प्रत्येक ठाण्याला भेट देणार आहोत. सर्वांना सतर्क करणारे इशारे रवाना झाले पाहिजेत. आमच्या हुकमांवर कोणास आपत्ती जाहीर करायची असल्यास वा काही दुरुस्ती सुचवावी वाटत असल्यास किंवा कोणा तपशिलाचे अधिक स्पष्टीकरण हवे असल्यास या क्षणी मोकळीक आहे. एकदा हुकूम जारी झाले की, नंतर नाफर्मानीस दया नाही."

प्रत्येकजण अस्वस्थ चुळबुळ करीत होता पण तोंड उघडून बोलण्याची हिंमत कोणातच नव्हती. थोडा वेळ वाट पाहून कुलीखानाने निरोपाचे विडे व अत्तर-गुलाबाची तबके फिरविण्याची खूण केली आणि तबके फिरत असतानाच तो सदरेतून उठून गेला. तो जाताच सदरेवर संतापाचा कल्लोळ उठला. पण संताप वांझोटा होता. बडबड करण्यापलीकडे काही करण्याची कोणात हिंमत नव्हती, कारण प्रत्येकजण मनोमन जाणत होता की, त्यांचे व्यक्तिगत स्वार्थ आणि हितसंबंध दुखावले असले तरी हे निर्णय अंतिमत: फौजेच्या कल्याणाचे, मोहिमेच्या आणि तख्ताच्या हिताचे होते. बादशहा त्याचीच पाठराखण करणार होता.

कुलीखान महालात परत आला. त्याचा पोशाख उतरविताना आफताबखानाने हळूच विचारले-

"सरकार, आपण येथून निसटून जाण्याच्या योजना तयार करण्याच्या फिकिरीत आहोत आणि आपण तर अवघ्यांनाच शिस्त लावण्यास आणि खजिन्याची भर करण्यास निघाला आहात. बादशहा खूश झाला आणि तुम्हाला सुभेदार म्हणून कायम केले तर?"

"खुळा आहेस तू आफताब. ही मोगलाई आहे. शिवशाही नव्हे. हा अवघा वृत्तान्त मी उद्या रवाना होणाऱ्या डाकेतूनच पाठवणार आहे. एकदा अंमलबजावणीची सख्ती सुरू झाली की, तक्रारींच्या पत्रांची रीघ लागेल. काही उघड तर काही गुपचूप,

काही गुप्त. हे नामर्द अय्याश तेवढेच करू शकतात. बादशहाला यात बंडखोरीचा, स्वतंत्र वृत्तीचा वास येईल. कदाचित तक्रारींची शहानिशा करण्यासाठी मग बादशहा राजधानीत बोलावून घेईल. काबूलपेक्षा दिल्ली स्वराज्याला जवळ आहे. आपला मार्ग जास्त आसान होईल. नाही का?''

आफताबखानाचा ऊर आनंदाने आणि अभिमानाने भरून आला. त्याचे सरनोबत जुन्या तेजाने पुन्हा झळाळू लागले होते. हा सगळा वृत्तान्त बहिर्जीकडे आणि पुढे स्वराज्यात महाराजांकडे कधी एकदा रवाना करतो असे त्याला होऊन गेले. फुलादखानालासुद्धा हे कळवायचे होते; कोणी माथेफिरू यामुळे भडकून सरनोबतांना दगा करण्याची शक्यता होती. नर्दुल्लाखानाला याची जाणीव देऊन सतर्क करणे जरूर होते. मालकांचे झटपट आवरून नर्दुल्लाखानाला गाठण्यास आणि पुढची कामे उरकण्यास तो तातडीने महालाबाहेर पडला.

-१००-

कुलीखानाच्या हुकमांची अंमलबजावणी सक्तीने सुरू झाली; त्यामुळे आम शिपायाला पुरेसा दाणागोटा मिळाला. जनानखान्यासाठी कराव्या लागणाऱ्या फुकटच्या हमालींमधून त्यांची सुटका झाली; त्यामुळे फौजेत समाधान पसरले पण दरबाऱ्यांचा आणि मानकऱ्यांचा नाराजीचा सूर आठ-दहा दिवस लोटले तरी उणावत नव्हता. वातावरण आपोआप निवळेल या हिशेबाने या दिवसांत कुलीखान कोणात मिसळत नव्हता. रोजची सदर त्याने बंद ठेवली होती. नमाज पढण्यासाठी मशिदीत जाणे तो टाळत होता. त्यानंतर एक दिवस त्याने निवडक बड्या मानकऱ्यांना आपल्या महालात जौहरच्या नमाजानंतर जेवणाची दावत दिली. मनात असो वा नसो, दरबारी शिस्तीचा भाग म्हणून निमंत्रण टाळणे त्यांना शक्य होणार नाही हे तो ओळखून होता. शिवाय तो मुद्दाम नमाजासाठी हजर राहिला आणि जातीनिशी त्यांना पुढे घालून घेऊन आला.

मेजवानीचा थाटमाट मोठ्या बडेजावाचा ठेवला होता. अनेक चविष्ट मसालेदार पदार्थांची नुसती रेलचेल उडविली होती. मेवा-मिठायांना गणतीच नव्हती. पाण्याच्या ऐवजी वेगवेगळ्या प्रकारची सरबते ठेवली होती. उणीव फक्त दोन गोष्टींची होती. दारू आणि तवायफांचे नाच-गाणे; त्याला जाणीवपूर्वकच फाटा दिला गेला होता. कारण दोन्ही गोष्टींना इस्लामची इजाजत नाही. सुरुवातीला मंडळी जरा घुश्शातच होती. पण मेजवानीचा आस्वाद आणि कुलीखानाचे अगत्यशील आतिथ्य आणि विनम्र वर्तणूक, आर्जवी बोलणे याचा हळूहळू योग्य परिणाम जाणवू लागला. मंडळी सैलावली. मग अंमळ मोकळी झाली. मग संधी साधून कुलीखानाने आपण घेतलेल्या निर्णयांची आणि उचललेल्या कठोर पावलांची कारणमीमांसा, युक्ती-प्रयुक्तीने त्यांना समजावून सांगितली.

पराक्रम करून जिंकलेला विस्तीर्ण भूप्रदेश. त्या प्रदेशातील लोकांचे विचित्र आणि बेभरवशाचे स्वभाव, स्थानिक रयतेत धुमसत असलेला प्रचंड विद्वेष, फौजेतला असंतोष हे सर्व सांभाळण्यासाठी हाती असलेले मनुष्यबळ मात्र अत्यंत तोकडे, साधनसामग्री मर्यादित, जनानखाने छावणीत असल्याने उद्‌भवणारे अनेक प्रश्न, अनवस्था प्रसंग, गुंतून राहणारे मनुष्यबळ वगैरे सर्व बाबींची त्याने अत्यंत गोड आणि आर्जवी भाषेत मीमांसा केली. वरवर अन्यायकारक वाटणारे निर्णय अंतिम हिताच्या दृष्टीने कसे योग्य आहेत हे त्याने नीट पटवून दिले.

"तो यारो, माझा रवय्या जरी जालीम वाटला तरी तो योग्य आहे हे आता तुमच्या ध्यानात आले असेल. एवढ्या मोठ्या प्रदेशाच्या हिशेबाने आपली फौज मूठभरच म्हणावी लागेल. तीसुद्धा दूरवर पसरलेली! इथली रयत जरी आपला द्वेष करीत असली तरी ती विखुरलेली आहे. उद्या त्यांना समर्थ नेता लाभला, ते संघटित झाले तर आपली चटणी उडायला वेळ लागणार नाही. आमच्या डोळ्यांसमोर दोन महत्त्वाची उद्दिष्टे आहेत. एक जिंकलेले साम्राज्य राखणे आणि बायका-मुलांसह सुरक्षित घरी परत जाणे. उद्या या लोकांनी उठाव केला तर साहजिकच त्यांचा पहिला घाला आपल्या बायका-मुलांवर पडणार. त्यांना वाचवण्यात गुंतलो तर प्रदेश गमावणार असा हा तिढा आहे.

"याशिवाय आपल्या वतनापासून, घरादारापासून, बायका-मुलांपासून दूर एकाकी वर्षानुवर्षे लढत असलेले आपलेच सर्वसामान्य सैनिक. आपल्या जनानखान्यांकडे पाहून अस्वस्थ होतात आणि बायका पळवून बलात्कार करणे वगैरे गुन्ह्यास प्रवृत्त होऊ शकतात. त्याची झळ क्वचित कधी आपल्या जनानखान्याससुद्धा पोहोचते. स्थानिक रयतेत तर त्यामुळे पराकोटीचा विद्वेष आणि वैरभाव निर्माण होतो. शिस्त राखण्यासाठी आपल्याला आपल्याच लोकांना सजा द्यावी लागते. त्याचा आपल्या फौजेवरसुद्धा उलटा परिणाम होतो. अखेर नुकसान कोणाचे? आपलेच. मला तुमच्या भावनांची पूर्ण कल्पना आहे. पाच-सहा महिने जाऊ द्या. मग आळीपाळीने एक-एक, दोन-दोन मानकऱ्यांना आपण रजा देत राहू, ते काही दिवसांसाठी पेशावरला जातील. विश्रांती घेतील, आपल्या माणसांत राहतील, ताजेतवाने होतील; परत येऊन नव्या जोमाने उत्साहाने कामाला लागतील."

भरल्यापोटी मंडळींना हे सारे नीट पटले. त्यांचा रोष जरा कमी झाला. त्यानंतर कल पाहून कुलीखानाने बिनकामाच्या, बसून असलेल्या फौजेचा आणि अपुऱ्या खजिन्याचा विषय काढला. सहज सुचल्याप्रमाणे कुलीखान म्हणाला–

"अफगाणिस्तानातून हिंदोस्तानात हिंग, सैंधव, काळे मीठ, शिलाजित, औषधे, दगडफूल, नागकेशर यांसारखे मसाले; बदाम, मनुके, चिलगोजे असे सुकामेवा, खसखस, अफू, गांजा असा मोठा माल जातो. अरबी आणि तुर्की व्यापारीसुद्धा

आपला माल अफगाणिस्तानातूनच हिंदोस्तानात नेतात. हिंदोस्तानातून माल येतो. व्यापाऱ्यांचे तांडे सतत येत-जात असतात. फार मोठा व्यापार चालतो. त्या मालावर जकात लावली तर आपले अनेक खर्च वरच्यावर निघतील. अफगाणी पठाण व्यापारी तांड्यांची येता-जाता लूटमार करतात. आपण आपल्या हद्दीतून जाणाऱ्या व्यापाऱ्यांच्या काफिल्यांना आपले संरक्षण पुरवू. त्यासाठी त्यांच्याकडून चांगला पैसा तर मिळेलच शिवाय आपली फौज आज रिकामी बसून आहे ती गुंतून राहील. ठरावीक काळाने तुकड्या बदलत्या राहतील. त्याशिवाय अनेक दिवसांपासून एकाच ठाण्यात गुंतून असलेल्या तुकड्या बदलत ठेवल्या तर वातावरणातल्या बदलाने थोडे चलनवलन निर्माण करता येईल. तुम्हाला कसे वाटते?''

मोठ्या उत्साहात मंडळींनी दिलखुलास चर्चा करून या योजनांना गर्मजोशीने पाठिंबा दिला. कुलीखानाने एक आघाडी जिंकून आपल्या आटोक्यात आणली होती. पूर्वी सदरेवर त्याला विरोध करण्याचे धाडस करणारा गुलाम हैदर म्हणाला-

''हुजुरे आली, आपण जर आम्हाला हे सारे आधीच समजावून सांगितले असते, तर बरे झाले असते. आम्ही तर शिकायतीचे खलिते दरबारात रवानासुद्धा केलेत. आता काय करायचे?''

''त्या वेळी तुमची माथी गरम होती. स्वत:च्या सुखाला धक्का लावून घेण्यास कोणी सहजासहजी तयार नसतो. आम्ही कितीही माथाकूट केला असता, तरी तुम्हाला ते पटले नसते. आता तुम्ही सहज समजावून घेतलेत कारण निर्णय झालेला आहे. त्या वेळी हे इतक्या सहजपणे तुमच्या गळी उतरले नसते. तुम्ही आमची शिकायत करणार ही आम्हाला खात्री होतीच. आम्ही याविषयी वजीरेआझम सरकारांना सविस्तर खलिता पाठवला आहे. आम्हाला आत्मविश्वास आहे जसे आमचे म्हणणे तुम्हाला पटले तसे त्यांनासुद्धा पटेल आणि ते आलमपन्हांना नीट पटवून देतील कारण त्या दोघांचा तुम्हा कोणाहीपेक्षा आमच्यावर जास्त विश्वास आहे.''

तृप्त पोटाने आणि समाधानाने निरोपाचे विडे घेऊन मंडळी परत गेली. रिवाजाप्रमाणे आपण सरलष्करांसाठी अहेर आणि नजराणे घेऊन न आल्याची हळहळ प्रत्येकाने व्यक्त केली. दहा-दहा वेळा माफी मागितली. साधायचे ते साधले असल्याने कुलीखानाने मनाचा मोठेपणा दाखवत माफी दिली.

या सर्व प्रकरणाचा बारीकसारीक तपशील आपल्या अखबारांमधून देण्याची सूचना आफताबखान आणि नर्दुल्लाखानाला देण्यात आली. नजरबाजीचे सारे कौशल्य वापरून रसभरित वर्णनांनी भरलेले खलिते एकामागोमाग एक पाठविण्याचा त्यांनी सपाटा लावला. प्रत्येक खबर आता स्वराज्यात पोहोचती होऊ लागली हे निराळे सांगणे नकोच. जुना मराठी खाक्या वापरून कुलीखानाने एकेका ठाण्यास

भेट देण्याचा धडाका लावला. जनानखाना आणि बाजारबुणग्यांचा भार दूर झाल्याने, सामान्य शिपायापर्यंत पुरेसा शिधा आणि दाणागोटा पोहोचू लागल्याने सामान्य शिपाई समाधानी झाला होता. सर्वत्र कुलीखानाचा धाक आणि दरारा निर्माण झाल्याने सर्व पातळ्यांवरच्या भ्रष्टाचारास मोठाच आळा बसला होता. व्यापाऱ्यांकडून नवे उत्पन्न सुरू झाले होते. तो पैसा नवे तंबू, राहुट्या पुरविण्यासाठी वापरला गेला. शिपायांसाठी नव्या घोंगड्या, रुईदार अंगरखे, लोकरी कोपरी-बंड्या वगैरे उपलब्ध करून दिल्या गेल्या; त्यामुळे रात्री-अपरात्री, थंडीवाऱ्यात पहारा करणाऱ्या, गस्त घालणाऱ्या शिपायांची उत्तम सोय झाली. ते नव्या सरलष्करांना दुवा देऊ लागले. प्रत्येक ठाण्याला भेट दिली की, कुलीखान मोगली बडेजाव एका बाजूला ठेवून सर्वसामान्य शिपायांमध्ये मिळूनमिसळून त्यांची चौकशी करू लागला. त्यांच्या अडीअडचणी समजावून घेऊ लागला; त्यामुळे थोड्याच अवधीत तो सर्वसामान्य शिपायांच्या गळ्यातील ताईत बनला, कारण आजवर मुघल अधिकारी शिपाई आणि जनावर यांत विशेष फरक करीत नसत. एवढा मोठा अधिकारी प्रथमच त्यांना माणूस म्हणून वागवत होता. दुसऱ्या-तिसऱ्या फळीतील आणि तरुण सरदारांवर त्याने विशेष लक्ष केंद्रित केले. त्यांना सलगी दाखवून आपलेसे करून घेण्याचे धोरण राखू लागला. कोठेही गेला तरी त्याच्याभोवती तरुणांचा घोळका असे. दुपारचे भोजन वा सकाळची न्याहारी तो सहसा तरुणांसोबतच घेणे पसंत करी. अबूबकर उमर वगैरेंच्या काळातील मुस्लीम इतिहासातील कथा सांगून तो त्यांना प्रोत्साहित करू लागला. या सर्व प्रयत्नांचा अनुकूल परिणाम दिसू लागला. जुन्या धन्याला सोडून, स्वार्थ साधण्यासाठी त्याच्याशी गद्दारी करून शाही तख्ताच्या आश्रयाला आलेला, जिवाच्या भीतीने मुसलमान झालेला, लांगूलचालन करून मरातब मिळविलेला, तरी बादशहाच्या संशयाचा विषय असलेला, बाटगा म्हणून लहानापासून म्हाताऱ्यापर्यंत आणि मानकऱ्यापासून हुजऱ्यापर्यंत तिरस्काराचा विषय होऊन तसेच आजवर एकाकी पडलेला कुलीखान काही महिन्यांतच काही बुजुर्ग ताठर खोंड वगळता साऱ्यांच्या आदराचा आणि कौतुकाचा विषय बनला. यासंबंधी बारीकसारीक तपशील आफताबखान आणि नर्दुल्लाखान यांच्या वार्तापत्रांमधून ओसंडून वाहत होता. 'हलक्या' लोकांत मिसळण्यामुळे काही मोजकी बुजुर्ग मंडळी मात्र पूर्ण नाराज होती. त्यांच्या तक्रारीसुद्धा दरबारात रुजू होत होत्या.

एकेक ठाणे करीत कुलीखान नैर्ऋत्य भागात इराणच्या सीमेजवळ येऊन पोहोचला. हा भाग बरड, विराण टेकड्यांनी भरलेला होता. पुरते वाळवंट नसले तरी वैराण. पाण्याचे अत्यंत दुर्भिक्ष. काटेरी झाडांशिवाय वनस्पती नाही. गवत म्हणजे नुसती कुसळे. जनावरांना हिरवा चारा मिळणे दुरापास्त. साप, विंचवासारखे नाना प्रकारचे विषारी जिवाणू पदोपदी विखुरलेले. अनेक जातीचे विषारी किडे विशेषतः

माश्या माणसांनाच नव्हे तर उंट-घोडे यांसारख्या जनावरांनासुद्धा त्रस्त करून सोडीत. अत्यंत क्रूर रानटी आणि लुटारू लोकवस्ती त्या भागात होती. त्यातल्या त्यात बरी जागा आणि पाण्याची बरी सोय पाहून कुलीखानाने पडाव टाकला होता. मुक्काम पडला आणि दुसऱ्याच सकाळी त्याने आफताबखान आणि नर्दुल्लाखानास एकांतात बोलावून घेतले.

“नर्दुल्ला, आता आपण इराणच्या सरहद्दीच्या अगदी जवळ येऊन ठेपलो आहोत. या ठिकाणापासून इराणची सरहद्द पन्नास-साठ कोसांपेक्षा अधिक दूर नसावी. म्हणजे एक किंवा दोन मजलांवर. मुलूख विराण आहे. वाटा-पायवाटांचा मागमूस नाही. असे असले तरी आता हिंमत करून आपण असेच इराणमध्ये घुसून जाऊ या. देवाच्या दयेने मी भरपूर माया जमवून सोबत घेतली आहे. स्वराज्यातून मदत येण्याची वाट पाहत बसण्यापेक्षा आपण एखादे गलबत भाड्याने घेऊ आणि थेट सोपारा किंवा भिवंडी बंदराचा रस्ता धरू. नर्दुल्ला या भागातून इराणमध्ये पोहोचण्यासाठी माहीतगार वाटाडे तातडीने शोधून काढ. वाटा-आडवाटांची माहिती करून घे. लवकरच या भागात नवी मोहीम सुरू करायची असल्याचा आभास फौजेत निर्माण कर. आपल्यासोबत असलेल्या दीडशे मुघल स्वारांचे काय करायचे याचा निर्णय अखेरच्या क्षणी करता येईल. आत्ता त्याची चर्चा नको.”

त्या दिवसापासूनच नर्दुल्लाखान कामाला लागला. दिवस-रात्र एक करून माहिती गोळा करण्यास त्याने सुरुवात केली. परंतु उत्साह वाढावा, उमेद वाढावी अशी माहिती हाती येत नव्हती. विषारी जीव-जिवाणूंमुळे माणसांनाच नव्हे तर जनावरांनासुद्धा धोका होता; त्यामुळे फार काळ त्या परिसरात गुंतून राहणे शक्य नव्हते. निष्क्रिय बसून असलेली फौज त्रासदायक ठरू शकते या सर्व बाबींची सर्वांना जाणीव होती; त्यामुळे जो-तो आपापल्या परीने तातडी करीत होता. पाचव्या दिवशी भल्या सकाळी नर्दुल्लाखान पडावावर परत आला. त्याच्या धूळभरल्या कपड्यांवरून त्याने रात्रभर प्रवास केल्याचे सहज लक्षात येत होते. त्याच्यासोबत एक सूफी अवलिया फकीर होता. कुलीखानाची सकाळची आन्हिके अद्याप सुरूच होती तरी त्याची तमा न बाळगता नर्दुल्लाखान तसाच राहुटीत घुसला. आफताबखानास एका बाजूला घेऊन त्याने बाकी चाकरांना बाहेर काढण्याची आणि मालकांना लवकरात लवकर तयार करण्याची सूचना केली. चाणाक्ष आफताबखानाने काही क्षणांतच मैदान साफ केले आणि कुलीखान तयार होऊन बैठकीवर बसला आणि नर्दुल्लाखानाने अवलियास पेश केले. प्राथमिक सलाम - दुवा झाल्यानंतर नर्दुल्लाखान चक्क मराठीत सांगू लागला–

“सरकार हे हजरत अल्लारखासाहेब. अजमेरच्या ख्वाजा मोईद्दीन चिस्तीसाहेबांचे औरस वारस. सूफी फकीर आहेत. इस्लामचा प्रचार-प्रसार करण्यासाठी अनेक

दशके या भागात हिंडत आहेत. ही भूमी त्यांना स्वत:च्या तळहाताइतकी साफ माहीत आहे. कृपावंत होऊन ते आपल्याला मदत करण्यासाठी तयार झाले आहेत. सरकार, फकीरसाहेब मोठे चमत्कारी आहेत. माझी त्यांची अचानकच गाठ पडली. भेट झाल्यावर त्यांनीच माझे नाव सांगितले. आपले नाव सांगितले. जणू पूर्वीपासूनच ते आपल्यासोबत असावेत अशा प्रकारे आपला पूर्वेतिहास साफ/साफ सांगितला. आपला इथे येण्याचा हेतूसुद्धा त्यांनी अगदी स्पष्ट सांगितला. मी आपल्याला त्यांच्या भेटीस आणण्याची अनुमती मागितली, तर विनाकारण वेळ वाया जाईल असे सांगत ते स्वत:च आपल्या भेटीस आले. इतकेच नव्हे तर प्रवासाला निघाल्यापासून ना स्वत: क्षणभर थांबले ना कोणास उसंत घेऊ दिली. सारी दुपार आणि रात्र घोड्याच्या चालीने चालत राहिले.''

त्याचे बोलणे संपताच अल्लारखाने बोलण्यास सुरुवात केली. कोणतीही प्रस्तावना न करता ते म्हणाले–

''बेटा, तुमच्या मूळ जुबानीत तुझ्या माणसाने जे तुला सांगितले, त्यातला प्रत्येक शब्द मला समजला. कारण परवरदिगार अल्लाच्या कृपेने मी जुबानी अल्फाज नव्हे तर दिली जुबान ऐकतो, जी सर्वांची एकच आहे. बोल, तुला माझ्याकडून काय अपेक्षा आहेत?''

''हजरते आला, आपण सर्वज्ञ आहात. आपल्यापासून काय लपवायचे. आपण सर्वच जाणले आहे. तोंडातून काही अधिक-उणे निघाले तर गुस्ताखी पदरी यायची. कृपावंत होऊन आपणच मार्गदर्शन करावे.''

आपल्या खोल डोहासारख्या गहिऱ्या डोळ्यांनी त्यांनी कुलीखानाकडे काही क्षण रोखून पाहिले. आफताबखानाकडे वळून त्यांनी खुणेनेच पाणी मागितले. जवळपास कळशीभर पाणी ते घटाघटा प्यायले. नंतर बसल्या जागीच तोंडावर चार-सहा हबके मारले. केसांवरून ओले हात फिरविले. पाणी सांडून पायाशी ओल्या झालेल्या मातीत हातातल्या काठीने काही अगम्य आकृत्या काढल्या आणि त्यांच्याकडे अनिमिष डोळ्यांनी काही क्षण पाहत राहिले. डोक्यावरचा टोपा काढून क्षणभरासाठी त्यांनी आकृतींवर ठेवला. मग टोपा पुन्हा डोक्यावर ठेवला आणि डोळे मिटून घेतले. भारल्यागत त्यांच्या हालचाली पाहणारे त्यांनी अचानक डोळे उघडताच एकदम दचकले. त्यांनी भडाभडा बोलायला सुरुवात केली.

''बेटा, तू आपल्या आकाला सोडून का आलास? कसा आलास? मला सारे स्पष्ट दिसते आहे. ते उघड करणे इथल्या कोणाच्याच हिताचे नाही. तू आपल्या आकाकडे परत जाण्यास बेताब आहेस कारण ज्यासाठी तू त्याला सोडलेस ते सारे आता खतम झाले आहे. परत जाण्यासाठी कोणतेही साहस करण्याची तुझी तयारी आहे. तुझ्या आकाने तुझ्यासाठी पाठवलेली ही माणसे तुझ्या कामयाबीसाठी जिवाची

बाजी लावून सिद्ध आहेत. तुम्हा सर्वांची निष्ठा आणि भक्ती पाहून तुमची मदत करण्याची प्रेरणा मला झाली. माझ्या अल्लाने मला त्यासाठी रजामंदी दिली. तर बेटा, हा भयाण प्रदेश ओलांडून तुला इराणमध्ये जायचे आहे. तिथून जहाजात बसून आपल्या आकाच्या पायाशी जाण्याचा तू विचार करतो आहेस. बरोबर?''

''जी मौलाना.''

''या वेड्या साहसापासून तुला परावृत्त करण्यासाठी मला अल्लाने प्रेरणा दिली आहे. पण तुझा जुनून एवढा जबरदस्त आहे की, तू कोणाचे ऐकून घेणार नाहीस. जर मी तुझ्या या माणसाकरवी तुला हा संदेश पाठवला असता तर तू त्याला जुमानले नसतेस. एवढेच नव्हे तर, जर त्याने माझ्यावरील विश्वासाने चिकाटी धरून तुला परावृत्त करण्याचा यत्न केला असता तर फितूर ठरवून तू त्याला ठारसुद्धा मारले असतेस. म्हणूनच अजिबात वेळ न दवडता मी स्वत: प्रत्यक्ष तुला भेटून हे सांगावे, असा मला अल्लाचा हुकूम आहे. आजची रात्र जर या ठिकाणी तू मुक्काम केलास तर तुझ्यावर भयंकर संकटांची मालिका कोसळेल हे मला दिसल्यानेच मी क्षणभरही न थांबता तुझ्यासमोर आलो आहे. माझे म्हणणे नीट ध्यान देऊन ऐक.''

''जी मौलाना.''

''बेटा, हा इलाखा कसा खडतर आहे हे तर तू आपल्या डोळ्यांनी पाहतो आहेस, अनुभवतो आहेस. जितका हा प्रदेश भयानक आहे त्यापेक्षा कितीतरी पट अधिक भयंकर इथली माणसे आहेत. अत्यंत क्रूर, रानटी, विश्वासघातकी आणि स्वार्थी. इथल्या माश्या अतिशय विषारी आहेत. त्यांच्या डंखाने माणूस मरत नाही, पण त्याला लकवा होऊ शकतो. पावलोपावली विषारी जिवाणूंचा धोका आहे. इथल्या विंचवाच्या एका दंशाने उमदा घोडा बघता बघता हातपाय झाडत गारद होतो. त्याहीपेक्षा विषारी इथली माणसे आणि त्यांचे तीर. स्वत:च्या सावलीलासुद्धा दगा करण्यास ही माणसे कचरणार नाहीत. ना कशावर इमान ना श्रद्धा. कोणताही मजहब ही जंगली माणसे मानत नाहीत. सतत साठ वर्षे मी या भागात इस्लामचा संदेश घेऊन फिरतो आहे, पण आजपर्यंत मला केवळ आठ चेले मिळाले. त्यातले पाच यांनी मारून टाकले. अल्लाने जणू पृथ्वीवर नरकाची प्रतिकृतीच या ठिकाणी निर्माण केली आहे. इथून, तू बसला आहेस त्या ठिकाणावरून इराणची सरहद्द फक्त साठ कोस आहे. पण तो फासला तय करणे नामुमकिन आहे. ही भूमी शापित आहे. या मार्गाने इराणला जाण्याचा विचार तू सोडून दे, हे सांगण्यासाठीच मी रात्रभर चालून आलो आहे.''

''माझ्यासारख्या पाप्यासाठी या वृद्धापकाळात आपण जे कष्ट घेत आहात त्याबद्दल कृतज्ञता व्यक्त करण्यासाठी माझ्याकडे शब्द नाहीत. धोका पत्करण्याची,

कष्ट उपसण्याची आमची सिद्धता आहे. आमच्या मनगटात संकटांवर मात करण्याची ताकद आहे याचा आम्हाला विश्वास आहे. प्रयत्न करून यश खेचून आणण्याची आमच्यात क्षमता आहे. या मार्गाने जाण्यासाठी आमच्या धन्याचा आम्हाला कौल मिळाला आहे. तो कौल कधी अपेश देत नाही अशी आमची दृढ श्रद्धा आहे. आपल्या दैवी शक्तीबद्दल पूर्ण आदर आणि श्रद्धा ठेवून मी आपल्याला विनंती करतो की, मला माझ्या ध्येयापासून विचलित करू नका.''

''बेटा, तुझी ही निस्सीम भक्ती आणि अविचल श्रद्धाच मला स्वत: इथे येण्यास भाग पाडत आहे. फार फार वर्षांपूर्वी युनान देशाचा सम्राट सिकंदरे आझम जग जिंकण्यासाठी निघाला. निळा समुद्र ओलांडून त्याने इजिप्त जिंकले. तांबडा समुद्र पार करून त्याने अरब भूमी जिंकली. पारस म्हणजे आजचा इराण जिंकला. तुर्कस्तान, अफगाणिस्तान पादाक्रांत करून खैबर ओलांडून तो हिंदुस्थानात उतरला. मात्र त्याने हिंदुस्थान जिंकावा अशी अल्लाची इच्छा नव्हती; त्यामुळे तो परत फिरला. मात्र परतताना आला त्याच रस्त्याने, स्वत: जिंकून घेतलेल्या प्रदेशातून न जाता, या प्रदेशातून जाणारा मार्ग जवळचा अशा भावनेने तो या भूमीतून परत निघाला. मात्र या प्रदेशातील क्रूर रानटी टोळ्यांनी त्याच्या विश्वविजेत्या सैन्याची प्रचंड लांडगेतोड केली. विषारी प्राण्यांनी त्याचे असंख्य सैनिक आणि जनावरे गारद केली. या शापित भूमीत सैतानाने त्याच्या सैन्याच्या आत्म्याचा ताबा घेतला. सैन्यात बेदिली, बंडखोरी माजली. तो कसाबसा बाबिलोनमध्ये पोहोचला, पण तेथे त्याच्याच माणसांनी त्याला विष घालून ठार मारले.''

''बेटा, प्रत्यक्ष पैगंबरांचे सलल्लाह वसल्लम सान्निध्य आणि मार्गदर्शन ज्यांना लाभले, त्यांच्या खालोखाल मोमिन ज्यांचा मान करीत, ते दुसरे खलिफा; हजरत उमर यांनी जिहाद करून पारस जिंकून घेतले. तसेच प्रदेश जिंकत पुढे पुढे जात जिहाद हिंदुस्थानात नेण्याचा विचार त्यांच्या सिपाहसालारांनी केला. पण ज्या कारणांमुळे मी तुला परावृत्त करीत आहे त्याच कारणांनी हजरत उमर यांनी त्यांना रोखले. पुढे अल्लाच्या आज्ञेने महम्मद बिन कासिमने जिहाद हिंदुस्थानात नेला, पण या वाटेने नव्हे, खैबरच्या वाटेने. प्रत्यक्ष अल्लानेच त्याच्या नेक बंद्यांना या रस्त्याने जाण्यास मनाई केली आहे.

''आलमगीर बादशहाचा थोरला भाऊ दारा शुकोह, जीव वाचवण्यासाठी याच रस्त्याने इराणच्या शहाच्या पनाहमध्ये जाण्यास निघाला. त्याला मी असेच रोखण्याचा प्रयत्न केला. पण त्याने अल्लाचा आवाज, माझा आवाज समजून मानला नाही. अल्लाचा कहर त्याच्यावर बरसला. बायका-पोरांसह बरबाद झाला बिचारा. म्हणून मी तुला वारंवार सांगतो, हे वेडे साहस तू करू नकोस. तू तुझ्या आकाच्या पायाशी सुखरूप पोहोचणार आहेस. अगदी लवकरच. राजरोसपणे. ज्या मार्गाने तुला तुझ्या

आकापासून दूर नेले गेले, त्याच मार्गाने. तू परत जाशील हा माझा शब्द आहे. अल्लाच्या हुकमाशिवाय या बंद्याची जबान शब्द उच्चारत नाही. ध्यानात ठेव.''

बोलता बोलता अल्लारखा ताडकन उठून उभे राहिले. दोन्ही हात आशीर्वादाच्या आविर्भावात उंच उभारले आणि कोणाला काही कळण्याच्या आत गर्रकन वळून राहुटीतून बाहेर पडले. ताडताड चालत निमिषात दिसेनासे झाले.

दुपारच्या जेवणाच्या भरीस न पडता कुलीखानाने मुक्काम हलविला आणि लांबलांबच्या मजला मारीत तो काबूलमध्ये दाखल झाला.

-१०१-

हजच्या मार्गाने घियासुद्दीन गेला त्याला बराच काळ उलटून गेला. त्याचे 'आजारी' मुरीद आता चांगलेच 'तंदुरुस्त' झाले होते. कोणताच उद्योग नसल्याने ते छावणीत उनाडक्या करीत फिरत राहत. अखेर नर्दुल्लाखानाने दटावून त्यांना आळा घातला. छावणीतल्या छावणीत निरोपांची ने-आण करणाऱ्या हरकाऱ्यांच्या कामावर त्यांना नेमले; त्यामुळे छावणीतल्या अंतर्गत बातम्या मिळणे सुलभ झाले. कुलीखानाने संपूर्ण प्रांतात केलेला दौरा चांगलाच लाभदायक ठरला. संपूर्ण अफगाण प्रदेशात त्याचा धाक आणि दबदबा निर्माण झाला. मोगली अधिकाऱ्यांना जसा त्याचा वचक बसला तसेच अफगाण कबिलेवालेसुद्धा वचकून राहू लागले. अर्थातच या वार्ता दिल्लीत पोहोचत होत्याच. तो काबूलला परतला त्यालासुद्धा काही आठवडे लोटले. पण बादशहाकडून ना कुमक आली ना वापसीचे फर्मान. मोगली हिशेबाने आणि अफगाणी प्रदेशाच्या विस्ताराच्या तुलनेत फौज एवढी तोकडी होती की, एकही सेनानी नवे आक्रमण हाती घेण्याची हिंमत करीत नव्हता. आजवर जेवढे मिळविले होते ते राखण्यातच बहुतेक सगळे मनुष्यबळ गुंतून पडले होते. काही ना काही उद्योग काढून कुलीखान फौजेत हालचाल ठेवत असला तरी प्रत्यक्ष लढाईची मोहीम नसल्याने शिपाई कंटाळले होते. लढाईनंतरच्या लूटमारीला मोगली सैनिक चटावला होता. किंबहुना त्याला एक धार्मिक अधिष्ठान असल्याने लूटमार हा त्यांच्या उत्पन्नाचा एक स्रोत होता. तो आटला होता. रयतेला लुबाडण्यावर कुलीखानाने कडक पायबंद घातल्याने त्यांची कुचंबणा होत होती; त्यामुळे फौजेत अस्वस्थता दाटू लागली होती. घरापासून, बायका-मुलांपासून दूर राहावे लागत असल्याने फौज वैतागली होती.

सरलष्कराच्या दरबारात एके दिवशी कुलीखानाने या विषयाला तोंड फोडले. कुलीखानाने जोशपूर्ण भाषण केले–

''ईमानवालो, जनाब महाबतखान सरकारांच्या सोबत मोठी फौज निघून गेली आणि आपण जणू पोरके झालो; त्याला साल उलटून गेले. मध्यंतरी आपण सर्वांनी

आम्हाला साथ दिल्यामुळे आपण जे उपाय केले त्यामुळे फौज हालती राहिली. राजधानीतून खजिना कमी आला तरी आपण पैसा उभा केला. फौजेच्या गरजा पुऱ्या केल्या. यामुळे फौज नाराज असली, तरी कुठे बंडाळी झाली नाही. पण मोहीम थंडावल्याने शिपाई जवळपास रिकामाच आहे. रिकामे मन सैतानाचे घर. आलाहजरत आलमपन्हांना आपल्याकडे लक्ष द्यायला फुरसत नाही याचा अर्थ ते दुसऱ्या कोणत्यातरी अतिमहत्त्वाच्या कामात व्यग्र असले पाहिजेत. आपण काहीतरी चमकदार कामगिरी केल्याशिवाय त्यांचे आपल्याकडे लक्ष जाणार नाही. आता असे काहीतरी करून दाखवायचे जे आजपर्यंत सलतनतीत घडले नसेल. आपण अफगाणिस्तानचा बराच मोठा हिस्सा जिंकला हे खरे, पण अजून बरेच जिंकायचे आहे. ते आपण जिंकून घ्यायचे. आता स्वस्थ बसायचे नाही.''

एक बुजुर्ग दरबारी मनसबदार कुत्सित स्वरात पण नाटकी विनयाने म्हणाला–

''जनाब सरलष्कर म्हणतात ते अगदी बरोबर आहे. काहीतरी केलेच पाहिजे. पण सवाल असा आहे की, कशाच्या भरवशावर? मोहीम करायची तर फौज हवी, तोफा-दारूगोळा हवा, खजिना हवा. मोगली मोहीम म्हणजे काही मरगट्टे चालवतात तशी दरवडेखोरी नव्हे.''

''अगदी बरोबर. मराठ्यांनी जशा प्रकारे लढाया केल्या आणि प्रदेश मिळवला तसेच लढून आपण प्रदेश मिळवायचा. तशा लढाया कशा लढतात, मी शिकवतो तुम्हाला. त्यासाठी आपल्याकडे असलेली फौज पुरेशी आहे. थोडीबहुत इथल्या पठाणांची भरती करू. मनगटात ताकद आणि हौसला बुलंद असला तर तोफांची आणि बंदुकांची काहीच गरज नसते. रही बात खजाने की। जनानखान्यांचा आणि बाजारबुणग्यांचा छावणीवर पडणारा बोजा दूर झाल्याने आपले खर्च आटोक्यात आले आहेत. शिपायांना तनख्वाह सुरूच आहे. वेगळा तनख्वाह देण्याची गरज नाही; तसेच ते गनीमतमधून कमावतील ते वेगळेच. त्याशिवाय आपण व्यापाऱ्यांकडून भरपूर कमावतो आहोत. त्यातून बरीच शिल्लक जमली आहे. शिवाय इथली रयत आता सलतनतीची रयत आहे. तिच्याकडून थोडा कर आणि सारा वसूल करू. हिंमत, बुद्धी, युक्ती आणि ताकद यांचा आत्मविश्वासाने योग्य उपयोग केला की काहीच अशक्य होत नाही. सुलताने आली मरहूम हजरत बाबर सरजमीन-ए-हिंदमध्ये लाखांची फौज आणि पेटारे भरून सोने घेऊन आले नव्हते.''

नवीन तडफदार तरुण सरदारांमध्ये कुलीखानाचे वक्तव्य ऐकून मोठा उत्साह संचारला. एकामागोमाग एक तरुण सरदार तडफदार बोलून सरलष्करांचे म्हणणे उचलून धरू लागला. मात्र चैनबाजीची चटक लागलेले काही खुशालचेंडू बुजुर्ग सरदार कुरकुर करू लागले. त्यांनी अनेक खुसपटे काढली. पण तरुण सरदारांनी त्यांना परस्परच उत्तरे दिली. अखेर कुलीखानाची योजना यशस्वी करून दाखवायची आणि

आलाहजरतांना चकित करायचे, असा सर्वांनी उत्साहाने निर्णय घेतला. इतका वेळ शांतपणे उभा राहून सर्व चर्चा ऐकत असलेला गुलाम हैदर गंभीरपणे म्हणाला–

"जनाबे आली, जान की अमान पाऊं तो कुछ अर्ज करूं..."

"अजी आपल्यासारख्या तजुर्बेकार बुजुर्गांच्या मशवऱ्यांची आम्हाला नेहमीच गरज असते. बोला. फक्त एक सूचना की, तरुणांना नाउमेद करू नका."

"अजिबात नाही. जनाबे आली जे करू म्हणत आहेत ते सलतनतीच्या भल्याचेच आहे. फौजेच्या कल्याणाचे आहे यात संशय नाही. मात्र माझा इतक्या पिढ्यांचा तजुर्बा सांगतो आहे की, जल्दबाजी नको. दरबारातील काही मोजक्या लोकांचे ऐकून संशयाचे भूत दरबारात थैमान घालताना मी पाहिले आहे. केवळ गैरसमजामुळे वफादारांचे रक्त सांडलेले मी बघितले आहे. अनेक इमानदारांचे संसार बरबाद झाले आहेत. माझी जनाबे आलींना विनंती आहे, त्यांनी या मोहिमेसाठी आलमपन्हांची रजामंदी घ्यावी. अन्यथा जनाबे आलींचे दुश्मन ही बंडखोरी, बगावत आहे म्हणून आलाहजरतांचे कान भरतील आणि अनर्थ ओढवेल. आलाहजरतांनी सख्ख्या भावांची गुस्ताखी बख्शली नाही. आपण तर अखेर गुलाम. बस्स एवढेच. याउपर जनाबे आलींचा हर हुक्म सर आँखोंपर."

तो सबुरीचा सल्ला मात्र सर्वांना पटला. कुलीखानाने पत्र लिहिण्यासाठी आवर्जून गुलाम हैदरची मदत घेतली आणि अत्यंत काळजीपूर्वक, तोलूनमापून शब्द वापरून पत्र तयार केले आणि सरलष्कराच्या सही-शिक्क्याने खुद्द बादशहाच्याच नावे पत्र रवाना झाले. पत्राचे उत्तर येण्यासाठी साडेतीन-चार महिन्यांचा काळ लागणार होता. पण तेवढा वेळ नुसतेच बसून न राहता कुलीखानाने नव्या मोहिमेची जंगी तयारी सुरू केली.

-१०२-

महाराजांना जाग आली तेव्हा पूर्वा नुकतीच उजळत होती. करदर्शन करून त्यांनी उजळत्या पूर्वेला नमस्कार केला आणि ते पलंगावरून खाली उतरले. त्यांची चाहूल लागून दारावरचा हुजऱ्या लगबगीने आत आला. मुजरा घालून खालमानेने म्हणाला–

"रामराम मायबाप. म्हाराज रामपारी तकलीप देतुया मापी असावी. पर भल्या पाटंच सरदरवाजास्नं माणूस आल्ता. कोनी बामन सासवडच्या अंजिराची परडी आत्ताच आपल्या सुपुर्द करायची हाय म्हनून रातभर तटाभाईर ताटकळत बसलाया. लईच जिद करतुया, ऐकना झालाय. त्येचं काय करावं म्हनून हवालदार इचारतुया."

"का? थेट आमचा सल्ला का घ्यावा वाटला? किल्लेदाराच्या कानी ही गोष्ट का घातली नाही?"

"किल्लेदार सरकारास्नी रातीलाच कळवलया पर ते म्हनलं रातच्याला गडाचे दरवाजे आपल्या हुकमाबिगर उगडत न्हाईत. दरवाजावरून राऊत आल्ता तवा मध्यान रात झाल्ती. आपला डोळा लागला व्हता म्हनून नींद खराब क्येली न्हाई."

"उत्तम! छान! चांगली अक्कल चालवलीत. आत्ता या क्षणी असेच सुटा आणि किल्लेदार सूर्याजी पिसाळांना हुजूर दाखल होण्यास हुकूम झाला म्हणून सांगावा द्या. म्हणावे, असाल तसे दाखल व्हा. पोशाख करण्यात वेळ दवडू नका. दातवण करीत असाल तर चूळ वाड्यावर येऊन भरा. आमचे दातवणादी विधी आटोपण्याच्या आत किल्लेदार या इथे आमच्या महालात दाखल झाले पाहिजेत. समजले? हवालदारास हुकूम द्या, त्या ब्राह्मणास सन्मानाने पाचाडच्या वाड्यात न्या. त्यांस म्हणावे, आन्हिके उरकून आमच्या खासगीच्या दालनात बसावे. घटकाभरात आम्ही पोहोचतो आहोत. वाड्यावर कारभाऱ्यांस वर्दी द्या; आम्ही स्नान-पूजा तेथेच करू. आता निघा. तोंडाकडे काय पाहत बसलात?"

"जी, महाराज..."

गडबडीने मुजरा घालून हुजऱ्या पळतच बाहेर पडला. महाराजांचे शौच-मुखमार्जन आटोपण्याच्या आत किल्लेदार सूर्याजी पिसाळ हुजूर दाखल झाले. खरोखरच ते फक्त धोतर आणि पैरणीवर होते. महाराजांसमोर बोडक्याने उभे राहणे शक्य नव्हते म्हणून एक पंचा मुंडाशासारखा डोक्याला गुंडाळला होता. अशा प्रकारे बोलावणे म्हणजे कंबख्तीच, हे माहीत असल्याने त्याचे पाय लटपटत होते, मुजरा घालणारे हात थरथरत होते. महाराजांच्या क्रुद्ध चेहऱ्याकडे नजर टाकण्याची हिंमत नव्हती तिथे नजर भिडविणे कुठले जमायला?

"या किल्लेदार. खास तख्ताच्या गडाची किल्लेदारी आम्ही तुम्हावर सोपवली ती या विचाराने की, तुम्हापाशी काही विशेष योग्यता आहे. पण तुम्ही तर हुजऱ्यापेक्षा सांगकामे निघालात. तुम्हास खास हिदायत देऊन ठेवलेली आहे की, सासवडचे अंजीर घेऊन येणारास दिवसाच्या कोणत्याही क्षणी, आम्ही जेथे असू तेथे आम्हासमोर दाखल करावे. याचा अर्थ आणि महत्त्व तुमच्यासारख्या विश्वासू म्हणवणाऱ्या अनुभवी मानकऱ्यांस उमगू नये? आश्चर्य!!"

"क्षमा महाराज. पण काल महाराजांना ज्वर होता असे कळले. म्हणून मध्यान रात्री तकलीफ दिली नाही."

"अस्सं? स्वराज्याच्या काजापुढे आमच्या निद्रेची मातब्बरी कधीपासून धरू लागलात?"

"क्षमा महाराज, पण रात्री-अपरात्री आपणांस त्रास देऊ नये असा महाराणी सरकारांचा हुकूम आहे."

"त्यापायी त्या गरीब ब्राह्मणास भरथंडीत रात्रभर तटाबाहेर ताटकळवलेत? त्या

ब्राह्मणाने दिलेल्या निरोपाचा मथितार्थ तुम्हाला कळला नाही असे आता वर सांगू नका. मुलाहिजा राखला जाणार नाही. निरोप मिळताच सरदरवाजावर का गेला नाहीत? ठीक आहे, या गफलतीचा फैसला आम्ही सवडीने करू. आत्ता असेच त्या ब्राह्मणास घेऊन पाचाडास जा. हवालदार आमचा हुकूम तुम्हाला कळवेलच. पाचाडास आमची वाट पाहा. अनुमतीशिवाय वाडा सोडू नका. जसे आहात तसेच आत्ता इथूनच निघा. आमची मुलाकात होईल तोपर्यंत तुम्ही चाकर कोणाचे, स्वराज्याचे की महाराणी सरकारांचे हे मनाशी आठवून ठेवा. या.''

''आज्ञा.''

थरथरत्या पावलांनी सूर्याजी महालाबाहेर पडला. महाराजांनी तातडीने आपल्या विश्वासू हुजऱ्यांच्या हस्ते मोरोपंत, अनाजी दत्तो वगैरे कारभारी मंडळींना सकाळच्या दरबारातील कामासंदर्भात सूचना धाडल्या. दुपारचा खाना पाचाडास घेणार असल्याची वर्दी दारुणी महालात रवाना केली. त्यानंतर जुजबी पोशाख करून ते लगबगीने वाड्याबाहेर पडले. पाचाडाच्या वाड्यावर पोहोचताच मुजऱ्यांकडे दुर्लक्ष करीत ते तडक आपल्या दालनाकडे निघाले. देवडीवर तिष्ठत बसलेल्या सूर्याजीकडे त्यांनी फक्त एक कटाक्ष टाकला. दालनात एक शुचिर्भूत ब्राह्मण हातात फळांची करंडी सांभाळीत तोंडाने देवाचे पुटपुटत तिष्ठत होता. महाराजांचे पाऊल दालनात पडताच मुजरा करून तो सस्मित मुद्रेने महाराजांकडे पाहत उभा राहिला. खिडकीतून येणारे कोवळे ऊन त्याच्या चेहऱ्याच्या प्रसन्नतेत अधिकच भर घालत होते. बैठकीवर बसत महाराज म्हणाले–

''या मथुरे गुरुजी. बरीच लांबची मजल मारून आलात. आपली प्रसन्न, आनंदी मुद्रा पाहिली आणि आमचा जीव भांड्यात पडला. म्हटले आपण एवढी रात्र करून गडावर आलात, कोणती तातडीची खबर घेऊन आलात न कळे. सांगा, कोणती वार्ता आणलीत?''

''महाराज, वर्तमान शुभ आहे. हे तर आपण ताडलेच आहे. तितकेच ते तातडीचेसुद्धा आहे. नाईकांनी अगदी बजावून सांगितले आहे की, फळांची करंडी अतिशय मूल्यवान फळांनी भरलेली आहे. कितीही रात्र झाली तरी आपल्या सुपुर्द केल्याशिवाय उसंत घेऊ नये. अंजीर फळ मोठे नाजूक. एकदा पिकले की फार लवकर नासून जाते. म्हणून तातडी करणे निकडीचे होते.''

सूचक हसत मथुरे गुरुजींनी परडी महाराजांसमोर तिवईवर ठेवली. परडीत हात घालून पाचोळ्याखाली दडविलेला कागद त्यांनी काढून हातात घेतला! अधीर नजरेने झरझर ते कागद वाचू लागले. त्यांच्या मुखावरची प्रसन्नता क्षणोक्षणी वाढू लागली. मान संतोषाने डोलू लागली. पत्र वाचून संपताच त्यांनी मथुरे गुरुजींकडे प्रसन्न कटाक्ष टाकला. काही क्षण नजर खिडकीबाहेर वळविली. मग पुन्हा एकदा सावकाशपणे सारे पत्र वाचून

काढले. मग पत्राचा कागद काळजीपूर्वक उशीखाली ठेवून दिला.

"सांगा मथुरे गुरुजी, काय खबर आमच्या नाईकांची?"

"महाराज, पत्रात सारे सविस्तर लिहिलेले आहेच. इतक्या वर्षांनंतर का होईना नेताजीरावांना संपर्क साधण्याचा मार्ग गवसला. आता नियमितपणे खबरा येण्यास सुरुवात व्हावी अशी आशा ईश्वरकृपेने उत्पन्न झाली आहे. नाईकांनी खास कळवण्यास सांगितले आहे की, आपला नजरबाज आफताबखान यानेच मोठ्या हिकमतीने हा मार्ग शोधून काढला आहे."

"अरे व्वा! छान! आणखी काही?"

त्यानंतर मथुरे गुरुजींनी नेताजीरावांनी अवलंबिलेले कडक धोरण, पैसा उभा करण्यासाठी योजलेले अनेक मार्ग, ठाण्यांना दिलेल्या भेटी, फौजेत मिळविलेली लोकप्रियता, सर्वसामान्य शिपाई, तरुण सरदार इत्यादींमध्ये मिळविलेले प्रेम, बुजुर्गांमध्ये उत्पन्न केलेला धाक आणि स्थानिक जमीनदार-रयतेत निर्माण केलेला दबदबा या साऱ्यांचे तपशीलवार आणि रसभरित पण वास्तव वर्णन महाराजांना ऐकवले. महाराज अत्यंत समाधान पावले. ऐकत असताना सारा वेळ महाराज डोळे मिटून बसून होते. त्यांनी मध्ये एकही शब्द विचारला नाही. जिरेटोपातील मोत्यांचा घोस मंदपणे डुलत होता.

"जगदंब! जगदंब!! गुरुजी भल्या सकाळी आपली भेट झाली, सुवार्ता घेऊन आलात; ही सारी आई जगदंबेची कृपा. तुम्ही आमच्या मनावरचा फार मोठा भार हलका केला आहे. फार लांबची मजल मारून आला आहात. आता चार दिवस विश्राम करा. आम्ही सूर्याजींना सूचना देतो, ते आपली व्यवस्था करतील. आम्ही नाईकांसाठी पत्र तयार करतो, ते घेऊनच गड उतरावा. या आता. रात्रभर आपल्याला थंडीत कुडकुडत ताटकळावे लागले, यासाठी आम्ही दिलगीर आहोत."

"स्वामी, त्यासाठी आपण कष्टी होऊ नये. चाकराने असे कष्ट सहन करणे हे त्यांचे कर्तव्यच असते. निष्ठांचे पीळ त्यातूनच घट्ट होतात. कल्याणमस्तु।"

तोंडभर आशीर्वाद देऊन मथुरे गुरुजी बाहेर पडले आणि महाराजांनी सूर्याजी पिसाळांना बोलावून घेतले. पारोशा तोंडाने, उघड्याबोडक्याने धावपळ करून आणि बराच वेळ देवडीवर बसून, वाट पाहून सूर्याजी अगदी कानकोंडा होऊन गेला होता. पण महाराजांची प्रसन्न, हसरी मुद्रा पाहून थोडा त्याच्या जिवात जीव आला.

"या किल्लेदार. नशीब जोरावर आहे तुमचे, वार्ता शुभंकर - आनंदाची होती म्हणून बचावलात; आता आम्हास आमचे तोंड विटाळायचे नाही. पण ध्यानात ठेवा, थेट आमच्याशी बांधलेले नजरबाज कोणाही कारणाने खोळंबता कामा नयेत. राजकारणाचे अनेक नाजूक गुंते त्यांच्या बातम्यांमध्ये गुंतलेले असतात. थोडा उशीरसुद्धा कोणाच्या प्राणावर बेतू शकतो किंवा स्वराज्याचा घात करू शकतो. नेताजीकाकांना उशीर झाला

त्याचे काय परिणाम स्वराज्य भोगतेय ते बघताय ना? या खेपेला आम्ही आनंदात आहोत म्हणून माफी देत आहोत, पण पुन्हा अशी गफलत झाली तर किल्लेदारीचा मुलाहिजा राखला जाणार नाही. असो. मथुरे गुरुजी काही दिवस गडावर मुक्कामास राहतील. त्यांची उत्तम बडदास्त राखली गेली पाहिजे. रोज मिष्टान्न व्यवस्था करा.''

''आज्ञा.''

मुजरा घालीत, पाठ न दाखविता सूर्याजी दारापर्यंत गेला तेवढ्यात महाराजांनी त्याला हाकारून पुन्हा बोलावले.

''हं, ऐका. आणखी एक महत्त्वाचे. एक गोष्ट नीट गाठी बांधून ठेवा. दारुणी महालातील असे हुकूम महालाच्या उंबरठ्याच्या आतच ठेवायचे. त्यांची ढवळाढवळ सदरेपर्यंत पोहोचू द्यायची नाही. अशा हुकमांची लुडबुड जर स्वराज्याच्या कारभारात होऊ लागली तर फार मोठी दुरवस्था ओढवेल. सुज्ञ आहात, अधिक उघड करून सांगणे नको. बरे, असेच उघडेबोडके गडावर परतू नका. दिवस वर आला आहे. राबता सुरू झाला असेल. निष्कारण बभ्रा नको. वाड्यावरच स्नान उरका. आमच्या कपडेपटातून पोशाख देण्याची सूचना आम्ही कोठावळ्यांस देतो. तयार होऊन निघा. मथुरे गुरुजी थांबतील थोडा वेळ.''

महाराजांचे मनमोकळे मिस्कील बोलणे ऐकून सूर्याजीचा धीर चेपला आणि त्याच्या मुद्रेवर हास्य उमटले. हसत हसत मुजरा करून तो बाहेर पडला.

-१०३-

महाबतखान दिल्लीत परतला आणि मागोमाग तक्रारींच्या पत्रांचा महापूर उसळला. महाबतखानास नर्दुल्लाखानाकडून येणारी 'अधिकृत' / 'गुप्त' वार्तापत्रे आणि वजीर जाफरखानास सिद्दी फुलादखानामार्फत मिळणारे सिद्दी आफताबखानाचे खलिते यांची भर वेगळीच! एकच बातमी. वेगवेगळ्या मनोवृत्तीतून आणि हितसंबंधांतून वेगवेगळे आकार-विकार घेऊन येत होती. कुलीखानाने छावणीतून जनानखान्याचे केलेले उच्चाटन, त्यांची पेशावरला केलेली रवानगी, जनानखान्याचा खर्च ज्याचा त्याने करण्याची सक्ती, त्यावर पूर्वी सरकारातून झालेल्या खर्चाची सक्तीने केलेली वसुली, फौजेची प्रत्यक्ष शिरगणती, शिपायांना सुविधा पुरवून त्यांचे चालविलेले लाड, सामान्य शिपायांशी त्याचा थेट संपर्क, सैन्यात त्याला मिळणारी लोकप्रियता, सैन्याच्या तुकड्यांच्या सततच्या बदल्या, निर्माण केलेली नवनवी उत्पन्नाची साधने, टपाल व्यवस्थेतल्या सुधारणा अशा एकापेक्षा एक अचंबित करणाऱ्या बातम्या राजधानीत पोहोचत होत्या. अनेक शतकांच्या मुघलशाहीत असे अक्रीतघडलेले ना कोणी पाहिले, ना ऐकले.

उमराव आणि दरबाऱ्यांमध्ये अस्वस्थ चर्चा सुरू झाली होती. महाबतखानाचा

जामीन अडकला असल्याने त्याचा जीव टांगणीला लागला. तो आणि जाफरखान त्यांच्या परीने प्रत्येक लहान-मोठी खबर बादशहाच्या कानावर घालीत होते. बादशहा ऐकून घेत होता पण त्याच्याकडून कोणतीच प्रतिक्रिया येत नव्हती. दोन्ही खान पुरते परेशान होऊन गेले. हे सारे कमी पडले म्हणून की काय, कुलीखानाने संपूर्ण अफगाणिस्तानात काढलेल्या झंझावाती दौऱ्याच्या, त्याने नैर्ऋत्य सीमेवरच्या अफगाण-इराण सीमाभागातील रानटी लोकांची वस्ती असलेल्या विराण प्रदेशाला दिलेल्या भेटीच्या आणि त्याने स्थानिक जमीनदार आणि कबिल्याच्या सरदारांबरोबर सुरू केलेल्या संवादाच्या बातम्या धडाधड येऊन कोसळल्या. महाबतखानाच्या पायाखालची वाळूच सरकली. तो उठला आणि थेट वजीर जाफरखानाच्या समोर दाखल झाला. त्याच खबरींनी भरलेल्या खलित्यांचा ढीग समोर घेऊन तो सचिंत बसून होता. त्याची तर मतीच गुंग झाली होती. अत्यंत चिंताक्रांत होऊन दोघांनी प्रदीर्घ चर्चा केली. एकच मुद्दा दोघे एकमेकांना वेगवेगळ्या शब्दांत पटवून देत राहिले. दोन-अडीच घटकांचा काथ्याकूट झाल्यानंतर मात्र दोघांचे एकमत झाले. दोघांनाही मनोमन पटले की, ही बाब अत्यंत गंभीर असल्याने बादशहाच्या कानी घातलीच पाहिजे. ताबडतोब आत्ताच्या आत्ता.

दोघेही उठले आणि पालख्यांमध्ये बसून बादशहाकडे निघाले. बादशहा आपल्या जनानखान्याच्या महालात बसला होता. वर्दी पाठवून दोघे सदर महालात बसले. वास्तविक बादशहा जनानखान्याच्या आणि कौटुंबिक बाबींमध्ये फारसा गुंतत नसे. जनानखान्याची पूर्ण अखत्यारी त्याने रोशनआरा बेगमेवर सोपवली होती. मात्र धाकटा शहजादा अकबर, बादशहाच्या चिंतेचा विषय होऊन बसला होता. आईवेगळे पोर म्हणून तो जरा जास्तच लाडावला होता. त्याला वळण लावण्यासाठी म्हणून झेबुन्निसा बेगमेच्या देखरेखीखाली ठेवले होते. त्याच्याच विषयी काही खल चालू होता. आधी तर, बादशहाने वर्दीकडे दुर्लक्ष करून आपले काम तसेच सुरू ठेवले. जसजसा भेटीस उशीर होऊ लागला तसतसे दोन्ही उमराव अस्वस्थ होऊ लागले. अखेर त्यांनी देवडीवरच्या खोजांच्या दरोग्यालाच तातडीची वर्दी देऊन पाठविले. खुद्द दरोगा वर्दी घेऊन आला म्हटल्यावर बादशहाला दखल घेणे भाग पडले. त्यातच महाबतखानासारखा मातब्बर उमराव खुद्द वजीर जाफरखानाला सोबत घेऊन काबूलच्या मसलतीसंबंधाने भेट मागतो म्हणजे निश्चितच काही तातडीची बाब असली पाहिजे हे ओळखून त्याने आपले काम आवरते घेतले आणि बेगमांना निरोप दिला. त्याने दोन्ही उमरावांस जनानखान्यातच भेटीस बोलावले. दोघे आधीच तणावात होते. शाही जनानखान्याच्या अंतर्भागात जायचे म्हणून त्यांना अधिकच दडपण आले. ताणलेल्या चेहऱ्याने कुर्निसात करत महालात शिरणाऱ्या त्या दुकलीवर बादशहाची प्रश्नार्थक गहिरी हिरवी नजर खिळली होती. दरबारी रिवाजाला

अनुसरून बोलण्याची सुरुवात अर्थातच जाफरखानाने केली.

"आलमपन्हांच्या विश्रांतीमध्ये खलल आणल्याबद्दल गुलाम माफी चाहतो. पण आलमपन्हा, महम्मद कुलीखानाचे कारनामे दिवसेंदिवस नवनवीन काळज्या उत्पन्न करीत आहेत."

"जी आलाहजरत, हम भी वजीरेआझम की बातों से इत्तफाक रखते हैं."

प्रश्नार्थक नजर जास्तच गहिरी झाली. आपला खास माणूस नर्दुल्लाखानाच्या खलित्यामधील वेचक भाग महाबतखानाने बादशहास वाचून दाखविला आणि महम्मद कुलीखानासंबंधीचा सारा तपशील अगदी तिखटमीठ लावून सांगितला. मध्ये मध्ये वजीर जाफरखान आपल्या 'विश्वासू' सूत्रांचा हवाला देत मसाला पेरत गेला. अत्यंत निर्विकार चेहऱ्याने बादशहा ऐकत होता. दोघांचे बोलणे संपले तरी बादशहाच्या चेहऱ्यावर कोणतीच प्रतिक्रिया उमटली नाही. तो निर्विकार दगडी चेहरा पाहून दोघेही मुत्सद्दी गांगरून गेले. न राहवून जाफरखान म्हणाला–

"आलमपन्हा, कुलीखानाला आळा घालण्याची वेळ आली आहे. गुलामाला असे साफ दिसते आहे की, पाणी डोक्यावरून जाण्याची वेळ येण्याच्या आधीच बांध घालणे जरुरीचे आहे. महम्मद कुलीखानावर जरब बसवू शकेल असा कोणी काबिल आणि विश्वासू दरबारी तातडीने अफगाणिस्तानात पाठवला पाहिजे."

वजिराचे शब्द ऐकताच कपाळाला आठ्या घालीत महाबतखानाने चमकून त्याच्याकडे तिरक्या नजरेने पाहिले. ही बारीकशी हरकतसुद्धा हिरव्या नजरेने टिपली. दातांच्या फटीतून तीव्र पण थंड शब्द बाहेर आले–

"अस्सं? असा कोण आहे तुझ्या नजरेत? तू स्वत:च सिफारिश करून महाबतखानास माघारी बोलावून घेतलेस. त्याने माबदौलतांना जामीनकी लिहून दिली आहे. कुलीखानाची खातरजमा दिली आहे. क्यों महाबतखान?"

महाबतखानाच्या पायाखालची जमीनच खचली. आता लोढणे उलट फिरून त्याच्याच गळ्यात येऊन पडू पाहत होते. प्रकरण फार ताणले तर त्याचा जीव आणि दौलत दोन्ही धोक्यात आले असते. लाचार हसत तो गडबडीने म्हणाला–

"अलबत. आलमपन्हा, बंद्याचे वचन आलाहजरतांच्या पायाशी गुंतले आहे. मी परत निघालो तेव्हा मला खात्री पटली होती की, त्याच्या मनात बगावत-बंडखोरी करण्याचा वा पळून जाण्याचा विचार उरलेला नाही. आतासुद्धा ज्या खबरी येत आहेत त्या पाहता तो असला काही अविचार करीत असल्याचे दिसत नाही. तख्ताशी बेइमानी करण्याच्या वा पळून जाण्याच्या तो योजना आखत असावा अशी कोणतीही खबर अद्याप नाही. हां तो जरा नेहमीपेक्षा वेगळ्या पद्धतीने, मोगली रिवाजास नव्या असलेल्या पद्धतीने, जरा स्वतंत्र वृत्तीने वागतो आहे एवढे खरे; त्याला फक्त नकल घालणे जरूर आहे इतकेच."

महाबतखानाने परतवार करीत मारलेली कोलांटी उडी पाहून जाफरखान चाट पडला. डोळे फाडून तो त्याच्याकडे पाहत राहिला. काय बोलावे त्याला सुचेना. त्याच्याऐवजी बादशहाच म्हणाला–

"जर एवढेच आहे तर मग एवढा बेताब होऊन का धावत आलास; तेसुद्धा थेट शाही जनानखान्यात?"

"गुस्ताखी माफ आलमपन्हा, पण गुलामाच्या दिलोदिमागमध्ये दौलतीच्या आणि तख्ताच्या कल्याणाशिवाय कोणताच खयाल नसतो. नोकर त्यातून फौजबंद सिपाहसालार वाजवीपेक्षा जास्त स्वातंत्र्य घेण्याचा प्रयत्न करू लागला, तर त्याला वेळीच अटकाव करवावा यासाठी आम्ही हजरतांच्या कदमांशी आलो आहोत."

"मग? माबदौलतांनी काय करावे असा तुमचा मशवरा आहे?"

"आलमपन्हा कुलमुखत्यार आहेत. सर्वज्ञ आहेत. गुलामाच्या मर्यादित बुद्धीला जे जाणवते ते पायाशी रुजू आहे. गुलामाला असे प्रामाणिकपणे वाटते की, आलाहजरतांनी ज्या मकसदसाठी कुलीखानाला जिवंत ठेवले, इस्लामच्या नेक राहवर आणले तो मकसद त्याला इतक्या दूरवर एकटे ठेवण्याने पुरा होणार नाही. आता योग्य वेळ पाहून आलमपन्हांनी कुलीखानाला आपल्या पायाशी बोलावून घ्यावे आणि नजरेखाली ठेवावे."

आपला पायगुंता सोडवून घेण्याची महाबतखानाची धडपड पाहून जाफरखान चकित झाला. बादशहाच्या गंभीर दगडी चेहऱ्यावर किंचित स्मित उमटून गेले असावे अशीसुद्धा त्याला शंका आली.

"वजीरेआझम, तुमचा मशवरा काय आहे?"

एक डोळा महाबतखानावर ठेवत तो हळूच पुटपुटला-

"गुलाम जनाब महाबतखान साहब की राय से इत्तफाक रखता है."

महाबतखानाची डोलती नय्या सावरणे भाग होते. तो त्याचा जवळचा रिश्तेदार होता. इराणी दरबाऱ्यांत त्याचे मोठे वजन होते.

"बेहतर है। मामले की पूरी तफतीश हो। कुलीखान के इस बर्ताव का मकसद मालूम किया जाय। अन्यथा महाबतखानास अफगाणिस्तानात वापस जाणे भाग आहे. ते रवाना झाले तर त्यांचा जनानखाना माबदौलत आपल्या पनाहमध्ये ठेवतील."

आंबलेल्या दातांनी दोघे शाही जनानखान्यातून बाहेर पडले आणि आपापल्या मुक्कामावर रवाना झाले. त्याच दिवशी दोघांचे सांडणीस्वार आपापल्या माणसांसाठी कडक खलिते घेऊन काबूलकडे दौडत निघाले. महाबतखानाचे नशीब जोरावर होते. या प्रसंगाला जेमतेम पंधरवडा झाला असेल-नसेल आणि महम्मद कुलीखानाचे दस्तूरखुद्द आलमपन्हा जिल्हेसुभानी बादशहा सलामतांच्या नावे लिहिलेले पत्र राजधानीत येऊन दाखल झाले.

-१०४-

महम्मद कुलीखानाचे थेट बादशहाला लिहिलेले पत्र म्हटल्यावर बादशहाने दरबारात पत्र वाचण्यास मना केले. याचा अर्थ ते पत्र खासगीत - बादशहाच्या महालात निवडक मुत्सद्दी दरबाऱ्यांच्या समोर वाचले जाणार होते. रात्री बादशहाच्या खासगी महालात मुख्य वजीर जाफरखान, मीर बक्षी, सरलष्कर महाबतखान, दाऊदखान कुरेशी, दानिशमंद खान आणि काही महत्त्वाची मोजकी मंडळी हजर झाली. दरबारी पोशाख उतरवून बादशहाने साहेबी लिबास, म्हणजे साधी सुती लुंगी, सैलसर अंगरखा आणि स्वत:च्या हाताने विणलेली गोल टोपी असा साधा पोशाख परिधान केला होता. तो एका साध्या मसनदीवर पालथी मांडी घालून बसला होता. हात टोपी विणण्यात व्यग्र होते. पण गहिरी हिरवी नजर समोरच्या प्रत्येकाचा वेध घेत होती. सलाम-दुव्याचे प्राथमिक उपचार आटोपून मानकरी हात बांधून समोर उभे राहिले.

"खैर. वजीरेआझम, सुनाईये, क्या कहता है तुम्हारा महम्मद कुलीखान."

कुर्निसात करून जाफरखानाने समोरच्या तिवईवर ठेवलेली किनखापाची हिरवी मखमली थैली उचलली. सरफास ओढून त्यातून अतिशय सुंदर कोरीवकाम केलेले व त्यात अधूनमधून किमती खडे जडवलेले अक्रोडाच्या लाकडाचे पत्राचे नळकांडे बाहेर काढले. त्यातून तशाच प्रकारचे कोरीवकाम केलेल्या लाकडी दांडीवर गुंडाळलेले पत्र काढून उलगडले. अस्सल रेशमी कापडावर सुंदर रंगीबेरंगी नक्षीदार वेलबुट्टीच्या चौकटीत घोटीव फारसी अक्षरांत पत्र लिहिले होते. ते पत्र उलगडताच कस्तूरी आणि हीनाचा वास महालभर दरवळला. पत्राच्या शिरोभागी फौजेच्या सरलष्कराचा पाचबुर्जी शिक्का झळकत होता. पत्र भले लांबलचक होते. वजिराने पत्र उलगडताच खोजाने दिव्याची ठाणवई पत्रावर नीट उजेड पडेल अशा पद्धतीने आणून ठेवली आणि तो पावले न वाजविता निघून गेला. वजिराने बादशहाकडे एक कटाक्ष टाकला. नजरेचा इशारा मिळाल्यावर त्याने धीरगंभीर आवाजात पत्र वाचण्यास सुरुवात केली.

आलमपन्हा, जिल्हेसुभानी, शहनशाहे आलम बादशाहे हिंदोस्तान, हुजुरे आली आलमगीर गाझी यांच्या मुबारक कदमांशी नाचीज बंदा गुलाम महम्मद कुलीखान पेशावरी फौजबंद सरलष्कर सरजमीने अफगाण हाली डेरा काबूल याचा सलाम अलेकुम बरकत्तुल्ला-ए-आलई.

हुजुरेपाक खाविंदांनी कृपावंत होऊन गुलामाला अज्ञानाच्या अंधारातून स्वत:च्या मुबारक हातांनी इस्लामच्या नेक राहवर तर

आणलेच, शिवाय दयावंत होऊन माझ्यासारख्या नाचीज माणसाची नेमणूक सरजमीने अफगाणच्या मोहिमेवर करून इस्लामची आणि मुघलिया तख्ताची सेवा खिदमत करण्याचा नायाब मौका दिला. त्यानंतर अत्यंत कृपावंत होऊन त्याच मोहिमेच्या सरलष्करीचा सरताज शिरावर चढवून गुलामाचा बहुमान केला. या नाचीज बंद्या गुलामावर मोठाच विश्वास व्यक्त केला.

युसुफजाही पठाणांसारख्या अत्यंत जालीम गनिमांशी झुंजून त्यांना परास्त करणाऱ्या शाही फौजेला शीण आला असेल असे अलीजांना वाटले असावे; त्यामुळे आलाहजरतांनी अत्यंत दयावंत होऊन जनाब-ए-आली महाबतखानसाहेबांना मोठ्या शाही फौजेसह आपल्या चरणांपाशी वापस बोलावून घेतले. त्या जागी नवी कुमक येण्याची गुलाम अत्यंत आतुरतेने, चातकासारखी वाट पाहत आहे. रानटी पठाणांशी झुंजून त्यांना नामोहरम करण्यासाठी आणि मुघलिया तख्ताची शानोशोहरत बुलंद करण्यासाठी शाही फौज बेताब असली तरी नवी ताज्या दमाची कुमक आणि पुरेसा खजिना याअभावी गुलाम पूर्ण ताकदीनिशी मोहीम पुढे चालविण्यास असमर्थ ठरला आहे. यासंबंधीचे अनेक अखबार व खलिते गुलामाकडून यापूर्वीच दरबारात पेश झालेले आहेत. परिणामत: मुघलिया साम्राज्याचा विस्तार खैबरपार करण्याच्या आणि इस्लामचा झेंडा बुलंद करण्याच्या कामास मोठीच खीळ बसली आहे. हशम आणि इसम बेकाम, बसून आहेत. सरदार आणि शिपायांचा जोम आणि उत्साह ओसरू लागला आहे; त्यामुळे त्यांना अय्याशीची चटक लागण्याची शक्यता आहे. असेच चालू राहिले, तर ज्यांच्यावर विजय मिळवून ही दौलत कमावली आहे ते रानटी गंवार अफगाणी पठाण त्यांची भूमी मुघलिया तख्ताच्या छायेखालून पुन्हा हिसकावून घेतील; त्यामुळे आलाहजरतांच्या अल्लाच्या पाक साम्राज्याला मोठा धोका उत्पन्न होईल, अशी गुलामाला भीती वाटू लागली आहे. या कारणे त्वरित हालचाली करून हर प्रयत्ने मोहीम नेटाने पुन्हा चालू करणे निकडीचे होऊन बसले आहे; त्यामुळे गनिमावर दाब राहून कमावलेल्या दौलतीचे उत्तम संरक्षण तर होईलच शिवाय साम्राज्याचा विस्तारसुद्धा होईल. तसेच अफगाणांच्या मनात मुघल सत्तेचा धाक जसा पैदा होईल तसाच अधूनमधून गुस्ताख कारवाया करून रानटी अफगाणांना फूस लावणाऱ्या आणि मुघलिया सलतनतीवर आक्रमण करण्याची

धमकी देणाऱ्या इराणच्या शहावरसुद्धा वचक निर्माण होईल.

अल्लाच्या मेहेरबानीने खाविंदांचे गुलामावर पुत्रवत प्रेम आहे आणि नजरे इनायत बरकरार आहे, असे असूनसुद्धा गेल्या काही दिवसांत खाविंदांना गुलामाकडे ताजी कुमक व खजिना पाठविणे जमू शकले नाही, याचा गुलामाच्या क्षुद्र मर्यादित बुद्धीला असा अर्थ दिसतो की, मुघल फौजा दुसऱ्या कोणा अत्यंत निकडीच्या कामी गुंतून पडल्या आहेत. या बिकट समस्येतून मार्ग काढण्यासाठी गुलामाने आपल्या अधिकारात सर्व बुजुर्ग, अनुभवी तसेच नव्या दमाच्या सरदारांचा विचार घेतला. सर्वांना एकमताने असाच उपाय सुचतो की, असे निष्क्रिय बसून मुघलिया पौरुष बरबाद करण्यापेक्षा, जर जिल्हेसुभानी आलाहजरतांनी कृपावंत होऊन रजामंदी फरमावली तर आहे त्या सामर्थ्यानिशी मोहीम नव्या जोमाने पुन्हा सुरू करावी.

आलाहजरतांच्या पायाशी विदित आहेच की, रसद आणि खजिन्याची भयंकर कमतरता असताना गुलामाने अनेक धाडसी निर्णय घेऊन, नेहमीच्या मुघलिया रिवाजात न बसणाऱ्या उपाययोजना करून खर्चात मोठी बचत तर केलीच, शिवाय प्यादे, शिपाई, अंमलदारांना चांगली शस्त्रे आणि सुविधा मुहैया करविल्या. एवढेच नव्हे तर खजिन्यात भर टाकण्याचेसुद्धा उपाय केले. आज गुलाम फक्र के साथ अत्यंत लीनपणे हुजेरे आलांच्या मुबारक कदमांशी असे पेश करण्यात धन्यता मानतो की, छावणीच्या खजिन्यात आता बऱ्यापैकी शिल्लक जमा झालेली आहे; त्यामुळे मोहीम पुन्हा सुरू केली तरी शाही खजिन्यावर भार पडणार नाही याचा नाचीज गुलामाप्रमाणेच छावणीतील प्रत्येकाला विश्वास वाटतो.

आलमपन्हांच्या पायाशी हे जाहीर आहे की, आज छावणीतल्या प्रत्येक शिपाई, प्यादा, शागिर्दपेशा तसेच सरदार मानकऱ्यांचा तनख्वाह आणि भत्ते हा खर्च चालूच आहे. आलाहजरतांच्या हुकमाने मोहीम पुन्हा सुरू केली तरी त्यासाठी वेगळा खर्च येणार नाही. बाकी जो काही वाढीव खर्च येणार आहे त्यासाठीसुद्धा शाही खजिन्यावर कोणताही बोजा पडू नये अशी गुलामाची इच्छा आहे. त्यासाठी स्वत:च इथल्या इथे खजिना उत्पन्न करण्याची योजना दयावंत आलाहजरतांच्या मुबारक कदमाशी पेश करण्याची इजाजत मिळावी असा गुलामाचा अर्ज आहे.

महापराक्रमी मुघलिया फौजेने सरजमीन-ए-अफगाणचा मोठा

हिस्सा जिंकून घेतला आहे; त्यामुळे ही जमीन आता मुघलिया सलतनतीचा अविभाज्य भाग बनलेली असून, येथील वासिंदे मुघलिया सलतनतीची रयत झालेले आहेत. जीत प्रदेशातील या वासिंद्यांना रयतेचा दर्जा जाहीर करून मुघल रयतेला मिळणारे हक्क आणि संरक्षण त्यांना बहाल करण्याची शाही कृपा झाली तर त्या बदल्यात त्यांच्याकडून शेतसारा आणि अन्य कर वसूल करता येतील. तो अधिकार गुलामाला बहाल झाला तर येथील सुभ्याच्या शाही खजिन्यात मोठीच भर पडेल. तसेच पूर्वी जिंकलेल्या आणि नव्याने जिंकल्या जाणाऱ्या प्रदेशातून चौथाई - सरदेशमुखीच्या वसुलीचे अधिकार बंद्याला इनायत झाले तर शाही खजिन्यावर फुटक्या कवडीचा बोजा न टाकता मोहीम कामयाब करण्याची ग्वाही नम्रपणे देण्याची गुस्ताखी करण्यात गुलामाला आनंद वाटेल. राजधानीतून दारूगोळ्याच्या अखंड पुरवठ्याशिवाय अन्य कोणतीच अपेक्षा हा नाचीज ठेवत नाही.

जान की अमान मिळाली तर अत्यंत नम्रतेने हा नाचीज गुलाम आलाहजरतांच्या मुबारक कदमांपाशी असे पेश करण्याची दरखास्त करतो की, मुघली फौज ज्या पद्धतीने जंग चालविते, त्यामध्ये फार मोठी मनुष्यशक्ती तर गुंतून पडतेच शिवाय अमाप खजिना आणि बेहिसाब गोळाबारूद जाया जाते. आलमपन्हांनी कृपावंत होऊन माझ्या पूर्वायुष्यातील तजुर्बा वापरून जंग चालविण्याची इजाजत फरमावली तर गुलामाच्या हाताखाली उपलब्ध असलेली फौज वापरूनच, इन्शाल्लाह, सहा महिन्यांत मुघल सलतनतीच्या सरहदी इराण आणि तुर्कस्तानपर्यंत नेऊन भिडविण्याचे वचन देण्यास गुलाम बेताब आहे.

आलाहजरतांच्या कृपाछत्राखाली राहून आखरी दम तक मुघलिया तख्ताची आणि इस्लामची सेवा करते रहना एवढेच आता गुलामाचे जीवनकार्य होऊन राहिलेले असल्याने अन्नदात्याचा पैसा खात चैनीत काळ वाया घालविणे गुलामाला जड जात असल्याने दरखास्त जल्द अज् जल्द मंजूर करावी अशी गुलामाची इंतजा आहे.

आलमपन्हांचा बंदा गुलाम, महम्मद कुलीखान

पत्राचे वाचन संपले. दालनात सन्नाटा पसरला. टोपी विणणारे बादशहाचे हात पत्राचे वाचन सुरू असताना कधी थांबले त्यालादेखील कळले नाही. कपाळावरील काळा डाग पूर्ण आक्रसून गेला होता. डोळे बंद झाले होते. वाचन संपून बराच काळ

झाल्यानंतर डोळे उघडले गेले. कपाळावरील जाळी साफ झाली. विणकाम खाली ठेवून समोरच्या तबकात असलेली जपमाळ हातात आली. ओठ पुटपुटू लागले. हिरव्या नजरेची धार समोरच्या प्रत्येकाला तोलत आणि जोखत होती. प्रतिक्रिया विचारली तर काय जवाब द्यावा याचा प्रत्येकजण विचार करीत होता. एवढी धाडसी योजना एवढ्या स्पष्ट शब्दांत थेट बादशहासमोर बेधडकपणे मांडण्याचे धाडस मोगली दरबारात आजपर्यंत कुणाला झाले नव्हते. सलतनतीचे कट्टर दुश्मन असलेल्या मराठ्यांच्या पद्धतीने युद्ध करून मुघल साम्राज्य वाढविण्याची मोठी अजब तरकीब हा वेडापीर थेट बादशहालाच सुनावत होता. बादशहाच्या एका दीर्घ नि:श्वासाने शांततेचा भंग झाला.

"बोला मीर बक्षी, तुम्हाला काय वाटते पत्र ऐकून. तुमचा मशवरा काय आहे?"

"आलमपन्हा, कुलीखान स्वाऱ्या-शिकाऱ्यात उभी हयात घालवलेला गडी आहे. असे काही न करता स्वस्थ बसावे लागले तर तो बेचैन होणारच. काही काबिल सरदारांबरोबर त्याची कुमक करावी आणि शाही रिवाज अन् तरीक्याप्रमाणे मोहीम दोबारा सुरू करावी."

हिरवी नजर महाबतखानावर स्थिर झाली. इकडे आड तिकडे विहीर अशी त्याची गत झाली. कालपरवाच बादशहाकडून मिळालेली दरडावणी अजून कानात घुमत होती. सर सलामत तो पगडी पचास या न्यायाला अनुसरून थरथरत्या आवाजात तो कसाबसा पुटपुटला–

"बंदा जनाब मीर बक्षी साहब की राय से इत्तफाक रखता है. थोडी बहुत फौज त्याच्या दिमतीला पाठवून त्याला गुंतवून ठेवावे. एकदा जंग करण्याचा जुनून त्याच्यावर सवार झाला, म्हणजे असे विचित्र खयाल त्याच्या जहनमध्ये येणे आपोआप बंद होईल. मी त्याला चांगला ओळखतो. रिकामपणामुळे त्याला भलभलते खयाल येतात."

"वजीरेआझम, आपकी राय क्या है?"

जाफरखानाची नजर क्षणभरासाठी महाबतखानाच्या नजरेला भिडली. निरुपाय होत असल्याचे भाव नजरेत तरळून गेले. महाबतखानानेसुद्धा नजरेनेच असहायता व्यक्त करून मूकसंमती दर्शविली.

"हुजुरे आला कुलीखानाला फार काळ एकटा ठेवणे धोक्याचे ठरेल. कोणीतरी जबरदस्त सिपाहसालार ताबडतोब अफगाण मोहिमेवर पाठवणे निकडीचे झालेले दिसते. कुलीखानाला कामात गुंतवून ठेवले पाहिजे."

"जाफरखान रात्र झाली की, तुझे डोके जनानखान्याकडे ओढ घ्यायला लागते. नेमका धोका तुझ्या लक्षात आला आहे पण तुझे डोके योग्य विचार करीत

नाही. कारण तुझे चित्त भलतीकडे गुंतले आहे.''

''माफी आलमपन्हा...''

काही क्षण हिरवी नजर शून्यात गेल्यासारखी झाली. स्वत:शीच बोलावे तसा बादशहा बोलू लागला–

''माबदौलतांच्या नजरेपासून दूर, एकटे आणि रिकामे बसून राहून कुलीखानाच्या मनात बंडखोरी आणि महत्त्वाकांक्षा जागी व्हायला लागलेली दिसते. या आधी त्याने सर्वसामान्य शिपाई-प्याद्यांच्या दिलात आपली इज्जत वाढवून आणि नौजवान तडफदार अधिकारी आणि सरदारांना आपलेसे करून स्वत:चे स्थान पक्के करण्याची कोशिश केलेली आहे. उत्पन्नाचे नवनवे जरिया आणि मार्ग तयार करून तो स्वत:चा खजिना वाढवीत आहे. तो स्वावलंबी होण्याची कोशिश करीत असावा असे वाटते. काबूलपासून दिल्लीपर्यंत पसरलेल्या नजरबाजांना तो अंकित करण्याचा प्रयत्न करीत असावा. माबदौलतांना असा पक्का शक वाटतो, त्या शकला मजबुती देणारे काही पुरावे माबदौलतांकडे मौजूद आहेत. महाबतखान आणि जाफरखानाने आपली खास विश्वासाची जी माणसे त्याच्या निगराणीसाठी ठेवलेली आहेत, त्यांना त्याने फोडले आहे. आपल्या कह्यात आणले आहे. ती बेवकूफ माणसे त्याच्या तारीफेचे पूल बांधताना थकताना दिसत नाहीत. काही मजबूरींमुळे माबदौलत त्याच्याकडे पुरेसे ध्यान देऊ शकले नाहीत; त्यामुळे त्याचा हौसला वाढलेला दिसतो. आता तो मुघली फौजा आपल्या हिशेबाने नाचवण्याचा विचार करू लागला आहे. त्याला दौलतीच्या सरहद्दी इराण, तुर्कस्तानला भिडवायच्या आहेत. तेवढी काबिलीयत त्याच्या दिलात, मस्तकात आणि मनगटात नक्कीच आहे. माबदौलतांना यात दोन धोके दिसतात, एक म्हणजे इराणच्या शहाच्या मदतीच्या आश्रयाने आमच्या शिकंजातून सुटका करून घेणे किंवा दुसरे, इराणचा शहा किंवा तुर्की खलिफाच्या आशीर्वादाने स्वत:ला अफगाणिस्तानचा स्वतंत्र सुलतान घोषित करणे. काही असो, माबदौलतांना त्याचा इरादा साफ असावा असा भरवसा वाटत नाही.''

खुद्द बादशहाच्या मुखातूनच कुलीखानावर ताशेरे उडाले. मग काय! बादशहाच्या संशयाला पुष्टी देण्यात सर्वांची अहमहमिकाच लागली. एकटा महाबतखानच भिजल्या मांजराप्रमाणे थरथर कापत अल्लाची करुणा भाकत खालमानेने स्वस्थ उभा होता. बादशहाची कुलीखानावर खास मर्जी; त्यामुळे आधीच त्याच्यावर मेहेरबानी आणि सवलतीची खैरात सुरू असल्याने जुन्या मानकऱ्यांचा जळफळाट होतच होता. मग त्याच्याविरुद्ध कान भरण्याची आयती चालून आलेली सुवर्णसंधी कोण गमावणार? खरे-खोटे किस्से मीठ-मसाला लावून रंगवून रंगवून सांगितले जाऊ लागले. कुणीतर हातासरशी शिवालासुद्धा चार शिव्या देऊन आपली रसना धन्य

केली. अर्ध-मिटल्या डोळ्यांनी बादशहा एकेकाला जोखत होता. त्याच्या दगडी निर्विकार चर्येवरून नक्की कोणताच अर्थबोध होत नव्हता. बराच वेळ ती काव काव ऐकून घेतल्यानंतर माळेचा हात वर झाला. एकदम शांतता पसरली.

"मावदौलतांनी तुमच्या वाह्यात कहाण्या ऐकण्यासाठी तुम्हाला गोळा केलेले नाही. कुलीखान तुम्हाला कितीही निकम्मा वाटला तरी त्याला जर योग्य पद्धतीने वागवले आणि वापरले तर तो तुम्हा कोणाहीपेक्षा दसपट जास्त लायक आहे. त्याच्या मनातली बंडखोर भावना तेवढी निपटून काढली गेली पाहिजे. शिवापासून दूर होऊन त्याला आता दहा वर्षांपेक्षा अधिक काळ लोटला आहे. नऊ वर्षे तो अफगाणिस्तानात कर्तब गाजवतो आहे. या काळात दख्खनचा वारासुद्धा लागलेला नाही. त्यात त्याने साहेबे इमान स्वीकारले आहे. आता शिवाला आपली गरज उरलेली नाही, अशा परिस्थितीत तो आपल्याला जवळ करणार नाही याची त्याला निश्चितच जाणीव झालेली आहे. पण त्याच्या जहनमध्ये खोलवर रुतून बसलेला आझादीचा जुनून संधी मिळाली की फणा काढतो; त्यामुळे तो शिवाकडे परत जाणे शक्य नाही याची त्याला खात्री पटली असली तरी हा खयाल, हा जुनून त्याला सतत बेताब करीत असतो. जाफरखान..."

"हुकूम आलमपन्हा."

"उद्याच्या उद्या फर्मान रवाना करा आणि अफगाण मोहीम बंद करा. जल्द अज् जल्द महम्मद कुलीखानाला मुस्तकीर उल खिलाफत दिल्लीमध्ये बोलावून घेऊन दरबारात बाइज्जत हाजिर होण्याचा हुक्म द्या."

"जो हुक्म आलमपन्हा. पण जान की अमान पाऊँ तो कुछ पेश करूं."

"इर्शाद."

"गुस्ताखी माफ हुजुरे आला, पण इतकी वर्षे झुंजून जी अफगाणी पठाणांची जमीन मुघलिया फौजेने जिंकली आहे ती अशी वाऱ्यावर सोडून देणे कसे शक्य आहे? त्याची काहीतरी सोय लावावीच लागेल. तीसुद्धा शाही फौजांनी काबूल सोडण्याच्या आत. दोन्ही फर्माने एकदमच निघायला हवीत."

जाफरखानाने महाबतखानाची जळजळीत तिखट नजर चुकविण्याचा निष्फळ प्रयत्न केला. नजरांचे हे द्वंद्व हिरव्या नजरेतून सुटणे शक्यच नव्हते.

"बहोत खूब जाफरखान! या अशा मशवऱ्यांमुळेच तुझी रात्रीची बेताबी मावदौलतांना माफ करणे भाग पडते. महाबतखान..."

महाबतखान नखशिखान्त हादरला. जाफरखानाकडे जळजळीत कटाक्ष टाकत, खालमानेने कुर्निसात करीत तो एक पाऊल पुढे झाला. दीन स्वरात त्याचे शब्द उमटले—

"अन्नदाता..."

''महाबतखान, तू कुलीखानाला जामीन आहेस. तुझ्या शब्दाखातीर त्याला एकट्याला सोडून तुला परत बोलावले.''

''जी अन्नदाता.''

काही वेळ शांतता राहिली. दिल्लीच्या थंडीत महाबतखानाच्या कपाळावर घाम जमा झाला. अंग थरथरा कापू लागले. तावडीत सापडलेल्या उंदराकडे मांजराने पाहावे त्याच नजरेने बादशहा त्याला न्याहाळत होता. महाबतखानावर काय वीज कोसळते या भयाने वातावरणात तणाव भरून राहिला.

''महाबतखान, कुलीखान दिल्लीत परत आला की, तू त्याला सतत संपर्कात ठेव. त्याच्यावर आता नजरकैद नसली, तरी त्याच्या मनात बंडखोरी पैदा होऊ न देण्याची खबरदारी घेतलीच पाहिजे. तो जिम्मा आता तुझा.''

वातावरणातला ताण सैलावला. महाबतखानाचा जीव भांड्यात पडला. सुटकेचा नि:श्वास टाकत, जमिनीपर्यंत झुकून कुर्निसात करत तो आपल्या जागी गेला.

''जी अन्नदाता. गुलाम पूर्ण कोशिश करील.''

''बेहतर है। रही बात अफगाण की। जाफरखान, राजा रामसिंहाचा निम्मा सरंजाम त्याला परत करण्याचा आणि मिर्झाराजाची जहागिरी त्याच्या नावे पुढे चालवण्याचा हुकूम उद्याच जारी कर. त्याचबरोबर त्याच्यासोबत पंचवीस हजारांची राजपूत फौज देऊन अफगाणिस्तानात नामजद करण्याचा हुकूम जारी कर. उद्या ईशाच्या नमाजानंतर त्याच्यासोबत नामजद होणाऱ्या राजपूत सरदारांची यादी माबदौलतांच्या मंजुरीसाठी पेश झाली पाहिजे. एका हप्त्यात रामसिंहाचे काबूलकडे कूच झाले पाहिजे. त्यासाठी मुहूर्त बघण्याची त्याला गरज नाही. त्याचे निरोपाचे विडे आणि मानाचा पोशाख मीर बक्षी त्याच्या मुक्कामी जाऊन देतील, त्यासाठी त्याला दरबारात येण्याची गरज नाही. हा हुकूम त्याच्यावर तोंडी बजावावा. कुलीखानाच्या फर्मानात स्पष्ट लिही की, रामसिंह ज्या दिवशी काबूल मुक्कामी पोहोचेल त्याच्या दुसऱ्याच दिवशी त्याच्या हाती सारा मामला सोपवून कुलीखानाने दिल्लीकडे कूच करावे. वाटेत पेशावरमध्ये मुक्काम करून वेळ वाया घालवू नये. सर्वांचे जनानखाने फौजेस वाटेतच भेटतील. तीन महिन्यांच्या आत तो दरबारात पेश झाला पाहिजे.''

''जो हुक्म आलमपन्हा.''

''और एक बात. जाफरखान, मीर बक्षी आणि दानिशमंद खान तुम्ही तिघांनी कुलीखानाच्या पत्रावर नीट विचार करून त्याने सुचवल्याप्रमाणे कारवाई कशी करता येईल याविषयी माबदौलतांना आपापला मशवरा द्या. म्हणजे रामसिंह रवाना होण्यापूर्वी तसे फर्मान जारी करता येईल.''

''जो हुक्म.''

''तखलिया.''

क्षणही न दवडता सारे मानकरी कुर्निसात करत दालनातून बाहेर पडले.

-१०५-

सकाळचा दरबार आटोपून महाराज महालात परत आले. मागोमाग भोजनाची वर्दी घेऊन हुजऱ्याही आला. दरबारी पोशाख उतरवून साध्या पोशाखात महाराज भोजनगृहाकडे निघणार एवढ्यात बहिर्जी नाईक देवडीवर आल्याची वर्दी आली. महाराज लगेच थबकले. त्यांनी बहिर्जीला लगेचच बोलावून घेतले. काही क्षणांतच बहिर्जी दाखल झाला. बहिर्जीचा चेहरा आनंदाने फुलला होता, म्हणजे खबर नक्कीच चांगली असावी, असा सहजच अंदाज येत होता. दारातून मुजरा घालता घालताच बहिर्जीने बोलायला सुरुवात केली.

"म्हाराज, खंडेरायाची, आई भवानीची, समद्यांचीच मोटी किरपा जाली. खबर लय आनंदाची हाय. आलमगिरानं नेताजीराव सरकारास्नी दिल्लीत माघारी बोलावलया. त्येंच्या जागी कुंवर रामसिंहांना नामजद केलया. त्येंची अर्धी मनसब आन जागिरी परत दिलिया बाच्छावानं. नेताजी सरकारांसंगत समदी फौज मुसलमानच व्हती, आन आता सारी राजपूत. म्या दिल्ली सोडली तवा कुंवर रामसिंह कूच करून हप्ता जाला व्हता. अडीच-तीन म्हयन्यात नेताजी सरकार दिल्लीत दाखल व्हतील. त्येंची नजरकैद कवाचीच उटलिया पर म्हाबतखानास त्येंच्या निगरानीचा हुकूम झालाया. दुसरी मुस्तकीम खबर हाय की बाच्छा नेताजी सरकारास्नी लवकरच सोराज्यावर सोडनार. म्हंजी सरकारांचा घरी परतन्याचा मार्ग खुला व्हनार."

"जगदंब! जगदंब! जवळपास एक तप होऊ घातले तेव्हा कुठे आज नेताजी काकांसंबंधी बरी खबर कानावर आली. आज आम्ही समाधानाने भोजन करू."

भोजनाचा उल्लेख म्हणजे जाण्याची सूचना समजून बहिर्जी मुजऱ्यासाठी खाली वाकला.

"थांबा नाईक. तुम्ही निरोप घ्यावा म्हणून आम्ही भोजनाचा उल्लेख केला नाही. कवाड... आणि भोजनगृहात वर्दी द्या. म्हणावे, थोडा वेळ लागेल आम्हाला, आम्ही तुमच्यासोबत आहोत."

बहिर्जीने दारावरच्या हुजऱ्याला भोजनगृहात वर्दी देऊन रवाना केले आणि परतल्यावर दारापासून दूर उभे राहण्याची सख्त सूचना दिली. नंतर मग कवाड लावून घेऊन पुन्हा महाराजांसमोर येऊन उभा राहिला.

"आता सारे नीट सविस्तर आणि खुलासेवार सांगा."

त्यानंतर नेताजीरावांनी उपलब्ध फौजेनिशी, मराठा पद्धत वापरून मोगली फौजेने पठाणांशी लढण्याची योजना, शेतसारा, कर वसूल करण्याचे तसेच चौथाई-सरदेशमुखीचे हक्क वगैरे मागण्या करणारे थेट बादशहाला लिहिलेले पत्र, त्यावर

बादशहाची प्रतिक्रिया वगैरे सारे तपशीलवार सांगितले. महाराजांनी मध्ये एकही शब्द न बोलता त्याचे सारे बोलणे एकाग्रतेने ऐकून घेतले. बोलणे संपल्यावर संतोषाने मान डोलावीत पण गंभीरपणे बोलले–

"नाईक, आता जबाबदारी वाढणार. आफताब आणि नर्दुल्ला दोघांनाही जास्त चौकस आणि सावध राहावे लागणार. नर्दुल्लास सख्त सूचना रवाना करा, त्याने सदैव जागरूक राहून नेताजीकाकांना जपायचे आहे. सावलीसारखा तो त्यांच्यासोबत हवा. पलायनाची योजना ठरवताना संपूर्ण विचार करूनच आखणी करा, तुम्ही त्यात जातीनिशी लक्ष घाला. मात्र आमचा शब्द-कौल मिळाल्याशिवाय कृती करू नका. आलमगिरास दहा कोसांवर असलेल्या माशीचे गुणगुणणे स्पष्ट ऐकू येते, याचे नीट भान ठेवा. आईच्या पोटात असलेल्या बाळाच्या मनात काय आहे हे तो ओळखू शकतो, याचे ध्यान ठेवा. कुत्र्यापेक्षा सावध, चित्त्यापेक्षा चपळ, कोल्ह्यापेक्षा कपटी, सर्पापेक्षा घातकी आणि इंगळीपेक्षा जहरी आहे तो. त्याची नजर गिधाडासारखी तीक्ष्ण आहे. घारीच्या अचूकतेने त्याची भक्ष्यावर झडप पडते, हे कधीही विसरू नका. पण हे फर्मान अचानक निघाले कसे?"

"म्हाबतखान परतल्यापासून अफगान म्होईम थंडच व्हती. घियासुद्दीनकडून आपला कौल सरकारास्नी भ्येटला. मंग त्येंनी पाहनी करन्यासाठी इरानी सरहद्दीकडं धडक मारली. त्यो मुलुक लई वंगाळ आन तितली रानटी मानसं लई धोकादायक. त्या मुलकात त्येस्नी योक अवलिया भ्येटला. त्येनं भाकीत सांगितलं, या रस्त्यानं जाऊ नगंस. आल्या वाटंनंच तू परत जाशील म्हनून. त्याच दिशेनं खटपट कर, यश ईल म्हनला. मंग सरकारांनी समद्या मोगली सरदारास्नी उटवलं. हाती व्हती तेवड्याच फौजेनिशी म्होईम चालू करन्यास राजी क्येलं. थ्येट बाच्छावालाच पत्र लिवून इजाजत मागितली. म्होईमेचा खर्च भागवन्यासाठी चौथाई-सरदेशमुखीच्या अधिकाराची मागनी क्येली. मंग काय? आलमगीरच त्यो, त्याला बंडखोरीचा वास आला. नेताजी सरकार नदरंसमोर ठेवल्याबिगर खरं न्हाई म्हनला आन... आन टाकोटाक फर्मानं निगाली. सरकारांची मात्रा बराब्बर लागू पडली."

"बहिर्जी, आलमगीर किती सावध आणि सतर्क आहे हे ध्यानात घ्या. आपण त्याला संशयी म्हणून हिणवतो, पण प्रत्येक बारीकातल्या बारीक गोष्टीतला ठिणगीएवढा धोकासुद्धा तो बरोब्बर ओळखतो. गनिमाच्या चालीचा अंदाज तो फार आधीच बांधतो आणि त्याप्रमाणे प्रतिचाल आखतो. पूर्वीच्या बादशहांसारखा तो नुसता खुशालचेंडू अय्याश नाही. तो खराखुरा राज्यकर्ता आहे." (आपले आणि स्वराज्याचे सुदैव की, त्याची दृष्टी, तडफ आणि कर्तबगारी असणारा कुणीच त्याच्या पदरी नाही. म्हणूनच तो नेताजीकाकांची किंमत ओळखून आहे. आपले मनसुबे त्यांच्या हातून करवण्याची स्वप्ने तो पाहतो आहे. आलमगिराऐवजी दारा किंवा शुजा गादीवर येता, तर

स्वराज्याचे काम अधिक सोपे होते. आपण आपल्या सरहद्दी आतापावेतो नर्मदापार सरकवल्या असत्या. आलमगिराने मोठ्या हिकमतीने दिलेर आणि बहादूरखानास दख्खनमध्ये ठेवले आहे. ते दोघेही भले फार काही कर्तब दाखवू शकले नसले तरी त्या दोघांनी स्वराज्य विस्तारास बराच पायबंद घातला आहे ही वस्तुस्थिती आहे. नजीकच्या काळातच तो नेताजीकाकांना स्वराज्यावर सोडणार यात संशय नाही. खऱ्यापेक्षा बाटगा जास्त कडवा असतो, अनुभवाने सिद्ध झालेले त्याने पाहिले आहे. मागोमाग तो स्वत: कधी ना कधी तरी स्वराज्यावर घसरणार. त्या वेळी तो नुसते स्वराज्य बुडवण्याचीच कोशिश करणार नाही तर आदिलशाही आणि कुतुबशाहीसुद्धा बुडवल्याशिवाय राहणार नाही. आमची ही भविष्यवाणी नीट ध्यानात ठेवा.)

"व्हय जी म्हाराज, अक्षी खरं हाय ह्ये म्हननं."

"आम्हास नेताजीकाकांच्या संबंधाने नियमित खबरी मिळतील याची तजवीज करा. सर्वसाधारण खबरी सदरेमार्फत आल्या तरी विशेष घडामोडी थेट कळवण्याची वहिवाट अशीच चालू राहिली पाहिजे."

"जी म्हाराज."

"कुंवर छत्रसालना कळवा. म्हणावे, नजर तेज करा. नेताजीकाकांना कधीही कुमक करण्यासाठी वा गुप्त आश्रय देण्यासाठी सज्ज असा. दुसरे महत्त्वाचे, नेताजीकाका दिल्लीतून निसटू म्हणतील तर द्वारका वेरावळमार्गे गलबतातून आणा. नाहीतरी मकरानला गलबते रवाना करण्याची योजना पुरी होत आलीच होती. आता गलबते दूरदेशी परदेशात धाडण्याचे कारण उरलेले नाही. बाब टप्प्यात आली आहे. त्या भागातली आपली माणसे सतर्क करा."

"जी म्हाराज."

"शुचिर्भूत होऊन लवकर भोजनगृहात दाखल व्हा. तुमच्या पंगतीसाठी आम्ही खोळंबलो आहोत. या आता."

ज्या स्वरात आणि ढंगात महाराजांनी बाकी हुकूम दिले, त्याच स्वरात आणि ढंगात हा हुकूमसुद्धा दिला. क्षणभर बहिर्जीच्या काही ध्यानातच आले नाही आणि जेव्हा आले तेव्हा त्याच्या आश्चर्याला पारावार राहिला नाही. प्रत्यक्ष महाराजांच्या पंगतीचा बहुमान. त्याच्या आनंदाला अस्मान ठेंगणे झाले. गडबडीने मुजरा करून, कवाड उघडून तो झपाट्याने बाहेर पडला. त्याची उडालेली धांदल पाहून महाराजांच्या मुखावर स्मित उमटले.

चोळणा-डगला काढून ठेवून, धोतरबितर नेसून बामणासारखा खांद्यावर पंचा घेऊन, वारकऱ्यासारखा कपाळी टिळा आणि बुक्का लावून बहिर्जी महाराज पानावर बसण्याच्या आत भोजनगृहात पोहोचला. महाराजांनी त्याचे पान आपल्या नीट समोर घ्यायला लावले होते. शंभूराजे महाराजांच्या उजव्या हाताला, तर रामराजे डाव्या

हाताला बसले होते. पंगतीला महाराजांची एक-दोन सोयरी-पाहुणी मंडळी अशी मोजकी घरचीच मंडळी होती. सोयराबाई राणी सरकार वाढपावर देखरेख करण्यासाठी पाट घेऊन जातीनिशी बसल्या होत्या. महाराजांच्या आणि दोन्ही राजकुमारांच्या जेवणाच्या थाळ्या सोन्याच्या होत्या. प्रत्येकासमोर गुडघाभर उंचीच्या दोन-दोन समया पूर्ण दीपकळ्यांनी उजळल्या होत्या.

बहिर्जीचा थाळा चांदीचा होता. समोर समई उजळली होती. विशेष म्हणजे थाळ्याभोवती सुंदर रंगीत रांगोळी घातलेली होती. समोर चंदनाची धूपबत्ती जळत होती. महाराजांच्या बरोबरीने केलेला थाटमाट पाहून बहिर्जी पानावर बसण्यास संकोच करू लागला. महाराज हसून म्हणाले–

"लाजू नका बहिर्जी. अगदी मोकळ्या मनाने बसा. पोटभर जेवा. आज तुम्ही आम्हाला इतके आनंदी केले आहे की, स्वहस्ते तुमच्या मुखात मोत्याचा घास भरवला तरी कमी पडावा."

महाराणी सरकारसुद्धा हसून आग्रह करत म्हणाल्या–

"हे मात्र अगदी खरे नाईक. कित्येक वर्षांनंतर आज स्वारींनी सांजोऱ्या करण्यास सांगितले. जेवणात काही विशेष करायला सांगण्याचा योग आज तुमच्यामुळे आला. स्वस्थ निवांत बसा. संकोचाचे काही कारण नाही.

महाराज स्वत: अगदी मोजके जेवले. मात्र आग्रह करकरून त्यांनी बहिर्जीला जेवू घातले. जेवताना अगदी अघळपघळ गप्पा सुरू होत्या. शंभूराजेसुद्धा त्याला अनेक प्रश्न विचारीत होते; त्यामुळे सुरुवातीला संकोचून जेवणारा बहिर्जी अगदी गळ्यापर्यंत जेवला. भोजन असे हसत बोलत आटोपले. महाराजांनी अतिथी म्हणून प्रथम बहिर्जीचे हात धुवायला लावले. नंतर स्वत: हात धुतले. त्यानंतर बसल्या पाटावरच कारभाऱ्याच्या हातून त्याला साग्रसंगीत पूर्ण अहेर करविला. महाराज भोजनगृहातून बाहेर पडण्यास वळणार तोच बहिर्जी झटकन पुढे झाला. त्याने महाराजांच्या पायावर डोके ठेवले.

"अरे अरे नाईक हे काय? उठा उठा."

"आरं माज्या सर्जा, सेवकाची येवडी बूज राखणारा, कदर करनारा येवडा थोर राजा परमेसरानं आमाला दिला हाय. न जानो किती जल्मांचं पुन्य फळाला आलं आनि या राजाची सेवा करन्याचं भाग्य गावलं. परतेक्ष राजाच्या पंगतीला, बसवून आग्रेव करकरून राजानं जेवाया घातलं, यापरीस मोटा सन्मान कोन्ता वं? सेवकाला समदं भरून पावलं. राजारं तुज्या याच कदरदानीपाई, जिव्हाळ्यापाई हजारो हजार जीव तुझ्यावर कुरवंडी व्हतात."

बहिर्जीचा तो उमाळा, तो आवेग आणि गदगदलेला स्वर पाहून दोन्ही राजकुमार आणि राणी सरकारांसह सारेच गहिवरले. दोन्ही खांद्यांना धरून महाराजांनी त्याला वर उठविले. पाठीवर थाप देत आश्वासक सुरात म्हणाले–

''ठीक! ठीक!! राहू देत. सायंकाळी आम्ही जगदीश्वराच्या दर्शनास जाऊ, तेव्हा मंदिरात भेटा. त्या आधी मोरोपंतांना आणि अनाजीपंतांच्या कानी खबर जाऊ देत. मात्र तेवढीच. गडावर फार रेंगाळू नका. उद्याच गड सोडा. बायको-पोरांची खबरबात घेऊन चार-दोन दिवसांतच हिंदुस्थानात रवाना व्हा. आता पळ-पळ, क्षण-क्षण मोलाचा आहे. संधी निसटता कामा नये. या आता.''

राणी सरकारांच्या समोर भुईवर माथा टेकवून बहिर्जीने नमस्कार केला आणि खांद्यावरच्या पंचाने डोळे पुसत भरल्या मनाने आणि नव्या हुरुपाने तो बाहेर पडला.

-१०६-

दिल्लीत पोहोचून कुलीखानाला जवळपास सहा महिने होत आले होते. खैबर ओलांडल्यानंतर बाकी फौज मोगली गतीने दिल्लीकडे कूच करीत असतानाच तो मोजके अंगरक्षक घेऊन पेशावरला पोहोचला. त्याचा जनानखाना बाकी जनानखान्यांसोबत दिल्लीकडे रवाना झाला होता. पेशावरला पोहोचून त्याने जहागिरीचा शिल्लक खजिना सोबत घेतला आणि झपाट्याने मराठी मजला मारीत जनानखाने मुख्य फौजेला मिळण्यापूर्वी तो फौजेत दाखल झाला. अटकेच्या किल्ल्यामध्ये जनानखान्यासह फौजेचा आठ दिवस मुक्काम पडला होता. त्यानंतर वेळ न गमावता फौज दिल्ली जवळ करू लागली. प्रत्येकालाच घरी परत जाण्याची ओढ लागली होती. शिकारपूरची कुलीखानाची हवेली त्याच्या स्वागतासाठी सजवून सुसज्ज ठेवली होती. त्याच्या जनानखान्याचा मुक्काम त्या हवेलीत होता, मात्र त्याचा स्वत:चा मुक्काम दिल्लीत होता. त्यासाठी वजीर जाफरखानाने स्वत: खटपट करून एक ऐसपैस हवेली मिळवून दिली होती. त्याची नागा बेगम नूरबानू त्याच्यासोबत दिल्लीत राहत होती. रोज सकाळ-संध्याकाळ दरबारात हजेरी लावण्याशिवाय काहीच काम नव्हते. वेळ घालविण्याचे कोणतेही मोगली शौक त्याने स्वत:ला लावून घेतले नव्हते. दिवस कंटाळवाणे जात होते. काहीच घडत नव्हते.

कुलीखानाच्या जिवाची नुसती तगमग सुरू होती. बादशहाच्या पकडीतून निसटण्याची संधी मिळण्याची कोणतीच चिन्हे नजरेत येत नव्हती. त्याला रोज कोणातरी बड्या अमीर उमरावाकडे दावत असे, नाहीतर कोणीतरी आपणहोऊन आमंत्रण ओढवून घेऊन त्याच्याकडे मेजवानी झोडण्यासाठी येत असे. महाबतखान, इफ्तखारखान वा मीर बक्षी असदखान किंवा दानिशमंदखान यांसारखा बादशहाचा जवळचा उमराव काही ना काही निमित्त शोधून दररोज त्याच्या मुक्कामावर एखादी खेप टाकत असे. हा सारा आपल्यावर लक्ष ठेवण्याचा एक प्रकार आहे एवढे न समजण्याइतका तो दूधखुळा निश्चितच नव्हता; त्यामुळे तो निश्चिंतपणे

कुठलीही योजना ठरवू शकत नव्हता. आफताबखानाच्या मार्फतसुद्धा त्याला अद्याप कोणतेही संकेत मिळत नव्हते. दिल्ली-आग्र्यापासून थोडे दूर गेल्याशिवाय पळून जाण्याची हालचाल न करण्याच्या महाराजांच्या सख्त सूचना होत्या. परिणामी, एक विचित्र कोंडी होऊन बसली होती. या स्वस्थतेत एक मात्र फायदा होता, हस्ते-परहस्ते स्वराज्यातल्या बातम्या समजत होत्या. त्या बातम्या अर्थातच शिव्याशापांच्या सोबत असत हा भाग अलाहिदा.

महाराजांचा राज्याभिषेक झाला. महाराज स्वतंत्र राजे झाले. सिंहासनाधीश्वर छत्रपती झाले हे त्याला दिल्लीत आल्यानंतरच समजले. बातमी ऐकून त्याचा आनंद गगनात मावेनासा झाला होता. पण व्यक्त करण्याची चोरी होती. स्वत:च्या बेगमेसमोरसुद्धा काही बोलण्याची किंवा मनातल्या भावना व्यक्त करण्याची त्याला मोकळीक नव्हती. न जाणो कोणता खोजा वा बटकी बादशहाची हेर असेल. राज्याभिषेकाच्या शुभप्रसंगी सरनोबत म्हणून मुजरा करण्याचा बहुमान हुकल्याची खंत त्याच्या मनात येऊन गेल्याशिवाय राहिली नाही. नेसरीच्या खिंडीत अब्दुल करीम बहलोलखानावर चालून जाऊन त्याच्या जागी सरनोबत झालेले कुडतोजी गुजर खस्त झाल्याचे आणि त्यांच्या जागी आता महाराणी सरकार सोयराबाईंचे बंधू हंबीरराव मोहिते सरनोबत झाल्याचे वृत्तसुद्धा त्याला समजले. राज्याभिषेकानंतर लगेचच आईसाहेबांचा काळ झाल्याची बातमी आगीच्या लोळासारखी त्याच्या जखमी हृदयावर कोसळली. दु:खाला पारावार नव्हता. पण डोळ्यांतून पाणी काढण्याचीसुद्धा सोय नव्हती. तोंड दाबून बुक्क्यांचा मार याची शब्दश: प्रचिती तो घेत होता. त्याचे मन पित्या वासरासारखे स्वराज्याकडे ओढ घेत होते.

मध्येच कधीतरी त्याच्या मनात कुशंका येत असत. मन सैरभैर, उदास होऊन जाई. आपण स्वराज्य का सोडले, ते एक स्वत:ला माहीत आणि दुसरे महाराजांना. प्रधानमंडळ, सरदार, फौज आणि रयतेला एवढेच माहीत होते की, नेताजी पालकर महाराजांवर रुसला आणि मोगलांना मिळाला. वतनाच्या लोभापायी स्वार्थीपणे मुसलमान झाला. ते त्याचे स्वागत कसे करतील ही चिंता कधीतरी त्याचे काळीज कुरतडू लागे. स्वराज्य सोडले एवढा एक अपराध ते सारे महाराजांच्या शब्दाखातर नजरेआड करतील, पण धर्मभ्रष्टतेचा अपराध? त्याला कोण क्षमा करणार?

'नाही, पण महाराजांनीच शब्द दिला, त्यांनी आज्ञा केली म्हणूनच देह राखण्यासाठी धर्म सोडला. अन्यथा धर्मासाठी आपण काय सोसले, कसे बलिदान केले असते हे ते पुरते जाणून आहेत. ते आपल्याला असे वाऱ्यावर सोडून द्यायचे नाहीत. जसा बजाजी नाईक निंबाळकराला शुद्ध करून घेतला, तसे ते मलासुद्धा शुद्ध करून घेतीलच. ते आलमगिरालासुद्धा पुरते ओळखून आहेत. येथे होत असलेल्या आपल्या कुचंबणेची त्यांना जाणीव असल्याशिवाय कशी राहील?'

'पण बजाजी त्यांचा सख्खा आप्त. मेहुणाच. मी पाहुणा असलो तरी तसा दूरचाच.'

लगेच पहिले मन पुन्हा समजूत काढी–

'छे! छे!! महाराजांकडे असा आपला-परका, सख्खा-सावत्र भेद नाही. महाराज आपल्याला दूर लोटायचे नाहीत. तसे असते तर त्यांनी आफताबखानास आपल्या खिदमतीत आणि नर्दुल्लाखानास चक्क पन्नास हशमांसह अंगरक्षक म्हणून आपल्याकडे इतक्या दूर अफगाणिस्तानासारख्या परमुलखात, हजार हिकमती लढवून आणि अनंत धोके पत्करून धाडले नसते. आग्र्यात असताना किंवा दिल्लीत असताना आपल्यासाठी पन्नास-साठ मावळे नजरबाज कुर्बान केले नसते. घियासुद्दीन मुद्दाम लांबचा वळसा घालून खुश्कीच्या रस्त्याने हजला गेला, तो केवळ आपली गाठ घेण्यासाठी महाराजांनी धाडले म्हणूनच ना? नाही, नाही महाराजांचे माझ्यावर पूर्णपणे लक्ष आहे.'

क्वचित कधी त्याच्या मनात फारच निराशा दाटून येई– 'कपटी, धूर्त आणि अष्टौप्रहर सावध आलमगिराने सारे राजकारण नासवले. धर्म सोडण्यास भाग पाडले. जनसंपर्क तोडला. दूर, पार तिकडे परदेशात अफगाणिस्तानात दहा वर्षे कुजवत ठेवले. स्वराज्यच काय पण हिंदुस्थानचीसुद्धा हवा जाणवू दिली नाही. हा एवढा प्रदीर्घ काळ महाराज आणि स्वराज्य काही स्वस्थ बसून आपली वाट पाहत राहिले नाही. बहादूरखान आणि दिलेरखानासारख्या मातब्बर मुरब्बी आणि घातक सेनानायकांना यशस्वी टक्कर देत स्वराज्य वाढतच राहिले आहे. दूर गेलेल्या या हतभागी सरनोबताची उणीव कोणालाच जाणवली नसणार. एक पडताच दुसरा तितकाच, किंबहुना कांकणभर सरसच, समर्थ गडी उभा राहतो. हेच तर स्वराज्याचे बळ आहे. हीच तर महाराजांची शिकवण आहे. मग आता महाराजांना आपली गरज उरली आहे का? काय स्थान असेल माझे स्वराज्यात, परत गेल्यानंतर? फौजेत, रयतेत मी कोण असेन?'

मग तोच स्वत:ला समजावीत असे–

'स्वराज्यात स्थान कोणते? स्वराज्याचा इमानदार, प्रामाणिक, निष्ठावान पाईक असण्याचे तुझे स्थान कोण हिरावून घेणार? प्रधानमंडळाला विचारतो कोण? महाराजांच्या हृदयात तुझे जे स्थान आहे, त्याला कोण धक्का लावणार? महाराजांचे राजकारण साधण्यासाठी जेव्हा स्वराज्य सोडण्याचा निर्णय घेतला, तेव्हाच हे सगळे धोके स्पष्ट दिसत नव्हते काय? अपमान, अपकीर्ती, अवहेलना आणि तिरस्कार होणार हे तेव्हाच कळले नव्हते काय? तथाकथित गद्दारीच्या पापाचा भार त्याच वेळी महाराजांनी स्वत:च्या माथी घेतला नव्हता काय? मग जर जाणूनबुजून, समजूनउमजून या आगीत उडी घातली आहे, जर महाराजांच्या आज्ञेने आणि त्यांच्या शब्दावर विसंबून हे सतीचे वाण हाती घेतले आहे तर मग आता शंका का? ते काही

नाही, आता एकच ध्यान, एकच ध्यास, एकच ध्येय; जेवढे लवकर होईल तेवढे लवकर महाराजांचे चरण जवळ करायचे. आता यात कणभर बदल नाही. पुढे महाराज ठरवतील तसे. त्यांच्या चरणी निष्ठा वाहिल्या आहेत, त्यांच्या हाती जीव सोपवला आहे; आता त्यांच्या पायावेगळा विचार कशाला?'

स्वत:च स्वत:ची समजूत काढली की, कुलीखानाला नवा हुरूप येत असे. संधी मिळताच तो आफताबखानाबरोबर नव्या नव्या योजना तयार करण्याचा प्रयत्न करीत राही.

-१०७-

दख्खनमध्ये मराठ्यांनी नुसता उच्छाद मांडला होता. बहादूरखान आणि दिलेरखानासारख्या मातब्बर सरदारांनासुद्धा ते आटोपत नव्हते. दोन्ही खान आणि शहजादा मुअज्जम यांच्या आपसातल्या बेबनावाचा ते नेमका फायदा उठवीत होते; त्यामुळे त्यांना पायबंद घालण्याशिवाय बादशहासमोर दुसरा विषय नव्हता. दिल्लीत दख्खनच्या नव्या मोहिमेचे वारे सुरू होते. मराठ्यांवर मोहीम म्हणजे हमखास अपयश असे समीकरण प्रत्येक दरबाऱ्यांच्या मनात अगदी पक्के ठसले होते. नव्या मोहिमेत आपली वर्णी लागू नये यासाठी प्रत्येकजण आपापल्या अल्ला आणि देवाकडे प्रार्थना करीत होता.

गेल्या दहा वर्षांत कुलीखानाला बादशहाच्या स्वभावाची मेख नेमकी कळली होती. शिवाय अफगाणिस्तानात नव्या पद्धतीने मोहीम चालविण्यासाठी इजाजत मागितली होती त्याचा ताजा अनुभव गाठीला होताच की. म्हणूनच कुलीखान हे पक्के जाणून होता की, त्याला दख्खनमध्ये जाण्यात तीळमात्र जरी रस आहे असा बादशहाला नुसता संशय येण्याची खोटी की त्याची रवानगी बंगाल-आसामच्या किंवा पार हिमालय ओलांडून तिबेटच्या स्वारीवर झाल्याशिवाय राहणार नाही; त्यामुळे त्याने मोठी नामी, थेट मराठी गनिमी काव्याची युक्ती वापरण्यास सुरुवात केली. दख्खनचा आता आपल्याला कसा तिरस्कार वाटतो, त्या अडाणी अश्रद्ध लोकांमध्ये आपण इतके दिवस कसे काढले हे नुसते आठवले तरी अंगावर कसा काटा येतो, दख्खनमध्ये गेल्यानंतर आपला सूड घेण्याचा शिवाजी हर प्रकारे कसा प्रयत्न करील वगैरे वगैरे तो भेटेल त्या दरबारी मानकऱ्याशी बोलत राही. त्याउपरही कडी म्हणजे बादशहा सलामतांना आपल्याला दख्खनपासून दूर ठेवण्याची बुद्धी व्हावी अशी आपण अल्लाची कशी सतत प्रार्थना करतो याचे मोठे रसभरित वर्णन करीत राही.

या खटाटोपाचा अपेक्षित तो परिणाम झाला. दख्खन मोहिमेचा विचार करण्यासाठी बादशहाच्या खासगी महालात रात्री भरणाऱ्या मसलतीचे त्याला बोलावणे आले.

नेहमीप्रमाणे साहेबी लिबासात साध्या बैठकीवर बादशहा टोपी विणत बसलेला आणि जाफरखानासह सारे पुरेसे अंतर राखून माना खाली घालून उभे.

"वजीरेआझम जाफरखान, दख्खन का हाल बयान हो."

वजीर जाफरखानाने मराठ्यांना भरपूर शिव्याशाप देत मोगली फौजांची आणि अंमलदारांची दख्खनमध्ये उडत असलेली दाणादाण आणि मराठ्यांनी मांडलेला उच्छाद याचे रसभरित वर्णन केले. हे ऐकत असताना कुलीखानाला मनातल्या मनात आनंदाच्या उकळ्या फुटत असल्या तरी त्या आनंदाची अस्फुटशी लहरसुद्धा चर्येवर उमटणार नाही याची तो कटाक्षाने खबरदारी घेत होता. हिरवी नजर त्याला नेमके टिपत होती या वास्तवाची त्याला पूर्ण जाणीव होती. त्याने मान जास्तीतजास्त खाली झुकविली होती; बादशहाला त्याच्या चेहऱ्याचा कमीतकमी भाग दिसावा असा त्याचा प्रयत्न होता. वजिराच्या तोंडून एखाद्या दारुण पराभवाचे किंवा बहादूरखानाच्या एखाद्या नव्या फजितीचे वृत्त सांगितले जाऊ लागले की, तो चेहरा अधिकच सुतकी करून विषादाने मान हलवी. वजीर बोलायचा थांबला. दालनात नेहमीप्रमाणे शांतता पसरली. बादशहाने विचारल्यास काय जवाब द्यायचा या विवंचनेत जो तो बुडाला. अपेक्षेप्रमाणे हिरवी नजर कुलीखानावर स्थिरावली.

"तर, महम्मद कुलीखान, दख्खनमध्ये निर्माण झालेल्या परिस्थितीबाबत तुझे काय म्हणणे आहे?"

जमिनीपर्यंत लवून कुर्निसात करीत कुलीखान एक पाऊल पुढे सरकला.

"अन्नदाता, जेव्हापासून आपण या गुलामाला इस्लामचा खरा मार्ग दाखवला आहे, तिथपासून मला त्या रासवट अडाणी मराठ्यांचा आणि खोट्या धर्माच्या नावाखाली त्यांनी चालवलेल्या व्यर्थ खटाटोपाचा अत्यंत तिरस्कार वाटू लागला आहे. त्या काळातले माझे दिवस जेव्हा मला आठवतात, तेव्हा माझी मलाच शरम वाटू लागते. हुजूर जिल्हेसुभानी, शिवाजीराजा किती कपटी आणि दीर्घ द्वेष्टा आहे हे माझ्यासारख्या नाचीज गुलामाने आलाहजरतांना काय सांगावे? हुजुरे आला ते पूर्णपणे जाणतात; अगदी स्वानुभवाने जाणतात. मी नर्मदेच्या आसपास पोहोचल्याचे जरी त्याला समजले तरी तो माझा खून पाडल्याशिवाय राहणार नाही. म्हणून या गरीब गुलामाला दख्खनपासून चार पावले दूरच ठेव अशी मी रोज अल्लाची करुणा भाकतो."

हिरव्या नजरेत क्षणभर संशयाची झाक तरळून गेली. दातांच्या फटीतून तीक्ष्ण स्वरात शब्द उमटले–

"लाहौलवलाकूव्वत. हे कोण, महम्मद कुलीखान बोलला? सिंहाच्या छातीचा, चित्त्याच्या चालीचा, वाघाच्या शौर्याचा, गरुडाच्या नजरेचा आणि हत्तीच्या बुद्धीचा कुलीखान हे बोलला? माबदौलत आपल्या कानांवर विश्वास ठेवू शकत नाहीत.

कुलीखान, आज तू कुलीखान आहेस ते एका खास मकसदसाठी. तुला संपवायचे असते तर दिलेरखानाच्या गोटातच तुझी विल्हेवाट लागली असती. सर्वशक्तिमान अल्लाने तुझी निवड सरजमीने हिंद दार-उल-इस्लाममध्ये तबदील करण्यासाठी असून, तुझ्याकडून इस्लामची सेवा करून घेण्याची आज्ञा माबदौलतांना दिली आहे. बंगालात काळापहाडने जे काम केले, तेच काम दख्खनमध्ये अल्लाने तुझ्यावर सोपवले आहे, अशी माबदौलतांची संपूर्ण खात्री पटलेली आहे. तुझ्या मनामध्ये इस्लाम पूर्णपणे रुजवण्यासाठीच तुला माबदौलतांनी अफगाणवर पाठवले होते. त्या नामुराद कमअस्सल काफिर कोहस्तानी चूह्याच्या भीतीपोटी नव्हे. त्याला नेस्तनाबूद करण्याची ताकद अलम मुघलिया फौजेत कोणात असेल तर ती केवळ एकट्या महम्मद कुलीखानामध्येच आहे. माबदौलतांच्या जहनमध्ये असे आहे की, त्या नामुराद शिवाचा आणि आदिलखानाचा जो मुलूख कुलीखान आपल्या समशेरीच्या जोरावर जिंकून घेईल त्याचा अलग सुभा करून त्याची सुभेदारी कुलीखानाला दिली जावी.''

''करामात. करामात.''

''कुलीखान तुला मरगट्ठ्यांबद्दल जी चीड आणि नफरत वाटते, त्याची भडास आपल्या समशेरीने पूर्ण काढून घे. एक तर त्यांना अल्लाच्या झेंड्याखाली आण नाहीतर दोजखच्या आगीत रवाना कर. रही बात तुझ्या मनातल्या अंदेशाची, तर मुघलिया फौजेच्या अजगरी विळख्यात तुझा डेरा थेट मधोमध असेल. नवाब शाहिस्ताखान जसे गाफील राहिले तसा तू गाफील राहणार नाहीस हे माबदौलत पूर्णपणे जाणतात. त्या काफिर दखनी चूह्याची प्रत्येक चाल आणि त्याचा प्रत्येक माणूस तू नीट ओळखतोस. दगा होईलच कसा?''

पुढे होऊन कुलीखान झटकन गुडघ्यांवर बसला आणि बादशहाच्या बैठकीच्या चादरीचे टोक हातात घेऊन त्याचे चुंबन घेऊन पुन्हा जागेवर गेला.

''रहम, आलमपन्हा रहम। कसूर माफ असावी जिल्हेसुभानी. तिरस्काराच्या ऊर्मीत आणि भावनेच्या लाटेत वाहत जाऊन गुलाम भलतेच बोलून गेला. हुजुरेपाकच्या दिले मुबारकला ठेस पोहोचवण्याचा गुलामाचा कोणताही इरादा नव्हता. गुलाम रहमतची भीक मागतो. या मातीच्या शरीरावर आणि प्राणांवर अलीजा शहनशाहे आलम आलमगीर बादशहा सलामत यांचीच एकमेव सत्ता आहे. कुराण आणि हदीसच्या खालोखाल आलमपन्हा हुजुरांचा शब्द गुलामासाठी सुन्नत आहे. आलमपन्हांची प्रत्येक कृती गुलामासाठी नवी हदीस आहे. जिल्हेसुभानींची इच्छा म्हणजेच फर्मान, नजरेची फडफड हाच हुकूम. आलाहजरतांसाठी आणि इस्लामसाठी या शरीरातला प्रत्येक श्वास आणि रक्ताचा प्रत्येक कतरा कुर्बान आहे याची आलमपन्हांनी खात्री बाळगावी.''

“शाबास! ये हुई कुलीखान जैसी बात. जसा हजरत अबू बकरसाठी खालीद तसा शहेनशाहे आलमगिरांसाठी महम्मद कुलीखान अशी इस्लामची तारीख लिहिली जाईल यात आता माबदौलतांना संशय वाटत नाही.”

“इन्शाल्लाह! इन्शाल्लाह!!”

सर्व उपस्थित दरबारींच्या मुखातून सुटकेचा नि:श्वास आणि दुवा एकदमच बाहेर पडला. दख्खनमध्ये जायला मिळणार याचा आनंद कुलीखानाच्या चेहऱ्यावर बादशाही कृपालाभाच्या कृतज्ञतेचा लोचट बुरखा घेऊन अवतरला.

“दाऊदखान कुरेशी...”

“हुकूम आलमपन्हा...”

“दख्खनची ही नवीन मोहीम माबदौलत तुझ्यावर सोपवीत आहेत. महम्मद कुलीखान तुझा नायब असेल. मोहिमेत कुलमुखत्यारी तुझीच असेल पण फौजेच्या हालचाली, हल्ल्याच्या योजना आणि डावपेच तसेच लढण्याची पद्धत ठरवण्याचे सारे अधिकार कुलीखानाला असतील. त्याच्या मागणीप्रमाणे आणि विचाराने तुझे हुकूम जारी होतील. तातडीची गरज असेल तर तुझ्या हुकमाशिवाय फौज हलवण्याचा अधिकार कुलीखानाला बहाल असेल. तू त्याला जाब विचारणार नाहीस. मात्र तुला वाटल्यास, तुझी काही तक्रार असल्यास तू थेट माबदौलतांसमोर पेश करू शकतोस. एक गोष्ट नीट ध्यानात ठेव, या मोहिमेत माबदौलतांच्या साऱ्या आशा-आकांक्षा गुंतल्या आहेत. कोणतीही किंमत चुकवावी लागली तरी बेहत्तर, पण फते हासिल झालीच पाहिजे. ही मोहीम फक्त एकट्या नामुराद शिवाला बुडवण्यासाठी नाही तर, ज्याच्या नालायक आणि गलथान कारभारामुळे शिवाला बगावत करण्याची संधी मिळाली आणि मुघलिया तख्ताला आव्हान देण्याइतका त्याचा हौसला वाढला, त्या नामुराद आदिलखानालासुद्धा सबक मिळाली पाहिजे. त्याची दौलतसुद्धा साफ बुडवून टाक. मुघली झेंडे दक्षिण समुद्रात भिजले पाहिजेत. कोणत्याही सबबीवर सुलूक किंवा तह मंजूर केला जाणार नाही. शर्त केवळ एकच. मुलूख खालसा आणि संपूर्ण शरणागती.

“जो हुक्म आलमपन्हा. महम्मद कुलीखानासारखा काबिल आणि गनिमाचा मुलूख स्वत:च्या तळहाताप्रमाणे माहीत असलेला नायब, आलाहजरतांची मेहेरनजर आणि कुमक, त्याचप्रमाणे परमदयाळू अल्लाची पाठराखण या बंद्याला मिळाली तर कुठलेही काम गुलामासाठी सहज मुमकिन आहे.”

“अलहमदुलइलल्लाह.”

“जाफरखान...”

“हुकूम...”

“उद्या दरबारात दख्खनच्या नव्या मोहिमेचे ऐलान कर. सरलष्कर म्हणून

दाऊदखान कुरेशी आणि त्याचा नायब म्हणून महम्मद कुलीखान नामजद केल्याचे जाहीर कर. तशी फर्माने लगोलग जारी कर. मोहिमेत कोणकोण शरीक होणार याचा फैसला लवकरच केला जाईल. पण इफ्तखारखानाला मोहिमेचा खान इ सामान नामजद करण्यात आले आहे. त्याला हर एक चीज मुहैया झाली पाहिजे. तोफखाना, बारूदखाना आणि खजाना यांचा इंतजाम ताबडतोब सुरू झाला पाहिजे. एक गोष्ट नीट समजून असा, छावणीत कलालांची दुकाने आणि तवायफांचा राबता असल्याचे कानावर आले तर माबदौलत खान-इ-सामानला त्यासाठी कसूरवार ठरवून कारवाई करतील. त्याव्यतिरिक्त आरामके हर सामान की तजवीज हो. विजयी फौजेला आराम करण्याचा आणि लूट मिळवण्याचा पूर्ण हक्क आहे.''

''जो हुकूम आलमपन्हा. हुकमाची शब्दशः तामील होईल.''

''याद रहे, काफिर बुङ्ढ्या जयसिंहापेक्षा ही मोहीम जास्त मोठी आणि ताकदवर झाली पाहिजे. कुठल्याही वस्तूची कमतरता पडता कामा नये. फौजा कोठेही असोत, रसद बे रोकटोक शेवटच्या शिपायापर्यंत चोख पोहोचली पाहिजे. मोहीम रंगात आली की, कुलीखानाची कर्तब आणि नामुराद शिवाची बरबादी स्वतःच्या डोळ्यांनी पाहण्यासाठी माबदौलत जातीनिशी दख्खनमध्ये उतरतील. त्या दृष्टीने दिल्लीमध्ये तजवीज सुरू करा.''

बादशहाच्या महालातून मंडळी बाहेर पडली तेव्हा देवडीवर मध्यरात्रीचे टोल पडत होते.

दुसऱ्या दिवशी सकाळी तोंड धुण्याचे तस्त घेऊन आफताबखान दालनात आला. तोंड धुण्यापूर्वीच कुलीखानाने आदल्या रात्री बादशहाच्या मसलतीत घडलेले सारे त्याला सांगितले. त्याच्या शब्दांतून आनंद आणि उत्साह ओसंडत होता.

''आफताब, ही खबर विनाविलंब महाराजांकडे पोहोचती झाली पाहिजे. महाराजांना कळव. म्हणावे, शाही फौजा तापी उतरून बागलाणात शिरतील तेव्हा संधी साधून, काय वाट्टेल ते करून आम्ही स्वराज्य जवळ करू. मोहिमेचा तपशील पक्का झाला की, योजना पूर्ण तयार करून महाराजांचा कौल घेण्यासाठी पेश करू. ही संधी जणू शेवटचीच. तीही साधणे शक्य झाले नाही तर हा सेवक स्वर्गाच्या दाराशी महाराजांची वाट पाहत तिष्ठत बसलेला असेल.''

''सरकार, चिंता करू नका. सारे नीट जमून येईल आणि आपण लवकरच महाराजांच्या पायाशी असू. आजच नव्हे आत्ता घटकाभरात खबर घेऊन माणूस रवाना होईल. तो दोन-तीन हप्त्यांत थेट स्वराज्यात पोहोचेल.''

''इतक्या तातडीने? कसे शक्य होईल?''

''सरकार, घियासुद्दीनचे आजारी चेले अजून आपल्याच आश्रयाला आहेत. ती

बहिर्जी नाईकांची खास माणसे आहेत. अशा प्रकारचे काम आज ना उद्या उद्‌भवणार ही अटकळ असल्यानेच त्या दोघांना आपल्यासोबत ठेवले होते. घटकाभरातच त्यातला एक स्वराज्याकडे रवाना होईल. चिंतेचे कारण नाही.''

''एकटाच? इतका दूरचा पल्ला आणि तो एकटा...?''

''सरकार, एकटा माणूस न रेंगाळता भरभरा जातो. आम्हा लोकांना अशा प्रवासाची सवय असते. जोडीला कोणी नसल्यामुळे गप्पा छाटण्याचा प्रश्न नसतो आणि त्यामुळे खबर फुटण्याचाही धोका उरत नाही. त्या माणसाकडे ना कुठली चिठ्ठी ना चिठोरा. सारा तोंडी व्यवहार. पंधरा-वीस दिवसांत खबर महाराजांच्या पायाशी जाते बघा.''

''पण खबर पोहोचल्याची खातरजमा?''

''वाटभर आपले अड्डे आहेत. रोज रात्रीचा त्याचा मुक्काम त्या अड्ड्यावरच असणार. तो तिथून पुढे सरकल्याची खबर लगोलग आदल्या मुक्कामाला पोहोचवली जाते. दुसऱ्या दिवशी त्या अड्ड्यावर खबर पोहोचली नाही तर लगेच शोधाशोध सुरू होते आणि मूळ ठिकाणी तसा संदेश येतो.''

''हरएक खबर अशीच जाते?''

''नाही सरकार. थेट महाराजांकडे 'सासवडचे अंजीर' पोहोचवायचे असतील आणि अगदी गुप्त खबर घेऊन एकटा हशम जात असेल तरच ही व्यवस्था असते. इतर बाबतींत वेगळी तजवीज असते.''

''वा छान! लगेच माणूस रवाना कर.''

कुलीखानाच्या आन्हिकांचे दुसऱ्या विश्वासू खिदमतगारावर सोपवून आफताबखान निघून गेला. घियासुद्दीनच्या चेल्याला गाठून त्याने सारी मसलत नीट पढवली. अर्ध्या घटकेतच एक फकीर अलख गाजवीत आणि चिमट्याचा खुळखुळाट करीत झपाट्याने दखखनच्या वाटेने निघाला. आफताबखानाने दिल्लीतल्या बहिर्जींच्या डेऱ्यात असा माणूस रवाना झाल्याची खबर दिली आणि तो पुढच्या तजविजीला लागला.

-१०८-

मोहीम झपाट्याने आकार घेऊ लागली. मोहिमेच्या तयारीत बादशहा जातीनिशी लक्ष घालत होता. निरनिराळ्या ठिकाणचे सरदार आणि मानकरी-मनसबदारांना फौजेत सामील होण्याची फर्माने रोजच्या रोज रवाना होत होती. दिल्लीतून निघताना फौज पाऊण लाखाची असली, तरी वाटेत येऊन मिळणाऱ्या तुकड्यांमुळे बऱ्हाणपुरास पोहोचेपर्यंत ती दोन लाखांचा आकडा गाठणार होती. त्याशिवाय शागिर्दपेशा, बाजारबुणगे आणि जनानखान्यांचा पसारा अलग. चार-चार हत्ती जुंपून ओढाव्या लागणाऱ्या सहा अक्राळविक्राळ तोफा सोबत जाणार होत्या. शिवाय इतर तोफखाना होताच. मिर्झाराजांनी

औरंगाबादेत सोडून दिलेल्या तोफा आणि तोफखाना फौजेला मिळणार होता. दिलेरखान आणि बहादूरखानाच्या दिमतीला असलेली फौज आणि तोफा दाऊदखानाच्या हुकमतीत राहणार होत्या. त्या फौजेवर मात्र कुलीखानाची थेट हुकुमत चालणार नव्हती.

छावणीच्या उभारणीची गडबड सुरू असतानाच एक दिवस बादशहाने जाफरखानाला एकांतात बोलावून घेतले. आपल्या खासगी दिवाणखान्यात खिडकीतून येणाऱ्या उजेडाचा कोन साधून बादशहा खूरमांडी घालून गालिच्यावर बसला होता. समोरच्या बैठ्या मेजावर लिखाणाचे साहित्य आणि कागदाचे ताव मांडून ठेवले होते. मेजाशेजारी कुराणाचे पुस्तक उघडे करून ठेवले होते. त्यात पाहून बादशहा समोरच्या कागदावर कुराण उतरवून काढत होता. त्या कागदावर सुंदर रंगसंगतीत वेलबुट्टीची चौकट काढली होती. ती चौकट बादशहाची लाडकी लेक झिनतउन्निसा बेगमने आपल्या हातांनी काढली होती. जाफरखान कुर्निसात करून समोर उभा राहिला. लिहिली जात असलेली आयात पूर्ण करून बादशहाने लेखणी खाली ठेवली आणि तो उठून मसनदीवर लोडाला रेलून बसला. बसता बसता सवयीप्रमाणे जपमाळ हातात आली.

''जाफरखान, ही दख्खन मोहीम बरीच लांबणार आहे. कारण या वेळेस काय वाट्टेल ते झाले तरी दख्खन पूर्ण काबीज केल्याशिवाय फौजा माघारी येऊ दिल्या जाणार नाहीत. माबदौलतांच्या अंदाजाप्रमाणे मोहीम दहा वर्षे तरी चालेल.''

''जी आलमपन्हा.''

''त्यामुळे सारे लहान-मोठे अंमलदार, मनसबदार, दरबारी, आपापले जनानखाने सोबत ठेवणार.''

''जी हुजूर. रिवाज तसाच आहे.''

''का कुणास ठाऊक, पण माबदौलतांना अजून कुलीखानाचा पुरता भरवसा वाटत नाही.''

''गुस्ताखी माफ, पण आलमपन्हा, आता तो काही गडबड करू शकेल असे वाटत नाही. या मुबारक कदमांशिवाय त्याला दुसरा थारा नाही.''

''तरीसुद्धा मन शंकित आहे. तो त्याच्या स्वत:च्या मुलखात जाणार. माबदौलतांची जवानी दख्खनमध्ये गेली आहे. हे मराठे मोठे कावेबाज असतात. राजपूत आणि बुंदेले शौर्यात त्यांच्या बरोबरीने असले, तरी त्यांना छक्के-पंजे आणि राजकारण समजत नाही. म्हणूनच ते इमानी कुत्र्यांसारखे आमच्या साखळीला मुकाट बांधलेले राहतात. पण या मराठ्यांचा भरवसा देता येत नाही... जाफरखान, कुलीखानाला तोंडी हुकूम दे. म्हणावे, त्याचा जनानखाना त्याच्या शिकारपूरच्या हवेलीतच माबदौलतांच्या निगराणीत मेहफूज असेल. माबदौलत जेव्हा दख्खनसाठी निघतील

तेव्हा त्याचा जनानखाना शाही जनानखान्यासोबत हिफाजत के साथ दख्खनमध्ये पोहोचता होईल.''

''हुकूम सरआखोंपर आलमपन्हा, पण छावणीतला प्रत्येक लहान-मोठा अंमलदार स्वत:चा जनानखाना सोबत बाळगणार आणि खुद्द नायब सरलष्कराचा जनानखाना आलाहजरतांच्या निगराणीत राजधानीत याचा अर्थ नायब सरलष्करावर आलाहजरतांची मर्जी बहाल नाही असा काढला जाईल. कुलीखान बिथरल्याशिवाय राहणार नाही. तो नजरकैदेत असतानासुद्धा त्याचा जनानखाना त्याच्यासोबत ठेवण्याची मेहेरबानी आलाहजरतांनी केली होती. एका क्षुल्लक कारणापायी एवढी मोठी मोहीम नासून जायची.''

''तुझ्या बोलण्यात तथ्य आहे. ठीक आहे. त्याला माबदौलतांनी दिलेली ती लौंडिया, काय नाव तिचे? हाँ नूर बानू, ती त्याला त्याच्या सोबत छावणीत ठेवता येईल. बाकी फौजेत असा समज पसरवा की, हिंदोस्तानात परत यायला मिळावे म्हणून त्याने स्वत:च आपला जनानखाना मागे ठेवला आहे. कुलीखानाला कसे समजवायचे, तो तुझा जिम्मा.''

''जो हुकूम.''

''त्या नामुराद बहादूरखानाने पेडगावात स्वत:च्या नावाने किल्ला बांधला आणि त्यात मेहफूज राहून तो ऐश करतो. दाऊदखान आणि कुलीखान दोघांनाही किंवा फौजेतील कोणालाही स्वतंत्र, पक्का, कोटबंद वाडा बांधता येणार नाही. सख्त मनाईचा हुकूम जारी कर. कोणतीही परिस्थिती असो, प्रत्येकाने छावणीतच राहिले पाहिजे. मग मुक्काम बऱ्हाणपुरास असो वा शहरात.''

''जो हुकूम.''

याचा अर्थ स्पष्ट होता, बादशहाने कुलीखानाचे अवघे कुटुंबच स्वत:कडे ओलीस ठेवले होते; त्यामुळे त्याला पायबंद घालता येईल असा हा कावा होता. तसेच एखाद्या किल्ल्यात आश्रय घेऊन कुलीखानाने बंड करू नये असासुद्धा बंदोबस्त बादशहाने परस्पर करून टाकला.

यमुनेच्या काठाने छावणी उभी राहू लागली. एक शुभ दिवस पाहून दाऊदखान आणि कुलीखान मोहीमनशीन झाले. दोन दिवसांनंतर बिनीची पथके, नौबत, निशाण आणि मुख्य अंमलदारांसह कूच करून निघाली. एका उंच मचाणावर उभा राहून बादशहा त्यांना निरोप देत होता. क्वचितच कोणा सेनापतीस असा बहुमान मिळत असे. महम्मद कुलीखान - नेताजी पालकरची दख्खन मोहीम सुरू झाली.

बादशहाला पक्का विश्वास होता की, मराठे कुलीखानाचा असा काही अपमान करतील की, तळमळून तो चिडून उठेल. झाल्या अपमानाचा बदला घेण्यासाठी म्हणून तो अवघ्या महाराष्ट्रात भयंकर कत्तलींचे आणि बाटवाबाटवीचे थैमान मांडील. आजवरचा इतिहास तेच सांगत होता. खऱ्यापेक्षा बाटगा जास्त कडवा

असतो. अगदी निजाम आणि कुतुबशहा यांसारखे बहमनी सुलतानसुद्धा मूळ बाटगेच की. यवनांनी एक हजार वर्षे राज्य केले ते अशा बाटग्यांच्या आणि अंकित झालेल्या स्वकीयांच्या जिवावरच. हिंदूंच्या समोर भरदरबारात मंदिरे उद्‌ध्वस्त करण्याचे हुकूम सुटत होते आणि राजपूत, जाट, बुंदेले 'राजे', 'महाराजे' तख्तासाठी रक्त सांडत होते. म्हणून तर आता आलमगीर बादशहा कुलीखानाबाबत काहीसा निश्चिंत होता. त्याला खात्री होती, आपण एका नेताजीला बाटवले, आता त्याला बाटवाबाटवी करायला लावण्याचे उरलेले काम मराठेच करतील. अपमान करून, प्रकट तिरस्कार करून ते कुलीखानाला चेतवतील आणि तो धर्मप्रसाराचे आपले काम व्रत म्हणून अनायासेच पूर्णत्वास नेईल. अलहमदुलइलल्लाह.

-१०९-

बहिर्जी आणि महाराजांची एकांत भेट सुरू होती. मोरोपंत पंतप्रधानांनासुद्धा आत प्रवेश मना करण्यात आला होता.

"म्हाराज, हप्त्याभरात मोगली फौजा नर्मदा वलांडून दख्खनमध्ये उतरतील आन बऱ्हानपुरास दाकल व्हतील. फौजेची उरलेली जुळवाजुळव करन्याखातर महिनाभरासाठी छावणीचा तळ बऱ्हानपुरास पडंल. पावसाच्या तोंडावर फौज औरंगाबादेत दाकल व्हईल. पाऊस संपला की, भली दांडगी फौज सोराज्यावर कोसळनार. स्वारीची तयारी मिर्जाराजांच्या स्वारीपरीस जोरदार हाये..."

"हा अवघा तपशील खलबतखान्याच्या मसलतीत सांगा. आता एवढेच सांगा की, नेताजीकाकांची खबर काय? त्यांनी काही योजना ठरवली आहे का?

"जी म्हाराज. फौजा खानदेश-बागलाणात उतरल्या की, एक दिवस साल्हेरजवळच्या जंगलात हरनांची शिकार करन्याच्या मिशानं सरनोबत ऐन फौजेपासून दोन-तीन मजला आपल्या हिसाबानं, मोगली नव्हं; वायले होतील. आन ऐन जंगलात पडाव करून ऱ्हातील. नर्दुल्लाखानाचा दस्ता संगत आसंल. त्या येगळी मूठभर हशम आन मोजके खिदमतगार ऱ्हातील. पडाव आपल्या हद्दीला खेटून पर मोगली हद्दीतच आसंल. मातुर साल्हेर गडाच्या ऐन टप्प्यावर. एखाद्या राती नर्दुल्लाचा दस्ता उठाव करून साधेल तेवडी कापाकाप करील. या दंगलीचा फायदा उठवत सोता सरनोबत चार-सहा हशम संगती घेऊन नाशिककडं धावतील अन् येकादी जवळची वाट काढून सोराज्यात घुसतील. कमीतकमी मुक्काम आन जास्तीतजास्त दौड मारत रायगड गाठतील. असा येकून ढोबळमानानं मनसुबा हाये."

"उत्तम! मनसुबा तर नामी आहे, मात्र त्यात थोड्या गफलती आहेत. नाईक, त्या तुमच्या नजरेत यायला हव्या होत्या."

"न्हाई, काई ध्यानात ईना म्हाराज."

"साल्हेरपासून रायगडापर्यंत नेताजीकाका मोगली पेहराव आणि सरंजामात दौड मारणार. वाटेत आपल्या चौक्या, नाकी, गस्ती, कोणी हटकणार नाही? अटकाव करणार नाही?"

"व्हय जी म्हाराज, मोटीच गफलत व्हायली. त्येंच्या संगत आपला कुनी जबाबदार गडी-असामी व्हया."

"ठीक. मनसुब्यात आणखी दुरुस्त्या हव्या."

"जी. हुकूम."

"नर्दुल्लाखानाचा दस्ता उठाव करणार नाही."

"मंग म्हाराज?"

"साल्हेरच्या किल्ल्यावरची शिबंदी 'अचानक' छापा घालील. छाप्याची वेळ, स्थळ आणि रात्र नेताजीकाकांना आगाऊ कळू देत. छाप्याच्या वेळी त्यांच्या दिमतीची आपली माणसं पिवळी मुंडाशी आणि दोन्ही दंडांना पिवळी कापडे बांधून असावीत. तीच आपली खूण. बाकी शिबंदी गाफील, नशेत असेल तर उत्तमच. नर्दुल्लाचा दस्ताच केवळ पहारा ठेवील. नेताजीकाकांच्या पडावावर असलेल्या शिबंदीच्या तिप्पट मावळे छाप्यात असणे गरजेचे आहे. छाप्याची पहिली धडक पडताच खुद्द नेताजीकाका आणि नुर्दल्लाचा दस्ता आपल्या एका तुकडीचा पाठलाग करीत असल्याचे नाटक करीत पळत सुटेल. सात-आठ मावळ्यांची ती तुकडी वाटाड्याचे काम करील. नेताजीकाका आणि त्यांची माणसे मोगली पेहरावात असल्याने वाटेत कुठे दगाफटका व्हायला नको. एखाद्या ठाण्यावर अटकाव झाला तर, आणि तसा तो झाल्याशिवाय राहणार नाही, न रेंगाळता पुढे सरकण्यासाठी वाटाड्यांकडे आवश्यक त्या परवलीच्या खुणा आणि दस्तावेज असू देत. ठरावीक अंतरावर सर्वांसाठी ताज्या दमाची जनावरे तयार ठेवा. त्यासाठी नेमके कोणत्या मार्गाने जायचे ते तुम्हाला आधीच योजून ठेवावे लागेल. रात्रीचा मुक्काम काही घटकांचा आणि शिरस्त्याप्रमाणे उघड्यावर असेल. शक्य तितक्या लवकर त्यांना हुजूर दाखल करा. छापा असा कारगर झाला पाहिजे की, गनिमाचा एकही हशम जिवंत सुटता कामा नये. दयामाया नाही. जखमी म्हणून, शरणागत म्हणून जीवदान नाही. खबर द्यायला जाण्यासाठी कोणी जिवंत राहताच कामा नये. आकाशात भिरभिरणाऱ्या घारी आणि गिधाडेच शोधकर्त्यांना खबर देतील. बऱ्हाणपुरास खबर जाऊन शोधासाठी माणसे रवाना होईपर्यंत नेताजीकाकांनी रायगड गाठायला हवा. सर्वांत महत्त्वाचे, वाटाड्या तुकडीत नाईक तुम्ही असलेच पाहिजे. रायगडी पोहोचण्यास रात्र झाली तर परवलीच्या शब्दावर गडाचे दरवाजे उघडण्याचा हुकूम देऊन ठेवलेला असेल."

"जी, म्हाराज. जसं सांगितलंसा तसंच हुईल. शबुद दर शबुद. त्यात रत्तीभर हेरफेर हुयाचा न्हाई. येक जरी गनीम जित्ता सुटला तरी छापा घालनाऱ्या नायकाची खैर न्हाई असा मुळात दमच तुमच्या नावानं दिऊन ठिवतो. पर म्हाराज येक शक हाये."

महाराजांच्या भुवया वर चढल्या.

"न्हाई म्हंजे मनसुब्यात खोट काडाया जागा न्हाई, पर छापा घालनाऱ्यानं इतका कडक छापा कशापाई आन कोनावर घालायचा ह्येची कल्पना त्यांना द्येयाची का न्हाई."

"हुं. शंका रास्त आहे. त्यांना एवढेच सांगायचे की, मोगलांचा एक मातब्बर सरदार आमच्या खास हुकमावरून जिवंत पकडून हुजूर दाखल करायचा आहे. त्यासाठी त्याच्या गोटातली माणसं आपण आधीच फोडून ठेवली आहेत. ती गिरफ्तारीत मदत करणार आहेत."

"जी, म्हाराज."

"निघा, रात्री स्वारीचा तपशील खलबतखान्यात प्रधानमंडळादेखत द्या."

मुजरा करून बहिर्जी दालनाबाहेर पडला, तर मोरोपंत कपाळास आठ्या घालून दाराबाहेर येरझारा घालीत होते. त्यांची नजर चुकवीत खालमानेनेच मुजरा करीत बहिर्जी तिथून सटकला.

-११०-

अजगराच्या सुस्त चालीने मोगली फौजेचा लोंढा स्वराज्य गिळण्यासाठी दख्खनच्या दिशेने सरकत होता. कुलीखानाचे मन मात्र वाऱ्याच्या वेगाने स्वराज्याकडे धाव घेत होते. यापूर्वी अफगाण मोहिमेतसुद्धा तो नायब सरलष्कर होता. पण तेव्हा त्याच्यावर नजरकैद जारी होती. आता तो काच राहिला नव्हता. आता त्याला मोकळा श्वास घेता येत होता. बऱ्यापैकी मोकळेपणाने वावरता येत होते. गेल्या जवळपास एका तपात त्याचा हिंदू संस्कृतीशी, हिंदू माणसांशी कुठल्याही प्रकारे संपर्क येणार नाही याची बादशहाने कसून काळजी घेतली होती. या मोहिमेत मात्र मोठ्या प्रमाणावर राजपूत, जाट, बुंदेले आणि इतर अनेक जातींचे हिंदू सरदार-मनसबदार सहभागी होते. फौजा औरंगाबादेत दाखल झाल्यानंतर अनेक मराठा सरदारसुद्धा फौजेस येऊन मिळणार होते. नायब सरलष्कर म्हणून त्याचा संपर्क त्या साऱ्यांशी येत होता. त्यांचे बोलणे-चालणे, त्यांचा व्यवहार वगैरे तो मोठ्या अपूर्वाईने पाहत राही. मात्र त्याच वेळी त्यांच्या नजरेतला मूक तिरस्कार त्याला जाणवत राही. बादशहाच्या धाकाने म्हणा किंवा एकूणच उत्तरेतील हिंदूंच्या मनात राज्यकर्त्यांची जमात म्हणून मुसलमानांविषयीचा धाक म्हणा किंवा तो नायब सरलष्कर असल्याने त्याच्या पुढे मान तुकविणे, त्याचा आदर करणे, त्याचा हुकूम

मानणे वगैरे दरबारी शिस्तीचा आणि लष्करी शिस्तीचा भाग म्हणूनसुद्धा सर्व हिंदू सरदार-दरबाऱ्यांना भाग होते. असे असले तरी त्यांच्या मनातील तुच्छतेची भावना लपत नव्हती. किंबहुना ती लपविण्याचा कोणी विशेष प्रयत्नसुद्धा करीत नसे. कुलीखानाच्या मानी मराठी मनाला हे शल्य इंगळीच्या डंखासारखे वेदना देत असे. क्वचित एखादा असा प्रसंग घडे की, त्याला अपमान अगदी असह्य होऊन जाई. मग रात्र-रात्र तळमळत काढली जाई. मनामध्ये आत्यंतिक चीड उत्पन्न होई. साऱ्या जगाची जाळूनपोळून पार राखरांगोळी करून टाकावी अशी विचित्र सूडभावना मनात जन्म घेऊ पाही.

हेच. बादशहाला हवे होते ते नेमके हेच. म्हणूनच तो आता कुलीखानाचा हिंदूंशी संपर्क येऊ देण्यास राजी होता. त्याला तो हिंदूंकडून असाच अपमानित व्हायला हवा होता. तो असाच चिडून उठायला हवा होता. म्हणून मग आपल्या हस्तकांकरवी तो हिंदूंच्या अशा वागण्याला प्रोत्साहन मिळेल अशा कारवाया करवीत असे. अपमान जेवढा जास्त, निर्भर्त्सना जेवढी जास्त कडवट, तितकीच चीड आणि संतापाची धार तेज, असे साधे गणित होते. संतापाची ही तेज धारच त्याच्या मनामध्ये अपमानाचा बदला घेण्याची, सूडाची आग चेतविणार होती. पेटती ठेवणार होती. आणि हा अंगार अखेर मराठ्यांवर, मराठ्यांच्या हिंदवी स्वराज्यावर कोसळावा यासाठीच तर बादशहा आलमगीर गेले एक तप हा खटाटोप मांडून बसला होता. त्याच्या या तपश्चर्येला फळ मिळण्याची तो मोठ्या उत्सुकतेने, उत्कंठेने वाट पाहत होता.

विवेकाची वेसण घालून कुलीखान आपल्या उधळणाऱ्या मनाला आवर घाली. कारण ज्या क्षणी मुसलमान होण्याचा निर्णय घेतला, त्याच क्षणी त्याला आपले हे भवितव्य माहीत झाले होते. त्याला तोंड देण्याची मानसिक सिद्धतासुद्धा झाली होती. त्या क्षणापासूनच बादशहाच्या या कुटिल अपेक्षा उघड झाल्या होत्या. संधी मिळेल तेव्हा त्याने त्या उघडपणे बोलून दाखविल्या होत्या. किंबहुना त्या व्यक्त करण्याची एकही संधी तो कधी सोडत नव्हता. नेताजीचा धर्म हिरावून घेऊन त्याला कुलीखान बनविण्यात जरी तो यशस्वी झाला असला, तरी साध्य साधल्याचे समाधान त्याला मिळू न देण्याचा कुलीखानाचा निर्धार होता. कुलीखान बादशहाच्या छळामुळे झुकला नव्हता, तर एक मोठे राजकारण गनिमी काव्याने साधण्यासाठी महाराजांच्या आज्ञेने झुकला होता आणि आता महाराजांच्या वरदहस्ताची खातरजमा झाल्यामुळे तर आलमगिराचा पराभव करण्याचा त्याचा निश्चय अधिकाधिक दृढ होत होता. हे अपमान, ही मानखंडना, निर्भर्त्सना पचविण्याची अधिकाधिक शक्ती त्याला मिळत होती. अपमान होत असतानासुद्धा हिंदू सरदार, मानकऱ्यांमध्ये मिसळण्याचा तो जास्तीतजास्त प्रयत्न करीत होता.

प्रचंड मुघल फौज बऱ्हाणपुरास येऊन विसावली. शहराबाहेर कित्येक कोसपर्यंत छावणी पसरली होती. एकेक सरदार फौज घेऊन छावणीत दाखल होत होता. छावणी विस्तारत होती. पाऊस सुरू होण्यापूर्वी तापी आणि पूर्णा उतरून औरंगाबाद गाठणे गरजेचे होते. शाही हुकूमसुद्धा तसाच होता. एक दिवस सरलष्कराच्या दरबारात कोठावळ्याने अहवाल दिला की, छावणीचा विस्तार बराच वाढल्यामुळे शिधासामग्रीच्या वाटपावरचा ताणही वाढू लागला आहे. दर-एक गोटाची स्वत:ची कोठीघराची व्यवस्था झाली पाहिजे. फौजेचा खान-ए-सामान इफ्तीखारखानाने तक्रार गुदरली की, वाढत्या फौजेमुळे छावणीच्या परिसरात मानवी आणि जनावरांच्या विष्ठेची दुर्गंधी भरून राहिली आहे. पाणवठे खराब होत आहेत. वेळीच जर काही उपाय योजले नाही तर लवकरच सैन्यामध्ये साथीचे रोग फैलावतील. मेंदीने रंगविलेली आपली दाढी कुरवाळीत सरलष्कर दाऊदखान कुरेशी मोठा गंभीर आव आणून म्हणाला–

"अर्थ साफ आहे. सैन्याच्या तुकड्यांची हलवाहलव झाली पाहिजे. मला वाटते, येत्या हप्त्यात आघाडीची काही पथके खानदेशात उतरवावीत. हा जिम्मा आमच्या नायबसाहेबांचा आहे. क्यों जनाब कुलीखान?"

त्याच्या बोलण्यास दुजोरा देत कुलीखान तत्परतेने म्हणाला–

"बेशक बिलकुल दुरुस्त फरमाया; त्यामुळे इथला ताण तर कमी होईलच, पण औरंगाबादच्या परिसरात सबंध पावसाळ्याचे तीन-चार महिने फौजेची छावणी राहणार आहे, त्या दृष्टीनेसुद्धा आखणी करून ठेवता येईल. जर हुजुरांना मंजूर असेल तर परवा मी स्वत: आघाडीची पथके घेऊन तापीपार होतो आणि औरंगाबादेस पोहोचतो."

"बहोत खूब जनाब कुलीखान, आपल्याला दख्खनमध्ये पोहोचण्याची बरीच घाई झालेली दिसते.

दाऊदखानाच्या स्वरातील विखारी उपहास लपविण्याचा त्याने लवमात्र यत्न केला नाही. त्याची दखल घेत तोडीस तोड तीव्र स्वरात कुलीखानाने जवाब दिला.

"दख्खनमध्ये जाण्याच्या माझ्या घाईची चर्चा जेव्हा आलाहजरतांनी केली तेव्हा माझ्या आठवणीप्रमाणे जनाब सरलष्कर तिथे मौजूद होते. सवाल माझ्या घाईचा नाही. सवाल आहे आलाहजरतांचा मकसद पुरा करण्याचा. आपण एक प्रचंड मोठी, अवघड आणि महत्त्वाकांक्षी मोहीम शिरावर घेऊन निघालो आहोत आणि गेले तीन हप्ते नुसते बसून काढण्यात गेले आहेत. लाखोंची फौज अशी नुसती बसून खात राहिली तर समुद्राएवढा खजिनासुद्धा पुरा पडायचा नाही.

तुमच्यासाठी ही केवळ एक मोहीम आहे पण माझ्यावर सर्वशक्तिमान अल्लाने आणि जिल्हेसुभानी आलाहजरतांनी जे काम सोपविले आहे ते नुसते जंग खेळून मुलूख काबीज करण्याचे नाही. माझ्या खांद्यावर एका पवित्र कार्याचा भार आहे. आलाहजरतांच्या वतीने जिहाद करण्याची माझ्यावर जिम्मेदारी आहे. जिहादसाठी निघालेला हरएक सच्चा मोमिन डोक्याला कफन बांधून निघत असतो. जोपर्यंत जिहाद पूर्ण होत नाही, विजय मिळत नाही, कुफ्र नष्ट होत नाही तोपर्यंत सच्चा जिहादी आराम करीत नाही, आपली तलवार म्यान करीत नाही.''

कुलीखानाचा आवेश आणि जोश बघून सगळे थक्क होऊन गेले.

''सुभानअल्ला. सुभानअल्ला. अल्ला हो अकबर।''

''जशी मोहीम पुढे सरकेल तशा फौजा विखुरतील. एवढ्या मोठ्या फौजेची रसद थेट दिल्लीमधून येईल, असे म्हणाल तर ती कधीच पुरी पडणार नाही. चारा-वैरण, दाणागोटा आपला आपणच उभा केला पाहिजे. मुघल रयतेतून उभा करायचा तर रोख दाम मोजावा लागेल. त्यासाठी खर्च होणाऱ्या खजिन्याचा अंदाज येथवर पोहोचेपर्यंत झालेल्या खर्चावरून सहज येईल. जाहीरच आहे, हा खर्च आपल्याला गनिमाला लुटून गोळा करावा लागेल; त्यामुळे गरज पडेल तशी फौज पावसाळ्यातसुद्धा हलती राहील. मिर्झाराजांनी हे आणि असेच डावपेच वापरून शिवाजीराजांना जेरीस आणले होते आणि अखेरीस गुडघे टेकण्यास भाग पाडले होते. महामारीचा जो सैतान आज इथे खौफ पैदा करीत आहे, तो त्याहीपेक्षा भयानक स्वरूपात औरंगाबादेत छळणार आहे; त्यामुळे फार मोठी छावणी फार काळ एका जागी ठेवणे योग्य होणार नाही. दख्खनमध्ये पाऊस सैतानासारखा बरसतो; त्यामुळे छावणी वारंवार हलविणे तर शक्य नाही. त्यावर उपाय म्हणजे छावणीमधील गोट एकमेकांना खेटून न ठेवता ते एकमेकांपासून दूर विखरून/विखरून ठेवावे लागतील.

''परवा आम्ही रवाना होऊ तेव्हा प्रत्येक महत्त्वाच्या गोटातले हजार-बाराशे हशम अशी जवळपास पस्तीस हजारांची सडी फौज माझ्यासोबत राहील. दोन-तीन आठवड्यांतच या भागात वळवाचा पाऊस सुरू होईल; त्यामुळे लहान-मोठे ओढे-नाले अचानक पूर भरून वाहू लागतील. आपल्या डोक्यावर स्वच्छ ऊन असेल पण कोसोदूर पहाडांमध्ये पडून गेलेल्या पावसाचे ते पाणी असू शकेल. आता दगडासारखी टणक वाटणारी जमीन ओली आणि भुसभुशीत होऊन जाईल. वाटा चिखलाने भरतील. अशा वेळी मोठ्या अवजड तोफा ओढणे हत्तींनासुद्धा जिकिरीचे जाते. अचानक आलेल्या लोंढ्यामुळे बारूद बरबाद होण्याचा मोठा धोका असतो. जनाब दिलेरखानसाहेबांनी याचा चांगला अनुभव घेतला आहे; त्यामुळे अवजड तोफखाना आणि बारूदखाना मी सोबत पुढे नेतो. छावणीची जागा तयार करण्यासाठी हत्ती वापरावे लागणार; त्यामुळे अर्धा पीलखाना माझ्यासोबत रवाना होईल. जमेल तेवढे

जड सामान आम्ही आत्ताच पुढे घेऊन जाऊ. एवढे महत्त्वाचे सामान पुढे जाणार तर त्याची देखभाल आणि व्यवस्था करण्यासाठी कोणी भरवशाचा, काबिल आणि जबाबदार अधिकारी हवाच. खान-ए-सामान इफ्तीखारखानसाहेब आमच्या सोबत असतील. येथील छावणीची व्यवस्था त्यांचे नायब पाहतील. त्यांना काही अडचण आली, तर खुद्द सरलष्करसाहेब छावणीत मौजूद आहेतच.

''पुढे गेलेली फौज पाणवठा आणि जनावरांना सोईस्कर जागा हेरून, तयार करून ठेवील. निरनिराळ्या सरदार-मनसबदारांचे गोट कुठे असावेत याच्या जागा निश्चित करून आमच्यासोबतच्या फौजेच्या तुकड्या मुक्रर केलेल्या जागी थांबून राहून छावणीची आखणी करून ठेवतील. छावणी शहरापासून अडीच कोस दूर असेल; त्यामुळे शहराला छावणीचा उपद्रव होणार नाही. सर्वांना नीट ठाऊक आहेच की, फौजेतला कोणताही अधिकारी वा अंमलदार शहरात मुक्काम करणार नाही. तो फौजेसोबत छावणीतच राहील. एकूण छावणी दहा-बारा कोसांच्या घेरामध्ये विस्तारलेली असेल; त्यामुळे कूडाकचरा आणि विष्ठेमुळे होणारा उपद्रव टाळता येईल. परिणामी, रोगांची भीती उरणार नाही. तुम्हाला आठवत असेल, दिलेरखान आणि मिर्झाराजांची छावणी पुरंदरापासून सासवडपर्यंत पसरलेली होती.''

''सुभानअल्ला! बहोत खूब. वहाव्वा! वहाव्वा!! जनाब महम्मद कुलीखान। आलमपन्हा तुमची एवढी वाखाणणी का करतात, ते नेहमी तुमचा बहुमान का करतात ते आज आम्हाला पुरते कळून चुकले. वहाव्वा! आमचे नायब असून तुम्हाला एवढा अधिकार बहाल केला तो सार्थच आहे. आमच्या शिरावरचा भार तुम्ही एकदम कमी करून टाकलात. शाही हुकमाने तुम्हाला सारी मोकळीक आहेच, आमच्यातर्फेसुद्धा तुमच्या प्रत्येक निर्णयाला संपूर्ण मान्यता आहे. तुमच्यासोबत कोणी जायचे त्याची यादी आज मगरीबच्या आधी पेश करा.''

तीन दिवसांनंतर मुघल फौजेचा एक मोठा हिस्सा अवजड तोफखाना, बारूदखाना आणि पीलखाना घेऊन तापीपार झाला आणि खानदेशाची तप्त भूमी तुडवत औरंगाबादच्या दिशेने निघाला. ही फौज औरंगाबादेस पोहोचवून कुलीखान बऱ्हाणपुरास परत येणार होता. त्यानंतर मुख्य फौज हलणार होती.

-११२-

सदरेवर बसून महाराज फौजेचा ताळेबंद आणि स्वराज्याच्या वसुलीचा लेखाजोखा तपासत होते. त्यांनी बाळाजी आवजींना बोलावून घेतले होते. बाळाजी येऊन तिष्ठत होते. हातातल्या कामातून मोकळीक होताच महाराजांनी त्यांच्याकडे पाहिले.

''या बाळाजी, जरा तिष्ठावे लागले. पण जमा-खर्चाची कामे एकदा लांबणीवर पडली की, त्यातला गुंता अधिकच गुंतत जातो. मग सोडविताना दुरापास्त होते.''

''जी महाराज.''

''बाळाजी, काही पत्रे अगदी तातडीने लिहायची आहेत. नाशिक, त्र्यंबकेश्वर, पैठण, कोल्हापूर, महाबळेश्वर आणि वाई येथील प्रमुख शास्त्रीमंडळींना तातडीने गडावर बोलावणी धाडा. पत्र घेऊन जाणाऱ्या हेजिबाला सूचना करणे की, शास्त्रीबोवांना सोबत घेऊनच येणे. शास्त्रीबुवांस लिहिणे की, येताना सोबत धर्मशास्त्राच्या पोथ्या आणि स्मृतिग्रंथ घेऊन येणे. म्हणावे, गडावर महत्त्वाच्या धर्मकृत्यासाठी शास्त्रार्थ करणे आहे. त्या कारणे त्यांचा सल्ला आणि सहभाग आम्हास अगत्य आहे. पत्रे आत्ताच तयार करण्यास घ्या आणि उदईक पहाटे गडाचे दरवाजे उघडताक्षणी हेजीब रवाना होतील असे पाहणे.''

''जी, महाराज. ज्यांना पत्रे पाठवायची आहेत त्यांची यादी आणि मसुदा घेऊन घंटाभरात दाखल होतो.''

''फक्त यादी दाखवा. मसुदा दाखवण्याची गरज नाही. हे काही कोणा बांक्या राजकारणाचे खलिते नव्हेत. तेवढे लिखाण आपण स्वतंत्रपणे करू शकता. कसे?''

बाळाजी निघून जाताच महाराजांनी देवडीवरच्या हवालदारास बोलावून घेतले.

''हंबीरराव सरनोबतांना सांगावा धाडा. आज दुपारी ते आमच्या पंगतीला भोजन घेतील म्हणावे. भोजनोत्तर महत्त्वाची बोलणी करायची आहेत. पुरेशी सवड काढून यावे म्हणून सांगावा देणे. हाच सांगावा मोरोपंत पेशवे, निळो सोनदेव, अनाजी दत्तो यांनासुद्धा देणे. ही मंडळी पंगतीस असतील याची सूचना महाराणी सरकारांना देऊन मगच पुढे व्हा.''

महाराजांच्या खासगी दिवाणखान्यात भोजनोत्तर मसलत बसली. बहिर्जी नाईक आधीच तेथे येऊन तिष्ठत होता. जड भोजनामुळे मंडळी जरा सैलावली होती.

''काय अनाजी, आज दुपारची वामकुक्षी हुकली म्हणायची.''

''चालायचेच. महाराजांच्या पंगतीलाभापुढे वामकुक्षीची काय मातब्बरी. ज्या अर्थी इतक्या तातडीने बोलावणे आले आणि बहिर्जी इथे येऊन तयार आहे त्या अर्थी तशीच महत्त्वाची आणि निकडीची मसलत असावी.''

''काय हंबीरराव, गंभीरसे?''

''हं. बरे झाले महाराजांनी स्वत:च बोलावले. अन्यथा आज तीन प्रहरी महाराजांची मुलाखत मागायचीच होती.''

''काही विशेष?''

''पेशव्यांना खबर असणारच. दाऊदखान कुरेशीच्या फौजा तापी उतरून पुढे सरकल्या आहेत. अर्ध्यापेक्षा जास्त फौज अजून बऱ्हाणपुरातच आहे. नवनवीन तुकड्या त्याला येऊन मिळतच आहेत. खबर अशी की, पुढे सरकलेल्या फौजेची

अगवानी महम्मद कुलीखान करीत आहे.''

कुलीखानाचे नाव उच्चारताना हंबीररावांच्या स्वरातील कडवट तिरस्कार लपून राहिला नाही. ते नाव कानी पडताच बहिर्जी वगळता प्रत्येकाच्या चेहऱ्यावर तिरस्कार उमटला. दातांच्या फटींमधून तिरस्कार व्यक्त करीत मोरोपंत उद्‌गारले–

''अखेर उंट टेकडीखाली आलाच तर. खऱ्यापेक्षा बाटगा अधिक कडवा असतो त्याचे आता पुन्हा एकदा प्रत्यंतर येणार म्हणायचे.''

''सर्पास वेळीच ठेचले तर बरे. अन्यथा सारे घर त्याच्या पायाखालचे. प्रत्येक सांदी-कोपरा त्याला ठावकी.''

''अनाजी म्हणाले ते रास्तच आहे. त्याचसाठी आता आपण बसलो आहोत. नाईक, सांगा तुमची खबर.''

महालात शिरताशिरता महाराज एकदम बोलले. ताजीम न देता महाराज आल्यामुळे मंडळींची बरीच धांदल उडाली. धडपडत उठून साऱ्यांनी मुजरे घातले. मंद हसत, हातानेच महाराजांनी बसण्याची खूण केली. स्वत: मसनदीवर लोडाला टेकून बसले. बहिर्जी बसणे शक्यच नव्हते. त्याने बोलायला सुरुवात केली–

''नेता... जी, चुकलो. महम्मद कुलीखान चाळीस हजार फौज, अवजड तोफखाना, बारूदखाना आणि पीलखाना अंदाजे पंचवीस ते तीस हत्ती, असा सरंजाम घेऊनशान औरंगाबादेस पोहोचला हाये. मागून येनारी फौज अदमासानं पावनेदोन लाखाची आसंल. सोराज्यावर ह्यो अखेरचा निर्नायक दनका हानन्याची आलमगिराची म्होईम हाये. येवडा तोंडावरचा पाऊसकाळ सरला का बादूरखान आन दिलेरखान बी या फौजला कुमक करनार हायती. पुढं-मागं सोता आलमगीर बाच्छा दख्खनमधी उतरनार अशी बी बोलवा हाये. कुलीखान त्याच्या संगत असलेली फौज अन् अवघ्या फौजच्या छावनीची विगतवार तयारी करून ठिवनार हाये. ही म्होईम म्हनं लई लांबनारी असनार हाय म्हनून मग समदी आखनी कुलीखान सोता बैजावार करून घेनार हाय. छावनी शहराच्या अल्याड अंगाला अडीच कोसांवर आसंल. समदा पसारा पंधरा-वीस कोसांत फैलावनार हाय. दर दोन गोटामधी किमान दीड-दोन कोसांचं अंतर राखलं जाणार हाय. घानीचा तरास आन बीमारी टाळन्याचा ह्यो उपाय हाय म्हनं. ही समदी आखनी बी कुलीखानाचीच. त्यानं ती मिर्जाराजांच्या आखनीवर बेतलिया म्हनं.''

''कुऱ्हाडीचा दांडा गोतास काळ.''

''निळोपंत, व्यक्तिगत मतमतांतरे ऐकण्यासाठी का आपण जमलो आहोत?''

''क्षमा महाराज. मात्र इतके होऊनसुद्धा महाराजांना अजून कुलीखानास बोल लावलेला खपत नाही. हे नवलच म्हणायचे.''

''हे माहीत असून आमच्या देखता असे वावगे बोलवतेच कसे? त्यांनी

आखलेला छावणीचा आराखडा आपल्यासाठी कसा फायदेशीर ठरवता येईल हा विचार मनात का येत नाही? असो. मुद्दा तो नाही. मसलत वेगळीच आहे.

नाईक पुढे बोला.''

''नेता... आपलं कुलीखान छावनीची अशी येवस्ता लावून दोन-तीन दिवसांत बऱ्हानपुराकडं माघारा निघंल. ज्या ज्या ठिकानी छावनीचे गोट ऱ्हानार हायती त्या त्या ठिकानावर आखनी आन दाना-वैरनीची तयारी करून ठिवन्यासाठी कुलीखानानं संगत न्येलेली फौज कुटं हजार तर कुटं बाराशे अशी ऱ्हानार हाय. समद्या मोटमोट्या तोफा देवगिरीच्या अंगाला तळ करून हायती. त्याच्या वरल्या अंगाला बारूदखाना आसंल आन शहराच्या जवळ पान्याची सोय पाहून पीलखाना आसंल. चाळीस हजारांची ही फौज अशी जवळजवळ ईस कोसांच्या घेरात मस्त फैलावून ठेवलिया.

दुसरी खबर अशी हाय की, कुलीखान बऱ्हानपुरास्न लगोलग परत फिरनार हाय आन इस-पंचवीस हजारांची दुसरी फौज घेऊनशान पावसाळ्याची बेगमी करन्यासाटी सोराज्यातून धान्य, वैरन आन जनावरांची लूट करनार हाय. जमेल तितकी जाळपोळ आन साधेल तेवढा धुमाकूळ घालनार हाय. कुलीखान या कारवाईची जातीनिशी अगवानी करनार हाय म्हनं.''

''बघा बघा, महाराज बघा. आणि तरीसुद्धा आपण म्हणता...''

''सबूर, सबूर. बहिर्जींचे बोलणे पुरे होऊ देत.''

''जी क्षमा.''

''तिसरी खबर अशी हाय की, आता बऱ्हानपुरास परत निगालेल्या कुलीखानासंगत लई मोटी शिबंदी न्हाय. लई म्हनाल तर दोन-अडीचशे सडे हशम. वाटत साल्हेर-मुल्हेरच्या जंगलात आठ-धा दिस मुक्काम ठोकून तो सांबरांची अन् हरनांची शिकार खेळनार हाय. खबर अगदी पक्की हाय.''

''अरे व्वा! मियाँ मोगली शौकात अगदी तरबेज झालेले दिसतात.''

''हूंऽऽऽऽ''

''क्षमा महाराज.''

''तर बोला मंडळी. आता कोणाचं काय म्हणणं आहे ते सविस्तर सांगा. गनिमाचा सरदार कोण, हे दुय्यम महत्त्वाचं आहे. त्याने जी तजवीज करून ठेवली आहे तिचा फायदा कसा उठवता येईल याचा विचार करायचा आहे. गनिमाला चाप लावणे हे प्रमुख उद्दिष्ट. इतर सारे गौण. राजकारणात व्यक्तिगत हेवेदावे, राग-लोभ, प्रतिष्ठा, मान-अपमान यांना स्थान नाही. काय हंबीरराव खरे ना?''

''ते तर खरेच महाराज, पण खंडोजी खोपड्याला एक न्याय आणि नेताजीला दुसरा असे होऊ नये. खंडोजी परका आणि नेताजी भोसल्यांचा पाव्हणा म्हणून

त्याला झुकते माप. असे झाले तर फौज बिथरल्याशिवाय राहणार नाही.''

''हाच का आमच्या फौजेचा आमच्यावर भरवसा? फौजेला समजावणे, सांभाळणे किंवा फितवणे कोणाच्या हाती?''

''तसे नाही महाराज, आपल्या प्रत्येक कृतीवर आणि शब्दावर फौजेतला प्रत्येक बारगीर, शिपाई आणि शिलेदार प्राणापलीकडे विश्वास ठेवतो. माझे म्हणणे एवढेच की, साप जर तावडीत घावतो आहे, तर... तर पुरता चेचूनच का काढू नये?''

''फौजेचा आम्हावर दृढ विश्वास आहे ना? मग या खेपेलासुद्धा आम्ही जे करू ते स्वराज्याच्या हिताचेच करू हा भरवसा मनी धरावा. फौजेचे मन कसे सांभाळायचे याचे धडे सरनोबतांस आम्ही देणे उचित नव्हे. आम्ही जे करतो किंवा करू त्याचा मतलब येरांच्या ध्यानी येणार नाही कदाचित, पण आमच्या सरदार आणि मुत्सद्द्यांना आकळावा ही अपेक्षा अनाठायी नव्हे. खंडोजी म्हणजे नेताजी नव्हे हे जितके खरे तितकेच दोन परिस्थितीत संदर्भ भिन्न आहेत. विचार करणाऱ्यांनी तरी दोन बाबींची गल्लत करू नये. कोणी गल्लत करू पाहील तर त्यास प्रोत्साहित करू नये. प्रश्न साप चेचण्याचा. आम्हास नेताजी जिवंत हवेत. कितीही किंमत मोजावी लागली तरी ते जिवंतच परत आले पाहिजेत. ते आमच्या शब्दाने दुखावून गेले आहेत. आपण नेमके काय करतो आहोत याचे भान येईपर्यंत ते पुरते आलमगिराच्या सापळ्यात अडकले गेले. आम्ही आग्र्यास न जातो, तर चित्र कदाचित वेगळे असते. आमच्यावर सूड उगवण्यासाठी आता आलमगिराने त्यांना गुंतवले आहे, हे तर जगजाहीर आहे. जेव्हा कधी सवड सापडेल तेव्हा आलमगिराने त्यांचा केलेला शारीरिक आणि मानसिक छळ बहिर्जींकडून ऐकून ठेवा; त्यामुळे त्यांची रीतसर रुजवात झाल्याशिवाय फैसला होणार नाही.''

एवढा वेळ साऱ्यांचे बोलणे शांतपणे ऐकत बसलेले त्र्यंबक सोनदेव किंचित खाकरत म्हणाले–

''महाराजांचे म्हणणे रास्त आहे. जुन्या इमानाचे स्मरण देऊन मोहरा आपल्याकडे वळवता आला तर ते नक्कीच स्वराज्याच्या हिताचे ठरेल. एवढा मोठा मातब्बर आणि अनेक भेद जाणणारा गडी गनिमाहाती असण्यापरीस, कसाही असो, आपल्या छत्राखाली परत आला तर भविष्यातले नुकसान टाळणे शक्य होईल. खंडोजीच्या काळची परिस्थिती आणि आजची यात किमान जाणकारांनी तरी गल्लत करू नये. याशिवाय राज्याचा गाडा सुरळीत चालवायचा असेल तर व्यक्तिसापेक्षतेचा विचार राजाला करायास हवा असे राजधर्म सांगतो.''

''नासलेल्या दुधाची बासुंदी आटवायला निघालात.''

''मोरोपंत...! तुम्हीसुद्धा?''

"राहिले."

"बरे पुढे? मोरोपंत राजकारणाचे बोला."

"महाराज, मोगली रीतीला अनुसरून आणि मिर्झाराजांसारख्या रणधुरंधर मुत्सद्द्याची नक्कल करण्याच्या नादात कुलीखान मोठीच गफलत करून बसला आहे. एवढी चाळीस हजारांची फौज आणि तोफखाना वगैरे त्याने वीस कोसांत विखरून ठेवले आहे. त्यांच्यासोबत बरा खजिना आणि गल्ला असणारच. विखुरलेल्या सर्व गोटांवर एकाच वेळी छापा टाकला तर चाळीस हजारांचा खुर्दा उडण्यास कितीसा वेळ लागणार? कुलीखानास जिवंत धरून आणायचे असेल तर तो बऱ्हाणपुराच्या वाटेवर साल्लेर-मुल्हेरच्या रानात शिकार खेळण्यात गुंतला असतानाच छापा घातला पाहिजे. स्वराज्याच्या सीमेवर खेटून राहून शिकारीचा खेळ खेळण्याचे तो योजतो आहे. यात माझ्या दृष्टीला तरी त्याचा गाफील अतिआत्मविश्वास किंवा अहंगंड कारण असावा असे वाटत नाही. आपल्यावर धरणे यावे अशी कदाचित तो अपेक्षा करीत असावा अशी शंका आमच्या मनी डोकावू पाहत आहे. ही फौज विखरून ठेवण्याची गफलतसुद्धा त्याने याच कारणाने केली असेल का, अशी आम्हास शंका वाटते. असो. तो हे जाणीवपूर्वक करीत आहे की अनवधानाने, गाफीलपणे करीत आहे की खिजवण्यासाठी अहंगंडाने यात स्वारस्य दाखवण्याचे कारण नाही. उघड्यावर लोण्याचा गोळा पडला आहे आणि घरधनीण जागेवर नाही. मग बोक्याचे जे कर्तव्य तेच आपले. ज्या वेळी कुलीखानाच्या मुक्कामावर हल्ला होईल, त्याच सुमारास या विखुरलेल्या फौजेवर घाला घालून तिला परास्त करून टाकू. पहिल्याच फटक्यात एवढा जबरदस्त दणका बसला तर मागाहून येणाऱ्या फौजेचे नीतिधैर्य पार गळून गेल्याशिवाय राहणार नाही. भ्यायलेली, हबकून गेलेली फौज हजारांची की लाखांची याला काहीच महत्त्व उरत नाही."

"व्वा! भले शाबास! याला म्हणतात पेशव्यांचा मनसुबा. एकदा मनाची कवाडे उघडली की, मनातली जाळी-जळमटे आपसूक उडून जातात. डोळ्यांवरची ढापणे काढली की, स्वच्छ दिसू लागते. मग स्वराज्यहितापुढे अन्य सारे गौण ठरते. ही मसलत ऐकून आम्हास मनस्वी आनंद झाला. अनाजी, तुमची काय राय आहे?"

"मोरोपंतांचा मनसुबा अगदी बिनतोड आहे. छापा असा अकस्मात आणि जोरदार असावा की, एका गोटाला दुसऱ्याची मदत करायला जायचे म्हटले तरी उसंतच मिळू नये. असा कारगर असावा की, खबर सांगायला माणूसच शिल्लक राहू नये. छाप्याची खबर नेताजीरावांस मिळेल ती ते आपल्या ताब्यात असताना आपल्याकडूनच."

"अनाजी, नेताजीकाकांचा उल्लेख कुलीखान न करता नेताजीराव असा केलात, मनाला फार संतोष झाला. कारण नेताजीचा कुलीखान झाला यास आमचा बोल

कारण आहे ही टोचणी आमच्या काळजात अहोरात्र सलत असते.''

''आम्ही जाणतो महाराज. धन्याच्या मनातली बोच जाणून घेणे हाच सेवक धर्म आहे. स्वराज्याच्या कारभारात महाराजांनी ज्या स्थानी ठेवले आहे त्या स्थानी बसून मन आणि डोळे उघडे ठेवून कारभार करताना अनेक गोष्टींचे अंदाज बांधता येतात. साऱ्याच गोष्टी उघड न बोलण्याचे अवधान मात्र सांभाळले पाहिजे. आईसाहेबसुद्धा हाच सल उरात ठेवून गेल्या हेही आम्ही जाणतो. स्वराज्याची पहिली मोठी झुंज पुरंदरावर झाली. त्यात नेताजीरावांनी केलेल्या कामगिरीस तोड नाही. त्याच पुरंदराच्या लढाईनंतर पन्हाळ्याच्या मोहिमेत हे असले विपरीत घडले या योगायोगाचे खुद्द आईसाहेबांनाही कायम वैषम्य वाटत राहिले. ते असो, पण महाराज नेताजीरावांवर छापा घालायचा आणि त्यांना जिवंत धरायचे म्हणजे काही पोरखेळ नव्हे. मोरोपंतांचा होरा सत्यात उतरला तर प्रश्नच नाही पण आपण तयारी ठेवताना तो सत्य असेल असे मानून चालणे व्यवहारास धरून नाही; त्यामुळे त्या कामी त्याच तोलामोलाचा मोहरा योजावा लागेल.''

''अगदी रास्त. आमच्या मते खुद्द हंबीररावांनीच ही जोखीम सांभाळावी. बरखास्त असले तरी सरनोबतच ते. तेव्हा सरनोबतांचे धरणे सरनोबतांनी सांभाळले तर ते रीतीला शोभून दिसेल.

''आज्ञा महाराज.''

''बहिर्जी...''

''जी. नेताजी सरकारांसंगतच्या तुकडीत फितवा करन्यात यश आलंया. त्यांच्या अंगरक्षक दस्त्याचा रिसालदार नर्दुल्लाखान म्हनून कोनी पठान हाय. म्हाबतखानाचा खास मानूस. बाच्छावाच्या मर्जीनं त्येनं त्येला सरकारांवर ध्यान ठिवन्यासाठी पार अफगानिस्तानापासून ठिवलंया. आता त्यो सरकारांच्या बी मायत हाय. थ्येट त्यालाच फोडन्यात यश घावलंया. त्यो पठान पूर्वी सोराज्याच्या चाकरीत व्हता. पुरंदरानंतर जी थोडकी पडझड झाली त्यात घरटं सोडून उडून ग्येलेल्या पाखरांपैकी त्यो बी येक हाय. त्याला पूर्वीच्या इमानाची याद दिली, काळजाला काळजातून साद घातली. म्हाराजांचा कौल मिळवून देन्याचा वायदा क्येला आन फोडला गडी. छाप्याच्या राती त्योच पहाऱ्यावर ऱ्हाईल अशी तजवीज त्यो करनार हाय. त्याची समदी मानसं दोन्ही दंडांना पिवळी कापडं बांधून आन् डोईला पिवळी मुंडाशी बांधून ऱ्हातील.''

''नेताजी साल्हेर-मुल्हेरच्या जंगलात कधी येणार आहेत; काही अंदाज?''

आता हंबीररावांनीसुद्धा मसलतीत अगदी मनापासून भाग घेण्यास सुरुवात केली.

''जी सरकार. परवा ते शहरातून कूच करून निघतील. चार-सा रोजात त्ये

ठरल्या ठिकानी पडाव करतील. येकाद दिवस अलीकडं-पलीकडं. मात्र येकदा मुक्काम केल्यानंतर आठ-धा दिस मनसोक्त शिकार खेळल्याबिगर त्ये काही हलायचे न्हाईत. ही खबर अगदी पक्की.''

''आज वद्य तृतीया आहे. म्हणजे नेताजी वद्य दशमीपर्यंत साल्हेर-मुल्हेरजवळ पोहोचतील म्हणायचे. साहजिकच त्यांचा मुक्काम मोगली सरहद्दीत खिंडीच्या पलीकडे पडलेला असणार.''

''जी सरकार.''

''हंबीरराव, उद्या दुपारनंतर तुम्ही गडावरून कूच करा आणि जल्दीने साल्हेरी गड गाठा. नेताजीकाकांसोबत किती हशम असतील म्हणालात, नाईक?''

''दोन-अडीचशे असत्याल. त्यात पन्नास नर्दुल्लाखानाच्या दस्त्यातले. मंजे आता आपल्या तर्फेने वळवलेले.''

''तर हंबीरराव निघताना तुम्ही सोबत दोनशे स्वार घ्या. तीनशे हशम साल्हेरीच्या शिबंदीमधून उचला. वाटल्यास पन्नास अधिक घ्या, पण हशम कमी पडता उपयोगाचे नाही.''

''जी महाराज.''

''तुमच्यासोबत खुद्द बहिर्जी असतील. नाईक तुमच्या नर्दुल्लाखानास सूचना पोहोचत्या करा; वद्य चतुर्दशीच्या रात्री त्याच्या तळावर छापा पडेल. गड सोडताना तुम्ही सरनोबतांसोबत नसाल. वाटेतील कामे उरकत छाप्याच्या दोन दिवस आधी साल्हेरी गाठा. नर्दुल्लाने पक्क्या तयारीत राहावे. गफलत होता उपयोगाची नाही.''

''जी महाराज.''

''हंबीरराव, रायगडावरून नेलेले शंभर स्वार त्या रात्री बहिर्जींच्या हुकमतीखाली राहतील. बहिर्जी, नर्दुल्लास कळवणे दंगलीचा फायदा घेऊन नेताजीकाकांना घेऊन गर्दीच्या बाहेर काढणे. तो स्वतःच अंगरक्षकांचा रिसालदार असल्याने संशय न येता विना रोकटोक त्यास हे सहज साधावे. गर्दीतून बाहेर येताच बहिर्जींच्या तुकडीने नेताजीकाकांस व नर्दुल्लाच्या तुकडीस घेरावे. नेताजीकाका प्रतिकार करू पाहतील तर त्यांस जेरबंद करून चालवणे मात्र समजुतीने संगे येतील तर सन्मानाने वागवावे. अजिबात वेळ न दवडता स्वराज्यात दौड मारावी ती थेट रायगड जवळ करण्यासाठी. तुम्ही मागे वळून पाहण्याचे काम नाही. छाप्याचे बाकी सोपस्कार हंबीरराव सांभाळतील. रायगडाच्या वाटेवर कुठे थांबायचे, कुठे ताज्या दमाची जनावरे घ्यायची या साऱ्याचा चोख बंदोबस्त तुम्ही साल्हेरीस पोहोचण्याआधी झाला पाहिजे. बाकी तपशील सांगणे गरजेचे नाही.''

''जी महाराज, चिंता नसावी. शक्यतो लवकर कैदी हुजूर दाखल केला जाईल.''

"हंबीरराव, छापा असा कारगीर झाला पाहिजे की, एकही शिपाई प्यादा, खिदमतगार वा खोजा जिवंत निसटता कामा नये. बऱ्हाणपूर किंवा औरंगाबाद कुठेही खबर पोहोचण्यासाठी कुणी जिवंत उरता कामा नये. नेताजीकाका रायगडी पोहोचल्याची आणि तळावर छापा पडल्याची अशा दोन्ही खबरी दाऊदखानास एकदमच समजू देत. तपास करण्यास येतील दहा-पंधरा दिवसांनी, तेव्हा त्यांना सापडू देत उद्ध्वस्त झालेला तळ आणि घारी-गिधाडांनी फाडलेली, कोल्ह्या-कुत्र्यांनी खाल्लेली त्यांच्या हशमांची प्रेते."

"जी महाराज, तसेच होईल. पण प्रेतांना गती द्यायची नाही?"

"नाही. प्रेते तशीच सडत पडू देत. स्वराज्य बुडवण्यास निघाला आहे दाऊदखान, जाणवू देत त्याला स्वराज्याची दहशत. आमच्या सुसंस्कृतपणाला हे म्लेंच्छ दुबळेपणा समजतात. तेव्हा त्यांना त्यांच्याच भाषेत समजावलेले बरे. आमच्या अंदाजाप्रमाणे तळावर स्त्रिया नसतील. पण जर दुर्दैवाने असल्याच तरी त्यांचा अपवाद करू नये कारण हा प्रसंगच तसा बाका आहे. जखमी, शरणागत म्हणून अभय देणे नाही. सद्गुण विकृती ठरू पाहतील तर त्यांस मुरड घालून वास्तवाचे भान आणणे हीच राजनीती. ही राजनीती आम्ही सोडली आणि फक्त सद्गुणांचे डांगोरे पिटले. नतीजा? आज आमच्याच देशात आम्ही म्लेंच्छांचे गुलाम. हंबीरराव, एक जरी इसम वाचून पळाला तरी तुम्हाला किंमत मोजावी लागेल, हे पुरते ध्यानात असू द्या. सरनोबतींचा शिरपेच मस्तकी राहणार नाही."

"आज्ञा. केसाइतकी कसूर होणार नाही खात्री असो देत."

"रक्ताचे पाणी करून आम्ही स्वराज्य उभे करायचे. आमच्या माणसांचे रक्त सांडायचे, आमच्या आया-बहिणींनी विधवा व्हायचे तेव्हा कुठे स्वराज्य जीव धरू पाहते आहे आणि या तुर्कांनी लाखालाखांच्या फौजा आणून त्यावरून वरवंटा फिरवायचा. यापुढे स्वराज्याच्या हद्दीत घुसताना प्रत्येक मुघल सैनिकाच्या मनात दहशत निर्माण झाली पाहिजे. स्वराज्याविरुद्ध तलवारीस हात घालताना, मनाचा थरकाप झाला पाहिजे. लढाईस उभा ठाकण्यापूर्वीच तो मनातून खचलेला, पराजित झालेला असला पाहिजे. मग खुद्द आलमगीर चालून आला तर त्याचे थडगे इथेच बांधणे अवघड होणार नाही."

"म्हणजे महाराज नेताजीरावांना गिरफ्तार करून आणणे हे काम आणि त्याचे निमित्त करून गनिमाच्या मनात दहशत बसवणे हे मुख्य काम असेच ना?"

"अगदी बरोबर. मोरोपंत, विखुरलेल्या छावणीवर अचानक छापे मारून तीच दहशत तुम्ही सर्वांनी निर्माण करणे आहे. ज्या रात्री हंबीरराव छापा घालतील त्याच रात्री म्हणजे वद्य चतुर्दशीच्या रात्री औरंगाबादच्या विखुरलेल्या छावणीवर छापे पडतील. त्यात कसूर वा दिरंगाई होता उपयोगाची नाही. ढिलाईचा मुलाहिजा राखला जाणार नाही. छाप्यात लुटीस महत्त्व नाही. किंबहुना या छाप्यांचे ते उद्दिष्टच

नव्हे. या छाप्याचा हेतू आहे विनाश. दहशत. धाक. सर्व तोफा बहिऱ्या करून सोडा. दिसेल तेवढी बारूद जाळून टाका. भस्म करून टाका. सहजी हाती लागेल तेवढाच रोकड खजिना उचला. दारूच्या कोठारावर पेटते बाण टाका. हत्ती-घोडे मात्र हाकून घेऊन या. बाकी सारे अग्नेय स्वाहा। जेवढी म्हणून कत्तल उडवता येईल तेवढी उडवा. आपल्या तलवारींना गनिमांचे रक्त मनसोक्त पाजा. जर चुकून कोणी जिवंत राहिलाच तर त्याची अवस्था अशी व्हावी की, या परते मरण परवडले. मात्र आपली माणसे गमावणार नाहीत याची पण पुरती काळजी घ्या. कोणी वेडे साहस करता कामा नये. आपल्या माणसाचा जीव जाता कामा नये.''

यानंतर बहिर्जींने छावणीचे गोट कोठे पडले आहेत, तिथल्या शिबंदीचा आणि हत्यारांचा नेमका अंदाज वगैरे तपशील सांगितला. त्यावरून कोणी कुठे आणि कसे छापे मारावे, कोणी कोणत्या ठाण्यावरून वा गडावरून शिबंदी उचलावी याचा नीट तपशील ठरला. सर्व तपशील पक्के होईतो दिवेलागण व्हायला आली. मंडळींना निरोप देताना महाराजांनी प्रत्येकास निक्षून सांगितले–

''कामगिरी उरकताच कोठे रेंगाळणे नाही. तडक रायगड गाठणे. अनेक महत्त्वाची कामे तुम्हासाठी खोळंबली असतील. नेताजीकाकांचा फैसला तुम्हा देखताच झाला पाहिजे.''

मुजरे घालून मंडळी बाहेर पडताच समया उजळण्यासाठी कुळंबिणी महालात आल्या.

- ११३ -

कुलीखानाच्या तुकड्या बऱ्हाणपूरच्या छावणीतून कूच करीत असतानाच दाऊदखानाचे खास टपाल घेऊन सांडणीस्वार दिल्लीच्या दिशेने सुटले. त्या खलित्यात कुलीखानाने आखलेली छावणीची व्यवस्था, त्याने ती व्यवस्था राबविण्यासाठी स्वत: घेतलेला पुढाकार आणि औरंगाबादेस जाऊन आगाऊ तजवीज करून ठेवण्याची खटपट वगैरे सारा तपशील तिखटमीठ लावून रसभरित वर्णन करून दिला होता. अनेक गोष्टींचे परस्पर श्रेय लाटण्यात आणि स्वत:ची पाठ थोपटून घेण्यात त्याने कसर सोडली नव्हती. शिरस्त्याप्रमाणे थैली वजीर जाफरखानाकडे आली. दाऊदखानाचा खलिता त्याने हातातली सारी कामे संपवून निवांतपणे उघडला. लोडावर रेलून बसून तो आरामात खलिता वाचायला लागला आणि वाचता-वाचता एकदम ताठ झाला. त्याच्या मस्तकात झिणझिण्या उठू लागल्या. दिवसाउजेडी डोळ्यांसमोर काजवे चमकू लागले. दाऊदखानासारख्या अनुभवी दरबाऱ्याने, अत्यंत जबाबदार, म्हणजेच सर्वसामान्य लोक ज्यास पाताळयंत्रीपणा म्हणतात त्यात नावाजलेल्या मुत्सद्द्याने, बादशहाच्या अत्यंत भरवशाच्या माणसाने,

असे वागावे याचे कोडे जाफरखानाला उलगडेनासे झाले. अफू मिसळलेल्या मोहाच्या दारूचे दोन-तीन पेले पोटात गेले, तेव्हा कुठे त्याचे डोके थोडे ताळ्यावर आले. तो आपल्या धन्याला पुरता ओळखून होता. दाऊदखानाच्या या खलित्यावर बादशहाची प्रतिक्रिया काय होणार याचे चित्र त्याला डोळ्यांसमोर अगदी स्पष्ट दिसू लागले. कुलीखानाला एकट्याला स्वतंत्रपणे फौज घेऊन महाराष्ट्रात जाऊ देणे हा मोठा भयंकरच प्रकार होता. शेवटी त्याने बादशहाचा सर्वांत विश्वासू सल्लागार दानिशमंदखान याचाच सल्ला घेण्याचे ठरविले. त्याला बोलावून घेण्यात वेळ न दवडता तो स्वत:च पालखीत बसून दानिशमंदखानाच्या हवेलीवर पोहोचला. साम्राज्याचा मुख्य वजीर असा अकस्मात आणि वर्दी न देता घरी आलेला पाहून दानिशमंदखानाची मोठी तारांबळ उडाली. भेटीचे नेहमीचे दरबारी सोपस्कार बाजूला सारून जाफरखानाने दाऊदखानाच्या खलित्यातली हकिकत भडाभडा सांगून टाकली.

"दानिशमंदखान तुम्हाला तर माहीत आहेच, आलाहजरत कुलीखानाच्या संबंधाने किती सावध असतात ते. तो अगदी हिंदुस्थानापासून दूर अफगाणिस्तानात असतानासुद्धा आलाहजरतांनी किती कडक निगराणी ठेवली होती. त्याला या दख्खन मोहिमेवर रवाना करण्याच्या आदल्या दिवशीसुद्धा त्यांनी आपल्या मनातला शक माझ्यासमोर जाहीर केला होता. आणि आता या मूर्ख दाऊदखानाने त्याला एकट्याला त्याच्या स्वत:च्या मुलखात रवाना केले आहे. आता त्याच्या फौजेत हिंदूसुद्धा आहेत. त्यांना फितवून कुलीखानाने काही फितवा केला तर आलाहजरत माझीसुद्धा खैर करणार नाहीत."

"हे तर खरेच, पण ही गोष्ट आलाहजरतांपासून लपवून ठेवणे शक्यच नाही. त्यांचे स्वत:चे खबऱ्यांचे स्वतंत्र जाळे आहे. कित्येकदा असे घडते की, खबर त्यांना आधीच मिळालेली असते, पण ते आपल्याकडून बातमी सांगितली जाण्याची वाट बघतात; त्यामुळे ही खबर दडपण्याची कोशिश झाल्याचे उद्या उघड झाले तर? आणि ते लपून राहणे शक्यच नाही. मग तर त्याचा नतीजा अधिकच खतरनाक असेल. या सर्व पेचिद्या प्रसंगात जनाब वजीरेआझम साहेबांची माझ्यासारख्या एका नाचीज खोजाकडून काय अपेक्षा आहे?"

"अत्यंत नावडती गोष्टसुद्धा आलाहजरतांच्या गळी कशी उतरवायची याचे नेमके कसब तुमच्याकडे आहे. हा खलिता मी आलाहजरतांना पेश करीन तेव्हा तुम्ही माझ्यासोबत असावे आणि त्यांचा गुस्सा ठंडा करावा अशी माझी इंतजा आहे."

"जहे किस्मत. मुघलिया सलतनतीचे मुख्य वजीरेआझम, उमदेतुल मुल्क, जनाबे आली हजरत जाफरखान हुजूर या प्राणाशी गाठ पडू शकणाऱ्या जोखमीच्या कामासाठी आपण या नाचीज खोजाला लायक समजलात हा गुलामाचा मोठा गौरव आहे. अलहमदुल इलल्लाह। पण वजीरेआझम हा सियासी मामला आहे. माझ्यासारख्या

गुलामाने आपल्याला हे सांगणे ठीक नाही की, जेव्हा आलाहजरत सियासी बाबींची चर्चा करतात तेव्हा ते विषयाशी संबंध नसलेल्या व्यक्तीची दखलअंदाजी बरदाश्त करीत नाहीत. कित्येकदा त्यांनी जहाँआरा बेगमनासुद्धा खरीखोटी सुनावली आहे. मामला पेचिदा आहे यात दो राय नाही. बाब आपल्याच अखत्यारितील असल्यामुळे तिचा मुकाबला आपल्यालाच करावा लागणार. कोई चारा नहीं. गुलाम फक्त एकच मशवरा देऊ शकतो, तो म्हणजे दाऊदखानावर जे कोसळेल ते कोसळू दे. आपण त्याची तरफदारी करण्याची वा बचाव करण्याची कोशिश करू नये. बाकी हुजुरांचा अनुभव गुलामापेक्षा मोठा आहे.''

दानिशमंदखानाने सोबत राहावे म्हणून जाफरखानाने बराच आग्रह करून पाहिला, पण तो काही बधला नाही. अखेर जाफरखान एकटाच बादशहाच्या भेटीसाठी निघाला. अजून कोणाचा सल्ला घेऊन वेळ वाया दवडण्याची आणि गोष्ट षटकर्णी करण्यापेक्षा त्याने दानिशमंदखानाच्या हवेलीतून तडक लाल किल्ला गाठणे पसंत केले.

-११४-

जाफरखान लाल किल्ल्यात पोहोचला तेव्हा जुम्म्याच्या नमाजानंतर चालणारी बादशहाची मोती मशिदीबाहेरची मजलिस आटोपून तो शुक्रवारच्या धार्मिक चर्चेसाठी खास राखून ठेवलेल्या महालात मुल्ला-मौलवींशी धार्मिक चर्चा करीत बसला होता. विशेष म्हणजे जाफरखानासारख्या वयोवृद्ध सर्वोच्च दरबारी मानकऱ्यालासुद्धा बादशहासमोर बसण्याची परवानगी नव्हती, मात्र हे मुल्ला-मौलवी बादशहासमोर खुशाल बसत असत. एवढेच नव्हे तर बादशहा त्यांना खाऊ-पिऊ घालून त्यांची सरबराईसुद्धा करीत असे; त्यामुळे ही मुल्ला-मौलवी मंडळी मोठ्या गुर्मीत राहत असत.

जाफरखानाने बादशहाकडे वर्दी पाठवून भेटीची इजाजत मागितली. बादशहाने साफ नकार कळविला. पण जाफरखानाने चिकाटी सोडली नाही. त्याने देवडीवरच्या दरोग्यालाच खुद्द वर्दी घेऊन पाठविले. धर्मगुरूंच्या मजलिसमध्ये कोणी व्यत्यय आणलेला बादशहास खपत नाही हे माहीत असल्याने दरोगा टाळाटाळ करण्याचा प्रयत्न करीत होता, पण अखेर साम्राज्याच्या मुख्य वजिराचा हुकूम डावलणे त्याला शक्य झाले नाही. भीतभीत तो बादशहासमोर उभा राहिला. अंगार बरसणारी हिरवी नजर टाळीत त्याने कशीबशी वर्दी दिली–

''गुस्ताखी माफ आलमपन्हा, लेकिन गुलाम मजबूर है। जनाबे आली वजीरेआझम हुजूर दख्खन मुहीम के मुतालिक तनहाई में खबरे अहमियत कहना चाहते है।''

अत्यंत नाखुशीने बादशहाने जाफरखानाला भेटीची इजाजत फरमावली. कुर्निसात

करून जाफरखान खालमानेने समोर उभा राहिला. उष्ट्या-खरकट्या तश्तरींच्या कोंडाळ्यात बसलेल्या धर्मगुरूंवरून त्याने नापसंतीची नजर फिरविली. बादशहाची थंड प्रश्नार्थक हिरवी नजर त्याला जाळत होती. कपाळावरच्या आठ्यांचे जाळे सख्त नाराजी जाहीर करीत होते. पण तिकडे दुर्लक्ष करणे भाग होते. जाफरखान हलकेच पुटपुटला–

"तनहाई में."

बादशहाचा अखेर नाइलाज झाला.

"तखलिया."

धर्मचर्चा आणि त्याहीपेक्षा शाही मिष्टान्न अर्धवट सोडून जावे लागल्याने गुर्मीत असणारे मुल्ला-मौलवी वजिरावर डोळे वटारत, पण मुकाट्याने महालाच्या बाहेर पडले.

"जाफरखान तुला माहीत आहे, आज जुम्म्याच्या पवित्र दिवशी माबदौलतांना दीन आणि इबादत याशिवाय सारे वर्ज्य असते."

"जी आलमपन्हा. आलाहजरतांच्या दीनी मजलिसमध्ये व्यत्यय आणल्याबद्दल गुलामाला सख्त अफसोस आहे. पण मामला बडा पेचिदा आहे. दख्खनमधून दाऊदखानाचा खास खलिता आला आहे, महम्मद कुलीखानाच्या संबंधाने. तो आलाहजरतांपर्यंत तातडीने पोहोचवणे गुलामाला गरजेचे वाटते."

शब्द न बोलता बादशहा तसाच रोखून पाहत राहिला. मग एकदम उठून दोन्ही हात पाठीशी बांधून तो महालाबाहेर चालत निघाला. बावचळलेला जाफरखान असहायपणे पाहत राहिला. दारापर्यंत गेलेल्या बादशहाने मागे वळून त्याला मागोमाग येण्याची खूण केली. जाफरखान लगबगीने मागोमाग निघाला. आपल्या खासगी दिवाणखान्यात येऊन बादशहा मसनदीवर बसला. जुम्म्याच्या दिवशी बादशहा दिवाणखान्याकडे फिरकत नसल्याने खोजा आणि खिदमतगारांची मोठीच तारांबळ उडाली.

"तो महाल सिर्फ दीनी कारोबार करण्यासाठी आहे. दुनियाई मामल्यांची चर्चा तिथे नको. आता बोल."

"आलमपन्हा, दख्खनमधून दाऊदखानाची खास डाक आली आहे. त्याने कुलीखान संबंधाने बरेच लिहिले आहे. ते तातडीने हुजुरांच्या पायाशी पेश व्हावे म्हणून ही बेवक्तची जहमत देण्याची गुस्ताखी करणे भाग पडले."

"काय? काय झाले? क्या कुलीखान भाग गया? या फिर त्या बेमुरवत जलील शिवाने त्याला खतम केले? मला टपाल मुळातून वाचून दाखव."

जसजसे पत्र वाचले जात होते, तसतसे बादशहाच्या चेहऱ्यावरचे रंग बदलत गेले. त्याच्या अंगाचा नुसता तिळपापड उडाला. दाऊदखानाच्या नावाने शिव्यांची

लाखोली वाहणे सुरू झाले. शाही तालमीत वाढलेला बादशहा अशा नामांकित शिव्या देताना पाहून जाफरखान स्तंभित झाला. एरवी कुठल्याही प्रसंगी शांत आणि निर्विकार राहणारा बादशहा दरवाजात शेपटी अडकलेल्या मांजरासारखा थयथयाट करू लागला. संतापाने दिवाणखान्यातील वस्तूंची फेकाफेक करू लागला. त्या वेळी दाऊदखान समोर येता, तर आपला मूल्यवान गालिचा बरबाद होईल याची चिंता न करता त्याने त्याचे मुंडके जागच्या जागी, स्वत:च्या हाताने उडविले असते. या धिंगाण्यातच पत्राचे वाचन संपले. काही क्षणांत बादशहाने स्वत:वर ताबा मिळविला. काही वेळ तो पिंजऱ्यातल्या वाघासारखा येरझारा घालीत राहिला. मग काहीसा शांत होऊन पुन्हा मसनदीवर बसला. डोळे अजून आग ओकत होते. जहरी नागासारखे फूत्कार सोडत त्याने बोलण्यास सुरुवात केली.

"लाहौलवलाकूव्वत. जाफरखान दाऊदने फार मोठी गफलत केली आहे. या क्षणी तो समोर मौजूद असता, तर माबदौलतांनी आपले हात त्याच्या नापाक रक्ताने खराब करून घेतले असते. त्या मूर्खाच्या एका नादान चुकीमुळे एवढी मोठी आणि महत्त्वाकांक्षी शाही मोहीम पाण्यात जाण्याचा धोका उभा झाला आहे. या मोहिमेत माबदौलतांच्या मोठ्या आशा-आकांक्षा गुंतल्या आहेत, हे त्या बेवकूफला जाहीर आहे. ही काही एखादी सर्वसामान्य मोहीम नव्हे, माबदौलतांनी शाही तख्तावरून पुकारलेला हा जिहाद आहे, हे तो सुअर की औलाद कसे काय विसरू शकतो? त्या मूर्खाने कुलीखानाला एकट्याला स्वतंत्रपणे तापीपार त्याच्या स्वत:च्या मराठी मुलखात पाठवायला मान्यता दिलीच कशी? कुलीखान एकटा, स्वतंत्रपणे, काफिरांचा भरणा असलेली मोठी मातब्बर फौज, तोफखाना, पीलखाना; या अल्ला, ही कल्पना केवढी भयानक आहे. जाफरखान, जेमतेम तीस-पस्तीस हजार फौज घेऊन तो सहा महिन्यांत अफगाणिस्तानसारखा जालीम देश जिंकण्याचा वादा करण्याची हिंमत दाखवतो. आता इथे तर चाळीस हजारांची कडवी ताज्या दमाची फौज, अवघा तोफखाना आणि सारा मुलूख त्याच्या पायाखालचा, त्याने सोबत भरपूर खजिनासुद्धा उचलला असेल, शंकाच नको, मग तर तो कयामत आणू शकतो. या अल्ला, काय म्हणावे दाऊदखानाच्या या बेवकूफीला? थेट खैबरपार अगदी अफगाणसारख्या अति दूरच्या प्रदेशातसुद्धा ज्याच्यावर सतत दहा वर्षे माबदौलतांची कडक नजर होती, इतकी वर्षे ज्याला मराठ्यांचा तर सोडाच, काफिरांचासुद्धा वारा लागू दिला नव्हता, तो कुलीखान स्वतंत्रपणे मराठी मुलखात! लाहौलवलाकूव्वत!! जाफरखान, काय म्हणावे या नादानपणाला? अय्याशीला चटावून आपले दरबारी इतके नादान झाले आहेत की, केवळ यांच्या भरवशावर राहून राज्य चालवायचे म्हटले तर शिवासारखा एखादा जालीम दुश्मन चार-पाच वर्षांत सरजमीने हिंदमधून इस्लामचे नामोनिशान नष्ट करून टाकील. हे मूर्ख राजपूत, बुंदेले, जाट, मराठे वगैरे हिंदू

आपल्या फौजांमधून रक्त सांडत आहेत म्हणून माबदौलत मुघलिया तख्तावर बसून या काफिरांच्या देशातसुद्धा अल्लाच्या नावाने इस्लामी हुकुमत चालवू शकत आहेत. या अल्ला, हा बदतमीज, नादान बेअक्कल दाऊदखान, माबदौलतांची दहा वर्षांची अथक मेहनत मातीमोल करणार. हे मराठे मोठे धूर्त आणि बिलंदर असतात. कदाचित हा पाजी कुलीखान ही सारी फौज आणि सरंजाम घेऊन थेट शिवाला सामील होईल किंवा कदाचित ही आयती चालून आलेली संधी साधून हा बेवफा, बेइमान कुलीखान एकटा तरी शिवाकडे पळून जाईल. त्याला शिवानेच बुङ्ख्या जयसिंहाकडे पाठवले हा माबदौलतांचा शक खरा असेल, तर तो हमखास असे केल्याशिवाय राहणार नाही. तो शिवासुद्धा मोठा बिलंदर आहे. पूर्वी त्याने आपल्या मेहुण्याला हिंदू करून घेतले होते. आता तो कुलीखानाला पण हिंदू करून घ्यायला कमी करणार नाही. आता तर तो स्वत:ला काफिरांचा सर्वसत्ताधीश सुलतान म्हणवून घेतो. पंडितांना मोठी लालूच दाखवून वा जबरदस्ती करून आपली मनमानी करायला तो भाग पाडू शकतो. खुदा ना खास्ता असे झाले तर तो नामुराद शेकडो-हजारो मुसलमानांना पुन्हा हिंदू करून घेण्याचा नवा खटाटोप उत्पन्न करून इस्लामसाठी खतरा पैदा केल्याशिवाय राहणार नाही. या अल्ला, काय करावे आता? या नामुराद हरामखोर दाऊदखानाचे आता काय करावे?''

बादशहा पुन्हा उठून येरझारा घालू लागला. अशा परिस्थितीत नेमके काय बोलावे हे न सुचून जाफरखान मुकाट उभा राहिला. काही वेळाने बादशहाचे मन स्थिर झाले. त्याने लिखाणाचे सामान घेऊन मुन्शीला बोलावून घेतले. दाऊदखानाच्या नावाने धाडायचे फर्मान तो स्वत:च सांगू लागला. त्याचा अवघा संताप, चीड आणि मनस्ताप शब्दाशब्दांतून व्यक्त होत होता. एकेक शब्द म्हणजे जळता निखारा होता. जाळून भस्म करणारा. फर्मानात दाऊदखानाला जशा भरपूर शिव्या होत्या तशाच धमक्यासुद्धा होत्या. बादशहाच्या धमक्या पोकळ नसतात हे अवघी सलतनत जाणून होती. कुलीखानाला जसा असेल तसा, जरूर पडली तर मुसक्या आवळून तळावर परत आणण्याचा हुकूम बादशहाने दिला. हुकमाची तामील करण्यासाठी दोन-तीन नामांकित सरदारांसोबत आठ-दहा हजार फौज देऊन फर्मान मिळताक्षणी रवाना करण्याचासुद्धा हुकूम दिला. पत्रातला विखार आणि अंगार बघून पत्र लिहून घेणारा मुन्शी थराथरा कापू लागला. डाव्या हाताने कपाळावरचा घाम पुसता पुसता त्याची पुरेवाट झाली.

हातोहात बादशहाने दिलेरखानाच्या नावे दुसरे फर्मान सांगण्यास सुरुवात केली. त्यात कुलीखान संबंधाने विशेष काही न लिहिता औरंगाबादवरून शिवाच्या दौलतीत जाणाऱ्या सर्व वाटा रोखून धरण्याचा आणि पुढील हुकूम मिळेपर्यंत कोणाही मोगली अंमलदारास मुघली सीमा ओलांडण्याची सख्त मनाई करण्याचा

हुकूम जारी केला. कुणी शिवाच्या दौलतीवर हल्ला करण्याचा बहाणा केला तरी त्यास रोखण्याचा इशारा दिला. इतकेच नव्हे तर व्यापारी काफिले आणि लमाणांचे तांडेसुद्धा या हुकमास अपवाद न करण्याची सख्त ताकीद दिली.

"जाफरखान, ही दोन्ही फर्माने आजच्या आज अष्टौप्रहर दौडणाऱ्या जासूदांच्या हातून दख्खनमध्ये रवाना कर. दाऊदच्या या पत्राची खबर बाहेर फुटू देऊ नकोस. माबदौलत या संबंधाने नवी फर्माने लवकरच जारी करतील."

"जो हुकूम आलमपन्हा."

मुन्शीला पुढे घालून जाफरखान बाहेर पडला तेव्हासुद्धा त्याच्या पायांची थरथर थांबली नव्हती. या प्रकरणाची झळ त्याला लागू न दिल्याबद्दल तो अल्लाचे मनोमन आभार मानीत होता.

-११५-

बादशहाचे फर्मान वाचताच दाऊदखानाची धुंदी क्षणात उतरली. त्याच्या डोळ्यांसमोर काजवे चमकू लागले. बादशहाच्या खफा मर्जीचा नतीजा काय काय असू शकतो त्याने डोळ्यांनी पाहिले होते. वेळ न गमावता त्याने इखलासखान आणि मीर अल्तमशखान यांना आपल्या डेऱ्यात बोलावून घेतले. शाही फर्मानातील 'बराचसा' भाग गाळून फक्त कुलीखानासंबंधीचा भागच त्यांच्या कानावर घातला आणि त्याला परत घेऊन येण्याच्या बादशहाच्या हुकमाची तामील करण्याची कामगिरी त्यांच्यावर सोपविली. त्यांच्यासोबत दहा हजारांची फौज तैनात करून दिली. पण कितीही घाई करायचे म्हटले तरी मोगली कारभारात एवढ्या फौजेचा बारदाना हलवायचा म्हणजे चार-पाच दिवस लागणारच. त्याने कितीही जपायचे आणि लपवायचे म्हटले तरी शाही फर्मानाच्या गोष्टी फौजेत पसरल्याच; त्यामुळे त्याला तातडीने काही करणे भाग होते. त्याने त्याच्या अत्यंत विश्वासातील चार नजरबाज कुलीखानाची खबर काढण्यासाठी लगोलग रवाना केले. तापी पार झाल्यावर लगेचच नजरबाजांना खबर मिळाली की, कुलीखान साल्हेर गडाजवळ जंगलात मुक्काम करून आहे. नजरबाजांच्या तुकडीने झपाट्याने दौड मारून कुलीखानाचा पडाव गाठला. त्या वेळी दुपारच्या जेवणाची तयारी सुरू होती. नर्दुल्लाखानाने नजरबाजांच्या जुमलेदारास कुलीखानासमोर पेश केले. त्याची गुर्मी आणि तोरा पाहून काहीतरी बिनसले असल्याचे कुलीखानाच्या लगेच लक्षात आले.

"असलाम आलेकुम जनाबे आली. हजरत सरलष्कर हुजूर साहब का पैगाम पेश करने की इजाजत हो."

"इर्शाद."

"हजरत सरलष्कर हुजूर आपल्या दिरंगाईमुळे सख्त नाराज आहेत आणि त्यांनी आपल्याला असाल तसे ताबडतोब हुजूर दाखल होण्याचा हुकूम बजावला आहे. तेव्हा हुजुरांनी आमच्यासोबत आजच बऱ्हाणपूरकडेच कूच करावे."

गोड गोड बोलण्यात गुंतवून कुलीखानाने त्याच्याकडून अवघी वित्तंबातमी काढून घेतली. फौज औरंगाबादेस हलविल्याने आलाहजरत कसे खफा झाले आहेत आणि त्यांनी अष्टौप्रहर दौडवत दाऊदखानास कसे कडक फर्मान पाठविले आहे. इतकेच नव्हे तर अशा प्रकारचेच फर्मान दिलेरखानाकडे पण पाठविले आहे वगैरे सारे त्याने सांगून टाकले. हे ऐकून कुलीखान मनातून हादरला. मनात अशुभाची पाल त्याच्या चुकचुकली. आपली छावणीची योजना आणि आत्ता आपण करीत असलेली कारवाई यामधून बादशहाने नेमके तर्क काढले असणार हे अनुभवाने लगेच त्याच्या लक्षात आले. मात्र वरकरणी काहीच न दाखविता त्याने नजरबाजांचा चांगला पाहुणचार केला. त्यांना थोडा अहेरसुद्धा केला. मोठ्या इतमामाने त्यांना निरोप देताना त्याने दाऊदखानाला संदेश दिला. कोणतीही काळजी करू नये, औरंगाबादेत सर्व व्यवस्था पूर्ण झाल्या आहेत, तीन-चार दिवसांत इथला मुक्काम हलवून सर्व तपशीलवार पडताळा देण्यासाठी बऱ्हाणपुरास दाखल होत असल्याचा हा संदेश होता. त्याशिवाय जिहादसाठी आपण कसे कटिबद्ध आणि बादशहाशी कसे वचनबद्ध आहोत याचासुद्धा वळसा दिला. मोहोरबंद न केलेला, वजिराच्या नावे लिहिलेला एक खलितासुद्धा त्याने जुमलेदाराच्या हवाली केला. त्या खलित्यात त्याने बादशहा, मुघल तख्त आणि इस्लाम यांवरच्या आपल्या निष्ठांचे मोठे जोरकस चित्र रंगविले. शरीरात रक्ताचा शेवटचा थेंब शिल्लक असेपर्यंत आपण जिहाद लढत राहू अशी फुशारकीसुद्धा मारली. बादशहाच्या मनातील संशय आणि गैरसमज दूर करावा अशी विनंती मोठ्या आर्जवी भाषेत वजिराला केली होती. नजरबाज माघारी रवाना झाले.

दरम्यान, बऱ्हाणपुराहून फौजबंद होऊन निघालेल्या इखलासखान आणि मीर अल्तमशखान यांची आणि नजरबाजांची तापीपासून दोन मजलांवर गाठभेट झाली. कुलीखानाशी झालेल्या भेटीचा रसभरित तपशील जुमलेदाराने दोन्ही खानांस सांगितला. एवढेच नव्हे तर मोहोरबंद नसलेले पत्रसुद्धा वाचायला दिले. सारा वृत्तान्त ऐकून आणि ते पत्र वाचून दोन्ही खान कुलीखानाबाबत अगदी निश्चिंत झाले. आलाहजरत विनाकारण प्रत्येकाचा संशय घेत असतात; त्यातलाच हा प्रकार. कुलीखान चार-पाच दिवसांत परत येतोय तर उगीच भरउन्हाळ्यात या निपाण्या देशात रखडपट्टी करण्यापेक्षा इथेच त्याची वाट पाहावी आणि त्याला सोबत घेऊन बऱ्हाणपूर गाठावे. म्हणजे कोणतीही दगदग न करता शाही हुकमाची तामील केल्याचे श्रेय अनायासे पदरात पडेल. नजरबाज बऱ्हाणपुराकडे रवाना झाले, खानांनी छावणी टाकली. फौज सुस्तावली.

नजरबाज बऱ्हाणपुरास पोहोचले. कुलीखानाच्या भेटीचे वृत्त दाऊदखानास रुजू झाले. मिळालेल्या अहेरास जागून जुमलेदाराने कुलीखानाच्या बाजूने त्यात थोडे मीठ-तिखटसुद्धा घातले. कुलीखान बऱ्हाणपुरास येण्यासाठी निघाल्याचे ऐकून त्याच्या जिवात जीव आला. वजिराला लिहिलेले पत्र वाचून तर त्याला अधिकच हायसे वाटले. मीर अल्तमश आणि इखलासखान यांची वाटेत भेट झाल्याचे आणि ते दोघे कुलीखानास सोबत घेऊन येणार असल्याचे जुमलेदाराने सांगताच दाऊदखानाला शाही हुकमाची आपण ताबडतोब पूर्ण तामिली केल्याबद्दल अगदी कृतकृत्य वाटले. त्याने लगोलग वजिरासाठी खलिता लिहिण्यास घेतला.

कुलीखानासंबंधाने काळजीचे कोणतेच कारण नसून तो बऱ्हाणपूरच्या वाटेवर आहे. आलाहजरतांच्या वतीने त्याने जिहाद पुकारला असून जोपर्यंत सारी दख्खन दार-उल-इस्लाममध्ये तबदील करीत नाही तोपर्यंत तलवार म्यान न करण्याची त्याने शपथ घेतलेली आहे. वगैरे तर लिहिलेच त्याशिवाय आपण कुलीखानाबाबत किती आणि कसे सावध आहोत, त्याच्यावर सख्त नजर राहील याची कशी तजवीज केली आहे, त्याच्यासोबत पाठविलेल्या फौजेत काफिर अधिकारी आणि सैनिक असणार नाहीत याची आपण कशी काळजी घेतली आहे; त्याशिवाय त्याच्यासोबत खान-इ-सामान इफ्तीखारखानास रवाना केले असून, तो औरंगाबादेतच कसा तळ ठोकून राहणार आहे वगैरे फुशारकी मारण्यास तो विसरला नाही. त्याशिवाय इखलासखान आणि मीर अल्तमश त्याला बंदोबस्ताने कसे आणत आहेत वगैरे तपशिलाने कळविले. हा खलिता आणि कुलीखानाने वजिरास लिहिलेले पत्र एकाच लखोट्यात मोहोरबंद करून त्याने अष्टौप्रहर दौडणाऱ्या जासूदांच्या हाती दिल्लीस रवाना केले.

दाऊदखानाचे ताजे टपाल हाती येताच वजीर जाफरखानाने हातातली सारी कामे एका बाजूला सारून दोन्ही पत्रे वाचून काढली. पत्रे वाचून त्याचा जीव भांड्यात पडला. दख्खनमधून काय खबर येते आणि बादशहाची वीज कोणाकोणावर कसकशी कोसळते या काळजीपायी गेले कित्येक दिवस त्याचा जीव थाऱ्यावर नव्हता. काही वेळ तो डोळे मिटून स्वस्थ बसून राहिला. समाधान साजरे करण्यासाठी त्याने दारूचे दोन पेले झपाट्याने रिचविले. तोंडाचा वास लपविण्यासाठी सुगंधी किवाम आणि केशर-कस्तूरी घातलेले पान तोंडात कोंबले आणि तो तडक बादशहाच्या मुलाखतीसाठी निघाला.

बादशहा जनानखान्यातल्या आपल्या महालात बसून काही कौटुंबिक तंटे सोडविण्यात मश्गूल होता. जाफरखानाने वर्दी पाठविली–

"कुलीखान के मुतालिक हालात-ए-हाजरा बयान करना है."

बादशहाने तातडीने समोरचे कामकाज बंद केले आणि सर्व बेगमांना महालातून

बाहेर जाण्याचा हुकूम दिला. कुर्निसात करीत वजीर आत आला.

"क्यों जाफरखान, चेहरा खिलाखिलासा दिसतो आहे."

"जी आलमपन्हा, खबर तशीच समाधान देणारी आहे."

प्रथम त्याने दोन्ही पत्रांचा गोषवारा तोंडी सांगितला आणि नंतर पत्रे मुळातून वाचून दाखविली. पत्रे ऐकून बादशहाचा राग थोडा निवळला. पण फुणफुण शिल्लक राहिलीच.

"कुछ भी कहो जाफरखान, पण काहीतरी गडबड होणार असल्याची शंका अजून मनातून जात नाही. माबदौलतांना अजून असे वाटते की, कुलीखानाला दिल्लीत वापस आणावे आणि माबदौलत जातीनिशी दख्खनमध्ये उतरतील तेव्हाच त्याला सोबत न्यावे आणि इस्लामची सेवा डोळ्यांदेखत करवून घ्यावी."

"आलमपन्हा, आमच्यासारख्या पापी माणसांना जे दिसत नाही, जाणवत नाही ते आलाहजरतांना स्पष्ट दिसते म्हणून तर अवघी आवाम हजरतांना जिंदा पीर म्हणून पुकारते. मगर गुस्ताखी माफ हुजूर, कुलीखानाने पवित्र कुराणावर हात ठेवून कसम घेतली आहे. धर्मांध मराठे आता दहा वर्षांचा अरसा गुजरल्यानंतर त्याला जवळ करतील असे गुलामाला वाटत नाही. सियासतच्या नजरियाने विचार केला तरी शिवाला त्याची आता काही गरज वाटत असेल असे जाणवत नाही, कारण कुलीखानाच्या गैरहाजरीत शिवाने चांगलेच हातपाय पसरले आहेत. नेताजी माने दुसरा शिवा यह अब तारीख बन चुकी है, हकिकत नहीं. लिहाजा गुलामाला असे वाटते की, इतक्यात घाई करू नये. वाटल्यास एखादा भरवशाचा माणूस त्याच्यावर खास नजर ठेवण्यासाठी म्हणून पाठवावा. माझा माणूस त्याच्यावर नजर ठेवून आहेच. शिवाय जनाब महाबतखानांचा माणूस त्याचा अंगरक्षक म्हणून आजसुद्धा त्याच्या मागे सावलीसारखा आहेच. त्या दोघांकडूनही काही संशयास्पद वाटावे अशा खबरा नाहीत. तरीसुद्धा दाऊदखानाला सख्त सावधगिरीच्या गुप्त सूचना पाठवाव्यात. दिलेरखान लवकरच दख्खन मोहिमेच्या या फौजेत शरीक होणार आहे. त्याला तातडीने औरंगाबादेस डेरेदाखल होण्याचा हुकूम करावा आणि कुलीखानाच्या नकळत पण तो सतत त्याच्या नजरेसमोर असेल असे पाहावे, असा हुकूम करावा. तो कुलीखानाला फार पूर्वीपासून नीट ओळखून असल्याने हे काम करण्यास त्याच्याइतका लायक माणूस माझ्या नजरेत नाही. बोलताना जीभ अडखळते. पण गुलाम आलाहजरतांचे मीठ खातो; त्यामुळे तख्ताच्या आणि आलमपन्हांच्या जे हिताचे, ते कोणताही पर्दा न ठेवता आलाहजरतांपर्यंत पोहोचवणे गुलामाचे फर्ज आहे. जान की अमान पाऊँ तो कुछ बयान करने की इंतजा है."

"हुं कहो, तुझे म्हणणे माबदौलतांच्या मर्जीस येत आहे. बेहिचक बोल."

"गुस्ताखी माफ आलमपन्हा, पण शहजादा अकबरांची लक्षणे ठीक दिसत

नाहीत. दुर्गादास राठोडच्या मार्फत तो राजपुतांशी लगट वाढवीत आहे. सगळ्यात चिंतेची बाब म्हणजे त्याला जनानखान्यातून फूस आहे. हातात पुख्ता सबूत नसल्याने गुलाम या क्षणी नाव घेणे मुनासिब समजत नाही, पण लवकरच सबूत मिळतील याची खात्री आहे. त्याशिवाय शहजादा मुअज्जम आणि त्यांच्यातली अनबन वाढते आहे. कधी खबरा येतात की, दोघे हातमिळवणी करून काही गडबड करू पाहत आहेत. या सर्व मामल्यात गुलामाने चौकशी सुरू केलीच आहे. लवकरच पुराव्यानिशी मुस्तकीम हकिकत गुलामाच्या हातात येईल. त्या वेळी सारा तपशील आलाहजरतांच्या पायाशी रुजू होईलच. गुलामाला असे वाटते की, काही गडबड होण्याची आलाहजरतांना जी जाणीव होत आहे ती कदाचित या संबंधानेसुद्धा असण्याची शक्यता आहे; त्यामुळे गुलामाला असा मशवरा द्यावा वाटतो की, खबरदारी म्हणून नजीकच्या भविष्यात आलाहजरतांनी दिल्ली सोडून दूर जाऊ नये.''

बराच वेळ माळ नुसतीच फिरत राहिली. ओठ कलमा पुटपुटत राहिले. बऱ्याच वेळाने बादशहाच्या ओठातून हलकेच शब्द उमटले–

''ठीक आहे. तुझ्या बोलण्यातसुद्धा काही दम दिसतो आहे. कुलीखानाला आखरी मौका देऊन पाहू. त्याच्या मनामध्ये बगावत करण्याचा खयाल येतो आहे अशी हलकीशी खबर जरी आली तरी माबदौलत त्याचा पुरता सत्यनाश करून टाकतील. त्यासाठीच तर त्याचा सारा जनानखाना शाही निगराणीत ठेवला आहे. तू सुचवलेस तसे फर्मान आजच दिलेरखानाकडे रवाना कर. त्याला सरहद्दी मोकळ्या करण्याचा हुकूमसुद्धा रवाना होऊ दे. कुलीखानाच्या खास निगराणीसाठी माबदौलत माणूस रवाना करतील. त्यामध्ये तू दखल देऊ नकोस. माबदौलतांचा जुम्मा खराब केल्याचा दंड म्हणून पन्नास अश्रफींची खैरात फकिरांमध्ये वाटून टाक.''

''जो हुकूम आलमपन्हा.''

पाठ न दाखविता जाफरखान बाहेर पडला.

-११६-

दाऊदखानाचे नजरबाज मुकाट्याने रवाना झाले खरे, पण कुलीखानाच्या डोक्यात चिंतेचा भुंगा मागे ठेवून गेले. बादशहाचे फर्मान त्याच्या स्थानाला धोका पोहोचविणारे जसे होते तसेच भयाण भविष्याला कारण ठरणारेसुद्धा होते. त्याला बऱ्हाणपुरास नेण्यासाठी निघालेली दहा हजारांची फौज एकदा येऊन थडकली की, सारेच अवघड होऊन बसणार होते. मोठ्या मिनतवारीने जमून आलेला हा मौका हातून निसटला तर पुन्हा कधीच काही हालचाल करता येणार नव्हती. किंबहुना अधिकच सजग झालेला बादशहा अशी संधी कधी उत्पन्नच होऊ देणार नव्हता. ही

संधी साधतानासुद्धा जरा गफलत झाली तरी मस्तक धडावर राहणार नाही याची त्याला कल्पना आली. एक वेळ मस्तक उडविले तरी परवडले निदान एका झटक्यात सारे प्रश्न निकालात निघतील. पण क्रूर पाताळयंत्री बादशहा इतक्या सहजासहजी त्याची सुटका होऊ देणार नाही हेसुद्धा तो जाणून होता. सर्वप्रथम बादशहा ओलीस ठेवलेला त्याचा कुटुंबकबिला नष्ट करून टाकणार आणि त्याला पुन्हा एकदा दख्खनमधून उचलून दूर हिमालयपार तिबेटमध्ये किंवा आसामच्या नागा भूमीतील बिकट डोंगरी जंगलांमध्ये मरेपर्यंत कुजवत ठेवणार याचे भय त्याला सतावू लागले. तिबेट जिंकून घेण्याचे वेड कोणा एका मलंगाने बादशहाच्या डोक्यात भरविले होते आणि त्या स्वारीसाठी त्याला नेमका माणूस सापडत नव्हता. कुलीखानाला तिकडे पाठविण्यासाठी त्याला मग आयतेच निमित्त मिळणार होते.

रात्री जेवणानंतर संधी मिळताच त्याने आफताबखानास परिस्थितीची पूर्ण कल्पना दिली आणि लवकरात लवकर महाराजांकडून कौल मिळविण्याची खटपट करण्याचा त्याला हुकूम दिला. कुलीखानाचे नशीब त्या सुमारास चांगलेच जोरावर होते म्हणायचे. कारण दुसऱ्याच दिवशी त्याला वद्य चतुर्दशीचा निरोप समजला. त्याला एकदम हायसे वाटले. दुपारी तळ निवांत असताना त्याने आफताबखान आणि नुर्दल्लाखान यांना एकत्र बोलावून योजनेचा सारा तपशील पुन्हा एकदा नीट समजावून घेतला. योजनेत त्यांनी जे करायचे आणि करवून घ्यायचे होते त्या संबंधाने तपशीलवार सूचना दिल्या. कुठेही कच्चा दुवा किंवा संभ्रम राहून गफलत होणार नाही याची खात्री करून घेतली.

"नर्दुल्लाखान, आता या विषयावर आपली परत चर्चा होणार नाही; आता फक्त कृती. आपल्याला हीच एकमात्र संधी आहे हे नीट लक्षात ठेव. ही हुकली की सर्वनाश; त्यामुळे केसाइतकी चूक होता कामा नये. आफताब..."

"जी सरकार..."

"छापा पडताच तू सगळ्यात प्रथम हाताशी लागेल त्या आपल्या गोटातील माणसाला ठार करून त्याचा मुडदा आमच्या पलंगावर टाकायचास आणि पेटवून द्यायचा. पलंगावर जास्तीच्या चार-दोन गाद्या टाकून ठेव, वरती तेल ओत; म्हणजे मुडदा पुरता जळून राख होईल. गनिमाने आमचा काटा काढला असेच सर्वांना वाटेल."

"जी सरकार."

"नर्दुल्लाखान, शिकारीनंतर तळावर जेवणाची धांदल सुरू असतानाच सोबतचा सारा खजिना तू आणि तुझी माणसे आपल्या अंगावर लपवून ठेवून सज्ज होतील. पुरेशा पिवळ्या पगड्यांचा किंवा पागोट्यांचा बंदोबस्त लगेचच झाला पाहिजे. गोटातील कोणाला आपल्या बेताचा सुगावा लागतो आहे असा संशय आला तरी

काही ना काही निमित्त काढून साफ कापून काढा.''

''हुकूम सरकार. चिंता करू नका, सारे ठीक होईल. आपणसुद्धा सदासर्वदा सावध राहावे.''

वद्य चतुर्दशीचा दिवस उजाडला. तळावर सकाळपासून शिकारीच्या खेळाची धांदल-गडबड उडाली. तळावर पहाऱ्यासाठी फक्त नर्दुल्लाखानाचीच माणसे ठेवून बाकी साऱ्यांना बाहेर काढण्यात आले. अगदी शागिर्द-खिदमतगारालासुद्धा मागे राहू दिले गेले नाही. दिवसभर हाके घालून जंगल पार दणाणून सोडले. एकही जनावर जागेवर राहिले नाही. झाडावर पाखरू बसणे दुरापास्त झाले. सर्वत्र नुसता एकच कल्लोळ भरून राहिला. ओरडून ओरडून घसे सुकले, ढोल-ताशे बडवून हातातले बळ संपले तरी दुपारच्या जेवणासाठीसुद्धा कोणाला उसंत घेऊ दिली गेली नाही. उन्हे कलती होईतो जवळपास आठ-दहा हरणांची शिकार झाली. दोन चांगले भले दांडगे एकुलगेसुद्धा उठले होते, पण डुकराचे मांस मुसलमानांसाठी निषिद्ध म्हणून त्यांना सोडून देण्यात आले. एक बिबट्या थोडक्यात बचावला.

थकूनभागून शिकार बांधून घेऊन मंडळी तळावर परत आली तेव्हा सूर्य साल्हेर गडाच्या आड गेला होता. कुलीखानाने उदार होऊन सारी शिकार शिपायांमध्ये वाटून टाकली. शिपाई एकदम खूश होऊन गेले. त्यांचा जल्लोष थोपवीत त्याने अजून एक घोषणा करून त्यांना सुखद धक्का दिला. त्या रात्रीचा पहारा फक्त नर्दुल्लाखानाचा दस्ता, जो सारा दिवस तळावरच थांबून होता, सांभाळणार आणि बाकीच्यांना पूर्ण आराम करण्यास मोकळीक राहणार. मात्र बऱ्हाणपुरावरून तातडीचे बोलावणे आल्या कारणाने उद्या उन्हे चढण्यापूर्वी तळ उठवून कूच करायचे होते; त्यामुळे रात्री गाणे-बजावणे वगैरे करत जागरण करण्यास सख्त बंदी घालण्यात आली. एका बुजुर्ग जमादाराने चाचरत विचारले–

''हुजुरांच्या दर्यादिलीसाठी आणि जर्रा नवाजीसाठी आम्ही सारे एहसानमंद आहोत. लेकिन हुजूर जान की अमान पाऊँ तो कुछ अर्ज करू.''

''कहो.''

''हुजूर, उद्या अमावास्या आहे. तळ परवा सकाळी हलवला तर चालणार नाही का?''

कुलीखान एकदम संतापला. डोळे काढत तारस्वरात तो ओरडला–

''खानदानी मुसलमान म्हणवणाऱ्यांमध्येसुद्धा आजकाल कुफ्र शिरलेला दिसतोय. तुम्हाला माहीत नाही का, सगळे दिवस अल्लानेच निर्माण केले असल्याने सारखेच पाक असतात. पुन्हा कोणी अशी काफिरानी हरकत केली तर खपवून घेतली जाणार नाही. अशी नापाक हरकत इस्लामची नाफर्मानी समजली जाईल आणि शरियतमध्ये त्याची सजा फक्त मौत आहे हे पक्के ध्यानात ठेवा.''

नर्दुल्लाखानाची माणसे दिवसभर नुसतीच माश्या मारत रिकामी बसली नव्हती. तर दिवसभरात त्यांनी भरपूर जळण गोळा करून आणले होते. जंगलातल्या भिल्लांकडून मोहाची दारू मिळवून ठेवली होती. कुलीखानाच्या लक्षात येणार नाही अशा पद्धतीने त्यांनी ती 'गुपचूप' शिपायांमध्ये वाटून दिली. दिवसभर दमणूक झालेल्या शिपायांना असा श्रमपरिहार हवाच होता. बऱ्हाणपूर सोडल्यापासून ते या सुखाला आचवले होते; त्यामुळे हरणांच्या चमचमीत सागुतीवर आडवा हात मारताना त्यांनी मोहाच्या दारूचीसुद्धा मनसोक्त मजा लुटली. खाऊन-पिऊन तट्ट होऊन सारा तळ लवकरच गपगार झोपी गेला. जंगली श्वापदांना दूर ठेवण्यासाठी तळाच्या मध्यभागी एक भली मोठी शेकोटी पेटवून ठेवली होती. पहारेकऱ्यांच्या 'हुश्शार'च्या हाकाऱ्यांशिवाय सारे काही शांत शांत होते. कुलीखानाला मात्र झोप नव्हती. आपल्या पलंगावर तो टक्क जागा होता.

रात्रीचा दुसरा प्रहर चढत होता. नर्दुल्लाखान आणि आफताबखान कुलीखानाच्या डेऱ्यात आले. अगदी हलक्या आवाजात कुलीखानाने हुकूम दिला–

"हरएक घोडं जीन कसून तयार ठेवा. आमच्या तंबूच्या पिछाडीला सारी घोडी एकत्र करून ठेवा. जनावरांची तोंडे बंद राहतील याची काळजी घ्या. झोपलेल्यांना चाहूल लागता उपयोगाची नाही. आपण जसे ही घोडी वापरणार आहोत तशीच गडावरून येणारी आणि आपल्यासोबत असणारी शिबंदीसुद्धा हीच घोडी वापरणार आहेत. कारण गडावरून येणारी फौज चालत येणार आहे. तळावर एक जरी घोडा मागे राहिला तर याद राखा. दोनशेच्या दोनशे घोडी आपल्यासोबत आली पाहिजेत. कोणी पळून जाऊ म्हणेल तर एकही जनावर हाताशी असता कामा नये."

अगदी गुपचूप सारी घोडी जीन आणि पडशा कसून एका बाजूला अगदी जय्यत तयार ठेवण्यात आली. नर्दुल्लाखान आणि आफताबखान यांच्यासह प्रत्येकाने अंगरख्याच्या आत 'खजिन्याच्या बंड्यांमधून' सारा खजिना अंगावर बांधून घेतलेला होता. त्यात मूल्यवान रत्ने आणि सोन्याच्या लगडींचा मोठा वाटा होता. थोडी म्हणजे काही लाखांची रक्कम अश्रफी आणि रुपयांमध्ये होती. आता फक्त इशारतीची वाट पाहायची होती. मंडळी डोईला पिवळी पागोटी बांधून, लग्नाच्या वऱ्हाडासारखी सजली होती किंवा जणू दंडांना पिवळी फडकी बांधून भामरागडावर शंभू महादेवाच्या यात्रेला निघावीत अशी शोभत होती. सगळा आसमंत नीरव शांततेने भरून गेला होता. दिवसभरात चाळवली गेलेली रानातील जनावरेसुद्धा बहुधा शांत झोपली असावीत. रातकिडे मात्र ठरावीक लयीत किरकिरत वेळ मोजत होते.

-११७-

साल्हेरच्या बुरुजावरून सरनोबत हंबीरराव मोहिते दूरवर खिंडीच्या पलीकडे

मोगलाई हद्दीत असणाऱ्या जंगलात चाललेली धावपळ निरखीत होते. शेजारी डाव्या हाताला बहिर्जी नाईक, तर उजव्या हाताला गडाचा किल्लेदार असे उभे होते. घनदाट झाडोऱ्यामुळे स्पष्ट काही दिसत नसले तरी ढोल-ताशांचे आवाज बऱ्यापैकी ऐकू येत होते. रानश्वापदांची धावपळ आणि भयभीत पक्ष्यांच्या हालचाली जाणवत होत्या. त्यावरून शिकारीचा खेळ पूर्ण जोशात सुरू असल्याचे लक्षात येत होते. हंबीरराव गालातल्या गालात हसत होते. त्यांना रायगडावर झालेली चर्चा आठवत होती. नेताजीरावांबद्दल महाराज एवढे हळवे व्हावेत याचे त्यांच्या मनात पडलेले कोडे सुटतेय अशी अंधूक शंका त्याच्या मनात बहुधा डोकावू लागली असावी.

खिंडीपल्याडच्या मोगली तळावर छापा मारण्याची तयारी जय्यत होती. कडुसे पडण्याच्या बेतासच जेवणे उरकून जय्यत तयार राहण्याची ताकीद शिबंदीला दिली गेली होती. आभाळात अद्याप संधिप्रकाश रेंगाळत होता. एखाद-दुसरी चांदणी अंधारल्या आकाशात झळकू लागली होती. गडावरचे चारशे मावळे आणि रायगडावरून आलेले दोनशे मावळे हत्यारेपात्यारे बांधून महादरवाजाशी जय्यत तयार होऊन बसले होते. रायगडावरून आलेली अर्धी शिबंदी आपल्या पडशा पाठीशी बांधून आली होती.

सहाशे घोड्यांच्या टापांचा नाद घुमून गनीम सावध होण्याची शक्यता होती म्हणून फौज चालत जाणार होती. कुणी काय करायचे याच्या अगदी स्पष्ट आणि सख्त सूचना प्रत्येक मावळ्याला आगाऊच दिलेल्या होत्या; त्यामुळे आयत्या वेळी सांगण्यासारखे काही उरले नव्हते. आयत्या वेळी सूचना देण्याचा मुळी शिरस्ताच नव्हता. तळावरचा पिवळा फेटा नसलेला एकही गनीम कोणत्याही स्थितीत जिवंत ठेवायचा नाही अशी कडक ताकीद होती. रायगडावरच्या बहिर्जीच्या तुकडीला सूचना होती, त्यांनी कापाकापी किंवा अन्य गोष्टींमध्ये लक्ष न घालता, दंगल सुरू होताच कुलीखान आणि पिवळी पागोटी बांधलेल्या त्याच्या अंगरक्षकांना घेरायचे. तळावरची आधीच फोडून ठेवलेली मंडळी घोडी तयार ठेवणार होती. त्यांच्या तळावर असलेली त्यांचीच घोडी वापरून, कैद्यांना पक्के घेऱ्यात घेऊन, तळापासून दूर बहिर्जी दाखवील त्या वाटेने पळत सुटायचे. नेहमीप्रमाणे आखणी अगदी चोख होती.

हंबीरराव व बहिर्जींने बुरुजावरून एकदा नजर टाकली. तळावरची भली मोठी शेकोटी टेंभ्यागत दिसत होती. पण तिच्यामुळे तळाची जागा स्पष्ट लक्षात येत होती. करकर आवाज करीत महादरवाजा उघडला. सहाशे दोन सावल्या हलकेच गडाबाहेरच्या गच्च अंधारात मिसळून गेल्या. झपाट्याने चालत पाऊण-एक घटकेत फौज खिंड ओलांडून मोगली तळाच्या जवळ बाणाच्या टप्प्यावर पोहोचली. हंबीररावांची इशारत झाली. सावल्या तिथेच थांबल्या. तळावरच्या पहारेकऱ्यांच्या हलत्या मशाली

वगळता हालचाल दिसत नव्हती. त्यांच्या 'हुश्शार'च्या हाकांशिवाय आवाज नव्हता. तळ गाढ झोपला असावा. थोडे पुढे जाऊन बहिर्जीने कानोसा घेतला. पाडाचा आंबा पडावा तसा धप्प आवाज झाला. सावल्या सावधपणे पुढे सरकू लागल्या. पायतळीच्या पाचोळ्याचा आवाज होणार नाही याची काळजी घेत पण शक्य त्या झपाट्याने त्या शेकोटीच्या दिशेने सरकत होत्या.

सावल्या तळाच्या अगदी जवळ पोहोचल्या. सापाचा फूत्कार झाला. सावल्या थांबल्या. जेमतेम काही क्षणांची उसंत गेली असेल नसेल, घुबडाचा भयाण धूत्कार वातावरणात घुमला. पलीकडे दूर असलेल्या दुसऱ्या घुबडाने दिलेला प्रतिसाद पुन्हा एकदा घुमला. हलके हलके सावल्या पांगू लागल्या. त्यांनी तळाला चारही बाजूंनी घेरा टाकला. आश्चर्य म्हणजे मघाशी दिसलेली पहारेकऱ्यांची हालचाल आता दिसत नव्हती. किंबहुना तळाभोवती कोणी पहारेकरीच दिसत नव्हता. तळाभोवती एवढी सहाशे माणसे हलत होती, चालत होती; पण तळावर कोणालाच त्याची चाहूल जाणवली असावी असे वाटत नव्हते. हालचालींमध्ये सफाईच मुळी तशी होती. या बाबतीत मांजरांनीपण मराठ्यांकडून धडे घ्यावेत.

वेढा पुरता आवळला गेला. अचानक मोराच्या ओरडण्याने अवघे रान दुमदुमले. त्यासरशी तळावर एकदम धावपळ सुरू झाली. शेकोटीमधील जळती लाकडे उपसली गेली आणि धडाधडा राहुट्या-तंबूंवर भिरकावली जाऊ लागली. दिवसभराच्या रखरखीत उन्हात तापलेल्या कनाती कापरासारख्या पेटून उठल्या. शेकाने ढारढूर झोपलेले मोगली शिपाई दचकून जागे झाले. राहुट्या पेटलेल्या पाहताच घाईने उठून राहुटीबाहेर पडण्यासाठी धडपडू लागले. पण तणावाचे दोर खडाखडा कापले गेले आणि धडाडून पेटलेल्या राहुट्या त्यांच्यावर कोसळल्या. बिचाऱ्यांचे दुर्दैवच उभे ठाकले होते. मागोमाग त्यांच्यावर सपासप तलवारीचे वार कोसळू लागले. किंकाळ्या आणि ओरडण्याने इतका वेळ नीरव शांत असलेले रान गर्जून उठले. क्वचित कोणाला हत्यार हाती घ्यायला अवधी मिळाला. पण बहुतेक सारे अर्धवट झोपेतच सरसहा कापले गेले.

त्या रात्री आफताबखानाने काहीतरी बहाणा करून एका खिदमतगाराला कुलीखानाच्या डेऱ्यात एका कोपऱ्यात झोपायला लावले होते. हरणाची सागुती आणि मोहाच्या अस्सल दारूने आपले काम केले, गडी अगदी गपगार झोपून गेला होता. बिचाऱ्याची काळझोपच ठरली. मोराची आरोळी हवेत विरण्यापूर्वीच आफताबखान डेऱ्यात घुसला. पहारेकऱ्याच्या हातातला भाला घेऊन त्याने, जमिनीत पहार मारावी त्याप्रमाणे सारा जोर एकवटून भाला त्या खिदमतगाराच्या छातीत मारला. बिचारा तोंडातून आवाज न काढता मुकाट्याने मरून गेला. तोपर्यंत कुलीखान उठून चढाव चढवून आणि कंबरेला तलवार बांधून डेऱ्याच्या बाहेर पडला. दोन पहारेकऱ्यांनी

मुडदा उचलून पलंगावर टाकला. डेऱ्यात आधीच आणून ठेवलेले तेल त्याच्यावर ओतले. हाती लागतील तेवढ्या उश्या आणि तकिये वर टाकले आणि मशालीने पलंग पेटवून दिला. काही क्षणांमध्ये सारा कारभार आटोपून सारे डेऱ्याच्या पिछाडीस आले आणि त्याच वेळी मराठ्यांचा घाला तळावर कोसळला.

दंगल सुरू होताच कुलीखान आणि त्याच्या माणसांनी घोड्यांवर झेपा घेतल्या. पण बहिर्जींची तुकडी सावध होती. त्यांनी चटाचटा उरलेल्या घोड्यांचा ताबा घेतला आणि त्या पन्नास-पंचावन्न लोकांनी काही हालचाल करण्यापूर्वीच त्यांना कसून गराडा टाकला. गराडा असा सख्त होता की, तो फोडून बाहेर पडण्याची कोणाची बिशाद नव्हती. एक कर्णकर्कश शीळ वातावरणात घुमली आणि स्वार दौडू लागले. वेढा असा चोख आवळलेला होता की, मोगली स्वारांना त्यांच्याबरोबर दौडण्याविना पर्यायच नव्हता. पाहता पाहता घोडी तळापासून दूर गेली आणि काही पळांतच खिंडीपार होत नजरेआड झाली.

मराठ्यांच्या बाकी शिबंदीला त्याची काहीच दखल नव्हती. त्यांनी प्रचंड कत्तल सुरू केली. जणू अवसेच्या तोंडावर रानातली पिशाचेच तळावर हैदोस घालत होती. जळू शकणारी प्रत्येक चीज पेटविली जात होती. हत्याराचा प्रत्येक घाव जीव वसूल करीत होता. घाव पडताना त्याला शिवीची जोड हमखास मिळत होती.

"तिच्या आयला तुझ्या, भाड्या सोराज्य बुडवाया येतुस व्हय. ह्यो बघ सोराज्याचा हिसका."

दया, माया, करुणा, माणुसकी कशाला इथे स्थान नव्हते. महाराजांच्या हुकमाने या साऱ्या भावना मराठे गडावर मागे ठेवून आले होते. एकही मोगल कुठल्याही स्थितीत जिवंत राहता कामा नये, हेच एकमेव उद्दिष्ट. घटका-दीड घटकेत सारा खेळ आटोपला. तळावर उरली विखुरलेली प्रेते आणि जळत्या राहुट्या. मराठ्यांनी कैद करून नेलेल्यांशिवाय तळावर एकही हशम जिवंत नाही याची खात्री करून घेऊन हंबीरराव झपाट्याने गडाकडे परत निघाले. छापा इतका चोख कारगर झाला होता की, कुणा मावळ्यावर साधा ओरखडासुद्धा उठला नव्हता. खिंड ओलांडून हंबीररावांनी वर नजर टाकली तेव्हा आकाशातले म्हातारीचे बाजले माथ्यावरून मावळतीकडे उतरले होते. पाखरांची झोप चाळवत होती.

-११८-

रात्रीचा किर्र अंधार कापीत घोडी दौडत होती. कुणी कुणाशी बोलत नव्हते. किंबहुना कुणी बोलण्याच्या मन:स्थितीतच नव्हते. मूकपणे दौड सुरू होती. कुलीखानाचा ऊर भरून आला होता. वरचेवर डोळे पाण्याने भरून येत होते.

'माझी माती, माझा देश, माझी माणसे, माझी भाषा, माझे मावळे; पण

सध्यातरी मी माझ्याच फौजेचा एक बंदिवान म्हणून चालविला जातो आहे. यालाच म्हणायचे दैवगती!'

तांबडे फुटू पाहत असताना दल एका ठाण्यावर पोहोचले. शीळ घुमली. दौड थांबली. बहिर्जीने आरोळी दिली–

''येक घटका. फकस्त येक घटका थांबनार. तेवढ्यात प्रातर्विधी उरकून घ्या. साधंल तेवडी विश्रांती घ्या. मिळतील त्ये चार घास पोटात घाला. शिदोरी मिळंल ती बांधून घ्या. आनलेली जनावरं तळावरच सोडा. ताज्या दमाची घोडी जीन कसून तयार मिळतील. घोडी मिळताच दौड पुढं सुरू. म्हाराजांचा सख्त हुकूम हाये, लवकरात लवकर रायगड गाठायचा.''

कुलीखानाच्या मदतीला ठाण्यावर असलेले दोन-चार सेवक धावले. प्रातर्विधी आटोपून तो ठाण्याच्या चौकीच्या इमारतीत आला तेव्हा एका बाजेवर स्वच्छ बिछाना घालून तयार होता. शेजारी बहिर्जी उभा होता. कुलीखान येताच त्याने लवून मुजरा घातला.

''तू बहिर्जी नाईक, होय ना? अरे! मुजरा कसला घालतोस, आता आम्ही सरनोबत नाही. आज आम्ही स्वराज्याचे कैदी आहोत.''

बारा गावचे पाणी प्यायलेल्या बहिर्जीसारख्या रांगड्या गड्याच्या डोळ्यांत टचकन पाणी आले–

''आसं कसं म्हन्ता सरकार? येळवखत बदलला तरी आपली मानसं आपलीच ऱ्हात्यात. ती काय अशी बदलू म्हनलं तर बदलत्यात व्हय? आन कोन म्हनलं तुमाला कैदी? उगी कायबाय समजून घ्याचं न काय. पार काडून टाका मनातून त्ये. तुमी तर घरची मानसं. वाईच विसंबला दुरावला व्हतात. तुमासाटी मूळ घेऊन आलोया पुन्यांदा घराकडं निंगालासा. जरा इसावा घ्या, न्ह्यारी ईल. दोन घास खावा. तवर घोडी तयार व्हतील की, फुडं सुटायचं. हुकूम आसंल तर म्या तेवड्यात माझं बी उरकतो.''

''का? एवढी घाई का? आता तर आपण आपल्याच मुलखात आहोत. गनीम पाठलागावर येण्याची तर कोणतीच भीती नाही.''

''छ्या, गनिमाची काय बिशाद आपल्या मुलखात घुसून पाठलाग करन्याची. पर म्हाराज तुमाला भेटाया लई उतावीळ झाल्याती. कंदी येकदा भेटतो तुमाला आसं झालंया. आन हां अंगावर हाय त्या सरंजामातच हजर करन्याचा हुकूम हाये.''

खिन्न हसून कुलीखान बाजेवर आडवा झाला. मनामध्ये भावनांचा एवढा कल्लोळ उठला होता की, डोळा लागणे शक्य नव्हते. मावळ्यांची लगबग, थट्टामस्करी, उडालेली धांदल पडल्या पडल्या तो आसूसून पाहत होता. थोड्या वेळाने एका पळसाच्या पत्रावळीवर वाढलेली बाजरीची गरमागरम भाकरी, कांद्याचा

झुणका, हिरव्या मिरचीचा ठेचा आणि बुक्की मारून फोडलेला कांदा अशी न्याहारी घेऊन एक मावळा सामोरा आला. त्याच्या मागोमाग स्वत:ची वाढलेली पत्रावळ हातावर घेऊन बहिर्जी समोर आला.

"सरकार, घाईगर्दीत जे साधलं त्येच गड्यांनी रांधलंया. ग्वॉड मानून घेवाजी. येळ निभावायची दुसरं काय? जरा त्रास व्हईल पन इलाज न्हाई. मापी असावी."

"बहिर्जी, अरे किती वर्षांनी असे हे मराठमोळे, घरचे अन्न खातो आहे. माझ्यासाठी हे पक्वान्नापेक्षा जास्त मोलाचे आहे. आपला नेहमीचा रिवाज सोडून काही भलतेसलते समोर आणले असतेस तर वाईट वाटले असते."

"घ्या धनी, सुरू करा."

पहिला घास तोंडात टाकला आणि कुलीखानाचे डोळे ओसंडून वाहू लागले. घळघळा वाहणारे अश्रू दाढीच्या जंजाळात झिरपत राहिले. हुंदक्यांनी शरीर गदगद हलू लागले. एक पाऊल पुढे टाकून बहिर्जी कानाशी वाकला.

"सबूर. सरकार सबूर. समदी बघत्याती सबूर."

पालथ्या मुठीने कुलीखानाने डोळे कोरडे केले आणि समोरचे अन्नब्रह्म संपविले. थोड्याच वेळात कुचाची आरोळी उठली आणि दौड पुढे सुरू झाली.

ठाण्याठाण्यावर जनावरे बदलली जात होती. फार तर दीडएक घटकेची विश्रांती घेतली की, दौड पुढे सुरू. असा सिलसिला सतत सुरू होता. रात्रीची झोपसुद्धा जेमतेम आणि शिरस्त्याप्रमाणे उघड्या माळावर. लिंगाण्याला वळसा घालत दौड जेव्हा कोकणातून सुरू झाली तेव्हा कुलीखानाने अचंब्याने बहिर्जीला विचारले–

"बहिर्जी, अरे एवढ्या लांबचा वळसा घालून जाणारा रस्ता का धरलास?"

"सरकार इतकी वर्सं दूर ऱ्हायलासा पर वाटांचे बारकावे अजून पक्के ध्यानात हायती तुमच्या. पर आपुन अगदी जवळच्या वाटंनं निगालो हाय. म्हाराज आता राजगडावर वस्तीला न्हाईत. आता तख्ताची जागा रायगड झालिया. म्हाराजांचे पाय आपल्याला रायगडीच भेटतीला."

-११९-

सकाळचा दरबार आटोपून महाराज नुकतेच महालात परतले होते. अंगावरचा जामानिमासुद्धा अजून उतरला नव्हता. तेवढ्यात पाचाडच्या वाड्यावरचा हुजऱ्या महत्त्वाचा निरोप घेऊन आल्याची वर्दी आली. तो इतक्या तातडीने काय निरोप घेऊन आला असावा याची अटकळ महाराजांना आली. त्याला लगेचच भेटीचा हुकूम झाला. मुजरा घालीत हुजऱ्या आत आला आणि मोठ्या उत्साहात त्याने बोलायला सुरुवात केली–

"म्हाराज, बहिर्जी नायकांनी योक भला दांडगा मोगली सरदार धरून आनालाया. संगतीनं त्याचे पन्नास-साठ स्वार बी धरून आनलेती. खाली पाचाडास येऊन ताटकळत हायती. नाईक तातडीनं कैदी पेश करन्याची इजाजत मागत हायती."

"खूपलढा बुरुजावरून निशाणाची खूण करून आमची इजाजत कळवायला सांग. जाता जाता देवडीवरच्या हवालदारास धाडून दे."

महाराजांचे पोशाख उतरणे सुरू असतानाच हवालदार हजर झाला.

"आज दुसरे महत्त्वाचे राजकारण निघाल्या कारणाने आमचे सायंकाळच्या दरबारास येणे होणार नाही असे सुरनिसांना ताबडतोब कळवा. जर काही तातडीचे तिढे असतील तर ते रात्री सदरेवर पेश करा म्हणावे. बाकी कामकाज उद्याच्या दरबारासाठी तहकूब ठेवा म्हणून कळव. भोजन उरकताच आम्ही सदरेवर येत आहोत. काही तातडीचे राजकारण उभे राहिले आहे; त्यामुळे पेशवे, अमात्य, मंत्री आणि सुरनिसांना सांगावा धाडा की, आम्ही सदरेवर त्यांची वाट पाहत आहोत. दुसरे महत्त्वाचे, बहिर्जी कोणा मोगल सरदारास कैद करून गडावर घेऊन येताहेत. कैद्यासोबतची मोगली तुकडी होळीच्या माळावर अडकवून ठेवा. त्यांच्या सोबत गडावरून गेलेली शिबंदी असेल. बहिर्जींना सांग, आमचे नाव घेऊन सांग, म्हणावे मोगली तुकडीच्या भोवती आपली शिबंदी दक्ष असू दे. ढिलाई असता उपयोगाची नाही. तिसरे तितकेच महत्त्वाचे, सदरेच्या आत तसेच बाहेर पहारे सख्त करा. कैद्यावरची नजर ढळता कामा नये. अर्ध्याएक घटकेत कैदी हुजूर दाखल होईल. तातडी करा. आम्ही तातडीने भोजनास बसत आहोत याचीसुद्धा वर्दी जाऊ देत.

-१२०-

दळ पाचाडास पोहोचले तेव्हा सूर्य माथ्यावरून सरकला होता. गडावरून बोलावणे आले तर खोटी व्हायला नको म्हणून दुपारच्या जेवणासाठी फक्त कण्या आणि चिंचेचे सार करण्याची सूचना देऊन वाड्यावरच्या हुजऱ्यास बहिर्जीने बोलावून घेतले. आपण पाचाडास पोहोचल्याची वर्दी त्याने महाराजांकडे पाठविली. एका झाडाच्या सावलीत टाकलेल्या बाजेवर बसून कुलीखान भव्यदिव्य रायगड न्याहाळत होता. पूर्वी चंद्रराव मोऱ्यांच्या प्रकरणानंतर आणि अफजलखानाच्या स्वारीची धामधूम सुरू असताना चार-दोन डाव त्याचे रायगडावर येणे झाले होते. तेव्हा त्याची उभारणी आणि जडणघडण सुरू होती. रायगड डोळ्यांत मावत नव्हता. जुन्या आठवणींचे उमाळे येत होते. मन स्वत:तच गुंगून गेले होते. अशा वेळी बहिर्जी हळूच कानाशी कुजबुजला–

"सरकार कवा बी गडावरून हुकूम व्हईल, लगेच निगावं लागंल. जवळची

हत्यारं काढून तेवढी माज्याजवळ द्या.''

तंद्री भंगली. चमकून कुलीखानाने विचारले–

''हत्यार? का? तू तर म्हणाला होतास आम्ही कैदी नाही म्हणून. मग हत्यार का काढून मागतोस?''

''सरकार, कैदी न्हाईत यात काय दोन मतं न्हाईत. सरकार, बोलाया जीभ धजंना झालिया, पर आज या घडीला आपुन हुद्देदार बी न्हाईत. ह्यो तर आपला जुना, तुमीच घालून दिलेल्या धाऱ्यापरमानं चालत आलेला रिवाज हाय. म्हाराजांम्होरं जाताना...''

''ठीक, ठीक, आले लक्षात. रिवाज तर राखलाच पाहिजे. घे.''

कुलीखानाने कंबरेची तलवार बहिर्जीच्या हवाली केली–

''सरकार, तेवडा बिचवा आन कट्यार...''

कुलीखानाने दुशेल्यात खोवलेली कट्यार आणि बिचवा तर काढून दिलाच शिवाय अस्तनीत खोचून ठेवलेल्या दोन्ही छोट्या कट्यारीसुद्धा काढून दिल्या. बुरुजावरून एक शीळ घुमली. पाठोपाठ निशाणांची विशिष्ट हालचाल झाली. बहिर्जी म्हणाला–

''चलावं सरकार. इजाजतीचा हुकूम झाला. म्हाराज वाट बघत्याती.''

इशारत होताच पटापट घोड्यांवर उड्या पडल्या. घोडी झपाट्याने गड चढू लागली. वाटेला सरावलेली असल्याने घोडी बे रोकटोक उभी चढण चढत होती. वाटेने जाताना कुलीखानाची नजर आपसूक शून्यात गेली. मनात कल्लोळ सुरू झाला. वेगवेगळ्या आठवणींची दृश्ये नजरेसमोर येत होती. ती रात्र महाराजांनी जोखमीचे हे राजकारण सांगितले आणि आपण ते शिरावर घेतले; ती मिर्झाराजांच्या छावणीतली रात्र. मग आठवली विशाळगडावरची ती रात्र जेव्हा महाराजांशी लटके भांडण करून आपण स्वत:ला कमऱ्यात कोंडून घेतले. आठवले विजापूरच्या छावणीतले दिवस, दिलेरखानाच्या छावणीतली धरपकड, आग्र्याच्या आदबखान्यातला छळ, आलमगिराची सक्ती, मुसलमान होण्यासाठी चाललेला आग्रह. सत्त्व राखण्याचा निग्रह, आफताबखानाने आणलेला महाराजांचा सांगावा, मुसलमान होणे, जाफरखानाच्या जनानखान्यातले बायकांच्या आणि हिजड्यांच्या सहवासातले दिवस, मग अफगाणिस्तान मोहीम, नजरेसमोरच्या दृश्यागणिक मुखावर वेदनेच्या वेगवेगळ्या छटा उमटत होत्या. त्याची मनोव्यथा बहिर्जीने सहज टिपली. मूकपणे तो त्याच्या डाव्या अंगाने घोडे चालवीत राहिला.

महाद्वार ओलांडून घोडी आत आली. महालाच्या देवडीचा हवालदार सामोरा आला. त्याने बहिर्जीला कानात महाराजांचा निरोप सांगितला. त्याप्रमाणे बहिर्जीने स्वार होळीच्या माळाकडे रवाना केले. कुलीखान स्वत:तच इतका गुंगून गेला होता की, या घडामोडींची त्याला जाणीवच झाली नाही. घोडी सदरेच्या दरवाजाशी उभी

राहिली. बहिर्जी पायउतार झाला, पण कुलीखान शून्यात नजर लावून तसाच बसून होता. बहिर्जीने घोड्याची ओठाळी हातात धरून घोडे थांबविले आणि कुलीखानाच्या गुडघ्याला स्पर्श करून त्याला भानावर आणले. कुलीखान पायउतार झाला.

"चला सरकार, महाराज खोळंबल्याती."

"थांब! किंचित काळ थांब!! येथवर तर मोठ्या हिमतीने आलो, पण आता पायात मणामणाच्या बेड्या पडल्यागत झाले आहे. महाराज काय म्हणतील? मानकरी आणि पंतमंडळ कसे वागतील, या विचारांनी जीव थरकापून उठतो. खंडोजी खोपड्याचा चौरंगा करण्याचा हुकूम झाला तेव्हा मी तेथेच होतो. संतापाने बेभान झालेली ती मुद्रा आणि क्रुद्ध नजर आजसुद्धा आठवली की, काळजाचे पाणी पाणी होते. महाराजांचे शेकडो निवाडे मी प्रत्यक्ष पाहिलेत. कित्येकांत बरोबरीने सला-मशवरा दिला आणि आज स्वत:च महाराजांसमोर निवाड्यासाठी हे असे उभे राहायचे. असे काही होईल असे जन्मात कधी वाटले नव्हते. कुठल्या तोंडाने जाऊ महाराजांसमोर?"

"सरकार, नशिबाचे भोग ह्ये. भोगल्याबिगर सुटका हाय व्हय? व्हनारे व्हवून ग्येले. आता जे हुईल त्येला फकस्त सामुरं जायाचं, आपल्या हातात येवडंच. उखळात डोस्कं घातल्यावर फकस्त घाव सोसनं आपल्या हाती, मोजायची उजागिरी नसती आपल्याला. काळजी करू नगासा. म्हाराजांनी धरन धाडून न्हाय तर कौल धाडून आनिवलया तुमास्नी. तुमी तितं भोगत व्हतासा आन म्हाराज हितं जळत व्हते, मनातल्या मनात. ना कोनाला दाखवन्याची उजागिरी ना कुनाकडं मन मोकळं करून बोलन्याची. म्या सोता पायलिया म्हाराजांची घुसमट. तुमचं काळीज त्येंना ठाव की त्येंचं तुमाला. खंडेरायाची किरपा आन हा क्षण बघाया घावला. इतक्या वर्षांची तपश्चर्या दोघास्नी बी फळली बगा. चला, आता शुब कामाला उशीर नगं. म्हाराज खोळंबल्याती."

दीर्घ सुस्कारा सोडून कुलीखानाने जडपणे पाऊल उचलले. देवडी ओलांडून गेल्यावर सदरेच्या उंबरठ्यावर पुन्हा त्याचे पाऊल अडखळले. सदरेवरच्या मंद प्रकाशात ती तेजस्वी मूर्ती मसनदीवर बसलेली दिसत होती. डाव्या पायाची मांडी घातलेली, उजवा गुडघा उभा, त्यावर आजानुबाहू उजवा हात विसावलेला, मन अस्वस्थ असल्याची खूण म्हणजे बोटांना जाणवेल न जाणवेलसा कंप, तोच तो आगळावेगळा जिरेटोप आणि मंद मंद डुलणारा त्यात खोवलेला मोत्यांचा घोस, भव्य कपाळावरचे तेच ते दुबोटी गंध, आडव्या गंधाच्या मधोमध असलेला तो केशरी टिळा, तीच स्थिर तेजस्वी करारी पण आश्वासक नजर, चेहऱ्यावरचा तोच शांत गंभीर भाव आणि ओठावर विलसणारे समोरच्याला जिंकून घेणारे मोहक स्मित, मात्र आता चेहऱ्यावर वयाचा प्रौढपणा जाणवत होता. नियतीच्या फटकाऱ्यांचे

व्रण लपत नव्हते.

'देवा परमेश्वरा, शंभू महादेवा, आई जगदंबे इतकी वर्षे हे, हेच रुपडे डोळ्यांनी बघण्यासाठी मन आणि शरीराचा कण अन् कण आसुसला होता. आज इतक्या मोठ्या विरहानंतर हे रुपडे दिसले. धन्य झालो, कृतार्थ झालो. जग काय म्हणेल, काय करेल, कसे वागवेल याची तमा आता उरली नाही. या क्षणी, या पावलांवर मृत्यू आला तरी त्यासारखे दुसरे श्रेयस्कर काही नाही.'

असे विचार मनात घोळवीत कुलीखानाने उंबरठा ओलांडला आणि सदरेवर पाऊल टाकले. त्यासरशी महाराज ताडकन उठून उभे राहिले आणि सदरेच्या पायऱ्या उतरून दोन पावले सामोरे आले. बस्स इतकेच! आणि बांध फुटला. हरवलेले, बराच काळ दुरावलेले वासरू आईकडे ज्या आकांताने आणि ओढीने धावते, त्याच आकांताने धावत कुलीखान पुढे आला आणि त्याने स्वत:ला महाराजांच्या पायावर लोटून दिले. माथ्यावरचा किमांश उडून एका बाजूला पडला, हिसड्याने गळ्यातील नवरत्ने ओवलेली मोत्यांची माळ तुटून त्यातील मोती आणि रत्ने महाराजांच्या पायाशी विखुरली. महाराजांचे दोन्ही पाय घट्ट धरून त्यावर आसवांचा नुसता अभिषेक सुरू झाला. हुंदक्यांनी अवघे शरीर गदगदत राहिले. महाराजांनी आवेगाचा पहिला भर ओसरू दिला. ते तटस्थ उभे झाले. सारी सदर चित्रासारखी स्तब्ध राहून, डोळ्यांत प्राण आणून महाराजांची प्रतिक्रिया जाणून घेण्यासाठी आतुर झाली.

महाराजांच्या डोळ्यांतून आता अंगार बरसणार, त्यांच्या सात्त्विक संतापाचा स्फोट होणार, तीक्ष्ण वाग्बाणांनी समोरचा घायाळ होणार; तिखट शब्दांत जरब बसविणाऱ्या आज्ञा सुटणार आणि सारी सदर हादरणार या अपेक्षेत जो तो असताना महाराजांनी दोन्ही खांदे धरून कुलीखानाला वर उठविले. त्यांचे डोळे घळघळा गळू लागले. वाहणारे आसू न पुसता अवरुद्ध आवाजात महाराज म्हणाले–

"उठा, नेताजीकाका उठा. सारी दु:स्वप्ने संपली आहेत. आता तुम्ही आपल्या घरी, आपल्या माणसांत पोहोचला आहात. शांत व्हा. शांत व्हा."

एवढा सह्याद्रीच्या कड्यासारखा राकट, पुरंदराच्या बालेकिल्ल्यासारखा बुलंद अभेद्य गडी पण त्याला हुंदके आवरत नव्हते. आसवांना खळ नव्हता. मुखातून शब्द फुटत नव्हता. पहाऱ्यावरच्या मावळ्याने महाराजांच्या नजरेचा इशारा ओळखला. दूर उडून पडलेला किमांश त्याने महाराजांच्या हाती दिला. महाराजांनी तो स्वहस्ते कुलीखानाच्या मस्तकी ठेवला. आपल्या अस्तनीत खोवलेला रेशमी रुमाल काढून आपणच त्याचे डोळे कोरडे केले.

"म... म... म... महाराज, क... क... क... काय होऊन बसले हे?"

शब्द न उच्चारता महाराजांनी नेताजींना उराशी कवटाळले. त्यांच्या पाठीवर

थोपटीत भरल्या गळ्याने महाराज बोलले–

"शांत व्हा, नेताजीकाका शांत व्हा. जे घडून गेले त्याला इलाज तो काय? यालाच प्राक्तन म्हणायचे. हीच नियती. माणूस भविष्य जाणू शकता तर मग काय पाहायचे होते? ज्योतिष्याकडून समजून घेता तरी विधिलिखित का कोणास टाळता येते? चिंता करणे नाही. आम्ही आहोत. खात्री असू द्या. आता सारे गोमटे होईल. यापुढे तुम्हाला आमच्यापासून कोणी दूर करू शकणार नाही."

सदरेचा आपल्या कानांवर, डोळ्यांवर विश्वास बसेना. सदर आश्चर्यात बुडून गेली. बऱ्याच वेळाने दोघे अलग झाले. महाराज स्थिरचित्ताने मसनदीवर बसले. सावरलेले नेताजी दोन्ही हात बांधून समोर उभे राहिले. त्यांच्या मागे दोन पावलांवर उभ्या असलेल्या बहिर्जीने पागोट्याच्या शेवाने डोळे कोरडे केले. त्याच्या चेहऱ्यावर कृतकृत्यतेचे समाधान झळकत होते. सदर शांत, तटस्थ होती. आत्ता कुठे महाराजांनी नेताजींना नीट निरखले. आश्चर्याने त्यांनी पुसले-

"हे काय? नेताजीकाका, तुम्ही नि:शस्त्र?"

नेताजींच्या मुद्रेवर खिन्न हसू आले. पण ते काही बोलण्यापूर्वीच बहिर्जी पुढे सरसावून मुजरा घालत बोलला–

"जी म्हाराज, वाटभर सरकारांची सारी हत्यारं त्येंच्या कमरंलाच व्हती. मातर गड चढताना रिवाजापरमानं काढून माज्याकडं घेतली. चूक जाली आसंल तर चाकरास मापी असावी. या घडीला सरकारांना म्हाराजांम्होरं हाजिर क्येलं हाय त्ये गनिमाचे शरणागत मनसबदार म्हणून. तवा मंग धाऱ्यापरमानं कारवाई क्येली. फुडं म्हाराजांची मर्जी."

हातातील हत्यारं बहिर्जीने महाराजांच्या पायाशी ठेवली.

"ठीक आहे. तुमचा काही दोष नाही. दोष द्यावा तर नियतीलाच. नेताजीकाका आता सगळी चिंता सोडा. सततची दौड करून थकला असाल. आता फक्त विश्रांती घ्या. संपूर्ण विश्रांती. शरीराला, गात्रांना आणि मनालासुद्धा. तुमच्या मुक्कामावर आता आमचा खासगीचा कारकून येईल, येताना सोबत आणलेली दौलत त्याच्या हाती जमा करा. गरज लागेल तसे मागून घ्या. आम्ही तसे हुकूम देऊन ठेवू. सायंकाळ होईतो तुमची मापे घेण्यास शिंपी येईल. नवी मराठमोळी कापडे शिवून देईल. सकाळी न्हावी येईल. आता हा यावनी सरंजाम टाकून द्या. तुमच्या आतिथ्याची सोय राणीवशातून केली जाईल."

इतका वेळ आपण महाराजांना मुजराच केला नाही हे नेताजींच्या एकदम लक्षात आले. त्यांनी झटकन वाकून मुजरा केला. थोड्या खजील आवाजात ते म्हणाले–

"क्षमा महाराज. आपले दर्शन झाले आणि भान हरपले. पांडुरंगासमोर वारकरी

यावा तशी गत झाली. रिवाज विसरलो. चुकी झाली. महाराज या धनाचे आता मला काय काज. ते आपल्या चरणी वाहिले आहे. जन्मजन्मांतरीचे संचित, त्रैलोक्याचे वैभव या क्षणी मला लाभले आहे, हे चमकते धातूचे तुकडे आणि गोटे यांची त्यापुढे काय पत्रास? मला परत आणवण्यासाठी स्वामींनी उदंड धन खर्चले असेल त्याचे मोल पंचप्राण ओवाळले तरी पुरे होणारे आहे का?''

''असू दे. ते ठरवण्यासाठी हाती भरपूर अवधी आहे. ते नंतर पाहता येईल. बहिर्जी...''

''हुकूम म्हाराज.''

''नेताजीकाकांना आम्ही तुम्हा हाती सोपवीत आहोत. पुढच्या हुकमापर्यंत त्यांची काळजी तुम्ही जातीनिशी घ्यायची. त्यांच्या मुक्कामाची व्यवस्था जगदीश्वराच्या मंदिराशेजारच्या बंगलीत केली आहे. त्यांना तिकडे घेऊन जा. त्यांची हत्यारे परत करा. सगळ्यात महत्त्वाचे, आमच्या हुकमाशिवाय त्यांना कुणी भेटता कामा नये. त्यांना संपूर्ण विश्रांती मिळायला हवी. खुद्द हंबीरराव किंवा मोरोपंत आले तरी हा हुकूम लागू आहे. तुम्ही त्यांच्या शेजारच्या कमऱ्यातच राहा आणि हवे-नको जातीनिशी बघा. कोणत्याही कामासाठी त्यांना बंगलीच्या बाहेर पडण्याची गरज भासता कामा नये. त्यांच्या सोबत आलेल्या अंगरक्षकांची स्वतंत्र सोय करा. त्यांना उणे पडणार नाही याची काळजी घ्या. त्यांना इतक्यात गडावर हिंडण्याची मोकळीक देऊ नका. प्रत्येकाची तुम्ही स्वत: जातीने छानबीन करा. त्यांचा फैसला नंतर करू. सर्वप्रथम, जाता जाता राणीवशात जाऊन पुतळाबाई राणीसरकारांना सांगणे की, नेताजीकाकांना आम्ही त्यांचेवर सोपवीत आहोत. त्यांनी त्यांची काळजी घ्यावी.''

''जी म्हाराज.''

''या आता. नेताजीकाका, आम्हास सवड झाली की, आम्ही जातीनिशी येऊन समाचार घेऊ.''

मुजरे करत पाठ न दाखविता दोघे सदरेबाहेर निघून गेले. काही काळ महाराज डोळे मिटून स्वस्थ बसून राहिले. थोड्या वेळाने त्यांनी किंचित हसून सर्वांवर नजर फिरविली. काहीतरी बोलण्यासाठी बाळाजी आवजी चिटणीस पुढे झाले, पण त्यांनी तोंड उघडण्यापूर्वीच महाराज सदरेवरून उठून गेले.

-१२१-

महाराज महालात पोहोचले असतील नसतील तोच बाळाजी आवजी भेट मागत असल्याची वर्दी आली. महाराजांच्या कपाळास आठी पडली, पण त्यांनी बाळाजींना बोलावून घेतले. मुजरा घालीत अजिजीच्या स्वरात बाळाजी म्हणाले–

"क्षमा महाराज, हे काम सदरेवर झाले असते, पण सुरुवातीस विषय काढेपर्यंत नेताजी सरकार सदरेवर दाखल झाले आणि मग अचानक उठून जाणे झाले. म्हणून आता तसदी द्यावी लागत आहे."

"ठीक. बोला."

"महाराज, आमंत्रणाप्रमाणे शास्त्रीमंडळी गडावर दाखल झाली आहेत. अतिथिगृहात त्यांची सोय करून दिली आहे. आचारी, पाणके, सोवळेकरी आणि बाकी शागिर्दपेशा नेमून दिला आहे. यथास्थित शिधा पुरवण्यासाठी कोठावळ्यास जातीनिशी सूचना दिल्या आहेत. सारी व्यवस्था नीट झाली आहे. आता आपल्या भेटीस कधी हुजूर दाखल करावे एवढेच फक्त विचारायचे होते."

"ठीक! छान!! सोमवारी तिसरे प्रहरी आम्ही जगदीश्वराच्या दर्शनास जाऊ तेव्हा श्रींच्या साक्षीने त्यांचा समाचार घेऊ. हे क्लिष्ट काम जगदीश्वराच्या साक्षीने होणे इष्ट. बैठकीची सुयोग्य व्यवस्था आगाऊच करून ठेवणे. ब्रह्मवृंदास कळविणे की, धर्मग्रंथ आणि पोथ्या घेऊनच भेटीस येणे. विद्वानांच्या सत्कारात हयगय होऊ देऊ नका. रोज मिष्टान्नाचे प्रयोजन करा. आणि एक, आम्ही मंदिरात ब्रह्मवृंदासह असू तोवर राबता पूर्ण बंद ठेवणे. राणीवशात कळविणे की, त्यांची देवदर्शने प्रात:काळीच करून घेणे. या. आणि दारावरच्या हुजऱ्यास सांगणे, आता इतक्यात आम्ही कोणाची भेट घेणार नाही. आम्ही ज़रा पडावे म्हणतो. या आता."

"जी महाराज."

-१२२-

महाराणी पुतळाबाईसाहेब आपल्या महालातील देव्हाऱ्यासमोर बसल्या होत्या. ब्राह्मण श्रीरामविजयाची पोथी वाचीत होता. मूळ ग्रंथच अतिरसाळ. त्यातच वाचणारा पुरोहित पदरची भर घालून दृष्टान्त देत, मोठ्या रसाळपणे प्रतिपाद्य विषय विशद करून सांगत असल्याने कथा चांगलीच रंगली होती. एक अध्याय संपवून पुरोहित देव्हाऱ्यातील देवांस पुष्पाक्षता वाहत असताना दारावरची कुळंबीण महाराणीकडे वर्दी घेऊन आली–

"सरकार, बहिर्जी नाईक दाराशी आल्याती. तातडीची भेट मागत्यात. लई महत्त्वाचं काम हाय म्हन."

"काय सांगतेस? हेरांचे नायक बहिर्जी आमची भेट मागताहेत? अरे देवा! आता काय नवे अरिष्ट ओढवणार आहे तुलाच ठावे रे बाबा. ठीक आहे. दे धाडून त्यांना."

पुरोहित महाशयांना एवढा इशारा पुरेसा होता. त्यांनी पोथी गुंडाळून देवापुढे ठेवली. देवाला दंडवत घालून ते महालाबाहेर निघून गेले. त्यांना ओलांडत बहिर्जी

दाखल झाला. भुईवर डोके टेकून त्याने राणीसरकारांना नमस्कार केला आणि दोन्ही हात बांधून उभा राहिला. राणीसरकार त्याची मुद्रा न्याहाळत होत्या पण चर्येवरून काही थांग लागत नव्हता. थोडी वाट पाहून राणीसरकारच बोलल्या–

“या नाईक. तुम्ही आणि राणीवशात? त्यातसुद्धा आम्हाकडे? आश्चर्यच म्हणायचे. नवलच ते! आम्हाकडे कुठले राजकारण काढलेत?”

“रानीसरकार, लई आनंदाची खबर घेऊनशान आलोया. पयले त्वांड ग्वाड करा.”

“अरे वा! अशी कोणती मोठी खास आनंदाची खबर आहे की, जी सांगायला तुम्हासारख्या मोहऱ्यास आम्हापर्यंत यावे लागावे? अन्यथा आम्हास बातम्या कळतात त्या गडभर पसरल्यानंतर, हुजऱ्यांकडून वा कुळंबिणींकडून. पार शिळ्या आणि चावून चोथा झाल्यानंतर. साधे इकडच्या स्वारींचे गडावर येणे-जाणेसुद्धा आम्हापर्यंत थेट येत नाही.”

महाराणी सरकारांच्या स्वरात विषण्णतेची झाक डोकावून गेली. त्यावर काहीच न बोलता वा चेहऱ्यावरची सुरकुती न हलविता बहिर्जी मुकाट उभा राहिला. काही क्षण असेच अस्वस्थ शांततेत गेले. दीर्घ सुस्कारा सोडून त्याच पुन्हा म्हणाल्या–

“ते आमचे सोडून द्या. तुम्ही कसे येणे केलेत तेवढे सांगा. स्वामींच्या हुकमाशिवाय तुमचे येणे शक्य नाही एवढे बरीक खरे.”

“जी सरकार. आपलं जुनं सरनोबत, नेताजी सरकार, माघारी परतलेती. म्याच घेऊनशान आलोया. नुकतीच त्येंची महाराजांसमोर पेशी जाली. म्हाराजांनी त्यास्नी कौल देऊन मायेत घेतलंया.”

“काय? सांगता काय नाईक? स्वामींनी काकांना मायेत घेतले? ते स्वामींवर रुसले, म्हणून स्वराज्य सोडून गेले, धर्म सोडला, काय नाही नाही ते कानावर येत होते. ते सारे लटकेच होते म्हणायचे.”

“न्हाय सरकार. दुर्दैवानं त्ये समदं खरंच हाये. पर नेताजी सरकारांवानी येवडा तोलामोलाचा म्होरा गनिमाहाती ऱ्हानं सोराज्याला मानवनारं न्हाई. म्हनून मंग म्हाराजांनीच मूळ धाडून परत आनिवलंया, आन अबय देऊन पदरी घेतलंया. आता वांदा येवडा येकच हाये की सरकार मुसलमान झालेती. पर म्हाराजांनी त्येचाबी समदा इचार क्येला असनारच. त्ये कायना काय तोड काडतीलच बगा. हाय काय अन् नाय काय.”

“आई भवानीच पावली म्हणायची.”

महाराणी जागेवरून उठल्या. देवीला हळद-कुंकू वाहून देवीसमोर त्यांनी नमस्कार केला. देवीसमोरच्या वाटीतील खडीसाखर हाती घेऊन त्या देवीसमोरून उठल्या. खडीसाखर त्यांनी बहिर्जींच्या हातावर ठेवली. प्रसाद हातात घेऊन त्याच

ठिकाणावरून त्याने देवीस आणि महाराणीस दंडवत घातला. आशीर्वाद पुटपुटत राणीसरकार पुन्हा जागेवर येऊन बसल्या. तोंडात खडीसाखर घोळवत बहिर्जी म्हणाला–

"सरकार, नेताजी सरकारांची ऱ्हान्याखान्याची येवस्ता जगदीश्वराच्या वरल्या अंगाला असलेल्या बंगलीत क्येलिया. त्येंना पुरता आराम भेटावा म्हनून त्यांचा राबता बंद हाय. दस्तूरखुद्द म्हाराजांच्या हुकमाबिगर कोनाला भेटन्याची इजाजत न्हाई. त्येंना बी बंगलीभाईर जान्याची मनाई क्येली हाय. म्हाराजांनी त्येंना आपल्यावर सोपवलिया. दुवक्तचा थाळा, न्ह्यारी, काय हवं नगं, आपल्या म्हालातून आपल्या देकरेकीखाली धाडन्याचा हुकूम हाये. म्या सोता येऊन न्हेत जाईन. बाकी कोनावर विसंबायचं न्हाई."

"काय? काय सांगता? त्यांचा जिम्मा आम्हावर? नवलच! वास्तविक अशी जोखीम थोरल्या महालावर सोपवलेली असते."

"मापी असावी सरकार, रिवाज तसाच हाय. पर सरनोबत आपल्या म्हायेरचे. तवा त्येंच्या येवस्तेत आपल्याकडून हयगय व्हायाची न्हाई. त्याचपरमानं जालेल्या घोळापाई त्येंच्या बाबत येरांची नाराजी बी अजून दूर जालेली न्हाई. वाईट-वंगाळ नियत ठेवून कोनी दगा-फटका क्येला तर? म्हनून मंग म्हाराजांनी मला सोतालाच आपली गाठ घेऊनशान समदं बैजावार सांगन्याचा हुकूम क्येला. परत्येक बाबीवर आपन जातीनिशी देखरेख राखावी असा हुकूम हाय जी."

"स्वामींना आम्हावर विश्वास दाखवावासा वाटला हे आमचे भाग्यच म्हणायचे. स्वामींना सांगावे, त्यांनी निश्चिंत राहावे. आम्ही जातीनिशी सारे नीट पाहू."

"आता चलतो सरकार. हुकूम द्यावा. सरनोबतांची समदी येवस्ता लावायची बाकी हाय. त्येंना मुक्कामी सोडून तडक पायाशी आलोया."

"बरे या. सायंकाळी काकांसाठी दूध हवे असेल. आम्ही तयार ठेवू. आणि रात्रीच्या थाळ्यास विनाकारण उशीर करू नका."

बहिर्जी निघून गेला. महाराणींनी ताबडतोब कुळंबीण पाठवून राणीवशाच्या दरोग्यास, खासगीच्या कारभाऱ्यांस आणि कोठावळ्यास बोलावून घेतले. महालाच्या एका पडवीत सारवण-लिंपण करवून स्वयंपाकाची आणि कोठीची व्यवस्था लावून घेतली. प्रत्येक वस्तू त्यांनी स्वत: पारखून घेतली. सारी व्यवस्था मनासारखी पूर्ण झाल्यानंतरच त्यांनी बैठकीवर बसून पाण्याचा घोट घेतला.

-१२३-

दिवेलागणीनंतर सदर बसली, तेव्हा मोजकीच मंडळी हजर होती. गडाचे दरवाजे बंद होण्याच्या सुमारास हंबीरराव मोहिते गडावर दाखल झाले होते. त्यांच्या

कानी सारे वर्तमान गेल्यामुळे ते तडक सदरेवर दाखल झाले होते. दुपारी घडलेला प्रकार सर्वांनाच अस्वस्थ करून गेला होता. महाराजांवर रुसून, स्वराज्य सोडून गनिमाला जाऊन मिळालेला आणि स्वार्थ साधण्यासाठी स्वधर्माला तिलांजली देऊन सहकुटुंब मुसलमान झालेल्या नेताजीस समोर पाहताच, ज्वालामुखीचा उद्रेक व्हावा तसा महाराजांचा संताप उफाळून येईल, अशी प्रत्येकाला खात्री वाटत होती. अनेक गद्दारांना टकमक टोकावरून कडेलोटाच्या शिक्षा देण्यात आल्या होत्या. मागे एकदा महाराज चक्क फिरंगोजी नरसाळ्यासारख्या पिढ्यान्‌पिढ्यांच्या इमानदारास तोफेच्या तोंडी देण्यास निघाले होते. तशीच शिक्षा आता नेताजीस मिळेल किंवा कमीतकमी खोपड्याप्रमाणे त्याचा चौरंगा होईल किंवा अगदीच नाहीतर गेला बाजार साखळदंडांनी जेरबंद करून लिंगाण्याच्या किंवा सुधागडच्या काळकोठडीत टाकण्याचा तरी हुकूम होईल अशी सर्वांची अटकळ होती.

पण प्रत्यक्षात घडले भलतेच. नेताजी महाराजांच्या पायावर काय पडला, आणि महाराज विरघळले. कर्तव्यकठोर, स्थितप्रज्ञ महाराज चक्क विरघळले. डोळ्यांतून पाणी काढत त्यांनी त्याला थेट उराशी काय कवटाळले, त्याची हत्यारे काय परत दिली, घरी परत आलात, आपल्या माणसांत आहात, आम्ही आहोत, असा भरवसा काय दिला, विशेष मानकऱ्यांची आणि राजकीय पाहुण्यांची बडदास्त ज्या बंगलीत ठेवली जाते, त्या बंगलीत त्याला ठेवले काय जाते, त्याच्या जेवणाची सोय अगदी महाराणींच्या खासगीतून काय केली जाते, सारेच मोठे अक्रीत घडले होते. यावरही कडी म्हणजे खुद्द मोरोपंत पेशव्यांना आणि हंबीरराव सरनोबतांना त्यांना भेटण्यास मज्जाव करण्यात आला होता.

सदरेवर अस्वस्थ कुजबुज चालू होती. ललकारी उठली आणि महाराज सदरेवर येऊन बसले. मुजरे झडले. महाराजांची तीक्ष्ण नजर सर्वांवर फिरली. त्या नजरेचा सामना करण्याची कोणाचीच हिंमत नव्हती. सर्वांच्या चेहऱ्यावरची अस्वस्थ नाराजी त्यांनी नेमकी टिपली असली, तरी त्याची दखल न घेता त्यांनी सरळ कामकाजाला सुरुवात केली. फार चर्चा न होता कामे पटापट निकालात निघाली. समोरचे कामकाज संपले तशी अस्वस्थ चुळबुळ जाणवण्याइतपत वाढली. मग महाराजांनी पण तिची दखल घेतली.

"बोला, पंतप्रधान पेशवे, मनात जे काही असेल, शंका असेल ते सारे स्पष्ट बोला. मनात काही शक-शुबा असेल तर मन मोकळे करून टाका. मागे उरलेला सल पुढे नासूर बनतो. नासूर जीवघेणासुद्धा ठरू शकतो."

"शक-शुबा वा सल नाही, पण महाराज, दुपारी सदरेवर जे दिसले, ते सत्य की स्वप्न हे कळेनासे झाले आहे. त्याचा अर्थ लागेनासा झाला आहे?"

काही न उमगल्याचा आव आणीत मंद हसून थट्टेच्या स्वरामध्ये महाराज म्हणाले–

"मतलब? आमच्या पेशव्यांनासुद्धा ज्याचा अर्थ लागू नये अशी ही कोणती गोष्ट आहे?"

"महाराज, पाचहजारी मनसबदारीच्या लोभाने नेताजी मोगलांना मिळाला. धूर्त बादशहाने त्याच्या तोंडाला पाने पुसली. इतकेच नव्हे तर जेरबंद करून आदबखान्यात डांबले. जिवाच्या भीतीने आणि वतनाच्या लोभापायी नेताजीने स्वधर्म सोडला. स्वराज्याशी गद्दारीची कहाणी इथेच संपत नाही, तर गनिमाच्या सैन्याची अगवानी करीत प्रत्यक्ष स्वराज्यावर चालून आला. सरनोबत हंबीररावांनी मोठ्या शर्थीने त्याला धरून आणले आणि बहिर्जी हाती हुजूर दाखल केले. दुर्दैवे करून जर हंबीररावांस यश न लाभते आणि मोगली फौज घेऊन नेताजी स्वराज्यावर कोसळता, तर केवढा अनर्थ ओढवला असता. केवळ कल्पनेनेच अंग शहारते. अशा स्वराज्यद्रोह्यास महाराजांनी उराशी धरावे, अभयदान देऊन कौल द्यावा. ना रुजवात, ना चौकशी, ना साक्ष, ना पुरावा. मोठा अचंबा वाटून राहिला आहे.

"हुं! हे असे आहे तर! आत्ता जे पेशवे बोलले, ते सारे आम जनतेला माहीत असलेले आहे. ये विषयी आमच्या पेशव्यांकडे काय माहिती आहे, ते पण एकदा सदरेसमोर येऊ देत."

"दख्खनवर चालून निघालेल्या मुघल फौजेवर आलमगीर बादशहाने महम्मद कुलीखान अर्थात नेताजी पालकरास नायब सरलष्कर म्हणून नामजद केले. तेव्हापासूनच महाराज बहिर्जीमार्फत त्याच्याशी संपर्क साधून आहेत. मात्र यासंबंधीच्या गुप्त खबरा सरकारात न येता थेट फक्त महाराजांनाच मिळत. एवढे मात्र खरे की, बहिर्जीमार्फत महाराज जे राजकारण साधू पाहत होते त्याला यश आले असावे. इतपत खबरा सरकारात दाखल आहेत. मात्र ते राजकारण काय याचा सुगावा लागू शकला नाही. खुद्द महाराजांशी संबंध असल्याकारणाने त्यात सेवकाने खोलवर छानबीन करण्याची कोशिश केली नाही."

"कोशिश केली नाही, पण घडत असलेल्या घटनांचा पेशवा म्हणून अन्वयार्थ लावण्याचा प्रयत्न तर केला असेलच ना?"

"सेवकाच्या ध्यानी येत नाही महाराज."

"महम्मद कुलीखान फौजेचा एक मोठा भाग घेऊन, मुख्य फौजेपासून शेकडो कोस दूर घेऊन जातो. ती फौज लहान लहान तुकड्यांमध्ये दूर दूर विखरून ठेवतो. स्वत: त्यापासून अलग होतो. स्वराज्याच्या टप्प्यात येऊन राहतो. याचा काहीच अर्थ मुत्सद्दी म्हणवणाऱ्या आमच्या मंडळींना लावता आला नाही? मसलत ठरवताना

तपशीलवार चर्चा झाली असताना? नवल! सांगा हंबीरराव, तुम्ही छापा घातलात तेव्हा कितपत प्रतिकार झाला? कुणाकडून?''

''क्षुल्लकसासुद्धा प्रतिकार झाला नाही महाराज. छापा टाकला तेव्हा गोट पूर्ण गाफील होता. गाढ झोपलेला होता. पहिली चकमक झडण्यापूर्वीच नेताजी आणि त्यांचे अंगरक्षक घोड्यावर स्वार झाले. अंगरक्षकांनी त्यांच्या भोवती कडे केले. सुदैवाने तळावरची सर्व घोडी जिने कसून तयार होती. रायगडावरून नेलेल्या तुकडीने चपळाई करून घोडी कब्जात घेतली. बहिर्जीच्या तुकडीने त्यांना घेरून तळापासून दूरवर पळवत नेले. आणि अखेर हुजूर दाखल केले.''

''नेताजीकाका आणि त्यांची माणसे सशस्त्र होती. त्यांच्याकडूनसुद्धा प्रतिकार झाला नाही?''

''बहिर्जीच्या दस्त्याने अशी चपळाई दाखवली की त्यांना हत्याराला हात घालायला उसंतच मिळू शकली नाही.''

''शाबास! पण सरनोबत तुम्ही नेताजीकाकांस चांगलेच ओळखता. त्यांच्या तिखट तलवारीची कीर्त आजसुद्धा दुमदुमत आहे. असा जांबाज लढवय्या, जर हत्यारे उपसून विरोधात उभा ठाकता तर बहिर्जीसारखा सर्वसामान्य शिपाईगडी त्यांच्यासमोर टिकता काय? त्यांना घेरून इतक्या सहजासहजी पळवून नेऊ शकता काय? इतका दूरचा प्रवास विनासायास करू शकता काय?''

''आम्हाला याच गोष्टीचा मोठा अचंबा वाटत राहिला आहे महाराज. नेताजीरावांनी हत्याराला हातसुद्धा घातला नाही. इतकेच नव्हे तर वाटेतसुद्धा त्यांनी काही प्रतिकार केल्याची किंवा निसटून जाण्याचा प्रयत्न केल्याची खबर नाही.''

''असे सारे असताना आमच्या लोकांना वाटते की, नेताजीकाका स्वराज्यावर चालून येण्यास, दगाबाजी करण्यास निघाले होते. जेव्हा नेताजीकाकांवर धरणे काढण्यासाठी आणि विसकळीत मोगली छावणीवर छाप्याची तयारी करण्यासाठी मसलत बसली होती, तेव्हा या संबंधाने खल झाला होता. त्या खेपेस आम्ही आमच्या भावना जवळपास स्पष्ट शब्दांत उलगडल्या होत्या. इत:पर जर संभ्रम असेल तर मुत्सद्द्यांची मने साफ नाहीत असेच निष्कर्ष काढावे लागतील. आमचा त्यांना स्पष्ट सल्ला आहे, त्यांनी प्रत्येक घटनेचा नीट विचार केला, साफ दिलाने खबरांची आणि पुढे आलेल्या घटनांची योग्य कार्यकारणभावाने छाननी केली, तर आमच्या वागण्यात काहीच अतार्किक वाटणार नाही. काय अनाजी?''

''जी महाराज. पटतंय आता. थोडा एकांगी विचार झाला खरा. पण आता अभ्रे निवळू लागतील याची खात्री बाळगावी.''

''ठीक. आता राहिला मुद्दा त्यांच्या धर्मांतराचा. मागच्या मसलतीत आम्ही सल्ला दिला होता, त्यांच्या झालेल्या छळाच्या कथा बहिर्जीकडून ऐकून घ्या,

म्हणून. मोहिमेची तातडी उडाल्याने ते राहून गेले असेल. पण म्हणून पुन:पुन्हा तेच पालुपद लावून भुई धोपटणे याला मुत्सद्दीपणा म्हणावे काय? आम्हास तरी शंका वाटते. याबाबत आत्ता आम्ही एवढेच सांगतो की, जेवढे आम्ही स्वत:स जाणतो, तितकेच आम्ही त्यांचे अंतरंग जाणून आहोत. त्यांचा त्यांच्या स्वत:वर नसेल इतका विश्वास आम्हावर आहे. मध्यंतरी दुर्दैवाच्या फेऱ्यात काही अनाकलनीय, अवांछनीय अक्रीत घडले, त्याचा अधिक ऊहापोह नको. या गोष्टी सांगण्यापेक्षा समजून घेणे जास्त हितकर असते. एवढेच सांगणे पुरेसे व्हावे की, आमच्यावरील विश्वासावर खेळलेली ती एक गनिमी काव्याची खेळी होती. आलमगीर महाचलाख, धूर्त आणि दूरअंदेशी. इतकी वर्षे त्याने त्यांस मोकाच मिळणार नाही अशी चोख तजवीज केली. नेताजीकाकांच्या स्वधर्मनिष्ठेसंबंधाने आमच्या मनात कोणताही किंतू नाही, आणि कोणी तसा बाळगल्यास आम्हास ते रुचणारही नाही. त्यांनी आम्हावर टाकलेला विश्वास आम्ही व्यर्थ जाऊ देणार नाही.''

महाराजांचे बोलणे ऐकून सदर स्तंभित झाली. खुद्द महाराजच हे बोलत असल्याने त्याच्या सत्यतेची शंका घेण्यास जागाच नव्हती. त्या अद्भुत कथनातून जे ध्वनित होत होते ते अत्यंत आश्चर्यकारक होते. दिव्य होते. महाराजांच्या मुत्सद्दीपणाचा, दूरदर्शीपणाचा, भव्यदिव्यतेचा पैलू प्रकट करणारे होते. महाराज आपल्या माणसांवर किती पराकोटीची माया करतात याचे प्रत्यंतर देणारे होते. मोरोपंत अगदी खजील स्वरात पुटपुटले–

''क्षमा करावी महाराज. आम्ही फारच उथळ विचार करीत होतो; त्यामुळे घटनांच्या अन्य आणि वास्तव पैलूंकडे ध्यानच गेले नाही. या कृष्णमेघास इतकी दिव्य रुपेरी कडा आहे हे आम्हा करंट्यांस कधी जाणवलेच नाही. उगाचच आम्ही नेताजीरावांबद्दल अपसमज करून घेतला आणि करंटेपणाचा कळस म्हणजे आपल्या न्यायाबद्दल मनात किंतू उत्पन्न होऊ दिला. या मूर्खपणास तोड नाही. या पापास क्षमा नाही महाराज.''

''आमच्या माणसांच्या मनात असा संभ्रम आहे हे आम्ही जाणले होते. म्हणूनच मोरोपंत, तुमच्यासह साऱ्यांनाच आम्ही नेताजीकाकांस भेटण्याची मना केली आहे. एक-दोन दिवसांत आम्ही त्यांची एकांतात गाठ घेऊ आणि मग कदाचित लगेचच ही बंदी उठेल. मोरोपंत, आपण स्वराज्याचे पेशवे आहात याचे भान क्षणभरही सुटू देऊ नका. प्रत्येकानेच व्यक्तिगत राग-लोभ, हेवे-दावे, लागे-बांधे आणि हितसंबंध बाजूला ठेवून विदुराच्या भूमिकेतून हरएक बाबीच्या प्रत्येक अंगाचा, सूक्ष्मतर पैलूचा, संपूर्ण विचार केला तर जे दिसते आणि जे आहे त्यातला फरक ध्यानात येईल. आमच्यापेक्षा किंवा आमच्या वारसांपेक्षा अखेर स्वराज्य मोठे आहे याचे भान कधीच सुटू देऊ नका. गनीम मुळातून

दुखावला आहे. पुढचा काळ सोपा नाही. परस्पर अविश्वासाचा कली स्वराज्यात शिरला तर मोठे कठीण जाईल. नल राजासारख्या पुण्यश्लोकास तो आटोपला नाही मग आपली काय केवा. ऐक्य आणि परस्परविश्वास, विवेक आणि स्वराज्यनिष्ठा स्थिर असतील तर आलमगीरच काय पण कलीकाळसुद्धा स्वराज्यास नख लावण्यास धजावणार नाही.''

बोलता बोलता महाराज उठले आणि झराझरा सदरेच्या पायऱ्या उतरून महालाकडे चालू लागले.

-१२४-

महाराज सदरेतून उठले ते सरळ पुतळाबाई महाराणी सरकारांच्या महालाकडे निघाले. रात्रीच्या भोजनाला ते येणार असल्याची वर्दी दुपारीच गेली होती; त्यामुळे महाराणी सरकारांच्या महालामध्ये सणासुदीसारखे उत्साही वातावरण होते. महालातील सगळी चिरागदाने, हंड्या, झुंबरे साऱ्या अंगांनी लखलखत होती. धूपदाण्यांमध्ये सुगंधी धूप जळत होता. जागोजागी उंची गालिचे अंथरले होते. फुलदाण्यांमध्ये सुगंधी फुले आकर्षक पद्धतीने मांडून ठेवली होती. महाराजांसाठी किनखापी लोड-तक्क्यांची उंची बैठक सजविली होती. सर्वत्र मंगल-प्रसन्नता भरून राहिली होती. हा सगळा थाटमाट पाहून महाराजांच्या मूळच्याच प्रसन्न चेहऱ्यावर अधिकच प्रसन्नता आली. सामोऱ्या आलेल्या महाराणी सरकारांकडे रोखून पाहत हसत हसत ते म्हणाले–

''अरे वा! आज अगदी दिवाळीचा थाटमाट केलेला दिसतोय. काही विशेष?''

बोलता बोलता चहूकडे नजर फिरवीत महाराज उंबरठा ओलांडून महालात आले. पदर सारखा करीत पुतळाबाईंनी त्यांच्या पायावर डोके ठेवून नमस्कार केला. भिंतीशी टेकून असलेल्या बटकी आणि कुळंबिणींनी जागेवरून भुईवर डोकी टेकविली. उठून उभ्या होत पुतळाबाई हलक्या आवाजात बोलल्या–

''आमच्या दैवतांचे पाय क्वचितच कधी दासीकडे वळतात. मग तो दिवस आम्हाला दिवाळीपेक्षा मोठा न वाटला तरच नवल.''

''वा! हे छान! नाव आमचे पुढे करायचे, पण तुमच्या माहेरचे माणूस सुखरूप परत आल्याचा हा उत्सव आहे हे काय आम्ही ओळखले नाही की काय?''

''ती तर दुधातली साखरच म्हणायची. तो आनंद नाही असे कसे म्हणू? पण त्यानिमित्ताने स्वामींची पायधूळ झडली हे मोठे भाग्य.''

''तसे विचाराल तर तुमच्या महाली येण्याची आणि तुमच्या हातचे घीवर खाण्याची इच्छा आम्हास नेहमीच असते. पण आम्ही आमच्या स्वाधीन नाही हे तुम्ही जाणताच.''

पुतळाबाई नुसत्याच हसल्या. महाराजांनी उतरविलेला जिरेटोप त्यांनी हाती घेतला आणि कुळंबिणीने पुढे केलेल्या तबकात ठेवला. महाराजांचा दरबारी पोशाख त्यांनी स्वत:च्या हातांनी उतरविला. घरगुती धुवट सुती धोतर आणि मलमलचा अंगरखा नेसून महाराज बैठकीवर बसले. तस्त आणि झारी घेऊन बटकी पुढे झाल्या. सुखोष्ण पाण्याने पुतळाबाईंनी महाराजांचे पाय धुतले आणि त्यातले चार थेंबुटे तीर्थप्रमाणे मुखात सोडले. ओले हात दोन्ही डोळ्यांस लावले. आपल्या नेसत्या शालूच्या पदराने त्यांनी पाय कोरडे केले. मग महाराजांनी हात धुतले आणि ऊन पाण्याचे हात मुखावरून फिरविले. चवाळीच्या पंचाने हात-तोंड स्वच्छ पुसून मग लोडाला टेकून ते स्वस्थ बसले. त्यांनी हाताने इशारा केल्यावर किंचित संकोचत पुतळाबाई खाली गालिच्यावर बसल्या. महाराज काही काळ लोडाला टेकून स्वस्थ बसले. बैठकीवरच्या तबकातला मोगऱ्याचा गजरा मधूनच ते नाकाशी नेत. त्याचा मंद मादक सुवास दीर्घश्वासाने उरात भरून घेत होते. पुतळाबाई त्यांची चर्या निरखीत स्वस्थ बसून होत्या. मग हळुवार आवाजात त्यांनी विचारले–

"श्रांत झालेसे दिसताहात!"

महाराजांनी सावकाश डोळे उघडले आणि मान वळवून नजर पुतळाबाईंच्या नजरेस भिडविली. पुतळाबाईंची नजर आपसूक खाली वळली.

"छे! छे!! थकवा नाही. उलट अनेक वर्षांपासून मनावर वागवत असलेला भार आज उतरला म्हणून जरा तकवा आला आहे, इतकेच. नेताजीकाका मोगलांकडे होते, आमच्या जिवात जीव नव्हता. जणू आमचे प्राणच गनिमाहाती होते. आज त्यांना हातीपायी सुखरूप आलेले पाहिले आणि सारा भार उतरला. मन हलके झाले.

"पण आता ते जातीत नाहीत..."

"बघू. तो तिढासुद्धा सुटेल."

"स्वामींना काहीच अशक्य नाही."

"आज आईसाहेब असत्या तर त्यांना फार आनंद झाला असता. स्वराज्यस्थापनेचा सोहळा त्यांनी डोळ्यांनी पाहिला. हा धर्म संस्थापनेचा सोहळा त्यांच्या डोळ्यांदेखता होता, तर त्यांना परमसंतोष झाला असता. अनेक गोष्टी आम्हास जरा सोप्या झाल्या असत्या."

"त्या जेथे कोठे असतील तेथून स्वामींवर लक्ष ठेवून असणारच. स्वर्गी थोरल्या महाराजांशेजारी बसून देवतांच्या साक्षीने त्या हा सोहळा पाहतील. स्वामींना उभय माता-पित्यांचे आशीर्वाद लाभतील."

"आमच्या मनाचे समाधान करण्याचे कसब बरीक तुम्हास चांगलेच साधते. तुम्ही म्हणता तसेच घडो अशी आपण कामना करू या."

महाराज खळखळून मोकळेपणाने हसले. मग तळावर छापा टाकून नेताजींना

कसे आणवले याची थोडक्यात कथा महाराजांनी ऐकविली. नवऱ्याबद्दलचे प्रेम, अभिमान, कौतुक, विश्वास आणि श्रद्धा पुतळाबाईंच्या डोळ्यांतून ओसंडून वाहत होती. कुळंबिणीने पाने वाढून तयार असल्याचे कानाशी लागत हळूच सांगितले. पदर सावरीत पुतळाबाई लगबगीने उठून उभ्या राहिल्या.

"चलावे. पान तयार आहे. भूक लागली असेल."

"आज समाधानानेच आमचे पोट भरले आहे. पण तुमच्या हातचे जेवायला आम्ही कायम भुकेले असतो."

"गोड बोलणे तर कोणी स्वामींकडून शिकावे. मिर्झाराजांसारखा मोहरा बोलण्यात गुंगवून टाकला तिथे आमच्यासारख्या बाईमाणसांचा काय पाड."

दिलखुलास हसत महाराज बैठकीवरून उठले. उठताना त्यांना हात टेकून उठावे लागले. चेहऱ्यावर वेदनेची झलक चमकून गेली. पुतळाबाई काही विचारणार तोच त्यांना हाताने थोपवीत त्यांनी विचारले–

"अरे हो. नेताजीकाकांचा थाळा रवाना झाला का? त्यांच्यासाठी काय बेत केलाय?"

"आपण आज्ञा केली त्याप्रमाणे जे आपल्यासाठी रांधले तेच. बाहेर बहिर्जी स्वत: येऊन थांबलेत. स्वामींचे भोजन आटोपले की ते थाळे घेऊन जातील."

"ठीक. उत्तम!"

चंदनी चौरंगावर सोन्याच्या थाळ्यात सुग्रास अन्न वाढले होते. बसायला आणि टेकायला चांदीच्या फुल्या मारलेले शिसवी पाट मांडलेले होते. पानाभोवती सुंदर रंगीत रांगोळ्या रेखल्या होत्या. कनोजी उदबत्त्यांचा घमघमाट सुटला होता.

पानासमोर गुडघाभर उंचीच्या चांदीच्या दोन समया सर्व वातींनी तेवत होत्या. शेजारी तशाच थाटाच्या पानावर शंभूराजे बसले होते. त्यांना पाहताच महाराजांच्या मुखावर अतिप्रसन्न हास्य पसरले.

"अरे वा! पंगतीला युवराजसुद्धा आहेत तर. मग तर आज दिवाळीपेक्षा वरचढ मोठा सण साजरा झाला म्हणायचे."

शंभूराजांनी उठून महाराजांचे पाय शिवले. महाराजांनी त्यांना उठवून त्यांच्या मस्तकाचे अवघ्राण केले.

"स्वामी भोजनाला येणार असल्याची वर्दी आली मग आम्ही बाळराजांनासुद्धा मुद्दाम बोलावून घेतले. पुष्कळ दिवसांत त्यांचासुद्धा योग आला नव्हता. आता बाळराजे थोर झालेत. आऊसाहेबांची आठवण होत नाही त्यांना आताशा."

हाताला धरून बाळराजांना त्यांच्या पानावर बसवीत महाराज म्हणाले–

"उत्तम केलेत. निदान यानिमित्ताने तरी आज बाळराजांशी निवांत बोलण्याचा योग जुळून आला. तुमच्यामुळे असे योग वरचेवर जुळून येवोत."

पुतळाबाईंनी स्वहस्ते सोन्याच्या झारीतून अन्नशुद्धी केली. आणि त्या शेजारी पाट घेऊन वाढपावर लक्ष ठेवत बसल्या. हसत-खेळत जेवणे झाली. पुतळाबाईंनी आग्रह करकरून दोघांस वाढायला लावले. महाराज मोकळेपणी जेवले. मोजके चार घास पानात मागे ठेवत महाराजांनी पान स्वच्छ केले. महाराजांपुढे हात धुण्याचे तस्त ठेवून, हातावर पाण्याची धार धरून पुतळाबाई हळूच बोलल्या.

"नेताजीकाकांना भेटण्याची सर्वांना मनाई आहे असे ऐकले. जिवावरच्या संकटाचा मुकाबला करीत पुनर्जन्मच झाला जणू असे सुखरूप परत आलेत. एकदा डोळे भरून पाहावे, सुख-दुःखाचे चार शब्द बोलावे असे फार मनात येते."

"त्यांच्या सुरक्षेसाठी आणि आरामासाठी ती बंदी केलेली आहे. पण ठीक आहे. उद्या दुपारी थाळ्यासोबत तुम्ही जातीने जावे. आम्ही बहिर्जीस तसा हुकूम देऊन ठेवतो आणि मेण्याची व्यवस्था करण्यास सांगतो. बराच उशीर झाला. आता त्यांचे भोजन रवाना करा आणि लगोलग तुम्ही पण भोजन करून घ्या. तोपर्यंत आम्ही बाळराजांशी बोलत बसतो."

रात्री खूप उशिरापर्यंत महाराज आणि शंभूराजे बोलत होते. शंभूराजे पित्याकडे मनमोकळेपणाने अनेक तक्रारी सांगत होते. महाराज त्यांना समजावीत होते. कधी चार समजुतीच्या गोष्टी सांगत होते. कधी त्यांची थट्टा करीत होते, तर कधी त्यांचे स्वरचित संस्कृत काव्य ऐकून त्यांचे तोंडभर कौतुक करीत होते. प्रसंग आणि विषय पाहून पुतळाबाईसुद्धा मोकळेपणाने संभाषणात भाग घेत होत्या. उशिराने शंभूराजे निघून गेले. महाराज रात्रीच्या मुक्कामास पुतळाबाईंच्या महालीच राहिले.

-१२५-

नेताजी रायगडी येऊन पोहोचले त्याला तीन दिवस उलटून गेले तरी त्यांना बंगलीबाहेर पडण्याची इजाजत मिळाली नव्हती. त्यांची बडदास्त जरी उत्तम राखली जात असली, तरी बंदिस्त जागेत राहून ते कंटाळून गेले होते. रात्रीच्या भोजनानंतर ते बहिर्जींशी गप्पा मारीत असताना अखेर त्यांनी विषय काढलाच–

"बहिर्जी, अरे अजून किती दिवस ही नजरकैद सुरू राहणार? घरी परत येण्यासाठी इतका आटापिटा केला पण अखेर नतीजा काय? ही नजरकैद!"

"असं कसं म्हन्ता सरकार, म्हाराज का तुमास नवे? जवर पुरी खातरजमा व्हईत न्हाई तवर थोडी कळ काडा."

"काय? आमच्याबद्दल महाराजांना खातरजमा करून घ्यायची आहे?"

"तौबा, तौबा, सरकार गैरसमज व्हतुया. म्हाराजास्नी तुमची खातरजमा हाई म्हनून तर येवडे सायास क्येले आन परत आनिवलं तुमास्नी. पर..."

"मग आता हा पण काय?"

“सरकार, दुनिया येवडंच जानते की, तुमी गनिमाकडं ग्येलात, धर्म बदलून जागीर मिळवलीत. पर गनिमाच्या छावनीत तुमच्या रक्षनासाटी आन तुमास्नी परत आनन्यासाटी म्हाराजांनी जी उस्तवारी क्येली, मानसं खर्ची घातली त्ये कोन जानतो? त्यापाई मुत्सद्दी आन मानकरी मनात शक बाळगून हायती. खातरजमा त्येंची पटवायची हाय. येकादा माथेफिरू कायतरी दगाफटका करायचा. कोनी मातब्बर म्होरा आपला जिव्हारी लागेल असा अपमान करायचा. म्हाराजास्नी ह्ये नको हाय म्हनून ही काळजी घेनं चालू हाय. त्याचसाटी मला बी रोखून धरलंया. मनात येडंवाकडं, वंगाळ आनू नगा.”

बोलणे सुरूच होते की खुद्द महाराज येत असल्याची वर्दी घेऊन हुजऱ्या धावत आला. दोघे झटकन उठून उभे राहिले. डोईला मुंडासे बांधे-बांधेपर्यंत महाराजांचे पाऊल कमऱ्यात पडले. कंबरेत वाकून मुजरा करणाऱ्या नेताजींना महाराजांनी कडकडून मिठी मारली. बराच वेळ तसाच गेला आणि मग दोघे वेगळे झाले. तेवढ्या वेळात चपळाई करून बहिर्जीने आणि हुजऱ्याने पलंग झाडून झटकून बसण्याजोगा केला.

“बहिर्जी दारावरच्या हुजऱ्याला दूर उभे करून कवाड लावून घ्या. तुम्ही आतच थांबा.”

महाराज पलंगावर गिर्दीला रेलून बसले. इशारा झाल्यावर बहिर्जीने पुढे आणून ठेवलेल्या घडवंचीवर नेताजी अवघडून बसले. बहिर्जी अंतर राखून अदबीने उभा राहिला. कशी सुरुवात करावी या विचारात काही वेळ शांततेत गेला. मग धिम्या आवाजात महाराजांनी बोलायला सुरुवात केली–

“नेताजीकाका, आम्ही तुमच्याकडे शब्द टाकला आणि तुम्ही तो उरी-शिरी धरलात. त्यापायी स्वतःचे हे असे अनन्वित हाल करून घेतले. आमच्या शब्दावर विसंबून तुम्ही प्राणांपेक्षा प्रिय धर्मसुद्धा सोडलात. सीतेच्या अग्निदिव्यापेक्षा मोठे दिव्य केलेत. दहा-अकरा वर्षे जळत राहिलात. पण परिस्थितीने आम्हास असे बांधून घातले आहे की, आम्ही उघडपणे तुमची नावाजणी करू शकत नाही. आम्हा कारणे तुम्ही तुमच्या घरादारावर, संसारावर निखारे ठेवलेत. आलमगीर त्यांचा पुरता नायनाट केल्याशिवाय राहणार नाही याची खात्री असूनसुद्धा पुढचा-मागचा विचार न करता कुटुंबकबिला गनिमाहाती सोडून स्वराज्यात परतलात. तुमच्या चारित्र्याला, कीर्तीला बट्टा लावून घेतलात.”

“महाराज, आपल्या नजरेच्या एका इशाऱ्याने हजारो जीव कोणताही विचार न करता कुर्बान होतात. तेथे मग मी सामान्य सेवकाने जे केले ते काय मोठे विशेष केले? आपले राजकारण बिनतोड होते. आपण केलेली निवडसुद्धा बिनचूक होती. आलमगिराचा सामना सामान्य काम नव्हे. पण माझ्याच दैवाचे फासे उलटे पडले आणि त्यामुळे आपले राजकारण नासून गेले. आपण स्वतःस बोल लावून न घेणे.

दोष आहे तो फक्त माझ्याच प्राक्तनाचा. त्याला उपाय तो कोणता? बादशहा जसा संशयी तसाच अतिसावध, धूर्त, दूरदर्शी. आदर्श राजाचे अनेक गुण त्याच्या अंगी आहेत. समोरच्या माणसाचे मन तो एका नजरेत वाचून काढतो. शत्रू कसा विचार करेल याचा अंदाज बांधण्याची त्याची हातोटी विलक्षण आहे. मी आपल्याविरुद्ध बगावत करून नव्हे तर आपण पाठवल्याकारणे त्याच्या छावणीत गेलो हा संशय तो वारंवार बोलून दाखवतो. पण साऱ्या चांगल्या गुणांवर धर्मांधता कायम मात करत असते. माझ्याविषयी त्याच्या मनात सतत संशय जागा असल्याकारणानेच त्याने मला इतकी वर्षे संधी मिळू शकणार नाही याची डोळ्यांत तेल घालून काळजी घेतली. हे दुर्दैवसुद्धा माझे एकट्याचेच. अगदीच नाइलाज झाला म्हणून त्याने मला दखखनमध्ये धाडले खरे, पण याचा अर्थ त्याच्या मनातला संशय फिटलेला आहे असे मात्र नव्हे. माझ्यावर नजर राहील अशी त्याची कायम व्यवस्था होती. मी दाऊदखानास सहजी बनवू शकलो, पण माझ्या मसलतीमधली ग्यानबाची मेख त्याने नेमकी हेरली आणि त्याने आम्हासाठी धरणे पाठवले. पण फर्मान पोहोचेपर्यंत आम्ही करायचे ते करून ठेवले होते. इमानाच्या मोठ्या लंब्याचौड्या बाता मारून दाऊदखानास थोपवण्यात सुदैवाने यश आले. मोगली ढिसाळपणा आणि अय्याशीची वृत्ती पथ्यावर पडली म्हणून ही संधी साधता आली. अन्यथा ही पण संधी मिळाली नसती आणि मग पुन्हा माझे दुर्दैव उभे ठाकले असते. आलमगिराच्या तावडीत गवसतो तर सर्वनाश अटळ होता. हे पाय पुन्हा दिसण्याचे भाग्य या जन्मी मिळणे सर्वथा अशक्य झाले असते.''

''चला, येथवर तर दैवाची साथ लाभली. पुढे पण सारे मंगल होईल. गतम् न शोच्यम्. जे घडून गेले ते उगाळण्यात पुरुषार्थ नाही. आता पुढे काय याचा विचार केला पाहिजे. मोठमोठ्या शास्त्री-पंडितांना आम्ही गडावर बोलावून घेतले आहे. जसे बजाजीराजांस शुद्ध करून घेतले तसेच तुमचेसुद्धा शुद्धीकरण होईल. चिंता न करणे.''

''आग्र्याच्या आदबखान्यात नरकयातना सोसत असताना आपला सांगावा पोहोचला त्याच क्षणी आमची येविषयी खात्री पटली होती. आपण चाकराला वाऱ्यावर सोडणार नाही या विश्वासापोटीच; महाराज, मी धर्मत्याग करण्याचे दिव्य करण्यास सिद्ध झालो. अन्यथा स्वराज्याचा सरनोबत धर्मासाठी कसा मरण पत्करतो ते जगाने पाहिले असते.''

''नेताजीकाका, आलमगीर म्हणजे कालसर्प. त्या सर्पाचे शेपूट तुडवून आम्ही आग्र्यातून निसटलो; त्यामुळे त्याची जगभर नाचक्की झाली. वड्याचे तेल वांग्यावर या न्यायाने त्याने तुम्हाभोवती फास आवळला. ते त्याला सहज शक्य झाले कारण तुम्ही आयतेच दिलेरखानाच्या छावणीत होतात. मात्र आपण घाई करून कुटुंबकबिला मोगली छावणीत न नेता तर आम्हास त्यांचे रक्षण करणे शक्य होते. आम्ही स्वत:

दूरवर गनिमाच्या सापळ्यात अडकून पडलेलो; त्यामुळे आपणास या अविचारापासून रोखू शकलो नाही. आता तर तुम्हीसुद्धा त्याच्या पकडीतून निसटलात. त्याच्या साऱ्या राजकारणाचा पार फज्जा उडवून, अगदी शेणोडा करून पळालात. त्याउपर त्याची चाळीस हजार गाफील फौज आणि भारी तोफखाना अलगद आमच्या तोंडी दिलात. त्या कालसर्पाची तुम्ही नुसती शेपटी तुडवली नाही तर पार छाटूनच टाकलीत. त्याच्या मर्मस्थानावर प्रहार केलात. धर्मभावना पायदळी तुडवलीत. याचा सूड घेतल्याशिवाय तो राहणार नाही. एक वेळ तो त्याच्या शहजाद्याचा खून करणाऱ्यास माफ करील, पण तुम्हाला, शक्यच नाही.''

''हे तर अटळ आहे. याचासुद्धा निर्णय आग्र्याच्या आदबखान्यातच झाला आहे. पण त्यास भितो कोण? हे शरीर स्वराज्याच्या कामी आले तर त्या परते भाग्य ते कोणते?''

''नेताजीकाका, भावनेच्या आहारी गेल्याने कार्यसिद्धी होत नाही. भावना कह्यात राखून, मन जागृत ठेवून, थंड डोक्याने आणि विवेकाने काम केले तरच राजकारण साधते. आपलाच जीव फुकाफुकी वैरल्याने स्वराज्य उभे राहत नाही तर जिवाची पर्वा न करता पण गनिमाचा बळी घेण्यानेच स्वराज्य उभे राहते. कुडतोजी गुजरांसारखा मोहरा हे प्राथमिक तत्त्व विसरला आणि स्वराज्य एका समर्थ सरनोबतास फुकाफुकी मुकले.''

''खरे आहे महाराज. अफगाणिस्तानच्या वाटेवर लाहोरास या वेडाने मला पण पछाडले होते पण दैवाची खैर, खंडोबाने तारले.''

''आमच्या कानी आला तो प्रकार. आता काही काळ तरी होता होईतो तुम्हास मोगली फौजांचे आणि त्यांच्या कपटी मारेकऱ्यांचे हात पोहोचणार नाहीत असे दूर कोठेतरी राहावे लागेल.''

''म्हणजे? आता सेवकाला स्वराज्य सेवेपासून वंचित करणार की काय महाराज?''

''छे! छे!! त्यासाठी का एवढे सव्यापसव्य करून तुम्हाला माघारी आणवले? महाराजसाहेबांच्या कर्नाटकातील जहागिरीचा पैतृक वाटा आता आम्हास मिळाला आहे. त्यासोबतच आपण जिंजी आदी गडकोट आणि प्रदेश जिंकून कर्नाटकात स्वराज्य वाढवले आहे. रघुनाथपंत हणमंते त्याची व्यवस्था पाहतात. तुम्ही त्यांचा भार हलका करावा, साधेल तेवढा प्रदेश स्वराज्यात जोडावा अशी आमची इच्छा आहे.''

''महाराजांची इच्छा चाकरासाठी आज्ञाच. पण महाराज दहा-अकरा वर्षे वनवास भोगला, या पावलांचा विरह सहन केला. आता काही काळ तरी या पायांपासून दूर लोटू नका. या पावलांच्या सहवासाच्या ओढीनेच हे तन आणि मन आजवर उभारी धरून आहे. आता दूर लोटू नका.''

“नेताजीकाका, हंबीरराव आमचे सख्खे मेहुणे. अत्यंत सक्षमपणे ते इतकी वर्षे तुमचा वारसा चालवीत आहेत. फौजेतसुद्धा त्यांच्यासाठी आदर, प्रेम आणि दरारा आहे. त्यांच्या मस्तकीचा शिरपेच उतरवणे तर शक्य नाही. ते योग्यही नाही.”

“नाही महाराज, माझ्या बोलण्याचा अर्थ तसा नाही. प्राप्त परिस्थितीत तसे काही केले तर ते अनिष्टाला आमंत्रण ठरेल. हंबीररावांची योग्यता निर्विवाद आहे. माझ्या म्हणण्याचा अर्थ एवढाच की, आपल्या आसपास राहून करण्याजोगी काही कामगिरी मिळावी. कोणत्याही मरातबाची इच्छा आता उरलेली नाही. सेवकाला आपला विश्वास लाभला आहे या परता दुसरा सन्मान तो कोणता?”

“ठीक आहे. काही दिवस तुम्ही चिपळूणच्या छावणीत राहून तिथला कारभार करावा. मोगली वा आदिलशाही हात तेथवर सहजी पोहोचणार नाहीत. तुम्हाला विश्रांती मिळेल. मावळ्यांच्या, शिलेदारांच्या सहवासात मन रमेल आणि मुख्य म्हणजे या मधल्या काळात तुमच्या संबंधाने फौजेत जी कटुता निर्माण झाली आहे, ती दूर होईल. मग पुढे काय अन् कसे करता येईल ते नंतर ठरवू. एकदा शुद्धीकरण झाले की राबता खुला होईल.”

“जी महाराज.”

त्यानंतर पहाटेचा कोंबडा आरवेपर्यंत तिघे ताज्या मोगली आक्रमणाची, त्याच्या व्यूहाची, बलस्थानांची, दुर्बल स्थानांची चर्चा करीत राहिले. डावपेचांचा आराखडा आकार घेत राहिला.

-१२६-

कुलीखान औरंगाबादहून निघून बऱ्हाणपूरच्या वाटेवर असल्याचे टपाल दिल्लीस रवाना करून दाऊदखानाने हाश्शऽ हुश्शऽऽ केले. त्याला जेमतेम आठ-दहा दिवस उलटले आणि एक दिवस भरदुपारच्या तळपत्या उन्हात पाच-सहा शिपायांची टोळी छावणीत दाखल झाली. सारे अंग धुळीने माखलेले, अंगावरच्या कपड्यांच्या चिंध्या लोंबत असलेल्या, जागोजागच्या जखमांतून वाहून सुकलेल्या रक्ताचे ओघळ अंगावर आणि कपड्यांवर दिसत असलेले, तहान-भुकेने कासावीस झालेले ते शिपाई दरोग्याने दाऊदखानाच्या समोर पेश केले.

प्रत्येकजण पार भेदरून गेला होता. तारवटलेल्या डोळ्यांमध्ये भीती दाटून आली होती, जणू स्वत:चा मृत्यू त्यांना प्रत्यक्ष समोर दिसला होता. धीर देऊन, पाणी पाजून दाऊदखानाने त्यांना कसेबसे शांत केले. तेव्हा मग कोठे ते काही सांगू शकण्याच्या परिस्थितीत आले. त्यांच्या विसकळीत, तुटक, कित्येकदा असंबद्ध वाटणाऱ्या आणि शिवीगाळीने भरलेल्या कथनातून जे निष्पन्न झाले ते असे की, ते

सैनिक औरंगाबादला पुढे गेलेल्या छावणीतून कसेबसे जीव बचावून येथवर पोहोचले होते.

रात्रीच्या गर्द अंधारात, कोणास काही कल्पना नसताना अचानक भुतांची टोळी प्रकट व्हावी तसे नामुराद, कमअस्सल मराठे टोळधाडीसारखे भेकडांप्रमाणे त्यांच्यावर कोसळले. रात्रीचा अंधार एवढा दाट होता की, डोळ्यांत बोट घातले तरी दिसू नये. अमावास्या जवळ आल्याने चंद्राचा उजेड तर शक्यच नव्हता. आभाळात बऱ्यापैकी ढग असल्याने तारेसुद्धा गर्दिशमध्येच होते. डरपोक, भेकड मराठ्यांनी मात्र याचा फायदा घेत शेतातल्या ज्वारीच्या कणसांची तोडणी करावी तशी कापाकाप सुरू केली. त्यांना नक्कीच सैतानाची मदत असणार कारण एवढ्या घनदाट अंधारात ते नेमके मोगली वीरांनाच टिपून टिपून कापत होते. चुकूनसुद्धा त्या हरामखोरांची तलवार त्यांच्या स्वत:च्या माणसांना शिवत नव्हती. त्या नामर्दांनी मोगली वीर सूरम्यांना घोड्यावर बसण्याची तर सोडाच पण हातात हत्यार धरण्याचीसुद्धा फुरसत मिळू दिली नाही. कित्येक बिचारे तर पथारीवर झोपले असतानाच कापले गेले. रात्रीच्या अंधारात स्पष्ट पाहू शकणाऱ्या त्या सैतानी घुबडांनी पळून जाण्याच्या वाटासुद्धा रोखून धरल्या होत्या. मोगली सूरम्यांच्या हाती एखादे जरी हत्यार लागते तर एकही नामुराद मराठा जिवंत परत जाऊ शकला नसता एवढे नक्की. त्या बेरहम नामुरादांनी दाणा, वैरण, दारूगोळा, तंबू-राहुट्या, होते नव्हते ते सारे जाळूनपोळून राख करून टाकले. पेटत्या आगीच्या भयंकर उजेडात तर त्यांच्या सैतानीस नुसता ऊत आला. जनावरांची आणि ओझ्याच्या गाड्यांची पार दैना करून टाकली. छावणीत होत्या नव्हत्या तेवढ्या सर्व लहान-मोठ्या तोफा पार बहिऱ्या करून सोडल्या हरामखोरांनी. पंचवीस-तीस ठिकाणी विखरून असलेल्या गोटांवर अगदी ठरवून केल्याप्रमाणे त्या नामर्दांनी एकाच वेळी हल्ला केला. या भेकड दगाबाजीमुळे एका गोटाला दुसऱ्या गोटाची कुमक देता-घेता आली नाही. त्या पिशाचांनी तेवढी फुरसतच मिळू दिली नाही. कारण अवघ्या दीड-पावणेदोन घटकांत होत्याचे नव्हते करून त्या भुतांच्या टोळ्या अंधारात गायब झाल्या. मागे उरले माणसांच्या आणि जनावरांच्या मुडद्यांचे ढीग. जखमींचे विव्हळणे आणि ओरडणे आणि राखरांगोळी झालेली छावणी. हजारांपैकी मूठभर हशम तरी वाचले असतील का याची शंकाच उरली होती. नशिबाने साथ दिली म्हणून अल्लाच्या मेहेरबानीने एवढी पाच-सहा घोडी तरी धडधाकट मिळाली म्हणून निदान खबर देण्यासाठी तरी येथवर येणे त्यांना शक्य झाले होते.

मराठ्यांच्या भुतावळीने दीड-पावणेदोन घटकांत चाळीस हजार फौजेचा फन्ना उडविला आणि एवढा मोठा तोफखाना गारद केल्याची खबर ऐकून दाऊदखानाच्या पायाखालची जमीनच सरकली. आतापर्यंत मराठ्यांच्या अशा भूतचेष्टांच्या कहाण्या

तो ऐकून होता. त्याचा या असल्या अशक्यप्राय 'अफवां'वर कधीच विश्वास बसला नव्हता. प्रत्यक्ष अनुभव घेतल्याचे शपथेवर सांगणाऱ्याचीसुद्धा तो आजवर खिल्ली उडवत आला होता. पण आता त्याच्या स्वत:च्याच फौजेला हा जबरदस्त हिसका बसला होता. त्याचे डोके पार सुन्न होऊन गेले. तो पाषाण मूर्तीसारखा निश्चल बसून राहिला. डोळ्याची पापणी लवेना. त्याच्या हुजऱ्यांनी त्या शिपायांना कसेबसे डेऱ्याबाहेर काढले. तोंडावर पाण्याचे पाच-सहा हबके मारले तेव्हा तो भानावर आला. राबता बंद करून तो एकटाच एकामागून एक दारूचे पेले रिचवत, भणभणत्या डोक्याने विचार करीत बसून राहिला. ही बातमी बादशहापासून लपविणे शक्यच नव्हते. सरलष्कर म्हणून अखेर तोच जबाबदार होता. बादशहाच्या रागाचा सामना कसा करायचा या एकाच गोष्टीचा विचार त्याला भंडावून सोडत होता. सायंकाळी दिवेलागणीच्या सुमारास औरंगाबादहून खान-ए-सामान इफ्तीखारखानाचा खलिता घेऊन सांडणीस्वार दाखल झाला. खलिता गुप्त होता. इफ्तीखारखानाने घडलेला सर्व प्रकार अगदी तपशीलवार लिहिला होता. शिपायांच्या भेदरट कथनापेक्षा खलित्यामधली वस्तुस्थिती अधिकच भयाण होती. आपल्याला या साऱ्या अरिष्टातून सुखरूप वाचविल्याबद्दल अल्लाचे आभार मानण्यास इफ्तीखारखान विसरला नव्हता. त्याच्या 'सुदैवा'ने त्या रात्री तो त्याच्या 'खासगी' कामासाठी शहरात मुक्कामाला राहिल्यामुळे थोडक्यात बचावला होता. खलित्यात त्याने संशय व्यक्त केला होता की, नामुराद कम्बख्त काफिर कुलीखानाने मराठ्यांना हा हल्ला करण्यास फितविले असावे कारण तो स्वत: एवढी मोठी फौज वाऱ्यावर सोडून वाटेत शिकारीची मौजमजा लुटून बऱ्हाणपुरात सुखरूप बसला आहे. त्याने दाऊदखानास आवर्जून सल्ला दिला की, कुलीखान सावध होण्यापूर्वीच आणि त्याने आणखी वेगळी हालचाल करण्यापूर्वीच तातडीने त्याच्या मुसक्या आवळून त्याला जेरबंद करावे. तसेच हा सारा वृत्तान्त तातडीने आलाहजरतांना कळवून पुढच्या कारवाईसाठी योग्य ते हुकूम मिळवावेत. आपण हे वृत्त बहादूरखान आणि दिलेरखानाससुद्धा कळविले असून, त्यांना तातडीने बऱ्हाणपुरास येण्याची विनंती केल्याचे आणि स्वत: दोन-तीन दिवसांत बऱ्हाणपुरामध्ये दाखल होत असल्याचे लिहून धीर देण्याचा प्रयत्न केला होता.

खलिता वाचून दाऊदखानाची दारूची धुंदी क्षणात उतरली. त्याचे डोके ताळ्यावर आले. त्याला एकदम कुलीखानाची आठवण झाली. वास्तविक तो एव्हाना छावणीत दाखल व्हायला हवा होता. मग तो नेमका आहे कुठे? त्याला आणायला पाठविलेले मीर अल्तमश आणि इखलासखान, त्यांचे काय झाले? त्यांच्यासोबत चांगली दहा हजार फौज दिली होती. त्यांना काय घारीने उचलून नेले? त्या सैतान कुलीखानाने त्यांचा काटा काढला की काय? तो नेमका आहे कुठे?

इफ्तीखारखानाच्या चुगलीत सत्यता असावी अशी त्याची पक्की खात्री पटली. म्हणजे? आलाहजरतांचा संशय रास्त होता तर. कुलीखान फितूर झाला. त्याने शिवाजीकडून पैसे खाल्ले असले पाहिजेत. ज्या अर्थी इखलासखानाकडून काही विपरीत खबर नाही त्या अर्थी ते दोघे कुलीखानाच्या पाठलागावर असावेत.

रातोरात त्याने एक तुकडी इखलासखान आणि मीर अल्तमशकडे रवाना केली. तातडीने हालचाल करून कुलीखानाच्या मुसक्या आवळून हजर करण्याचा हुकूम सोडला. औरंगाबादमध्ये घडलेले रामायण त्याने थोडक्यात कळविले. अर्थात सगळा मामला तोंडी. कारण खलिता लिहिण्यात फुकट घालविण्यासाठी त्याच्याकडे वेळच नव्हता.

गमतीची गोष्ट अशी की, दोन-तीन दिवसांत बऱ्हाणपूरच्या वाटेवर असलेला कुलीखान भेटणारच आहे. मग त्याला शोधत फुफाटा तुडविण्याची दगदग करण्यापेक्षा वाटेवरच वाट पाहत बसलेल्या त्या दोघांना आठ-दहा दिवस झाले तरी कुलीखान आला नसल्याचे भानच नव्हते. ते मस्त चैनीत निवांतपणे वाट पाहत बसून होते. औरंगाबादहून पळत सुटलेले सैनिक किंवा खलित्याचा सांडणीस्वार यापैकी कोणाशीच त्यांची गाठ पडली नाही. कशी पडावी? कारण ते मुळी त्यांच्या वाटेवर नव्हतेच. ते त्या मार्गापासून दूर साल्हेर-मुल्हेर आणि नाशिककडे जाणाऱ्या वाटेवर तळ ठोकून बसले होते. आणि अक्रीत घडले. कुलीखानाऐवजी येऊन थडकले दाऊदखानाचे तोंडी फर्मान; कुलीखानाला कैद करण्याचे, मुसक्या बांधून व काढण्या लावून बऱ्हाणपुरात हजर करण्याचे.

दाऊदखानाचा हुकूम मिळताच दोघांचेही धाबे दणाणले. ऐशाचा कैफ आणि आरामाची सुस्ती क्षणात उतरली. भराभरा हुकूम सुटले. छावणी मोडून कुचाची तयारी सुरू झाली. लहानथोर प्रत्येकजण झडझडून कामाला लागला. मात्र दोघेही वीर एवढे गांगरून गेले होते की, नेमके काय करावे आणि कोठे जाऊन कुलीखानाला शोधावे हेच त्यांना उमगेना.

छावणी मोडण्याची धांदल चालू असतानाच त्यांनी आपल्या प्रमुख सरदारांना बोलावून घेतले. मीर अल्तमशच्या डेऱ्यात मसलत बसली. घडलेला सारा प्रकार आणि दाऊदखानाचा हुकूम इत्यादीचे वृत्त इखलासखानाने थोडक्यात सांगितले. शेवटी तो म्हणाला–

"अल्लाच्या कृपेने आणि तुमच्या मदतीने कोणतेही काम अशक्य नाही; त्यामुळे त्या नादान बगावतखोर कुलीखानाच्या मुसक्या आवळणे ही काही फार अवघड गोष्ट आहे असे नाही. अडचण फक्त एकच आहे, या सैतानी प्रदेशात त्याला शोधायचे तर कुठे शोधायचे? एवढा उत्पात घडवून आणल्यानंतर तो आपली वाट पाहत एकाच जागी बसला नसणार हे तर उघडच आहे."

आडवीतिडवी बोलघेवडी वांझोटी चर्चा सुरू झाली. नुसते एरंडाचे गुऱ्हाळ. नाही रस नाही चोथा. मात्र चर्चेत एकमताने सारेच हिरिरीने सांगत होते की, कुलीखान शिवाला फितूर होऊन त्याला मिळाला असलाच पाहिजे. कलकलाटाने विटून गेलेल्या मीर अल्तमशने अखेर हात उंचावून गलका थांबविला.

''ही वेळ बाजारगप्पा करण्याची, खरेखोटे किस्से ऐकवण्याची नाही. ठोस निर्णय, तोसुद्धा तातडीने घेण्याची आहे. ध्यानात घ्या, जाणारा हर लम्हा आपल्यातील आणि कुलीखानामधील अंतर वाढवणारा आहे.''

वृद्धापकाळाने कंबरेत किंचित वाकलेला आणि पांढऱ्या स्वच्छ दाढीमिश्या झालेला अवधसिंह हांडा एक पाऊल पुढे सरकला. इतर सरदारांची चालू असलेली बडबड तो नुसतीच ऐकत होता. हे मीर अल्तमशच्या नजरेतून सुटले नव्हते. वाकलेली कंबर अधिकच झुकवून सलाम करीत तो म्हणाला–

''हुजूर, जान की अमान पाऊँ तो कुछ कहूं.''

''कहो। पण काहीतरी ठोस सांगायचे असेल तरच तुझे दातपडके थोबाड उघड.''

''जी हुजूर, सर्वांत पहिले आपण कुलीखान ज्या ठिकाणी शिकार खेळण्यास थांबला होता त्या त्याच्या मुक्कामाच्या ठिकाणी पोहोचू. हुजुरांनी बयान केल्याप्रमाणे तो काही तेथे आपली वाट पाहत बसला नसणार हे उघडच आहे. पण त्या भागातील बासिंदे तो नेमका कुठल्या दिशेने गेला? कधी गेला? याची माहिती तर हमखास देतील. त्याप्रमाणे आपल्याला आपली तपासाची पुढची दिशा ठरवता येईल. सर्वांचा अंदाज आहे की, तो शिवाजीराजांना जाऊन मिळाला असेल. हा अंदाज ठोकरून लावण्यासारखा नाही. मात्र मी स्वत: मिर्झाराजांच्या छावणीत शिवाजी राजाला फार जवळून पाहिले आहे. निरखले आहे. इतकी वर्षे गनिमाकडे राहिलेल्या आणि धर्म सोडून मुसलमान झालेल्या कुलीखानाला इतक्या लवकर आणि सहजासहजी शिवाजीराजांसमोर जाणे शक्य नाही हे मला पक्के माहीत आहे; त्यामुळे पुरती खात्री पटेपर्यंत शिवाजीराजा त्याला आपल्यापासून दूरच ठेवणार. त्यामुळे त्याच्या मुक्कामापासून सर्वांत जवळच्या साल्हेरीच्या गडाचा आश्रय घेऊन तो राजांच्या हुकमाची वाट पाहत असणार. तातडीने काही नजरबाज साल्हेरीवर पाठवून खातरजमा करून घेतली पाहिजे.''

''बहोत खूब। याला म्हणतात अनुभवाचे बोल. म्हणूनच तर कितीही अडचणीचे वाटत असले तरी आम्ही अशा पिकलेल्या वयाचे तजुर्बेकार बुजुर्ग आमच्यासोबत बाळगतो.''

''हुजूर, अजून एक गोष्ट सांगावी वाटते. आपण एवढी मोठी फौज घेऊन निघालो तर आपल्या हालचाली वेगाने करता येणार नाहीत. शिवाय त्याचा सुगावा

गनिमाला लगेचच लागून तो सावध होऊ शकतो. तेव्हा सेवकाला असे वाटते की, मीर अल्तमश हुजुरांनी हजार-दीड हजाराची सडी फौज घेऊन पुढे निघावे आणि इखलासखानसाहेबांनी मागचा बारदाना आवरून मागोमाग निघावे. जर कुलीखान साल्हेरीत लपल्याची मुस्तकीम खबर मिळालीच तर आपली फौज एकत्र येताच सरळ साल्हेरीस वेढा घालायचा आणि सरलष्करांकडे खबर पाठवून कुमक मागवायची. एकदा गडाला वेढा घालून कुलीखानास किल्ल्यात कोंडले की पुढचे निर्णय सरलष्कर करतील.''

''दुरुस्त। अगदी रास्त मशवरा आहे. आम्ही खूश आहोत. एकदा का तो बगावतखोर आमच्या हातात सापडला की तुझे दातपडके तोंड आम्ही सोन्याच्या अश्रफींनी भरून टाकू. जिल्हेसुभानी आलाहजरतांकडे तुझी शिफारस करू.''

एकदा काय करायचे हे निश्चित झाल्यावर दोन्ही खानांनी वेळ न गमावता एकदिलाने हालचाली सुरू केल्या. घटका पूर्ण होण्याच्या आत चार-पाच नजरबाज साल्हेरीकडे रवाना झाले. पहाटेच्या अंधारातच दीड हजार सडे स्वार घेऊन मीर अल्तमश कुलीखानाच्या तळाच्या रोखाने निघाला. बाकी फौज घेऊन इखलासखान त्याला साल्हेरीजवळच्या जंगलात गाठणार होता.

-१२७-

झपाट्याने मजला मारीत मीर अल्तमश कुलीखानाच्या तळाच्या परिसरात येऊन पोहोचला. नजरबाजांनी सांगितलेल्या खाणाखुणा नीट तपासून आपण योग्य ठिकाणी पोहोचल्याची खात्री त्याने करून घेतली. समोरचा पहाड ओलांडून पलीकडच्या दरीत गेले की, तो कुलीखानाच्या तळावर पोहोचणार होता. काही वेळ जनावरांना आणि हशमांना विश्रांती देऊन त्याने डोंगर चढण्यासाठी पाय उचलला... आणि लगेचच लगाम खेचून घोडे रोखले... घिरट्या घालणाऱ्या घारी-गिधाडांनी डोंगरावरचे आभाळ भरून गेले होते. त्याच्या अंगावर सरसरून काटा आला. मनात अशुभाची पाल चुकचुकली. त्याने स्वतःला सावरले. कुणाशी शब्द न बोलता त्याने टाच मारली आणि अवघड चढणीवरून चौखूर घोडे दौडवत तो शिखरावर पोहोचला. दुपारच्या तळपत्या सूर्याची उन्हे दरीत पसरली असल्याने खालचे स्पष्ट दिसत होते. त्याच्या मनातली शंका खरी ठरल्याचे त्याला स्पष्ट जाणवत होते. जळून खाक झालेल्या राहुट्या तळावर दिसत होत्या. घारी आणि गिधाडांनी मोकळी जागा शिल्लक ठेवली नव्हती. सडक्या-कुजक्या मांसाचा दर्प आसमंतात भरून राहिला होता. दरीतून येणारी ती भयंकर दुर्गंधी एवढ्या उंचीवरसुद्धा डोक्यात झिणझिण्या आणत होती.

दुर्गंधीचा त्रास टाळण्यासाठी त्याने बहुतेक सर्व फौज डोंगराच्या विरुद्ध उतारावरच

ठेवली आणि सोबत मोजकेच शे-दीडशे हशम घेऊन तो दरीत उतरला. सर्वांनी आपापल्या पागोट्यांच्या शेवाने नाक-तोंड झाकून घेतले असले तरी दुर्गंधीतून सुटका होत नव्हती. एवढा माणसांचा जमाव जवळ आला तरी गिधाडे उडून जाण्याचे नाव घेईनात. अखेर त्यांना मारण्यासाठी बंदुकीचे बार काढावे लागले. पाचपन्नास गिधाडे मरून पडली तेव्हा कुठे मैदान मोकळे झाले. जागोजाग जळून खाक झालेले तंबू-राहुट्या आणि इतस्तत: पसरलेली सडकी प्रेते समोर दिसू लागली. तळाच्या जागेवर माश्या, पिसवा, मच्छर आणि अन्य विषारी कीटकांची रेलचेल असणार हे ओळखून त्याने आपल्या माणसांना आसपासच्या झाडीतून कडुनिंबाचा ओला पाला गोळा करण्यास पिटाळले. भरपूर धुराने परिसर भरून गेला तेव्हा किड्यांचा त्रास कमी झाला. दुर्गंधीसुद्धा काहीशी उणावली.

मराठ्यांचा छापा पडून गेला त्याला आता आठवडा उलटून गेला होता. एवढ्या काळात आसपासच्या डोंगरांत-जंगलात राहणाऱ्या माणसांनी तळावर आणि प्रेतावर सापडेल ती चीजवस्तू लुटून नेली होती. जंगली श्वापदांना तर मोकळे रानच मिळाले होते. तरस, कोल्हे, लांडग्यांची इतकेच नव्हे तर उंदरांनीसुद्धा प्रेते इतक्या भयानक पद्धतीने फाडून खाल्ली होती की एकाचीही ओळख पटविणे शक्य नव्हते. उरलेसुरले काम घारी आणि गिधाडांनी संपवत आणले होते. तेथे जे पडलेले दिसत होते त्याला मानवी प्रेते म्हणणे धाष्टर्याचेच व्हावे. थोडेबहुत कुजलेले मांस शिल्लक राहिलेले ते केवळ हाडांचे सांगाडेच होते. श्वापदांनी पळवून नेल्याने हातपाय दूरपर्यंत पसरले होते.

तळावरचा सर्वांत मोठा तंबू सरदार कुलीखानाचा असावा असे अनुमान काढून खानाने तिकडे मोहरा वळविला. जळक्या तंबूत कोळसा झालेल्या पलंगावर एक हाडांचा सापळा अस्ताव्यस्त पडला होता. मान धडापासून वेगळी केली गेली असावी कारण कवटी खाली धुळीत लोळत होती. तो सांगाडा महम्मद कुलीखानाचाच असावा असा सर्वानुमते निर्णय झाला.

या भयाण दृश्याचा अर्थ स्पष्ट होता. नामुराद, दगलबाज मराठ्यांनी जसा औरंगाबादच्या छावणीवर भेकड हल्ला केला आणि शाही फौज तख्ततारास केली, त्याचप्रमाणे दगा करून कुलीखानाच्या तळावर हल्ला केला. दिवसभर उन्हातान्हात शिकार करून गाढ झोपेत असलेल्या तळावरच्या हशमांची रानटीपणे सरसहा कत्तल उडविली. जे उचलून नेणे शक्य नव्हते ते जाळून भस्म केले. मीर अल्तमश आणि त्याच्या सोबतच्या हशमांच्या दिलात आणि डोक्यात संताप आणि दहशतीचे संमिश्र काहूर उठले. पण मन आवरून, अल्लाचे नाव घेत तो कामाला लागला. अंधार पडण्याच्या आत त्याला डोंगरापलीकडे आपल्या माणसांत सुखरूप पोहोचण्याची आता घाई झाली होती.

मीर अल्तमशने आजूबाजूच्या खेड्यांमध्ये स्वार पाठवून वेठबिगार जमा केले. इतस्तत: विखरून पडलेले हात, पाय व मुंडकी म्हणजेच हाडे आणि कवट्या गोळा करविल्या. त्यानंतर तळाच्या जागेच्या मधोमध एकच मोठा खड्डा खणविला आणि त्यात सर्व सांगाडे पुरून टाकले. एकशे चौपन्न सांगाडे पुरल्याची त्याने नोंद करून घेतली. त्यानंतर सर्वांनी सर्व मृतांसाठी एकत्र सामुदायिक फातिहा पढून अंत्यविधी पूर्ण केला. दैवाची खैर, सूर्य मावळण्याच्या आत हे काम पूर्ण झाले. त्या ठिकाणचे वातावरण इतके प्रदूषित आणि भयप्रद झाले होते की, एक क्षणही वाया न दवडता त्याने तळ सोडला आणि डोंगराच्या पलीकडे ठेवलेल्या फौजेस जाऊन मिळाला. रात्र त्याने कशीबशी डोंगराच्या पायथ्याशी काढली आणि फजरचा नमाज पढून होताच त्याने इखलासखानाला गाठण्यासाठी दौड मारली. कुलीखानाच्या तळाची दैना आणि त्याच्या हत्येची भयंकर खबर ऐकून इखलासखानसुद्धा पार मुळापासून हादरून गेला. सारा वृत्तान्त लवकरात लवकर दाऊदखानाच्या कानावर घालण्यासाठी दोघे सडेच बऱ्हाणपुराकडे गेले. बाकी फौज आणि बारदाना मागून निघाला.

लांब-लांब मजला मारीत खानांची जोडगोळी बऱ्हाणपूरच्या दिशेने दौडत सुटली. शेवटच्या दिवशी तर त्यांनी दुपारच्या भोजनासाठीसुद्धा वेळ वाया घालवला नाही. तिसऱ्या प्रहरी सरलष्कराची सदर बसण्यापूर्वी दोघे छावणीत दाखल झाले. धुळीने माखलेल्या अवस्थेतच ते दाऊदखानासमोर पेश झाले. त्यांना तशा अवस्थेत पाहून सारी सदर चरकली. मनातून हबकलेला दाऊदखान उसने अवसान आणून संतापाचे प्रदर्शन करीत कडाडला–

"लाहौलवलाकूव्वत! हे मी काय पाहतो आहे? इखलासखान, तू खालीहाथ परत आलास? दिलेला हुकूम न बजावता हुजूर दाखल होण्याची तुम्हा दोघांना हिंमत झालीच कशी? कुठे आहे तो नामुराद, बगावतखोर कुलीखान? त्याने तुम्हालासुद्धा चोपून काढले की काय? तुमचा गोटसुद्धा लुटला की काय? तुमच्या फौजेचीसुद्धा त्याने बरबादी केली की काय?"

इफ्तीखारखानानेसुद्धा संधी साधून तोंडसुख घेतले. इखलासखानाने दीन मुद्रेने मीर अल्तमशकडे पाहिले. जणू तो सुचवीत होता की, जे घडले आणि जे तू स्वत:च्या डोळ्यांनी पाहिलेस ते तूच स्वत: आपल्या तोंडाने सांगणे बरे राहील. मोठा अवंढा गिळत मीर अल्तमश पाऊलभर पुढे सरकला. वारंवार बंदगी करीत त्याने कसेबसे आपल्या वरिष्ठांना शांत केले. नंतर कुलीखानाच्या तळाच्या बरबादीचे आणि प्रत्यक्ष कुलीखानाच्या शहादतीचे मोठे रसभरित वर्णन ऐकविले.

मराठ्यांच्या छाप्यात कुलीखान मारला गेल्याचे वृत्त ऐकताच सदरेचा नूर पालटला. सर्वांवर एकच प्रेतकळा पसरली.

'इन्ना लिल्लाही व इन्ना इलैही राजिऊन'

दाऊदखानासह सर्वांच्या मुखातून असा दु:खोद्गार बाहेर पडला. दाऊदखानाने छावणीत तीन दिवसांचा मातम जाहीर केला. अत्तर-गुलाब किंवा निरोपाचे विडे न होताच सदर बरखास्त झाली.

औरंगाबादला झालेल्या बरबादीची हकिकत बादशहाला कळविण्याचा दाऊदखानाला अद्याप धीर झाला नव्हता. सध्या इफ्तीखारखान त्याचा जवळचा सल्लागार झाला होता. त्याने सल्ला दिल्याप्रमाणे कुलीखानाच्या मुसक्या आवळून नंतर खबर कळविली तरच कातडी बचावण्याची थोडीतरी शक्यता वाटत होती. म्हणून तो इखलासखानाच्या वाटेकडे डोळे लावून बसला होता. पण आता निरुपायच झाला. दुसऱ्या दिवशी औरंगाबादच्या विनाशाची आणि महम्मद कुलीखानाच्या शहादतीची रडकथा सांगणारा खलिता घेऊन सांडणीस्वार दिल्लीकडे रवाना झाला.

छावणीत प्रचंड घबराट पसरली होती. मोठ्यात मोठ्या मनसबदारापासून ते सर्वसामान्य प्याद्यापर्यंत, इतकेच नव्हे तर सामान्य खोजांपासून बाजारबुणग्यांपर्यंत प्रत्येकानेच मराठ्यांची दहशत घेतली होती. कुणीही एकटा-दुकटा छावणीच्या बाहेर झाड्याला जाण्यासाठीसुद्धा धजावत नव्हता. गस्ती पहारे धास्तावले होते. छबिन्याची गस्त तर बंदच झाली.

-१२८-

बऱ्हाणपुराहून आलेले दाऊदखानाचे टपाल हातात पडले त्या वेळी वजीर जाफरखान आदल्या रात्री जनानखान्यात केलेल्या अय्याशीच्या आठवणींतच रमलेला होता. नेहमीचेच टपाल समजून सवयीच्या बेफिकिरीने त्यावरून नजर फिरविली. पण जसजसा तो वाचत गेला तसतशी लोडाला रेललेली त्याची पाठ सरळ होत गेली. त्याच्या डोळ्यांतली नशा आणि मनावरची धुंदी उतरत गेली. त्याचे दोन्ही तळहात घामाने चिंब ओले झाले. कपाळ आणि माथ्यावरून घामाच्या धारा वाहू लागल्या. श्वास छाती फोडून बाहेर निघेलसा सुरू झाला. डोईवरचा किमांश उतरून त्याने बाजूला ठेवला. थंड गुलाबपाण्यात भिजविलेल्या रुमालाने त्याने चेहरा आणि टक्कल खसखसून पुसून काढले. शराबाच्या धुंदीमुळे आणि मनात सतत वसत असलेल्या बादशहाच्या धाकामुळे आपण काही भलतेच वाचले असावे असे त्याला वाटले. खोजाला खूण करून मस्कती डाळिंबाच्या शराबाने प्याला भरून घेतला आणि एकाच दमात रिता केला. मग खलित्यातला एकेक शब्द त्याने पुन्हा नीट सावकाश वाचून काढला. आणि त्याने जे पहिल्यांदा वाचले होते ते विदारक सत्य होते, भास नव्हता याची त्याला खात्री पटली. आता मात्र खरोखरच त्याचे धैर्य गळाले.

“या अल्ला! इन्ना लिल्लाही व इन्ना इलैही राजिऊन!! त्या भयंकर मराठ्यांनी चाळीस हजार शाही फौज आणि लाखो रुपयांचा तोफखाना पलक झपकते होत्याचा

नव्हता केला!! या अल्ला! गरीब बिचाऱ्या कुलीखानाचा शक खरा ठरला. त्या भुतावळीने त्याच्यावर पुरता सूड उगवला. दाऊदखान, आता तुझी कंबख्ती भरली. तू कुलीखानाला एकटा सोडला आणि म्हणूनच हा अनर्थ घडला. आलाहजरत आता तुला माफ करणे शक्य नाही. त्यांच्या संतापापासून अल्ला तुझे रक्षण करो.''

ही बातमी तातडीने बादशहाच्या कानी घालणे जरूर होते. लपवून ठेवणे वा दिरंगाईने कळविणे कोणत्याही परिस्थितीत शक्य नव्हते. कारण बादशहाचे स्वत:चे खबऱ्यांचे अन् नजरबाजांचे जाळे मोठे कार्यक्षम होते. अल्लाहु आला कदाचित ही बातमी बादशहाला आधीच कळली असावी आणि तो वजीर बातमी कधी आणि कशी देतो याची वाट पाहत असावा; या शंकेच्या भुंग्याने त्याच्या डोक्यात नवीनच पोखरणी लावली. मात्र काही असो, बादशहासमोर एकटे जाण्याची त्याची हिंमत होत नव्हती.

'असाल तसे हजर व्हा' असा निरोप पाठवून त्याने बादशहाचा विश्वासू दानिशमंदखान खोजा आणि मुख्य कारभारी शेख सादुल्ला या दोघांना बोलावून घेतले. घटकाभरात दोघे हजर झाले. आगतस्वागत करण्याचे दरबारी रीतीरिवाज बाजूला ठेवून जाफरखानाने त्यांना दाऊदखानाचा खलिता स्वत: वाचून दाखविला. मजकूर ऐकून दोघे सुन्न-बधिर झाले.

''आलाहजरतांना ही भयंकर खबर ऐकवण्यासाठी मला जावेच लागणार आहे. पण तुम्हा दोघांपासून वस्तुस्थिती लपवण्यात काही अर्थ नाही. आलमपन्हांना एकट्याने सामोरे जाण्याची हिंमत या क्षणी तरी माझ्याकडे नाही. तुम्हाला खुदा का वास्ता, पण तुम्ही दोघांनी माझ्यासोबत असावे म्हणजे मला जरा धीर येईल. दुसरे म्हणजे आलाहजरतांना शांत करण्याची, त्यांचा कहर कमी करण्याची ताकद अख्ख्या सलतनतीत केवळ एकट्या दानिशमंदखानाकडेच आहे.''

या स्तुतीवर कोणतीही प्रतिक्रिया न देता अगदी शुष्क स्वरात दानिशमंदखान म्हणाला–

''ठीक है। कधी जायचे आहे?''

''आत्ता. लगेचच. जेवढा उशीर जास्त, तेवढी संतापाची धार तेज.''

शेख सादुल्लाने हलकेच सुचविले–

''वजीरेआझम, आपण जनाब महाबतखान किंवा मीर बक्षी जनाब असदखानसाहेबांना सोबत घेतले तर? त्या दोघांचे आलाहजरतांकडे वजन तर आहेच शिवाय ते दाऊदखानसाहेबांचे करिबी रिश्तेदार असल्याने त्यांची रदबदली करून ते त्यांना कयामतपासून बचावण्याची कोशिश करू शकतील.''

जाफरखानाने प्रश्नार्थक मुद्रेने दानिशमंदखानाकडे पाहिले.

''नहीं हम शेखसाहब की राय से इत्तफाक नहीं रखते। एक म्हणजे खबर

आलाहजरतांकडे पोहोचण्यापूर्वी राजधानीत तिचा बभ्रा होणे धोकादायक आहे आणि दुसरे असे की, या क्षणी जर कोणी कोणाला वाचवण्याची कोशिश करण्याची गुस्ताखी करू धजेल तर तोसुद्धा रसातळाला गेल्याशिवाय राहणार नाही. कारण या मोहिमेत आलाहजरतांच्या मोठ्या अपेक्षा गुंतल्या आहेत. हा हादसा एवढा जबरदस्त आहे की, ही मोहीम सुरू होण्याआधीच बारगळल्यात जमा आहे. हा सदमा पचवणे आलाहजरतांना सोपे असणार नाही. अल्ला सर्वशक्तिमान आहे. इन्शाल्ला तो स्वत:च दाऊदखानाची काळजी घेईल. मनाला त्रास देणारे काम रेंगाळत ठेवू नये, त्याने त्रास अधिक वाढतो. वजीरेआझम, आपली तयारी झाली असेल तर अल्लाचे नाव घेऊन निघू या.''

एकाच अंबारीत बसून तिघे लाल किल्ल्यात हजर झाले. बादशहा त्या वेळी जनानखान्यात झेबुन्निसा बेगमबरोबर काही घरगुती मामल्यांची चर्चा करीत बसला होता; त्यामुळे भेट मिळायला थोडा उशीर झाला. जाफरखानाच्या अस्वस्थतेत त्यामुळे अधिकच भर पडली. शाही महालातील वाळ्याच्या पडद्यांचा गारवा त्याला अपुरा वाटू लागला. अखेर अस्वस्थ प्रतीक्षा संपली. भेट फरमावली गेली.

अगदी साध्या वेषात बादशहा आरामगाहमध्ये बसला होता. सर्व दाराखिडक्यांवर वाळ्याचे पडदे सोडून त्यावर भरपूर पाणी मारले होते. बादशहाच्या बैठकीसमोर एक छोटे कारंजे थुईथुई नाचत होते. छतावरच्या जाड पडद्यांच्या पंख्यांच्या हालचालींमुळे हवा खेळती आणि मोठी आल्हाददायक झाली होती. महालात सर्वत्र वाळा, गुलाब आणि मोगऱ्याचा संमिश्र मंद सुगंध भरून राहिला होता. झेबुन्निसा बहुधा आपल्या पित्यासाठी मोगऱ्याचे गजरे तयार करीत असावी कारण ती जेथे बसली असण्याची शक्यता होती त्या बैठकीवर मोठ्या तबकात काही तयार गजरे आणि मोगऱ्याची फुले पडलेली दिसत होती. अंधारलेल्या महालात चिरागदानाचा मंद प्रकाश पडला होता. त्या अपुऱ्या प्रकाशातसुद्धा बादशहाच्या शिरपेचातील रत्ने झगमगत होती. कुर्निसात करीत आत प्रवेश करणाऱ्या जाफरखानावर हिरवी नजर खिळली.

''जाफरखान, ज्या अर्थी भरदुपारच्या आगीत आणि तेसुद्धा या दोघांना, विशेष म्हणजे माबदौलतांच्या खास चहेत्या दानिशमंदला घेऊन आला आहेस, त्या अर्थी तू काहीतरी घोटाळा करून ठेवला असावास जो तुझ्यावर आता शेकणार आहे किंवा दखखनमध्ये काहीतरी घडले असावे.''

जाफरखानाने नजर उचलून बादशहाच्या चेहऱ्यावरचे भाव टिपण्याचा क्षीण प्रयत्न केला, पण हिरव्या नजरेतला दाह या क्षणी त्याला झेपला नाही.

''आलमपन्हा, बऱ्हाणपूरहून दाऊदखानाचा खास खलिता घेऊन सांडणीस्वार आला आहे. कुलीखानाचा अंदेशा दुर्दैवाने खरा ठरला. मराठ्यांनी दावा साधला. बऱ्हाणपूरच्या वाटेवर कुलीखानाला कापून काढण्यात आले. शहराजवळची छावणी

साफ बुडवली गेली. चाळीस हजार खस्त झाले. शिवाय सारा तोफखाना आणि बारूदखाना बरबाद झाला.''

जपमाळ थांबली. कपाळावरचा काळा डाग आठ्यांच्या जाळ्यात गडप झाला. हिरवी नजर अधिकच दाहक आणि विखारी बनली. संतापाने चेहरा लालबुंद झाला. जाफरखान आणि त्याच्या सोबत्यांच्या अंगाला कंप सुटला. बादशहा आसनावरून उठला. दोन्ही हात मागे बांधून त्याने महालाच्या या टोकापासून त्या टोकापर्यंत येरझारा घालण्यास सुरुवात केली. त्याच्या नाका-तोंडातून निघणाऱ्या फूत्कारांशिवाय महालात दुसरा आवाज नव्हता. जाफरखान गप्प बसलेला पाहून बादशहा कडाडला–

''रुक क्यों गये? जे काही असेल ते जसेच्या तसे साफ साफ बयां कर. काही लपवण्याची कोशिश केलीस तर त्याचा अंजाम तुला ठाऊक आहेच.''

जाफरखानाने दीनपणे महालात वावरणाऱ्या बांदी आणि खोजांकडे नजरेनेच इशारा केला.

''तखलिया...''

क्षण-दोन क्षणांत महाल रिकामा झाला.

''अब बको...''

दानिशमंदखानाने एक चिरागदान जाफरखानाजवळ आणून ठेवले. उजेडाचा कोन साधून जाफरखानाने खलिता वाचण्यास सुरुवात केली. जसजसा मजकूर पुढे सरकत गेला तसतसा संतापाचा पारा वरवर चढत गेला. मात्र बादशहाने वाचनात कोणताही व्यत्यय आणला नाही. फक्त लंबकाची गती वाढली आणि फूत्कारांचा आवाज मोठा झाला.

बादशहाच्या क्रुद्ध मन:स्थितीचा अंदाज येण्यास तेवढे पुरेसे होते अन्यथा कोणत्याही प्रसंगात बादशहाची चर्या निर्विकार आणि हालचाली कमालीच्या थंड असत. खलित्याचे वाचन संपले. त्याच आवेगात दोन येरझारा पूर्ण झाल्या. बादशहा आसनाजवळ येऊन थांबला. आपल्या मस्तकावरचा किमांश उतरून त्याने हातात घेतला. झटकन पुढे होऊन दानिशमंदखानाने तो हातात घेऊन जवळच्या तिपाईवर ठेवला. दोन्ही हातांनी मस्तक गच्च धरून बादशहा मटकन आसनावर बसला आणि पुटपुटला–

''अ उजू बिल्लाही मिनश शैतानिर रजाम.''

दानिशमंदखानाने सुरईतले मोगऱ्याच्या सुवासाचे थंडगार पाणी सोन्याच्या प्याल्यातून बादशहाच्या ओठांना लावले. चार-सहा घोट घेऊन बादशहाने प्याला दूर सारला. दानिशमंदखानाने त्याला अलगद झोपविले आणि सुगंधी गार पाण्यात भिजविलेल्या रेशमी रुमालाने त्याचे कपाळ अन् मस्तक हळुवारपणे पुसून काढले. काही वेळ बादशहा तसाच स्वस्थ पडून राहिला. मात्र मुखाने 'अ उजू...' दुवा

पुटपुटत राहिला. मग तो उठून बसला पण त्याने मस्तकावरचा ओला रुमाल तसाच राहू दिला. नजर रुजाम्यावर खिळली होती. बोटे अस्वस्थ हालचाल करीत होती. हलक्या आवाजात दानिशमंदखान म्हणाला–

''जान की अमान पाऊँ तो गुलाम कुछ अर्ज करना चाहता है।''

मान होकारार्थी हलली.

''गुस्ताखी माफ आलमपन्हा, पण ही वेळ शोक व्यक्त करण्याची, संताप व्यक्त करण्याची नव्हे. आलमपन्हांना सारी कायनात जिंदा पीर समजते. हजरत उमर यांच्यानंतर इस्लामच्या तवारीखमध्ये जहाँपन्हांचे नाव घेतले जाते. आलमपन्हांचा बसेरा खैबरपार असता तर खिलाफत या मुबारक चरणांशी चालत आली असती. असे असताना ही असली गफलत? गुस्ताखी माफ पण गुलामाची अकल काम करेनाशी झाली आहे.''

''दानिशमंद, माबदौलतांची बेवजहची तारीफ बंद कर. तुला माहीत आहे माबदौलतांना बकवास पसंत नाही. मातम? कोणासाठी? त्या गाफील अय्याश चाळीस हजारांसाठी? कुत्ते की मौत मरण्याची त्यांची लायकी होती आणि तसेच मरण त्यांना आले. कुलीखानासाठी? माबदौलतांना पूर्ण यकीन आहे तो मेलेला नाही. अशा पद्धतीने तो मारला जाणे शक्य नाही. काय तर म्हणे पलंगावर मुडदा सापडला म्हणून तो कुलीखानाचा. त्या बेवकूफ मीर अल्तमशने काही ठोस सबूत मिळविले? नाही. आणि आमचे सिपाहसालार समजतात त्याचे बयान खरे आहे. नुसता अय्याश वेड्यांचा बाजार आमच्याभोवती जमा झाला आहे. कामात चुस्ती नाही, डोक्यात अक्कल नाही. आणि दिलात इमान? ते तर नाहीच नाही. नुसता कुफ्रचा अंधार. दिलेरखान त्याला एकदा गिरफ्तार करू शकला याचा अर्थ तो कोणाच्याही शिकंजामध्ये सहज सापडेल की काय? नामुमकिन! कतई नामुमकिन!! तो कुलीखान आहे. नेता पालकर. दुसरा शिवा. माबदौलतांनी त्याला आणि त्याच्या धन्याला जेवढे ओळखले आहे, तेवढे त्यांना त्यांच्या बापांनीसुद्धा ओळखले नसेल. असे चिलटासारखे मरण्यासाठी त्याचा जन्म नाही. कुलीखानाचा तर नव्हेच. माबदौलतांचा अंदेशा खरा ठरला. दानिशमंद, कुलीखानाला दख्खनमध्ये धाडण्यासाठी मना करीत होते. माबदौलतांनी दिल की बात नजरअंदाज करून सियासतला अहमियत दिली. दिल की आवाज ठुकराने का अंजाम आज सामने आहे. माबदौलतांचा गुस्सा त्यासाठी आहे. तो मारला गेल्याचे भासवून त्या चाणाक्ष शिवाने आपल्या लोकांना गुमराह केले. या गाफीलपणाचा फायदा घेऊन कुलीखान पळाला. हा खलिता बऱ्हाणपुराहून निघण्यापूर्वीच तो आपल्या पुरान्या धन्याकडे सुखरूप पोहोचला असेल. हा गुस्सा सहजपणे उल्लू बनवल्या गेलेल्या आपल्याच बेवकूफ, गाफील, बिनडोक,

बेजबाबदार, अय्याश सरदार आणि मनसबदारांवर आहे. कुलीखान परत गेला. सुखरूप परत जाऊ शकला. इसका साफ मतलब असा की, इतकी वर्षे माबदौलतांच्या दिलोदिमागमध्ये बसत असलेला शक और शुबा यकीन में तबदील हो चुका है. नेताला शिवानेच बुङ्ख्या मिर्झाराजाकडे पाठवले. शिवाने भरवसा दिला, हुकूम दिला म्हणून त्याने इस्लाम कबूल केला. अन्यथा तो सैतान वाटेल तेवढे हाल सोसत मरण पत्करता पण इस्लाम कधीच कबूल न करता. माबदौलतांनी तेव्हासुद्धा दिल की बात नजरअंदाज केली. हा गुस्सा त्यासाठी आहे. जर हे खरे असेल आणि यकीनन ते खरे आहेच, तर मग हे साफ आहे की, शिवा सतत त्याच्याशी संधान बांधून होता. माबदौलतांच्या डोळ्यांत धूळ फेकण्यात कामयाब होऊन संधान बांधून होता. मग तो आदबखाना असो, जनानखाना असो वा अफगाणिस्तान असो. हे असले स्वत:ला रुस्तम समजणारे, सूरमा म्हणवणारे शाही मनसबदार स्वत: तर गाफील राहिलेच पण माबदौलतांना गुमराह करीत राहिले. हा गुस्सा त्यासाठी आहे. आदिलखानासारख्या य:कश्चित सुलतानाच्या एका कवडीमोल जमीनदाराचा पोरगा एवढी ताकद ठेवतो की, हजारो कोसांचे मुघलिया साम्राज्य किसी को भनक लगे बिना पार करून त्याची माणसे थेट अफगाणिस्तानात पाठवतो. त्याचा त्याहून बिनकिमतीचा एक मुलाजिम, जो माबदौलतांच्या कृपेने मुघलिया तख्ताचा सामान्य पाचहजारी मनसबदार झाला तो स्वत:च्या ताकदीवर, राजधानीतून मदतीची अपेक्षा न करता, चंद दिवसांत अवघा अफगाणिस्तान जिंकून घेण्याचा वादा करू शकतो; म्हणजे त्या पाताळयंत्री शिवाने त्याच्या मदतीसाठी स्वत:ची फौजसुद्धा पाठवली होती की काय? माबदौलतांना त्याची हवासुद्धा नसावी? अफसोस! कदाचित, असे करून माबदौलतांच्या दिलात बगावतीचा खौफ पैदा करावा म्हणजे त्याला हिंदुस्थानात परत आणले जाईल असा त्याचा हिशेब असावा. अफसोस!! माबदौलत गुमराह झाले. हरामखोर कुलीखानाची साजिश कामयाब झाली. हा गुस्सा माबदौलतांच्या त्या नाकामयाबीवर आहे. कुलीखानाकडून इस्लामची सेवा करायची होती, असे खयाली पुलाव पकवणे सरासर नादानी होती. वो ख्वाब चकनाचूर झाला; हा गुस्सा त्यासाठी आहे. माबदौलतांचे जन्नतनशीन पुरखे शहनशाहे आलम जलालुद्दीन महम्मद अकबर गाझी यांनी सरजमीने हिंदमध्ये मुघलिया सलतनत बुलंद केली. मुघलिया सलतनतीच्या सरहद्दी अफगाणपासून दख्खनमध्ये नर्मदापार नीरा नदीपर्यंत पोहोचवल्या. पण त्यासाठी त्यांनी इस्लाम दुबळा केला. काफिरांना जवळ केले, त्यांचे लाड केले. इतकेच नव्हे तर साहेबी इमान ठेवणाऱ्या सरदार, मनसबदार, फौज आणि अवाममध्ये कुफ्र फैलावला; त्यामुळे मुघल नस्ल इस्लामच्या नेक राहवरून भटकली. हा गुस्सा त्यासाठी आहे. जाफरखान माबदौलतांना केवळ सत्तेची लालसा होती म्हणून त्यांनी तख्त काबीज केले असे नाही, तर माबदौलतांना

दाराला तख्तापासून दूर ठेवायचे होते. जन्नतनशीन पुरख्यांनी जोपासलेले कुफ्र त्याच्यात पुरेपूर उतरले होते. खुदा ना खास्ता जर दारा सत्ता हासिल करण्यात कामयाब होता, तर या काफिर शिवाने आणि त्याच्या बापाने कुतुब आणि आदिल या दोन्ही शहांना कधीच नेस्तनाबूद केले असते. इतकेच नव्हे तर नर्मदा तर सोडाच चंबळ ओलांडून आतापर्यंत दिल्लीच्या मुघलिया तख्ताला नख लावण्याची गुस्ताखी केली असती. स्वत:ला पाक नमाजी, मोमिन म्हणवून घेणारी तुझ्यासारखी माणसे अजून हे समजून घेत नाहीत, कुराणेपाकमध्ये सांगितलेले फर्ज आणि सुन्नत नजरअंदाज करतात, कुफ्र जोपासतात, अय्याशीमध्ये रमतात; त्यामुळे नुकसान इस्लामचे होते हा गुस्सा त्यासाठी आहे.''

बोलता बोलता बादशहाचा आवाज चढत गेला. अखेर त्याला धाप लागली म्हणून तो बोलायचा थांबला. दानिशमंदखानाने पुढे केलेल्या प्याल्यातून त्याने घटाघटा पाणी प्यायले आणि फूत्कार सोडीत तो बसून राहिला. तिन्ही मुत्सद्दी एकमेकांकडे पाहत राहिले. बऱ्याच वेळानंतर तोंड उघडण्याचे धाडस दाखविले ते वजीर जाफरखानानेच. तो वजीर असल्याने बादशहाकडून हुकूम घेऊन त्याची तामिली करण्याची जिम्मेदारी अखेर त्याचीच होती.

''गुस्ताखी माफ आलमपन्हा, जे घडायचे ते तर आता घडून गेले. जो गजब होऊन गेला तो तर आता दुरुस्त केलाच पाहिजे. आलमपन्हांनी हुकूम करावेत जल्द अज् जल्द शब्दश: तामिली होईल.''

''जाफर, या क्षणी तरी सैतानाला दूर ठेवण्यासाठी मावदौलत अल्लाच्या सोबत राहू इच्छितात. तू ईशाच्या नमाजानंतर दिवाणखान्यात भेट. तुला पुढचे हुकूम मिळतील. मात्र आत्ताच्या आत्ता फौज रवाना कर आणि ही खबर शिकारपूरच्या कुलीखानाच्या हवेलीत पोहोचण्याच्या आत त्याचा सारा कुटुंबकबिला गिरफ्तार कर. कोणी अटकाव करण्याची जुर्रत करू पाहील तर सरळ कापून काढण्याची सख्त ताकीद दे. कुलीखानाने आपल्या कबिल्याची बरबादी स्वत:च्या हातांनी ओढवून घेतली आहे. तो नाहीतर निदान त्याची बायका-पोरे तर मावदौलतांच्या हातात आहेत. एक गोष्ट पक्की लक्षात ठेव, या गुन्ह्यातून आता कोणाचीच सुटका नाही. तू कोणाला वाचवण्याचा प्रयत्न केलास किंवा स्वत:च्या जिम्मेदारीवर कोणाला तसा शब्द दिलास, तर त्याचा नतीजा भयंकर असेल. तुम्हा दोघांना निरोप दिला आहे. दानिशमंद मावदौलतांची सोहबत करेल. जनानखान्याच्या दरोग्याला हुकूम दे. म्हणावे, पुढच्या हुकमापर्यंत मावदौलतांच्या महालातला राबता पूर्ण बंद राहील. काय वाट्टेल ते झाले तरी. नमाजासाठीसुद्धा मावदौलत बाहेर निघणार नाहीत. तखलिया.''

थरथरत्या हातांनी कुर्निसात करीत पाठ न दाखविता दोघे बाहेर निघून गेले.

-१२९-

मराठ्यांनी औरंगाबादच्या छावणीत उडविलेल्या प्रलयाची खबर दिलेरखानास इफ्तीखारखानाच्या खलित्यावरून मिळाली होतीच. तो हातातला घास ताटात टाकून टाकोटाक निघाला आणि मीर अल्तमश अन् इखलासखान बऱ्हाणपुरास पोहोचल्यापासून तीन-चार दिवसांतच तो बऱ्हाणपुरात दाखल झाला. छावणीत माजलेली घबराट आणि गर्भगळित झालेले बडे बडे सरदार पाहून त्याचे तर पित्तच खवळले. कुलीखानाचा मृत्यू ज्या प्रकारे झाला आणि त्याचा सरदारांसह सैन्याच्या मनोधैर्यावर जो परिणाम झाला, तो पाहून ही महत्त्वाकांक्षी मोहीम बारगळल्यातच जमा आहे हे त्या चाणाक्ष सेनापतीने अचूक हेरले. खचलेल्या मनाने युद्धे जिंकली जात नाहीत याच्या साक्षी इतिहासात पानोपानी विखुरल्या आहेत. मात्र अशा खचलेल्या आणि भेदरलेल्या अनुयायांमध्ये जोम उत्पन्न करून त्यांना विजयोन्मुख करणे यातच खऱ्या नेत्याचा कस लागतो, हेसुद्धा तो पुरेपूर जाणून होता. दिलेरखानाला सर्वप्रथम फौजेला धीर देऊन उभे करायचे होते. सर्व लहान-मोठ्या सरदारांना त्याने सदरेवर गोळा केले आणि त्यांची चांगली खरपूस खरडपट्टी काढली. आवेशपूर्ण भाषण करून त्यांच्यात नवा जोम भरण्याचा प्रयत्न केला.

छावणीत दाखल झाल्यापासून बरोबर चौथ्या दिवशी त्याने दाऊदखानाला छावणी हलविण्यास भाग पाडले. दाऊदखान एवढा भेदरून गेला होता की, मोहिमेचा सरलष्कर असूनसुद्धा दिलेरखान जे सांगेल ते जसेच्या तसे करण्यातच प्राप्त परिस्थितीत श्रेयस्कर आहे हे मनोमन जाणून त्याप्रमाणे वागत होता. छावणी औरंगाबादकडे कूच करू लागली. जेमतेम तापी ओलांडली आणि पहिल्या वळिवाने तडाखा दिला. औरंगाबाद जवळ येण्यापूर्वीच मृगाचा पाऊस सुरू झाला. अवजड सामान सोबत नसल्याने वेगाने औरंगाबाद जवळ करणे शक्य झाले. छावणी स्थिरस्थावर होत असतानाच दाऊदखानाच्या हाती बादशहाने त्याच्या थैलीला पाठविलेला जवाब पडला.

अपेक्षेप्रमाणे सर्व दोषांचे खापर बादशहाने त्याच्याच माथी फोडले आणि त्याला भरपूर शिव्याशाप दिले होते. दिलेल्या हुकमाचे पालन न करण्याबद्दल आणि बेजबाबदारपणे कुलीखानाला नाहीसा होऊ दिल्याबद्दल त्याला संपूर्णपणे दोषी ठरविण्यात आले. त्याचा सर्व सरंजाम जप्त करण्यात आला. त्याने कळविले त्याप्रमाणे कुलीखान मारला गेला असेल या वृत्तावर विश्वास ठेवण्यास त्याला स्पष्ट नकार कळविला. तो जिवंत असून त्याला जिंदा वा मुर्दा बादशहासमोर हाजिर केल्याशिवाय बादशहासमोर पेश होण्यास मज्जाव करण्यात आला. इतकेच नव्हे तर तापी ओलांडून उत्तरेत येण्यास प्रतिबंध करण्यात आला.

शाही हुकूम पायदळी तुडवून छावणी सोडून शहरात राहिल्याबद्दल आणि त्यामुळे मराठ्यांपासून छावणी वाचविण्यात कुचराई केल्याबद्दल इफ्तीखारखानावर ठपका ठेवण्यात आला. बादशहाची सख्त इतराजी झाल्याचे त्याला स्पष्टपणे कळविले गेले. त्याचा अर्धा सरंजाम जप्त झाला. पावसाची तमा न बाळगता ताबडतोब राजधानीत हुजूर दाखल होण्याचे फर्मान त्याच्यावर बजावण्यात आले.

एका स्वतंत्र फर्मानानुसार दाऊदखानाला सरलष्करपदावरून बरखास्त केले गेले आणि दिलेरखानास मोहिमेचा सरलष्कर नेमण्यात आले. नव्या फर्मानानुसार आता दाऊदखान दिलेरखानाच्या हुकमाप्रमाणे चालणारा एक सर्वसामान्य सरदार होऊन राहिला. त्याशिवाय सरलष्कर म्हणून दिलेरखानाला, मीर अल्तमश आणि इखलासखानास कामात कुचराई करून फौजेच्या विनाशास कारण झाल्याचा आरोप ठेवून कैद करण्याचा हुकूम झाला. त्यांना दिल्लीत बंदोबस्ताने घेऊन येण्याची जिम्मेदारी इफ्तीखारखानावर सोपविली गेली.

दिलेरखानासाठी स्वतंत्र गुप्त खलिता आला होता. त्यात बादशहाने कळविले होते की, कुलीखान जिवंत असून तो आपल्या जुन्या धन्याकडे परत गेला आहे. एवढेच नव्हे तर तो रायगडावर सुखरूप पोहोचल्याची मुस्तकीम खबर असल्याचे लिहिले होते. याची नीट चौकशी करून तपशीलवार वृत्त पाठविण्याच्या सख्त सूचना त्याला देण्यात आल्या होत्या. कुलीखानाला शिवा पुन्हा हिंदू करून घेईल अशी आशंका बादशहाने व्यक्त केली होती. बाकी सर्व मोहीम बाजूला ठेवून, कुलीखानाला ज्या ठाण्यावर ठेवण्यात आले असेल, त्या ठाण्यावर हल्ला करून, त्याच्या मुसक्या आवळून त्याला स्वत:च्या निगराणीत दिल्लीमध्ये आणण्याचा स्पष्ट हुकूम बादशहाने दिला; आणि त्यामुळे एकही नवा किल्ला वा ठाणे जिंकून न घेता आले तरी चालणार होते.

एकूणच स्वराज्याविरुद्धची मोहीम तूर्तास थंड पडून कुलीखानाला पुन्हा पकडून आणण्याची मोहीम सुरू झाली. पावसाची पर्वा न करता छावणी नगरच्या दिशेने कूच करू लागली.

-१३०-

दुपारच्या विश्रांतीनंतर महाराजांनी सरनोबत हंबीरराव मोहित्यांना एकांतात बोलावून घेतले.

''हंबीरराव, नेताजीकाकांसोबत मोगली शिपायांचा जो दस्ता ताब्यात आला आहे त्याच्या चौकशीचा हुकूम झाला होता. काय निष्पन्न झाले?''

''जी महाराज, त्यांच्यावर नजरबाजांची टेहळणी लावली होती. मी स्वत:सुद्धा जातीनिशी हरएक हशमाशी रुबरू बोललो आहे. आपल्या हुकमाप्रमाणे त्यांना

कुठेही अपराधी वा अपमानास्पद वाटेल असे न वागवता त्यांची कसून चौकशी झाली. ते स्वत:ला नेताजीरावांचे खास अंगरक्षक म्हणवतात. बहिर्जींने त्यांची पुष्टी केली आहे. त्यांचा रिसालदार आहे नर्दुल्लाखान पठाण या नावाचा, तो पूर्वी स्वराज्याच्या चाकरीत होता. महाराज कदाचित त्याला ओळखत असावेत असे वाटते. कारण पूर्वी कुंवर छत्रसाल बुंदेल्यास मदत करण्यासाठी महाराजांनी स्वराज्यातून जी माणसे धाडली होती, त्यातल्या पहिल्या तुकडीचा तोच नायक होता. खुद्द कुंवरजींसोबतच उत्तरेत गेला होता. त्याच्या दस्त्यातील माणसेसुद्धा त्याच तुकडीची. कारण उमगू शकले नाही पण पुढे तो आपल्या या दस्त्यासह कुंवरजींपासून अलग झाला. त्याचे म्हणणे असे की, खास कामगिरीवर कुंवरजींनीच त्याला महाबतखानाकडे धाडले. मोठ्या युक्तीने त्याने महाबतखानाचा विश्वास मिळवला. पुढे महाबतखान हिंदुस्थानात परत आला तेव्हा त्याने त्याच्या माघारी नेताजीरावांवर नजर ठेवण्यासाठी म्हणून त्यास खास मागे ठेवले. त्याला त्याने नेताजीरावांचा खास अंगरक्षक म्हणून नेमले. तो असे सांगतो की, पुढे नेताजीरावांनी त्याला आपल्या मायेत घेतले. जुने इमान, मूळ निष्ठा पुन्हा जागी झाली; त्यामुळे बहिर्जी माणसांची चाचपणी करीत असताना हा त्याला गवसला. बहिर्जीच तो, त्याने त्याला आपल्याकडे वळवून घेतले. त्याच्या फितव्यामुळेच नेताजीरावांवरचा छापा कारगर झाला. त्याला त्याच्या दस्त्यासह पुन्हा फिरून स्वराज्याच्या सेवेत रुजू होण्याची इच्छा आहे. विशेष म्हणजे त्या सर्वांचा कुटुंबकबिला इथेच स्वराज्यात आहे.''

"अरे वा! ठीक. पुढे?''

"दुसरा महत्त्वाचा माणूस म्हणजे नेताजीरावांचा खासगी खिदमतगार. त्याचे नाव सिद्दी आफताबखान. तोसुद्धा म्हणे पूर्वी स्वराज्याच्या सेवेत सिद्दी हिलालच्या निसबतीत होता. पुरंदराच्या तहानंतर झालेल्या पडझडीत तो दिलेरखानाच्या फौजेत दाखल झाला. नेताजीरावांना कैद करून आग्र्यास नेले तेव्हा हा बंदोबस्तासाठी गेलेल्या सैन्यात होता. आग्र्यात गेल्यावर त्या सैन्याला वाली राहिला नाही. माणसे बारावाटा झाली, हा तिकडेच रमला. पन्नास हिकमती लढवून आणि बिरादरांचा वशिला लावून सिद्दी फुलादखानाच्या निसबतीत दाखल झाला. बेटा मोठा चलाख. त्यानेसुद्धा सिद्दी फुलादखानाचा विश्वास मिळवला. पुढे मुसलमान झाल्याने बादशहाने नेताजीरावांस स्वतंत्र केले आणि अफगाणिस्तानात पाठवले. मात्र संशयी बादशहाला त्यांच्यावर नजर ठेवण्यासाठी माणूस हवाच होता. विशेषत: मराठी जाणणारा. कारण नेताजीरावांना झोपेत किंवा जागेपणी स्वत:शीच बडबड करण्याचा विकार जडला होता. पूर्वी स्वराज्यात असल्याने याला मराठी चांगलेच समजते. बादशहाकडे स्वत:चे वजन वाढवण्यासाठी फुलादखानाने आपला गुप्तहेर म्हणून याला नेताजीरावांचा

खासगी खिदमतगार म्हणून पाठवले. नेताजीरावांनी त्यालासुद्धा प्रेमात घेतले; त्यामुळे बहिर्जीला त्याला जाळ्यात घेणे अवघड गेले नाही. बहिर्जीने दोघांची खातरजमासुद्धा दिलेली आहे. हुकूम झाला तर चाकरीत ठेवून घेता येईल.''

''ठीक आहे. ये विषयी आम्हीसुद्धा बहिर्जीशी बोलतो. गरज पडली तर त्या दोघांशीसुद्धा जातीनिशी बोलू आणि मग हुकूम जारी करू. त्यांना थेट फौजेत हुद्देदार करणे सध्या ठीक होणार नाही. माणसे तशीच कामाची वाटली तर बहिर्जीच्या निसबतीत ठेवता येतील. पण त्यांच्यापर्यंत मोगलांचे हात सहजी पोहोचणार नाहीत, अशा कामगिरीवर रुजू करून घेता येतील. या आता. बहिर्जीला आम्हाकडे लगेचच लावून द्या.''

''जी, आज्ञा.''

मुजरा करून हंबीरराव महालातून बाहेर पडले; मात्र त्यांना मनाच्या एका कोपऱ्यात कुठेतरी असे जाणवत राहिले की, महाराजांनी आपल्या मुखातून जे वदवून घेतले, ते कदाचित त्यांना यापूर्वीच माहीत असावे आणि ते आपल्यालाच चाचपडून बघत असावेत. भल्याभल्यांनासुद्धा महाराजांच्या मनाचा ठाव लागणे शक्य नाही हेच खरे.

दुपारी महाराजांनी दिलेल्या हुकमाप्रमाणे सायंकाळी जरा सामसूम असताना आणि जिथे-तिथे रात्रीच्या जेवणाची तयारी सुरू असताना आफताबखान आणि नर्दुल्लाखानास घेऊन बहिर्जी महालात रुजू झाला. महाराजांना प्रत्यक्ष समोर पाहताच दोघांनीही स्वत:ला जमिनीवर लोटून दिले. महाराजांनी दोघांनाही खांद्याला धरून उठविले. रोमांचित झालेली त्यांची अंगे आनंदाने आणि सात्त्विक समाधानाने गदगदत होती. डोळ्यांना धारा लागल्या होत्या. त्यांच्या पाठीवर थोपटून महाराजांनी दोघांना थोडे शांत केले. काही वेळ कोणीच काही बोलले नाही. हळूहळू दोघे सावरले. भरल्या आवाजात आफताबखान म्हणाला–

''महाराज, आज ही पावले दिसली; सर्व कष्टांचे चीज झाले. सर्व थकवा नाहीसा झाला. हा दिवस उगवावा म्हणून सतत अल्लाची मनधरणी करत होतो. अल्ला सत्याचा वाली असतो याचे प्रत्यंतर अल्लाने या नाचीज बंद्याला पुन्हा एकदा दिले. महाराज, अशी काळरात्र घेरून आली होती की, कोणत्याही दिशेने प्रकाशाचा एक कतरा दिसणेसुद्धा मुश्कील होऊन बसले होते. सरकार जाफरखान वजिराच्या जनानखान्यात नजरकैदेत होते, अत्यंत बीमार होते त्या वेळी त्यांच्या आसपास पोहोचण्याच्या खटपटीत सात-आठ सोबती मारले गेले. पाचजण पकडले जाऊन आदबखान्यात मरणयातना भोगीत राहिले. अखेरपर्यंत ते एकच सांगत राहिले की, ते आग्रा शहराची माहिती काढण्यासाठी आले होते. सुरतेला दिला तसा हिसका आग्र्याला द्यायचा बेत आहे. सुदैवाने मी बचावलो, पण सुलतानी वरवंटा खूपच

जवळून पाहिल्याने अगदी घाबरून गेलो होतो. निराशेने घेरला गेलो होतो. वाटले, आता सारे संपले. पण अल्लाने खैर केली. हिंमत सुटू दिली नाही. तशाही स्थितीत सिद्दी फुलादखानाच्या फौजेत चिकटून राहिलो. त्याच्या नजरेत भरण्याची, विश्वासात जाण्याची कोशिश करीत राहिलो. जमेल तसा माग काढीत राहिलो. सरकारांच्या जवळपास जाण्याची खटपट जारी ठेवून राहिलो. शेवटी अल्लानेच फुलादखानाला बुद्धी दिली आणि खिदमतगार म्हणून का होईना अफगाणिस्तानात पोहोचलो. सरकारांच्या सेवेत रुजू झालो.''

''नाईक, मकरानाला पोहोचून तेथून गलबतातून नेताजीकाकांना परत आणण्याची हिकमत सांगणारा आफताब तो हाच काय?''

''जी म्हाराज, ह्योच तो.''

''त्या समयी आम्ही तुम्हाला काही सांगितले होते आणि बजावले होते, हा आमच्यासमोर येईल तेव्हा आठवण करून द्या म्हणून.''

''जी म्हाराज, म्हाराजांच्या काळजात हरएका शेवकाची चिंता हरहमेश जागी असतिया. तवा शेवकाला सवती याद करून देन्याचा मौका कंदी गावतच न्हाई.''

बोलता बोलता बहिर्जी पुढे झाला. मिश्कीलपणे हसत तिवईवर ठेवलेले सरपोस झाकलेले एक ताट त्याने महाराजांसमोर धरले. महाराज मनापासून हसले. त्यांच्या नजरेची इशारत मिळताच त्याने डाव्या हाताने सरपोस दूर केला. चांदीच्या ताटात अंथरलेल्या लाल मखमलीवर बावनकशी सोन्याचे सव्वा सव्वा शेराचे दोन तोडे झगमगत होते. महाराजांनी तोडे उचलून हातात घेतले.

''ये. आफताब असा पुढे ये.''

मुजरा घालीत आफताबखान पुढे झाला. त्याच्या दोन्ही मनगटांवर महाराजांनी स्वहस्ते तोडे चढविले. त्याचे हात हातात धरून महाराजांनी क्षणभर त्याच्या मनगटावरचे गोंदण निरखले. त्यांची सहेतुक नजर बहिर्जीकडे वळली. होकाराचे हसू हसत बहिर्जीने मुजरा केला. गदगदणाऱ्या आफताबखानाला मात्र मुजरा करणेसुद्धा सुचेनासे झाले. हात सोडून पुन्हा मसनदीवर बसत महाराज प्रसन्न स्वरात म्हणाले–

''नाईक, एक कडे तुम्हाला कबूल केले त्याप्रमाणे, स्वतंत्र बुद्धीने विचार करून नेमकी मसलत सुचवल्याबद्दल आणि दुसरे जिवाची पर्वा न करता आमचा सांगावा नेताजीकाकांपर्यंत, त्यांचा विश्वास बसेल अशा रीतीने त्यांच्यापर्यंत पोहोचवून त्यांचा जीव वाचवल्याबद्दल. अफसोस, गुप्तहेरांचा सन्मान भरदरबारात उघडपणे करता येत नाही. त्यांची दफ्तरी नोंदसुद्धा ठेवता येत नाही. रणगाजींचा सन्मान खुलेपणाने होतो, पण त्यांना यश लाभावे म्हणून अंधारात राबणारे, प्रसंगी जीव वेचणारे मात्र कायम विस्मृतीच्या अंधारातच राहतात. नाईक, या लोकांच्या पगाराचे कसे?''

''म्हाराज, दर साल समद्या बावनच्या बावन गड्यांचा रोजमुरा शिमग्यानंतर घरपोहोच होतुया.''

''उत्तम. ज्या दिवसापासून ही मंडळी या कामगिरीवर नामजद झाली, त्या दिवसापासून त्यांना मोकळे करीपर्यंतच्या दिवसाच्या पगाराइतकी रक्कम, पगारावेगळी त्यांच्या पदरी घाला. त्याशिवाय नजराणा आणि मानाची वस्त्रे त्यांच्या घरी पोहोचती होऊ देत. हा सारा खर्च कुठे खर्ची घालावा हे सांगणे नकोच.''

''आज्ञा म्हाराज. समदं असंच व्हुईल.''

''जहे किस्मत! अलहमदुलइलल्लाह!! अन्नदाता दिलदरिया आहे. महाराजांच्या कदरदानीला सीमा नाही.''

मुजरा घालीत दोन्ही खान एकाच वेळी म्हणाले. त्यांचे कंठ भरून आल्याने शब्द कसेबसे उमटले.

''ठीक. ठीक. मग आफताब आता पुढे काय विचार आहे?''

''महाराज, अल्लाच्या मेहेरबानीने कामगिरी पूर्ण झाली. या पायांपाशी सुखरूप येऊन पोहोचलो. पण अकरा-बारा वर्षे झाली, बायको-पोरांची नजरभेट सोडाच; खबरबातसुद्धा नाही. गनिमाच्या चाकरीत पगार मिळत होता, पण घरी पाठवण्याची सोय नव्हती. जीव सतत टांगणीला असे. आता नाईकांच्या तोंडी खुलासा झाला आणि या पायांवर ठेवलेला विश्वास सार्थ होता याचे नव्याने समाधान लाभले. कामगिरीवर निघताना शेवटचे पाहिले तेव्हा मुलगा पाच वर्षांचा होता. लेक पाळण्यात. दोघेही आता लग्नाला आले असतील. महाराजांची कृपा तर गुलामावर सदैव राहिली आहे, जर इजाजत मिळाली तर... तर प्रथम तडक मिरजेस घरी जाईन. चार दिवस मुलामाणसांत राहीन. इन्शाल्लाह दोन्ही पोरांची लग्ने लावून देईन आणि पावसाळा संपताच पुन्हा पायांशी दाखल होईन. अशी मनशा आहे, पण महाराज काही नवे काम सांगणार असतील तर आधी त्याची पूर्ण तामील करेन आणि मगच घरचा विचार.''

''अरे वेड्या, स्वराज्यात कामगिऱ्यांना काय तोटा? एक संपवावी; तर दहा नव्या उभ्या राहतात. त्यांचे काय, त्या होतील. पण बाबारे इतकी वर्षे तुझ्या बायकोने कशी काढली असतील, मुलांना कसे वाढवले असेल, जनांना कसे तोंड दिले असेल, तिचे तिलाच माहीत. ते काही नाही या खटपटीतून मोकळे झालात की तुम्हा सर्वांनी पहिल्यांदा घर गाठायचे. नाईक, या सर्वांना संपूर्ण वर्षाची भरपगारी रजा द्या. आफताबच्या दोन्ही लेकांची लग्ने थाटामाटात झाली पाहिजेत. चांगली तालेवार घरे पाहा. दोन्ही लग्नांचा खर्च आमच्या खासगीतून होईल. आमच्या वतीने तुम्ही जातीनिशी लग्नात हजर राहून अहेर करा.''

''जी म्हाराज.''

"पुढल्या वर्षी ही मंडळी जेव्हा हुजूर दाखल होतील तेव्हा नर्दुल्लाखान आणि त्याचा दस्ता विशाळगडावर रुजू होईल. आम्ही हंबीररावांकरवी तसे हुकूम जारी करू. आफताब, नेताजीकाकांच्या सहवासात तू इतकी वर्षे आहेस. तुला त्यांची नस अन् नस ठावकी झाली आहे. त्यांचासुद्धा तुझ्यावर पुरता विश्वास बसला आहे. ते स्वराज्यात परतलेत खरे, पण धूर्त आलमगीर त्यांचे घर उद्ध्वस्त केल्याशिवाय राहणार नाही. त्यांची बायका-पोरे त्याच्या सुडाच्या आगीत जळून भस्म होणार हे भविष्य स्वच्छ आहे; त्यामुळे आता नेताजीकाकांना त्यांची बायका-मुले भेटणे शक्य नाही, हे आपण सारे जाणून आहोत. अशा वेळी त्यांना सावरणे अत्यंत गरजेचे आहे. मोठे नाजूक काम असणार आहे हे. त्या वेळी त्यांना ज्याच्यावर विसंबता येईल, ज्याचा विश्वास वाटेल असा कोणीतरी मायेचा माणूस त्यांच्या जवळ असला पाहिजे... काय?"

"जी महाराज."

"वास्तविक तू मर्द शिपाई गडी, पण स्वराज्याच्या काजासाठी, आमच्या शब्दाखातर तू इतकी वर्षे शागिर्दीत घालवलीस... पुन्हा तुला त्याच कामी रुजू हो हे सांगण्यास जीभ रेटत नाही हे खरे, पण आमच्या शब्दाखातर तू हे पत्करावे, अशी आम्ही विनंती करतो. अर्थात तुला योग्य वाटले तरच. त्यासाठी सक्ती नाही."

"महाराजांनी संकोच करण्याचे काहीच कारण नाही. कुराण आणि पैगंबरांनंतर स्वराज्य आणि हे पायच बंद्याचे इमान आहे. महाराजांच्या मुबारक मुखातून निघणारा हरएक शब्द गुलामासाठी हदीस आहे. सुन्नत आहे. स्वराज्यासाठी तलवार पेलणे जेवढे मानाचे, तेवढ्याच तोलाचे स्वराज्याच्या काजासाठी तस्त उचलण्याचे! महाराजांनी विनंती करू नये. त्यांच्या पापणीची फडफडसुद्धा गुलामासाठी प्रत्यक्ष अल्लाच्या हुकमाइतकीच मूल्यवान आहे. खरं सांगू महाराज, आता नेताजी सरकारांपासून ताटातूट होणार, जिंदगीत पुन्हा कधीच त्या महान हस्तीची भेट होणार नाही या विचाराने जीव कासावीस झाला होता. महाराजांचा हा हुकूम म्हणजे अल्लाची मेहेरबानीच म्हणायची. गुलामाच्या जिवात जीव आला. चाकरावर धन्याचा विश्वास आणि बहाल मर्जी असल्यावर काम काय, हुद्दा कोणता या गोष्टींना किंमत उरत नाही. आपण निश्चिंत असावे महाराज. गनिमाच्या गोटात टांगत्या तलवारीखाली त्यांना जपले, इथे तर सारी आपलीच घरची माणसे. त्यांना फुलासारखा सांभाळीन. अल्ला कसम."

"शाबास आफताब! नेताजीकाकांविषयी आता आम्ही निर्धास्त झालो. रजा संपवून रुजू झालास की, चिपळूणच्या छावणीत पुन्हा एकदा नेताजीकाकांचा खास खिदमतगार आणि पालक-अंगरक्षक म्हणून तू रुजू व्हावेस. काम शागिर्दीचे असले तरी तुझा हुद्दा अन् तनखा जुमलेदाराचा असेल. चार-दोन दिवसांतच तसे हुकूम जारी करण्याच्या सूचना आम्ही सुरनिसांना आणि मोरोपंतांना देऊन ठेवू. मात्र

चिपळुणास रुजू होण्याआधी एकवार आम्हास भेटून जाणे. भेटीस येताना 'सासवडचे अंजीर' आणण्यास विसरू नकोस. नर्दुल्ला तुझ्यासाठीसुद्धा एक अगदी खास कामगिरी आहे, पण ती तू विशाळगडी रुजू झाल्यानंतर सांगू. या आता.''

मिश्कील हसत बहिर्जी हळूच पुटपुटला–

''म्हाराज, तिवईवर अजून येक ताट झाकल्येलं हाय. त्ये कुनासाटी?''

''अरे हो, हे राहिलेच की. बरे झाले नाईक याद दिलीत. नाहीतर पुन्हा संधी मिळती न मिळती. आम्हास रुखरुख लागून राहिली असती.''

मंद हसत महाराजांनी स्वत:च ताटावरचा सरपोस दूर केला. बावनकशी सोन्याची शेरभर वजनाची कडी झळाळून उठली. महाराजांनी एक कडे नर्दुल्लाखानाच्या मनगटावर, तर दुसरे खुद्द बहिर्जीच्या मनगटावर चढविले. तिघांनीही भुईवर डोई टेकवून महाराजांना नमस्कार केला आणि मुजरा करीत पाठ न दाखविता ते निघून गेले.

-१३१-

पोशाख करून महाराज दरबारात जाण्याच्या तयारीत असतानाच निराजीरावजींनी भेटीची इजाजत मागितली. त्यांना लगेचच भेट मिळाली.

''या निराजीपंत, अगदी दरबारात निघताना तातडीने भेट मागितलीत. सर्व ठीक आहे ना?''

''कारण तसे क्षुल्लकच, पण जरा अगत्याचे वाटले म्हणून तसदी दिली. क्षमा असावी.''

''ठीक. बोला.''

''महाराज, पैठण क्षेत्रीचे विद्वान वैदिक दत्तात्रय शास्त्री टोळ काल गडावर आलेत. समर्थांच्या मठातून हणमंत गोसावी त्यांच्यासोबत आहेत. मुक्काम माझ्याच घरी आहे. शास्त्रीजी विद्वान तर खरेच त्याशिवाय पैठणच्या धर्मसभेचे अध्वर्यू आहेत. त्यांचा दुसरा विशेष सांगायचा म्हणजे गागाभट्टांचे स्नेही अन् समविचारी आहेत. काही वैयक्तिक अडचण घेऊन आलेत. त्यांनी प्रथम चाफळास समर्थांचे दर्शन घेतले आणि त्यांच्या सल्ल्यानेच गडावर पावते झालेत. भेटीची इजाजत मागत आहेत. आज्ञा झाली तर दरबारात पेश होतील. अनायासे दरबारात वैदिकाचा सत्कारसुद्धा घडून येईल; त्यामुळे जरा तातडी केली.''

''अरे वा! हे उत्तम झाले. योगायोगाने पैठणच्या धर्मसभेच्या अध्वर्युंचे पाय गडाला लागावेत हा मोठा शुभ शकुनच म्हणायचा. आमच्या पुढ्यातील समस्या सुकर व्हाव्यात असे आम्हास वाटू लागले आहे. गागाभट्टांचे स्नेही आणि समविचारी म्हणता, तर ये विषयी आमची खात्रीच पटली. आम्ही मनी धरलेल्या कार्यास मूर्त रूप देण्यास ते निश्चितच साहाय्यकारी होतील. जणू त्याचसाठी गडावर येण्याची

'श्री'नी त्यांना प्रेरणा दिली असावी. समर्थ कोठेही असले तरी आमच्या मनीची स्पंदने अचूक जाणतात. आम्हास या अडचणीत साहाय्य करण्यासाठी म्हणूनच त्यांनी या थोर विभूतीस तातडीने धाडले असावे असे आमची मनोदेवता खात्रीपूर्वक सांगत आहे. आम्ही काही शास्त्रीमंडळींना मुद्दाम गडावर बोलावून घेतले आहे. हे तर तुम्ही जाणताच. आज तिसऱ्या प्रहरी आम्ही त्यांना जगदीश्वराच्या मंदिरात बोलावले आहे. टोळशास्त्र्यांनासुद्धा आम्ही तेथेच भेटू.''

''जी. आज्ञा.''

निराजीपंतांशी बोलत बोलतच महाराज दरबारात जाण्यासाठी महालाबाहेर पडले.

-१३२-

पावसाळा तोंडावर आला होता. तिसऱ्या प्रहरी आभाळ गच्च भरून आले होते. वारा साफ पडल्यामुळे मनस्वी उकडत होते. कुठल्याही क्षणी वळिवाची जोरदार सर कोसळेल असे वाटत होते. जगदीश्वराच्या सभामंडपात शास्त्रीमंडळींसाठी सोवळ्यातल्या सुखासनांची सोय केली होती. महाराजांची मसनद गुडघाभर उंच असली तरी अगदी साधी होती. बैठकीत दरबारी डामडौलाचा लवलेश नव्हता. होता साधेपणा आणि शुचिता. देवाच्या गाभाऱ्यात मध्यान्ह पूजा झालेले शिवलिंग मोठे प्रसन्न दिसत होते. हिरव्याकंच बेलपत्रांमधून डोकावणारी पांढरी सुगंधी फुले खूपच सुंदर दिसत होती. लखलखीत अभिषेक पात्रामधून शिवपिंडीवर संततधार सुरू होती. शांत तेवणाऱ्या नंदादीपाच्या प्रकाशात गाभारा उजळून निघाला होता. अष्टांग धूपाच्या सुगंधाने गाभाराच नव्हे तर सारे मंदिरच घमघमत होते. बाहेरचे वातावरण कुंद असले तरी सभास्थानी प्रसन्नता भरून राहिली होती.

नाशिकचे जनार्दनशास्त्री ढेरे, वाईचे जगन्नाथशास्त्री चित्राव, महाबळेश्वरचे विनायक भट बिन परशुराम भट महाबळेश्वरकर, पुण्याचे रामेश्वरशास्त्री जोशी, चिपळूणचे नारायणशास्त्री जोग वगैरे विद्वान मंडळी सभेत बसली होती. नुकतेच पैठण क्षेत्रावरून आलेले, तेथील धर्मसभेचे अध्वर्यू दत्तात्रयशास्त्री टोळ सर्व विद्वानांपेक्षा वीतभर उंच उच्चासनावर बसले होते. विद्वज्जनांचा हलक्या आवाजात काव्य-शास्त्र-विनोद सुरू होता. रेशमी वस्त्रांत बांधलेल्या अनेक पोथ्या त्यांच्यासमोर नीट मांडून ठेवल्या होत्या. त्यांचे विद्यार्थी आपापल्या गुरूंच्या मागे योग्य अंतर राखून स्वस्थ बसून गुरुजनांची चर्चा कान देऊन ऐकत होते.

महाराजांच्या आगमनाची ललकारी झाली. महाराजांनी देवदर्शन घेतले. पुजाऱ्याने दिलेले तीर्थ प्राशन करून महाराज सभामंडपात प्रवेशले. विद्वत्सभेने सिंहासनाधीश्वर राजास उत्थापन दिले. प्रत्येक ज्येष्ठ विद्वानास यथाविधी नमस्कार करून ते आपल्या

आसनावर वीरासनात बसले. निराजीपंतांनी विद्वज्जनांचा आणि त्यांच्या प्रमुख विद्यार्थ्यांचा परिचय करून दिला. ब्राह्मणांकरवी महाराजांनी विद्वानांची यथासांग पाद्यपूजा करविली. सुवर्णदान, वस्त्रदान, दक्षिणा आदी देऊन त्यांची उत्तम संभावना केली. वस्त्रोपवस्त्रे आणि दक्षिणा देऊन विद्यार्थिवर्गसुद्धा संतुष्ट केला. उच्चरवात मंत्रघोष करून विद्वज्जनांनी राजास मंगलाशीर्वाद दिले. सर्व स्थिरस्थावर झाल्यावर महाराजांनी बोलण्यास प्रारंभ केला–

"आमच्या शब्दाचा सन्मान करून ब्रह्मवृंद आज येथे उपस्थित झाला, याचा आम्हास बहुत आनंद आहे. दुष्टांचे निर्दालन, गोब्राह्मण व दीन-दुबळ्या रयतेचे रक्षण तसेच धर्मसंस्थापनेसाठी 'श्रीं'च्या इच्छेकरून आम्ही मस्तकी छत्र धरिले आहे, हे तर आपण जाणताच. धर्मसंस्थापना म्हणजे धर्मरक्षण आणि धर्मरक्षणाचा उत्तम मार्ग म्हणजे धर्माची अभिवृद्धी. प्रपाताचे पाणी कड्यावरून कोसळावे तद्वत अनेक शतकांपासून आपले धर्मबांधव, समाजबांधव, अनेकानेक कारणांनी, मोहास बळी पडून वा छळास कंटाळून वैदिक धर्मापासून तोडले जात आहेत. प्रपाताचे पाणी जसे उलट फिरून पर्वतमाथ्यावर येत नाही, तद्वतच हे दूर गेलेले धर्मबांधव स्वधर्माच्या मुख्य प्रवाहात येण्यापासून वंचित राहत आहेत. जोवर ही परतवाट मोकळी होत नाही, तोवर खऱ्या अर्थाने धर्मवृद्धी, धर्मरक्षण व धर्मसंस्थापना झाली असे म्हणता येणार नाही. आपणास ज्ञात असेलच की, आमचे पूर्वीचे सरनोबत नेताजी पालकर दुर्दैवाच्या फेऱ्यात सापडून गनिमाच्या गोटात गेले. आम्ही आग्र्याहून पळून आल्याचा राग दिल्लीश्वराने त्यांच्यावर काढला. दगा करून त्यांना आदबखान्यात कोंडले, राजधानीत नेऊन त्यांचा छळ मांडला. छळाची परिसीमा झाल्यानंतर धर्मसाधनेसाठी देहरक्षण करावे म्हणून आणि गनिमी काव्याचा एक भाग म्हणून अत्यंत नाइलाजाने त्यांनी इस्लाम स्वीकारला. स्वराज्य आणि स्वधर्माची सेवा करण्याचा हेतू मनात धरून अनेक वर्षांपासून ते स्वराज्यात परत येण्याची संधी शोधीत राहिले. संधी उपलब्ध होताच आता ते स्वगृही परत आले आहेत. त्यांना प्रायश्चित्त देऊन, शुद्ध करून घेऊन पुनश्च स्वधर्मात घ्यावे आणि धर्मसंस्थापनेच्या कार्याचा श्रीगणेशा केल्याचे पुण्य पदरी घ्यावे, अशी आम्ही ब्रह्मवृंदास विनंती करतो. धर्मरक्षणासाठी आम्ही शस्त्रे धारण केली आहेत, तर शास्त्रे आपणा अधीन आहेत. हे महान कार्य केवळ राजाज्ञेने, जुलमाने करवले गेलेले एक कृत्य न ठरता त्यास शास्त्राचा आणि धर्मनिर्णयाचा ठोस आधार लाभावा म्हणून आज आपणास कष्ट दिले आहेत."

सभेत अगदी नीरव शांतता पसरली. सर्व मंडळी एकमेकांच्या तोंडाकडे बघत राहिली. काही वेळ वाट पाहून मग महाराजांनीच शांततेचा भंग केला.

"भूदेव असे नि:शब्द का? टोळशास्त्री, आपण धर्मसभेचे प्रतिनिधी. अध्वर्यू. वास्तविक या कामी आपण पुढाकार घ्यावा."

''राजन, पैठण म्हणजे दक्षिण काशी. त्या धर्मसभेचा निर्णय आसेतू हिमालय मान्य होतो. त्या धर्मपीठाचे आम्ही अध्वर्यू; त्यामुळे आम्ही आमचा कौल अप्रत्यक्षपणेसुद्धा सूचित केला तर विद्वज्जन आपले म्हणणे मनमोकळेपणाने मांडू शकणार नाहीत. आम्ही सर्वशेवटी मतप्रदर्शन करावे आणि निर्णय घोषित करावा असाच धर्मसभेचा शिष्टसंमत संकेत असतो.''

पुन्हा अस्वस्थ शांतता पसरली.

''बोला ढेरेशास्त्री. कोणतेही दडपण घेण्याची आवश्यकता नाही. समस्येचा सांगोपांग विचार व्हावा याचसाठी सभेचे प्रयोजन असते. आपले मत निःसंकोच मांडा. सर्वांनी केवळ आमच्या मताचाच अनुवाद करावा, अशी आमची कधीच अपेक्षा नसते. मग ती समस्या राजकारणाची असो वा धर्मकारणाची. चर्चेतूनच तत्त्वबोधाची निष्पत्ती होते, असेच शास्त्रवचन आहे, खरे ना?''

किंचित खाकरून, घसा साफ करून हलक्या आवाजात ढेरेशास्त्री म्हणाले–

''राजन, आपला हेतू शुद्ध आहे. मात्र आपल्या संकल्पास धर्मशास्त्राची अनुमती असल्याचे निदान आमच्या तरी पाहण्यात नाही.''

''शास्त्राधार शोधण्यासाठी आणि शास्त्रानुसारी निर्णय करण्यासाठी म्हणून तर ही धर्मसभा योजून आपणास येथे पाचारिले आहे. धर्माचरणासंबंधाने उपस्थित होणाऱ्या कोणा समस्येचे समाधान शास्त्रांमध्ये नाही असे कसे शक्य आहे? पतितास प्रायश्चित्त देऊन, पावन करून पुन्हा वर्णाश्रम धर्मात घेणे यास शास्त्रे आणि स्मृतींची अनुमती आहेच. कदाचित आपल्या स्मरणात नसेल किंवा आजवर उपस्थित न झाल्याने ये विषयीचे संदर्भ दुर्लक्षित राहिले असतील. आपल्या हाती ग्रंथ आहेतच; त्यातून संदर्भ शोधावा. गरज भासल्यास सांगाल तेथून, म्हणाल तो ग्रंथ माणूस धाडून आणविता येईल. केवळ स्मरणावर विसंबून वा पूर्वग्रहावर विश्वासून तर्क वा निर्णय होऊ नयेत.''

चित्रावशास्त्री म्हणाले–

''महाराज, तर्काच्या कसोटीवर आपला मुद्दा अगदी बिनतोड आहे. पण आपणच म्हणालात त्याप्रमाणे त्या अनुज्ञा धर्माचरणात चूक झाल्यास किंवा अजाणतेपणे वा परिस्थितीच्या रेट्याखाली किंवा मोहास बळी पडून हातून काही पापाचरण घडल्यास घेण्याच्या प्रायश्चित्तातांसंबंधी आहेत. दोषी वा निर्दोषित्व सिद्ध करण्यासाठी सांगितलेल्या दिव्यांच्या अनुरोधाने आहेत. वैदिक धर्म सोडून परधर्मात गेलेल्यांसाठी नाहीत.''

इतका वेळ अगदी सौम्य आणि आर्जवी असणारा महाराजांचा स्वर आता किंचित कठोर आणि आग्रही झाला.

''चित्रावशास्त्री, आपले म्हणणे असे की, पंच महापापे करणाऱ्यांपेक्षा ज्याला

छळाबळाने, इच्छेविरुद्ध धर्मातून बाहेर खेचून काढले आहे, त्याला स्वधर्मात पुन्हा परत येण्यास प्रायश्चित्त नाही? महापाप्यांपेक्षा त्याची अगतिकता अक्षम्य? त्यांचे दुर्भाग्य अपरिवर्तनीय?''

''दुर्भाग्याने तसे आहे एवढे बरीक खरे.''

''अशक्य. अविश्वसनीय. अतर्क्य. ब्रह्महत्या करणाऱ्यास शुद्ध होता येते, गुरुपत्नी प्रत्यक्ष मातेसमान, तिच्याशी असंग करणाऱ्या अधमास प्रायश्चित्त घेता येते; इतकेच नव्हे तर मात्रागमन करणाऱ्या अत्यंत तिरस्करणीय पाप्यास प्रायश्चित्त देऊन पांक्तेय करून घेता येते, पण दुर्दैवाच्या फेऱ्यात सापडून, खोट्या प्रलोभनास भुलून किंवा पराकोटीच्या शारीरिक, मानसिक छळापायी निरुपाय म्हणून ज्यांचा धर्म हिरावला गेला आहे त्यास मात्र प्रायश्चित्ताचा अधिकार नाही? असमर्थनीय.''

पुन्हा अस्वस्थ शांतता. कोणी काहीच बोलत नाही असे पाहून महाराज पुन्हा बोलू लागले–

''या धर्मसभेच्या सभासदांच्या मनात काय सुरू आहे त्याचा अंदाज आम्ही बांधू शकतो. आपल्या मनात उत्पन्न झालेली दुविधा आम्हाला जाणवते आहे. आमचे बोलणे आपल्या संवेदनशील मनास पटते आहे. तर्क भावतो आहे. पण साचेबंद झालेल्या बुद्धीस पटत नाही. शास्त्र आणि स्मृतींकडे पाहण्याचा जो दृष्टिकोन आजवर आपण बाळगला आहे; त्यामुळे आपली स्मरणशक्ती आपल्या मनास भावणाऱ्या वस्तुस्थितीस पुष्टी देणारी प्रमाणे व्यक्त करण्यास तोकडी पडत आहे. परिणामी, बुद्धी आमचा तर्क स्वीकारण्यास धजावत नाही. अशी ही दुविधा आहे. आमच्या मते, ही दुविधासुद्धा प्रामाणिक आणि स्वाभाविक आहे. कारण बहुतांश स्मृती ज्या काळात सांगितल्या गेल्या, त्या काळात समाजधुरीणांसमोर अशी समस्या कधी आलीच नाही. कारण कत्तल, लूट, मूर्तिभंजन, परस्त्रीहरण, छळ यांना प्रतिष्ठा देऊन समशेरीच्या बळावर धर्मप्रसार करणारा अवैदिक धर्मच त्यांच्या काळात या भूमीत अस्तित्वात नव्हता. त्या संस्कृतीचे अभद्र वारे या भूमीस स्पर्शले नव्हते. वैदिक हिंदू धर्मापुढे नास्तिक बौद्ध आणि जैन संप्रदायांचेच मोठे आव्हान उभे ठाकले होते. या संप्रदायांना नास्तिक म्हणून संबोधण्याचे एकमेव कारण म्हणजे त्यांना वेदप्रामाण्य मान्य नव्हते. कर्मकांडाच्या आणि काम्य उपासनांच्या अवडंबरास कंटाळलेला फार मोठा समाज या नास्तिक म्हणजे अवैदिक संप्रदायास शरण गेला. या संक्रमणाने एवढे मोठे स्वरूप घेतले की, वैदिक संस्कृतीसच धोका उत्पन्न झाला. अशा वेळी जगद्गुरू आद्य शंकराचार्यांचा अवतार झाला. त्यांनी आसेतू हिमाचल प्रवास करून अनेक वादसभांमध्ये दिग्विजय मिळवला आणि वैदिक धर्माचरणात शिरलेल्या अपप्रवृत्तींचा पराभव तर केलाच पण अवैदिक नास्तिक संप्रदायांचासुद्धा प्रभाव दूर केला.

त्यांनी स्वत:चा असा अधिकार प्रस्थापित केला की, त्यांनी स्वत:च नव्हे तर त्यांच्या शिष्यांनीसुद्धा केलेला शंखनाद ज्यांनी ऐकला ते सर्व स्त्री-पुरुष वैदिक धर्मात परत आले असे मानले गेले. विद्वानांशी वादविवाद करून आणि येरांसाठी कर्मकांडविरहित भक्तिमार्गाचा प्रसार करून त्यांनी नवी धर्मवाट तयार केली आणि वैदिक धर्मसंस्कृतीची पुनर्स्थापना केली.

"ते संक्रमण क्रांतिकारी असले तरी शांततेने आणि हिंसाविरहित झाले कारण बौद्ध वा जैन संप्रदाय वेदप्रामाण्य मान्य करीत नसले, तरी त्यांची मुळे याच भूमीत रुजलेली होती. त्यांचे अध्वर्यू आणि अनुयायी याच समाजाचे अंगभूत घटक होते. इथल्या संस्कृतीशी त्यांची नाळ कायम होती. उपनिषदांमधील अनेक तत्त्वे त्यांच्या आचरणात होती. हजारो वर्षांपासून या भूमीत जोपासली गेलेली नीतिमूल्ये आणि परंपरा त्या संप्रदायांचे अनुयायी जसेच्या तसे पाळीत होते; त्यामुळे त्या संप्रदायांनी वैदिक हिंदू धर्मावर आक्रमण केले नव्हते तर त्यात संक्रमण घडवले होते.

"परंतु वैदिक धर्म आणि संस्कृतीवर होत असलेले हे आक्रमण परक्या भूमीतून आलेले आहे. तो धर्म घेऊन आलेल्यांसाठी ही भूमी देवभूमी, धर्मभूमी, पुण्यभूमी नसून केवळ भोग्य भूमी आहे. येन केन प्रकारेण त्यांना त्यांची संस्कृती, त्यांचा धर्म, त्यांची सत्ता या भूमीत रोवावयाची आहे; विरोध मोडून काढून येथील संपत्तीचा, समृद्धीचा त्यांना अनिर्बंध उपभोग घ्यायचा आहे. तो त्यांचा एकमेव उद्देश आहे. म्हणूनच ते जास्त हिंस्र आहे. सर्वनाशक आहे. जे जे वैदिक, जे जे भारतीय ते ते सारे नष्ट, भ्रष्ट करून त्यांची स्वत:ची धर्मसंस्कृती त्यांना आपल्यावर लादायची आहे. या आर्यभूमीत त्यांचे हे प्रयत्न गेली आठशे ते नऊशे वर्षे अव्याहत सुरू आहेत. दक्षिणेत चारशे वर्षांपासून अहोरात्र ते हेच काम करीत आहेत. या प्रयत्नांत भले त्यांना राजकीय सत्ता मिळाली असेल, पण निर्विवाद धर्मसत्ता प्रस्थापित करण्यात त्यांना यश आलेले नाही.

"याचे कारण त्यांनी धर्मप्रसारात आळस केला वा ते कमी पडले असे नाही तर वैदिक धर्म मानणाऱ्या सर्व वर्णांच्या अगदी शूद्रातिशूद्र सर्व लोकांच्या अत्यंत चिवट आणि प्रबळ धर्मनिष्ठा हे आहे. मात्र धर्मरक्षणाच्या भ्रांत कल्पनांना कवटाळून आम्ही ज्यांना निरुपायाने धर्मभ्रष्ट व्हावे लागले आहे, त्यांची परतवाट बंद करीत असू तर आपल्या या कृतीमुळे वैदिक धर्माची अभिवृद्धी वा संरक्षण होत नाही तर उलट यवनांच्या धर्मप्रसारासच मदत होत आहे हे ब्रह्मवृंदाने आतातरी समजून घ्यावे.

"या समस्येकडे बघताना एका व्यक्तीचा धर्मत्याग अशा मर्यादित, संकुचित दृष्टीने न पाहता या बाबीची जाणीव ठेवा की, त्याची पुढची संतती, जी पिढी दरपिढी वाढत जाऊन हजारो व्यक्तींमध्ये विस्तारणार आहे. ती आपल्या वैदिक संस्कृतीतून बाहेर जाणार आहे. इतकेच नव्हे तर हिंदू धर्म, हिंदू देवदेवता, हिंदू संस्कृती, हिंदू

प्रजा या साऱ्यांची कट्टर वैरी उत्पन्न होऊन राहणार आहे. कुऱ्हाडीचे हे असे दांडे अखेर गोतास काळ ठरत असल्याचे आपण आपल्याच डोळ्यांनी प्रत्यही पाहत आहोत.

"धर्मराज्य स्थापन करण्यासाठी, म्हणजेच धर्मरक्षणासाठी, धर्माच्या पुनरुत्थानासाठी, अभिवृद्धीसाठी आम्ही हाती खड्ग धरिले आहे. मस्तकी छत्र धारण केले आहे. शस्त्रबळावर आम्ही प्रदेश मुक्त केला आहे, करीत आहोत. पण जोपर्यंत समाजाचे धुरीण असणारा, विशाल समाजपुरुषाचे उत्तमांग म्हणवणारा ब्रह्मवृंद अग्नी, पंचगव्य आणि दर्भ घेऊन आमच्यासोबत उभा राहत नाही, आमच्या पाठीशी शास्त्रांची, मंत्रांची शक्ती उभी करीत नाही, तोपर्यंत धर्मसंस्थापनेच्या आमच्या कार्यास खरे यश येणार नाही. धर्मापासून दुरावले गेलेले विश्वासाने आणि निर्धास्तपणे, मोठ्या संख्येने वैदिक हिंदू धर्मात परत येऊ लागतील तेव्हाच खरे धर्मरक्षण झाले, खऱ्या अर्थाने स्वराज्य आले असे आम्ही समजू."

बोलता बोलता महाराजांचा स्वर अधिकाधिक तीव्र आणि चढा होत गेला. त्यांना किंचित धाप लागली. बोलणे थांबवून त्यांनी एकवार सभेवरून नजर फिरविली. त्यांच्या तळमळीचा आणि पोटतिडिकीचा उपस्थितांवर बराच परिणाम झालेला त्यांना जाणवला. मात्र सभा तटस्थ बसून होती. सारे विद्वान खाली माना घालून गप्प होते. कुणी काही बोलण्याचे धाडस करीत नव्हते. बराच काळ शांततेत गेला. विनायक भटांनी सहज नजर वर उचलली. त्यांची महाराजांशी अनायासे नजरानजर झाली. महाराजांच्या नजरेतील व्यथा आणि प्रतिक्रिया जाणून घेण्याची उत्कटता त्यांना प्रखरपणे जाणवली. आता काही न बोलून चालणारे नव्हते. अगदी हळू, कुजबुजत्या आवाजात त्यांनी शांततेचा भंग केला–

"महाराजांचे म्हणणे, वरकरणी बिनतोड वाटते; त्यामुळे मनाला भिडते. पटते. ऐसे ऐकिवात आहे की, सिंधूतीरावरील प्रदेशात 'देवल स्मृती' म्हणून कोणा एका स्मृतीमध्ये असा प्रायश्चित्त विधी आहे. आम्ही दस्तूरखुद्द ती स्मृती पाहिलेली मात्र नाही. राज्याभिषेक प्रयोगाचे समयी देशोदेशीचे पंडित आणि विद्वान जमले असता त्यांच्यामार्फत ती स्मृती मिळविण्याची गागाभट्ट खटपट करीत असल्याचे श्रवणी आले होते. अर्थात देवल स्मृती म्हणजे काही अगदी मनुस्मृती नव्हे. तदोपरांत 'शास्त्रात रूढीः बलिर्यसि' तेव्हा हे तर्कशास्त्र आम्हास मनोमन भावले असले, तरी सर्वसामान्यांच्या गळी उतरविणे अवघडच ठरणार."

महाराज खिन्न हसून म्हणाले–

"रूढी. महाबळेश्वर गुरुजी, रूढी. याच महाराष्ट्र देशी संन्याशाची चार कोवळी पोरे धर्मसंस्कारांच्या अधिकारासाठी ब्रह्मवृंदाकडे याचना करीत होती, तेव्हा धर्ममार्तंडांनी त्यांच्या तोंडावर हीच उक्ती फेकली होती. अखेर काय घडले? पैठणच्या धर्मपीठासमोर त्या चिमुरड्यांनी असा काही चमत्कार घडवला की, त्या धर्मपीठाला त्या बालकांना

सन्मानपत्र लिहून द्यावे लागले. आज याच महाराष्ट्र देशी त्या बालकांचा नामघोष केल्याशिवाय जनलोक मुखी पाणीसुद्धा घेत नाहीत. धर्मपीठाच्या निर्णयापुढे जनमत झुकते. झुकावेच लागते. राजसिंहासन व धर्मपीठ जसे एक दुसऱ्याचे प्रतिद्वंद्वी नव्हते तद्वतच ते एक दुसऱ्याचे आश्रितसुद्धा नाहीत. ती उभयता एकमेकांना पूरक आहेत. राजदंडाच्या संरक्षणाशिवाय धर्मपीठ कुचकामाचे आहे. जसे ते आज झाले आहे. तद्वतच धर्मपीठाचा आधार नसेल तर राजसिंहासन भ्रष्ट होण्यास वेळ लागणार नाही. ते केवळ अराजक होय. ज्याप्रमाणे डबक्यात साचलेले जल अशुद्ध, अमंगल, रोगिष्ट, नासलेले समजले जाते त्याप्रमाणेच कोणतीही स्थिर वा अचल वस्तू अयोग्य असते. वाहते जल निर्मळ गंगाजल, त्याच न्यायाने प्रवाहित परिवर्तन होणारे जीवन शुद्ध, सात्त्विक असते. धर्म म्हणजे साचलेले डबके नव्हे. मूळ धर्मतत्त्वाला धक्का न लावता, बाधा न आणता कालानुरूप परिवर्तन ही धर्माची गरज आहे. अगदी सत्य, त्रेता किंवा द्वापारयुगाचा दाखला देण्याची आवश्यकता नाही. पूर्वी कलियुगाच्या आरंभ काळी जे धर्माचरण होते ते आजघडीला नाही. कालानुरूप परिवर्तित होत राहिला म्हणूनच सनातन वैदिक धर्म सारी आक्रमणे पचवून प्राणांत घात सोसून शाश्वत राहिला. दृढतेने उभा आहे. 'चराति चरतो भगः' असे 'ऐतरेय ब्राह्मण' सांगते आहे.''

महाराज थांबले. पण बोलण्यास कोणी धजावले नाही. शांततेचा पुनर्भंग महाराजांनीच केला.

''काही वर्षांपूर्वी आमचे शालक, आमच्या दिवंगत ज्येष्ठ राणीसरकारांचे बंधू, फलटणचे बजाजीराजे नाईक निंबाळकर यांच्यावर हेच संकट गुदरले, तेव्हा धर्मसभेला आम्ही असेच साकडे घातले होते. त्या समयी तर ना आमचे हाती राजदंड होता ना मस्तकी राजछत्र. तरी आम्ही ब्रह्मवृंदाचे मनपरिवर्तन घडवले. बजाजीराजांना शुद्ध करून पुन्हा धर्मात घेण्यात आम्ही यशस्वी झालो. वाटले होते, आम्ही तेव्हा जो नवा पायंडा घातला त्याचे क्षेत्रोक्षेत्री अनुकरण होईल. धर्मबहिष्कृत झालेल्यांना, जबरदस्तीने धर्मत्याग करावा लागलेल्यांना सरसहा पुन्हा धर्मात घेतले जाईल. पण ये विषयी आमची घोर निराशा झाली. त्यानंतर स्वराज्यावर संकटांच्या लाटांमागून लाटा येत राहिल्या. राजकारणाचा नुसता गदारोळ उडाला. त्या धामधुमीत आम्हाससुद्धा या बाबींकडे लक्ष देणे शक्य झाले नाही.

''रोहिडेश्वरी शिवशंभूस स्वतःच्या रक्ताने अभिषेक करून आम्ही प्रतिज्ञा केली आहे. स्वराज्य स्थापू, स्वधर्म संस्थापू, धर्मक्षेत्रे, तीर्थक्षेत्रे मुक्त करू. दगड-मातीची देवळे मुक्त करण्यास जे महत्त्व आहे त्याच्या सहस्रपट अधिक महत्त्व धर्मभ्रष्ट झालेल्या माणसांना स्वधर्मात परत आणण्यास आहे. याच कारणे आम्ही हा सारा खटाटोप चालवला आहे.''

बोलून बोलून महाराज श्रमले. त्यांना उद्विग्नता आली. मागे रेलून ते लोडाला टेकले. श्रांत नजर सभामंडपाच्या तक्तपोशीकडे लावली. सलकड्याच्या किणकिणाटाने त्यांनी आपली नजर पुन्हा खाली वळविली. जगन्नाथशास्त्री चित्राव काही बोलणार, तर टोळशास्त्र्यांनी हात उंचावून त्यांना शांत राहण्याचा संकेत दिला होता.

"थांबावे शास्त्री महाशय. मला वाटते, विद्वज्जनांकडे फारसे नवे मुद्दे नाहीत. आता मला बोलण्यास हरकत नसावी. माझ्या वक्तव्याचा प्रतिवाद करण्याची कोणाची इच्छा असेल तर शिष्टाचारास धरून त्यास निःसंशय संधी लाभल्याशिवाय राहणार नाही. आम्हास असे स्पष्ट दिसत आहे की, महाराजांनी विषय करतलामलक स्पष्ट निरखला आहे. अभ्यासला आहे. प्रतिपाद्य विषयाच्या चिंतनात त्यांनी उमर घालविली आहे; त्यामुळे विषयाच्या सर्व बाजू त्यांनी सुस्पष्टपणे आणि विस्ताराने मांडल्या आहेत. त्यांचा दृष्टिकोन कल्याणकारी आहे. नजर द्रष्ट्याची आहे. विचार क्रांतिकारी आहेत. कृती कर्मयोग्याची आहे. या साऱ्यांचा समुच्चय अवतारी पुरुषांमध्येच दिसून येतो. आपण पोथ्या-पुराणांमध्ये स्वतःला चौकटबद्ध करून घेतले आहे. महाराजांनी प्रतिपाद्य विषय अत्यंत तळमळीने आणि सोपा करून मांडला आहे. ही केवळ तत्त्वचर्चा नव्हे, तर धर्मविचारांवर, समाजजीवनांवर अत्यंत मूलगामी आणि दूरवर परिणाम घडविणारा काही एक निर्णय करण्यासाठी आपण येथे बसलो आहोत. प्रतिपाद्य विषयाकडे आपण महाराजांच्या नजरेने पाहण्याचा प्रयत्न करू या. आता अधिक चर्चा करण्यापेक्षा आपण काही निर्णय करू या. मला वाटते, तेच उत्तम होईल. अर्थात सर्व सभासदांची त्यास अनुमती असेल तरच!

"महाराज, या भूमीचे, या देशाचे, या धर्माचे, या रयतेचे हे दुर्भाग्य म्हणावे की काय न कळे, यांच्याच हिताचे यांच्या गळी उतरविण्यातच कर्त्यांचा शक्तिपात होतो. काही गोमटे करण्यापेक्षा चालत्या गाड्यास खीळ घालण्यात धन्यता मानणारेच अधिक. विरोध करण्यास अन्य कोणते सबळ कारण न मिळाल्याने आपल्या राज्याभिषेकप्रसंगी आपल्या क्षत्रियत्वालाच आव्हान देणारे स्वकीयच काय थोडे होते? अस्तु.

"राजधानीतून काशीस परत जाताना परतीच्या वाटेवर गागाभट्टांचा मुक्काम पैठणी माझ्याच घरी होता. हा विषय त्यांच्या अत्यंत जिव्हाळ्याचा. यावर अशाच तळमळीने अन् पोटतिडिकीने ते मजबरोबर प्रहरन् प्रहर अशीच चर्चा करीत. सांप्रत काळास अनुसरून एका नवीन स्मृतीची रचना करण्याचा संकल्प त्यांनी पैठणच्या धर्मसभेसमोर मांडला होता. त्या स्मृतीच्या आराखड्यास आणि त्यातील प्रतिपाद्य विषयास त्यांनी धर्मपीठाची अनुमतीसुद्धा घेतली होती. पैठण मुक्कामीच काही थोडके लिखाणसुद्धा सुरू झाले होते. त्या स्मृतीमध्ये अशा शुद्धीकरणाच्या प्रकरणाचा ऊहापोह करण्याचा आणि त्याचा समग्र विधी सांगण्याचा संकल्प होता.

“विद्वज्जन हो, प्रत्यक्ष वेदोनारायणांनी पैठण क्षेत्री धर्मसभेपुढे पूर्वपक्ष करताना अशाच प्रकारच्या आक्षेपांना जो प्रतिवाद केला होता, तो आजसुद्धा माझ्या मन:पटलावर जसाच्या तसा स्पष्ट कोरला गेला आहे. त्यामधील काही वेचक भागाचा अनुवाद सांप्रत सभेसमोर मांडल्यास ते अनाठायी ठरू नये.

“वेदोनारायण ये विषयी प्रतिपादितात की, ज्या काळात वेद नव्हते त्या काळात सारी मानवजात संस्कारहीन होती. पुढे परमेश्वरास इच्छा झाली आणि त्याने वेदांची निर्मिती केली. द्रष्ट्या ऋषींना वेद-ऋचा प्रत्यक्ष दिसल्या. मानवाच्या कल्याणासाठी आणि उद्धारासाठी त्यांनी त्या ऋचांचा संग्रह केला. वेदप्रसार केला. त्यातूनच मग पुढे सनातन वैदिक समाजाची निर्मिती झाली. कालौघात प्रतिपत्च्चंद्र रेखेव त्याची वृद्धी झाली. वेदांग आणि शास्त्रे प्रगत झाली. सभ्य, सुसंस्कृत समृद्ध मानवी जीवनास शिस्त लावण्यासाठी स्मृतींची निर्मिती झाली. या सर्वांचा अर्थ अगदी स्पष्ट आहे. पिढ्यान्‌पिढ्या, शतकानुशतके चालत आलेल्या या प्रक्रियेमध्ये फार मोठ्या प्रमाणावर अवैदिकांना वैदिक संप्रदायात संमीलित करून घेतले गेले; त्यामुळेच तर वैदिक संप्रदायाचा महाविस्तार झाला!

“वेदांचे उपासक त्यांना वैदिक अशी संज्ञा लाभली. तेच आर्य म्हणवले जाऊ लागले. या धरातलावरील अनाचार, अनागोंदी, अशुद्धता, अमानवीयता नष्ट करून वेदांवर आधारित नीतिमूल्ये मानणारा सुसंस्कृत समाज निर्माण करण्याची वैदिकांची प्रतिज्ञा होती; त्यांनी या प्रतिज्ञेचा प्रकट उद्‌घोष केला– ‘कृण्वन्तो विश्वमार्यम्’ सारे विश्व आर्य म्हणजे सुसंस्कृत, सुसंस्कारित, सुसंघटित, वेदप्रामाण्यवादी करू या. त्यासाठी पितृभाव, मातृभाव, भ्रातृभाव निर्माण करणे जिव्हाळ्याचे ठरले. आपण सारे एक आहोत. जणू एकाच कुटुंबाचे अभिन्न अंग आहोत, असा भाव जनमानसात रुजविण्यासाठी आर्यांनी हाक दिली– ‘वसुधैव कुटुंबकम्’. या वसुंधरेवर निवास करणारे सारे जीव एकाच कुटुंबाचे सदस्य समजून परस्पर व्यवहार आचरावा.

“शक, हूण, कुशाण, यवनादिकांची अनेक आक्रमणे या भूमीने झेलली. समाजाने परतवून लावली. आता जसे वसते आहे तसे परकीय आक्रमकांचे शासन काही काळ या देशात राहिले. मात्र शस्त्रबळाने त्यांचा जसा सैनिकी आणि राजकीय पराभव केला गेला, तद्वत उपरोक्त ध्येय द्वयींच्या सुयोग्य व परिणामकारक आचरणाने आक्रमकांची संस्कृती वैदिक आर्य संस्कृतीने स्वत:च्या विशाल उदरात समाविष्ट करून घेतली. त्यांचे नामोनिशाण शिल्लक राहिले नाही. त्यांना व्यापून दशांगुळे अवशिष्ट राहिली ही निखळ शुद्ध वैदिक आर्य संस्कृती. यावरून हे स्पष्ट आहे की प्राचीन काळी, अगदी कलियुगातसुद्धा अवैदिकांना वैदिक धर्मात, वैदिक संस्कृतीत समाविष्ट करून घेण्याची प्रथा होती. मात्र सांप्रतचे मूर्तिभंजकांचे आक्रमण इतके क्रूर आणि सर्वव्यापी आहे की समाजपुरुष त्या धक्क्यातून अजून सावरलेला

नाही. आम्ही जे ऐतिहासिक वस्तुस्थितींचे संदर्भ सभेपुढे कथन केले आहेत, त्यास कोणा सभासदाचा विरोध आहे काय? इतिहासाचा यावेगळा अन्वयार्थ कोणी लावू इच्छितो काय? विद्वान सभासदांनी मनमोकळेपणाने आपले मनोगत व्यक्त करावे.''

टोळशास्त्र्यांच्या मुखातून प्रकट झालेला गागाभट्टांचा युक्तिवाद ऐकून महाराजांच्या मुद्रेवरील निराशेचे मळभ दूर झालेले दिसले. उद्विग्नता लोप पावून पुनश्च प्रसन्न मंदस्मित विलसू लागले. टोळशास्त्र्यांनी आपला वाक्‌ओघ किंचित काळ थांबवून सभासदांवरून एक नजर फिरविली. सभासदांच्या माना सकारात्मक डुलत होत्या. टोळशास्त्र्यांची नजर महाराजांच्या नजरेस भिडली. महाराजांनी नजरेनेच त्यांना वक्तव्य सुरू ठेवण्यास सुचविले.

''गागाभट्टांनी पैठणच्या धर्मसभेस संबोधून असे पुढे सांगितले की, एक सर्वमान्य उक्ती आपणास ज्ञात असेलच. 'स्वधर्मे निधनम् श्रेय: परधर्मो भयावह:' याचा अर्थ स्पष्ट आहे की, मनुष्याने परधर्मात मरू नये. मरण्यापूर्वी तरी त्याने स्वधर्मात परतावे. तर्क असे सांगतो की, जर काही कारणे करून मनुष्यास स्वधर्म सोडून परधर्माचा आश्रय घ्यावा लागला असेल तर त्याने स्वधर्मात परत यावे, असे स्पष्ट आवाहन यामधून केलेले आहे. म्हणजेच परधर्मात गेलेल्यांसाठी स्वधर्मात फिरून परतण्याची परतवाट पूर्वसूरींनी यापूर्वीच मोकळी करून ठेवलेली आहे. फक्त अज्ञानाने म्हणा वा खोट्या अभिनिवेशाने वा भयचकित, दिङ्‌मूढ झाल्याकारणाने म्हणा राबता आणि वहिवाट कुंठित झाल्यामुळे आज तिचे अस्तित्वच सरसहा नाकारले जात असलेले आढळून येते. आज अज्ञानाच्या, गैरसमजुतीच्या तिमिराने सत्याचे अस्तित्व नाकारले जात आहे. शंकराचार्यांचा 'सर्प-रज्जू न्याय' या स्थळी अगदी चपखल बसतो. आपल्या मनात ज्ञानाचा प्रकाश अस्तित्वात आहेच. ज्ञानदीप जरा या दिशेने वळवून आपण सत्य दर्शन घेऊ या. विद्वज्जन हो, सत्य ज्ञानाच्या प्रकाशात परधर्मातून स्वधर्मात येणारी ही परतवाट नीट निरखून घ्या. पारखून घ्या. ती अनगड भासतेय म्हणून तिचे अस्तित्वच नाकारण्यास सरसावू नका.

''अज्ञानाच्या आणि खोट्या कल्पनांच्या आहारी जाऊन, रूढींचे अवडंबर माजवून शुद्ध आणि शास्त्रोक्त धर्मास तिलांजली देणे हाच मुळात धर्मद्रोह होय. तर मग असे असताना जे मुळात आपलेच आहेत, पण दुर्भाग्यवश पराधीन झाले आहेत; मार्गभ्रष्ट, धर्मभ्रष्ट झाले आहेत त्यांना सहृदयपूर्वक, मातृ-पितृ-भ्रातृभावाने आपल्या कुटुंबात पुन्हा समाविष्ट का करून घेता येऊ नये? युद्धात मोठ्या प्रमाणात हानी होते. आक्रमकांच्या सर्वंकष युद्धांत अनेक संस्कार लुप्त होतात. कुलस्त्रिया भ्रष्ट होतात. हे कटू असले तरी प्रखर वास्तव आहे. भगवान वेद व्यासांनी अर्जुन मुखातून भगवद्गीतेच्या प्रथमाध्यायातच तसे वदविले आहे. प्रत्यक्ष भगवंतांनी ती वस्तुस्थिती मान्य केली आहे. काही संस्कार लुप्त झाले म्हणून मूळ धर्म, संस्कृती,

मूळ ज्ञान नष्ट होत नाही. त्यांची पुनर्स्थापना करण्यासाठी भगवंतास अवतार घ्यावा लागतो एवढेच! गागाभट्टांचा हा युक्तिवाद वस्तुत: अनेक सत्रांमध्ये चालला. अनेक विद्वानांनी अनेक शंका-कूट प्रश्न उपस्थित केले पण प्रखर वास्तववादी आणि तर्कशुद्ध प्रतिपादनाने त्यांनी सर्व शंका-कुशंकांचे संपूर्ण निराकरण केले. धर्मसभा प्रभावित झाली. एकमुखाने नव्या स्मृतींच्या लेखनास व त्यात शुद्धी प्रकरण समाविष्ट करण्यास मान्यता लाभली.

"विद्वज्जन हो, आपण सुदैवी. अशाच एका भगवद् अवताराच्या राजाश्रयाने आपण राहत आहोत. सुखेनैवपणे आपला योगक्षेम चालवीत आहोत. धर्मसाधना आपापल्या बुद्धीप्रमाणे, क्षमतेप्रमाणे करीत आहोत. जसे प्राचीन ऋषि-मुनींनी श्रीराम व श्रीकृष्णास खलनिर्दालनार्थ आणि धर्मसंस्थापनेस्तव सर्वतोपरी, सर्वशक्तिनिशी साहाय्य केले त्याचप्रमाणे भगवंताने आपणास शिवाजीराजास साहाय्यभूत होण्याची संधी उपलब्ध करून दिली आहे हे ओळखले पाहिजे. ही दैवदुर्लभ, ऐतिहासिक संधी आपण ठोकरली तर भगवान शारंगपाणी आपणास कधीच क्षमा करणार नाही. विद्वज्जन हो, हा दुर्मीळ योग साधून, सत्यधर्म कार्य करून पुण्यसंचयाची ही संधी वृथा दवडू नका. वेदोनारायणांच्या प्रतिपादनावर अवघी धर्मसभा दुधात साखर विरघळावी तशी विरघळली. मग आपण पाषाणवत् राहून चालणार नाही.

"स्वयं वेदोनारायणाने ये विषयी दक्षिण काशी क्षेत्राच्या धर्मपीठासमोर अनुकूल प्रतिपादन केलेले असल्यामुळे व त्यास धर्मसभेने एकमुखी मान्यता दिलेली असल्यामुळे तद्वतच बजाजी नाईक निंबाळकरांच्या योगे एक पायंडासुद्धा उपलब्ध असल्याने प्रतिपाद्य विषयावर यावेगळी विस्तृत चर्चा करण्याची आवश्यकता आमच्या नजरेस येत नाही. महाराजांनी वारंवार आवाहन करूनसुद्धा सभेने भरीव आक्षेप व्यक्त केलेले नाहीत. त्यांच्या तर्कास छेद देणारे तर्क वा शास्त्राधार सभेपुढे आणलेले नाहीत. गागाभट्टांनी केलेल्या युक्तिवादाचा जो अनुवाद आम्ही केला त्यावरही कोणाची प्रतिक्रिया वा विरोधी प्रतिपादन आलेले नाही. आता एकमेव मुद्दा रूढीचा. रूढी धर्मशास्त्राच्या विपरीत ठरून - मूळ धर्मासच जर बाध्य ठरत असेल, तर अशी विध्वंसक रूढी मोडून काढणेच सर्वथैव इष्ट होय. रूढी राजाज्ञेने बदलता येते. बदलावी लागते, अशी प्राचीन परंपरा आहे. स्मृती व शास्त्रांनी अभिषिक्त राजास तसा अधिकार प्रदान केला आहे, हे विद्वत्सभेस सांगणे नको. सर्व सभासद व्युत्पन्न प्रज्ञावान आहेत. त्यास अनुसरून ही धर्मभंजक रूढी बदलण्याचा, नष्ट करण्याचा सिंहासनाधीश्वर राजाचा निर्णय आधीच झालेला आहे. तो महाराजांनी स्पष्टपणे व्यक्त केला आहे. त्या निर्णयावर धर्मसभेच्या अनुमतीची मुद्रा उमटविणे तेवढे शेष आहे. दंडकारण्य देश व द्रविड प्रदेशाचे सर्वश्रेष्ठ धर्मपीठ, दक्षिण काशी श्रीक्षेत्र

पैठण येथील धर्मसभा व धर्मपीठाचा अध्वर्यू व प्रतिनिधी म्हणून तशी अनुज्ञा व्यक्त करण्याची अनुमती मी सांप्रत येथे भरलेल्या धर्मसभेस मागतो. अनुज्ञेयोस्मिन्.''

मंत्रमुग्ध झालेल्या उपस्थित सभासदांनी नि:शंकपणे दोन्ही बाहू उभारून एकमुखाने प्रणवध्वनी केला. ब्रह्मवृंदाच्या विशुद्ध ओंकारध्वनीने सारे मंदिर निनादले. टोळशास्त्र्यांच्या एका शिष्याने उठून गाभाऱ्यासमोरच्या मोठ्या घंटेचा नाद करून त्याचा अनुवाद केला. महाराजांची मुद्रा पूर्ण विकसित सहस्त्रदल कमळाप्रमाणे फुलली. डोळ्यांत समाधान आणि कृतकृत्यतेचे, कृतज्ञतेचे अश्रू तरळले. महाराजांच्या, परिजनांच्या आनंदास तर पारावार उरला नाही. समाधान आणि आनंदाने भारलेली शांतता काही वेळ तशीच राहू दिल्यानंतर, महाराजांचा संकेत ध्यानात घेऊन टोळशास्त्री आपल्या स्थानी उभे राहिले. जरीचे वीतभर रुंद काठ असलेले उपरणे त्यांनी ठीक केले. मनगटावर ओघळलेल्या सलकड्या मागे सारल्या. मोहरा फिरवून ते शिवशंभूच्या पिंडीस संमुख झाले. किंचित खाकरून त्यांनी घसा स्वच्छ केला. डोळे मिटून काही क्षण परमेश्वराचे चिंतन केले. दीर्घ श्वास घेत त्यांनी आपला दक्षिण बाहू उंच उभारला. त्यांच्या श्रीमुखातून सभामंडपातच नव्हे तर संपूर्ण मंदिरात पवित्र ऐतिहासिक घोषणा निनादली–

''हिंदवी स्वराज्याचे भूतपूर्व सरसेनापती श्रीमंत नेताजीराव पालकर, जे अमानुष छळाकारणे निरुपायाने आणि केवळ स्वराज्य-स्वधर्म कार्य करण्याचे साधन जो देह त्या देह रक्षणास्तव धर्मभ्रष्ट होऊन सांप्रत महम्मद कुलीखान या नामाभिधानाने वावरत आहेत, त्यास ही धर्मसंसद प्रायश्चित्त देऊन शुद्ध करून घेण्यास आणि वैदिक हिंदू धर्मात पुन्हा परत येण्यास अनुमती देत आहे. तद्वतच यापूर्वी वा यानंतर जे जे कोणी कोणत्याही कारणाने वैदिक हिंदू धर्मातून बाहेर गेलेले असतील वा जातील, त्यांनी स्वेच्छेने वैदिक हिंदू धर्मात पुन:प्रवेशाची कामना व्यक्त केल्यास, मग ते कोणत्याही पंथाचे वा संप्रदायाचे असोत, त्या सर्वांना प्रायश्चित्तपूर्वक शुद्ध करून पुनश्च वैदिक हिंदू धर्मात संमीलित करून घेण्यास, तद्वतच ते आणि त्यांचे पूर्वज आचरीत असलेली वर्ण कर्तव्ये, देवतार्चने, कूळ-कुळाचार आचरण्यास, जातपंचायत, गोतपंचायतीत सामील होण्यास, गोतबांधव, ज्ञातीबांधव, धर्मबांधव यांच्या बरोबरीने पंगतीस बसण्यास, त्यांच्याशी पूर्ववत रोटी-बेटी व्यवहार आचरण्यास सर्वथैव अनुमती देत आहे. धर्मसंसदेच्या या निर्णयास हिंदुपतपातशहा, सिंहासनाधीश्वर, क्षत्रिय कुलावतंस राजाधिराज छत्रपती श्री शिवाजीराजे बिन शहाजीराजे भोसले यांचे व त्यांच्या उत्तराधिकाऱ्यांचे राज संरक्षण असेल. ॐ स्वस्ति । शुभम् भवतु । शुभम् भवतु । शुभम् भवतु । हरये नम: । हरये नम: । हरये नम:। ''

सभेत पुन्हा संमतीदर्शक प्रणवध्वनी उमटला. मंदिरात घंटानाद निनादला. या प्रणवध्वनीत वेगळाच आनंद आणि उत्साह प्रकट होत होता. प्रणवध्वनी वातावरणात विरतो न विरतो तोच अस्मानात विजांचा प्रचंड लखलखाट झाला. हजारो दुंदुभी

एकदम वाजाव्यात अथवा अनेक तोफा एकत्र गर्जाव्यात तसा प्रचंड गडगडाट झाला. चित्रावशास्त्री उत्स्फूर्तपणे म्हणाले–

"महाराज, शुभ शकुनच म्हणायचा हा. प्रत्यक्ष परमेश्वराने जणू आपली अनुमती प्रकट केली आहे. पुराणांतरी आकाशवाणी आणि स्वर्गातून पुष्पवृष्टी झाल्याचे दाखले आहेत. सांप्रत कलियुगात ही आकाशवाणी झाली असेच म्हणायचे. पर्जन्यबिंदू नव्हेत ही तर रवपुष्पे. अभिनंदन! शतशः अभिनंदन!! यशोवान भव, कीर्तिवान भव, सौमंगल्यचास्तु."

महाराज आसनावरून उठले. त्यांनी ब्रह्मसभेस साष्टांग दंडवत घातला. बाहेर सहस्र धारांनी वळीव बरसू लागला. सुखासमाधानाच्या आल्हाददायक शीतल वायुलहरी सभामंडपात प्रवेशल्या. कोंदटलेपण निघून गेले. सर्वत्र एक आगळीच शीतल प्रसन्नता भरून राहिली. प्रसन्नतेत सभा विसर्जित होत असल्याचे पाहून निराजीपंत महाराजांसमीप येऊन म्हणाले-

"महाराज, सायं आरतीची वेळ झालीच आहे. देवाची आरती घेऊनच परतावे."

"अवश्य! अवश्य!!"

वाद्यांच्या दणदणाटात मोठ्या उत्साहात आरती झाली. ब्रह्मवृंदाने उच्चरवात देवे म्हटले. मंत्रपुष्प गायले आणि सिंहासनाधीश्वर राजास वैदिक ऋचांचे गान करून अनेकानेक शुभाशीर्वाद दिले. प्रसन्न चित्ताने महाराज मंदिरातून बाहेर पडले तेव्हा वळीव पडून गेल्यामुळे आभाळ स्वच्छ झाले होते. शरीर-मनाला सुखावणारा गार वारा सुटला होता. चित्तवृत्ती प्रसन्न करणारा मृद्‌गंध वातावरणात भरून राहिला होता. भगव्या केशरी रंगाने मावळती माखून निघाली होती. घोड्यावर मांड टाकून महाराज महालाकडे दौडत निघून गेले.

-१३३-

बंगलीच्या गवाक्षात उभे राहून नेताजी जगदीश्वराचे आवार न्याहाळत होते. महाराजांना मंदिरात प्रवेश करून बराच वेळ होऊन गेला होता, तरी बाहेर काहीच हालचाल जाणवत नव्हती. पहाऱ्यावरचे मावळेसुद्धा फारसे हालचाल करताना दिसत नव्हते. त्यांच्या एकूण आविर्भावावरून ते आत चाललेले बोलणे ऐकण्याचा प्रयत्न करीत असावेत आणि आपल्या हालचालींच्या आवाजाने त्यात व्यत्यय येऊ न देण्याची खबरदारी घेत असावेत असे जाणवत होते. घोडी दूर उभी केली होती. मंदिरातील आम राबता तर बंद होताच, पण बहुधा राणीवशातून आलेले चार-पाच मेणेसुद्धा बऱ्याच दूरवरून परतवून लावलेले दिसले. खुद्द सूर्याजी पिसाळ मेण्यांना सामोरा गेलेला दिसला होता. म्हणजे मेण्यातील असामी मातब्बर असाव्यात. याचा अर्थ स्पष्ट होता की, महाराजांची विद्वानांशी गहन चर्चा चालू होती, पण निर्णय होत

नव्हता. उभे राहून पायाला रग लागली की, नेताजी कमऱ्यातच अस्वस्थपणे येरझारा घालीत. मात्र त्यांची नजर मंदिराच्या आवारापासून हटत नव्हती. एकेक पळ युगासारखा भासत होता. घटका उलटल्या. पण आवार शांत होते. दोन वेळा घंटा घणघणली एवढेच. एकाएकी प्रचंड मेघगर्जना झाली. नेताजी दचकून उठले. नकळत त्यांच्या अंगावर रोमांच उभे राहिले. विजांच्या लखलखाटात आणि ढगांच्या गडगडाटात पुऱ्या जोशात वळीव बरसू लागला. तिन्हीसांजा झाल्या तेव्हा वळीव विसावला. मंदिरातून आरतीचा कल्लोळ ऐकू येऊ लागला. म्हणजे महाराज आरतीसाठी थांबले होते तर. चर्चा संपली असावी. काय निर्णय झाला असावा या हुरहुरीपायी नेताजींची छाती धडधडत होती.

महाराज आपल्या लवाजम्यानिशी महालाकडे दौडत निघून गेले. ब्राह्मण मंडळीसुद्धा आपापल्या मुक्कामाकडे निघून गेली. सूर्याजींशी बोलत बहिर्जी मंदिराबाहेर आला. त्याने बंगलीकडे एक कटाक्ष टाकला पण तो त्या दिशेने न येता महालाकडे चालू लागला. पहारे गुंडाळून सूर्याजीसुद्धा आपल्या वाटेने निघून गेला. मंदिराचे आवार मोकळे झाले. नेहमीची शांतता पसरली. काय निर्णय झाला असावा काहीच अंदाज येत नव्हता. कारण सर्वांच्याच हालचाली अगदी सामान्य होत्या. न कुठली उदासी न कोणता आनंद. काळजी आणि हुरहुर अधिकच दाटून आली. धडधड वाढली. दाटत्या अंधाराबरोबर अस्वस्थताही वाढत राहिली. अशा अस्वस्थतेतच नेताजी पलंगावर निश्चल बसून राहिले. शून्य नजर कमऱ्याच्या छतावर खिळली होती. मन शंभू महादेवाचा धावा करीत होते. आई जगदंबेची करुणा भाकत होते. हुजऱ्या ठाणवईवर दिवा ठेवून गेला पण त्याच्या मुजऱ्याकडे त्यांचे लक्षच नव्हते.

किती वेळ गेला ध्यानातच आले नाही. कवाडाची साखळी खडखडली आणि बहिर्जीच्या आवाजाने त्यांची तंद्रा भंगली. मुजरा घालीत बहिर्जी कमऱ्यात आला. त्याच्या चर्येवरून मनाचा अंदाज बांधणे अशक्य आहे हे पूर्णपणे माहीत असूनसुद्धा त्यांनी तसा निष्फळ प्रयत्न करून पाहिला. मागोमाग तीन-चार हुजरे जेवणाचे थाळे, पाण्याची कळशी वगैरे घेऊन आत आले. नेताजींच्या नजरेतील अपेक्षेकडे जाणूनबुजून दुर्लक्ष करीत जणू काही घडलेच नाही अशा आविर्भावात बहिर्जीने बडबड सुरू केली.

"मापी सरकार. आजच्याला ज्येवन आनाया वाढुळ उशीरच जाला. त्येचं झालं असं की, म्हाराजांची सोतासाठीच्या ज्येवनातील ज्येवन धाडायची आज्ञा व्हती. आता म्हाराज सोता जेवल्याबिगर आपले ज्येवन सवते काडता येते व्हय? म्हाराज आन बामणं लय येळपर्यंत बोलत बसली व्हती. तवा त्येस्नी थाळ्याला याया उशीर जाला. त्यांची ज्येवनं उरकली की, लगोलग आपला थाळा तयार झाला. चला, चला. हातपाय धुवा आन या थाळ्याला. लई भुका लागल्याती."

बहिर्जीची निरर्थक बडबड आणि निर्विकार मुद्रा पाहून काही अंदाज बांधता येईना. मग तो नाद सोडून ते मुकाट्याने जेवायला बसले. बहिर्जीच्या तोंडाची टकळी सुरूच होती पण काही थांग लागत नव्हता. उरातली धडधड वाढतच होती. घास घशाखाली उतरणे शक्य होत नव्हते. अखेर नेताजींनी तोंड उघडलेच.

"बहिर्जी!"

"जी सरकार..."

"अरे काय झाले? अखेर काय ठरले?"

"कशाचं सरकार?"

"आता अधिक वेड पांघरण्याचे सोंग करू नकोस. नीट सरळ सांग, मंदिरात काय ठरले?"

"कशाचं म्हन्ता सरकार?"

नेताजींचा संयम सुटण्याच्या बेतास आला. आवाज चढवून डोळे काढीत दरडावणीच्या स्वरात त्यांनी झापले–

"मंदिरातल्या सभेत काय निर्णय झाला गुमान सांगणार आहेस की नाही?"

"त्ये व्हय? मला वाटलं, आतावरी तुमापोतुर खबर पोहोचली असंल. अव, म्हाराजांनी मनसुबा धरला आन त्यो पुरा जाला न्हाई, आसं आजवर कंदी झालंया? विनाकारनी चिंता करता सरकार तुमी. आता म्हाराजांची पडछाया तुमी, तुमाला आमच्यावानी, चाकरांनी ह्ये सांगावं व्हय? मला येड्याला उमगच ना तुमी कशाचं काय पुसताय. समदं तुमच्या मनाजोगतं अगदी बैजावार ठरलंया. चिंता करू नगासा. उद्यापासून धाव्या दिशी गुरुवारी लय मोटी पूजा हाय, तुमाला सुद करून घेन्याची. नगा घोर लावून घेऊ. मजेत ज्येवा. उद्या येरवाळीचं बामणं येतील आन समदं बैजावार समजावतील."

एखादी सर्वसामान्य खबर सांगावी इतक्या सहजपणे बहिर्जी बोलून गेला. हेच ऐकायला इतका वेळ कान आणि शरीराचा कण अन् कण आसुसला होता. स्तिमित होऊन नेताजी बहिर्जीच्या तोंडाकडे कितीतरी वेळ पाहत राहिले. घास घेण्यासाठी उघडलेले तोंड तसेच उघडे राहिले आणि हातातून घास गळून पडल्याचेही त्यांना भान नव्हते. काही वेळाने ते भानावर आले. तसेच खरकट्या हाताने उठून उभे राहिले. त्यांचे डोळे घळघळा गळू लागले. शरीराला कंप सुटला. तशा अवस्थेतच त्यांनी जगदीश्वराच्या दिशेने जमिनीवर लोटून घेत दंडवत घातला. पुन्हा उठून महालाच्या दिशेने दुसरा दंडवत घातला. ते पाहून बहिर्जीचासुद्धा ऊर भरून आला. पण वातावरण मोकळे करण्यासाठी वरकरणी मिश्कीलपणाने तो म्हणाला–

"अव, अव सरकार! हे काय करतायसा? असं मुसलमानागत ताटावरून मधेच उटता येनार न्हाई आता. रीत न्हाई तशी मराठ्यांची."

खट्याळपणे बोलणाऱ्या बहिर्जीकडे त्यांनी हसून पाहिले. डाव्या हाताने डोळे पुसत लटक्या रागाने ते बोलले–

"चूप हरामखोर. जेव मुकाट्याने."

-१३४-

जगदीश्वराच्या मंदिरातून निघत असतानाच महाराजांनी रात्री भोजनास येत असल्याची वर्दी महाराणी पुतळाबाईंच्या महाली रवाना केली होती. वर असाही सांगावा धाडला की, भोजनात मिष्टान्न असावे आणि तेच जेवण नेताजीकाकांसाठीसुद्धा धाडावे. महालात पोहोचताच त्यांनी पालखी पाठवून तातडीने टोळशास्त्र्यांना बोलावून घेतले.

"या टोळशास्त्री. या! निराजीपंत सांगत होते, काही वैयक्तिक अडचण घेऊन आपण गडावर आला आहात. आम्ही पण असे मतलबी की, आपली विचारपूस न करता आपल्याला आमच्याच काजात गुंतवून घेतले. क्षमा असावी."

"छे! छे!! त्यात महाराजांनी दिलगीर होण्याचे काहीच कारण नाही. श्रीहरीनेच आमच्या वैयक्तिक कामाचे निमित्त करून का होईना पण आम्हास आपल्या दर्शनास येण्याची बुद्धी दिली आणि आमचेकरवी एका फार मोठ्या आणि अत्यंत गुंतागुंतीच्या पण नाजूक धार्मिक अन् सामाजिक समस्येवर निर्णय करविला. मी हे माझे महत्‌भाग्य समजतो की, आजच्या धर्मसभेत मला सहभागी होण्याची संधी मिळाली. व्यक्तिगत कामे काय होत राहतील. प्रजेच्या प्रत्येक भल्याबुऱ्याची काळजी वाहणाऱ्या राजाकडून आमची उपेक्षा होणे शक्य नाही याची पुन्हा एकदा खात्री पटली."

"शास्त्रीबोवा, उलट आम्हीच हे आमचे भाग्य समजतो की, आपल्यासारखा वास्तववादी आणि प्रागतिक दृष्टिकोन बाळगणारा, त्याशिवाय शास्त्रांचे नेमके मर्म जाणणारा व्युत्पन्न विद्वान आजच्या सभेस उपस्थित होता. आमचे कार्य त्यामुळे सुकर झाले. अन्यथा न जाणे किती दिवस हे एरंडाचे गुऱ्हाळ गाळीत आम्हाला बसावे लागले असते. आता निर्णय आपल्याच श्रीमुखातून झाला आहे, तर हे शुद्धीकरणाचे पुण्यकर्मसुद्धा आपल्या शुभहस्तेच सिद्धीस जाऊ देत. दुसरा महत्त्वाचा मुद्दा असा की, ये विषयी आपले गागाभट्टांसोबत सविस्तर बोलणे पूर्वीच झाले असल्याचे आपण सांगितलेत. मग तर विधीसंबंधी काही त्रुटी राहणे शक्यच नाही."

"महाराज, या कार्यात सहभागी होण्यात आम्हाला आनंदच आहे. किंबहुना हे कार्य आम्हा हातून व्हावे अशी जगदीश्वराचीच योजना असावी. याचे ज्ञान समर्थांना झाले होते हे निश्चित. कारण आम्ही दोन सप्ताह समर्थांच्या चरणाशी राहण्याचा मनोदय व्यक्त करताच त्यांनी आम्हाला तातडीने रायगडी रवाना

केले. वर बजावून सांगितले की, वाटेत कोठेही न रेंगाळता तडक गड गाठावा. दहा दिवसांनंतर येणाऱ्या पुढील गुरुवारी, सूर्योदयानंतर साडेतीन घटकांनी अमृतयोग आहे. त्या मुहूर्तावर हा सोहळा पार पडल्यास उत्तम राहील.''

''अवश्य. उदईक निराजीरावजी, मोरोपंत आणि त्र्यंबक सोनदेव आपल्या मुक्कामी आपली गाठ घेतील. या कार्यासाठी जे करणे त्याचा तपशील ते आपल्या आज्ञेनुसार निश्चित करतील.''

''आज्ञा. राजे.''

''उत्तम. आता आपल्या कामाबद्दल सांगावे. अन्यथा या व्यापात नेमके तेच राहून जायचे. त्याची हुरहुर आमचे मन कायम कुरतडत राहील.''

''राजा, काम म्हणावे तर वैयक्तिक आहे, म्हणावे तर सार्वजनिक. पैठणी आम्ही वेदशाळा चालवितो. दीड-दोनशे विद्यार्थी विविध विषयांचे अध्ययन करतात. गुरुकुल असल्याने एवढे सारे विद्यार्थी, त्यांचे तीस-चाळीस अध्यापक आणि त्यांची कुटुंबे या अवघ्यांच्या योगक्षेमाचा भार पाठशाळेवरच आहे. पाठशाळेची थोडकी शेतजमीन आहे आणि दात्यांचा काही थोडा आश्रय, यावर कशीबशी तोंडमिळवणी होते. पण गेल्या काही वर्षांपासून लढायांची धामधूम बरीच वाढली आहे. आम्ही हिंदू म्हणून मोगली फौजा आम्हास लुबाडतात आणि मोगली रयत म्हणून आपले सैन्य आमची लूट करते. येन केन प्रकारेण निष्पन्न काय तर आम्ही जात्याच्या दोन पाळ्यांमध्ये सापडलेले. बहुसंख्य पाठशाळांची स्थिती यावेगळी नाही. या कारणे स्वराज्याकडून पाठशाळेस अभय लाभावे आणि काही वर्षासन प्राप्त व्हावे अशी कामना मनी धरून या यात्रेचे प्रयोजन केले आहे.''

''चिंता न करणे. सारे यथास्थित होईल. हे आमचे वचन आहे.''

''तथास्तु.''

यानंतर अनेक विषयांवर दोघे बोलत बसले. गागाभट्टांच्या आठवणींपासून ते थेट मोगल फौजांच्या हालचालींपर्यंत अनेक विषयांवर चर्चा झाली. अखेर टोळशास्त्री म्हणाले–

''राजन, बोलण्यासाठी खूप विषय आहेत. खूप काही सांगायचे आहे. पण तूर्तास आज्ञा द्यावी. आमची आन्हिके खोळंबली आहेत.''

महाराजांनी शास्त्रीबुवांच्या पायी मस्तक ठेवून नमस्कार केला. महालाच्या दारापर्यंत जाऊन त्यांना निरोप दिला. त्यानंतर दरबारी पोशाख उतरून त्यांनी धोतर व सैलसर अंगरखा असा घरगुती पेहराव केला आणि ते थेट महाराणी पुतळाबाईंच्या महाली आले. महालात शिरताशिरताच ते म्हणाले–

''बघा, राणीसरकार. झाले ना तुमच्या मनासारखे.''

पदर सावरीत राणीसरकार पुढे झाल्या. वाकून नमस्कार करीत म्हणाल्या–

"आजवरी इकडून आमच्या मनाविरुद्ध कधीच काही करणे झाले नाही. आता स्वारींनी आमच्या मनास यावे असे नेमके काय खास केले आहे, ते स्वत:च सांगावे."

"अरे! म्हणजे काय? तुमच्या खास नजरबाजांकडून काहीच खबर मिळाली नाही? आश्चर्यच म्हणायचे. अन्यथा सदरेवर घडलेली प्रत्येक गोष्ट आम्हाला कळण्यापूर्वी राणीवशात पोहोचून जुनी होते."

"इतरांचे आम्हास ठावे नाही. नगारखान्यात स्वागताची नौबत वाजते तेव्हा आम्हास समजते, स्वारी इतके दिवस गडात नव्हती."

"अहो, तुमच्या नेताजीकाकांचे दहा दिवसांनंतर गुरुवारी शुद्धीकरण आहे. आता कंबर कसून तयारीला लागा."

"अगं बाई! खरेच? अखेर आई जगदंबा पावली म्हणायची. तरीच आज स्वारीकडून मुद्दाम मिष्टान्नाची फरमाईश झाली. जरा थांबावे. देवासमोर दिवा लावून साखर ठेवते. "

पुतळाबाईंनी लगबगीने देवासमोर तुपाची फुलवात लावली. साखर ठेवली, पदर पसरून त्यावर माथा टेकविला. प्रसन्न चित्ताने महाराजांचे भोजन झाले. रात्री उशिरापर्यंत महाराज पुतळाबाईंशी बोलत बसले होते.

-१३५-

दुसरे दिवशी सकाळचा दरबार महाराजांनी जरा लवकरच आटोपता घेतला. तातडीच्या कामासंबंधी आणि नव्या मोगली आक्रमणाला तोंड देण्यासाठी सैन्याच्या हालचालींबाबतच्या सूचना त्यांनी मंत्रिमंडळास दिल्या. त्यानंतर मोरोपंतादी निवडक मंत्र्यांस व निराजीपंतास सोबत घेऊन महाराज तडक महाली आले. नेताजीरावांच्या शुद्धीकरणासंबंधी त्यांनी थोडकी चर्चा केली. त्याच बैठकीत मग त्यांनी शास्त्रीमंडळींससुद्धा बोलावून घेतले. शास्त्रीमंडळी स्थिरस्थावर झाली. नमस्कारादी प्राथमिक उपचार पार पडल्यानंतर महाराज म्हणाले–

"शास्त्री महोदय, हे शुद्धीकरण नेमके कसे होणार? त्याचे विधी विधान कसे? उपचार कोणते? इत्यादी तपशील स्पष्टपणे समजावा अशी आमच्या मंत्रिमंडळाची आणि अर्थात आमचीसुद्धा जिज्ञासा आहे. तरी आपण त्या संबंधाने जरा सविस्तर समजावून सांगितल्यास बरे होईल."

प्रसन्नपणे हसून टोळशास्त्री म्हणाले–

"महाराज, आपण स्वत:च सारे जाणून घेण्याची जिज्ञासा व्यक्त केलीत हे फारच उत्तम झाले. अन्यथा ये विषयी सविस्तर संवाद करण्यासाठी आपल्या भेटीची

अनुज्ञा मागावी असा सर्व विद्वानांचा विचार ठरलाच होता.''

''छान! यालाच म्हणतात मनाची एकतानता. जेव्हा सर्वस्व झोकून एकाच कार्यासाठी माणसे एकदिलाने उभी ठाकतात, तेव्हा आपसूकच त्यांची मने एकसारखा विचार करू लागतात. याच एकतानतेमुळे आम्ही हे सारे यश मिळवले आहे. असो. सांगावे तर मग.''

''शब्दशः महाराज, यात एका पैची अतिशयोक्ती नाही. ऐकावे तर. नेताजीरावांना शक्य तितक्या लवकर, शक्य झाले तर आजच सायंकाळपर्यंत दर्भाच्या किंवा तृणांच्या कुटीमध्ये मुक्कामास जावे लागेल. प्रायश्चित्ते व शुद्धीकरण विधी संपूर्ण होईपर्यंत त्यांस तेथेच राहावे लागेल. या कालावधीत त्यांना भूमिशयन करणे आहे. म्हणजेच पलंग किंवा बाजेवर निद्रा न घेता जमिनीवर तृणशय्या करून त्यावर झोपावे. विधीच्या काळात त्यांस एकभुक्त आणि व्रतस्थ ब्रह्मचर्य पालन करून राहावे लागणार आहे. मध्यान्हकाळी एकदाच धान्यफराळ आणि रात्री फक्त दुग्धपान. आता त्यांनी क्षौर करून घ्यावे. दररोज देशकाळोच्चरणासह समंत्रक गोमय, गोमूत्र, क्षेत्र मृत्तिका, भस्म आणि शुद्धोदक स्नान करायचे आहे. त्याशिवाय त्यांनी एका चांद्रायण आणि एका कृच्छाचे प्रायश्चित्त करावयाचे आहे. अर्थात हे प्रायश्चित्त शुद्धीकरण विधीनंतर करायचे आहे.

हात उंचावून त्यांच्या बोलण्याचा ओघ थांबवत महाराज मध्येच म्हणाले–

''हे चांद्रायण आणि कृच्छ म्हणजे नेमके काय? त्याचा विधी कसा? कालावधी केवढा?''

टोळशास्त्र्यांनी सहेतुकपणे चित्रावशास्त्र्यांकडे पाहिले. चित्रावशास्त्री किंचित घुटमळले आणि म्हणाले–

''शास्त्रीमहाराज, आपणासारखा अधिकारी वेदमूर्ती प्रत्यक्ष उपस्थित असताना मी काही सांगणे उचित नव्हे.''

''तसे नव्हे चित्रावशास्त्री, कोणाचा असा समज होता कामा नये की, आम्ही आमच्या पदाचा आणि अधिकाराचा गैरफायदा घेत अन्य विद्वानांवर दबाव आणून मनमानी करीत आहोत. महाराजांच्या अवकृपेचा धाक दाखवत आमच्या बोटांवर नाचवीत आहोत. आपण सारेच व्युत्पन्न शास्त्रज्ञ आहात. आम्ही फक्त आपल्या ज्ञानास नवा आणि वेगळा आयाम, अर्थ आणि अन्वय पुरविला आहे. इतकेच. विनासंकोच सांगा.''

''आज्ञा विद्वत्वर महाराज, परंपरा आणि शास्त्रसंमत काही महत्त्वाच्या स्मृती आहेत, ज्यात प्रायश्चित्तांचा ऊहापोह आहे. जसे पराशर स्मृती, वृद्ध पराशर स्मृती, प्रायश्चित्तेंदुशेखर, मिताक्षरी, याज्ञवल्क्यस्मृती, संवर्त स्मृती, यत्रंस्मृती, मनुस्मृती, देवल स्मृती इत्यादी. यमस्मृती स्पष्ट निर्देश देते की, सर्व लोक बहिष्कृताः

चान्द्रायणेन शुद्धन्ति । सर्व समाजाने कोणत्याही का कारणाने असो, बहिष्कृत केलेली व्यक्ती, चांद्रायणाचे प्रायश्चित्त आचरले असता शुद्ध होते. या बहिष्कृतांमध्ये धर्म बहिष्कृतांचासुद्धा समावेश आहे.

''महाराज, आरूढ पतित्वाचा दोष सर्वांत गंभीर महापाप समजले जाते. या दोषासाठी काही स्मृती केवळ देहान्त प्रायश्चित्तच सांगतात. परंतु पराशर स्मृतीमध्ये त्या दोषाचे निवारण करण्यासाठीसुद्धा लौकिक प्रायश्चित्त सांगितले आहे.

'यः प्रत्यसितो विप्रः प्रव्रज्यातो विनिर्गतः ।
अनाशक निवृत्तश्च गार्हस्थ चेच्चिकीर्षति ॥
स चरेत त्रिणी कृच्छाणि त्रिणी चांद्रायणानिच ।
जातकर्मादिभिः सर्वैः संस्कारैः शुद्धिमाप्नुयात ॥'

याचा अर्थ असा महाराज की, संन्यासाश्रमाचा त्याग करून पुन्हा गृहस्थाश्रमात परत येणाऱ्यास आरूढ पतित अशी संज्ञा शास्त्रांनी दिली आहे. सर्वसंग परित्याग करून, शिखासूत्र त्यागून संन्यास ग्रहण करणे म्हणजे जणू या लौकिक धर्माचा त्याग करणे, कारण परिव्राजकास नित्यनैमित्तिक धार्मिक कृत्ये आचरावयाची नसतात, तद्वतच त्याचे और्ध्वदेहिकसुद्धा केले जात नाही; त्यामुळे वैदिक आश्रम धर्माचा त्याग करून यावनी धर्म स्वीकारणाऱ्यासुद्धा हीच संज्ञा चपखल लागू होते. अर्थात स्वधर्मात परत येणाऱ्या इच्छुकास तीन चांद्रायणे व तीन कृच्छांचे प्रायश्चित्त देऊन शुद्ध करून घेणे उचित ठरते. तदोपरी जणू पुनर्जन्म झाला असे मानून, जातकादी संस्कार करून त्याचा पुनश्च समाजात स्वीकार व्हावा अशी स्पष्ट धर्माज्ञा ही स्मृती देते; त्यामुळेच नेताजीरावांसाठीसुद्धा तेच प्रायश्चित्त निर्धारित केले आहे.''

''अच्छा ते आले ध्यानात. कृच्छ व चांद्रायण म्हणजे नेमके काय करायचे?''

चित्रावशास्त्र्यांनी जनार्दनशास्त्री ढेरेंना खुणावले. टोळशास्त्र्यांनी मान हलवून त्यास अनुमती दिली. घसा किंचित स्वच्छ करून ढेरेशास्त्री बोलू लागले.

''महाराज कृच्छ म्हणजे सहा दिवसांचे एक आवर्तन असते. पहिले दिवशी प्रायश्चित्तकर्त्याने केवळ तिळाची ढेप भक्षून राहावे. दुसऱ्या दिवशी केवळ सातूचे पीठ सेवावे. तिसऱ्या दिवशी भाताच्या पेजेचे सेवन करावे, चौथ्या दिवशी स्नेहरहित, म्हणजे लोण्याचा अंश पूर्णतः काढून टाकलेले ताक प्राशन करावे, तर पाचव्या दिवशी केवळ शुद्धोदक घ्यावे. सहाव्या दिवशी निव्वळ निराहार निर्जला उपवास करावा. असे तीन वेळा केल्यानंतर कृच्छ पूर्ण होते. कृच्छ पूर्ण झाल्यानंतर येणाऱ्या शुद्ध प्रतिपदेपासून चांद्रायणास आरंभ करावा. अमावास्येच्या दिवशी त्याचे आवर्तन पूर्ण होते. शुद्ध प्रतिपदेस मोराच्या एका अंड्याएवढा भात भक्षावा. द्वितीयेस दोन

अंड्यांएवढा, तृतीयेस तीन अंड्यांएवढा अशा क्रमाने पौर्णिमेपर्यंत चढत्या श्रेणीने भात सेवन करावा. वद्य पक्षात हाच क्रम उतरता करावा. म्हणजेच वद्य प्रतिपदेस चौदा अंड्यांएवढा, तर अमावास्येस अकलंक निर्जला उपवास. याला चांद्रायण अशी संज्ञा आहे.

''महाराज, कृच्छ व चांद्रायण आचरीत असताना त्यात कोणत्याही कारणाने व्यत्यय वा खंड पडू देता कामा नये. अपरिहार्यपणे वा दुर्दैवाने तसा खंड पडलाच तर पुन्हा नव्याने सुरुवात करणे भाग आहे. या प्रायश्चित्तातील सर्वांत कठीण भाग हाच आहे. या संपूर्ण काळात प्रायश्चित्त घेणाऱ्याने संपूर्ण ब्रह्मचर्याचे पालन करून व्रतस्थ राहणे नितांत आवश्यक आहे. ही प्रायश्चित्ते ऐकण्यास फारशी दुर्घट वाटत नसली तरी काया-वाचा-मने करून व्रतस्थ राहून विनाव्यत्यय आचरण्यास महाकठीण आहेत. मनुष्याच्या संयमाची आणि इच्छाशक्तीची कस पाहणारी आहेत. मनाचा संयम जरी ढळला तरी व्रतभंग व्यत्यय झाला असे समजून पुनश्च हरिः ओम! म्हणूनच यांच्या सुयोग्य व सफल आचरणाने मनुष्य आंतर्बाह्य शुद्ध होतो असे समजले जाते. अर्थात त्याचा जणू पुनर्जन्मच झाला असे मानून त्यावर जातकादी संस्कार करण्याची धर्माज्ञा आहे.''

''एकूण सारे प्रकरण जरा कठीणच म्हणायचे. पण भूदेव आपण तर शुद्धीकरणासाठी येत्या गुरुवारचा मुहूर्त धरला आहे. त्या अवधीत या प्रायश्चित्ताचे आचरण कसे शक्य व्हावे?''

''महाराज, धर्मशास्त्रात आपत्कालीन तडजोड करण्यास अनुज्ञा आहे. त्यास आपद्धर्म अशी शास्त्रीय संज्ञा आहे; त्यामुळे सांप्रत आपण शुद्धिविधी करून त्या उपरी कृच्छ व चांद्रायणांचे प्रायश्चित्त करविणार आहोत.''

''शुद्धीमध्ये कोणते विधी होतील?''

''सर्वप्रथम चित्त व शरीर शुद्ध्यर्थ पंचगव्य प्राशन, प्रायश्चित्त घेणाऱ्याने करावयाचे. तदोपरी प्रायश्चित्त घेवविणाऱ्याने करायचे पुण्याहवाचन, नंतर आचार्यांद्वारा ग्रहशांती. उग्ररथशांती यांचे होम, पूर्णाहुती. इष्टदेवता व कुलदेवतांची षोड्शोपचार पूजा, प्रायश्चित्त घेणाऱ्यास देवता तीर्थाचा अभिषेक करून त्याची शुद्धी. त्यानंतर त्याच्याद्वारे देवतांची पंचोपचार पूजा, यज्ञकुंडाची पूजा, गोपूजा, ब्राह्मण पूजा, सत्पात्र व गरजवंतास दानार्पण, अन्नदान, गोदान, आप्त, सगोत्र, सुहृद व परिवारासह एका पंगतीत भोजन असा एकूण कार्यक्रम असेल.''

''शास्त्रीमहोदय, आपण सांगितलेला हा प्रायश्चित्त व शुद्धीकरणाचा विधी अत्यंत बारकावे असलेला आणि क्लिष्ट आहे. सर्वसामान्यांस तो कसा समजावा? त्यांच्याकडून तो कसा आचरला जावा? त्यास खर्चसुद्धा मोठा येणार; येरांस हे कसे जमावे?''

टोळशास्त्र्यांनी अत्यंत समाधानाने मान हलविली व प्रसन्नपणे ते म्हणाले–

"महाराजांचा साक्षेप खरोखरच वाखाणण्याजोगा आहे. महाराज, हा एवढा तपशीलवार विधी संपूर्णत: शास्त्रसंमत व आवश्यक असला, तरी आपण तो नेताजीरावांसाठीच निर्धारित केला आहे. कारण हा नव्या क्रांतीचा शुभारंभ तर आहेच त्याशिवाय कारण असे की, या प्रयोजनासाठी आपण एवढा गणगोत जमा करण्याचा घाट घातला आहे, त्यास सर्वदूर प्रसिद्धी देण्याचा आपण प्रयत्न करीत आहात. मग तो कार्यविधीसुद्धा तसाच भव्यदिव्य नको का? कोणी त्यात आक्षेपांची खुसपटे काढून प्रथमग्रासे मक्षिकापात करावयास नको. येरांसाठी मात्र त्रिरात्र भूमिशयनासह उपवास, ब्रह्मचर्यपालन, क्षौर, एक दिवस पंचगव्य स्नान, पंचगव्य प्राशन, इष्ट व कुलदेवता पूजन, यथाशक्ती दानधर्म, पांक्तेय झाल्याचे मान्यतादर्शक म्हणून परिवार व सगोत्रांसह एका पंगतीत भोजन एवढाच विधी निर्धारित केला जाईल."

"उत्तम! हे ठीक होईल. मात्र आमच्या नेताजीकाकास तरी हे अवघे कसे जमावे?"

"महाराजांची आज्ञा झाल्यास माझे दोन विद्यार्थी त्यांच्याकडून हे सारे विधिवत करवून घेतील."

"उत्तम! निराजीपंतांस आम्ही सूचना देऊ, ते योग्य ते परवाने आपणापर्यंत पोहोचते करतील. मोरोपंत आणि दत्ताजीपंत आपणास यथावकाश भेटून अन्य तपशील निश्चित करतील."

अनेक बारीकसारीक शंकांचे निरसन करवून घेऊन महाराजांनी शास्त्रीमंडळींस निरोप दिला.

-१३६-

महाराजांच्या हुकमाप्रमाणे नेताजी राहत असलेल्या बंगलीच्या आवारातच एक गवताची झोपडी बांधण्यात आली. तिसरा प्रहर सुरू होत असतानाच नेताजी त्या झोपडीत राहण्यास गेले. त्या झोपडीत केवळ घोंगडी व धौतवस्त्र टाकून पेंढ्याची एक शय्या तयार करण्यात आली होती. पाण्याचा खुजा व फुलपात्र ठेवण्यासाठी एक तिवई आणि दिव्याची ठाणवई याव्यतिरिक्त काही सामान नव्हते. दुपारच्या भोजनापूर्वीच त्यांचे क्षौर उरकले गेले. त्यांचा पोशाख उतरून केवळ कंबरेला एक पंचा आणि खांद्यावर पांघरण्यासाठी एक पंचा असा पेहराव त्यांना दिला गेला. दुपारचे जेवणसुद्धा अगदी साधे व पथ्यकर देण्यात आले. रोजच्यासारखा बहिर्जी त्यांच्यासोबत जेवला नाही. तो केवळ समाचार घेण्यासाठी समोर उभा होता. सहज बोलावे तसा तो बोलला–

"सरकार, आता ह्ये पूजा सुद्दीकरन व्हयीतोवर ह्ये असं बामनावानी सादं ज्येवन

ज्येवायचं आन त्ये बी फकस्त दोपारी. येकल्यानंच. रातच्याला पेलाभर गाईचं दूद प्यायाचं; बास. ज्येवनं झाली का त्या झोपडीत ऱ्हायास जायाचं हाय तुमास्नी. सरकार, आता हुकूम द्येवा. आपला बंदोबस्त आता सूर्याजी पिसाळ ठिवतील. आमाला गड उतरून कामगिरीवर जान्याचा हुकूम झालाया. गनिमाच्या हालचाली सुरू हायती. आपुन त्येच्या शेपटावर पाय दिला हाई. तवा त्यो चवताळलेल्या जनावरागत येनार. त्येची बित्तंबातमी म्हाराजांस कळली पायजे. चाकराला आता हितं रेंगाळून चालनार न्हाई. आपला ह्यो सोहळा बघनं आमच्यासारक्याला कसं शक्य वावं? पोरीचं लगीन हुबं करावं पर तिच्या लगनाची मंगलाष्टकं मातर आई-बापांनी ऐकायची न्हाई असा रिवाज. आमचं तसंच म्हनायचं. लहान त्वांडी मोटा घास घ्येतला, मापी करा. पर चिंता करू नगासा, समदं गोमटंच व्हईल. तुमचा बारदाना आनवन्याच्या खटपटीला म्हाराज हाईती. म्हाराजांचा मनसुबा खाली जायचा न्हाई.''

नेताजीचे जेवण आटोपले. बहिर्जीने त्यांच्या पायावर डोके ठेवून नमस्कार केला. नेताजीने त्याला कडकडून मिठी मारली. दोघांचे डोळे पाझरत होते. जड अंत:करणाने बहिर्जी निरोप घेऊन गेला.

काही वेळाने सूर्याजीने येऊन वर्दी दिली. त्याने मोठ्या आदराने त्यांचा मुक्काम झोपडीत हलविला. दिवेलागणीपूर्वी टोळशास्त्र्यांचे दोन विद्यार्थी येऊन प्रायश्चित्त व शुद्धीकरणाचा तपशील विस्ताराने समजावून गेले. नेताजींच्या शुद्धीकरणास आता सुरुवात झाली होती.

-१३७-

शुद्धीकरणाचा तिथी निश्चय झाला आणि महाराजांची सारी यंत्रणा झडझडून कामाला लागली. गडागडांवर आणि ठाण्यांवर आवतणे पाठवायची होती. विद्वान ब्राह्मणांनाच नव्हे तर रयतेलासुद्धा आमंत्रणे धाडायची होती. निमंत्रणपत्रांचे आणि फर्मानांचे तर्जुमे महाराजांनी स्वत: बाळाजी आवजींना सांगून मनाजोगते लिहवून घेतले. निमंत्रितांच्या याद्या त्यांनी जातीनिशी तपासल्या. जणू पोटच्या पोरीचे लगीन निघावे असा महाराजांचा उत्साह नुसता ओसंडून वाहत होता. कार्यक्रमाच्या बारीकसारीक तपशिलाच्या सूचना ते जातीनिशी देत होते. कार्यक्रमाची भव्य आखणी अन् महाराजांचा ओसंडणारा उत्साह पाहून बाळाजी आवजींना राहावले नाही. तिसरे प्रहरी सदर बसली असताना अखेर त्यांनी विचारलेच–

''महाराज, नेताजीरावांच्या शुद्धीकरणाचा एवढा बडेजाव? एवढा महोत्सव? पूर्वी बजाजी नाईकांचे शुद्धीकरण झाले तेव्हा काही इतका बडेजाव केल्याचे ऐकिवात नाही. मग या खेपेस एवढा उत्सव तो का?''

मोरोपंतांनी पण विषय निघाल्याबरोबर संधी साधून घेतली–

"एवढ्या मोठ्या समारंभास खर्चसुद्धा मोठाच येणार. माझा अंदाज तर सांगतो की, राजघराण्यात आजवर झालेल्या कोणत्याही लग्नसमारंभाच्या कित्येक पटींनी खर्च होईल. किंबहुना राज्याभिषेकासाठी केलेल्या खर्चाच्या खालोखाल या कार्यक्रमाच्या खर्चाचा आकडा जाईल." अनाजी दत्तो हळूच पुटपुटले.

"असं म्हंता? अबब! अवं येवड्या पैक्यात तर अवघा योक किला नव्यानं बांदुन हुईल. काय?"

येसाजी कंक आश्चर्य व्यक्त करीत म्हणाले–

"बडेजाव जरा अधिकच होतोय एवढे बरीक खरे. मोगलांची नवी स्वारी समोर दिसत असताना वास्तविक अशा खर्चांना आळा हवा."

महाराज मंद हसले. त्यात थोडी गमतीची, काहीशी थट्टेची छटा होती. तशीच किंचित विषादाचीही किनार होती.

"मोरोपंत, अनाजी, आमचा कट्टा शत्रू आलमगीर बादशहा आम्हास जेवढा ओळखून आहे, तेवढे आमच्याच तालमीत तयार झालेले आमचे मुत्सद्दी कारभारी व रणधुरंधर ओळखीत नाहीत हे स्वराज्याचे दुर्दैव आणि आमच्या काळजीचे मोठे कारण आहे. मंडळी, नेताजीकाकांचे आम्ही असेच काही करू, सर्व परंपरा मोडून त्यांना पुन्हा हिंदू धर्मात घेऊ हा संशय मनी धरूनच त्याने इतकी वर्षे त्यांना दख्खनचा सोडाच, पण हिंदू माणसाचा, संस्कृतीचा वारासुद्धा लागू दिला नव्हता. एवढा मोठा काळ लोटल्यावर नेताजीकाका इस्लाममध्ये पूर्ण मुरले असावेत, मोगली ऐशआरामाला चटावले असावेत आणि आम्हीसुद्धा त्यांचा नाद सोडून देऊन त्यांना विसरलो असू असे त्याला खात्रीलायकपणे वाटले तेव्हाच अगदी निरुपाय झाला म्हणूनच त्याने नेताजीकाकांना दख्खनमध्ये सोडले. असे असताना आमच्या कृतीचे वर्म आणि मर्म आम्हाला आमच्याच माणसांना उलगडून सांगावे लागते.

"आता आमचे मेहुणे, बजाजी नाईकांचे शुद्धीकरण करून घेतले तेव्हा आमची ताकद तोकडी होती. परकीय सत्ताधाऱ्यांनाच काय पण आमच्या स्वजनांना आणि रयतेलासुद्धा आमची पुरेशी ओळख नव्हती; त्यामुळे त्या शुद्धीकरणाची म्हणावी तशी दखल घेतली गेली नाही, जनमनावर त्याचा परिणाम झाला नाही; त्याचे पुन्हा कोठे अनुकरण झाले नाही. आता आम्ही मस्तकी छत्र धरिले आहे. हिंदूंचे स्वतंत्र आणि सार्वभौम सिंहासन निर्माण केले आहे. दक्षिण दिग्विजय केला आहे. गनिमांच्याच काय स्वकीय विरोधकांच्या मनी धाक उत्पन्न केला आहे. प्रत्येक हिंदुमात्र फक्त लुटण्यासाठी, लुबाडण्यासाठी, बाटवण्यासाठीच उत्पन्न झाला आहे, अशी धारणा घेऊन बसलेल्या परकीय सत्ताधाऱ्यांच्या डोळ्यांत आम्हाला झणझणीत अंजन घालायचे आहे. एकदा हिंदू बाटवला की, संपले, त्याला परधर्मात राखण्याचे काम हिंदूच नेटाने करतात ही समजूत आम्हाला निपटून काढायची आहे. हिंदू पुन्हा

स्वधर्मात येऊ शकतो, आला पाहिजे हे आलम दुनियेला पटवून देणे आम्हाला गरजेचे वाटते. गावोगावी, क्षेत्रांच्या ठिकाणी शुद्धीकरणांचे अनुकरण झाले पाहिजे. घडवून आणले पाहिजे. असे घडले तरच अत्याचारी बाटवाबाटवीस खीळ बसेल. सर्रास परधर्मात जाणारे लोंढे आम्हास थोपवता येतील. स्वधर्मात परतणाऱ्यांचे लोंढे वाढू लागले तर ही परकी कीड या पुण्यभूमीमधून उखडून दूर फेकण्यास विलंब लागणार नाही. आमच्या माता-पितरांनी आणि आम्ही पाहिलेल्या स्वराज्याचे स्वप्न ते हेच आहे. हीच वैदिक हिंदू धर्माची पुनर्स्थापना आहे.

"मंडळी, व्यक्तिगत स्तोम वाढवण्यासाठी, स्वत:चे मोठेपण मिरवण्यासाठी किंवा आमच्या वा आईसाहेबांच्या हौसेखातर काही आम्ही राज्याभिषेकाचा एवढा घाट घातला नव्हता हे तर तुम्ही जाणताच. त्या उत्सवाला जो संदर्भ, तोच किंबहुना त्यापेक्षा कांकणभर वरचढ संदर्भ या शुद्धीकरणाच्या सोहळ्याला आहे. नेताजीकाकांचे निमित्त एवढेच.

"बाळाजी आवजी, या शुद्धीकरणाचे सविस्तर वर्णन करणारी वार्तापत्रे खुद्द आलमगिरापर्यंत जातील याची नीट तजवीज करा. आदिलशहा आणि कुतुबशहांच्या हाती ती जाऊ देत. गनिमांच्या प्रत्येक सुभेदारास, ठाणेदारास ती मिळू देत. जंजिऱ्याचा सिद्दी, मुंबईचे टोपीकर, वसई आणि गोव्याचे फिरंगी, इतकेच नव्हे तर प्रत्येक काझी, पाद्री, परधर्माचा प्रचार-प्रसार करणाऱ्यापर्यंत पोहोचू देत. म्हणजे मग ते बाटवाबाटवी करताना यापुढे दहादा विचार करतील."

भारावून गेलेले बाळाजी हळूच म्हणाले–

"महाराजांच्या प्रत्येक कृतीमागे केवढा मोठा अर्थ भरलेला असतो! तिला केवढा व्यापक संदर्भ असतो! केवढी ही व्यापक दूरदृष्टी! केवढी अलौकिक प्रज्ञा! म्हणूनच मग रयत त्यांना अवतारी पुरुष समजते."

"पुरे, पुरे. ही काही आमचे कौतुक करून घेण्याची घडी नव्हे. हजार कामे पडली आहेत. निष्कारण गप्पाटप्पा आता पुरेत."

-१३८-

मंगळवार उजाडला. सकाळी गडाचे दरवाजे उघडल्यापासूनच गडावर माणसांची रीघ लागली. सरदार-दरकदार, मुत्सद्दी, गडकरी, याशिवाय मोठ्या प्रमाणावर रयतसुद्धा हा सोहळा पाहण्यास लोटली होती. गावोगावचे व क्षेत्रोक्षेत्रीचे ब्राह्मणसुद्धा मोठ्या प्रमाणावर गोळा झाले होते. काही उत्सुकतेपोटी, केवळ काय-कसे घडते ते पाहण्यास. काही महाराजांवरील प्रगाढ श्रद्धेपोटी, काही दक्षिणेच्या अभिलाषेने, तर कित्येकजण हा 'भ्रष्टाकारी पाखंड' रोखण्यासाठी मुद्दाम गडावर आले होते.

तंबू, डेरे, राहुट्या, शामियाने, मंडप वगैरे उभारून सर्व अभ्यागतांची सोय केली

होती. मोठमोठ्या पाकशाळांमधून भोजनाची सोय होती. ब्राह्मणांसाठी सोवळ्याची स्वतंत्र व्यवस्था होती. गडावर एवढी गर्दी झाली असली तरी कोठेही भोंगळपणाला थारा नव्हता. चौकी पहाऱ्यात ढिलाई नव्हती. रयतेला मुक्तद्वार असले, तरी टवाळांना बरोबर चाप लावला जात होता. महाद्वारावरच्या हवालदाराला पाणी पिण्याससुद्धा उसंत नव्हती. येणाऱ्या गर्दीत कोणी परका नजरबाज घुसू नये म्हणून डोळ्यांत तेल घालून लक्ष पुरविले जात होते. किल्लेदार सूर्याजी पिसाळ भल्या पहाटे घोड्यावर स्वार झाले होते; ते थेट सांजवेपावेतो पायउतार झाले नाहीत. या एवढ्या काळापुरती सकाळ-दुपार-सायंकाळ मुजऱ्याच्या रिवाजातून त्यांना महाराजांनी सूट दिली होती. रिवाजापेक्षा अभ्यागतांची सोय आणि गडाची सुरक्षा यांना महाराजांच्या लेखी जास्त महत्त्व होते.

होळीच्या माळावर हिरव्या पोरक्याचा भला मोठा मांडव घालण्यात आला होता. मांडवाच्या मध्यभागी धार्मिक विधींसाठी बरीच मोठी जागा गोमयाने सारवून सिद्ध करण्यात आली होती. त्या जागेच्या बरोबर मधोमध सुशोभित यज्ञकुंड तयार केले गेले होते. पताका, तोरणे, गुढ्या आणि ध्वज लावून मंडप उत्तम रीतीने सजविला होता. यज्ञवेदीच्या पूर्वेकडील अंगास ब्रह्मवृंदाच्या बसण्याची व्यवस्था करण्यात आली होती. पश्चिमेच्या अंगास मानकरी व राणीवशातील स्त्रियांची सोय होती. अन्य दोन्ही बाजू रयतेसाठी खुल्या होत्या. इकडे कार्यक्रमाच्या व्यवस्थांची धामधूम उडाली असतानाच 'पाखंड' मोडून काढण्यासाठी आलेल्या मंडळींच्या कारवाया गडावर पाय ठेवल्या क्षणापासून पूर्ण ताकदीनिशी सुरू झाल्या होत्या. किल्लेदाराच्या तुकडीचे त्यांच्यावर पूर्ण लक्ष होते; परंतु जोपर्यंत त्यांच्याकडून कोणताही उपसर्ग होत नाही तोपर्यंत त्यांना अटकाव न करण्याच्या किल्लेदाराच्या सैनिकांना सूचना होत्या. मध्यान्हीच्या सुमारास ब्राह्मणांचा एक मोठा जमाव तावातावाने शास्त्रीमंडळाच्या मुक्कामी पोहोचला. मंडळी भोजनासाठी निघाली होती. ते निवासाच्या पायऱ्या उतरत असतानाच जमाव त्यांची वाट अडवून उभा ठाकला. हडकुळ्या शरीरयष्टीचा एक वयोवृद्ध ब्राह्मण जमावाचे नेतृत्व करीत होता. संतापाने तांबडेलाल झालेले डोळे गरगरा फिरवीत ते वृद्ध शास्त्रीमंडळास उद्देशून म्हणाले–

"काय हो, आपणापैकी टोळशास्त्री ते कोण? अहो, गडावर हा जो काही अनाचार चालला आहे त्यास आपण पैठणच्या धर्मसभेचे प्रतिनिधी म्हणून मान्यता दिली आहे, हे सत्य आहे काय? अन् अशा प्रकारचा परस्परव्यवहार करण्याचा तुम्हास अधिकार तो काय? का पैठणच्या धर्मपीठाने आपणास खास परवानापत्र देऊन या अव्यापारेषु व्यापारात सहभागी होण्यास धाडले आहे?"

त्या ब्राह्मणाचे अत्यंत उद्धट आणि मनामध्ये क्षोभ उत्पन्न करणारे भाषण ऐकूनसुद्धा मनाचा तोल यत्किंचितही ढळू न देता अत्यंत शांतपणे टोळशास्त्री म्हणाले–

“मला तरी गडावर कोणत्याही प्रकारचा अनाचार चालू असल्याचे दिसत नाही आहे. कोणत्याही अनाचारास मी व्यक्तिश:सुद्धा कधी संमती देणार नाही; तर मग धर्मसभेचा प्रतिनिधी म्हणून मान्यता देण्याचा प्रश्नच नाही. आपण नेमके कशासंबंधाने बोलत आहात ते स्पष्ट केल्यास बरे होईल.”

“वेड पांघरून संभाविताचा आव आणण्याचे ढोंग पुरे झाले. हेच ते, एका यवनास म्हणे हिंदू धर्मात परत घेण्याचा अनैतिक खटाटोप सुरू आहे आणि त्यासाठी हे एवढे अवडंबर माजविले गेले आहे. रयतेच्या घामाचा राजकोषात जमा झालेला पैसा त्यासाठी उधळला जात आहे.”

“सनातन वैदिक धर्माचा हा असा अपमान आम्ही कदापि खपवून घेणार नाही.”

“या भ्रष्टाकारास आम्ही प्राणपणाने विरोध करू. जर कोणी हा अनाचार असाच चालू ठेवण्याचा हट्ट धरणार असेल तर त्या भ्रष्टाकारासाठी उभारलेल्या मांडवातच आम्ही आमचा कपाळमोक्ष करून घेऊन, जीव देऊ आणि या ब्रह्महत्येचे पातक स्वत:स ब्राह्मण प्रतिपालक म्हणवून मिरविणाऱ्या तुमच्या राजाच्या माथी बसेल, याची याद राखून ठेवा.”

जमावामधील एकेक ब्राह्मण मारे शिरा ताणताणून, आवाज टिपेला नेऊन ओरडत होता. शास्त्रीमंडळी शांतपणे त्यांचा क्रोध पाहत होती. समोरून कोणतेच प्रत्युत्तर येत नाही किंवा साधी प्रतिक्रियासुद्धा प्रकट होत नाही हे पाहून काही वेळाने गदारोळ शांत झाला. पण संतापाने फणफणलेला तो घोळका त्यांची वाट अडवून तसाच उभा होता. मग टोळशास्त्री एक पाऊल पुढे होऊन हात जोडून ब्राह्मणांना सामोरे जात म्हणाले–

“भूदेव, आपण समाजपुरुषाचे उत्तमांग, मस्तक. आपल्यासारिख्या सुज्ञांनी असा आततायीपणा करणे शोभनीय नाही. क्रुद्ध जनांचा जमाव जमा करून घेऊन असा वितंडवाद करण्याचा ग्राम्यपणा आपणासारख्यांस शोभत नाही. मध्यान्ह झाली आहे. ब्राह्मण भोजनाच्या पंगती वाढून तयार आहेत. अन्नब्रह्माचा अपमान होऊ देऊ नका. शांत व्हा. प्रथम जठराग्नीस आहुती देऊन त्याससुद्धा शांत करा. या विषयावर आपण सुयोग्य प्रकारे सभा घेऊन, यथास्थित चर्चा करू. तुम्हा सर्वांचे ऐकून घेतले जाईल, मात्र शिष्टाचारास अनुसरून बोलले जाणार असेल तरच; तर्काला धरून व्यक्त होणाऱ्या प्रत्येक शंकेचे निरसन केले जाईल. असे या कार्याचा अध्वर्यू म्हणून मी आपणास वचन देत आहे. सभेचे स्थळ, काळादी तपशील आपणास विदित होतील. निश्चिंत राहावे. प्रथम भोजन करून घ्यावे.”

ब्राह्मणांचा तो घोळका अखेर परत फिरला. महाराज दरबारातून परत येताच टोळशास्त्र्यांनी ढेरेशास्त्री व चित्रावशास्त्र्यांना सोबत घेऊन महाराजांची भेट घेतली

आणि घडलेला प्रकार त्यांच्या कानी घातला. ब्राह्मणांची ही टोकाची धारणा पाहून महाराज उदास झाले. चर्चेअंती त्यांनी निर्णय घेतला की, बुधवारी, म्हणजे लगेच दुसऱ्याच दिवशी आणि शुद्धीच्या आदल्या दिवशी समारंभासाठी उभारण्यात आलेल्या मांडवातच धर्मसभा भरवायची. महाराजांनी आग्रह धरला की, या सभेत नेहमीच्या प्रथेप्रमाणे केवळ ब्राह्मणच नव्हे तर सर्व जातींच्या मंडळीस सहभागी करून घ्यावे. शुद्धीकरणाचे महत्त्व सर्वसामान्यांच्या मनात बिंबविणे अगत्याचे असल्याने शास्त्रीमंडळाने कोणतीही खळखळ न करता महाराजांच्या योजनेस पुष्टी दिली. त्याच बैठकीत किल्लेदार सूर्याजी पिसाळास बोलावून बुधवारी प्रात:काळी भरणाऱ्या विशेष धर्मसभेची दवंडी देण्याची आज्ञा दिली.

-१३९-

शुद्धीकरणास विरोध करणारी ब्राह्मण मंडळी मुकाट्याने परत फिरली खरी, परंतु ती शांत बसली नाहीत. गडावर आलेल्या अठरापगड लोकांच्या गर्दीत त्यांनी या विषयाची राळ उडविण्यास सुरुवात केली. त्यांचा आक्रमक पवित्रा आणि भडक कोटिक्रम, तसेच तथाकथित धर्मरक्षणासाठी प्राणार्पण करण्याच्या फुशारक्यांनी येर रयत भेदरून गेली. या विरोधकांनी धर्माचा ऱ्हास, भ्रष्टाचार, कलियुगाचा अंत, प्रलय, सर्वनाश वगैरेंचा असा काही बागुलबुवा उभा केला की, सांगता सोय नाही. पुराणातील आणि स्मृतींमधील संदर्भहीन उतारेच्या उतारे उद्‌धृत करून चालविलेली तर्कटे ऐकून मुळातच द्विधा मन:स्थितीत असणाऱ्या ब्राह्मणांची आणि मराठ्यांची मते विरोधी पक्षीयांकडे झुकू लागली. रात्री उशिरापर्यंत त्यांनी फार मोठा समुदाय आपल्या पक्षाकडे वळवून घेण्यात यश मिळविले.

विरोधकांचा हा धडाका पाहून शास्त्रीमंडळीसुद्धा अस्वस्थ झाली. महाराजांचे ऐकून आपण धर्मसभेचा म्हणून जो निर्णय घेतला, तो योग्य की अयोग्य या संबंधाने ते दोलायमान झाले. जनक्षोभास तोंड देणे काही सोपे नसते. त्यांच्यात अस्वस्थ कुजबुज सुरू झाली. टोळशास्त्र्यांना या अस्वस्थतेची जाणीव झाल्याशिवाय राहिली नाही. या विषयात ते प्रत्यक्ष गागाभट्टांचेच शिष्य असल्याने त्यांची मते अत्यंत परिपक्व आणि ठाम होती. रोज रात्री भोजनोत्तर होणाऱ्या बैठकीत या प्रश्नाचा समाचार घेण्याचे त्यांनी ठरविले होतेच. अपेक्षेप्रमाणे त्या रात्रीच्या बैठकीत काहींनी हा मुद्दा उपस्थित केलाच. यत्किंचितही विचलित न होता टोळशास्त्र्यांनी चर्चेचे स्वागत केले. अत्यंत ठाम आणि आत्मविश्वासपूर्ण रीतीने त्यांनी शास्त्रशुद्ध तर्क, तसेच ब्राह्मणे, उपनिषदे, त्याचप्रमाणे निरनिराळ्या स्मृती व प्रायश्चित्त ग्रंथांमधील उताऱ्यांचे संदर्भासहित दाखले देत, तसेच पूर्वी महाराजांनी विशद केलेला कोटिक्रम इत्यादीचे अतिविस्तृत निरूपण केले. शंकांचे यथोचित निरसन केले. विरोधकांनी

चालविलेल्या तर्कटांचा आणि त्यामुळे उभ्या झालेल्या बागुलबुवाचा त्यांनी खरपूस समाचार घेतला; त्यामुळे समस्त शास्त्रीमंडळ पुनश्च पूर्ण आश्वस्त झाले. आपण अंगीकारलेले हे ऐतिहासिक धर्मकृत्य वरकरणी जरी जनसामान्यांच्या प्रचलित विचारांच्या विरोधात वाटत असले तरी तेच अंतिमत: सुयोग्य व हितकर असल्याची त्यांची पूर्ण खात्री पटली.

कोणा माथेफिरू दांडगटाकडून कोणास काही उपसर्ग होऊ नये किंवा निवासस्थानावर कोणता अतिप्रसंग होऊ नये याची यथायोग्य काळजी घेण्याची सूचना टोळशास्त्र्यांनी पहाऱ्यावरील शिलेदारांना न विसरता दिली.

-१४०-

होळीच्या माळावर उभारलेला विस्तीर्ण मंडप पहाटेपासूनच खचाखच गर्दीने भरून गेला. लोक मोठ्या आवाजात तावातावाने आपसांत चर्चा करीत असल्याने मांडवात एकच कोलाहल भरून राहिला होता. त्यातच कोणी एखादा अधिक-उणा शब्द काढलाच तर गरम डोक्याची मंडळी हमरीतुमरीवर येत होती. क्वचित कुठे एक-दोन ठिकाणी धक्काबुक्कीचा प्रसंगसुद्धा आला. लोकांना आवरता आवरता मावळ्यांच्या अगदी नाकीनऊ आले. जसजशी सभेची वेळ जवळ येऊ लागली तसतशी अस्वस्थता वाढू लागली. गलका वाढत गेला. ब्राह्मणांचा एक गट तर अगदी हातघाईवरच आला. अखेर हंबीरराव जातीनिशी मंडपात हजर झाले आणि कधी सूचना, तर कधी दरडावणी करू लागले तेव्हा कुठे जमाव आटोक्यात आला.

मात्र प्रक्षुब्ध झालेला तो ब्राह्मणांचा गट कोणालाच जुमानेनासा झाला, तेव्हा मोरोपंत पेशवे आणि त्र्यंबक सोनदेवांना हस्तक्षेप करून त्यांना समज देणे भाग पडले. तर फारच चवताळलेल्या एक-दोघांना चौदावे रत्न दाखवून ताळ्यावर आणावे लागले.

घटका भरली आणि मांडवाबाहेर नौबत दुमदुमली. तुताऱ्या निनादल्या. महाराजांच्या आगमनाच्या ललकाऱ्या उठल्या. निरव शांतता पसरली. दमदार पावले टाकत महाराजांनी मांडवात प्रवेश केला. सस्मित चर्येवर धीरगंभीर अन् पूर्ण आत्मविश्वासाचे भाव होते. त्यांच्या मागोमाग शास्त्रीमंडळी प्रवेशली. त्यांच्या गंभीर चेहऱ्यांवर काळजी स्पष्ट दिसत होती. महाराजांच्या साध्याशाच मसनदीशेजारी शास्त्रीमंडळासाठी एका तक्तपोसावर उच्चासनाची सोय केली होती. साऱ्या सभेने महाराजांना उत्थापन दिले. महाराज आणि शास्त्रीमंडळ आपापल्या स्थानी बसल्यानंतरच सभा बसली. महाराजांची करारी नजर चौफेर फिरली आणि अद्याप चुळबुळ करणाऱ्या ब्राह्मणांच्या घोळक्यावर स्थिर झाली. त्या नजरेतील धाक त्यांना जाणवल्याशिवाय राहिला नाही. त्यांची चुळबुळ स्तब्ध झाली. महाराजांनी निराजीरावजींना नजरेनेच इशारा केला.

मुजरा घालीत ते सामोरे आले. महाराजांना संमुख होऊन बोलू लागले–

"महाराज, मनामध्ये काही हेतू धरून नेताजीराव पालकर गनिमाकडे गेले. परंतु दगा करून, आपण आग्र्याहून प्रयाण करताच आलमगिराने त्यांस अटक केली. दिल्लीत नेऊन आदबखान्यात डांबले. इतकेच नव्हे तर अतोनात छळ मांडला. छळ करून बादशहा आपल्याला जीवे मारल्याशिवाय राहणार नाही व त्यामुळे मनातील हेतू साध्य होणार नाही असे जाणून, कार्यपूर्तीसाठी जीव जगवणे अगत्याचे म्हणून, गनिमी काव्याचा भाग असे म्हणून त्यांनी म्लेंच्छ धर्म स्वीकारला. तरी त्यांच्या मनी स्वधर्म व स्वराज्य यांच्याप्रति निष्ठा आणि श्रद्धा कायम धगधगत राहिली. संधी मिळताच बादशहाच्या कचाट्यातून त्यांनी सुटका करून घेतली आणि ते स्वराज्यात स्वामींच्या पायांशी पावते झाले. स्वधर्म आणि स्वराज्याची सेवा करण्याची त्यांची ऊर्मी प्रखर तेजाने जिवंत आहे असे जाणून स्वामींनी त्यांना अनुकूल कौल दिला आणि धर्मसभेकडून त्यांना शुद्ध करून घेऊन, स्वधर्मात परत आणण्यास मान्यता मिळवली. त्या धर्मसभेच्या निर्णयाप्रमाणे उदईक याच स्थळी नेताजीरावांच्या प्रायश्चित्तपूर्वक शुद्धीकरणाचा विधी होणार आहे. त्यासाठी मुद्दाम आमंत्रणे देऊन रायगडी जनलोक व खाशे मंडळींस पाचारिले आहे. आमंत्रित ब्रह्मवृंदांपैकी काहींना धर्मसभेचा हा निर्णय मान्य नाही. या शुद्धीकरणास त्यांचा सख्त विरोध आहे. हे शुद्धीकरण शास्त्रास असंमत, परिणामी पाखंड माजवणारे असून, ते तत्काळ रद्द करावे अशी त्यांची मागणी आहे. सनातन वैदिक धर्माच्या पावित्र्य रक्षणासाठी त्यांची ही भूमिका असल्याचा दावा ते करीत आहेत.

"विरोधी मत धारण करणाऱ्यांचे आक्षेप ऐकून घेऊन त्यांस आपली भूमिका विशद करून सांगणे आणि त्यांच्या मागणीचा सांगोपांग विचार होऊन योग्य निर्णय व्हावा या कारणे स्वामींनी प्रस्तुत विशाल धर्मसभेचे आयोजन केले आहे. तरी विरोधी मत धारण करणाऱ्या ब्रह्मवृंदास पूर्वपक्ष करण्यास स्वामींची अनुमती असावी."

"नेताजीरावांच्या प्रायश्चित्तपूर्वक शुद्धीकरणाचा निर्णय हा वैदिक संस्कृती, आर्य सनातन वैदिक हिंदू धर्माच्या अभिवृद्धी आणि संरक्षणासाठीच घेतला गेला आहे. तरीसुद्धा केवळ अज्ञानामुळे ज्यांचा या कृतीस आक्षेप आहे किंवा पोकळ आणि मिथ्या धर्माभिमानाचा आश्रय करून जे प्रत्यक्ष धर्महिताच्याच कृतीस विरोध करीत आहेत किंवा विरोधकांना साहाय्यभूत होणारी भूमिका घेत आहेत त्या समाजाचे अध्वर्यू म्हणवणाऱ्या विद्वान ब्रह्मवृंदास त्यांचा पक्ष मांडण्यास पूर्ण अनुमती आहे. रयतेच्या आणि धर्माच्या हिताचा असला, तरी केवळ दंडशक्तीच्या जोरावर आम्हास रयतेवर कोणताही निर्णय लादावयाचा नाही. मात्र मांडण्यात येणारा तर्क धर्मग्रंथ आणि शास्त्रांच्या आधारेच असावा. पोकळ परंपरा वा रूढींचे अवडंबर माजवणारा

नसावा, हे प्रत्येक उपस्थिताने नीट ध्यानी घ्यावे. सभेच्या शिष्टाचारांचा भंग वा बेअदबीचा मुलाहिजा राखला जाणार नाही याचीसुद्धा प्रत्येकाने जाणीव ठेवावी.''

महाराजांचे बोलणे संपले आणि त्यासरशी अनेक ब्राह्मण एकदम उठून बोलू लागले. त्या बोलण्याने एकच मोठा कोलाहल उडाला. एकाचेही बोलणे धड ऐकू येईना. मुत्सद्दी, मंत्रिमंडळ आणि शास्त्रीमंडळ महाराजांकडे टकामका पाहू लागले. महाराजांनी तो गोंगाट काही वेळ तसाच चालू दिला. मग मात्र त्यांनी आपला हात उंच उभारून शांत राहण्याची इशारत केली. हळूहळू गलबला शांत झाला. सभामंडपाच्या ज्या भागात कोलाहल करणाऱ्या त्या ब्राह्मणांचा गट बसला होता, तेथे आपली करडी नजर रोखून महाराज बोलू लागले–

''ब्राह्मणहो, आपले म्हणणे ऐकून घेण्यासाठी, आमची भूमिका समजावून सांगण्यासाठी, चर्चा करण्यासाठी ही सभा भरवण्यात आली आहे. गोंगाट आणि गलबला म्हणजे आपले म्हणणे मांडणे नव्हे किंवा चर्चा करणे नव्हे. आपणात जे प्रमुख असतील, शास्त्रवेत्ते वा वैदिक विद्वान असतील त्यांनी सर्वांच्या वतीने थोडक्यात शास्त्राधारे जे म्हणणे असेल ते मांडावे. ऐसा गलबला ही धर्मसभेची रीत नव्हे. हे ऐसेच चालणार असेल तर आपणाकडे पूर्वपक्ष नाही असे जाहीर करून सभा बरखास्त करण्यात येईल.''

काही वेळ आपसांत कुजबुज झाली. नेत्रपल्लवींचे इशारे झाले. खाणाखुणा झाल्या. मग काही मंडळी एका वृद्ध द्विजवराकडे उठून जाऊन त्यांना काही विनवणी करती झाली. त्यांनी मानेनेच होकार दिला. कपाळी शिवगंध, अंगी भस्माचे पट्टे, गळ्यात, मनगटावर, दंडात रुद्राक्ष माळा, शास्त्री असल्याची खूण प्रकट करणारी मस्तकी शालजोडी गुंडाळलेली, पावित्र्याचे आणि विद्वत्तेचे तेज मुखावर झळकत असलेले, शांत-धीरगंभीर मुद्रेचे ते वयोवृद्ध ब्राह्मण उठून उभे राहिले. शास्त्रीमंडळींस आणि महाराजांस त्यांनी विनम्रपणे नमस्कार केला. मधाने भरलेल्या कास्यपात्राप्रमाणे त्यांचा आवाज अत्यंत शुद्ध आणि कणीदार, श्रवणीय होता, शुद्ध काशाच्या घंटेप्रमाणे नादमय होता.

''भो राजन, अइ विद्वांसः श्रेष्ठाः धर्म सागर पारावार परिणाः सकळ भूमण्डळ मण्डणी कृताः वैतण्डिक गण्डस्थळ खण्डनैकहरयाः श्रूयताम् तावत्...''

महाराजांच्या मागे अदबीने उभे असलेले कवींद्र परमानंद हळूच त्यांच्या कानी पुटपुटले–

''महाराज, गणेशशास्त्री जांभेकर-कुळकर्णी, वेदान्त वागिश, वय्याकरणी, अद्वैत वेदान्ताचे गाढे अधिकारी, काशी क्षेत्री अध्ययन करून शास्त्रीपद प्राप्त केले. खान्देशातून आलेत. हल्ली मुक्काम श्रीक्षेत्र कोल्हापूर...''

महाराज हलकेच उद्गारले–

"अरे वा! एवढे गाढे विद्वान आणि त्यांचा समाचार अद्याप आमचेकडून घेतला गेला नाही? पंत तुम्ही स्वत: ध्यानी ठेवा आणि आम्हाकडून त्यांचा परामर्श घेतला गेल्याशिवाय ते गड उतरणार नाहीत इकडे लक्ष द्या."

"जी. आज्ञा."

शुद्ध, सुंदर, ओघवत्या संस्कृतात गणेशशास्त्र्यांनी पूर्वपक्ष मांडला. महाराजांनी सहेतुक टोळशास्त्र्यांकडे नजर टाकली. मान लववून शास्त्रीबुवांनी प्रतिसाद दिला आणि उपरणे झटकत उत्तर देण्यासाठी ते उभे राहिले. ते काही बोलण्यास सुरुवात करणार एवढ्यात डोक्याला भले मोठे मुंडासे बांधलेला, मोठमोठ्या गालमिश्या राखलेला प्रौढ वयाचा एक दणकट गडी कंबरेची भली मोठी तलवार सावरीत उभा राहिला. जागेवरूनच महाराजांना मुजरा घालून आपल्या ढाल्या आवाजात तो म्हणाला–

"मुजरा मायबाप, आमी पवन मावळातल्या बहिरोबाच्या वाडीचं पाटील हावो जी. म्हाराज, ह्ये बामन देव जे काय बोलले त्ये कानास्नी लय ग्वाड वाटलं ह्ये खरं, पर इमानानं सांगावं तर तेतला योक सबुद बी आमा अडान्यांच्या टकुऱ्यात न्हाई शिरला. आमचं राजं गोबामन परतिपालक हाईती आनि जवा त्ये देवा-धरमासाटी कायबाय गोमटं करू म्हन्तात त ही बामनच त्येंना इरोद कराया हुबी ठाकत्यात. आता आमच्या राजाला त्येंचा इरोद कशापाई हाय, त्येंचं म्हननं तरी काय हाय, त्ये जरा आमालाबी समजू द्यात की. का फकस्त आपली बामनंच येक त्येंना की दुसरी द्येवाला उमगनाऱ्या भासत कायबाय बोलनार आन आमी रयत त्येंना नंदीबैलावानी मुंडासं हालवीत ऐकनार. आता ही काय धरम सबा की काय म्हन्तासा तीत आमालाबी आवतन देऊन बोलिवलासा त मग कोनाचं काय म्हननं हाय त्ये जरा आमालाबी उमगू देवा की. मंग आमाला पटलं त व्हय आन नाय पटलं त नाय म्हन्ता येईल. काय मंडळी, म्या म्हन्तो ते बरुबर हाय का न्हाई?"

'खरं हाय, बरुबर हाय, आमालाबी समजलं पायजेल.' अशा अर्थाचे आवाज रयतेतून मोठ्या प्रमाणावर उमटू लागले. मानकऱ्यांनी पण पाटीलबुवांना पाठिंबा दर्शविणाऱ्या खाणाखुणा केल्या. गोंधळून गेलेल्या टोळशास्त्र्यांनी महाराजांकडे पाहिले. मंद हसून महाराजांनी त्यांना खाली बसण्याचा संकेत दिला आणि हात उंचावत गलका रोखला. सारे शांत झाल्यावर महाराज म्हणाले–

"भूदेव, एका अतिमहत्त्वाच्या आणि नजीकच्या ज्ञात भूतकाळात न झालेल्या अशा एका महत्त्वाच्या धर्मनिर्णयावर चर्चा करण्यासाठी आणि त्या अनुषंगाने येरांच्या मनात उभ्या राहणाऱ्या शंका निवारण्यासाठी ही धर्मसभा भरवली गेली आहे. एरवी धर्मसभेत विद्वज्जन देव वाणीत पूर्वपक्ष - उत्तरपक्ष करितात, परंतु भूदेव, आजच्या या धर्मसभेत देववाणी न जाणणाऱ्या रयतेचा मोठ्या संख्येने सहभाग आहे. अत्यंत महत्त्वाच्या आणि नाजूक प्रश्नावर काय चर्चा होते आणि कशा प्रकारे काय निर्णय होतो

ये विषयी विद्वानांइतुके, आम्हाइतुके येरांससुद्धा स्वारस्य आहे. तेव्हा आपण आत्ता आपले म्हणणे जे देववाणीत मांडलेत तेच सर्वांस समजेल अशा प्रकारे प्राकृतात अर्थात मऱ्हाठीमध्ये मांडावे आणि त्यास शास्त्रीबोवा आपण उत्तरसुद्धा प्राकृतातच द्यावे, अशी आमची सूचना आहे. सूचना यासाठी की, धर्मसभेत धर्माज्ञा दिल्या जाव्यात, राजाज्ञा देण्याचा प्रसंग कोणी येऊ देवो नये.''

कोणी काही प्रतिक्रिया देण्यापूर्वीच एक प्रौढ ब्राह्मण ताडकन उठून उभा राहिला. घाईघाईत कसाबसा नमस्कार करून उतावीळपणे म्हणाला–

''धर्मचर्चेतील शूद्रांस काय समजत्ये? शास्त्रे कशाशी खातात हे तरी त्यांस ठावकी आहे काय? धर्मचर्चेत शूद्रांचा सहभाग म्हणजे तर भ्रष्टाकाराचा कळसच झाला म्हणायचे. ते काही नाही, धर्मसभा म्हटल्यावर धर्मसभा; तिच्या रीतीनेच चालली पाहिजे. वाटल्यास धर्मसभेचे निर्णय शूद्रांस प्राकृतात सांगावेत...''

महाराजांची अत्यंत जळजळीत दृष्टी त्याच्यावर स्थिर झाली, त्याबरोबर त्याचे पुढचे शब्द घशातच अडकले. आसपास बसलेल्या लोकांनी हात ओढून त्याला बसते केले. रयतेमधूनसुद्धा काही दांडगे उठून हातवारे करीत तावातावाने काहीबाही बोलू लागले. मावळ्यांनी त्यांना आवरले. थोड्या वेळाने सारे स्थिरस्थावर झाले. मात्र इथे-तिथे थोडी कुणकुण, थोडी कुजबुज होत राहिली. गणेशशास्त्री पुन्हा उठून उभे राहिले. त्यांनी कुजबुज करणाऱ्यांना हाताने थोपवून शांत केले. महाराजांना उद्देशून अत्यंत सौम्य स्वरात ते म्हणाले–

''राजन, अशा नाजूक अन् संवेदनशील समस्येचा विचार करीत असता समाजाच्या सर्व स्तरांचा त्यात सहभाग असावा या दृष्टीने आपली सूचना अगदी रास्त आहे. हे जरी खरे असले तरी शास्त्राधारित तत्त्वचर्चेमध्ये काही तांत्रिक आणि पारिभाषिक शब्दांचा वापर अनिवार्य असतो. तद्वतच आपल्या मुद्द्याच्या पुष्ट्यर्थ द्यावी लागणारी उद्‌धृते आणि उद्धरणे संस्कृतातच द्यावी लागतात; त्यामुळेच हे राजन, धर्मचर्चेत संस्कृत भाषेचा वापर श्रेयस्कर असतो. तद्वतच अन्य प्रांतांच्या, प्रदेशांच्या प्राकृत बोली भिन्न असतात. तेव्हा आसेतू हिमाचल सर्व ब्रह्मवृंदांस व तत्त्ववेत्त्यांस आकलन होणारी संस्कृत हीच ज्ञानभाषा आणि संपर्कभाषा म्हणून अनादी काळापासून मान्यता पावली आहे. म्हणून मग धर्मचर्चा स्वाभाविकच संस्कृतातून केली जाते. दुसरे असे की, सर्वसामान्य रयतेचा सहभाग असणारी धर्मसभा आजवर माझ्या तरी पाहण्यात नाही. या कारणे मी स्वाभाविक आणि प्रचलित सभारीतीस अनुसरून पूर्वपक्ष संस्कृतात मांडला आहे.''

''गणेशशास्त्री, आपले म्हणणे रास्त असले, तरी सांप्रतची धर्मसभा मराठीतच चालावी असा आमचा आग्रह आहे. पारिभाषिक शब्द व उद्‌धृते तर संस्कृतात येणारच, त्यास उपाय नाही. कारण सारी शास्त्रे, सारे ज्ञान संस्कृतातच आहे. हजारो

वर्षांपासून चालत आलेला तो अखंड प्रवाह आहे. तरी आमचा आग्रह आहे की, जसे जमेल तसे त्यांचासुद्धा मराठीत अनुवाद करून निरूपण व्हावे, ज्यायोगे संस्कृत न जाणणाऱ्यास काही थोडे पदरी पडेल.''

"हे राजन, प्रवचन वा कीर्तन केल्याप्रमाणे अगदीच प्राथमिक पातळीवर जाऊन धर्मचर्चा करणे तर शक्य नाही. तरीसुद्धा हे प्रजाहितदक्ष राजयोग्या, मी मजकडून होता होईतो सहज ग्राह्य होईल असे प्रतिपादन करण्याचा प्रयत्न करितो मात्र येरांनीसुद्धा मला समजून घेण्याचा प्रयत्न करावा. कधी कोणता मुद्दा फारच क्लिष्ट वाटल्यास, कोणा अधिकाऱ्याने शंका जरूर उपस्थित करावी, मी अधिक सोपे करून सांगण्याचा यत्न करीन; परंतु हे राजन, त्यास मर्यादा असतील तद्वतच या प्रक्रियेस वेळ अधिक लागेल.''

'व्हय. व्हय. चालंल. चालंल. अवं अगदीच काय न्हाय तर अर्धेतर टकुऱ्यात ऱ्हाईल. चालंल ते समद्यास्नी.' गर्दीतून अशा प्रकारचे आवाज उमटले. मंद हसत महाराजांनीसुद्धा हात उंचावून सहमती दर्शविली. शास्त्रीमंडळींनीसुद्धा मोकळेपणी हसत माना डोलावून त्यास अनुमती दिली. त्यानंतर गणेशशास्त्र्यांनी पुन्हा आपले म्हणणे शक्य तेवढे सोपे करीत रसाळ मराठीत मांडले. त्यांची भाषा प्रासादिक, आर्जवी आणि शैली ओघवती असल्यामुळे तसेच प्रतिपाद्य विषयाचे विवेचन प्रचलित समाजभावना आणि रीतीस अनुसरून असल्याने सर्वसामान्यांस सहजपणे पटणारी होती; त्यामुळे रयतेतूनसुद्धा फार मोठा जनसमुदाय त्यांच्या बोलण्यास कधी माना डोलावून, तर कधी संमतीदर्शक उद्‌गार काढून पाठिंबा व्यक्त करू लागला.

जांभेकरशास्त्र्यांचा पांडित्यपूर्ण आणि प्रभावी पूर्वपक्ष आणि त्यास असलेला रयतेचा पाठिंबा पाहून शास्त्रीमंडळ अस्वस्थ झाल्याशिवाय राहिले नाही. टोळशास्त्री उत्तरपक्ष करण्यास उभे राहिले. महाराजांनी त्यांच्याकडे पाहून आश्वासक स्मित केले आणि मान डोलावून धीर दिला. शास्त्रीबुवांनी आदल्या रात्री शास्त्रीमंडळींसमोर जे विवेचन केले होते तेच पुन्हा एकदा अधिक विस्तारपूर्वक आणि त्यात अनेक उदाहरणांची व दृष्टान्तांची भर घालून साध्या सोप्या सरळ भाषेत सभेपुढे मांडले. संस्कृतातील उद्धरणांचा केवळ अर्थच नव्हे तर त्यांचा ग्रंथातील नेमका संदर्भ, त्यांची पार्श्वभूमी व त्यांचा समकालीन संदर्भ सोप्या शब्दांत रसाळपणे सांगितला. त्याच्याच जोडीला यापूर्वी महाराजांनी जगदीश्वराच्या मंदिरातील ब्रह्मसभेसमोर जो कोटिक्रम आणि तर्क मांडला होता, तोसुद्धा दैनंदिन जीवनात भोवताली घडणाऱ्या घटनांच्या उदाहरणांची आणि दृष्टान्तांची जोड देत विस्तारपूर्वक मांडला. शुद्धीकरणाची आवश्यकता आणि निकड त्यांनी अगदी तळमळीने मांडली. त्यांच्या वक्तव्यात केवळ पांडित्य नव्हते तर आर्जवी आग्रह होता.

केवळ शास्त्रीय तर्क नव्हता तर समाजपुरुषाच्या उन्नतीची, उत्थानाची तळमळ पदोपदी जाणवत होती. विचार अगदी स्पष्ट होते. त्यांचे प्रतिपादन थेट श्रोत्यांच्या काळजाचाच ठाव घेत होते. धर्मांतराच्या संकटाची त्यांनी केलेली विदारक मीमांसा अत्यंत प्रत्ययकारी होती. कारण सभेतील बहुतेक प्रत्येकाच्या कुटुंबास कधीना कधी त्याचा फटका बसला होता. कोणी ना कोणी सगा, सोयरा, स्नेही, परिचित असाच हिरावून घेतला गेला होता; त्यामुळे तर त्यांच्या निवेदनाचा श्रोत्यांवर चांगलाच खोलवर परिणाम झाला. महाराजांच्या मुद्रेवरील संतोष लपून राहू शकत नव्हता. संपूर्ण शांततेने सभा त्यांचे निरूपण ऐकून घेत होती. सुरुवातीस विरोधाचे, असहमतीचे आणि निषेधाचे शेरे उठत होते पण पुढेपुढे संपूर्ण शांततेत, त्यांचे म्हणणे ऐकले जाऊ लागले. बहुसंख्य सर्वसामान्यांस तर त्यांचे म्हणणे पूर्णत: पटले. इतकेच नव्हे तर समंजस प्रज्ञावंतांचा मोठा वर्ग त्यांनी आपल्या वाक्चातुर्याने आपल्या पक्षाकडे वळवून घेतला.

असे असले तरी तथाकथित धर्मनिष्ठ कर्मठ ब्राह्मणांचा एक गट मात्र नर्मदा पाषाणवत आपल्याच भूमिकेस चिकटून होता. टोळशास्त्र्यांचे वक्तव्य संपताच त्या गटातील अनेक व्यक्ती उठून शिरा ताणून, तावातावाने बोलत आपला विरोध व्यक्त करीतच राहिल्या. त्यांच्या बोलण्यात शास्त्रोक्त तर्कापेक्षा तर्कटे आणि आग्रहापेक्षा हटवादच ठासून भरला होता. बहुतेक सारे मुद्दा सोडून भरकटत होते, तर काही भडक भाषा वापरून भावना भडकावण्याचा प्रयत्न करीत होते; धर्मभावनेला आवाहन करण्याच्या नावाखाली धमक्या देत होते. गणेशशास्त्र्यांसारख्या विद्वान मंडळींनी सामंजस्याच्या चार गोष्टी सांगण्याचा व त्यांना आवरण्याचा प्रयत्न करून पाहिला आणि अखेर ते असहाय मुद्रेने त्यांचा तमाशा पाहत गप्प बसून राहिले. शास्त्रीमंडळातून कोणीही एका शब्दाने त्यांना उत्तर देण्याचा, प्रतिवाद करण्याचा कोणताही प्रयत्न केला नाही. ही असली तर्कटे चालू असताना महाराजांनी टोळशास्त्र्यांसह काहींना तसेच निराजीपंत, मोरोपंत, अनाजी दत्तो अशा निवडक मुत्सद्दी मंडळींना समीप बोलावून हलक्या स्वरात काही क्षण चर्चा केली आणि सभेस संबोधित करण्याचा निर्णय घेतला. मंडळी आपापल्या स्थानी परतली व मोरोपंतांनी हस्तक्षेप करून चर्चा थोपविली.

''जनहो, वास्तविक श्रीमान टोळशास्त्र्यांनी सर्व शास्त्राधार देऊन यथास्थितपणे शुद्धीकरणाचे समर्थन केले आहे. तरी काही मंडळींचे समाधान झालेले दिसत नाही. हा प्रश्न एवढा अगत्याचा आहे की, महाराजांस त्यास असलेला विरोध पूर्णत: दूर व्हावा असे वाटते. या कारणे महाराज स्वत: या विषयाच्या समर्थनार्थ बोलू इच्छितात. राज्याचे पंतप्रधान या नात्याने आम्ही सर्व उपस्थितांस ताकीद देतो की, महाराजांचा अधिक्षेप करण्याचा, दरबारी रिवाज सोडून बेअदबी करण्याचा प्रयत्न झाल्यास नतीजा बरा होणार नाही.''

त्यानंतर महाराजांनी बोलण्यास सुरुवात केली. जगदीश्वराच्या मंदिरात ब्रह्मसभेसमोर त्यांनी जे सांगितले होते आणि टोळशास्त्र्यांनी आपल्या निवेदनात जे मांडले होते तेच त्यांनी पुन्हा एकदा विस्तारपूर्वक व अधिक सोप्या पद्धतीने समजावून सांगितले. त्यांच्या मधुर आग्रही बोलण्याची जादू भल्याभल्यांना गुंग करीत असे. तर आधीच भारलेल्या सभेस त्यांनी मंत्रमुग्ध केले नसते तरच नवल! रयतेसोबतच ब्रह्मवृंदांमधून अनुमतीसूचक उद्‌गार उमटू लागले. महाराजांचे बोलणे संपल्यानंतर कोणी प्रतिवाद करण्यास पुढे येत नसल्याचे पाहून निर्णय देण्यासाठी उभे राहण्याची टोळशास्त्र्यांनी नजरेनेच अनुमती घेतली. एवढ्यात एक दणकट गडी झटक्याने उभा राहिला. जागेवरूनच त्याने मुजरा घातला. आपल्या गडगडाटी आवाजात आणि रांगड्या शैलीत त्याने बोलण्यास सुरुवात केली–

''म्हाराज, आमी गुंजन मावळातल्या हुबेवाडीचं पाटील. म्हाराजांनी हाळी द्यावी आन आपुन झोकून द्येयाचं हा आमचा शिरस्ता. आता यो शासतरी द्येव म्हनंल, म्हाराज सोता म्हनंल त्यापरमानं बाटून दूर ग्येलेल्या आपल्या मानसास्नी परत गोत गंगेत आनलं पायजे ह्ये तर अक्षी बावनकशी खरं हाय, पर आमाला थोडकं येगळं म्हनायचं हाय. आमचं म्हननं असं हाय की, सोराज्याशी गद्दारी करनाऱ्याचा गडाच्या टकमक टोकावरून हरहमेश कडेलोट होतुया. अशांना कंदी तोपच्या तोंडी, तर कवा कवा हत्तीच्या पायदळी द्येतात. ग्येलाबाजार बेन हातपाय तरी गमावतोच. पर, म्हाराज चूक आसंल तर पोटी घेवा. ल्हान तोंडी मोटा घास घेतो म्हना, खोटं बोलत आसंन त चाबकानं हाना, पर आमच्यासारक्या इमानदार पाइकांना हितं कायतरी विपरीत हुतंय असं दिसतंया. सोराज्याशी, सोता म्हाराजांशी इतकंच नव्हं तर धरमाशी गद्दारी करनाऱ्यासाटी हा येवडा मोटा बारदाना हुबा क्येला जातुया. काय समजंना झालंया.''

'व्हय, व्हय. बरुबर हाय' अशा अर्थाचे उद्‌गार उमटले. महाराजांनी सहेतुक हंबीररावांकडे पाहिले. हंबीरराव पुढे सरसावत म्हणाले–

''पाटील, महाराजांच्या न्यायाबद्दल तुम्हाला शंका आहे का?''

''न्हाय जी सरकार, तसं न्हाई. त्ये पाप पदरात घिवून म्या काय नरकाचं धनी व्हवू की काय? पर जिकडंतिकडं कोनी कोनी काय बाय बोलतात. न्हाय न्हाय तो शक शुबा करत्यात. त म्हनलं आपुन थ्येट म्हाराजास्नीच पुसावं. चूक आसंल तर मापी करा मायबाप.''

हंबीररावांनी महाराजांकडे पाहिले. महाराजांच्या नजरेची इशारत झाल्यावर ते पुन्हा म्हणाले–

''ठीक, ठीक. चूक नाही बरेच झाले. निदान रयतेची या संबंधातली धारणा तरी उघड झाली. नेताजीरावांचे गनिमाच्या गोटात जाणे ही गद्दारी नव्हती या विषयी

महाराजांनी जातीनिशी खातरजमा करून घेतली आहे. जर नेताजीराव गद्दार असते तर आलमगिराने त्यांस जेरबंद करून दिल्लीत नेले नसते. आदबखान्यात कोंडून त्यांचा जीवघेणा छळ केला नसता. कसेही करावे पण कैदेतून मोकळे व्हावे, म्हणजे मग महाराजांच्या पायाशी स्वराज्यात परतता येईल, स्वराज्याची पुनरपि सेवा करता येईल, ऐसे योजूनच ते मुसलमान झाले. ते गद्दार नव्हते म्हणूनच. तरीसुद्धा बादशहाला त्यांचा विश्वास वाटला नाही. त्यांना दूर अफगाणिस्तानात ठेवले. नाइलाज झाला तेव्हाच दख्खनमध्ये धाडले. एवढा काळ लोटला तरी नेताजीरावांच्या निष्ठा तशाच जिवंत धगधगत्या होत्या. मोगली ढिलाईचा फायदा उठवत संधी मिळताच ते स्वराज्यात परतून महाराजांच्या चरणी रुजू झाले. त्यांच्या इमानाची आणि सचोटीची खातरजमा करून घेतली तेव्हाच महाराजांनी कौल दिला.''

हंबीररावांच्या बोलण्याने समाधानाची लहर एका बाजूने उठत असतानाच कृश शरीराचा एक वयोवृद्ध ब्राह्मण ताडकन उठून उभा राहिला. अभिवादनाचे सारे संकेत धुडकावून लावत, तांबडेलाल डोळे गरगरा फिरवीत त्याने तावातावाने बोलण्यास सुरुवात केली.

''हे असले शब्दांचे गारुड उभारून तुम्हास या अडाणी शूद्रांना भुलविता येईल कदाचित, परंतु आमच्यासारखे धर्मरक्षक या असल्या भाकड कथांना फसून तुम्हास काय वाट्टेल ते करू देतील असे वाटते की काय? तुम्हास धर्म म्हणजे काय पोरखेळ वाटतो? कोणीही उठावे, काहीही करावे. अरे, ज्ञानेश्वराचे उदाहरण कसले देता, तो प्रत्यक्ष नारायणाचा अवतार होता. तुम्ही काय त्याची बरोबरी करणार? अरे, चार थेंबुटे अंगावर उडवून जर राजा होता आले असते तर नदीत धुतला जाणारा प्रत्येक बैल आणि हेला चक्रवर्ती सम्राट म्हणवता...''

तो ब्राह्मण असे बरेच काही बडबडत राहिला. गणेशशास्त्र्यांनी अन् चार सुज्ञांनी त्याला रोखण्याचा प्रयत्न करून पाहिला; परंतु परिणाम उलटाच झाला. पाच-सहा ब्राह्मण उठून त्या संतापी ब्राह्मणास साथ देऊ लागले. शांत करू पाहणाऱ्यांनाच अपमानित करू लागले. मंडपातील सारे वातावरण त्यांनी दूषित करून सोडले. लोक अस्वस्थ झाले. ब्राह्मणांचा तो आरडाओरडा, शिवीगाळ ऐकत महाराज बराच काळ स्वस्थ बसून राहिले. जणू राजसूय यज्ञात शिशुपालाचे अपराध मोजणारा योगेश्वरच. मात्र महाराजांचा हा शांतपणा म्हणजे जणू आपला विजयच आहे, असे वाटून ब्राह्मणांचा तो तमाशा जसजसा उग्र होत गेला तसतशी महाराजांची नजर आणि चर्या कठोर होऊ लागली. सोबत मिळाल्याने चेव येऊन अधिकच फणफणणारा तो ब्राह्मण निर्वाणीचे बोलल्याप्रमाणे बोलून गेला—

''हा म्हणे राजा, म्हणे गोब्राह्मण प्रतिपालक. स्वत:स धर्मरक्षक म्हणवितो, धर्मसंस्थापक म्हणून मिरवितो, ही सभा भरवून त्याने आपण मोठा न्यायी आणि

धर्मरक्षक असल्याचा मारे आव आणला आहे. पण जोवरी आमच्या जिवात जीव आहे, तोवरी आम्ही हा भ्रष्टाकार खपवून घेणार नाही. जर कोणाला आपली मनमानी करायचीच असेल, तर त्याच्या मनगटातल्या बळापेक्षा ब्रह्मतेजाचे बळ मोठे आहे हे परत एकदा सिद्ध करून दाखवू. आम्ही धर्मरक्षक ब्राह्मण आत्ता या क्षणी याच स्थानी आपली जीभ हासडून वा कपाळमोक्ष करून प्राणार्पण करू. या ब्रह्महत्येचे पातक राजा म्हणविणाऱ्या या अधर्म्याच्या माथी लागेल हे ब्रह्मवाक्य.''

''खामोश...''

महाराजांचा संयम संपला. वीज कडाडावी वा आसूड कडकावा तसा त्यांचा आवाज साऱ्या मंडपात घुमला. त्या स्वरातील चीड आणि संतापामुळे मांडवातील खांबन् खांब थरथरला. कनाती शहारल्या. त्या आवाजाने तो अद्वातद्वा बोलणारा ब्राह्मण इतका दचकला की, मटकन खालीच बसला.

''खामोशऽऽऽ यापुढे एक शब्द जरी उच्चारला तरी कोणताही मुलाहिजा न राखता जिभा कापल्या जातील. आम्ही ब्राह्मणांच्या प्रतिपालनाची प्रतिज्ञा घेतली आहे म्हणूनच इतका उशीर तुमच्या ब्राह्मण्याचा मुलाहिजा बाळगला आणि तुमची बकवास सहन केली. आमची सहनशीलता म्हणजे आमची दुर्बलता, हतबलता समजता की काय? स्वत:ला धर्माचे रक्षणकर्ते म्हणवणारे तुम्ही आज ब्राह्मण म्हणून येथे तोंड चालवीत आहात ते केवळ परमेश्वर कृपेने तुम्हावरी यवनांचा घाला आला नाही म्हणूनच. येथे तुमचा सन्मान होतो म्हणून ही मुजोरी दाखविता? अन्यथा गनिमाकडचा एक मुसलमान शिपाई जरी सामोरी आला तरी श्वानागत दो पायी शेपूट घालून बारावाटा धावता.

''स्वराज्य संस्थापना आणि स्वधर्माच्या अभिवृद्धीसाठी आम्ही केवळ तोंडाने वल्गना करीत नाही तर त्यासाठी हाती शस्त्र धरिले आहे. त्याचा धाक आज त्रिखंडी दुमदुमतो आहे. काय युक्त आणि काय अयुक्त हे तुम्हासारख्या पोटार्थींकडून शिकण्याची आम्हास गरज नाही. पाप-पुण्याचा धाक कोणास घालिता? अफजलखान मारिला, त्याचा वकील जातीने ब्राह्मण, पण म्लेंच्छांचे मीठ खाऊन म्लेंच्छांपेक्षा म्लेंच्छ झालेला. त्याने आम्हावरी शस्त्र धरिले. त्याचे तलवारीचे घाव झेलीत आम्ही त्यास विनवीत होतो, आम्हास ब्राह्मणावर शस्त्र चालविणे नाही; परंतु म्लेंच्छ वृत्ती कणाकणांत बाणवून स्वत:च्याच धर्माच्या मुळावर उठलेल्यास त्याचा पाड लागेना. असल्या अधर्म्यांचे ब्राह्मण्य ते कोठले? त्यांच्या ब्राह्मण्यापेक्षा आम्हास स्वराज्याचे रक्षण सहस्त्रपट अगत्याचे. तेव्हा शस्त्राघाते आम्ही स्वहस्ते ब्राह्मण कापून काढिला. रणांगणी लढताना आमचेच स्वकीय आम्हावरी शस्त्रे उगारून येतात तेव्हा आम्ही काय त्यांस जात-गोत पुसतो की काय? योगेश्वराच्या उपदेशे पार्थाने ब्राह्मण असलेल्या प्रत्यक्ष

आपल्या गुरुवरी शस्त्र धरिले. प्राणांहुनी प्रिय आजाचा वध केला. तो काय अधर्म? नव्हे सत्य धर्माच्या रक्षणास्तव ते तर त्यांचे परमकर्तव्य.

''अपसमजूत दूर व्हावी, प्रबोधन व्हावे, सामोपचाराने समजवावे म्हणून आम्ही या सभेचा प्रपंच मांडिला. येर रयतेस धर्म कळावा म्हणून धर्मचर्चा मराठीत करविली. या उपरीसुद्धा समजूत पटत नसेल आणि फुकाची आढ्यता संपत नसेल तर समजणाऱ्या भाषेत समजावणी करण्याचाच धर्ममार्ग आम्हापुढे शिल्लक उरतो. तुमच्या आततायी, हटवादी, ब्राह्मण्याच्या रक्षणापरिता स्वधर्माची अभिवृद्धी आम्हास अधिक अगत्याची. मिथ्या धर्मरक्षणाचा तुमचा हट्ट आम्हीच स्वहस्ते पुरवितो. पवित्र धार्मिक विधींसाठी येथे यज्ञवेदी उभारली आहे. त्या कारणे येथे कोणाचे दूषित रक्त सांडणे युक्त नव्हे. त्या कारणे मोक्षप्राप्तीची तुमची इच्छा आम्ही तुम्हास टकमकावरून लोटून देऊन पुरी करवितो. येसाजी कंक, ढालाईत बोलवा आणि या पाचही ब्राह्मणांच्या मुसक्या आवळा.''

महाराजांचा सात्त्विक संताप पाहून भल्याभल्यांना घाम फुटला. त्यांनी पाच ब्राह्मणांना जेरबंद करून, त्यांचा कडेलोट करण्याची दिलेली आज्ञा ऐकून तर सारी सभा चित्रासारखी तटस्थ झाली. ब्राह्मणांची उर्मट वटवट बंद झाली तरी त्यांच्या मुखावरील मगरुरी कायम होती. मात्र जेव्हा ढालाईतांनी खरोखरच त्यांच्या मुसक्या आवळल्या आणि त्यांना मांडवाबाहेर चालविले, तेव्हा मात्र त्यांचे अवसान गळाले. मग मात्र त्यांनी नुसता आकांत मांडला–

''महाराज, दया करा. क्षमा करा. आमची चूक झाली. पदरात घ्या. आमचा जीव वाचवा शास्त्रीमहाराज. या गरीब ब्राह्मणांचा जीव वाचवा. दया करा महाराज, दया करा...''

झाल्या प्रकाराने अस्वस्थ झालेले गणेशशास्त्री ब्राह्मणांची रदबदली करण्याच्या इराद्याने उभे राहिले असता महाराजांनी हाताच्या इशाऱ्याने त्यांना थोपविले आणि कडक शब्दांत हुकूम सोडला–

''येसाजी, याच क्षणी यांना नेसत्या वस्त्रानिशी गडाखाली न्या. हातीपायी साखळदंड जखडून यांना तातडीने स्वत:च्या गावी रवाना करा. यांच्याच गावातून यांची गाढवावरून धिंड काढा. चावडीसमोर गाव गोळा करून यांनी केलेल्या तमाशाचा झाडा घ्या. आम्ही गोब्राह्मण प्रतिपालक असलो, तरी धर्मरक्षणाच्या आड येणारी अडाणी आणि हटवादी ब्राह्मणांची खोटी पत्रास या राज्यात राखली जात नाही. राखली जाणार नाही हे जगाला नीट समजू देत. शास्त्रीबुवा उद्याचे विधी ठरल्या मुहूर्तावर, ठरल्या रीतीनेच होतील.''

आसनावरून ताडकन उठून ताडताड पावले टाकीत महाराज मंडपाबाहेर पडले. सात्त्विक संतापाने त्यांच्या अंगाला थरकाप सुटला होता. हुजऱ्याने पुढे केलेले चढाव पायी चढविण्याचेसुद्धा त्यांना भान राहिले नाही. मोतद्दाराने पुढे

आणलेल्या घोडीवर झेप टाकून त्यांनी टाच दिली आणि घोडी चौखूर उधळीत ते महालाकडे निघून गेले.

-१४१-

महाराज दुपारच्या भोजनास निघणार एवढ्यात निराजीपंत आणि कवींद्र परमानंद भेटीला आल्याची वर्दी आली. महाराजांची अनुमती मिळताच दोघे मुजरा करीत महालात प्रवेशले.

"या पंत. तातडीने असे?"

"आपल्या आज्ञेप्रमाणे गणेशशास्त्री जांभेकर भेटीसाठी दाखल झाले आहेत. त्यांच्यासोबत अन्य बारा-पंधरा विद्वानसुद्धा महाराजांच्या दर्शनाच्या इच्छेने आले आहेत. त्यांस सदरेवर थांबवले आहे. आज्ञा झाल्यास भेटीस दाखल होतील. पण हुजऱ्या सांगत होता, स्वामी भोजनास निघत आहेत. तरी भोजनोत्तर भेट घेता येईल. मंडळी सदरेवर थांबतील."

"नाही. नको. भोजनासारख्या क्षुल्लक सबबीखातर विद्वज्जनांचा खोळंबा नको. त्यांची भोजनेसुद्धा व्हायची असतील. मंडळीस आमच्या खासगी दिवाणखान्यात घेऊन या. आम्ही पोहोचतोच काही पळांत."

महाराज दिवाणखान्यात प्रवेशताच उपस्थित ब्राह्मणांनी उत्थापन देत रीतसर नमस्कार केला. महाराजांनी सर्वांचा परिचय करून घेतला. वास्तपुस्त केली. सरतेशेवटी गणेशशास्त्र्यांकडे वळून ते म्हणाले–

"गणेशशास्त्री जांभेकर, कुलकर्णी आपण म्हणे मूळ खान्देशीचे, पण सध्या कोल्हापुरी वास्तव्य करून आहात. काय कारणे मूळ वतन सोडून ये देशी येणे झाले?"

"महाराज, आमचे गाव गोधुली, पांझरा नदीचे तीरावर. गाव तसे गावंढेच पण उत्तरेतून येणाऱ्या फौजा तापीपार झाल्या की, आमचे गाव ओलांडूनच दक्षिणेत उतरतात. एकदा फौज आली की, टोळधाडीप्रमाणे सारा विध्वंस होतो. दाणा-वैरण, धान्यधुन्य, गुरेढोरे, तरणे-ताठे पुरुष-स्त्रिया काय काय लुटले जाईल काही सांगता येत नाही. वारंवार येणाऱ्या या विपदेस कंटाळून अखेर करवीर क्षेत्री श्री जगदंबेच्या चरणी आश्रय घेतला."

"आपणासारखे व्युत्पन्नच जर निराश होत्साते असा ग्रामत्याग करू लागले तर येरांनी कोणाचा भरवसा धरावा? त्यातून आपण कुलकर्णी म्हणजे सरकारी अधिकारी. आपल्या पश्चात गावचे कुळकर्ण कोणी सांभाळावे? त्याने सरकारी उत्पन्नाची तर हेळसांड होतेच पण गावात जबाबदार अधिकारी नसल्याने गावगुंडांचे फावते. रयत अधिकच त्रस्त होते. असे न होऊ देणे. खान्देशीचा मोठा प्रदेश आता स्वराज्यात आला आहे. श्री कृपेकरून यापुढे असा उपद्रव होणार नाही. मऱ्हाठी फौजांच्या

धाकाने उत्तरेतून येणारी दले मार्ग बदलून जातील. आपण स्वग्रामी परतावे.''

''जी. आज्ञा.''

''नव्हे, नव्हे; ही आज्ञा नाही. आमची अशी विनंती आहे.''

''सिंहासनाधीश्वर राजाची इच्छासुद्धा प्रजेने आज्ञा म्हणून उरीशिरी धरिली तरच स्वराज्य सुराज्य होते.''

''वाहव्वा! वाहव्वा!!''

त्यानंतर महाराजांनी गणेशशास्त्र्यांसह सर्व ब्राह्मणांची यथोचित संभावना केली. त्यांस निरोप देताना महाराज म्हणाले–

''गणेशशास्त्री, सकाळी सभेत अतिप्रसंग झाला खरा. पण काय करणार? नाइलाज होता. काडीने औषध लावून व्रण बरा करिता येत नाही. त्रास देणारी गळवे कापूनच काढावी लागतात.''

''स्वामींची कृती प्रसंगानुरूपच होती. स्वामींनी दिलगीर होऊ नये. आम्हासोबत आलेली ही मंडळी वस्तुत: त्या प्रकाराबद्दल क्षमा मागण्यासाठीच आली आहेत; परंतु या अशा प्रसन्न वातावरणात अप्रिय विषय कसा काढावा हे न उमगल्याने उगी राहिली. त्या अतिरेकी ग्राम्य प्रकाराबद्दल स्वामींनी विरोधी मत व्यक्त करणाऱ्यांवर नाराज होऊन काही कठोर कारवाई करू नये, अशी प्रार्थना आहे. जवळपास आम्हा साऱ्यांचेच आता मतपरिवर्तन झाले आहे. आजवर आम्ही आम्हास जे शिकविले गेले तेच घोटत गेलो. शास्त्रवचनांचा अर्थ समजला पण त्यांचा असा समाजोन्मुख आशय कधी ध्यानी आलाच नाही. आम्ही आपले 'धर्मो रक्षति' याकडेच ध्यान दिले, 'रक्षित:' नुसते घोकले पण त्याचा अन्वय आणि आशय ध्यानी घेतला नाही. धर्मरक्षण करितो हे तर त्रिकालबाधित सत्य आहे, पण कोणाचे? तर जो धर्माचे रक्षण करितो त्याचे. हा अन्वय आज ध्यानी आला. तरी अज्ञानमूलक अपराधाला स्वामींनी क्षमा करावी.''

''छे! छे!! अहो क्रोध कसला धरायचा, गैर वागणाऱ्यास शासन झाले. विषय संपला. हे सर्वत्रांस जाणवून देण्यासाठी म्हणून तर आपणास मुद्दाम पाचारिले. आता आमुच्या दोन विनंत्या विद्वज्जनांनी मान्य कराव्यात.''

''आम्ही राजाज्ञा म्हणूनच त्यांचा आदर करू.''

''पहिली गोष्ट, आपण या सर्व मंडळींसह उद्या होणाऱ्या धर्मकार्यात सक्रिय सहभागी असावे.''

''हा तर आम्ही आमचा बहुमान समजतो.''

''उत्तम! आम्ही टोळशास्त्र्यांकडे तसा सांगावा धाडतो. आपण लगेचच त्यांची गाठ घ्यावी म्हणजे त्यांची अडचण होणार नाही. तद्वतच आपलासुद्धा मरातब राखणे त्यांस सुलभ होईल. अस्तु. दुसरे असे की, यापुढे हा विषय आपणासारख्यांनी

जनलोकांत न्यावा. येरांच्या गैरसमजुती दूर कराव्यात. परधर्मात गेलेल्यांस पुनरपि स्वधर्मात आणावे.''

''अवश्य राजन, यापुढे हा विषय आमचे जीवनव्रत होऊन राहील. त्यासंबंधी लोक-जागरण करण्यास आम्ही सर्वशक्तिनिशी कटिबद्ध असू. मात्र... मात्र लोकांस स्वधर्मात आणण्याचा विषय जरा अवघड आहे.''

''तो काय म्हणून?''

''तृषार्तानें कूपाशी जावे. कूपास तर तृषित शोधत हिंडणे शक्य नाही.''

''वास्तव. परंतु व्युत्पन्नांनी कूप वृत्तीने राहू नये. निर्झर होऊन राहावे अशीच आमची प्रार्थना आहे.''

''तथास्तु.''

त्यानंतर महाराजांनी ब्रह्मवृंदास अत्यंत सन्मानपूर्वक निरोप दिला.

-१४२-

गुरुवारी पहाट ताऱ्याचे चांदणे रायगडावर उतरले आणि नगारखान्यात रुद्रगंभीर नौबत दुमदुमू लागली. त्या मागोमाग जगदीश्वराच्या देवळात आणि होळीच्या माळावर उभारलेल्या मंडपात चौघडा सुरू झाला. सनईचे मंगल सूर वातावरण उल्लसित करू लागले. तोरणा-राजगडाच्या दिशेने आकाश लाल-शेंदरी होऊ लागण्यापूर्वीच टोळशास्त्री आणि ढेरेशास्त्रींचे विद्यार्थी मांडवात पोहोचले. त्यांनी लगेचच धार्मिक विधींची तयारी, चौरंग व देवतायनांची मांडामांड वगैरे कामे सुरू केली. त्यांच्या काही सहकाऱ्यांनी रात्रभर जागून शिंपण, लिंपण, सारवण, रांगोळी रेखन, तसेच लतापल्लव, तोरणे, ध्वजारोपण इत्यादी यथास्थानी करवून घेतले होते. मंडपात ही कामे सुरू असतानाच प्रेक्षक रयतेने अन् निमंत्रित मानकऱ्यांनी मंडपात जागा धरायला सुरुवात झाली. त्यांच्यात उत्साह तर एवढा होता की, जसजसे हुजरे पोस, चादरी, लोड-गिर्द्यांची मांडामांड करू लागले तसतसे त्यावर मानकरी जागा धरू लागले. कित्येकजण तर आपला मरातब बाजूला ठेवून त्यांना त्या कामी मदतसुद्धा करू लागले.

इकडे नेताजींना भल्या पहाटेसच उठवून त्यांचे पुन्हा एकदा विधिवत क्षौर करविण्यात आले. टोळशास्त्रींच्या विद्यार्थ्यांच्या देखरेखीखाली त्यांची गोमूत्र, गोमय, गोधुली, क्षेत्रमृत्तिका व शुद्धोदक स्नाने झाली. एक कोरा पंचा कंबरेस आणि एक दोन्ही खांद्यांवर पांघरून त्यांना अनवाणी मंडपात नेण्यात आले. गोमयाने सारवून धर्मविधीसाठी तयार करण्यात आलेल्या चौकाच्या बाहेरच्या अंगाला एका तृणासनावर त्यांना बसविण्यात आले. तोपर्यंत शास्त्रीमंडळी मंडपात उपस्थित झाली. गणेशशास्त्री जांभेकर, सोबत अन्य काही विद्वान द्विजवरांना घेऊन, महाराजांच्या आज्ञेप्रमाणे

शुद्धीकरण प्रयोगात अत्यंत आस्थेने सामील झालेले दिसत होते. ब्रह्मवृंद त्यांना आदराने व सन्मानाने वागविताना दिसत होता.

मंडपपूजन, अष्ट दिग्पाल स्थापना, नवग्रह स्थापना, मातृका स्थापना, देवायतन व देवक स्थापना वगैरे प्राथमिकता पूर्ण होण्यापूर्वीच महाराजांना वर्दी गेली. अर्ध्या घटकेत महाराजांची पालखी देवक स्थानापर्यंत आली. त्यांच्या पाठोपाठच महाराणी सोयराबाई साहेबांचा मेणा दाखल झाला. अन्य राण्यांचे मेणे पोहोचले. रामराजांच्या बोटाला धरून शंभूराजेसुद्धा दाखल झाले. हाती नारळ देऊन टोळशास्त्रींनी महाराज व राणीसाहेबांचे स्वागत केले. उभयतांनी सर्व ज्येष्ठ ब्राह्मणांस चरणस्पर्श करून नमस्कार केला आणि पुण्याहवाचनासाठी आसनस्थ झाले.

"महाराज, दो नेत्रांस उदकस्पर्श करावा."

"हरि: ॐ।। केशवाय नम:।। ॐ नारायणाय नम:।।
ॐ माधवाय नम:।। ॐ गोविंदाय नम:..."

ब्राह्मण खणखणीत वाणीने मंत्रोच्चार करू लागले. आचमन, प्राणायाम करून पुण्याहवाचनास सुरुवात झाली.

"हरि: ॐ।। श्रीमन्महागणाधिपतये नम:।। इष्ट देवताभ्यो नम:।। कुलदेवताभ्यो नम:।। ग्रामदेवताभ्यो नम:।। दुर्ग देवताभ्यो नम:।। स्थानदेवताभ्यो नम:।। शचिपुरंदराभ्याम् नम:।।... विनायकं गुरुं भानु ब्रह्माविष्णू महेश्वरान् । सरस्वती प्रणम्यादौ सर्व कार्यार्थ सिद्धये।।... श्रीमद्भगवतो महापुरुषस्य, विष्णोराज्ञया प्रवर्तमानस्य, अस्य ब्रह्मणे द्वितिये परार्धे... भरतवर्षे भरतखण्डे जंबुद्वीपे दंडकारण्यांतर्गत अपरान्ह देशे, सह्यगिरी पर्वतशिखरे सिंधूसागराया: पूर्वेतीरे, गोदावर्या: दक्षिणेतीरे शालिवान शके... तथाच शिवराज्याभिषेक शके..."

देशकालाचा यथोचित विधिवत उच्चार करून, बाह्मणांनी शुद्धीकरण प्रयोगाचा संकल्प सांगितला.

"...मम सेनाध्यक्ष: पालकर कुलोत्पन्न: नेताजीवर्मनस्य प्रायश्चित्तोपरी वैदिकधर्मे पुनरागमनार्थे शुद्धीकरण कार्यांतर्गत यथाशास्त्रेण पुण्याहवाचम् अहम् करिष्ये । तथाच..."

त्यानंतर तदंगभूत देवतापूजन, हवनादींचा यथास्थित संकल्प सांगितला गेला. संकल्पोत्तर श्रीगणेशाची आद्यपूजा झाली.

ॐ गणानां । त्वाम् गणपतिं हव:महे । कविं कविनामुपश्रवस्तंम् ।
"ज्येष्ठराजं ब्रह्मणा ब्रह्मणस्पत आ न
श्रुण्वन्नुतीभि: सीद सादनम् ।।"

यानंतर भूमिपूजन, आसनशुद्धी, दिग्बंधन, न्यासादी पूर्वकर्मे करून चौरंगावर कलश स्थापना केली गेली.

"ॐ आषधयै: संवदन्ते सोमेनसहराज्ञा ।

यस्मै कृणोति ब्रह्मणस्तु राजन्पारयसि ॥

कलशस्य मुखे विष्णू कण्ठे रुद्र...

कलशपूजन झाले. त्यावर पूर्णपात्र स्थापिले–

"ॐ पूर्णं दर्वी परातवसपूर्णा पुनरावत: ।..."

कलशावर स्थापित पूर्णपात्रामध्ये गणेश, वरुण, शचिसह इंद्र आदी देवतांची स्थापना व पूजन झाले. त्यानंतर महाराजांकडून नांदीश्राद्ध करविण्यात आले.

"सत्यवसु संज्ञका विश्वेदेवा नांदीमुख: भूर्भुव: स्व:... "

नांदीश्राद्ध होत असताना मंडपात मंगलवाद्यांचा, शंख, घंटांचा ध्वनी निनादत होता. मंडपाबाहेर शिंगे, तुताऱ्या गर्जून उठल्या. यानंतर प्रत्यक्ष पुण्याहवाचनास सुरुवात झाली. यजमान म्हणून ब्राह्मणांनी महाराजांस म्हणण्यास सांगितले–

"यं कृत्वा सर्ववेद करण कर्मारंभा: शुभा: शोभता: प्रवर्तत

तमहमोंकारमादिम् कृत्वा ऋग्यजु: समाशीर्वचनम् बृहवृमिमंत

भगविद्भिरनुज्ञात: पुण्यं पुण्यामहं वाचयिष्ये ।

मग पुरोहित म्हणाले–

"ॐ द्रविणोदाद्रविणसस्तुरस्य द्रविणोदा..."

महाराजांना पुन्हा म्हणण्यास सांगितले गेले–

"मह्यम् सहकुटुंबिने सहपरिवारे महाजनान्नमस्कुर्वाणाय

आशीर्वचनम् अपेक्षमाणायाद्य करिष्यमाणा शुद्धीकरण

कर्मण: पुण्याहम् भवन्तो ब्रुवन्तु ॥"

पुरोहित म्हणाले–

"ॐ पुण्याहमिति..."

पुण्याहवाचन सुरू असतानाच श्री शंभूमहादेवास आणि श्री देवीस अभिषेक सुरू झाला.

ॐ नमस्ते रुद्र मन्यव उतो त इषवे नम: ।

नमस्ते अस्तु धन्वने बाहुभ्याम् उत ते नम: ॥...

गौरी पद्मा शचिर्मेधा सावित्री विजया जया ।

देवसेना स्वधास्वाहा मातरो लोक मातर: ॥...

पुण्याहवाचन आणि देवतांचा अभिषेक यथासांग पार पडला. महाराजांच्या उजव्या हातास बसलेल्या सोयराबाईंना आता महाराजांच्या डाव्या हातास बसण्याची ब्राह्मणांनी सूचना केली.

“अभिषेके पत्नी वामत:”

टोळशास्त्रींनी सर्व कलशांमधील पाणी एका सुवर्ण ताम्हनात व अभिषेकाचे तीर्थ दुसऱ्या सुवर्ण ताम्हनात काढून चित्रावशास्त्री आणि गणेशशास्त्रींच्या हवाली केले. तसेच दर्भाचा एकेक अभिमंत्रित कुर्चा आणि आंबा, जांभूळ, वड, पिंपळ व औदुंबर अशा पाच महावृक्षांच्या दोषरहित पानांची एकेक जुडी त्यांच्या हवाली केली. मागोमाग गोमूत्रासह पंचगव्याने भरलेले तांब्याचे छोटे घंगाळ, दर्भ कुर्चा व महावृक्षांच्या पानांची जुडी घेऊन विनायक भट आणि तीर्थोदकाने भरलेले चांदीचे छोटे घंगाळ घेऊन ढेरेशास्त्री नेताजींच्या संमुख उभे झाले.

“ॐ समुद्र ज्येष्ठां सलिलस्य मध्यंतुनानाय...”

उच्चरवात होणाऱ्या मंत्रघोषात महाराजांस सपत्नीक अभिषेक होऊ लागला. नेताजीरावांस सिंचन होऊ लागले. काही ब्राह्मण तीर्थोदकाचे सिंचन महावृक्षपर्णांनी उपस्थित जनसमुदायावर करू लागले. सारे श्रद्धायुक्त अंत:करणाने लीन होऊन पवित्र जलाचे तुषार अंगावर घेत राहिले. अभिषेक विधी पूर्ण झाल्यानंतर पुरोहितांनी महाराजांस सपत्नीक पाचारण केले व त्या उभयतांच्या हस्ते नेताजींवर पुनश्च संमंत्रक सिंचन करविले. नेताजींस गोमूत्र व पंचगव्याचे तीर्थ प्राशनास दिले गेले.

महाराज व सोयराबाई यज्ञवेदीजवळ आले. टोळशास्त्रींच्या सूचनांप्रमाणे ते यज्ञकुंडासंमुख पूर्वाभिमुख बसले. त्यानंतर नेताजी मंडपाशेजारीच उभारलेल्या आडोशात जाऊन स्नान करून ओलेत्याने पूजेच्या चौकाजवळ आले. चौकाबाहेर उभे करून त्यांना पुनश्च संमंत्रक पंचगव्य प्राशनास दिले गेले. चौकाच्या आतल्या बाजूस मात्र अगदी कडेला बसवून त्यांना विधिवत प्रायश्चित्त दिले गेले. प्रायश्चित्तोपरी त्यांनी पुन्हा स्नान केले आणि ते सोवळे नेसून, सोवळ्यातील उपरणे दोन्ही खांद्यांवर पांघरून महाराजांच्या शेजारी यज्ञकुंडासंमुख बसले. ढेरेशास्त्रींनी महाराजांकडून ब्राह्मणद्वारे होम करविण्याचा संकल्प करून घेतला. ब्रह्मा, होता, कर्ता व उद्‌गाता यांच्या वर्णी लावून घेतल्या. ब्राह्मणांनी अरणीमध्ये मंथा घुसळून संमंत्रक अग्नी सिद्ध केला. होमकुंडात विधिवत यज्ञीय अग्नीची प्रतिष्ठापना झाली. समिधा आणि तुपाच्या आहुत्यांनी यज्ञकुंड पूर्णार्थाने प्रज्वलित झाले. चौकाशेजारी जेथून सर्व विधी व्यवस्थित दिसतील अशा रीतीने मांडलेल्या आसनावर महाराज जाऊन बसले. राणीवशात मांडलेल्या सोवळ्यातील स्वतंत्र आसनावर सोयराबाई सुखावल्या. देवतांची पूजा व अभिषेक करण्यासाठी नेताजी देवायतनासमोर जाऊन बसले.

धूप आणि अगरबत्त्यांच्या सुगंधावर मात करून होमाच्या सुगंधाने अन् धुराने सारा मंडप कोंदून गेला. उच्चरवात होणाऱ्या ब्राह्मणांच्या मंत्रघोषाने दुमदुमून गेला.

वातावरणात एक अद्भुत भारलेपण भरून राहिले होते. याच स्थानी काल काही कांड घडून गेले याची पुसटशी खूणसुद्धा आता मागे उरली नव्हती. होम धूमाने उरलीसुरली जळमटे जळून गेली. साऱ्या शंका-कुशंका आपोआपच भस्मसात झाल्या. सर्वत्र एक धीरगंभीर, पवित्र मांगल्य भरून राहिले होते. बघता बघता पूर्णाहुतीची वेळ आली.

नव्या कोऱ्या निर्दोष बांबूंच्या तिकाटण्यांवर केळीच्या सोपटांची पन्हळ उभारली गेली. पन्हळीचे बाहेरचे टोक यजमानास सुरक्षित अंतरावर पण यज्ञकुंडासमीप उभे राहता येईल असे, तर दुसरे टोक नेमके यज्ञकुंडाच्या केंद्रस्थानी येईल अशी मांडणी केली होती. पूर्णाहुतीच्या तुपाच्या संततधारेने उफाळणाऱ्या ज्वालांचा उपद्रव तर होऊ नये आणि तुपाची अखंड धार नेमकी अग्नीमध्ये पडावी हा त्यामागचा साधा सरळ उद्देश होता.

टोळशास्त्रींनी पन्हळीच्या एका बाजूस महाराजांना सपत्नीक उभे केले आणि महाराजांच्या हाती तुपाने भरलेली सुवर्णझारी दिली. चांदीची झारी देऊन नेताजींस दुसऱ्या बाजूस महाराजांसंमुख उभे करण्यात आले! दोघांच्या मधोमध एक ब्राह्मण तुपाने भरलेले मोठे पातेले घेऊन उभा झाला. पन्हळीमधून महाराजांनी व नेताजींनी तुपाची धार सोडण्यास सुरुवात केली आणि उच्चरवात पूर्णाहुतीचे मंत्र म्हटले जाऊ लागले. प्रज्वलित यज्ञकुंड धडाडून उठले. असे वाटले, ज्वाला छतास स्पर्श करतील. पूर्णाहुती पूर्ण झाली. घृतधारा थांबल्या. उफाळत्या ज्वाला कमी झाल्या. फुलमाळा आणि जरीच्या कलाबतूने मढविलेले श्रीफळ महाराजांनी यज्ञकुंडास अर्पण केले. नंतर यज्ञपुरुषास अहेर म्हणून एक वस्त्रयुग्म, सुवर्णतंतूंचे यज्ञोपवित आणि अभिमंत्रित अक्षतांची आहुती यज्ञकुंडात देण्यात आली. होमकुंडात ओदनचरुचा, तर मंडपाबाहेर काटेकोहळ्याचा बळी देण्यात आला. महाराजांना सवाष्णींनी अवभृत स्नान घातले, तर नेताजींना शागिर्दांनी मांगलिक स्नान घातले. पूर्ण पोशाखात क्षात्रवेषात मंडळी चौकात परतली. महाराजांनी नेताजींना रीतीप्रमाणे अहेर केला. यज्ञनारायण व देवतांस नेताजींकरवी महानैवेद्य दाखविण्यात आला. वाद्यांच्या दणदणाटात महाआरती झाली. चढ्या आवाजात देव्यांसह मंत्रपुष्प झाले. त्यासरशी मंडपाबाहेर बंदुकांचे बार उडाले. बुरुजांवरून तोफांचे आवाज दऱ्याखोऱ्यांमध्ये दुमदुमले. नेताजी पालकरांचा शुद्धीकरण प्रयोग पूर्ण झाला. महम्मद कुलीखान पुनश्च नेताजीराव पालकर म्हणून स्वगृही परतला. मात्र जे गमावले होते ते पुन्हा भरून येणार नव्हते. जखमा बुजल्या तरी व्रण कायम राहणार होते.

सर्व धर्मविधी यथासांग पार पडले. टोळशास्त्रींनी सारे शास्त्रोक्त पद्धतीने करवून घेतले. ब्राह्मण साक्षेपाने सांगत होते, महाराज श्रद्धायुक्त अंत:करणाने तसे

करीत होते. नेताजींचे डोळे वारंवार भरून येत होते. कधी महाराजांवरील श्रद्धेने, कृतज्ञतेने, तर कधी औरंगजेबाच्या राक्षसी पंजात अडकून पडलेल्या बायका-पोरांच्या आठवणीने. मनातले कढ उरातच जिरवीत, पालथ्या हातांनी डोळे पुसत ते सारे विधी मुकाट करत होते. पूजा करण्यास देवायतनासमोर बसताना तर त्यांना घेरीच आली. महत्प्रयासाने त्यांनी स्वत:स सावरले. सजदा देताना ज्या शंभू महादेवास आणि आदिशक्ती भवानीस ते आठवत होते ती त्यांची प्राणांहून प्रिय दैवते अकरा वर्षांनंतर त्यांच्यासमोर समूर्त दिसत होती. ते स्वत: स्वहस्ते त्यांची विधिवत पूजा करीत होते. देवतांवर अभिषेकाच्या धारा सुरू होत्या, तर नेताजींच्या डोळ्यांतून अश्रुधारा. अभिषेक सांगणाऱ्या चित्रावशास्त्रींनी एकवार महाराजांकडे सहेतुक पाहिलेसुद्धा, मात्र महाराजांनी खुणेनेच नेताजींची तंद्री भंग न करण्यास सुचविले.

सुप्रतिष्ठित देवतांची उत्तर पूजा व देवकोत्थापन सुरू झाले.

"हरि: ॐ उत्तिष्ठ ब्रह्मणस्वते देव्यंतस्त्वेमहे
उपप्रयन्तु मरुत्त: सुदानेव इंद्र: प्राशुर्भवा सचा...
ॐ अभ्यारम् मिददयोनिर्षिक्त पुष्करे मधु:।।
अवस्तरय विसर्जने ।।
यांतुदेवगणा सर्वे...

कित्येक शतकांनंतर महाराजांनी ही क्रांती घडवून आणली होती. तोफांचे आवाज जगाला आणि विशेषत: जुलमी परधर्मी सत्ताधाऱ्यांना गर्जून हेच सांगत होते कारणपरत्वे वा जुलमाने परधर्मात गेलेल्यांचा स्वधर्मात परत येण्याचा मार्ग आता मोकळा झाला आहे. सावधान!!

नेताजींना यज्ञवेदीसमोर बसवून जोशीशास्त्रींनी गोदान, सुवर्णदान, अन्नदानादी विविध दानांचे संकल्प करवून घेतले. नेताजींनी महाराजांच्या पायांवर लोटांगण घातले. दोन्ही खांद्यांना धरून महाराजांनी त्यांना वर उठविले आणि आपल्या हृदयाशी घट्ट कवटाळले. दोघांच्या डोळ्यांतून अविरत अश्रुधारा सुरू झाल्या. नेताजींच्या जुन्या सहकाऱ्यांची, दुय्यमांची छाती भरून आली. सर्व उपस्थितांचे डोळे पाणावले, कंठ अवरुद्ध झाले. मंत्रघोषात त्यांच्यावर मंत्राक्षता उधळण्यासाठी सारा ब्रह्मवृंद हाती अक्षता घेऊन आणि बाकी उपस्थित फुले घेऊन सिद्ध होते पण भरल्या गळ्यातून स्वर उमटणे शक्यच नव्हते. सारे भारल्यागत स्तब्ध होते. सर्वप्रथम गणेशशास्त्रींनी भावनांवर ताबा मिळविला. मुठीतील अक्षता एकमेकांच्या मिठीत उभ्या असलेल्या दोघा अभिन्न हृदयी महावीरांवर हलके हलके उधळीत त्यांनी उच्चरवात आशीर्वाद देण्यास सुरुवात केली.

"...बहु देहंचास्तु । दीर्घमायु: । श्रेय: शांति: । पुष्टिस्तुष्टिश्चास्तु । श्रेर्यशो विद्यायविनयावित्तं बहुपुत्रंचायुष्यचास्तु ॥

त्यांच्यापाठोपाठ समस्त ब्रह्मवृंदाने आणि प्रेक्षकांत उपस्थित असणाऱ्या ब्राह्मणांनी त्यांच्या सुराला साथ देत टिपेचा स्वर लावला.

"शांतिरस्तु । पुष्टिरस्तु । तुष्टिरस्तु । बुद्धि रस्तु ।
अविघ्नमस्तु । आयुष्यमस्तु । आरोग्यमस्तु ।
शिवंकर्मास्तु । कर्मसमृद्धिरस्तु । धर्मसमृद्धिरस्तु ।
वेदसमृद्धिरस्तु । शास्त्र समृद्धिरस्तु । शस्त्रसमृद्धिरस्तु ।
पुत्रसमृद्धिरस्तु । धनधान्यसमृद्धिरस्तु । कोषसमृद्धिरस्तु ।
इष्टसंपदस्तु । बहिर्देशेसर्वारिष्ट निरसनमस्तु ।
यत्पापं तत्पतिहतमस्तु । यच्छ्रेयस्तदस्तु ।
उत्तरेकर्मण्य अविघ्नमस्तु । उत्तरोत्तरं हरहराभिवृद्धिरस्तु ।
काले वर्षन्तु पर्जन्य: पृथ्वि: सस्यशालिनी...
ॐ शान्ति: शान्ति: शान्ति: ।

आशीर्वचन आणि शांतिपाठ पूर्ण झाला. संपूर्ण मांडवात नीरव शांतता पसरली. महाराजांनी नेताजींना विलग केले आणि त्यांच्या भरल्या डोळ्यांत खोलवर नजर दिली. ती आश्वासक नजर कल्प कल्प सांगून गेली. हीच ती स्नेहाळ नजर जिच्या एका इशाऱ्यासरशी हजारोंनी प्राणांची कुरवंडी दिली. हीच ती करारी नजर जिचा एक क्षेप गनिमांच्या उरात धडकी भरवितो. हीच ती नजर जिच्या एका कटाक्षाने गनिमांच्या टापांखाली तुडविलेली रयत अमृतसिंचन झाल्याप्रमाणे कंबरा कसून पुन्हा उभी राहते. हीच ती नजर जिच्या इशाऱ्यासरशी नेताजींनी या अग्निदिव्यात उडी घेतली आणि हीच ती द्रष्टी नजर जिने नव्हत्याचे होते करून दाखविले.

सर्रसर्रर्र आवाजाने शांततेला किंचित तडा गेला. हिरोजी फर्जंदाने आपली तलवार उंच उभारून धरली आणि कंठाची घाटी फुलवत घनघोर गर्जना केली–

"हर हर हर हर महादेऽऽऽऽव..."

सरसरून समशेरी म्यानाबाहेर आल्या. उंच उभारल्या गेल्या आणि क्षणही न दवडता प्रतिसाद उमटला–

"हर हर महादेऽऽऽव."

"आई भवानीचा उदेऽ उदेऽ"

"खंडोबाच्या नावानं चांऽऽगभलं."

"छत्रपती शिवाजी महाराजांचा विजय असोऽऽऽ"

महाराजांच्या जयघोषाने अस्मान दुमदुमले. नेताजींच्या खांद्यावर हात ठेवून महाराज मंडपाबाहेर निघाले.

-१४३-

उत्तम प्रकारे सजविलेल्या मांडवात ब्राह्मणांच्या सोवळ्यातील पंगती बसल्या होत्या. पळसाच्या हिरव्याकंच ताज्या पत्रावळींसमोर पांढरीशुभ्र रांगोळी उठून दिसत होती. सर्व शास्त्रीमंडळींच्या पानासमोर समया उजळल्या होत्या. सोंगटीमध्ये चंदनी उदबत्त्या खोचल्या होत्या. त्या चंदनी सुगंधात सुग्रास अन्नाचा आणि पक्वान्नांचा सुवास मिसळून एक वेगळाच सुगंध मांडवात भरून राहिला होता. सोवळेकऱ्यांनी डावे-उजवे वाढप पूर्ण करून महाराजांच्या आदेशासाठी अन्नशुद्धी तेवढी खोळंबून ठेवली होती. महाराज सोयराबाईंसह भोजनमंडपात प्रवेशले. गणेशशास्त्रींनी त्यांच्या हातून ब्राह्मणभोजनासह अन्नदानाचा संकल्प सोडला. उत्साहाने भारलेल्या ब्राह्मणांनी उच्चस्वरात भोजनमंत्र म्हणण्यास सुरुवात केली.

"ॐ यन्तु नदयो वर्षन्तु पर्जन्यः सुपिप्पला ओषधयो भवन्तु...

ॐ सहनाववतु सहनौ भुनक्तु...

ॐ शान्तिः शान्तिः शान्तिः ॥

पुंडलीकवरदा हरिविठ्ठल । सीताकान्तस्मरण जयजय राम । पार्वतीपते हर हर महादेवऽऽऽ ।"

जागेवर उभे राहूनच महाराजांनी ब्राह्मणांचा आणि शास्त्रीगणांचा समाचार घेतला.

"भूदेव, स्वस्थ होऊ द्या. उशीर झाला असेल तर क्षमा करा. अन्नब्रह्माचा मनसोक्त आस्वाद घ्या. यद् यद् रोजते सग्राह्यम् । यद् यद् न रोचते स त्याज्यं ॥ जे जे रुचेल, भावेल ते मनसोक्त मागून घ्या. संकोच, अनमान न करता मागून घ्या. मोरोपंत, सर्व ब्राह्मणांस यथायोग्य भोजन दक्षिणा मिळाली ना? निळो सोनदेव आणि अनाजीच्या साहाय्याने काय हवे नको यावर लक्ष ठेवा. येतो आम्ही."

मोठ्या आनंदात ब्राह्मण भोजन सुरू झाले. मोरोपंतांवर तेथील जोखीम सोपवून महाराज सरदार-मानकरी आणि खाशांच्या पंगती असलेल्या मांडवाकडे निघाले. या मांडवाची सजावट जरा अधिकच डौलदार होती. काही खाशांसाठी गिर्द्यांची बैठक आणि त्यावर चौरंग, चांदीच्या थाळ्या असा थाट होता. मानकऱ्यांना कोणाला काशाच्या, तर कोणाला झिलई दिलेल्या पितळी थाळ्या होत्या. मंडळी खास दरबारी पूर्ण पोशाखात पानावर बसली होती. वाढप पूर्ण करून महाराजांसाठीच पंगत खोळंबली होती. ब्राह्मणांच्या पंगतीतून सोयराबाई वाड्यावरच्या भोजनाची तयारी बघायला राजवाड्यात निघून गेल्या. महाराज भोजनमंडपात आल्यावर मंडळींनी

उठून ताजीम दिली. हाताची इशारत करून महाराजांनी माणसांना बसते केले. ब्राह्मणांनी भोजन मंत्र म्हटले. हरिनामाचा गजर करून मानकऱ्यांनी भोजनास सुरुवात केली. पंगतीमध्ये हिंडून महाराजांनी सर्वांचा यथास्थित समाचार घेतला. पंगतीची पुढची जबाबदारी हंबीररावांवर सोपवून महाराज येर रयतेच्या पंगतींमध्ये समाचार घेण्यास निघाले.

आपल्या समाचारासाठी महाराज जातीनिशी आलेले पाहून रयतेला मोठा आनंद झाला. इतका की, आपण उष्ट्या हाताने मुजरा रुजू करतो आहोत याचेसुद्धा त्यांना भान राहिले नव्हते. महाराजांच्या जयजयकाराने आणि आई भवानीच्या उदेकाराने वातावरण नुसते दणाणून गेले. दोन्ही हात उभारून महाराजांनी त्यांना शांत केले. पंगतीच्या सर्व रांगांमधून महाराजांनी फेरफटका मारला. कित्येकांची नावानिशी वास्तपुस्त केली. आग्रह करून वाढायला लावले. तोपर्यंत वाड्यावरून पंगतीची वर्दी आली. तेथील व्यवस्था पाहणाऱ्या येसाजींना हवे-नको विचारून आणि आवश्यक त्या सूचना देऊन महाराज तडक वाड्याकडे चालू लागले.

-१४४-

राजवाड्याच्या मुख्य भोजनमहालात कित्येक दिवसांनंतर आज खाशांच्या पंगती बसल्या होत्या. भरदुपारची वेळ असूनसुद्धा महालातील एकूणएक चिरागदाने, हंड्या, झुंबरे लखलखत होती. एकही कोपरा-कोनाडा अंधारात राहणार नाही याची पुरेपूर काळजी घेतली होती. भिंतींचे सारवण ओले असतानाच महालात धूपाचा धूर पसरल्याने भिंतींनासुद्धा धूपाचा मंद सुगंध येत होता. लग्नकार्यात विहिणीच्या पंगतीचा जो थाटमाट असतो तशा राजस थाटात पंगत सजली होती. प्रत्येक ताटाखाली शिसवी चौरंग, बसायला चांदीच्या फुल्या मारलेले शिसवी पाट, तसाच पाट टेकायला, पानांभोवती नाजूक वेलबुट्टीच्या सुंदर रांगोळ्या. प्रत्येक पानासमोर इतमामाप्रमाणे सोन्याच्या वा चांदीच्या मोठमोठ्या समया, मध्यभागी कनोजी उदबत्त्यांचे घमघमते झाड, महाराज व दोन्ही युवराजांसाठी सोन्याच्या, तर बाकी मानकऱ्यांना चांदीच्या भल्या मोठ्या थाळ्या असा सारा थाट होता. पानांमध्ये पंचपक्वान्ने वाढून तयार होती. पंगतीला फक्त जवळची आप्त मंडळी आणि मोजकेच मानकरी होते. महाराजांच्या उजव्या हातास दोन्ही युवराजांची पाने होती. डाव्या हातास त्या दिवसाची उत्सवमूर्ती नेताजी पालकरांचे पान मांडले होते. पंगतीतील सर्व खासे पूर्ण दरबारी पोशाखात पानांवर बसून महाराजांची वाट पाहत होते.

दोन्ही युवराजांसोबत महाराज भोजनमहालात प्रवेशले. त्याबरोबर दाराशी बसलेल्या वाजंत्र्यांनी सनई-चौघडा सुरू केला. सर्वांनी तडफेने उठून मुजरे घातले. सस्मित

मुद्रेने अदब मुजरे स्वीकारीत, सर्वांवरून नजर फिरवीत महाराज पानावर बसले. इशारत होताच पंगत बसली. महाराजांचे कुलोपाध्याय पुढे झाले. त्यांनी संमंत्रक भोजन संकल्प सोडला. सोयराबाईंनी सोन्याच्या झारीतून जातीनिशी अन्नशुद्धी केली. मंडळींनी मोठ्या स्वरात हरिनामाचा गजर केला.

''चला मंडळी, स्वस्थ होऊ द्या. आज जवळपास अकरा वर्षांनंतर आमच्यासाठी सणाचा दिवस उजाडला आहे. आज खऱ्या अर्थाने आणि पूर्णांशाने आमचे नेताजीकाका घरी परतले आहेत. आजचा दिवस आम्हासाठी नुसताच अत्यानंदाचा नव्हे तर बालपणापासून थोरले महाराजसाहेब आणि आईसाहेबांसोबत जे स्वप्न पाहिले होते, रोहिडेश्वरी ज्याचा संकल्प केला होता त्याच्या पूर्ततेच्या शुभारंभाचा आहे. करा सुरुवात नेताजीकाका. आज पहिला घास घेण्याचा मान तुमचा. आता असे पानावर बसून डोळे गाळायचे नाहीत. सारी दु:स्वप्ने संपली आहेत. पुढे आपल्यासाठी मोठमोठे मनसुबे योजून ठेवले आहेत. आता समोर वाढलेले पूर्णब्रह्म स्वस्थपणे संपवा.''

गहिवरलेल्या नेताजींच्या पाठीवर त्यांनी हलकेच थोपटले आणि त्यांना घास घेण्यास सांगितले. त्यानंतर महाराजांनी घास घेताच पुंडलीक वरदेऽऽऽचा गजर झाला आणि भोजन सुरू झाले. सोयराबाई इतर राण्यांच्या मदतीने वाढपावर जातीनिशी लक्ष ठेवून होत्या. महाराज स्वत: आग्रह करकरून वाढायला लावत होते. थट्टामस्करी आणि हास्यविनोदात बराच वेळ पंगत रंगून गेली. खूप वर्षांनंतर महाराज मनापासून जेवल्याचे साऱ्या राणीवशास जाणवले.

पंगत उठली आणि उरलेल्या गप्पा पूर्ण करण्यासाठी मंडळी महाराजांच्या खाशा दिवाणखान्यात पुन्हा एकत्र जमली. दिवेलागणीपर्यंत गप्पा रंगल्या.

-१४५-

बादशहाच्या खास खासगी महालात मोजके दरबारी मनसबदार खाली माना घालून उभे होते. महालाच्या फरशीवर दक्षिणेतून नुकतेच आलेले टपाल अस्ताव्यस्त विखरून पडले होते. वजीर जाफरखानालासुद्धा ते उचलून घेण्याची हिंमत होत नव्हती. वातावरणात मोठा तणाव भरून राहिला होता. खोजे आणि खिदमतगारांना महालातून काढून लावले गेले होते. मुद्दाम बहिरे करवले गेलेले हशम दारावर पहाऱ्याला उभे होते. पिंजऱ्यात कोंडलेल्या वाघाप्रमाणे बादशहा येरझारा घालीत होता. त्याच्या हिरव्या डोळ्यांतून जणू आगीच्या ठिणग्या बरसत होत्या. मागे बांधलेल्या हातांमधल्या जपमाळेचे मणी झरझर सरकत होते. ज्वालामुखीचा एक उद्रेक होऊन गेला होता; पुढचा कोणत्याही क्षणी होणार होता. त्याची आग आपल्यावर कोसळू नये म्हणून प्रत्येकजण अल्लाला विनवीत होता. महालात भरून राहिलेल्या सन्नाट्यामध्ये मध्येच तडतडणाऱ्या चिरागदानातील वातीचा आवाजसुद्धा फार मोठा वाटत होता. येरझारा थांबवून बादशहा मसनदीवर

बसला. साऱ्यांच्या हृदयाचा ठोका चुकला. काही वेळ त्याने छतावर नजर लावली आणि ती हिरवी नजर थेट जाफरखानावर उतरली. हिंस्र श्वापदाच्या गुरगुरण्यासारखा आवाज उमटला–

"जाफरखान..."

"हुकूम आलमपन्हा."

"उचल, उचल ते टपाल आणि या नामुरादांना वाचून दाखव नमकहराम मरगट्ट्यांनी काढलेले मुघलिया सलतनतीच्या अब्रूचे धिंडवडे. तू मोठी खात्री देत होतास त्या हरामखोर कुलीखानाच्या इमानपरस्तीची, गोडवे गात होतास त्याच्या प्रामाणिकपणाचे आणि कर्तबगारीचे. वाचून दाखव त्याचे पराक्रम, कसे त्याने माबदौलतांना हातोहात फसवले. कसे आपल्या साहेबी इमानाला काळे फासले."

लटपटत्या हातांनी जाफरखान कागद गोळा करू लागला. एक-दोन मनसबदारांनी पुढे होऊन कागद उचलण्यास मदत केली. मात्र जाफरखानाची टपाल वाचण्याची हिंमत होत नव्हती. कागद नीट लावण्याचा बहाणा करीत तो वेळ काढत राहिला. पुन्हा गुरगुरल्यासारखा आवाज उमटला–

"माबदौलतांना पहिल्या दिवसापासूनच शक होता, हा हरामखोर कुठली उपरती झाली म्हणून शाही खिदमतीत दाखल झाला नाही तर ती त्या दगाबाज कोहस्तानी चूह्याची बेइमानी चाल होती. तो काफिर बुड्ढा मिर्झाराजा त्याला सामील होता. आता शक यकीनमध्ये कायम झाला आहे. मात्र तो कोणता मकसद घेऊन आला होता, काही अंदाज लागत नाही. त्याने शाही दौलत वाळवीसारखी पोखरून काढली की काय? किंवा काफिर राजपुतांना त्याने शाही तख्ताच्या खिलाफ बगावत करण्यास फितवून ठेवले आहे का? या अल्ला, विचार करून करून डोके फुटायची वेळ आली आहे. तुम्ही सगळे अय्याशी करण्यात मग्न, मूठभर मियाँची हातभर दाढी अशा वायफळ गोष्टींपलीकडे तुमच्याकडून काय अपेक्षा करणार? एक-दोन नाही पुरती दहा वर्षे हा नामुराद सुअर आपला नापाक इरादा मनात घेऊन माबदौलतांना फसवीत राहिला. अल्लाची खैर तो अफगाणिस्तानात अडकला होता, जिथे दख्खनचा वारासुद्धा लागणे शक्य नव्हते. जर तो दिल्लीत असता तर...? मौका सापडताच हरामखोर आपल्या कमअस्सल आकाकडे पळून गेला. सुअर अशी नौटंकी करीत राहिला की माबदौलतांच्या आँखोंनी पण धोका खाल्ला."

पुन्हा शांतता पसरली. हिरवी नजर हातातल्या तसबीहवर स्थिर झाली. मणी थांबले. थोड्या वेळाने एक दीर्घ सुस्कारा सुटला, त्या श्वासात मिसळूनच शब्द उमटले–

"लाहौलवलाकूवत. त्या हरामखोर काफिराने फक्त दौलतीशी किंवा माबदौलतांशी बेइमानी केली असे नाही, त्याने प्रत्यक्ष इस्लामची नाफर्मानी करून सर्वशक्तिमान

अल्लाचा दगा करण्याची गुस्ताख कोशिश केली आहे. हा गुन्हा माफ करण्याचा हक प्रत्यक्ष पैगंबर सलल्लाह वसल्लम हजरतांनासुद्धा नाही. अशा पाप्यांना कुराणेपाक एकच सजा फरमावतो, तो जिथे आणि जसा सापडेल तिथे, लगेचच त्याला ठार करून, त्याची रूह त्याच्या जिस्मपासून वेगळी करून सैतानाच्या हवाली करायची आणि त्याला दोजखच्या आगीत रवाना करायचे. जाफरखान...''

''हुकूम...''

''उद्याच्या उद्या शाही फर्मानासोबत असे फतवे दख्खनमध्ये रवाना झाले पाहिजेत.''

''जो हुकूम जिल्हेसुभानी.''

''ऐलान कर, प्रत्येक नेक मोमिनचे फर्ज आहे, इस्लामची नाफर्मानी आणि अल्लातालाशी दगा करणाऱ्या पाप्याला कुराणेपाकने सांगितलेली सजा दिली पाहिजे. नापाक, बेइमान, इमानफरामोश काफिर कुलीखानाला शोधून काढा. सापडताक्षणी ठार मारा. त्यासाठी वाट्टेल ती किंमत द्यावी लागली तरी बेहत्तर. या नेक कामासाठी जे प्राण गमावतील ते शहीद म्हणून अल्लाच्या दरबारात बसतील. जन्नत उपभोगतील. जो त्या नापाक काफिराचे मुंडके माबदौलतांसमोर पेश करील त्याची सरफरोशी शाही दरबारातून तर केली जाईलच पण त्याशिवाय माबदौलतांच्या खासगीतून एक लाख अश्रफी माबदौलत स्वत:च्या मुबारक हातांनी देऊन नवाजतील.''

''उद्याच्या उद्या हुकमाची तामील होईल.''

काही वेळ पुन्हा शांततेत गेला. मनसबदार चोरट्या नजरेने एकमेकांकडे पाहत होते. मात्र तोंडातून ब्र काढण्याची कोणाची छाती होत नव्हती. दानिशमंदखानाने काहीतरी बोलून बादशहाचा गुस्सा ठंडा करावा म्हणून जाफरखान त्याला खुणावत होता. वजिराला डावलणे त्याला शक्य नसले तरी धगधगत्या हुडव्यात हात घालण्याची त्याची शामत नव्हती. त्याने नजरेनेच असहायता व्यक्त करीत हाताने वजिराला थोडा धीर धरण्याची खूण केली. तेवढी चोरटी हालचालसुद्धा हिरव्या नजरेतून सुटली नाही.

''दानिशमंद, ज्या क्षणी शिवाने त्या नमकहरामाला पनाह दिली त्या क्षणी माबदौलतांचा शक मजबूत झाला. मोठमोठ्या पंडितांसमोर जेव्हा त्याने जिरह केली आणि हिंदू धर्मात तशी पद्धत नसताना त्याला परत हिंदू करून घेतले, तेव्हा आता तर कोणताही शक शुबाह शिल्लकच राहत नाही. यकीनन त्या कोहस्तानी चूह्याने माबदौलत ज्याला मुघलिया तख्ताचा सर्वांत इमानी आणि वफादार शेर समजत होते त्या काफिर बुड्ढ्या जयसिंहाला लाच देऊन फितूर केले आणि शाही छावणीत हरामखोर कुलीखानाची शिरकत करून घेतली. अफसोस! अफसोस!! या अल्ला, केवढे हे गलिच्छ राजकारण? त्या बुड्ढ्याला नादान शिवासाठी दख्खन सुभेदारी

मिळविता आली नाही म्हणून त्याने हा असा तिढा टाकावा? अफसोस! माबदौलतांची अक्कल काम करेनाशी झाली आहे. तो नामुराद कोहस्तानी चूहा इस्लामचा कट्टर दुश्मन आहे आणि तो अजून काय काय गुल खिलवणार आहे ते या अल्ला फक्त तू एकटाच जाणतोस. या सरजमीन-ए-हिंदला दार-उल-इस्लाममध्ये तबदील करण्यासाठी माबदौलत हर मुमकीन कोशिश जी जानसे करीत आहेत आणि हे परवरदिगार-ए-आलम या लाचार नाचीज बंद्याला तू अजून अजमावीत आहेस! सांग, दानिशमंद तू अल्लाचा प्यारा बंदा आहेस, या नाचीज बंद्याची अजून कोणती इम्तहान बाकी आहे सांग.''

दानिशमंद काही बोलला नाही. आपल्या बोलण्यातून बादशहाचे समाधान होण्यापेक्षा गैरसमज होण्याचीच शक्यता अधिक हे मोगल रियासतीत हयात घालविलेल्या विद्वानाला बरोबर समजत होते. अशा प्रसंगी अक्कल पाजळून मुक्ताफळे उधळण्याचा नतीजा इतर मुत्सद्दी चांगलेच जाणून असल्याने ते तोंड उघडणे शक्यच नव्हते. महालात पुन्हा शांतता पसरली. हिरवी नजर प्रत्येकावरून फिरत होती. ज्याच्यावर ती काही काळ स्थिरावे त्याला नजर वर न उचलताच त्या नजरेची धग जाणवे आणि तळहात-पाय पार घामेजून जात.

''रादअंदाज खान...''

''जी आलमपन्हा.''

''त्या नामुराद कुलीखानाचा जनाना इथेच शिकारपूरच्या त्याच्या हवेलीत शाही बंदोबस्तात माबदौलतांनी ठेवून घेतला आहे.''

''ही हजरत आलमपन्हांची मोठीच दूरअंदेशी झाली.''

''बिनकामाच्या मखलाशी करण्याची गरज नाही. शराबच्या नशेत तवायफांच्या गराड्यात पडून राहण्यापेक्षा याच्या निम्मी अकलमंदी जरी तुझ्यासारख्या शाही खिदमतगारांनी दाखवली तरी रुमशानपासून रामेश्वरपर्यंत मुघलिया सलतनतीच्या सरहद्दी पोहोचतील. इन्शाल्लाह. चापलूसी करून गुमराह करण्याची गुस्ताखी पुन्हा करशील तर खबरदार.''

''हुजुरे आला गुलाम गुस्ताखीची माफी चाहतो.''

''कुलीखानाच्या कबिल्यात आणि जनानखान्यात जेवढ्या जवान आणि काबिल पोरी असतील त्या बाजारत वीक. आलेला पैसा माबदौलतांच्या नावाने फकीर, अपाहिज आणि जरूरतमंदांना खैरात म्हणून वाटून टाक.''

''जो हुकूम...''

''बाकी बायकांना जहर पाजून ठार कर. फातिहा किंवा कोणताही दुवा न पढता, त्या मुसलमान म्हणवत असल्या तरी, काफिर समजून एकाच खड्ड्यात त्यांना सुपुर्दे खाक करून टाक.''

“जी जिल्हेसुभानी.”

“तगड्या जवान पोरांना गुलाम म्हणून अरबस्तानात रवाना कर. त्यातून आलेला पैसा माबदौलतांच्या नावाने यतीमखान्यात देऊन टाक. कम उम्रचे जे लौंडे असतील त्यांना सरळ खोजे बनव आणि शाही जनानखान्यात दाखल करून घे.”

“हुकूम आलमपन्हा.”

“आणि त्या हरामखोर काफिराचा तितकाच हरामी काका. त्याला आग्र्याच्या भरचौकात हत्तीच्या पायी दे. बाकी पुरुषांना सरसहा कत्ल कर. नीट ध्यानात ठेव, त्याच्या वंशातला जनानखान्यातला किंवा परिवारातला एक जरी कोणी उरल्याचे पुढे कधी आढळले, तर तुझे डोके शिल्लक राहणार नाही आणि तुझ्या जनानखान्याचे हेच हाल होतील हे पक्के ध्यानात ठेव. उद्या फजरच्या नमाजानंतर तू रवाना झाल्याची खबर जाफरखानाकडून माबदौलतांना मिळाली पाहिजे. यासाठी तुला कोणताही लेखी हुकूम मिळणार नाही आणि तू पोहोचण्याआधी बातमी फुटली तर तुझी खैर नाही.”

“जी हुजुरेआला. आलमपन्हांच्या हुकमाची हरफ दर हरफ तामील होईल. इन्शाल्लाह.”

हुकूम ऐकून त्या निर्ढावलेल्या मुघलांचीसुद्धा छाती दडपली. शब्दाशब्दांतून उमटणारी जरब ऐकून ते अधिकच धास्तावून गेले. ही वीज आपल्यावर न पडो अशी प्रत्येकजण अल्लाची करुणा भाकू लागला. या तणावपूर्ण शांततेत काही वेळ गेला आणि पुन्हा तोच जरबेचा कठोर स्वर त्यांच्या कानात शिरला–

“माबदौलतांनी दख्खन सुभ्याला फर्मान पाठवले होते की, एकसुद्धा किला फते झाला नाही तरी बेहत्तर पण त्या नापाक सुअर कुलीखानाला शोधून काढून ठार करा. तर शाही पैशांवर गुलछर्रे उडवणाऱ्या अतिशहाण्या शाही अंमलदारांनी फर्मानातून सोईस्कर अर्थ काढला. आजपर्यंत एकही मोहीम त्यांनी कारगर तर केली नाहीच, पण त्या नमकहरामांनी बदजात कुलीखानाला पकडण्यासाठी काय केले? इकडची काडी तिकडे नाही. काय तर म्हणे शाही हुकूम हातात येण्याआधीच तो सुअर काफुर-अल् हुकूम किले रायगडसारख्या मेहफूज ठाण्यात पोहोचला. इतकेच नाही तर शिवाने कशी जिरह करून पंडितांना परास्त केले. कुलीखानाला पुन्हा हिंदू करून घेण्यासाठी कसा मोठा जलसा केला, दावत दिल्या, कशी खैरात वाटली, हे ते नादान मोठ्या कौतुकाने लिहितात. लानत है त्यांच्या इमानावर आणि इमानदारीवर. असे नापाक बेइमान अल्फाज यांच्या कलमेतून लिहिलेच कसे जातात? अफसोस! सख्त अफसोस!! या अल्ला, या तुझ्या गरीब असहाय एकट्या पडलेल्या बंद्यावर दया कर. तू सोपवलेले काम पूर्ण करण्यासाठी शक्ती दे. अरे परवरदिगार त्या कुलीखानासारखे माणिक तू का

हिरावून घेतलेस? तो एकटा जरी सोबत असता आणि हे शाही दौलतीवर चरणारे सर्व अय्याश पलक झपकते गैबमध्ये गेले असते तरी तुझ्या या कमजोर बंद्याने तुझा संदेश हिंदोस्तांच्या हरएक कोन्यात नेण्याची हर मुमकिन कोशिश केली असती. या अल्ला मदद! या मौला मदद!''

बोलता बोलता बादशहाच्या डोळ्यांत चक्क पाणी आले. प्रत्यक्ष वडील जन्नतनशीन झाल्याची खबर ऐकून अथवा ग्वाल्हेरच्या किल्ल्यात सर्वांत थोरल्या शहजाद्याचा इंतकाल झाल्याचे ऐकून जो पाषाणपुरुष पाझरला नाही त्याच्या डोळ्यांत अश्रू दाटले. गळा भरून आला. पण सांत्वनासाठी तोंड उघडून अंगाराने भरलेला पिटारा स्वत:वर ओढून घेण्याची कोणाची तयारी नव्हती. चार-दोन क्षणांतच बादशहा सावरला. पुन्हा भानावर आला.

''इतिकदखान...''

''हुकूम मेरे आका.''

''माबदौलतांसाठी तू स्वत: दख्खनमध्ये जा. सोबत मोठा सरंजाम घेण्यात वेळ वाया दवडू नकोस. उशिरात उशीर पीरपर्यंत तू रवाना हो. सोबत बहादूरखान आणि दिलेरखानासाठी गुप्त फर्मान घेऊन जा, मीर अल्तमशला ताबडतोब जेरबंद करण्याचा दिलेरखानाला तोंडी हुकूम कळव. मीर अल्तमशला साखळदंडाने बांधून, खोगीर नसलेल्या उंटावर उलटे बसवून टाकोटाक रवाना कर. त्याच्या बंदोबस्तासाठी लागणारा खर्च त्याचाच सरंजाम विकून उभा कर. दिलेरखानाच्या निसबतीचे पाचशे पठाण सोबत घे आणि त्याला आग्र्याला घेऊन ये.''

''जो हुकूम मेरे आका. कैद्याला हुजूर दाखल केल्याशिवाय गुलाम तलवार म्यान करणार नाही. अल्ला कसम.''

''बहोत खूब घरच्याच खुराड्यातले कोंबडे पकडून आणण्यासाठी केवढी ही बहादुरी जाफरखान...''

''हुकूम जिल्हेसुभानी.''

''तो बेइमान आग्र्यात दाखल होताच तू स्वत: जातीनिशी जाऊन त्याला सिद्दी फुलादखानाच्या हवाली कर. त्याला हुकूम दे की, त्याने जो सलूक कमीना कुलीखान त्याच्या आदबखान्यात असताना त्याच्यासोबत केला तोच सलूक मीर अल्तमशखानासोबत कर. जर तीन महिन्यांनंतर तो हरामखोर जिंदा राहिलाच तर त्याला साखळदंडांनी बांधून दरबारात पेश कर.''

''हजरते आला हुकूम की तामील होगी.''

''गलथान बेइमान मीर अल्तमशखानाने, ज्या कुलीखानाला तब्बल दहा वर्षे माबदौलतांनी टाचेखाली दाबून कह्यात ठेवले होते, त्याला याने गाफील राहून फरारी व्हायला मदत केली. यापुढे जो कोणी गाफील राहील आणि शाही मकसद चूर

करील तो हाच नतीजा पावेल.''

रात्री बऱ्याच उशिरापर्यंत बादशहा आग पाखडीत राहिला. दरबारी खालमानेने ऐकत राहिले. मगरीने माणिक गिळले होते. आता ते तरी बिचारे काय करणार होते? मगरीच्या दाढांमध्ये हात घालण्याची हिंमत एकाही शाही सिपाहसालारमध्ये नव्हती, हे पुरते जाणून असलेला बादशहा चरफडण्याशिवाय काहीच करू शकत नव्हता. तो स्वत: राजधानी सोडून जाण्यास घाबरत होता. एकापाठोपाठ एक मंदिरे आणि पवित्र धर्मस्थळे उद्ध्वस्त केल्याने राजपूत दुखावले होते आणि नुकताच बैराग्यांनी दिल्लीला शह देऊन मोठा उधम केला होता.

-१४६-

शिकारपूरच्या जन्नतशीन शहनशाहे आलम हुजूर जलालुद्दिन अकबर महम्मद अकबसाहेबांच्या मकबरे शरीकच्या मशिदीतून दिलेली फजरच्या नमाजाची अजान हवेत विरत असताना महम्मद कुलीखानच्या हवेलीच्या सरदरवाजावर दस्तक झाली. झोप चाळवलेल्या पहारेकऱ्यांच्या नाइकाने शक्य तेवढ्या करड्या आवाजात सवाल फेकला -

''कौन?...''

''हुजुरें आली नवाब मीर रादअंदाज खानसाहब तश्रीफ फरमा रहे हैं। फाजील चौकशा बंद कर आणि मुकाट्याने ताबडतोब दरवाजा उघड.''

आवाजातली जरब आणि हुकमत इतकी जबरदस्त होती की, काही क्षणांतच नाईकाने अडसर काढून, दरवाजा सताड उघडला. धुळीने माखलेले आणि घामाने निथळणाऱ्या घोड्यांवर स्वार झालेले, चिलखत चढवलेले आठ-दहा स्वार हवेलीत दाखल झाले. त्यांच्या मागे कुणी उमराव वा बडा अधिकारी नव्हता. मुजऱ्यासाठी वाकलेला नाईक ताठ झाला. बंदगीसाठी उठत असलेला हात तलवारीच्या मुठीवर पक्का झाला.

''नवाब साहब?''

''चंद लम्होंमें मागोमाग तश्रीफ घेऊन येतील.''

''हवेलीचे मालक हजरत कुलीखान हुजूर फौजबंद होऊन शाही कामगिरीवर दख्खनमध्ये मोहीमनशीन आहेत. यावेळी हवेलीत केवळ त्यांचा कबिला आणि जनानखाना तेवढा आहे. माझ्या मालकिणीसाठी नवाब साहेबांचा काही संदेश असेल तर गुलाम तो त्यांच्यापर्यंत पोहोचता करील आणि हुकूम झाला तर त्याचे उत्तर नवाब साहेबांसमोर पेश करील.''

नाईकाला काही उत्तर न देता स्वारांसोबत सरदारी वेशात असलेल्या तरुणाने स्वारांच्या जुमलेदाराकडे पाहून उजवी भुवई वर केली. जुमलेदाराच्या कमरेची

तलवार सरसरत बाहेर आली आणि डोळ्याचे पाते लवण्याच्या आत नाइकाचे मुंडके जमिनीवर उतरले. हा प्रकार घडत असतानाच अजून पन्नास एक स्वार हवेलीत घुसले होते. पुढच्या हुकुमाची वाट न पाहता त्यांनी पटापटा घोड्यांवरून खाली उड्या घेतल्या. कुठल्याही हालचालीची संधी न देता त्यांनी देवडीवरच्या आणि दरवाजावरच्या सर्व पहारेकऱ्यांना निःशस्त्र करून त्यांच्या मुसक्या आवळल्या. त्याच तडफेने स्वारांना घेऊन जुमलेदार हवेलीत घुसला आणि त्याने जागोजाग पहारे बसवले. मालक गैरहजर असल्याने हवेलीतले पहारे तसे तुटपुंजेच होते; त्यामुळे प्रतिकार होण्याचा प्रश्नच नव्हता. प्रतिकार सोडाच; पण सवाल करणाऱ्याचेसुद्धा मुंडके जागेवर राहात नव्हते. ही कारवाई पुरी होत असतानाच नवाब रादअंदाज खानाचा नायब शमसुद्दिन खान हवेलीत दाखल झाला. जुमलेदाराला पुढे करून तो थेट हवेलीच्या आत जनानखान्याच्या देवडीपर्यंत पोहोचला. रोमारोमांत भिनलेल्या मुघलिया तहजिबने त्याला जनानखान्यात शिरण्यापासून रोखले. देवडीवरच्या मुख्य खोजाला त्याने हुकूम देऊन आत पाठवले.

''जनानखाने की दरोगासे कहो, हम- नवाब रादअंदाज खान हुजूर के नायब शमसुद्दिन खान- यहाँ देवडीवर दाखल हुये हैं । तिला म्हणावे जशी असेल तशी आमच्यासमोर दाखल हो. उशीर झाला तर सर्व मर्यादा तोडून आम्हाला जनानखान्यात घुसावे लागेल. तिला सख्त हिदायत दे की, आमच्यावर जबरदस्ती करण्याची पाळी येऊ देऊ नकोस. माझे शिपाई भुकेल्या लांडग्यांसारखे जनानखान्यावर तुटून पडतील.''

महम्मद कुलीखानच्या जनानखान्याची मुख्य दरोगा अश्रफी बानू तार्तर दरवाजावर होत असलेल्या गडबडीच्या आवाजाने आणि हवेलीत घुसलेल्या शिपायांच्या हालचालींनी आधीच जागी झाली होती. काय घडत आहे हे जाणून घेण्यासाठी ती खोजाला हाक मारण्याच्या विचारात असतानाच जनानखान्याच्या देवडीवर पहाऱ्याला असलेला मुख्य खोजा घाबऱ्या घाबऱ्या तिच्या कमऱ्यात घुसला. तो इतका घाबरला होता की, दरवाजावर दस्तक देण्याचेसुद्धा भान त्याला राहिले नव्हते किंवा हाक मारून इजाजत घेण्याचीसुद्धा त्याला शुद्ध राहिली नव्हती. सलाम, आदब, तस्लीमचे सारे रिवाज गुंडाळून ठेवत त्याने थेट बोलायलाच सुरुवात केली.

''गजब झाला मोहतरमा; गजब झाला. हवेलीवर मोठी आफत कोसळली आहे. नवाब रादअंदाज खानसाहेबांचा मुलाजीम शमसुद्दिन खान जबरदस्तीने हवेलीत घुसला आहे. दरवाजावरच्या नाईकाचे मुंडके छाटून त्याच्या शिपायांनी साऱ्या हवेलीत त्यांचे पहारे बसवले आहेत. खुद्द शमसुद्दिन खान जनानखान्याच्या देवडीवर पोहोचला आहे. जशा असाल तशा आत्ताच्या आत्ता त्याच्यासमोर दाखल होण्याचा हुकूम केला आहे.''

शमसुद्दिन खानाचा हुकूम खोजाने जसाच्या तसा अगदी शब्दशः सांगितला. अश्रफीच्या डोळ्यांवरची झोप आणि अंगातली उरलीसुरली सुस्ती क्षणात हवेत विरून गेली. तडफेने उठून तिने भिंतीवर लटकलेल्या दोन तलवारी हाती घेतल्या आणि ती जल्दीने कमऱ्याबाहेर आली. बाहेर पडता पडताच तिने खोजाला हुकूम दिला –

"खानसाहेबांना सांग आम्ही पोहोचत आहोत. मात्र, त्यांना बजावून सांग त्यापूर्वी जर त्यांनी जनानखान्याची बेअदबी केली तर नतीजा ठीक होणार नाही. अश्रफीच्या जिस्ममध्ये खूनचा शेवटचा कतरा शिल्लक असेपर्यंत हजरत कुलीखानसाहेबांच्या जनानखान्यातील कुणाच्या केसालासुद्धा धक्का पोहोचणार नाही."

आपल्या खणखणीत आवाजात हुकूम देत तिने तार्तर आणि हबशी पहारेकरणींना तसेच सर्व खोजांना खबरदार केले. सोबत चार तार्तर पहारेकरणींना घेऊन दमदार पावले टाकत ती जनानखान्याच्या देवडीकडे चालत निघाली. हातात नंग्या तलवारी घेऊन चालत निघालेल्या त्या बायकांचा नूर आणि आवेश थक्क करणारा होता. अश्रफीचा गोरापान चेहरा संतापाने फुलून लालबुंद झाला होता. ऊर फोडून श्वास बाहेर येईल की काय असे वाटावे अशी तिची छाती धपापत होती. तिचा तो उग्र रौद्रावतार पाहून येरझारा घालत वाट पाहणारा शमसुद्दीन खान मनातून चरकला. कोणत्याही क्षणी तलवार चालवण्याच्या पवित्र्यात ती त्याच्यासमोर उभी राहिली. कोणताही दरबारी रिवाज न पाळता तिने थेट बोलायलाच सुरुवात केली.

"मी अश्रफी बानू. जिंदा पीर आलमगीर बादशहा सलामतांचे अजीज, मुघलिया तख्ताचे नेक, वफादार अमीर, नवाब - इ - आली, शेरे दख्खन, हजरत महम्मद कुलीखानसाहेबांच्या हरमची मुख्य दरोगा. शाही कामगिरीवर मोहीमनशीन असलेले माझे आका दौलतखान्यात हजर नसताना अशा पद्धतीने हवेलीत घुसण्याची तुमची हिम्मतच कशी झाली? इमानदार शाही अंमलदारांशी वागण्याची आणि त्यांच्या जनानखान्याचा मरातब राखण्याची साधी रीतसुद्धा तुम्हाला ठाऊक नसावी? जनानखान्याच्या दरवाजात अशा रितीने एवढ्या पहाटे आणि वर्दी दियेबगैर दाखिल होनेकी जुर्रत कर ही कैसे सकते हैं आप? हवेलीत जबरदस्तीने बसवलेले पहारे उठवून चूपचाप हवेलीच्या बाहेर चालते व्हा आणि मालकांच्या मौजुदगीमध्ये त्यांची मर्जी असेल तरच हवेलीत शिरण्याची गुस्ताखी करा."

"सुभानल्ला! सुभानल्ला!! वाह क्या तेवर हैं। ला हौल वला कुव्वत। जनानखान्यातल्या दोन कवडीच्या बांदीकडून तमीज आणि तहजीब शिकावी इतका हा शमसुद्दिन खान मूर्ख नाही. यापुढे एक शब्द जरी बोललीस तर मुळासकट जीभ उपटून काढीन; लक्षात ठेव."

"तुम्ही शोभेसाठी म्हणून कमरेला तलवारी लटकावून हिंडत असाल. माझ्या हातातल्या तलवारी शोभेच्या नाहीत. तलवारीला हात घालण्याची कोशिश जरी

केलीत तरी माझ्या तेगी किती तेज आहेत याची कल्पना येईल. बाई म्हणून रौब झाडण्याची कोशिश करू नका.''

तिचा आवेग आणि आवेश पाहून सध्या थोडे नरमाईने घेण्याचे शमसुद्दिन खानाने ठरवले.

''ठीक है। उगाच तेवर दाखवू नकोस. नवाबे अली रादअंदाज खानसाहेब हुजूर शाही हुकूम बजावण्यासाठी हवेलीत तश्रीफ फर्मावीत आहेत. ही वर्दी देण्यासाठीच मी आलो आहे. त्यांच्याच हुकुमाप्रमाणे हे पहारे जारी झाले आहेत. जनानखान्यातील कोणालाच सध्यातरी कोणतीही तोशिश दिली जाणार नाही. तू बेफिक्र राहा.''

''हवेलीचे मालक हाजिर नाहीत. कुणी जबाबदार पुरुष आसामी मौजूद नाही. असे असले तरी नवाब साहेब शाही हुकूम बजावण्यासाठी स्वतः जातीने येत आहेत. याचा अर्थ तसाच महत्त्वाचा शाही हुकूम असणार. हुजुरांना नाचीजचा पैगाम कळवावा की, त्यांनी कनीजला एका घटकेची मोहलत द्यावी, म्हणजे त्यांच्या इतमामाला साजेशी मनसब तयार होईल आणि दरबारी रिवाजाप्रमाणे त्यांचा इस्तकबाल केला जाईल.''

''दरबारी मनसबदार दौलतखान्यात मौजूद नसताना दरबारी रिवाज पाळण्याची गरज नाही. तरीसुद्धा मनसब तयार करण्यासाठी त्यांच्या वतीने मीच तुला एका घटकेची मोहलत देत आहे.''

गर्रकन पाठ वळवून खान तरातरा निघून गेला. तो दूर जाताच अश्रफीने सुटकेचा दीर्घ निःश्वास सोडला. हातीच्या तलवारी सोबतिणींच्या हातात दिल्या. खमीसाच्या बाहीने तिने कपाळाचा घाम पुसला आणि त्याच क्षणी तिच्या लक्षात आले की, तिने अंगावर दुपट्टाच घेतला नव्हता. शमसुद्दिन खानाच्या लंपट नजरेचा संदर्भ आता तिच्या ध्यानात आला. देवडीवरच्या एका खोजाच्या अंगावरची ओढणी तिने ओढून घेतली आणि अंगभर पांघरली. खिदमतगार आणि बटकींना जरब देत तिने त्यांना मनसब तयार करण्याच्या कामाला जुंपले. घटकाभराने ती जनानखान्याच्या इतमामाला साजेशी तयार होऊन, नकाबाने अर्धा चेहरा झाकून रादअंदाज खानाचा इस्तकबाल करण्यासाठी हवेलीच्या दरवाजात दाखल झाली. रादअंदाज खानाची स्वारी येताच तिने त्याला मोठ्या इतमानाने मसनदीवर बसवले. खिदमतगारांना खूण करून न्याहारीची ताटे समोर पेश केली.

सर्वसामान्यांनी केलेल्या सन्मानाकडे दुर्लक्ष करण्याच्या खास मोंगली रिवाजाला अनुसरून तिच्याकडे दुर्लक्ष करीत रादअंदाज खान बैठकीवर पसरला. त्याच्या नजरेवरून आणि आविर्भावरून देवडीवर घडलेला प्रकार शमसुद्दिन खानाने तिखट-मीठ लावून सांगितला असावा हे तिच्या लक्षात आले. मात्र, त्यामुळे तिला खजील होण्याचे काहीच कारण नव्हते. जे घडले ते तिच्या कर्तव्याचाच भाग

होता. हुक्क्याचा नेचा दातांनी चावत आणि तिला अपादमस्तक न्याहाळत तो म्हणाला,

"सुभानअल्ला! वाकई सुभानअल्ला! शमसुद्दिन खानाने तुझ्याबद्दल सांगितले ते वास्तवापेक्षा फारच थोडे आहे अशी आमची खात्री पटली आहे. उम्मीद है तू आम्हाला ओळखतेस. दरबारी मनसबदार असल्याचा बहाणा करून हवेली लुटण्यासाठी आलेले आम्ही कोणी दरोडेखोर नाही याची तुला आता खात्री पटली असेल."

"यापूर्वी कनीज वजीरे आझम साहेबांच्या खिदमतीत त्यांच्या हरमची नायब दरोगा होती. हुजुरांच्या दौलतखान्यात होणाऱ्या अनेक महफिलींमध्ये आणि अंजूमनमध्ये हुजुरेआलांची खिदमत करण्याचा मौका कनीजला मिळाला आहे. मघाशी शमसुद्दिन खानसाहेबांबरोबर थोडे सक्तीने पेश व्हावे लागले त्याबद्दल कनीज तहेदिलसे माफी चाहती है। त्यावेळी माझ्या आकांच्या हरमच्या हिफाजतीचा जिम्मा असलेली दरोगा म्हणून कनीज खानसाहेबांसमोर दाखल झाली होती, तेव्हा ते माझे फर्ज होते. आता हुजुरेआलींची खिदमत माझे फर्ज आहे. रहमदिल हजरतांनी मोठ्या मनाने माझी गुस्ताखी माफ करावी."

"सुभानअल्ला! तुझे रूप जेवढे खुबसूरत आहे, त्यापेक्षा तुझे तेवर तेज आहेत. बहोत खूब! ज्या नेकीने, वफादारीने आणि दिलेरीने तू कुलीखानच्या जनानखान्याची हिफाजत करीत आहेस ते वाकई काबिले तारीफ आहे. त्याची कदर झाल्याशिवाय राहणार नाही. हा नवाब रादअंदाज खानाचा शब्द आहे."

"जहे किस्मत हुजुरेआली, गुस्ताखी माफ हो मगर माझ्या आकांचा हुजुरांनी केलेला उल्लेख त्यांच्या इतमामाला आणि दरबारी तहजीबला धरून नव्हता."

बहोत खूब! आम्ही तो तसा का केला याचे कारण तुला लवकरच समजेल."

"जो शाही हुकूम बजावण्यासाठी हुजुरेआलींनी जातीने येऊन जी जहमत उठाई है, तो हुकूम नाचीजला समजला तर बांदी तो ताबडतोब आपल्या मालकिणीच्या समोर पेश करील आणि वेळ न दवडता त्याची तामील होईल."

"बेशक, तुला त्याशिवाय दुसरा पर्यायच नाही. मात्र, तो हुकूम जाहीर करण्याआधी हवेलीच्या ज्या हिश्श्यात कुलीखानच्या परिवारातील पुरुष राहतात तो हिस्सा तू स्वतः माझ्या माणसांना दाखव. त्यांच्या प्रत्येकाच्या कमऱ्यांवर मला माझ्या माणसांचे पहारे बसवायचे आहेत. हे लोक मूळचे चलाख आणि दगाबाज मरहट्टे असल्याने मला त्यांना कोणताही मौका मिळू द्यायचा नाही. उम्मीद है आमच्या मौजुदगीविषयी त्यांना अद्याप खबर मिळाली नसेल."

"ज्या पद्धतीने हुजुरांची माणसे हवेलीत शिरली ती काही फारशी सभ्यतेची म्हणवणारी नसल्याने त्यांच्यापासून काही लपून राहिले असेल असे वाटत नाही. तरी हुजुरांनी बेफ्रिक असावे. त्यांना आणि विशेषतः उस्मान अली हुजुरांना शांत

करण्यात कनीजला यश आले आहे.''

''हा उस्मान अली कोण?''

''माझ्या आकांचे चचाजान. हुजुरेआला, जान की अमान पाऊँ तो कुछ पूछने की जुर्रत करनेकी तमन्ना है।''

''ईर्शाद.''

''खबर आहे की, हुजुरेआला फौजबंद होऊन आले आहेत आणि त्यांनी हवेलीला मजबूत वेढा घातला आहे. मोहीमनशीन दरबाऱ्यावर ही जर्रानवाजी समजायची की त्यांच्यावर आला हजरतांची इतराजी झाली असे समजायचे?''

''बंद्यांनी हुकुमाची तामील करायची असते. त्याचे अर्थ लावत बसायचे नसते. त्याशिवाय तुझ्यासारख्या हलक्या दर्जाच्या बाईला सफाई देण्याची मला गरज नाही. हुकूम की तामील हो।''

''जी हुजुरेआला. गुस्ताखी माफ हो। एक दरखास्त आहे, मी परत येईपर्यंत हुजुरांनी न्याहारी करून घ्यावी. घाईगर्दीत जे जमले ते समोर पेश केले आहे. गोड मानून घ्यावे. काही कमी-जास्त असेल तर माफी करावी.''

उत्तरादाखल रादअंदाज खानाने फक्त उजवा तळवा किंचितसा हलवला. कुर्निसात करीत पाठ न दाखवता अश्रफी दिवाणखान्याबाहेर निघून गेली. आपल्या मागे चालत असलेल्या शिपायांची संख्या आणि तेवर पाहून ती मनातून चरकली; पण आता तिच्या हातात करण्यासारखे काहीच उरले नव्हते. शाही हुकूम म्हणून रादअंदाज खान जे सांगेल त्याची मुकाट्याने तामील करणे यातच शहाणपणा होता. तिचे स्थान आणि काबिलियत त्या मानाने फारच क्षुल्लक होती. शिवाय खानाचे दरबारातील स्थान आणि आला हजरतांशी असलेले जवळिकीचे संबंध विचारात घेता बादशहाचे नाव पुढे करून तो काही गैर करेल, वागेल असा संशय घेणे म्हणजेसुद्धा सर्वनाशाला आमंत्रण देणे होते.

ती नावानिशी एक एक कमरा दाखवत होती आणि आतल्या पुरुषाला काही कळण्याच्या आत मोठ्या चपळाईने आणि शिताफीने त्याच्या मुसक्या आवळल्या जात होत्या. तोंडातून किंकाळीच काय; पण साधा आवाजसुद्धा बाहेर येणार नाही याची चोख काळजी घेतली जात होती. मोगलाईत हयात घालवलेल्या अश्रफीने पुढचे भविष्य ओळखले; पण जिल्हे सुभानी आपल्या मालकांवर एवढे मेहेरबान असताना असे का घडावे याचा तिला अंदाज लागेना. या घटनांची भनक जनानखान्यात पोहोचू नये याची ती पुरेपूर काळजी घेत होती. अर्थात त्यासाठी तिला फारसे सायास घ्यावे लागले नाहीत कारण जनानखान्याच्या बाहेरचे सर्व पहारे शमसुद्दिन खानाने कब्जात घेतले होते आणि त्याने जनानखान्यातील राबता पूर्ण बंद केला होता. कमीतकमी आवाज होईल याची व्यवस्थित काळजी घेत सर्व लहान-मोठे

मुलगे आणि पुरुष हवेलीच्या अंगणात आणून बसवले गेले. वाटाड्याचे काम अर्थातच अश्रफीकडे होते. खानास वर्दी पोहोचताच खान जातीनिशी अंगणात दाखल झाला.

खानाने उस्मान अलीला वेगळे काढले. एक लंगोटी वगळता अंगावरचे सारे कपडे फाडून काढण्यात आले. उस्मान अलीचा संताप अंगात मावत नव्हता. डोळ्यांतून ठिणग्या फेकत तो खानाकडे खाऊ की गिळू नजरेने पाहात होता. नाका-तोंडातून सापासारखे फुत्कार सोडीत होता. पाच-सहा तगड्या शिपायांची त्याला आवरताना पुरेवाट होत होती.

"तू, जो कोणी आहेस तो, तुला माहीत नाही तू कोणाशी खिलवाड करीत आहेस. याचा हिसाब तुला आला हजरतांना द्यावा लागेल हे ध्यानात ठेव."

त्याला एका शब्दाने उत्तर देण्याच्या भानगडीत न पडता खानाने हवालदाराला नजरेने इशारत दिली. हवालदाराचे दोन्ही राकट पंजे एकाचवेळी उस्मान अलीच्या दोन्ही कानशिलांवर पूर्ण ताकदीने कोसळले. त्या सरशी रक्ताचा लोट सोबत घेऊन पाच-सहा दात जमिनीवर पडले. एका शिपायाने त्याचे नाक गच्च दाबले. त्या सरशी आपसूकच तोंड उघडले गेले. दुसऱ्या शिपायाने रक्ताळलेल्या जबड्यात हात घालून त्याची जीभ बाहेर ओढून काढली. तिसऱ्याने एक मोठी दाभण त्याच्या जिभेत आरपार घुसवली. त्याच चपळाईने त्याच्या मानेवर लाकडाचा अवजड खोडा चढला. त्याचे दोन्ही हातसुद्धा खोड्यात गुंतवले गेले. उघड्या पाठीवर उलट्या तलवारीने फटके मारत त्याला खानासमोर उभे केले गेले.

"नामुराद, बेईमान, एहसानफरामोश, गद्दार कुलीखानच्या या तितक्याच नालायक, कमिन्या काकाला आत्ताच्या आत्ता आग्रा शहरात घेऊन जा आणि कोतवाल सिद्दी फुलादखानच्या स्वाधीन करा. कोतवालाला आमचा निरोप द्या की, जिल्हे सुभानी आला हजरतांचा तोंडी हुकूम आहे की, या हरामजाद्याला आजच्या आज जौहरच्या नमाजानंतर ताबडतोब आग्रा शहराच्या भर बाजारात हत्तीच्या पायी देऊन ठार करा आणि त्याचा मुडदा घारी, गिधाडांना आणि कुत्र्यांना खाण्यासाठी यमुनेच्या वाळवंटात फेकून द्या. कुणी त्याला मूठमाती देण्याची गुस्ताखी करण्याची कोशिश जरी करील तर त्याला कोतवालाने आदबखान्यात मरेपर्यंत सडत ठेवावे. कोतवालाला सख्त हिदायत द्या की, जर याने आजचा सूर्य मावळताना पाहिला तर उद्याचा सूर्य पाहाण्यासाठी कोतवालाचे मुंडके जाग्यावर नसेल. हुकुमाची तामील करून आमच्या सोबत ईशाचा नमाज पढण्यासाठी या इथे, याच हवेलीत आमच्यासमोर पेश होण्याचा कोतवालाला आम्ही हुकूम केला आहे असे सांगा. आम्ही त्याचा इंतजार करीत आहोत."

हुकूम होताच कमरेत जबरदस्त लाथ हाणून उस्मानला खाली पाडले गेले. मेलेले कुत्रे न्यावे तसे फराफरा ओढत त्याला हवेलीबाहेर नेले गेले. तो भयंकर

प्रकार आणि भयानक हुकूम ऐकून निर्ढावलेल्या आणि क्रूर स्वभावाच्या अश्रफीच्या अंगालासुद्धा दरदरून घाम फुटला. त्यानंतर दहा वर्षांपासून पंचवीस-तीस वर्षांपर्यंतच्या निरोगी पुरुषांना वेगळे काढून जनावरे दावणीला बांधतात तसे बांधले गेले. त्यापेक्षा मोठ्या वयाच्या आणि अशक्त, आजारी दिसणाऱ्या पुरुषांची वेगळी दावण बांधण्यात आली. त्यांच्याकडे बोट टवकारून रादअंदाज खान गरजला.

"गर्दनें उतारदो इन सब हरामजादोंकी और गाडदो सभीको एकही गड्ढेमें बिना फातेहा पढे और बिना कफन पहनाये।"

मागोमाग चलण्याची अश्रफीला डोळ्यांनीच खूण करून आणि पाठ वळवून तरातरा चालत खान दिवाणखान्याकडे निघाला. जे घडत होते त्याचा अर्थच तिला लागत नव्हता. तिच्या अनुभवी मनाला एवढे कळून चुकले होते की, कुलीखानच्या हातून इतके काहीतरी भयंकर घडले होते की, खुद्द बादशहाच त्याचा समूळ सर्वनाश करण्यासाठी पेटून उठला होता. पायात मणामणाच्या बेड्या पडाव्यात अशी जड पावले टाकीत ती दिवाणखान्यात पोहोचली. तिच्या लक्षात आले की, एक काजी आणि दोन अरब व्यापारी तिथे आधीच मौजूद होते. परक्या पुरुषांना पाहून तिची पावले दरवाजातच थबकली. तिची आणि खानाची नजरानजर झाली. उजवी तर्जनी उचलून खानाने तिला पडद्याच्या मागे उभे राहण्याचा संकेत केला.

खान बैठकीवर स्थिरावताच काजीने आणि अरबांनी दरबारी रिवाजाप्रमाणे बंदगी पेश केली. अरब व्यापाऱ्यांनी नजराण्याची तबके समोर ठेवली. त्यांच्याकडे जाणीवपूर्वक दुर्लक्ष करीत खानाने खिदमतगाराकडून रेशमी रुमाल मागून घेतला. डोक्यावरचा किमांश उतरून तोंड आणि टक्कल खसाखसा पुसून काढले. दुसऱ्या खिदमतगाराने पुढे केलेल्या सुगंधी पाण्यात भिजवलेल्या रुमालाने चेहरा पुसून काढला. खूण करून पाणी आणि तस्त मागवले. मोठ्याने आवाज करीत घशातून खाकरे काढले. खळाखळा पाच-सहा चुळा भरल्या. दोन प्याले पाणी सावकाश चवीने प्यायले. पुन्हा एकदा ओला सुगंधी रुमाल टकलावरून फिरवला आणि किमांश मस्तकावर ठेवला. एका बटकीने समोर केलेल्या आरशात पाहून त्याने तो व्यवस्थित बसल्याची खात्री केली. बोटांनी दाढी विंचरून काढीत त्याने हुक्क्याचा नेचा दाताखाली दाबला. डोळे मिटून तीन-चार मोठमोठे कश भराभरा घेतले आणि धुराचे लोट हवेत सोडले. सारे यथास्थित पार पडल्यानंतर सावकाश डोळे उघडून त्याने भेदक नजरेने काजीकडे पाहिले. आलमगिराच्या राज्यात काजी आणि मुल्ला- मौलवींचे जे लाड पुरवले जात होते त्यामुळे सर्व वजनदार दरबाऱ्यांच्या मनात त्यांच्याविषयी असूया आणि राग भरून राहिलेला असे. तो खानाच्या नजरेतून प्रकर्षाने व्यक्त होत होता. काजीने काही क्षण नजरेला नजर

देण्याची कोशिश करून पाहिली; पण खानाच्या नजरेची धार एवढी तेज होती की, दोनच क्षणांत काजीची नजर खाली वळली. रोखून पाहात खानाने काही वेळ अरब व्यापाऱ्यांना न्याहाळले. दिवाणखान्यात समोर उभ्या असलेल्या त्याच्या दुय्यम सरदारांवरून एक नजर फिरवली. नंतर त्याची नजर उजव्या हाताला उभ्या असलेल्या शमसुद्दिन खानावर स्थिर झाली. नजरेतला अर्थ ओळखून शमसुद्दिन खान एक पाऊल पुढे झाला.

"हुजूर आप है काजी शकील अहमद इस्माईल खान. आग्रा शहर के नामी काजी है। दीन आणि दुनियेचे त्यांना जेवढे ज्ञान आहे तेवढे आग्रा शहरात क्वचितच कोणाला असेल. आला हजरतांच्या आग्रा मुक्कामी होणाऱ्या मजलसींमध्ये आपली हर हमेश शिरकत असते. हुजुरांच्या हुकुमाप्रमाणे त्यांना खास बोलावण्यात आले आहे."

एक पाऊल पुढे होत काजीने लवून कुर्निसात केला. खानाने हुंकार देत त्याचा स्वीकार केला.

"हुजूर आप है अबू इर्शाद हाश्मि बिन महम्मद अन्सार. मुघलिया रियासतीमधील नामचीन गुलामांचे व्यापारी. चीन आणि हबसाणसारख्या दूरवरच्या मुलखातसुद्धा यांचा व्यापार चालतो. यांचे गुलाम काबिल असल्याने फिरंग्यांच्या मुलखातसुद्धा हे गुलामांचा पुरवठा करतात. यांचा व्यापार दार उल्-हज सूरत येथून चालत असला तरी मुक्काम आग्रा शहरात असतो. जेव्हा जेव्हा गरज पडते तेव्हा आला हजरत यांच्याकडूनच गुलामांचा व्यवहार करतात."

अबू ईर्शाद एक पाऊल पुढे आला आणि त्याने जमिनीपर्यंत झुकून सलाम बजावला. समोरच्या तबकांतील, त्याने ठेवलेले हिरव्या मखमली पोसाने झाकलेले तबक उचलून त्याने खानासमोर धरले. डाव्या हाताने सरपोस दूर केला. तबकात रत्नजडित मुठीची झगझगीत कट्यार, त्याला साजेशी एक पोची आणि शिरपेच होता. खानाने आपला अलिप्तपणा जाणवेल अशा प्रकारे तबकाला स्पर्श केला आणि कोरड्या हुंकाराने प्रतिसाद दिला.

"हुजूर आप है शेख कासिम अल् हसन बगदादी. हे पण गुलामांचाच व्यापार करतात; पण बेमिसाल व अप्रतिम हूर ही यांची खासियत. अनेक बड्या दरबाऱ्यांच्या जनानखान्यात यांनी पुरवलेल्या हूर दिसून येतील. महम्मद कुलीखानला आला हजरतांनी बेगम करून दिलेली नागा जातीची लौंडी यांनीच वझिरे आझमसाहेबांसाठी म्हणून आणली होती. आला हजरतांचे जन्नत नशीन वालिद हुजूर मरहूम बाद... यांच्या जमान्यात शाही हरममध्ये यांच्याकडच्या अनेक हूर दाखल झाल्या. मरहूम हुजुरांचा यांच्यावर एवढा लोभ की, त्यांनी यांना स्वतःच्या खर्चाने आग्र्यात हवेली बांधवून ठेवून घेतले."

शेख कासिम एक पाऊल पुढे झाला आणि कमरेत वाकत त्याने सलाम बजावला. किरमिजी पोसाने झाकलेले तबक त्याने उचलून पुढे धरले आणि डाव्या हाताने सरपोस अगदी काळजीपूर्वक आणि अलगद दूर केला. तबकात बिलोरी काचेच्या अनेक कुप्या चिरागदानाच्या प्रकाशात चमकत होत्या. त्यांच्या घाटावरूनच त्या अत्तराच्या कुप्या असल्याचे लक्षात येत होते. कितीही अलिप्तपणा दाखवण्याचा प्रयत्न केला तरी रादअंदाज खानाच्या चेहऱ्यावरचे पुसटसे स्मित लपून राहू शकले नाही. खानाने तबकाला स्पर्श केला आणि हुंकाराने प्रतिसाद दिला. त्यातला कमी झालेला कोरडेपणा उपस्थितांना जाणवल्याशिवाय कसा राहणार?

"हुजूर, आपण हुकूम केल्याप्रमाणे शाही हुकुमाच्या तामीलमध्ये मदतगार होण्यासाठी या तिघांना हुजुरांसमोर पेश केले आहे."

राजअंदाज खानाने आपला उजवा पंजा वर उचलला. चारही आसामी मागे सरकून आपापल्या जागी उभ्या राहिल्या. धुराचे चार-पाच मोठे ढग पुन्हा हवेत विरले. अश्रफी उभी असलेल्या पडद्याकडे रोखून पाहात खड्या आवाजात खानाने बोलायला सुरुवात केली –

"ध्यान से सुना जाय। जिंदा पीर आलमगीर बादशहा सलामत जिल्हे सुभानी आला हजरत यांनी ज्याचे बंडखोरीचे सगळे गुन्हे अत्यंत उदार मनाने माफ केले, ज्याला त्यांनी स्वतः कलमा पढवून इस्लामच्या झेंड्याखाली अल्लाच्या नेक राहवर आणले, ज्याला खाविदचा दर्जा दिला, लायकीपेक्षा मोठा मराबत दिला, तो नामुराद, कमअस्सल, बेइमान, गद्दार, महम्मद कुलीखान ऊर्फ नेता पालकर आपल्या आला हजरतांशी आणि मुघलिया तख्ताशी बेईमानी करून आपला पुराना मालक कोहस्तानी काफर चुहा शिवा भोसला याच्याकडे पळून गेला; इतकेच नाही तर इस्लामशी नाफर्मानी करून पुन्हा काफीर हिन्दू झाला. शिवाने त्याला पुन्हा हिन्दू करून घेतले; त्यामुळे रहमदिल आला हजरतांच्या मुबारक दिलास मरणापेक्षा जास्त यातना झाल्या. मुघलिया रियासतीच्या आणि शरियत कायद्याप्रमाणे त्याला सजा फर्मावली आहे."

"अफसोस ! सख्त अफसोस !!"

"जिंदा पीर आलमगीर आला हजरतांचा हर हुक्म मुघलिया रयतेसाठी, आम असो वा खास, हदीसच्या खालोखाल सुन्नत आहे. आला हजरतांनी अत्यंत कृपावंत होऊन त्यांच्या हुकुमाची तामील करण्याचा जिम्मा या नाचीज बंद्यावर सोपवला आहे. तुम्हा सर्वांच्या साथीने आणि मदतीने हुकुमाची हरफ दर हरफ, नुक्ता दर नुक्ता तामील केली जाईल याची आम्हाला खात्री आहे."

"इन्शाल्लाह"

"काजी शकील अहमदसाहेबांच्या समोर आला हजरत जिल्हे सुभानी यांनी आम्हाला तोंडी सांगितलेला हुकूम आम्ही आता जाहीर करीत आहोत; सर्वांनी नीट ऐकावा."

"ईर्शाद. ईर्शाद."

"आला हजरतांनी महम्मद कुलीखान दरबनी ऊर्फ नेता पालकर याला गद्दार आणि बंडखोर करार करून सजा ए मौत फर्मावली आहे. याशिवाय त्याने इस्लामची नाफर्मानी केल्यामुळे असा फतवा जारी केला आहे की, प्रत्येक ईमानवाल्याने महम्मद कुलीखान जेव्हा सापडेल, जिथे सापडेल, जसा सापडेल तिथे आणि तिथल्या तिथे त्याचे सर कलम करावे आणि आला हजरतांकडे पेश करावे. असे करणाऱ्या नेक मोमीन बंद्याला एक लाख अश्रफी सरकारी खजिन्यातून आणि त्याशिवाय एक लाख अश्रफी आला हजरतांच्या खासगीतून बतौर इनाम दिल्या जातील. जनाब काजी शकील अहमद आला हजरतांचा हा हुकूम शरियत आणि तारीख इ इस्लामला धरून आहे का?"

"जिंदा पीर आलमगीर आला हजरत बादशहा सलामतांनी माझ्यासारख्या नाचीज बंद्याची राय मागावी हा या गुलामाचा मोठाच सन्मान आहे. त्याला अनुसरून सांगतो. मला असे वाटते की, आला हजरतांचा हुकूम हरफ दर हरफ जायज आणि दुरुस्त आहे."

"महम्मद कुलीखान दरबनी याला बहाल करण्यात आलेली सरदारी बरखास्त करण्यात आली आहे. त्याची जहागिरी खालसा करण्यात आलेली आहे. पूरा सरंजाम जप्त करण्यात आला आहे. त्याच्या आणि त्याच्या खानदानातील प्रत्येक शक्सच्या मालकीची जी जी चीजवस्तू, जिथे कुठे असेल, ती ती, अगदी क्षुल्लकांतील क्षुल्लक असली तरी, सरकारात जमा करण्यात येईल. कुलीखानच्या या नापाक हरकतीमुळे आला हजरतांचा नाजूक दिल घायाळ झाल्यामुळे त्यांनी त्याच्या संपूर्ण खानदानालासुद्धा सजा फर्मावली आहे. ती आम्ही आता तुमच्यासमोर जाहीर करतो."

"ईर्शाद. ईर्शाद."

"कुलीखानचा नादान बेईमान काका उस्मान ऊर्फ कोंडा पालकर याला फर्मावण्यात आलेली सजा याआधीच जाहीर करण्यात आली आहे. आला हजरत पुढे असे फर्मावतात की, नादान कुलीखानच्या कुटुंबात जे तगडे, जवान आणि काबिल पुरुष असतील त्यांना गुलाम बनवावे आणि अरबस्तानात नेऊन विकावे. त्यांची जी किंमत येईल ती आला हजरतांच्या नावाने यतीमखान्यास दान देऊन टाकावी. अशक्त, आजारी, वय वाढलेल्या आणि नाकाबिल पुरुषांना सरसकट ठार करून, कोणताही धार्मिक विधी न करता एकाच मोठ्या खड्ड्यात दफन करावे. जी कोवळ्या वयाची पोरे असतील त्यांना खोजा बनवून आला हजरतांच्या जनानखान्यात

दाखल करावे. त्याच्या कबिल्यातील आणि जनानखान्यातील जवान, सुंदर आणि काबिल पोरी असतील त्यांना अरबस्तानच्या बाजारात विकावे आणि आलेला पैसा गरीब, दरिद्री, जरुरतमंद आणि फकीर दरवेशांना खैरात म्हणून वाटून टाकावा. बुड्ढ्या, आजारी, नाकाम आणि कुरुप बायकांना विष पाजून ठार करावे. पुरुषांच्या सोबत त्याच खड्ड्यात, त्याच पद्धतीने गाडून टाकावे. त्याच्या वंशातील, कबिल्यातील व जनानखान्यातील एकही स्त्री, पुरुष वा मूल जिवंत उरता कामा नये. काजी शकील अहमद, काय हा हुकूम शरियतच्या कसोटीवर खरा आहे?''

रादअंदाज खानाने जाहीर केलेल्या त्या सजा ऐकून अत्यंत निर्ढावलेल्या अश्रफीच्या डोळ्यांसमोर अंधारी आली. हातापायांच्या तळव्यांनासुद्धा घाम फुटला. अंगातले त्राण गळाले. तरी तिने कसेबसे स्वतःला सावरले. हा क्षण चुकला तर केवळ सर्वनाश हे ओळखून, कसेबसे सर्व बळ एकवटून थरथरत्या आवाजात ती म्हणाली,

''रहम... हुजूर नवाबसाहब, रहम. हजरत कुलीखानसाहेबांच्या जनानखान्याची दरोगा म्हणून मी नवाबसाहेबांसमोर दयेची भीक मागते. आला हजरतांच्या हुकुमावर काजीसाहेबांनी दीनी मोहर कायम करण्याआधी या गरीब दुबळ्या नाचीजला तिचे म्हणणे बयान करण्याची सवलत मिळावी असा अर्ज आहे.''

राजअंदाज खानाने काजीकडे प्रश्नार्थक नजरेने पाहिले. काजीने नजरेनेच हरकत नसल्याचे सुचविले.

''इजाजत है। मगर कमीतकमी शब्दांत.''

''अलहमदुल इलल्लाह! शुक्रिया जनाब नवाबसाहब। तहे दिलसे शुक्रिया। शुक्रिया जनाब काजीसाहब। आला हजरतांचा हर हुकूम सर आंखोंपर। त्याच्या पावित्र्याबद्दल आणि इन्साफबद्दल नाचीजच्या दिलात कोणताही शक-शुबा या अंदेशा नाही. तसा तो जाहीर करण्याचा कोणताही इरादा नाही. कनीजची तेवढी कुवत नाही, हे ही अबला पूर्ण जाणून आहे. या गरीब बांदीचे एवढेच म्हणणे आहे की, हवेली आणि हा जनानखाना जरी हजरत कुलीखानसाहेबांचा असला तरी या जनानखान्यात त्यांच्या स्वतःच्या बांदी, बटकी आणि खोजे नाहीत. गेल्या दहा वर्षांत त्यांनी स्वतः कोणतीच भर टाकली नाही. मी स्वतः आणि माझ्या सोबतच्या बायका आणि खोजे नवाबे आली, जनाब वजीरे आझम जाफर खानसाहेबांच्या जनानखान्यातून आहोत. आजसुद्धा आम्हाला त्यांच्या जनानखान्यातून वेगळा तनखा मिळतो. काही थोड्या नवाब मीर बक्षीसाहेबांनी हजरतांच्या निकाहाच्या वेळी पाठवल्या आहेत. त्यांनासुद्धा वर्षातून एकदा नवाबसाहेबांकडून तनखा दिला जातो; त्यामुळे आम्हाला हजरत कुलीखानसाहेबांच्या जनानखान्यातील समजून गुनाहगार करार करण्यात येऊ नये. आम्ही तर आमच्या मूळ मालकांनी सोपवलेल्या कामगिरीला अंजाम देण्यासाठी येथे राहात आहोत. या कनीजचा असा

अर्ज आहे की, आम्हाला आमच्या मूळ मालकांच्या जनानखान्यातील ठरवून जीवदान दिले जावे आणि आम्हाला त्यांच्या स्वाधीन करावे. हुजुरांनी आमच्यावर रहम करावी.''

राद‌अंदाज खानाने पुन्हा एकदा काजी शकील अहमदकडे पाहिले.

''मोहतरमा वजा फर्मा रही है। जर त्यांना आणि त्यांच्या हाताखाली काम करणाऱ्या बायकांना, खोजांना नादान गद्दार कुलीखानने भरती केले नसेल तर आणि जर त्यांना अजून त्यांच्या मूळ मालकांकडून तनख्वाह मिळत असेल तर, त्यांची अर्जी मंजूर करण्यास काहीच हरकत नाही. बंदे की राय में त्यांना आत्ता सजा देण्यापेक्षा त्यांना दिल्लीला घेऊन जावे, त्यांच्या मूळ मालकाकडून त्यांच्या बयानाचा खरे-खोटेपणा तपासून पाहावा. या लोकांच्या बाबतीतला फैसला हजरत वजिरे आझम यांच्याकडून करून घ्यावा. सल्तनतीत आला हजरतांच्या खालोखाल फैसला सुनावण्याचा अधिकार त्यांनाच आहे. बेगुनाहांना सजा देणे इस्लामला मंजूर नाही. हुजुरांच्या हातून गफलतीनेसुद्धा हे पाप होऊ नये असे बंद्याला तहे दिलसे वाटते. जहाँ तक बाकी हुकूम का सवाल है, जिल्हे सुभानींचा हुकूम नुक्ता दर नुक्ता जायज और सही है।''

''बेहतर है। आमच्या दिलात जो फैसला देण्याचे आले होते त्यालाच काजीसाहेबांनी मजबुती दिली आहे. अश्रफी बानू, तुझे नुसते तेवरच तेज आहेत असे नाही तर तुझा मेंदू त्यापेक्षाही तेज आहे. कुठल्या क्षणी नेमके काय करायचे याचा निर्णय घेण्याची तुझी क्षमता लाजवाब आहे. तुझी कदर करण्याचा शब्द आम्ही तुला दिला होता त्याचा फक्त स्वतःसाठी फायदा उठवण्याचा स्वार्थीपणा न करता तुझ्या हाताखालच्या सर्व लोकांना वाचवण्यासाठी तू दिलेरीने ठाम उभी राहिलीस. आला हजरतांच्या हुकुमाच्या पुढे जाऊन दलील करण्याची हिम्मत बड्याबड्यांना होत नाही. तुझी हिम्मत वाकई काबिले तारीफ आहे. तुझी अर्जी मंजूर करताना आम्हाला मोठे समाधान वाटत आहे. हजरत वजिरे आझमसाहेबांचा फैसलासुद्धा तुझ्या हकमध्ये व्हावा यासाठी आम्ही हर मुमकीन कोशिश करू. मगर एक शर्त आहे. नमकहराम कुलीखानच्या खानदानातील कोणाला वाचवण्याची तू कोशिश करणार नाहीस आणि हा हुकूम पूर्ण करण्याची जिम्मेदारी तू स्वीकारशील.''

''अलहमदुल इलल्लाह! जिल्हे सुभानींच्या हुकुमाची तामील नाचीजसाठी सुन्नत आहे.''

अश्रफीच्या तोंडून कसेबसे शब्द उमटले आणि भोवळ येऊन ती जागच्या जागी कोसळली. तिच्या सोबत असलेल्या बटकीने संकोच बाजूला ठेवून पडद्यापलीकडे धाव घेतली आणि दिवाणखान्यात उभ्या असलेल्या खोजाच्या हातातून पाण्याची सुरई हिसकावून घेतली. अश्रफीच्या तोंडावर पाण्याचे हबके मारून तिला जागे केले. स्वतःला सावरून अश्रफी पुन्हा उभी राहिली. पडद्याआडची ही धावपळ

रादअंदाज खान शांतपणे पाहात होता. सारे स्थिरस्थावर झाल्याचे लक्षात आल्यावर तो गंभीरपणे म्हणाला –

"अश्रफी, जनानखान्याचे पहारे मी तुझ्याच ताब्यात ठेवत आहे. त्या नमकहरामाच्या कबिल्यातील विकण्यायोग्य पोरी शमसुद्दिन खानच्या स्वाधीन कर. ज्यांना दिल्लीला सोबत न्यायचे आहे, त्यांना वेगळे करून तुझ्या अखत्यारित हिफाजतीने ठेव. याद रहे त्यांपैकी कोणी निसटून बाहेर गेली आणि खबर फैलली तर तुला दिलेल्या सर्व सवलती तिथल्या तिथे खालसा होतील. उम्मीद है शिरस्त्याप्रमाणे जनानखान्याच्या कोठीत पुरेसे जालीम विष तुझ्या ताब्यात असेल. मारण्यायोग्य सर्व बायकांना ठार करून, मुडदे दफन करण्यासाठी शमसुद्दिन खानच्या माणसांच्या स्वाधीन कर."

"जो हुकूम हुजुरे आली."

जड पावले टाकीत अश्रफी जनानखान्याकडे निघाली. हुकुमाची तामील करणे किती कष्टदायक आहे हे तिच्या ध्यानात आले होते. दहा वर्ष दिवस-रात्र ज्यांच्या सहवासात घालवली, डोळ्यांत तेल घालून ज्यांची राखण केली त्यांचा असा हृदयद्रावक शेवट आपल्याच हातांनी करायचा? हो, दुसरे काही गत्यंतर नव्हते. एक तर तसा शाही हुकूम होता आणि दुसरे स्वतःचे रक्षण करण्याचा तेवढा एकच उपाय होता. आपला जीव वाचवण्यासाठी पिल्लाला पायाखाली घेणाऱ्या माकडिणीची कथा हाच या क्षणी तिचा आदर्श होता. अल्लाने खैर केली म्हणून रादअंदाज खानाने तिची दलील मंजूर केली. अर्थात या मेहेरबानीची किंमत तो आज रात्रीच वसूल केल्याशिवाय राहणार नाही याची तिला मनोमन खात्री होती. मोगलाईचा तो मुळी रिवाजच होता. जान बची लाखो पाये। काही वेळ ती देवडीवरच रेंगाळली. मग तिने तिथेच गुडघे टेकून शुक्रानीचा नमाज अदा केला. अल्लाचे मनोमन आभार मानले. नमाज पढून उठली ती नेहमीची दक्ष, रुक्ष, कठोर, निर्दय, निर्विकार अश्रफी. जनानखान्यात पहिले पाऊल पडताच बंदुकीच्या फैरी झडाव्या तसे कठोर हुकूम सुटू लागले. कोणतीही दया-माया न ठेवता शाही हुकुमाची तामील सुरू झाली. आरडाओरडा, हंबरडे आणि किंकाळ्यांनी जनानखाना हादरून केला. त्याचे पडसाद दिवाणखान्यात पोहोचले. रादअंदाज खानाच्या तोंडावर समाधानाचे हास्य फुलले. याच क्षणासाठी तो समोरच्यांना ताटकळत ठेवून, डोळे मिटून हुक्क्याचे झुरके घेत बसला होता. त्याने शमसुद्दीन खानाला हाताने खुणावले. शिपाई घेऊन तो जनानखान्याच्या रोखाने निघून गेला. एक मोठा धुराचा भपकारा हवेत सोडून त्याने नेचा खिदमतगाराच्या हाती दिला. पुढे आलेल्या तस्तात त्याने खळखळून चूळ भरली आणि पुढच्या कारवाईला सुरुवात केली.

"जनाब अबू हाश्मी बिन अहमद अन्सार आणि जनाब शेख कासिम अल् बगदादी, शाही हुकूम तुम्ही ऐकलाच आहे. समझदार आहात; वेगळे समजावून सांगण्याची गरज

नाही. जनाब अबू हाश्मी सगळे पुरुष आणि लौंडे आम्ही तुझ्या स्वाधीन करीत आहोत. शेख कासिम साऱ्या लौंडिया आम्ही तुझ्या सुपूर्त करतो. या साऱ्यांची काय किंमत द्यायची यासाठी आम्ही मोल-भाव करू इच्छित नाही. आमच्या हातात तेवढा वेळसुद्धा नाही. मात्र, एक पक्के ध्यानात असू द्या; बायका-माणसांची मोजदाद होऊन ते आकडे आला हजरतांसमोर पेश होणार आहेत. सारी रियासत जाणते की, क्षुल्लकातील क्षुल्लक वस्तूंचे बाजारभाव आला हजरतांना जुबानी याद असतात. शिवाय या व्यवहारातून येणारी रक्कम खुद्द आला हजरतांच्या खासगीत जमा होऊन त्यांच्याच नावे खैरात म्हणून दिली जाणार आहे. सबब किंमत वाजवीपेक्षासुद्धा सरस असली पाहिजे. दुसरे अत्यंत महत्वाचे; शिवाची माणसे मोठी होशियार आणि चालाख आहेत. दरबारात खबर रुजू झाली आहे की, त्याची माणसे कुलीखानच्या बायका-पोरांना परत नेण्यासाठी आग्र्यात आणि शिकारपूरमध्ये उलाढाल्या करीत आहेत. शायद... शायद नही, यकीनन ते लोक या लोकांना दामदुप्पट दाम मोजून तुमच्याकडून खरेदी करण्याची हर मुमकीन कोशिश करतील. आपल्या दिल ओ दिमागमध्ये ही गोष्ट पक्की कोरून ठेवा की, एक जरी माणूस वा लौंडी हिन्दुस्तानात विकले गेल्याचे पुढे कधी उघड झाले तर तुमच्या घरादारांवरून गाढवांचे नांगर फिरतील. जो नतिजा आज कुलीखानच्या कबिल्याच्या नशिबी आला आहे, तोच उद्या तुमच्या कबिल्याच्या नशिबी आल्याशिवाय राहणार नाही. तुम्हारे पीछे रोनेके लिये न रंडकी बचेगी ना यतिम! तुमच्या वाट्याला असे मरण येईल की, सैतानाचासुद्धा थरकाप होईल. ही हिदायत आम्ही फक्त आमच्या तर्फेने नव्हे तर जिल्हे सुभानी आला हजरतांच्या तर्फेने देत आहोत. मुघलिया तख्तावरून पोकळ धमक्या दिल्या जात नाहीत हे रुमशाम ते रामेश्वर सारी कायनात जाणते.''

ते भयंकर शब्द ऐकून दोन्ही अरबांचे तळवे घामाने ओले झाले. जीभ आत ओढली जाऊन घशाला कोरड पडली. सौदा नाकारण्याची तर सोडाच रिसायत मागण्याची जरी कोशिश झाली असती तरी प्रश्न हाच होता. दोघांची आपसात नजरानजर झाली. शेख कासिमने अत्यंत केविलवाण्या नजरेने आपली असहायता व्यक्त केली; त्यामुळे अबू हाश्मीला उत्तर देणे भाग पडले.

''हुजुरेआली बेफिकीर रहें। अत्यंत काटेकोरपणे हुकुमाची तामील होईल. हे अरबाचे वचन आहे. उद्या हुजुरांचा काफिला दिल्लीकडे रवाना होण्याच्या आधीच आम्ही दार उल् हज सूरतच्या दिशेने रवाना झालेले असू. आमचा कारवां आग्र्याच्या आसपाससुद्धा जाणार नाही.''

''बेहतर है। काजी शकील अहमद...''

“जी...”

भीती आणि तणावाने गांगरून गेलेल्या काजीच्या तोंडातून कसाबसा आवाज उमटला.

“काजीसाहब, तुम्ही या दोघांकडून लगेचच रकमा ताब्यात घ्या. शाही हुकुमाप्रमाणे त्या रकमांचे व्यवस्थित वाटप करा. आमच्या सोबत ईशाचा नमाज पढण्यासाठी याल तेव्हा आलेल्या आणि वाटलेल्या रकमांचा पक्का ताळेबंद पेश करा. वाटलेल्या रकमांची नाव-पत्त्यानिशी नोंद ठेवा. याद रहे, यापूर्वी सांगितल्याप्रमाणे जमा रकमा आणि झालेला खर्च जिल्हे सुभानी आला हजरतांच्या खासगीतून होणार आहे; त्यामुळे हिसाब आला हजरतांना पेश होणार. जिल्हे सुभानी सरकारी खर्चाबाबत जितके काटेकोर असतात, त्यापेक्षा अनेकपट काटेकोर खासगी खर्चाबाबत असतात. याचे नीट भान ठेवा. गफलतीचा नतीजा... वेगळे सांगायला नको; समझदार आहात.”

“जी हजूर। एक कवडी इकडची तिकडे होणार नाही. जान की अमान पाऊँ तो कुछ बयान करू... छोटा मुह बडी बात। स्वतःचा मोठेपणा सांगत नाही हुजूर, पण परवरदिगारे आलम अल्लाच्या फजलो करमसे आणि आला हजरतांच्या कृपेने सारे आग्रा शहर इमानदारीची मिसाल पेश करताना, या नाचीज बंद्याचे नाव घेतात.”

“बेहतर है। आम्हाला पण हा अनुभव घ्यायला आवडेल. संध्याकाळी परत येताना सोबत साजोसामान घेऊन या. तुम्ही आमच्या सोबत मुस्तफीर उर खिलाफत दिल्लीला चलणार आहात. अश्रफीच्या कज्जात तुम्ही महत्त्वाचे साक्षीदार आहात.”

“जो हुक्म.”

“हुं... तख्लिया...”

मुजरे घालीत, पाठ न दाखवता सगळे दिवाणखान्यातून बाहेर पडले; त्याच वेळी जनानखान्याच्या दिशेने आणि हवेलीच्या अंगणातून हृदय पिळवटून टाकणाऱ्या किंकाळ्यांचा आणि रडण्याचा नवा कल्लोळ दिवाणखान्याच्या भिंतींना हादरवत आत आला. दिवाणखान्याच्या उघड्या खिडकीतून वेठबिगारांकडून हवेलीसमोरच्या मोकळ्या जागेत खड्डा खणला जात असल्याचे दृश्य दिसत होते. निर्विघ्नपणे शाही हुकुमाची तामील केल्याचे समाधान रादअंदाज खानाच्या मुखावर पसरले. बसल्या बैठकीवरच तो निवांत पसरला. हुक्क्याचा नेचा दाताखाली चावत त्याने तीन-चार भलेमोठे धुराचे भपकारे हवेत सोडले आणि खिदमतगाराने पुढे केलेला प्याला ओठांना लावला.

-१४७-

शुद्धीकरणाच्या पंगती उठल्या आणि लगेचच गड रिकामा होण्यास सुरुवात झाली. दुसऱ्या दिवशी एकही हुद्देदार पाहुणा गडावर मुक्कामाला राहिला नव्हता. एवढेच नव्हे तर गडावर रेंगाळणारी रयतसुद्धा सूर्याजीच्या शिपायांनी काढून लावली.

बिनकामाचा एकही माणूस गडावर उरला नाही. स्वराज्यातला प्रत्येक अधिकारी लगेचच आपापल्या जबाबदाऱ्यांवर रुजू झाला.

झाल्या प्रकाराने डिवचला गेलेला बादशहा कोणतेही घातक पाऊल उचलण्याची शक्यता होती. इतकेच नव्हे तर बहादूरखान आणि दिलेरखानासारखे कर्तबगार मोगल अधिकारी शाही हुकमाची वाट पाहत स्वस्थ बसून राहणे शक्य नव्हते. ते तातडीने कधीही जोरदार आक्रमक मोहिमा उघडणे शक्य होते. आदिलशाहीसुद्धा स्वराज्याच्या विरुद्ध हालचाल करणार असल्याची चिन्हे होती. शिवाय तशा मुस्तकीम खबरी सदरेवर दाखल होतच होत्या. सर्वांत धोकादायक शक्यता म्हणजे 'इस्लाम खतरे में' असल्याची आवई उठवत या दोन्ही सत्ता आपले 'अहि-नकुल' सख्य विसरून, हातमिळवणी करून एकत्र मोहीम सुरू करणे संभवत होते. आदिलशाहीत सध्या उत्तरी आणि त्यातही पठाणांचा दबदबा वाढला होता. अब्दुल करीम बहलोलखानासारख्या पठाणाने आपले मोठे वर्चस्व निर्माण केले होते. दिलेरखानासारखा मुत्सद्दी ही संधी सोडण्याची शक्यता फारच धूसर होती. त्याशिवाय त्याची आजवरची कर्तबगारी पाहता तो दिल्लीवरून हुकूम येण्याची वाट न पाहता हाच बागुलबुवा पुढे करून भागानगरच्या कुतुबशाहीलासुद्धा स्वराज्याविरुद्ध उभे करू शकत होता. दुर्दैवाने असे काही घडलेच तर आजवरचा इतिहास पाहता, या आयत्या चालून आलेल्या संधीचा गोवेकर आणि मुंबईकर या गोऱ्या सत्ता लाभ उठविण्यात मागे राहणार नव्हत्या. ते आणि जंजिऱ्याचा सिद्दी स्वराज्याच्या शत्रूंशी हातमिळवणी करणारच नाही असे सुतराम म्हणता येत नव्हते.

महाराजांसारख्या अष्टावधानी द्रष्ट्याच्या नजरेतून या सगळ्या शक्यता सुटणे शक्यच नव्हते; त्यामुळे त्यांनी प्रत्येक ठाणेदार, किल्लेदार, सरदारास सावधगिरीची सख्त सूचना रवाना केली होती. जागोजागीच्या सैन्य तुकड्यांना सज्जतेचे कडक हुकूम सुटले होते. पावसाळ्यासाठी घरी परतणाऱ्या शिलेदार-बारगिरांच्या रजा रद्द करून त्यांना छावणीतच ठेवून घेण्यात आले होते. खबरे आणि नजरबाजांवर विशेष कामगिरी सोपविली गेली होती.

शुद्धीकरणाचे क्रांतिकारी पाऊल उचलत असतानाच महाराजांची दृष्टी त्याचे परिणाम आणि प्रतिक्रियांचा वेध घेत होती. त्या अनुषंगाने निरनिराळ्या मोहिमांची आखणी होत होती. जेवणावळीच्या पंगती उठत असतानाच गडागडांवर तोफा, बंदुका ठासून जय्यत तयार होत होत्या. सैन्य तुकड्यांची हालचाल सुरू झाली होती. उत्सव समारंभाच्या धामधुमीतदेखील संरक्षणाच्या बंदोबस्तात अणुमात्र शिथिलता येऊ दिली गेली नव्हती.

चार दिवसांनंतर भरलेल्या दरबारात सर्व शास्त्रीमंडळींची यथास्थित संभावना केली गेली. सुपे भरभरून होन त्यांच्या पदरात घातले गेले. त्यांच्या विद्यार्थ्यांना

यथायोग्य मानपान देऊन संतुष्ट करण्यात आले. याआधी इतर ब्राह्मणांना देकार आणि गोरगरिबांना दाने वाटली गेली होती.

दरबारात नेताजींचा मोठा सन्मान करण्यात आला. गनिमाच्या छावणीत आणि नंतरसुद्धा त्यांनी जे हाल आणि कष्ट सहन केले, त्याला तोंड देत अचल धैर्य राखले, प्रदीर्घ काळ शारीरिक-मानसिक यमयातनांचा सामना करीत राहून आपल्या ध्येयावर अढळ दृष्टी ठेवली याची महाराजांनी विशेष नावाजणी केली. मानाची वस्त्रे देऊन कंबरेला रत्नजडित मुठीची तलवार बांधली. पगडीत शिरपेच खोवला. चिपळूणच्या छावणीची देखरेख सोपविली; परंतु महाराजांनी त्यांना कोणतेही पद वा पदवी बहाल केली नाही.

दुसऱ्या दिवशी प्रात:काळी शास्त्रीमंडळी गडउतार झाली. टोळशास्त्रींनी आपले दोन विद्यार्थी नेताजींकडून कृच्छ आणि चांद्रायणे करवून घेण्यासाठी गडावर मागे ठेवले. आता त्यांच्याच देखरेखीखाली नेताजींचा खाना शिजणार होता.

नेताजींचा राबता खुला झाला. मात्र मोरोपंत आणि महाराज गडावर नसल्यास किल्लेदार सूर्याजी पिसाळ यांच्या परवानगीशिवाय त्यांना कोणी भेटण्याची इजाजत नव्हती. महाराजांनी अनेक सरदार आणि मुत्सद्द्यांना दिवसातून किमान एकदा तरी त्यांची भेट घ्यावी असे सांगून ठेवले होते. त्याच दिवशी दुपारच्या भोजनानंतर महाराज गड उतरले आणि पावसाळ्याच्या पूर्वी करायच्या छावण्यांच्या आणि गडकोटांच्या पाहणीसाठी ते निघून गेले.

महाराज परतले ते पाठीवर पाऊस घेऊनच. नेताजींची उरलेली प्रायश्चित्ते पूर्ण होत आल्याने टोळशास्त्रींच्या विद्यार्थ्यांनी महाराजांचा निरोप घेण्याची इच्छा प्रदर्शित केली. पण कोसळत्या पावसात घाट ओलांडून भरलेल्या नद्या-नाले पार करीत पैठणपर्यंत प्रवास करणे धोक्याचे असल्याने महाराजांनी चातुर्मास संपेपर्यंत त्यांना गडावर राहण्याची आज्ञा केली. त्याशिवाय त्यांनी निराजीरावजींना त्यांच्यायोग्य कामे जोडून देण्यास सांगून ठेवले.

एका संध्याकाळी नित्याप्रमाणे सदर बसली. सदरेवर मोजकीच मंडळी हजर होती. बाहेर आषाढ पूर्ण भराने कोसळत होता. पावसाळ्यानंतर गनीम काय करतो याची वाट पाहत न बसता नेहमीच्या रिवाजास अनुसरून काढायच्या नव्या मोहिमांची ढोबळ आखणी सुरू होती. अनेक वर्षांनंतर हा अनुभव पुन्हा घेणारे नेताजी चांगलेच उत्साहात होते. चर्चा जरा थट्टामस्करीच्या अंगानेच सुरू होती. मध्ये संधी मिळताच नेताजी म्हणाले–

"महाराज आता हे बसून खाणे बस्स झाले. बसल्या जागी बुडाला मुळ्या फुटण्याची पाळी आलीय. बुद्धीला गंज आणि हातापायांवर शेवाळ धरायला लागलंय. काहीतरी कामगिरी सांगा."

"नेताजीकाका कामगिऱ्या तर ढीगभर पडल्या आहेत. पण आता पाऊसकाळ उणावेपर्यंत तरी काही करणे शक्य नाही. त्याशिवाय आलमगिराची माणसे जंगली कुत्र्यांसारखी तुमचा माग काढीत आहेत. त्यांना अंगावर घेण्याची ही वेळ नव्हे. तेव्हा पूर्वी ठरल्याप्रमाणे तुम्हाला चिपळूणच्या छावणीची नेमणूक दिलेली आहेच तर तुम्ही सध्या काही दिवस चिपळुणास फौजेत मिसळून राहा. मग कामगिरी आहे आणि आपणही आहोतच."

"पण गडावर अडकून राहून कसे निभावेल? काही चलनवलन हे हवेच."

"छे! छे!! असे कसे? चला बरे झाले अनायासे विषय निघाला. आज आम्ही हुकूम काढणारच होतो, या संबंधाने. परवाची एकादशी झाली की, तुम्हाला चिपळूणच्या छावणीकडे निघायचे आहे. तोपर्यंत पाऊससुद्धा उसंत घेईल. हंबीरराव नेताजीकाकांना चिपळूण छावणीत सोडण्यासाठी तुम्ही जातीनिशी जावे. फौजेवर तुमचा वचक आहेच. शिवाय तुम्ही अनेक वर्षे त्या छावणीत होतात; त्यामुळे नव्या परिस्थितीत नेताजीकाकांचे छावणीत बस्तान बसवून देणे तुम्हास सोईस्कर होईल, पौर्णिमेपर्यंत छावणीत पोहोचा. वद्य प्रतिपदेला बाजीप्रभू देशपांडे यांचे पुण्यस्मरण आहे तो मोका साधून नेताजीकाकांच्या अग्निदिव्याचे महत्त्व सर्वांवर ठसविणे तुम्हास सहज शक्य होईल."

"जशी आज्ञा."

काही किरकोळ कामे उरकून महाराज सदरेवरून उठून गेले.

-१४८-

महाराजांच्या अटकळीप्रमाणे खरोखरच एकादशीला दुपारनंतर पावसाने उघडीप दिली. द्वादशीला सकाळी गडाचे दरवाजे उघडताच हंबीररावांनी नेताजींना सोबत घेऊन गड सोडला. सोबत मोजकी शिबंदी होती. पाऊस थांबला असल्याने हवा सुंदर होती. खेडपर्यंतचा प्रवास अगदी झपाट्याने झाला. मात्र घाट चढून ते परशुरामाच्या जवळपास पोहोचले आणि पावसाने गाठले. पावसाचा जोर इतका भयंकर होता की, जणू आभाळच फाटले. भोवताली इतके दाट धुके पसरले की, तीन-चार हातांवरचे दिसणेही अशक्य झाले. भणाणता तुफानी वारा सुरू असूनसुद्धा धुके हटेना. कोंदटलेपणामुळे माणसांनाच नव्हे तर जनावरांनासुद्धा श्वास घेणे जड होऊ लागले. त्याउपर डोळे दिपविणारा विजांचा लखलखाट आणि कानाशी तोफ उडावी तसा ढगांचा गडगडाट. बिचकलेली घोडी पुढे सरेनात. जागच्या जागी खूर आपटीत शेपट्या फिस्कारीत उभी राहिली. त्यांना थोडे चुचकारून, थोपटून चालती केली आणि कसेबसे परशुरामाचे मंदिर गाठले. सोबतच्या मावळ्यांनी धावपळ करून मंदिराच्या ओवऱ्यांमध्ये कोरडी जागा पाहून खाशांच्या पथाऱ्या

पसरल्या. देवळाच्या कारभाऱ्याने मंडळींसाठी गरमगरम तांदळाच्या भाकरी आणि फणसाच्या आठळ्या घालून केलेली कुळथाची उसळ पाठविली. चार घास खाऊन जरा मंडळी स्थिरावली. गप्पांच्या ओघात नेताजी म्हणाले–

"हंबीरराव, आज कित्येक वर्षांनंतर हा आपल्या देशीचा पाऊस पाहण्याचे भाग्य लाभले. पावसाचा हा जोर, ही रौद्रता अफगाणिस्तानच्या पहाडी मुलखातसुद्धा अनुभवायला मिळत नाही. तिथे कहर घनदाट धुके आणि बर्फवृष्टीचा. आज या पावसाचा हा धडाका पाहून सिद्दी जौहरच्या वेढ्याच्या वेळेच्या पावसाची याद आली. अशाच भणाणत्या वाऱ्या-पावसात, घनघोर अंधारात महाराजांना पालखीत बसवून बाजी विशाळगडाकडे निघाले. खरोखरीच धन्य त्यांची."

"जी सरकार, घाटात असताना माझ्या डोक्यातसुद्धा हाच विचार चालू होता. दिवसाउजेडी जनावरांच्या पाठींवर स्वार असताना आपण अगदी जेरीस येऊन ठेपलो. त्यांनी तो प्रवास कसा केला असेल, त्यांचे तेच जाणोत. सोबत खुद्द महाराज. त्यांच्या नखालासुद्धा धक्का लागू न देता त्यांना गनिमांच्या तावडीतून सोडवायचे याचा जीवघेणा ताण. त्याउपर गनिमांशी प्रहर अन् प्रहर दिलेली कडवी झुंज. आपल्या एका मावळ्याविरुद्ध गनिमाचे शंभर शिपाई. यांची दमछाक झालेली, ते ताज्या दमाचे. बाजींच्या आणि गुंजण मावळातल्या त्यांच्या सोबत्यांच्या क्षमतेची कल्पना करणे केवळ अशक्य. मनुष्यास आपली शक्ती, चिकाटी, श्रद्धा आणि समर्पणाच्या जोरावर काय करता येऊ शकते याचा घालून दिलेला वस्तुपाठच हा. महाराजांची प्रेरणा कोणाकोणाकडून काय काय दिव्य करवून घेईल सांगता येत नाही."

नेताजींनी चमकून हंबीररावांकडे पाहिले. ते निर्विकार भावाने पावसाच्या धारा निरखीत होते. त्यांना काही माहीत असावे असे त्यांच्या चर्येवरून तरी जाणवत नव्हते. नाहीतरी कोणता मराठा मनातले भाव चेहऱ्यावर दाखवितो म्हणा! माणसाची तोंडे पाहून आडाखे बांधणे मराठ्यांच्या बाबतीत तरी शक्य नाही, याचा आपल्याला विसर पडला की काय, अशी शंका त्यांच्या मनाला चाटून गेली.

दुसऱ्या दिवशीसुद्धा पाऊस बेफाम कोसळत राहिला; त्यामुळे मुक्काम हलविणे शक्य झाले नाही. पण महाराजांच्या आज्ञेप्रमाणे वद्य प्रतिपदेचा योग गाठणे आवश्यक होते; त्यामुळे तिसऱ्या दिवशी पहाटे पावसाची तमा न बाळगता त्यांनी चिपळूणकडे प्रस्थान ठेवले. घाट उतरला की, चिपळूण हाकेच्या अंतरावर. दुपारपर्यंत छावणी गाठावी असा त्यांचा बेत होता. वसिष्ठी दुथडी भरून वाहत होती. पाण्याची ओढ नजर ठरू देत नव्हती. मात्र तशा पुरात बेधडक घोडी घालून सांजावण्याच्या सुमारास त्यांनी छावणी गाठली.

आठवडाभर छावणीत राहून आणि नेताजींची नीट व्यवस्था लावून, पाऊस उघडलेला पाहून हंबीरराव परत निघाले. परतताना मात्र ते पन्हाळ्याला जाऊन

तिथून कऱ्हे पठार, सासवड, पुणे, जुन्नर अशा निरनिराळ्या छावण्यांची पाहणी करीत रायगडी पोहोचणार होते. महाराजांची आज्ञाच मुळी तशी होती. कोसळत्या पावसात कोणी पाहणीसाठी येणार नाही असे समजून जर छावणी सुस्त किंवा गाफील असेल तर तीस वचक बसणे जरुरीचे होते. त्याशिवाय अशा वेळी माणसांच्या आणि जनावरांच्या दाणागोट्याची सोय कशी आहे हे पण नजरेखालून घालता येते.

–१४९-

हंबीरराव गडावर पोहोचले तो राखी पौर्णिमेचा दिवस होता. त्यांनी टाकोटाक महाराजांकडे भेटीची इजाजत पेश केली. महाराजांनी उलट सांगावा धाडला–

"आपल्या ताईसाहेबांकडे राखी बांधण्यास याल तेव्हा भोजनोत्तर आमच्या खासगीच्या दिवाणखान्यात रुजू व्हावे. तेव्हा मोरोपंत, अनाजी, त्र्यंबक सोनदेव, प्रल्हादपंत, मानाजी काकडे, येसाजी शिळमकर, हिरोजी आदी मंडळींस हजर राखणे. बाळाजी आवजीस कलमदान ठेवून सिद्ध असो द्या. सर्वांच्या साक्षीनेच आम्ही सारा करीना ऐकू."

दुपारच्या भोजनानंतर महाराजांच्या खासगी दिवाणखान्याच्या महालात बैठक बसली.

"बोला हंबीरराव, एका एका ठाण्याचा आणि आमच्या पन्हाळ्याचा हालहवाल बैजावार तपशिलाने सांगा."

हंबीररावांनी प्रत्येक ठाण्याचा इत्थंभूत झाडा दिला. महाराजांनी प्रत्येक बारीकसारीक गोष्टीचीसुद्धा तपशीलवार चर्चा केली. ज्या बाबींवर तातडीने हुकूम जारी करायचे होते त्यांचे तर्जुमे त्यांनी तिथल्या तिथे बाळाजींना सांगितले. हंबीरराव आणि इतर प्रधानांना योग्य त्या सूचना दिल्या. सरतेशेवटी त्यांनी विचारले–

"सरनोबत, नेताजीकाकांची काय खबर? छावणीत हशमांचे आणि अंमलदारांचे बर्ताव कसे होते?"

"महाराज, आडमुठ्या ब्राह्मणांना दिलेल्या शिक्षेसह शुद्धीकरणाची अवघी खबर छावणीत आधीच पोहोचली होती. ज्याला दस्तूरखुद्द आपण कौल दिला, प्रसंगी कठोरपण पदरी घेऊन शुद्ध करून घेतले, त्यांच्याबद्दल कोण शक शुबा धरणार? त्यांचे फारच आदराने स्वागत झाले. त्यांना पाहून जुन्या मंडळींचे ऊर भरून आलेले जाणवत होते. त्या मंडळींनी त्यांच्या पायांवर घालून घेऊन आपल्या भावना व्यक्त केल्या. आपली छावणी, आपली फौज, आपले मावळे सारे आपले पाहून नेताजी सरकार फारच उल्लसित झाले. त्यांनी अगत्याने छावणीची पाहणी केली. त्यांच्या स्मरणशक्तीला दाद दिली पाहिजे. मला महाराज आपलीच आठवण

आली. कित्येकांना त्यांनी नावानिशी ओळख दिली. घरची चौकशी केली, तसेच शिपायांत मिसळणे, तशीच सलगी देणे थेट आपल्यासारखेच. सारे त्यांना योग्य त्या मानाने आणि मोठ्या जिव्हाळ्याने वागवीत आहेत. आठ दिवसांतच नेताजी सरकार छावणीत चांगलेच सरमिसळून गेले आहेत. फक्त त्यांना मोगली फौजेत जडलेल्या काही सवयी मोडायला थोडा वेळ लागेल एवढेच...''

''काही सवयी म्हणजे? काही गैर वा अवाजवी...?''

''छे! छे!! महाराज, तसे काही नाही. नेताजी सरकार एवढ्या साऱ्या दिव्यांतून जाऊन, एवढा ताण, कष्ट, हाल सोसूनसुद्धा कुठल्याही व्यसनाला बळी पडलेले नाहीत वा अय्याशीला चटावलेले नाहीत; ही शंभू महादेवाची कृपाच म्हणायची. पण छावणीतील रीतीरिवाजांच्या आपल्या वहिवाटी वेगळ्या, मोगली निराळ्या आणि महाराज इतक्या वर्षांच्या मानसिक ताणांच्या खुणा जाणवतात. स्वभाव थोडा चिडखोर अन् लहरी झाला आहे. भोगलेल्या कष्टांचा आणि हाल-अपेष्टांचा शरीरावर परिणाम झाला आहे. पूर्वीची तडफ, उमेद आणि काटकपणा आता राहिलेला नाही, हे प्रकर्षाने जाणवते. परशुरामापासून छावणीचे अंतर ते किती? पण पावसाच्या माऱ्यात अंतर काटताना त्यांची पुरती दमछाक झाली. मांडीखाली जनावर सांभाळण्याचे कसब पूर्वीचे राहिले नाही असे जाणवण्यास जागा आहे. नेहमी जुन्या जुन्या आठवणी काढून बोलत राहतात. मग अशा वेळी समोर कोण आहे याचेसुद्धा भान सुटते. न जाणो कधी पूर्वीची कुठली एखादी गुप्त मसलत त्यांच्या तोंडून बाहेर पडेल की काय याची धास्ती वाटू लागली आहे.''

''हे सारे असेच असेल आणि होईल याचा अंदेशा आम्हास आगाऊच आला होता. म्हणून इतके दिवस त्यांना आम्ही एकांतात ठेवून निरखीत होतो. जवळपास दहा वर्षे ते आलमगिराच्या छायेत वावरत आहेत, त्याला त्यांनी फार जवळून निरखले आहे. अनुभवले आहे, चांगलेच जाणले-जोखले आहे. काही कपट-कारस्थान करून दग्याने तो आपला जीव घेईल या भीतीने त्यांचे मन व्यापले असणे शक्य आहे. प्रत्यक्ष त्याच्या गोटात असताना, आदबखान्यातील छळाचा सामना करताना, त्याच्या पाताळयंत्री संशयाचा मुकाबला करताना ते मोठ्या दिलेरीने अन् बेदरकारपणे मृत्यूला आपल्या जुतीच्या ठोकरीवर वागवीत होते. पण आपल्या घरात, आपल्या माणसांत सुरक्षित वावरताना मात्र त्यांचे मन भयकंपित झाले आहे. हे असेच होत असते. या अनाठायी पण जीवघेण्या भीतीचा अनुभव आमच्यासुद्धा काळजाला स्पर्शून गेला आहे. आग्र्यावरून परतल्यावर आम्ही आजारी असताना, या भावनेशी आम्हीसुद्धा मोठी कडवी झुंज दिली आहे. त्या वख्ती आईसाहेब होत्या, त्यांनी, तुमच्या

ताईसाहेबांनी आणि आमच्या अन्य महालांनी, तुम्हासारख्या सवंगड्यांनी आणि मनी कायम धगधगत असलेल्या ध्येयनिष्ठेने आम्हास फार लवकर सावरले. आम्ही आलमगिराच्या शिकंजात तसे फारच थोडा काळ होतो. त्याने आमची कोंडी केली. मनस्ताप दिला. मरणाचे भय शिरावर अष्टौप्रहर टांगत ठेवले. पण नेताजीकाकांनी प्रदीर्घ काळ त्याच्या दाढेखाली काढला. अकल्पनीय मानसिक आणि शारीरिक छळाचा मुकाबला केला आहे. एकाकीपणे आधाराशिवाय केवळ अनिश्चिततेचीच त्यांच्यासमोर निश्चिती होती, सतत अकरा वर्षे. आम्हास मिर्झाराजांसारख्या मातब्बर राजपुताच्या वचनाचा काडीइतका का होईना आधार होता. रामसिंहाचा आसरा होता. प्रेमाची, विश्वासाची आपली माणसे भोवती वावरत होती. करुणा भाकण्यास दैवते होती. त्यांच्या बाबतीत साराच उन्हाळा. ते सलामत परत आले. पण त्यांचा कबिला? त्याचा घोर त्यांच्या जिवाला आहेच. आलमगीर त्यांचा काय नतीजा करणार हे ते पुरते उमगून असणारच. कितीही दडवावे म्हटले तरी त्या भयानक खबरा लपून राहणे अशक्य. या कारणेच आम्ही त्यांस शिरपेच दिला, पण शिक्का कट्यार सोपवली नाही. स्वराज्याच्या ऐन गाभ्यात फौजेच्या गराड्यात ठेवले आहे. थोड्याच दिवसांत कदाचित ते मोठे आजारपणसुद्धा काढतील. त्याचीसुद्धा पुरती तजवीज राखा. त्यांना फार फार जपावे लागेल. त्यांचे मन सांभाळावे लागेल. उभारी वाटेल असे सतत त्यांच्याभोवती काहीना काही राखावे लागेल.''

विषण्ण शांतता पसरली, कोणालाच काही बोलणे सुचेना. शांततेचा भंग केला त्र्यंबक सोनदेवांनी.

''महाराज...''

महाराजांची शून्यात गेलेली नजर त्यांच्यावर स्थिरावली.

''महाराज, एखादी बरीशी मुलगी पाहून त्यांचे लग्न लावून द्यावे असे वाटते.''

''पंत, मसलत तर बरोबर आहे, पण ती दहा-अकरा वर्षांची पोर त्यांना काय सावरणार? उलटे तीच बिचारी घाबरून जायची आणि एक वेगळाच अनर्थ उभा ठाकायचा. पंत तुम्ही, अनाजी तुम्ही, मोरोपंत आणि प्रल्हाद निराजी तुम्ही, जातीनिशी लक्ष ठेवून त्यांची खबर घेत असणे. हंबीरराव, येसाजी, सर्जेराव अन् सूर्याजी तुम्ही सारे जमेल तसे त्यांना भेटत राहणे. त्यांचे मन मोकळे होईल हे पाहणे. मनाचा निचरा करण्यास चांगला खांदा मिळाला तर गोष्टी बऱ्याच सोप्या होतात. मिरजेहून व्यंकटेश भट वैद्यांना त्यांच्या दिमतीस रवाना करणे.''

''महाराज, नेताजीरावांची जुनी विश्वासू चाकरमंडळी आणि पूर्वीची तैनातीतली

माणसे सोबत कोणी भरवशाचा मोहरा देऊन त्यांच्यासोबत ठेवली तर त्यांना सावरण्यास बळ येईल. आत्ता स्वामींनी जे सविस्तर विशद केले त्याची त्यांस पुरती जाण देऊन ठेवल्यास मंडळी साक्षेपाने राहतील.''

''महाराज, अण्णाजी पंतांच्या म्हणण्यात तथ्य आहे. माझेही मत त्यांच्यासारखेच आहे. जणू माझेच विचार त्यांच्या मुखातून बाहेर पडले.''

''व्वा मोरोपंत! आत्ता बोलताना आमच्या मनातसुद्धा हेच नेमके घुमत होते. बघा कशी आपली मने तादात्म्य पावली आहेत. म्हणूनच तर केवळ भुवईच्या संकेतावर अवघडातले अवघड मनसुबे चुटकीसरशी पार पडतात. हंबीरराव, नेताजीकाकांची जुनी माणसे, सुभानराव, गोदाजी आणि खाशाबा असतील तेथून शोधून काढा. त्याचप्रमाणे मोगली छावणीतून त्यांच्या सोबतीने परत आलेले सिद्दी आफताब आणि नर्दुल्लाखान पठाण ही मंडळी त्यांच्या दिमतीला रवाना करा. त्या दोघांनासुद्धा दगा होण्याचा अंदेशा आहे. त्यायोगे त्यांचीपण चांगली हिफाजत होईल. जबाबदार असामी म्हणून हिरोजी फर्जंदास त्यांच्या निसबतीत जोडा. त्यास आमच्याकडे धाडून द्या म्हणजे त्यास करीनेवार समजवता येईल.''

''जी महाराज.''

''दर आठ-दहा दिवसांनी आम्हास त्यांचे वर्तमान मिळत राहील याची मोरोपंत तुम्ही जातीने काळजी घ्या.''

''जी. आज्ञा.''

इतका वेळ ही चर्चा मुकाट बसून ऐकणारा फिरंगोजी नरसाळा आपल्या पांढऱ्याधोप गालमिश्या पालथ्या मुठीने सावरीत म्हणाला–

''म्हाराज, अबय आसंल तर योक शंका इचारावी म्हन्तो. आता इतकी तालेवार हायती. उडत्या डोक्याची बामणं हायती पर आलं टकुऱ्यात, ते इचारू का?''

''बोला बोला. बेशक विचारा. तुमच्या शंका मोठ्या नमुनेदार असतात. कधी कधी अवघड बाबी सहजी करून टाकतात. विचारा.''

''न्हाई म्हन्जी आता ज्ये काय बोलनं जालं आज जे काय तुमी बोललासा, त्ये म्हन्जे नेताजी सरकार काय आता पुन्यांदा सरनोबत हुयाचे न्हाई किंवा ग्येलाबाजार तसलं काय थोरलं बांक्या जिम्मेदारीचा हुद्दा सांबाळन्याजोगं ऱ्हायले न्हाईत. म्हन्जे चार-दोन वरसं तरी काय तशी उमेद ऱ्हायली न्हाई. मंग म्हाराज, त्यांना परत आनन्याचा आन् सुद्द करून घेन्याचा येवडा जंगी खटाटोप क्येला तो समदा पान्यातच ग्येला म्हनायचा.''

''आम्ही म्हणालो ना, फिरंगोजीच्या शंका म्हणजे नमुनेदार असणार म्हणून. आता असे बघा फिरंगोजी, नेताजीकाकांना परत आणले म्हणजे आपण आपले

हरवलेले माणूस परत मिळवले नाही का? अहो, गोठ्यातली एक कालवड वेळेवर परत आली नाही तरी जीव खालवरी होतो आपला. मग एवढा मोठा तालेवार तलवारीचा रुस्तम मोहरा काय वाऱ्यावर सोडून द्यायचा? दुसरे म्हणजे त्यांच्या निमित्ताने आम्ही हा खटाटोप केला तो गनिमाच्या डोळ्यांत अंजन घालण्यासाठी. काय. बरोबर की नाही?''

''जी अक्षी बरुबर हाय म्हाराज. तिच्या मायला तिच्या, आमचं टकुरं कायम फकस्त हानामारीचाच इचार करतंया. असलं नाजूक इचार आन गुंतावळ्याची हलक्या हाताची सोडवनुक कंदी ध्यानास येतच न्हाई. ह्ये समदी मंडळी हायती म्हनून ठीक हाय. न्हायतर आमचं काय खरं नव्हतं बगा म्हाराज.''

हसण्याचा एकच खकाणा उडाला आणि मंडळींच्या मनावर आलेली विषादाची, उदासीची मरगळ आपसूकच दूर झाली.

-१५०-

नेताजी चिपळूणच्या छावणीत स्थिरावले. रुळले. महाराजांच्या हुकमाप्रमाणे विशाळगडापासून ते थेट फोंड्यापर्यंत गडकोटांना भेटी देऊन तिथल्या शिबंदीची, बंदोबस्ताची पाहणी करू लागले. निमित्तानिमित्ताने मानकरी त्यांना भेटून जात. कधी हास्यविनोद होई, तर कधी जुन्या आठवणी उजळल्या जात. कधी महाराजांच्या वतीने कोणी मुत्सद्दी येऊन कोणा समस्येवर त्यांचा मनसुबा घेऊन जाई. असे वाटू लागले की, आता लवकरच नेताजी मूळ पदावर येणार.

एक दिवस भल्या सकाळी आन्हिके आटोपून नेताजी छावणीतल्या शिवमंदिरात देवदर्शनास निघाले. तेवढ्यात प्रतापगडावरून रातोरात निघालेला हरकारा चौखूर घोडे दौडवीत सामोरा आला. झेप घेत पायउतार होत त्याने कसाबसा मुजरा घातला. फुलल्या श्वासातच त्याने निरोप सांगितला–

''सरकार, घात जाला.''

नेताजी चमकले. मंदिराकडे न जाता तसेच माघारी फिरून छावणीच्या सदरेवर पोहोचले. चालतानाच भराभरा हुकूम देऊन त्यांनी महत्त्वाच्या मोहऱ्यांना सदरेवर बोलावले. रामप्रहरीच सदर बसली. सदरेबाहेर मावळ्यांची मोठी गर्दी जमली. हरकाऱ्याचा श्वास अजून निवत नव्हता. भरल्या श्वासातच त्याने सांगावा तोंडी सांगितला.

''सरकार, रायगडास्न पंतपरधान मोरोपंत सरकारांची तातडीची थैली हाय. सरकार, घात जाला. कंदी व्हनार न्हाय त्ये जालं. परत्यक्ष युवराज संबाजीराज माहुलीच्या घाटावरून निसटलं आन गनिमाला, मोगली दख्खन सालार पटान दिलेरखानाला जाऊन मिळालं. संगत त्येंचा धाकला म्हाल दुर्गाबाई रानीसरकार

हायती. म्हाराजांच्या हुकमापरमानं मोरोपंत सरकारांनी दर एक ठाना-गडकोट आन छावनीस अशीच थैली धाडलिया. सांच्याला गडावर थैली पावली आन किल्लेदारानं रातोरात थैली छावणीत दौडवली तो आत्ता पावता जालो. ह्ये थैली सोता नेताजी सरकारांच्या हाती द्येयाचा हुकूम हाय.''

''अरे माझ्या कर्मा, हे काय करून बसले बाळराजे?''

असे बोलत नेताजी ताडकन उभे राहिले. हरकाऱ्याने हाती दिलेली थैली त्यांना उघडवेना इतके त्यांचे हात थराथरा कापू लागले. अखेर त्यांनी थैली चिटणिसाहाती सोपविली. थरथरत्या हाताने त्याने हुकमाचा कागद बाहेर काढला आणि कापऱ्या आवाजात वाचायला सुरुवात केली. हरकाऱ्याने तोंडी सांगितलेले वर्तमान खलित्यात होते. शिवाय सावधगिरी ठेवण्याचे, युवराजांचे नाव घेऊन कोणी फंद माजविण्याची कोशिश करताना सापडल्यास त्याला थेट कडेलोट वा तोफेच्या तोंडी देऊन ठार करण्याचा हुकूम अतिशय कडक शब्दांत कळविण्यात आला होता. उभ्या उभ्या खलिता ऐकणारे नेताजी धाडकन खाली कोसळले. त्यांना उचलून मसनदीवरच आडवे झोपविले. मोठ्या प्रयत्नांनी ते शुद्धीवर आले. काही वेळ तसेच सुन्न बसून राहिल्यावर ते पुरते भानावर आले. भराभरा हुकूम सोडून छावणीचे पहारे चौक्या गस्त कडक करविली. पुढच्या हुकमापर्यंत कोणालाही छावणीबाहेर पडण्याची मनाई करण्यात आली. दोन मावळ्यांच्या खांद्यांवर हात ठेवून नेताजी कसेबसे कमऱ्यात पोहोचले.

तासा-दोन तासांत नेताजी सावरले. त्यांनी चिटणिसाला बोलावून घेतले.

''चिटणीस तातडीने महाराजांसाठी खलिता लिहा आणि घटकाभरात आमच्या दस्तुरीसाठी पेश करा. खलिता टाकोटाक रवाना झाला पाहिजे. त्यात आमची विनंती लिहा की, युवराज शेवटी आपलेच लेकरू. काय कारणे दुखावले आणि भलते करून बसले. सर्वेश्वर जाणे. सर्व अपराध पोटात घाला आणि हर प्रयत्न करून होईल त्या तातडीने लेकरास परत आणवा. आम्ही गनिमाहाती काय नतीजा पावलो ते युवराजांस तपशिले सांगावा. बादशहा मोठा दगाबाज, काफिरास दिलेले वचन मोडणे पाप नाही असे मानणारा. दिलेर त्याचाच खादिम. आपल्यावरील आणि आमच्यावरील राग लेकरावर काढल्याशिवाय राहायचा नाही. लेकरू हकनाक हातचे जायचे.''

तिसऱ्या प्रहरी त्यांनी छावणीची सदर भरविली.

''मंडळी, नेमके काय घडले अन् युवराज हे करून बसले कोणालाच काही माहीत नाही. पण त्यांचे नाव घेऊन कोणी फितवा करू पाहील तर मुलाहिजा ठेवला जाणार नाही. प्रसंग पडलाच तर सरळ मुंडके मारले जाईल. आपली निष्ठा स्वराज्याशी, सांब सदाशिवाच्या आणि आई भवानीच्या पायांशी.

आजपासून दस्तावेजाबिगर कोणी छावणी सोडून बाहेर जाणार नाही की कोणास आत घेतले जाणार नाही. येणारा प्रत्येक हरकारा, कागदाचा प्रत्येक चिटोरा प्रथम आमच्याकडेच आला पाहिजे. चिटणीस प्रत्येक गडावर कागद पाठवून खबरदारीचे आमच्या तर्फेचे हुकूम जारी करा. किल्लेदारांस सांगावा धाडा, आम्ही कुठल्याही क्षणी गडावर येऊन ठेपू. ढिलाईचा नतीजा बरा होणार नाही.''

दिवेलागणीला हिरोजी मुजऱ्यासाठी आला. नेताजींनी त्यास थांबवून घेतले. थोडे इकडचे तिकडचे किरकोळ बोलणे झाल्यानंतर अस्वस्थ हिरोजीने स्वत:च विषय काढला. हिरोजी मोठ्या तळमळीत बोलला–

''सरकार, लई वंगाळ जालं बगा. परतेक्ष ल्येक बापाच्या, स्वराज्याच्या, धरमाच्या दुश्मनाकडं जावा. काय गुदरली आसंल म्हाराजांच्या काळजावं, ह्ये उद्याचं म्हाराज छत्रपती व्हायाचं; त्येंना काय अवदसा आटवली. कुनी हरामजाद्यानं फितवलं आसंल बाळराजास्नी काय उमगंना. हाती गावला तर आईची आन; पयलं मुंडकं तोडीन मंग नाव पुसीन.''

हिरोजीचा शोक-संताप उरात मावत नव्हता. त्याला जशी महाराजांची चिंता वाटत होती तशीच युवराजांची पण वाटत होती. मध्येच त्यांचा संताप येत होता तर मध्येच कीव, कणव येऊन डोळे भरून येत होते. स्वत:चे मन आवरून नेताजींनाच त्यास सावरावे लागले. मग थोड्या वेळाने स्वत:शी बोलावे तसे ते बोलू लागले.

''आम्हाला आठवतात बाळराजे, ते जन्मले तेव्हाचे; आम्हीच होतो किल्लेदार पुरंदराचे. आम्हीच दिला हुकूम तोफांना बत्ती देण्याचा. मिर्झाराजांच्या छावणीत ओलीस म्हणून राहिले तेव्हा फक्त नऊ वर्षांचेच होते. त्यांच्या हिफाजतीचा जिम्मा महाराजांनी आमच्यावर टाकला होता. रात्री जागवल्या त्यांच्या उशाशी हत्यार तयार ठेवून बसून राहण्यात! सुरुवातीस थोडे घाबरले होते. पण मग त्यांनी मराठी बाणेदारपणाने मिर्झाराजांस जिंकून घेतले. याच दिलेरचे गर्विष्ठ तोंड त्यांनी बंद केले होते. राजे तीन वेळा बादशहाच्या हातावर तुरी देऊन सुटले. आग्र्यातून, मग मथुरेतून आणि शेवटी औरंगाबादेतून. आता तो काही बाळराजांना गमावणार नाही. महाराजांनी तातडी करून त्यांना परत आणलेच पाहिजे.''

काही महिने उलटले आणि थैलीस्वार दौडत आला. 'युवराज परत आले' असे ओरडतच तो छावणीत दाखल झाला. नेताजींना वर्दी पोहोचली तेव्हा ते खासगी कमऱ्यात पोशाख करीत होते. त्यांनी हरकाऱ्यास थेट तेथेच बोलावून घेतले. त्याने सुपुर्द केलेली थैली त्यांनी मोठ्या अधीरतेने उघडली पण त्यांना

वाचणे सुधरेना. अखेर त्यांनी चिटणिसांकडूनच वाचून घेतली. एकीकडे त्यांना हसू येत होते, तर एकीकडे त्यांचे अंग हुंदक्यांनी गदगदत होते. छावणीत भांडी वाजविण्याचा आणि साखर वाटण्याचा हुकूम झाला. ढोल-ताशे, तर्फे-हलगी, शिंगे-तुताऱ्यांनी छावणी दणाणून गेली. मध्येच ठासणींचे बार फुटत होते. पालथ्या मुठीने डोळे कोरडे करीत, भरल्या आवाजात ते हिरोजीला म्हणाले–

"हिरोजी, बाबा देव पावला. लेकरू घरी सुखरूप परत आले. बादशहाने जे आमचे हाल केले तेच त्यांचे केले असते यात काही शक नाही. कोवळे पोर नाही टिकते त्याच्यासमोर. देवा खंडेराया, माझी उमर लागू दे रे देवा युवराजांना."

बराच वेळ मग ते आपण फुलादखानाच्या आदबखान्यात काढलेल्या दिवसांच्या आठवणी सांगत राहिले.

-१५१-

युवराज परत आले. पन्हाळ्यावर महाराज त्यांना भेटले. त्यांना कौल देऊन कोल्हापूर आणि कोकणचा सुभा त्यांच्यावर सोपवून महाराज रायगडी गेले पण त्यांनी युवराजांस रायगडी सोबत नेले नाही. येसूबाईंना माहेरी शृंगारपुरी राहण्याचाच हुकूम झाला. अशा बातम्या छावणीत येत होत्या. पण त्या बातम्यांचा धड अर्थ नेताजींना लागत नव्हता.

थोड्या दिवसांनी महाराज रायगडावर आजारी झाल्याची बातमी छावणीत पोहोचली. मागोमाग छावणीच्या खबरगिरांकडून खबरा आल्या की, रायगडाचा राबता बंद झाला आहे. महाराणी सोयराबाईंनी अनाजी दत्तोंना हाताशी धरून गडात चौक्या पहारे बसविले. मोरोपंत पेशवे आणि सरनोबत हंबीरराव मोहित्यांना सोयराबाईंनी मोहिमांच्या निमित्ताने दूर ठेवले होते. संभाजीराजांस पन्हाळा सोडण्यास मनाई झाली होती. छावणीवर विषादाची गडद छाया पसरली.

नेताजींनी महाराजांच्या दर्शनाची परवानगी घेण्यासाठी माणूस पाठविला पण त्याला पाचाडातूनच परतावे लागले. घडणाऱ्या घटनांचा नेताजींना अर्थच लागेना. गेल्या कित्येक महिन्यांत छावणीतील शिपाई बदलले गेले नव्हते कारण मोहिमा थंडावल्या होत्या. कोणा जबाबदाराची गाठभेट घडली नव्हती. हुकूम नसल्याने त्यांना पन्हाळ्यास जाऊन युवराजांची भेट घेणे शक्य होईना.

आणि एक दिवस विजेच्या लोळाप्रमाणे बातमी कोसळली, छत्रपती महाराजांना देवाज्ञा झाल्याची! आश्चर्य म्हणजे युवराज पोहोचण्याची वाट न बघता त्यांना भडाग्नी देऊन अग्निदाह उरकला गेला. प्रधानमंडळांच्या घरांवर चौक्या पहारे

बसले. छावणीत सोयराबाईंच्या माहेरची म्हणून त्यांच्या विश्वासाची जी मंडळी होती त्यांना नेताजींवर नजर ठेवण्याची कामगिरी आली. रामराजांचे मंचकारोहण करवून रायगडावरून फौजा युवराजांना जेरबंद करण्यासाठी पन्हाळ्याच्या दिशेने निघाल्या पण सरनोबत हंबीररावांनी हालचाली करून सोयराबाईंच्या कारस्थानांना पायबंद घातला. युवराज रायगडी आले. महाराजांच्या निर्वाणानंतर नेताजींना काही न सांगतासवरता अचानक पन्हाळ्यास निघून गेलेला हिरोजी युवराजांच्या हाती जेर झाल्याची बातमी आली. नेताजी फारच कष्टी झाले. हिरोजीच्या गैरहजेरीत आता माल्होजी घोरपड्यांचा मुलगा संताजी नेताजींची मोठ्या आस्थेने देखभाल करीत होता.

-१५२-

महाराजांचा काळ झाला आणि नेताजींनी पुन्हा कधी उभारी धरलीच नाही. दिवस-दिवस विमनस्कपणे शून्यात बघत बसून राहत, तर कधीकधी रात्री-अपरात्री दचकून जागे होत आणि बायका-पोरांची नावे घेऊन हाका मारीत. दिसायला दणकट असले तरी घोड्यावरची मांड आणि हत्याराची पकड ढिली झाली होती. महाराज असताना चिपळूणच्या छावणीतूनच त्यांनी चार-दोन बारीकसारीक मोहिमा केल्या होत्या, पण ना त्यात पूर्वीची धडाडी होती ना पूर्वीचा जोश. छावणीतील सारे त्यांना खूप जपत, सांभाळत; पण त्यांच्या पश्चात हळहळत.

हळूहळू नेताजींचा एकलकोंडेपणा वाढत गेला. आता त्यांनी आफताबखानाशिवाय आपले सगळे हुजरे आणि सेवक दूर सारले. आफताबखान सावलीसारखा अष्टौप्रहर त्यांच्या सोबत असे. कधी लहर लागली तर संताजीला समोर बसवून जुन्या आठवणी काढत, घटकान् घटका बोलत बसत. आदबखान्यातील, अफगाणिस्तानातील किंवा बादशहाच्या लहरी धर्मांधतेचे किस्से सांगत बसत. आपण आतून खचत चालल्याचे आणि आपली ताकद घटत चालल्याचे त्यांना जाणवू लागले होते. ती खंत ते संताजीकडे आणि आफताबकडे बोलून दाखवीत.

एक दिवस दुपारच्या थाळ्यानंतर आचवत असताना त्यांच्या हातातून लोटा निसटला. त्यांना आपला उजवा हातच हलविता येईना. हाती तोंडपुसणी घेऊन जवळच उभ्या असलेल्या आफताबखानाच्या ध्यानी येण्यापूर्वीच ते धाडकन खाली कोसळले. बघताबघता त्यांचे उजवे अंग लुळे पडले.

रायगडावर संभाजीराजांकडे तातडीने खबर रवाना झाली. त्यांनी आपला स्वत:चा वैद्य त्यांच्या उपचारास धाडला. कबुतराच्या रक्ताने, सांड्याच्या तेलाने, घोरपडीच्या तेलाने, वाघाच्या चरबीने, कशाकशाने त्यांना मालीश केले याची

गणती नाही. पण त्यांना उतार पडेना. एके काळी ज्याच्या नुसत्या नावाने गनिमांना थरकाप सुटे असा दिलेर मोहरा लोळागोळा होऊन खाटेवर पडलेला बघवेनासा झाला.

असेच जवळपास चार महिने लोटले. आता ताप भरू लागला. तापाच्या ग्लानीत त्यांना भ्रम होऊ लागला. अशा अवस्थेत असताना ते महाराजांना भेटायला नेण्याचा हट्ट धरू लागले. समोर दिसेल त्यांच्याकडे त्यांचा एकच धोशा असे–

"मला महाराजांकडे जायचे आहे. बहिर्जीला बोलवा. तो मला महाराजांच्या पायाशी घेऊन जाईल. तुम्ही सारे कुचकामी आहात. मला महाराजांपासून दूर ठेवता. कसेही करा, मला महाराजांना भेटवा. मला त्यांची माफी मागायची आहे. त्यांनी सोपविलेली कामगिरी मी त्यांच्या मनाजोगती करू शकलो नाही. उलट त्यांना अतोनात त्रासच दिला. माझ्यासारख्या करंट्यासाठी स्वराज्याच्या सेवेतील नामांकित माणसे नाहक खर्ची पडली पण हाती काही लागले नाही. मी पापी आहे. त्यांची बायका-पोरे माझ्यामुळे उघडी पडली. मी त्यांचा, महाराजांचा, स्वराज्याचा अपराधी आहे. मला त्यांची क्षमा मागू द्या."

असेच दोन महिने उलटले. हळूहळू त्यांची वाचा क्षीण झाली. नजर हरवली. अगदी तोंडाशी कान नेला तर जाणवे, त्यांचे ओठ महाराजांच्या नावाचा जप करीत आहेत. एके दिवशी रात्री तब्येत फारच बिघडली. श्वास धड चालेना. मध्येच आचके येत. घशातून विचित्र आवाज निघत. संताजीने माणूस पाठवून राजवैद्यांना बोलावून घेतले. वैद्यबुवांची चर्या गंभीर झाली.

"पंत, कशी हाय सरकारांची प्रकृती?"

"कठीण आहे. आजची रात्र निभावली तरी पुरे."

"अरे द्येवा, आता म्या युवराजास्नी काय तोंड दावू? त्यांनी नेताजी सरकारांना माज्यावर सोपवला, पर म्या त्यास्नी न्हाय राकू शकलो. कुटं फेडू ह्ये पाप?"

"संताजी, सबूर. तू तुझे कर्तव्य चोख पार पाडलेस. दैवगतीसमोर कोणाचा काय इलाज चालणार? प्रत्येकाची वेळ ठरलेली असते. प्रत्यक्ष ब्रह्मदेवसुद्धा त्यात ढवळाढवळ करू शकत नाही. शोक आवर."

"पंत, जायाचं तर हर येकाला हाये. पर नेताजी सरकारांसारका तिखट हत्याराचा आन अफाट अकलेचा रणनवरा ह्यो असा खाटेवर पडून झिजतझिजत जावा यापरीस दुसरे वंगाळ काय न्हाई. येकाद्या निकराच्या झुंजात परतापरावांवानी पडते तर डोळ्यांतल्या पान्यानं शेले जरूर भिजते. पर मोटा अभिमान वाटता."

"संताजी, हेच प्राक्तन. यालाच विद्वान दैवगती म्हणतात. अस्तु. मी हेमगर्भाची मात्रा चाटवली आहे. कितपत काम करेल हरी जाणे. पण सावध असा. कदाचित शुद्धीवर यायचे. काही महत्त्वाचे सांगायचे."

"जी. पंत, मी हतंच बसलेला हाय. संगतीला ह्यो आफताबखान बी हायेच की. आमी पुरते सावध ऱ्हाऊ."

"ठीक आहे. आता येतो आम्ही. काही विपरीत जाणवले तर पुन्हा बोलावण्यास अनमान करू नका, मग रात्र कितीही चढलेली असो."

वैद्यबुवांच्या मते धीर देऊन पण प्रत्यक्षात घोर लावून वैद्यबुवा निघून गेले. पायथ्याशी बसून आफताबखान काशाच्या वाटीने तळव्यांना तूप घासत राहिला. संताजी उशाशी बसून नेताजींचा क्षीण, म्लान चेहरा एकटक निरखीत राहिला. दोघे एकमेकांशी शब्द बोलत नव्हते. आफताबखानाच्या मनात अनेक आठवणी कल्लोळत होत्या. त्याच्या डोळ्यांसमोर त्याने पाहिलेली अनेक रूपे उमटत होती. अधूनमधून अंगच्या बाहीने तो पाझरणारे डोळे पुसत होता. कोणासाठी न थांबणारा काळ सुसाट धावत होता; मात्र दोघांना तो मुंगीच्या पावलांनी चालल्यासारखा भासत होता. मध्यरात्र उलटली. पहाटेचा गार वारा सुटला. अचानक नेताजींनी डोळे उघडले. त्यासरशी बेसावध संताजी एकदम दचकला. नजर अगदी स्वच्छ होती. त्यांनी स्वच्छ पण धिम्या आवाजात हाक मारली–

"आफताब..."

"जी सरकार."

"पाणी..."

"जी सरकार."

तिवईवरील गडव्यातील पाणी आफताबने त्यांच्या मुखात सोडले. दोन-तीन शिंपले भरून पाणी पाजले. थोडे ओठाबाहेर सांडले ते पंचाने टिपून घेतले. संताजीने त्यांच्या कपाळाला हात लावला. हलक्या आवाजात पुसले–

"कसं काय वाटतंया सरकार?"

"काय वेळ झालीय आफताब?"

"जी. पहाट होत्येय सरकार. नुकतीच पहिल्या कोंबड्यानं बांग दिली.

"सरकार उगा जास्त बोलू नगासा. शीन हुईल. निवांत झोपा. आय भवानी समदं गोमटं करील. तुम्हास काय पायजे का सरकार?"

"आफताब, देव्हाऱ्यात आईच्या पूजेचे तीर्थ असेल तेवढे माझ्या मुखी घाल."

झटकन उठून संताजीने देवासमोरच्या पंचपात्रातले तीर्थ आणून पळीने त्यांच्या ओठाशी नेले.

"आफताब..."

संताजीने आफताबकडे पाहिले आणि मुकाटपणे पळी-पंचपात्र आफताबच्या हाती सोपविले. त्याने पळीने थेंब थेंब तीर्थ नेताजींच्या मुखात सोडले. पंचपात्र तिथेच उशाशी तिवईवर ठेवले. हलक्या आवाजात बोलला–

"सरकार, आराम करा. जास्त बोलू नका."

"बोलू दे, बोलू दे. पुन्हा वेळ मिळणार नाही. बोलू दे. पापी औरंग्याने माझ्या अवघ्या कुटुंबाची धूळधाण केली. माझ्या बायका, माझी पोरे ठार केली. माझ्या एका चुकीची सजा बिचाऱ्यांनी प्राणाचे मोल देऊन भोगली. आज माझी घटका भरली. माझ्या शेजारी ना माझी कोणी बायको आहे ना एकदेखील मुलगा. कुणी सगासोयरासुद्धा नाही."

"सरकार, बोलू नगासा तरास व्हईल. निवांत व्हा."

"आफताब, मी महाराजांच्या कामात कुचराई केली. त्याच पापाचे हे फळ आहे. पोटच्या पोराची मांडी माझ्या नशिबी नाही. त्याच्या हातून मुखी पाणी घेण्याचे नशिबी नाही. आफताब, लेकरा तू मुखी पाणी घातलेस आता तूच माझा लेक. माझे डोके मांडीवर घे. तूच आता माझे सर्वस्व. तूच मला डाग दे."

हुंदका रोखण्यासाठी आफताबने खांद्यावरच्या गमछाचा बोळा तोंडात कोंबला. मोठ्या प्रयासाने संताजीने आपला कंठ रोखला. मात्र त्याचा स्वर भरलेलाच होता.

"असं बोलू नगासा सरकार. आई भवानी समदं गोमटं करील. पंतांनी दवा बदलून दिलिया. मनलं, लई गुनकारी हाय. पंधरा-ईस दिसांत चांगलं हिंडाया लागाल."

"आफताब, बोलू दे. महाराजांशी भेट झाली नाही. त्यांना माझा सांगावा सांग. माझा सांगावा त्यांच्यापर्यंत पोहोचला नाही. नाहीतर ओठातला घास ताटात टाकून ते धावत भेटीस येते. आफताब, आता दम धरवत नाही. मीच करंटा. महाराजांच्या एका शब्दावर भल्याभल्यांनी प्राण उधळले. असुदाच्या धारा वाहिल्या. देहाची कुरवंडी केली. पण मी चांडाळ निपजलो. महाराजांची इच्छा पूर्ण नाही करू शकलो. मात्र माझ्यामुळेच त्यांना यातना झाल्या. मनस्ताप सहन करावा लागला. मी करंट्याने त्यांचे सारे मनसुबे नासवून टाकले. त्यांच्या विश्वासाला, प्रेमाला मी पात्र ठरलो नाही. आफताब माझ्यासाठी तू महाराजांची माफी माग. महाराजांना सांग, पुढच्या जन्मी तरी त्यांच्या मनास येईल अशी सेवा हातून घडावी हे मागणे देवाकडे मागतच हा अभागी नेताजी गेला."

"नका नका सरकार, असं वेडंवाकडं काही बोलू नका. व्हाल तुम्ही बरे..."

असे म्हणत त्याने नेताजींच्या कपाळावर हात ठेवला. त्याने चटकन हात मागे घेतला. अंग थंडगार पडले होते. डोळे थिजून पार गारगोट्या होऊन गेले होते. छातीचा भाता थांबला होता. कपाळावरचा हात दूर होताच मान एका बाजूला कलंडली.

पुरंदराच्या बालेकिल्ल्यासारखा अभेद्य, सह्याद्रीच्या बुलंद कड्यासारखा बेलाग, हुताशनीच्या होमासारखा धगधगता, हनुमंतासारखा निष्ठावान इमानी मोहरा काळाच्या प्रवाहात मातीच्या ढेकळासारखा विरघळून गेला. कीर्तीचा मृद्‌गंध काही काळ दरवळला आणि वातावरणात विरून गेला. मागे उरला गैरसमजुतीचा, अपकीर्तीचा चिखल. धन्याच्या एका शब्दाखातर पतिव्रता सतीसारखे अग्निदिव्य हसत झेलत राहिला, मागे उरली केवळ राख; कोणी तिला भस्म-विभूती म्हणून मस्तकी धरले नाही. सर्वव्यापी बलवान काळाने ती बारावाटा वाऱ्यावर उधळून दिली. एक अग्निदिव्य संपले.

◆